ವರ್ಷಬಿಂದು

(ಸಾಮಾಜಿಕ ಕಾದಂಬರಿ)

ಸಾಯಿಸುತೆ

ಸುಧಾ ಎಂಟರ್‌ಪ್ರೈಸಸ್

ನಂ. 761, 8ನೇ ಮುಖ್ಯರಸ್ತೆ, 3ನೇ ಬ್ಲಾಕ್
ಕೋರಮಂಗಲ, ಬೆಂಗಳೂರು–560 034.

Varshabindu (Kannada): a social novel written by Smt. Saisuthe; published by Sudha Enterprises, # 761, 8th Main, 3rd Block, Koramangala, Bangalore - 560 034.

ಮೊದಲನೆಯ ಮುದ್ರಣ	:	1996
ಎರಡನೆಯ ಮುದ್ರಣ	:	2010
ಮೂರನೆಯ ಮುದ್ರಣ	:	2022
ಪುಟಗಳು	:	216
ಬೆಲೆ	:	ರೂ. 185
ಉಪಯೋಗಿಸಿದ ಕಾಗದ	:	70 ಜಿ.ಎಸ್.ಎಂ. ಮ್ಯಾಪ್‌ಲಿಥೋ
ಮುಖಪುಟ ವಿನ್ಯಾಸ	:	ಪ.ಸ. ಕುಮಾರ್
ಹಕ್ಕುಗಳು	:	ಲೇಖಕಿಯವರದು

ಸಗಟು ಮಾರಾಟಗಾರರು
ವಸಂತ ಪ್ರಕಾಶನ
360, 10ನೇ 'ಬಿ' ಮುಖ್ಯರಸ್ತೆ, 3ನೇ ಬ್ಲಾಕ್,
ಜಯನಗರ, ಬೆಂಗಳೂರು – 560 011
ದೂರವಾಣಿ : 080–22443996/40917099
ಮೊ: 7892106719
email : vasantha_prakashana@yahoo.com
website: www.vasanthaprakashana.com

ಅಕ್ಷರ ಜೋಡಣೆ :
ಲೇಜರ್ ಲೈನ್ ಗ್ರಾಫಿಕ್ಸ್

ಮುದ್ರಣ :
ರೀಗಲ್ ಪ್ರಿಂಟ್ ಸರ್ವೀಸ್

ಮುನ್ನುಡಿ

ಕಂಪ್ಯೂಟರ್ ಮಾಯಜಾಲವನ್ನು ಬಂದಾಗಿನಿಂದ ಅತ್ಯಂತ ಸೂಕ್ಷ್ಮವಾಗಿ ಗಮನಿಸುತ್ತ ಬಂದ ನನಗೆ ಅದರ ವಿಶ್ವರೂಪ ದರ್ಶನದಿಂದ ಸಂತೋಷ, ಗಾಬರಿ, ಆತಂಕ ಕೂಡ ಆದದ್ದುಂಟು.

1995ರಲ್ಲಿ 'ವರ್ಷಬಿಂದು' ಬರೆದಾಗ ಇಂದಿನ ಕಂಪ್ಯೂಟರ್‌ನ ಸಾಮರ್ಥ್ಯ ಮನಗಂಡಿರಲಿಲ್ಲ. ಅದರ ಮಾಂತ್ರಿಕತೆಗೆ ಜೋತು ಬಿದ್ದ ಕುಟುಂಬದಲ್ಲಿನ ಸಂಘರ್ಷವನ್ನು ಚಿತ್ರಿಸಿದ್ದೆ. ಆ ಬಗ್ಗೆ ಸಾಕಷ್ಟು ಜನ ಪತ್ರ ಬರೆದು, ಎದುರಿಗೆ ಕೂತು ನನ್ನಲ್ಲಿ ವಿಚಾರ ವಿನಿಮಯ ನಡೆಸಿದ್ದರ, ನನ್ನ ಚಿಂತನೆ ಕೆಲವು ಮಟ್ಟಿಗೆ ನಿಜವೆನಿಸಿದೆ!

ಈ ಆವೃತ್ತಿಯ ಕಾದಂಬರಿಯ ಪ್ರಕಾಶಕರಾದ ಶ್ರೀ ಕೆ.ಎಸ್. ಮುರಳಿಯವರಿಗೆ ನನ್ನ ಧನ್ಯವಾದಗಳು.

ಜೊತೆಗೆ ಓದುಗರು ನಿರೀಕ್ಷಿಸುತ್ತಿದ್ದ 'ವಸುಂಧರ', 'ಹೊಂಬೆಳಕು', 'ವರ್ಷಬಿಂದು' ಜೊತೆ 'ಸುಮಧುರ ಭಾರತಿ' ಕೂಡ ಅಚ್ಚಾಗಿದೆ. ಇನ್ನು ಕೆಲವು ಕಾದಂಬರಿಗಳು ಪುನರ್ ಮುದ್ರಣವಾಗುತ್ತಿದೆ.

— ಸಾಯಿಸುತೆ

"ಸಾಯಿಸದನ"
12, 2ನೇ ಮುಖ್ಯರಸ್ತೆ, 2ನೇ ಅಡ್ಡರಸ್ತೆ,
ಮಾರುತಿನಗರ, ಕೋಗಿಲೆ ಕ್ರಾಸ್, ಯಲಹಂಕ
ಓಲ್ಡ್ ಟೌನ್, ಬೆಂಗಳೂರು – 560064.
ದೂ: 080–28571361
Email: saisuthe1942@gmail.com

ನಮ್ಮಲ್ಲಿ ದೊರೆಯುವ ಸಾಯಿಸುತೆಯವರ
ಇತರ ಕಾದಂಬರಿಗಳು

ಮೇಘವರ್ಷಿಣಿ
ನವಚೈತ್ರ
ಪೂರ್ಣೋದಯ
ಅಪೂರ್ವ ಮೈತ್ರಿ
ನಿಶೆಯಿಂದ ಉಷೆಗೆ
ಸಪ್ತರಂಜನಿ
ವಸುಧೈವ ಕುಟುಂಬ
ಪ್ರೇಮಸಾಫಲ್ಯ
ಸದ್ಗೃಹಸ್ಥೆ
ಕಾರ್ತೀಕದ ಸಂಜೆ
ನಾ ನಿನ್ನ ಧ್ಯಾನದೊಳಿರಲು
ಸುಪ್ರಭಾತದ ಹೊಂಗನಸು
ಕರಗಿದ ಕಾರ್ಮೋಡ
ಹೃದಯ ರಾಗ
ಅಮೃತಸಿಂಧು
ಬಣ್ಣದ ಚುಂಬಕ
ಸ್ವರ್ಣ ಮಂದಿರ
ಶ್ರೀರಸ್ತು ಶುಭಮಸ್ತು
ಗಂಧರ್ವಗಿರಿ
ಶುಭಮಿಲನ
ಸಪ್ತಪದಿ
ಚೈತ್ರದ ಕೋಗಿಲೆ
ಬೆಳ್ಳಿದೋಣಿ
ವಿವಾಹ ಬಂಧನ
ಮಂಗಳ ದೀಪ
ಡಾ॥ ವಸುಧಾ
ಮುಂಜಾನೆಯ ಮುಂಬೆಳಕು
ಸೊಬಗಿನ ಪ್ರಿಯದರ್ಶಿನಿ
ರಾಗಬೃಂದಾವನ
ಬಿಳಿ ಮೋಡಗಳು
ಅನುಬಂಧದ ಕಾರಂಜಿ
ಮಿಂಚು
ನಾಟ್ಯಸುಧಾ
ಪಸರಿಸಿದ ಶ್ರೀಗಂಧ
ಬೆಳದಿಂಗಳ ಚೆಲುವೆ

ವರ್ಷಬಿಂದು
ಸಪ್ನ ಸಂಭ್ರಮ
ನನ್ನ ಭಾವ ನಿನ್ನ ರಾಗ
ಸುಮಧುರ ಭಾರತಿ
ಮೌನ ಆಲಾಪನ
ಮತ್ತೊಂದು ಬಾಡದ ಹೂ
ಶಿಶಿರದ ಇಂಚರ
ಮುಂಗಾರಿನ ಹುಡುಗಿ
ಸಾಮಗಾನ
ಕಡಲ ಮುತ್ತು
ಆಡಿಸಿದಳು ಜಗದೋದ್ಧಾರನಾ
ಪಂಚವಟಿ
ಶ್ಯಾನುಭೋಗರ ಮಗಳು
ಮೂಡಿ ಬಂದ ಶಶಿ
ಜನನೀ ಜನ್ಮಭೂಮಿ
ಬಿರಿದ ನೈದಿಲೆ
ಶರದೃತುವಿನ ಚಂದ್ರ
ಮೋಹನ ಮುರಳಿ ಕರೆಯಿತು
ಮುಗಿಲ ತಾರೆ
ಅಗ್ನಿದಿವ್ಯ
ಧವಳ ನಕ್ಷತ್ರ
ಕಲ್ಯಾಣಮಸ್ತು
ದಂತದ ಗೊಂಬೆ
ಸುಭಾಷಿಣಿ
ಮಮತೆಯ ಸಂಕೋಲೆ
ಮಂತ್ರಾಕ್ಷತೆ
ಸಪ್ತಧಾರೆ
ಹೇಮಂತದ ಸೊಗಸು
ಬೆಳಕಿನ ಹಣತೆ
ಗ್ರೀಷ್ಮದ ಸೊಬಗು
ಗ್ರೀಷ್ಮ ಋತು
ಪ್ರಿಯ ಸಖೀ
ಚಿರಬಾಂಧವ್ಯ
ಆಶಾಸೌರಭ
ಗಿರಿಧರ

ವರ್ಷಬಿಂದು

ಡಿಸೆಂಬರ್ ನಸುಕಿನ ಚಳಿ ಹೆಚ್ಚೆನಿಸಿ ಇನ್ನಷ್ಟು ಹೊದ್ದು ಮಲಗುವಂತಿರಲಿಲ್ಲ ವರ್ಷ. ಒಮ್ಮೆ ಅವಳ ಅಕ್ಕ ವರ್ಣ ಹೊದ್ದಿಕೆ ಕಿತ್ತೆಸೆದು "ಎದ್ದು ಓದ್ಕೋ. ನಂಗೆ ಪಿ.ಯು.ಸಿ.ಯಲ್ಲಿ ಸೀಟು ಸಿಕ್ಕೋದೆ ಕಷ್ಟವಾಯ್ತು. ಅಪ್ಪ ಎಷ್ಟೊಂದು ಓಡಾಡಿದ್ರು" ಎಂದಿದ್ದಳು. ಅವಳು ರಾಗ ಹಾಕಿ ಆದ ಮೇಲೆ ರೋಹಿಣಿ ಅಡಿಗೆ ಮನೆಯಿಂದಲೇ ಕೂಗಿದರು, "ಸ್ವಲ್ಪ ಬೇಗ ಏಳೋ ಅಭ್ಯಾಸ ಮಾಡ್ಕೋ ಬಾರ್ದಾ." ತಟ್ಟನೆ ಎದ್ದು ಕೂತಳು ವರ್ಷ.

ಎರಡು ಕೈಯಲ್ಲಿ ತಲೆ ಹಿಡಿದುಕೊಂಡಳು. ಕಾಲೇಜಿನ ಓದೆಂದರೆ ತಲೆ ಸಿಡಿತ ಅವಳಿಗೆ. ಚಲಪತಿ, ರೋಹಿಣಿಗೆ ವರ್ಣ, ವರ್ಷ ಇಬ್ಬರೂ ಹೆಣ್ಣು ಮಕ್ಕಳಾದರೂ ಸ್ವಭಾವದಲ್ಲಿ ಭಿನ್ನ. ಕಡಿಮೆ ಮಾತಾಡುವ ವರ್ಣ ಸದಾ ರೂಮು ಸೇರಿ ವ್ಯಾಸಂಗದಲ್ಲಿ ಮಗ್ನಳಾಗಿ ರ್‍ಯಾಂಕ್‌ಗಳನ್ನು ತನ್ನ ಬಗಲಿಗೆ ಹಾಕಿಕೊಂಡರೇ ವರ್ಷಾ ವ್ಯಾಸಂಗದ ಪುಸ್ತಕಗಳನ್ನು ಬಿಟ್ಟು ಮಿಕ್ಕೆಲ್ಲವನ್ನು ಓದುತ್ತಿದ್ದಳು. ಕವನ, ಕಾವ್ಯ, ಇತಿಹಾಸ ಜೊತೆಗೆ ಸಾಹಿತ್ಯದಲ್ಲಿನ ಕಾದಂಬರಿ ಪ್ರಕಾರವನ್ನ ಹೆಚ್ಚೆಚ್ಚು ಮೆಚ್ಚುತ್ತಿದ್ದಳು.

ಒಮ್ಮೆ ರೂಮಿನೊಳಕ್ಕೆ ಬಂದ ಚಲಪತಿ ಕಿಟಕಿಯ ಬಳಿಯಲ್ಲಿ ನಿಂತ ಮಗಳನ್ನು ಗಮನಿಸಿದರು. ಕ್ಷಣ ತುಟಿ ಕಚ್ಚಿದರು. "ವರ್ಷ, ನೀನು ಇನ್ನು ಪ್ರೈಮರಿ ಸ್ಕೂಲು ಹುಡ್ಗಿಯಲ್ಲ. ಅವುಗಳು ಕೂಡ ಹಗ್ಲು ರಾತ್ರಿ ವ್ಯಾಸಂಗ ಮಾಡ್ತಾರೆ. ವರ್ಣಗೆ ಅಪ್ಲಿಕೇಷನ್ ಹಾಕ್ದೇನೇ ರ್‍ಯಾಂಕ್ ಬಂದ ಕೂಡ್ಲೇ ಕೆಲ್ಸ ಸಿಕ್ತು" ಎಂದರು. ತಕ್ಷಣ ತೆಪ್ಪಗೆ ಬಾತ್‌ರೂಂಗೆ ಹೋಗಿ ಬಾಗಿಲು ಹಾಕಿಕೊಂಡಳು ವರ್ಷ.

ಶಿಕ್ಷಣ ಅಂದರೇನು? ಅದರ ಉದ್ದೇಶವೇನು? ಆ ಬಗ್ಗೆ ತಲೆ ಕೆಡಿಸಿಕೊಳ್ಳದೆ ಸ್ನಾನ ಮುಗಿಸಿ ಹೊರಗೆ ಬಂದಾಗ ರೋಹಿಣಿ ಬ್ಯಾಸ್ಕೆಟ್ ತಂದು ಅವಳ ಮುಂದಿಟ್ಟು "ಒಂದಿಷ್ಟು ತರಕಾರಿ ತಂದ್ಬಿಡು. ನಿಮ್ಮಪ್ಪನಿಗೆ ಮೀಟಿಂಗ್ ಇದೆಯಂತೆ" ಎಂದು ಹೋದರು. ಇಲ್ಲದಿದ್ದರೆ ಅವರೇ ತರುತ್ತಿದ್ದರೆಂದು ಗೊತ್ತು ವರ್ಷಗೆ.

ಬೆನ್ನವರೆಗೂ ಕತ್ತರಿಸಿದ್ದ ಕೂದಲಿಗೆ ಬ್ಯಾಂಡ್ ಹಾಕುತ್ತಿದ್ದ ವರ್ಣ ತಂಗಿಯ ಕಡೆ ನೋಡಿ "ಹೆಚ್ಚು ಓದೋದು ಒಳ್ಳೇದು" ಎಂದಳು. ಅಷ್ಟೇ ಹೇಳಿದ್ದು. ಈ ಒಂದೆರಡು ಮಾತುಗಳನ್ನು ಬಿಟ್ಟು ಅವಳಿಗೇನು ಗೊತ್ತೇ ಇಲ್ಲವೆಂದು ಮಾತಾಡುತ್ತಿದ್ದ ಅಕ್ಕ ವರ್ಷಳ ಪಾಲಿಗೆ ಸೋಜಿಗದ ವಿಷಯವೆ. ಅವಳ ಭುಜದ ಮೇಲೆ ಗದ್ದವನ್ನೂರಿ "ಇಷ್ಟು ಚಿಕ್ಕ ಪ್ರಪಂಚದಲ್ಲಿ ಹೇಗೆ ಬದುಕ್ತೀಯ. ಓದೋದು, ರ್‍ಯಾಂಕ್ ತಗೋಳೋದು ಇಷ್ಟೇನಾ?

ಮೈ ಗಾಡ್, ನಿಂಗೆ ಈಗಿನ ವ್ಯಾಪಾರ, ರಾಜಕೀಯ ಇಂಥದ್ದರ ಬಗ್ಗೆ ಏನಾದ್ರು ಗೊತ್ತಾ? ಈ ವರ್ಷ ಬೇಂದ್ರೆ. ಜೆ.ಬಿ. ಜೋಶಿಯರ ಶತಮಾನೋತ್ಸವ." ತಂಗಿ ಮಾತು ಮುಂದುವರಿಸದಂತೆ ಅವಳ ಬಾಯಿ ಮುಚ್ಚಿದಳು ವರ್ಣ. ಅವಳು ಹೇಳಿದ ಮಹನೀಯರ ಹೆಸರುಗಳು ಕೂಡ ವರ್ಣಗೆ ಅಪರಿಚಿತವೆ.

ಎರಡು ನಿಮಿಷದಲ್ಲಿ ವರ್ಷ ಕೂದಲನ್ನು ಸೇರಿಸಿ ಒಂದು ಗಂಟು ಹಾಕಿಕೊಂಡು ರೂಮು ಬಾಗಿಲು ದಾಟಿ ಮುಂಬಾಗಿಲು ದಾಟುವ ವೇಳೆಗೆ ಷೂ ಕಟ್ಟುತ್ತಿದ್ದ ಚಲಪತಿ ನೋಟ ಹರಿಸಿದರು ಮಗಳತ್ತ.

"ಸಾರಿ ವರ್ಷ, ಆಫೀಸ್‌ನಲ್ಲಿ ಒಂದಿಷ್ಟು ಟೆನ್‌ಷನ್, ತರಕಾರಿ ತರೋದು ಮರ್ತೆ. ನಿನ್ನ ಸಮಯ ಹಾಳಾಗೋದು ನಂಗಿಷ್ಟವಿಲ್ಲ" ಬೇಸರದಿಂದ ನುಡಿದಾಗ ಪಕ್ಕನೆ ನಕ್ಕುಬಿಟ್ಟಳು. ಈ ರೀತಿ ನಗಬಲ್ಲವಳು ಇವಳೊಬ್ಬಳೇ. ವರ್ಣ ನಗುತ್ತಿದ್ದುದು ಕಡಿಮೆಯೆ. "ನೀವೇನು ಚಿಂತೆ ಮಾಡ್ಬೇಡಿ. ನಂಗೆ ತರಕಾರಿ ತರೋದು ಇಷ್ಟವಾದ ಕೆಲ್ಸವೇ" ಹಾರಿಹೋದಳು. ಮಾತು, ಪ್ರೀತಿಯಿಂದ ಆಪ್ತಳಾಗಿಬಿಡುವ ಕಿರಿಯ ಮಗಳು ವರ್ಷಳ ಭವಿಷ್ಯದ ಬಗ್ಗೆ ಅವರಿಗೆ ಚಿಂತೆಯೆ.

ಷರಟಿನ ಜೇಬಿಗೆ ಪೆನ್ನು ಸಿಕ್ಕಿಸಿಕೊಳ್ಳುತ್ತ ನಿಟ್ಟುಸಿರು ಚೆಲ್ಲಿದ ಚಲಪತಿಗಳ ಎದೆ ಮತ್ತಷ್ಟು ಭಾರ. ಕತೆ, ಕವನ ಅಂತ ಗೀಚುತ್ತ ಕೂಡುವ ಮಗಳಿಗೆ ಫಿಸಿಕ್ಸ್, ಕೆಮಿಸ್ಟ್ರಿ, ಬಯಾಲಜಿಯಂದ್ರೆ ಅಲರ್ಜಿಯೆಂದು ಅವರಿಗೆ ಗೊತ್ತು.

ಆದರೆ ಚಲಪತಿಯ ದೃಷ್ಟಿಯಲ್ಲಿ ಉತ್ತಮ ವಿದ್ಯಾಭ್ಯಾಸ ಗಂಡು ಮಕ್ಕಳಿಗಿಂತ ಹೆಣ್ಣು ಮಕ್ಕಳಿಗೆ ಅಗತ್ಯ. ಒಳ್ಳೆ ಮಾರ್ಕ್‌ಗಳು ಬಂದರೇನೇ ಮುಂದಿನ ವಿದ್ಯಾಭ್ಯಾಸಕ್ಕೆ ಸುಗಮ ಹಾದಿ. ಎಸ್.ಎಸ್.ಎಲ್.ಸಿ.ಯಲ್ಲಿ ಮೂರನೇ ರ್‍ಯಾಂಕ್ ಪಡೆದು ತೇರ್ಗಡೆಯಾದ ವರ್ಣ, ಪಿ.ಯು.ಸಿ.ಯಲ್ಲಿ ಮೊದಲ ರ್‍ಯಾಂಕ್. ಎಂಟ್ರೆನ್ಸ್ ಎಗ್ಸಾಮ್‌ನಲ್ಲಿ ಕೂಡ ಪ್ರಥಮ. ಆರಾಮಾಗಿ ಸೀಟು ಸಿಕ್ಕಿತು. ಖರ್ಚು ವೆಚ್ಚಗಳಷ್ಟೇ.

'ಪ್ರತಿಭಾಶಾಲಿ' ಎನ್ನುವ ಹಣೆಪಟ್ಟಿ ಉತ್ತಮ ಉದ್ಯೋಗ ಒದಗಿಸಿಕೊಟ್ಟರೇ, ವಿವಾಹ ಕೂಡ ತೊಡಕಾಗದು ಎನ್ನುವ ಭಾವನೆ ಅವರದು. ಆದರೆ ವರ್ಷಗಾಗಿ ರಾತ್ರಿ, ಹಗಲು ರಿಸ್ಕ್ ತಗೊಂಡರೂ ಎಸ್.ಎಸ್.ಎಲ್.ಸಿ.ಯಲ್ಲಿ ಕನಿಷ್ಟ ಕ್ಲಾಸ್ ಕೂಡ ಬರಲಿಲ್ಲ. ಅವಳ ಬೇಜವಾಬ್ದಾರಿ ಅವರಿಗೊಂದು ರೀತಿಯ ತಲೆ ನೋವನ್ನ ತಂದಿಟ್ಟಿತ್ತು.

ಬೇಗನೇ ತರಕಾರಿ ಹಿಡಿದು ಬಂದ ವರ್ಷ ಅಮ್ಮನ ಮುಂದಿಟ್ಟು ದೇವರ ಮನೆಯಲ್ಲಿ ಹೋಗಿ ಕೂತು ಕಣ್ಮುಚ್ಚಿಕೊಂಡಳು. 'ದೇವರೇ, ದೇವರೇ, ದೇವರೇ' ಇಷ್ಟೇ ಒದರುತ್ತಿದ್ದುದು ಅವಳ ಮನಸ್ಸು. ಅಂಥ ಬೇಡಿಕೆಗಳನ್ನೇನು ದೇವರ ಮುಂದೆ ಇಡಳು. ಚಿಕ್ಕಂದಿನ ಅಭ್ಯಾಸ ನಿರಂತರವಾಗಿ ಮುಂದುವರಿದಿತ್ತು.

"ವರ್ಷ, ಕಾಫೀ ತಗೋ ಬಾ" ತರಕಾರಿ ಬ್ಯಾಸ್ಕೆಟ್‌ನ ಕೂತ ಜಾಗದಿಂದಲೇ ಹತ್ತಿರಕ್ಕೆಳೆದುಕೊಂಡು ಕೂಗಿದರು ಮಗಳನ್ನು. ಬಂದ ವರ್ಷ ನೆಲದಲ್ಲಿಯೇ ಅವರ ಮುಂದೆ ಕೂತಾಗ "ವರ್ಷ, ನೀನು ಓದ್ಕೋ ಹೋಗು" ತಂದೆ ಹೇಳಿದರು. ತಾಯಿಯ

ಬಳಿ ಆರಾಮವಾಗಿ ಮಾತಾಡಲು ಕೂಡ ಅಡ್ಡಬರುವ ತಂದೆಯ ಬಗ್ಗೆ ಎರಡು ನಿಮಿಷ ಕೋಪ ಮಾತ್ರ. "ಅಮ್ಮ, ನಮ್ಮ ಲೆಕ್ಚರರ್ ಒಂದ್ಸಾತು ಹೇಳಿದ್ರು. 'ವರ್ತಮಾನದಲ್ಲೇ ಬದುಕಬೇಕಂತೆ.' ಹಾಗೇ ಬದ್ಕೋ ಜನ ಅಪರೂಪ. ಹಿಂದೆ ಘಟಿಸಿಹೋದುದಕ್ಕೆ ದುಃಖ, ಬೇಸರ, ರೋಷದ ಜೊತೆಗೆ ಮುಂದಿನ ಭವಿಷ್ಯದ ಬಗ್ಗೆ ಆತಂಕ, ಚಿಂತೆ. ನಾನಂತು ಅವನ್ನೆಲ್ಲ ವಾಷ್‌ಔಟ್ ಮಾಡಿ ವರ್ತಮಾನದಲ್ಲಿ ನಗುನಗ್ತಾ ಬದುಕ್ತೀನಿ" ಎಂದು ಐದು ಬೆರಳಿನಿಂದ ತಾಯಿಯ ಗಲ್ಲ ಸವರಿ ತುಟಿಗೊತ್ತಿಕೊಂಡು ಕಾಫೀ ಲೋಟ ಹಿಡಿದು ಹೊರಗೆ ಹೋದಳು. "ಹುಚ್ಚು ಹುಡ್ಗಿ" ಎಂದು ಹಣೆಯ ಬೆವರನ್ನು ಸೆರಗಿನಿಂದೊತ್ತಿಕೊಂಡರು ರೋಹಿಣಿ. ತಾಯಿಯ ಪ್ರೇಮಕ್ಕೆ ಇಬ್ಬರೂ ಅರ್ಹರೇ. ಆದರೆ ರ್‍ಯಾಂಕ್ ತಂದು ಸಮಾಜದಲ್ಲಿ 'ಪ್ರತಿಭಾಶಾಲಿ' ಪಟ್ಟ ಗಳಿಸಿಕೊಂಡಿರುವ ವರ್ಣ ಮೇಲೆ ಒಂದಿಷ್ಟು ಅಭಿಮಾನ ಹೆಚ್ಚು. ಕೆಲವೊಮ್ಮೆ ಆ ಬಗ್ಗೆ ಅನುಮಾನ ಕೂಡ! ಆದರೆ ಹೆಣ್ಣಿಗೆ ಓದಿನ ಜೊತೆ ಉತ್ತಮ ಆರ್ಥಿಕ ಸಂಪಾದನೆ ಇದ್ದರೆ ಒಳ್ಳೆ ಗಂಡು ಸಿಕ್ಕಬಹುದು, ಜೀವನ ಮಟ್ಟ ಉತ್ತಮವಾಗಿರುತ್ತದೆಯೆನ್ನುವುದು ಸಾರ್ವತ್ರಿಕ ಅಭಿಪ್ರಾಯ. ಇನ್ನೂ ಹೆಚ್ಚಿನ ನಂಬಿಕೆ ಚಲಪತಿ ದಂಪತಿಗಳಿಗೆ.

ಕಾಫೀ ಬೆರೆಸುತ್ತಲೇ ಬಂದ ರೋಹಿಣಿ "ವರ್ಷನ ಒಳ್ಳೆ ಕಡೆ ಟ್ಯೂಷನ್‌ಗೆ ಕಳ್ಸಬೇಕು. ಅವ್ಳು ಯಾವ ಸಬ್ಜೆಕ್ಟ್‌ನಲ್ಲಿ ವೀಕೋ" ಎಂದಾಗ ಚಲಪತಿಗಳ ತುಟಿಗಳ ಮೇಲೆ ನಸುನಗೆ ಇಣುಕಿದರೂ ಗಾಂಭೀರ್ಯ ಕಣ್ಣುಗಳಲ್ಲಿ ವಿರಮಿಸಿತ್ತು.

"ಬಹುಶಃ ಎಲ್ಲಾ ಸಬ್ಜೆಕ್ಟಗಳಲ್ಲಿಯೂ.... ವೀಕೇ! ಅವ್ಳ ಐಕ್ಯೂ ಚೆನ್ನಾಗಿಯೇ ಇದೆ. ಓದಲು ಇಂಟರೆಸ್ಟಿಲ್ಲ ಅವ್ಳಿಗಷ್ಟೆ. ಸುಮ್ನೇ ನೀನು ತಲೆ ಕೆಡಿಸ್ಕೋಬೇಡ" ಕಾಫಿಯ ಲೋಟ ಹಿಂದಿರುಗಿಸಿದರು. ಫಿಜಿಕಲೀ ವೀಕ್ ಆಗಿದ್ದ ಆಕೆ ಮೆಂಟಲಿಯಾದರೂ ಸದೃಢವಾಗಿರಬೇಕೆಂದು ಅವರ ಬಯಕೆ.

ಹೊರಟು ನಿಂತ ಚಲಪತಿಗಳಿಗೆ ಫೋನ್ ಬಂತು. ಮೀಟಿಂಗ್ ಕ್ಯಾನ್ಸಲ್ ಎಂದಾಗ ನಿರಾಳವಾಯಿತು. ಸದ್ಯಕ್ಕೆ ಹೊರಗಿನ ಪ್ರೋಗ್ರಾಂ ಕ್ಯಾನ್ಸಲ್ ಮಾಡಿ ಹೆಂಡತಿಗೆ ಸಹಾಯ ಮಾಡಲು ಇಚ್ಛಿಸಿದರು. ಬಿಡುವಿನ ಎಲ್ಲಾ ಸಮಯ ವಿನಿಯೋಗವಾಗುತ್ತಿದ್ದು ಮನೆ, ಮಡದಿ, ಮಕ್ಕಳಿಗಾಗಿ.

ಪರ್ಸ್ ಹಿಡಿದು ಬಂದ ವರ್ಣ ಅಡಿಗೆಯ ಮನೆಯ ಬಾಗಿಲಿಗೆ ಒರಗಿ ನಿಂತಳು. ಮಾತು ಕಮ್ಮಿ. ಮೊಸರನ್ನ ಡಬ್ಬಿಯನ್ನು ತೆಗೆದು ತಿನ್ನುತ್ತ ಕೂತಳು.

"ಇಷ್ಟೇ ಸಾಕು. ಅಲ್ಲಿ ತಿನ್ನೋಕೆ ಟೈಮ್ ಆಗೋಲ್ಲ. ತುಂಬ ಸ್ಟ್ರಿಕ್ಟ್" ಮಗಳ ಮಾತಿಗೆ ಗೋಣಾಗಿದರು.

ಇವಳ ರಿಸಲ್ಟ್ ಬಂದ ದಿನವೇ ವಸಿಷ್ಠ ಕಾರ್ಪೋರೇಷನ್‌ನಿಂದ ಕೆಲಸಕ್ಕೆ ಆಫರ್ ಬಂದಾಗ ರೋಮಾಂಚಿತಳಾದಳು. ಅದೊಂದು ಪ್ರತಿಷ್ಠಿತ ಕಂಪ್ಯೂಟರ್ ಸಾಫ್ಟ್‌ವೇರ್ ಡೆವಲಪ್‌ಮೆಂಟ್ ವಿಭಾಗ. ಅಲ್ಲಿ ತಯಾರಾದ ಪ್ರಾಡಕ್ಟ್ ಇಡೀ ದೇಶಾದ್ಯಂತ ಮಾರುಕಟ್ಟೆಯಲ್ಲಿ ಪ್ರಸಿದ್ಧಿ ಪಡೆದಿತ್ತು. ಸಂಬಳ ಕಡಿಮೆ, ಕೆಲಸ ಜಾಸ್ತಿ. ಇನ್ನಷ್ಟು

ಕಲಿಸಲೆಂದು ಅಡ್ವಾನ್ಸಾಗಿ ಹಣ ಪಡೆದಿತ್ತೂ ಕೂಡ. ಆದರೆ ಪ್ರಗತಿಯ ಪಥದಲ್ಲಿದ್ದ ಸಂಸ್ಥೆಯಿಂದ 'ಗುಡ್ ಫ್ಯೂಚರ್ ಇದೆ' ಎನ್ನುವ ಆಶಾವಾದ.

ಮಗಳ ಮುಖವನ್ನು ನೋಡಿದ ಚಲಪತಿ "ವರ್ಣ, ನೀನು ಕೆಲ್ಸಕ್ಕೆ ಸೇರಿದ್ಮೇಲೆ.... ಇದು ಮೂರನೆಯ ಸಂಬಳದ ದಿನ. ಕಡಿಮೆ ಹಣ ಇರ್ಬಹ್ದು. ಅದಕ್ಕೆ ಅದರದೇ ಆದ ಬೆಲೆ ಇದೆ. ಎರಡು ತಿಂಗಳ ಸಂಬಳ ಉಪಯೋಗಿಸ್ಕೊಂಡೇ. ಮೂರನೇ ತಿಂಗ್ಳ ಸಂಬಳ ಹಾಗೆ ಆಗ್ಬಾರ್ದು ಅಷ್ಟೆ." ಅತ್ಯಂತ ಸ್ಪಷ್ಟವಾಗಿ ಹೇಳಿದರು. ವರ್ಣಳ ಮುಖ ಕುಂದಿತು. ಸತತವಾದ ಶ್ರಮ, ಸಾಧನೆಯಿಂದ ರ್‍ಯಾಂಕ್ ಜೊತೆ ಕೆಲಸವನ್ನೂ ಗಿಟ್ಟಿಸಿಕೊಂಡಿದ್ದಳು.

"ನಂಗೆ ಅರ್ಥವಾಗ್ಲಿಲ್ಲ!" ಸ್ವಲ್ಪ ದನಿಯೇರಿಸಿದಳು.

"ಅರ್ಥವಾಗ್ದೇ ಇರೋಕೇನಿದೆ. ನಿಂಗೆ ಸಿಕ್ಕಿರೊ ಕೆಲ್ಸ ಕೂಡ ಟೆಂಪರರಿ ಆಗ್ಬಹ್ದು! ಮುಂದೆ ನಿನ್ನ ಭವಿಷ್ಯ ರೂಪಿಸೋಕೆ ಹಣದ ಅಗತ್ಯವಿರುತ್ತೆ" ಸ್ವಲ್ಪ ಗಟ್ಟಿಯಾಗಿಯೇ ಹೇಳಿದರು.

ಕಹಿಯೆನಿಸಿತು ವರ್ಣಗೆ. ಅಳುವೇ ಬಂದುಬಿಟ್ಟಿತು. ಊಟ, ನಿದ್ದೆ ಬಿಟ್ಟು ಒಂದೇ ಲಕ್ಷ್ಯದಿಂದ ಓದಿದ್ದಳು. ತನ್ನ ಸಾಧನೆಯ ಬಗ್ಗೆ ಹೆಮ್ಮೆ ಇತ್ತು.

"ಈಗ ನಾನೇನ್ಮಾಡ್ಬೇಕು?" ಅಳುವಿನೊಂದಿಗೆ ಕೇಳಿದಾಗ ಚಲಪತಿ ಮೂಗಿನ ಮೇಲೆ ಜಾರಿದ್ದ ಕನ್ನಡಕವನ್ನು ಹಿಂದಕ್ಕೆ ತಳ್ಳಿದರು ತೋರು ಬೆರಳಿನಿಂದ. "ಇಷ್ಟ ಬಂದಂಗೆ ಹಣಾನ ಬಳಸಿಕೊಳ್ದೇ ಮನೆಗೆ ತಗೊಂಡ್ಬಾ" ಸ್ಪಷ್ಟವಾಗಿ ಹೇಳಿದರು. ಬರೀ ಅವರ ಹೊಗಳಿಕೆ, ಪ್ರೀತಿಯ ಮಾತುಗಳು, ಅಭಿಮಾನ, ಆಪ್ಯಾಯಮಾನ ಕಂಡಿದ್ದ ಅವಳಿಗೆ ಒಂದು ತರಹ ಆಯಿತು. ಗಲ್ಲದ ಮೇಲೆ ಹರಿದ ಕಂಬನಿಯನ್ನು ಬೆರಳಿನಿಂದ ತೊಡೆದುಕೊಂಡು ಹೋಗಿಬಿಟ್ಟಳು.

ತರಕಾರಿ ಹಿಡಿದು ಬರುತ್ತಿದ್ದ ವರ್ಷ ಅವಳು ಹೋಗುತ್ತಿದ್ದ ಬಿರುಸು ನೋಡಿ ಕೈಹಿಡಿದುಕೊಂಡು "ಮೈ ಗಾಡ್. ನಿನ್ನ ನೀನು ಏನಂತ ತಿಳ್ಕೊಂಡೆ! ಈ ವೇಗ ಒಳ್ಳೆದಲ್ಲ. ಯಾಕೆ ಅತ್ತಿದ್ದೀಯ?" ಎಂದಳು. ಹಲ್ಲು ನೋವು ಬಂದಾಗ 'ಗೋಳೋ' ಎಂದು ಅಳುತ್ತಿದ್ದ ಅಕ್ಕನ ಕಣ್ಣಲ್ಲಿ ಮೊದಲ ಸಲ ಕಂಬನಿ ಕಂಡಿದ್ದಳು. "ಹಲ್ಲು ನೋವಾ?" ಕೇಳಿದಾಗ ಕೈ ಕೊಡವಿಕೊಂಡು ಕೆನ್ನೆಯ ಮೇಲೆ ಕರ್ಚಿಫ್ ಆಡಿಸುತ್ತ ಹೊರಟುಬಿಟ್ಟಳು.

ಅವಳಿಗೆ ಆಶ್ಚರ್ಯವೆಂದರೆ, ಪರಮಾಶ್ಚರ್ಯ. ಏನಾಗಿದೆ ಇವಳಿಗೆ? ವರ್ಣ ಹೆಚ್ಚು ಬುದ್ಧಿವಂತಳೋ ಅಲ್ಲವೋ ಗೊತ್ತಿರಲಿಲ್ಲ. ಓದುತ್ತಿದ್ದ ರಭಸಕ್ಕೆ ಊಟ, ತಿಂಡಿಯ ಲೆಕ್ಕವಿರಲಿಲ್ಲ. ಸದಾ ಪುಸ್ತಕದ ಮುಂದೆ ಕೂತು ಹೊರ ಪ್ರಪಂಚ ಮರೆತುಬಿಡುತ್ತಿದ್ದ ಅವಳ ಬಗ್ಗೆ ಹೆಚ್ಚು ಹೆಚ್ಚು ಅಭಿಮಾನ, ಆತ್ಮೀಯತೆ. ಅದಕ್ಕೆಂತಲೇ ಅವಳ ಸ್ವಂತ ಕೆಲಸಗಳನ್ನು ತಾನೇ ಮಾಡುವಂಥ ತಂಗಿ. ವರ್ಣಳಿಗೂ ಅಷ್ಟೆ. ತಂಗಿಯೆಂದರೆ ಪ್ರೀತಿ, ಆದರೆ ಅವಳ ಕೆಲವು ಅಸಡ್ಡೆಗಳ ಬಗ್ಗೆ ವಿಪರೀತ ಕೋಪ.

ಬ್ಯಾಸ್ಕೆಟ್‌ನ ಒಳಗೆ ಒಯ್ದಾಗ ತಾಯಿ ಆಡುತ್ತಿದ್ದ ಮಾತುಗಳು ಕಿವಿಗೆ ಬಿದ್ದಾಗ ಅಲ್ಲೇ ನಿಂತಳು. "ಅಪ್ಪಿಗೆ ಎಂದೂ ಅನ್ನಿಸ್ಕೊಂಡು ಅಭ್ಯಾಸವಿಲ್ಲ. ಈಗ ಯಾತಕ್ಕೆ ವಿಚಾರಿಸೋಕ್ಹೋದ್ರಿ?" ದನಿಯೆತ್ತರಿಸದ ಗೊಣಗುವಿಕೆ.

"ಹಾಗಂತ, ಹಿಂದೆ ಬರೀ ವಿದ್ಯಾರ್ಥಿಯಾಗಿದ್ಲು. ಹಣ ನಾವು ಕೊಡ್ತಾ ಇದ್ವಿ. ಅದು ಮುಗ್ದ್‌ಹೋದ ವಿಷ್ಯ. ಮುಂದೇನು? ಒಂದ್ತಿಂಗ್ಳು ಸಂಬ್ಳ ಸ್ವಂತಕ್ಕೆ ಖರ್ಚು ಮಾಡ್ಕಂಡ್ಲು. ನಾನೇನು ಮಾತಾಡ್ಲಿಲ್ಲ. ಇನ್ನೊಂದು ತಿಂಗ್ಳು ಅದೇ ಪುನರಾವರ್ತನೆ, ಅದ್ಕೇ ವಿಚಾರಿಸ್ದೇ. ಹಣಾನ ಸರ್‍ಯಾಗಿ ಜೋಪಾನ ಮಾಡದಿದ್ರೆ ಭವಿಷ್ಯದಲ್ಲಿ ತುಂಬ ಕಷ್ಟಪಡ್ಬೇಕಾಗುತ್ತೆ." ಸ್ವಲ್ಪ ಬೇಜಾರಿನಿಂದ ಹೇಳಿದಂತಿತ್ತು ಚಲಪತಿಗಳು.

ತರಕಾರಿ ಒಯ್ದು ಅಡಿಗೆಯ ಮನೆಯಲ್ಲಿಟ್ಟು ಬಂದಾಗ ಚಲಪತಿ ಕೂಗಿದರು. "ಟ್ಯೂಷನ್‌ಗೆ ಬೇಕಾದ್ರೆ ಹೋಗ್ಕೋ. ತೊಂಬತ್ತು ಪರ್ಸೆಂಟ್‌ನ ಆಚೀಚೆ ಇದ್ರೆ ಬದ್ಕಿಕೊಂಡೆ. ಇಲ್ಲಾಂದ್ರೆ ಮುಂದೆ ತುಂಬ ಸಫರಾಗ್ತೀಯಾ! ಕೇರ್‌ಫುಲ್" ಎಚ್ಚರಿಸಿದರು.

ತುಟಿಯವರೆಗೂ ಬಂದ ಮಾತುಗಳನ್ನು ನುಂಗಿಕೊಂಡಳು. ಮಕ್ಕಳ ವಿದ್ಯಾಭ್ಯಾಸದ ವಿಷಯದಲ್ಲಿ ಅತ್ಯಂತ ಶಿಸ್ತು ಪಾಲಿಸಿದ ಮನುಷ್ಯ. ಸರಿಯಾಗಿ ಹೋಂ ವರ್ಕ್ ಮಾಡದ ದಿನ ಉಪವಾಸದ ಶಿಕ್ಷೆ. ಅಷ್ಟು ಎಚ್ಚರದ ಮನುಷ್ಯ. ಇಂದಿನ ವರ್ಣಳ ರ್‍ಯಾಂಕ್‌ಗೆ ಹೆಚ್ಚು ಕಡಿಮೆ ಅವರೇ ಕಾರಣವೆಂದರೂ ತಪ್ಪಲ್ಲ. ಆದರೆ ವರ್ಷಳ ವಿದ್ಯಾಭ್ಯಾಸ ಮಾತ್ರ ಸವಾಲಾಗಿತ್ತು.

ಅವರು ಹೊರಗೆ ಹೋದ ಮೇಲೆಯೇ ತಾಯಿ ಬಳಿ ಪ್ರಸ್ತಾಪಿಸಿದ್ದು, "ವರ್ಣಕ್ಕ ಅತ್ಕೊಂಡ್ಹೋಗ್ತಾ ಇದ್ಲು? ಹಲ್ಲುನೋವು ಬಂದಾಗ ಅಳ್ತಾ ಇದ್ಲೇ ವಿನಃ ಎಂದು ಅತ್ತಿದ್ದೇ ಇಲ್ಲ." ನೊಂದುಕೊಂಡ ದನಿ. ಗಂಡ ಅಂದ ಮಾತುಗಳನ್ನು ಯಥಾವತ್ತಾಗಿ ಹೇಳಿ "ನಂಗೂ ಅವ್ರು ಎಚ್ಚರಿಸಿದ್ದೇನು ತಪ್ಪಾಗಿ ಕಾಣ್ತಾ ಇಲ್ಲ. ಇವತ್ತು, ಹೊರಡೋ ಸಮಯದಲ್ಲಿ ಹೇಳ್ಬಾರ್ದಿತ್ತೇನೋ. ಸದಾ ಓದು.... ಓದೂಂತ ಮುಳುಗಿಬಿಟ್ಟಳು, ಮುಖವಾಡ ಹಾಕಿದ ಕುದುರೆಯಂತೆ ಬರೀ ಕಾಣೋಷ್ಟು ರಸ್ತೆ ನೋಡ್ಕೊಂಡು. ಒಂದಿಷ್ಟು ತರಕಾರಿ ಹಚ್ಕೊಡು. ಊಟಾನು ಮಾಡ್ದೆ ಹೋದ್ಲು" ಎನ್ನುತ್ತ ಮೇಲೆದ್ದವರು ತಟ್ಟನೆ ಕೂತರು. ಸ್ವಲ್ಪ ಉಸಿರು ಹಿಡಿದಂತಾಗಿ ಕಷ್ಟವೆನಿಸಿದರೂ ಆಮೇಲೆ ಸರಾಗವಾದಾಗ ಸುಮ್ಮನಾಗಿಬಿಟ್ಟರು. ಇಂಥ ತೊಂದರೆ ಆಗಾಗ ಕಾಣಿಸಿಕೊಂಡರೂ ಲಕ್ಷಿಸಿರಲಿಲ್ಲ. ಇರುವ ನೂರೆಂಟು ನೋವುಗಳ ಜೊತೆ ಇದೊಂದು.

ಏನೂ ಪ್ರತಿಕ್ರಿಯಿಸಲಿಲ್ಲ ವರ್ಷ. ಸದಾ ಪುಸ್ತಕಗಳ ನಡುವೆ ಮುಳುಗಿದ್ದ ವರ್ಣ ಬಹುಶಃ ಒಂದು ಸೋಪು ಬೆಲೆ ಎಷ್ಟು? ಈಗಿನ ಜಗತ್ತಿನ ವಿದ್ಯಮಾನಗಳೇನು? ರಾಜಕೀಯವಾಗಿ, ಸಾಮಾಜಿಕವಾಗಿ ಪ್ರಾಮುಖ್ಯವಾದ ಘಟನೆಗಳೇನು ಎಂಬ ವಿಷಯದ ಅರಿವಿಲ್ಲದಂತೆ ತನ್ನ ವ್ಯಾಸಂಗದಲ್ಲಿ ಮುಳುಗಿ ಹೋಗಿದ್ದಳು.

"ಎಕ್ಸಿಬಿಷನ್ ಹಾಕಿದ್ದಾರೆ, ಹೋಗೋಣ್ವಾ? ದೊಡ್ಡ ಪುಸ್ತಕ ಪ್ರದರ್ಶನವಿದೆ. ನಿನ್ನ ಫ್ರೆಂಡ್ಸ್ ಎಲ್ಲಾ ದಿನ ದಾಳಿ ಮಾಡ್ತಾ ಇದ್ದಾರೆ." ಖುಷಿಯಿಂದ ವರ್ಷ ಕೇಳಿದರೆ

ಹಣೆ ಗಟ್ಟಿಸಿಕೊಳ್ಳುತ್ತಿದ್ದಳು. "ನಿಂಗೆ ಸ್ವಲ್ಪ ಕೂಡ ರೆಸ್ಪಾನ್ಸಿಬಿಲಿಟಿ ಇಲ್ಲ. ಅಲ್ಲೆಲ್ಲ ಓಡಾಡಿ ಯಾಕೆ ಟೈಮ್ ಹಾಳು ಮಾಡ್ಕೋಬೇಕು! ನಂಗೆ ಅದೆಲ್ಲ ಸ್ವಲ್ಪ ಕೂಡ ಇಷ್ಟವಿಲ್ಲ" ಒಂದೇ ರೀತಿಯ ಉತ್ತರ. ಅತ್ತಿತ್ತ ಚಲಿಸಳು.

ತರಕಾರಿ ಹೆಚ್ಚಿಟ್ಟ ವರ್ಷ ದೇವರ ಮನೆಗೆ ಹೋದಳು. 'ದೇವರೇ.... ದೇವರೇ.... ವರ್ಣಕ್ಕ ಅಳದಂತೆ ನೋಡ್ಕೊ' ಒಂಬತ್ತು ನಮಸ್ಕಾರ ಹಾಕಿಯೇ ಹೊರಬಂದಿದ್ದು. ತೀರಾ ಆಸ್ತಿಕ ಸ್ವಭಾವದ ರೋಹಿಣಿ ದಿನದಲ್ಲಿ ಹಸೆ ಹೇಳಿಕೊಳ್ಳುವುದು. ಪುರಾಣ ಗ್ರಂಥಗಳನ್ನು ಓದೋದು. ಅದು ಮಕ್ಕಳಲ್ಲಿ ಬೆಳೆದಿತ್ತು.

ಹಾಲ್‌ಗೆ ಬರೋ ವೇಳೆಗೆ ಹಿಂದಿರುಗಿದ್ದ ಚಲಪತಿ ಉರಿಗಣ್ಣು ಬಿಟ್ಟರು. 'ಕಾಲೇಜಿಗೆ ಹೊತ್ತಾಗ್ಲಿಲ್ವಾ!' ಎನ್ನುವ ಭಾವ ಅವರ ಮುಖದ ಮೇಲೆ ಪ್ರಕಟವಾದಾಗ ಮೆಲ್ಲಗೆ ಪಕ್ಕಕ್ಕೆ ಸರಿದು ನಿಧಾನವಾಗಿ ಮರೆಯಾಗಿ ಹೋದಳು.

"ಅಡ್ಗೇ ಆಗಿದ್ರೆ ವರ್ಷಗೆ ಬಡ್ಸಿ ಕಾಲೇಜಿಗೆ ಕಳಿಸ್ಬಾರ್ದೆ? ಅಕಸ್ಮಾತ್ ಮೊದಲ್ನೇ ಬಸ್ಸು ಮಿಸ್ಸಾದ್ರೆ ಒಂದೆರಡು ಗಂಟೆ ಲೇಟು, ಎರ್ಡು ಪೀರಿಯಡ್ ಹೋಗುತ್ತೆ. ಆಮೇಲೆ ಅಲ್ಲಿ ಇಲ್ಲಿ ಅಲೆದಾಡಿಕೊಂಡ್ ಮನೆಗೆ ಹೋಗ್ತಾರೆ. ಇಂಥವ್ರ ಸಂಖ್ಯೇನೆ ಜಾಸ್ತಿ. ಯಾವ ಥಿಯೇಟರ್ ಮುಂದೆ ಮಾರ್ನಿಂಗ್ ಷೋಗೆ ನೋಡಿದ್ರು ವಿದ್ಯಾರ್ಥಿನಿಯರ ಹಿಂಡು.... ಹಿಂಡು" ತಾಯಿ, ಮಗಳಿಗೆ ಕೇಳಿಸುವಂತೆ ದನಿಯೇರಿಸಿದರು. ಚಲಪತಿಗಳು ಕೆಲವೊಮ್ಮೆ ಮಗಳ ವಿದ್ಯಾಭ್ಯಾಸದ ಬಗ್ಗೆ ತಾಳ್ಮೆ ಕಳೆದುಕೊಳ್ಳುತ್ತಿದ್ದರು.

ಬೇಗ ಬೇಗ ಕೂದಲ ಸಿಕ್ಕು ಕೂಡ ಬಿಡಿಸಿಕೊಳ್ಳದೆ ಎರಡು ಜಡೆ ಹೆಣೆದುಕೊಂಡು ಮುಖಕ್ಕೆ ಒಂದಿಷ್ಟು ಪೌಡರ್ ಬಳೆದುಕೊಂಡು ಹಣೆಗೆ ಸ್ಟಿಕರ್ ಅಂಟಿಸಿಕೊಂಡು ಬಂದು ಕುಕ್ಕರ್‌ನಲ್ಲಿದ್ದ ಅನ್ನನ ತಟ್ಟೆಗೆ ಹಾಕಿಕೊಂಡು ಬಂದು ಮೊಸರು ಸುರಿದುಕೊಂಡು ಕೂತಳು.

ಮಗಳ ಅವಸ್ಥೆ ನೋಡಿದ ರೋಹಿಣಿ "ಇನ್ನೂ ಟೈಮಿದೆಯಲ್ಲ. ತರಕಾರಿ ಬೇಯ್ಸಿ ಹುಳಿ ಮಾಡೋದು ಎಷ್ಟೋತ್ತು!" ಗೊಣಗಿದಾಗ ಸುಮ್ಮನಿರುವಂತೆ ಸನ್ನೆ ಮಾಡಿ ಗಬಗಬನೆ ತಿನ್ನುತ್ತ ಅವನ್ನ ನುಂಗಲು ಹಿಂದೆ ಹಿಂದೆ ನೀರು ಕುಡಿದು ನೆತ್ತಿ ಹತ್ತಿದಾಗ ತಾನೇ ತಲೆಯ ಮೇಲೆ ಕಟ್ಟಿಕೊಂಡು "ಅಪ್ಪ ರೇಗಾಡ್ತಾರೆ, ನಂಗಂತೂ ಸ್ವತಂತ್ರವಿಲ್ದ ಮಾನವ ಜನಾಂಗಕ್ಕಿಂತ ಗಿಡ, ಮರ ಹಕ್ಕಿ ಪಕ್ಷಿಗಳೇ ಸುಖಿಗಳು" ನೆತ್ತಿಯ ಮೇಲೆ ತಟ್ಟಿಕೊಳ್ಳುತ್ತಲೇ ತಟ್ಟೆ ಹಿಡಿದುಹೋದಳು.

ಅವಳಿಗೆ ಒಂದು ತರಹ ಕಸಿವಿಸಿ. ವರ್ಣಳ ಅತ್ತ ಮುಖವೇ ನೆನಪಾಗುತ್ತಿತ್ತು. 'ಹೌದು, ಎರಡು ತಿಂಗಳ ಸಂಬಳ ಏನಾಯಿತು?' ಮೊದಲ ತಿಂಗಳ ಸಂಬಳ ಬಂದಾಗ ಎಲ್ಲರೂ ಕಲೆತು ದೇವಸ್ಥಾನಕ್ಕೆ ಹೋಗಿ ಒಟ್ಟಿಗೆ ಊಟ ಮಾಡಿದ್ದರು ಹೋಟೆಲ್‌ನಲ್ಲಿ. ಅಂದು ಬಿಲ್ ಕೊಟ್ಟಿದ್ದು ಕೂಡ ಚಲಪತಿಗಳೇ. ಇಂಥ ಒಂದು ಪ್ರಶ್ನೆ ಪ್ರಥಮ ಬಾರಿ ಎದುರಾಗಿತ್ತು. ಕಟ್ಟೆಚ್ಚರದ ತಂದೆ ಕೊಟ್ಟ ಪ್ರತಿಯೊಂದು ಪೈಸಕ್ಕೂ ಲೆಕ್ಕ ಕೇಳುತ್ತಿದ್ದರು.

ಓಡುವ ನಡಿಗೆಯಲ್ಲಿ ಕಾಲೇಜಿಗೆ ನಡೆದೇ ಹೊರಟಳು. ಬಸ್ ಪಾಸ್ ಮುಗಿದಿತ್ತು. ಹಿಂದಿನ ದಿನ ಹೋಗಿ ದೊಡ್ಡ ಕ್ಯೂ ನೋಡಿ ವಾಪಸ್ಸಾಗಿದ್ದಳು. ಹಣ

ಕೊಟ್ಟು ಟಿಕೆಟ್ ಕೊಂಡು ಹೋಗುವುದಕ್ಕೆ ತಂದೆಯ ವಿರೋಧ. ಹತ್ತು ಪ್ರಶ್ನೆಗಳಿಗೆ ಉತ್ತರಿಸಬೇಕು. ತಪ್ಪು ಮಾಡಿದ ಮಿಡಲ್ ಸ್ಕೂಲ್ ವಿದ್ಯಾರ್ಥಿಯಂತೆ ಬೆಂಚ್ ಹತ್ತಿ ನಿಂತು ತಲೆ ತಗ್ಗಿಸಬೇಕು.

ಮೈನ್ ರೋಡಿಗೆ ಬರುವ ವೇಳೆಗೆ ಒಂದು ಸಣ್ಣ ಆಕ್ಸಿಡೆಂಟ್, ಸಾವು ಬದುಕಿನ ಪ್ರಶ್ನೆ ಇಲ್ಲದಿದ್ದರೂ ಬಿದ್ದ ವ್ಯಕ್ತಿಯ ತಲೆ, ಕೈಕಾಲುಗಳಿಂದ ರಕ್ತ ಬರುತ್ತಿತ್ತು. ಸುತ್ತಲೇನೊ ಜನ ಸೇರಿದರು. ಬರೀ ನೂರೆಂಟು ಮಾತುಗಳು, ವಿವಿಧ ವಿಷಯಗಳ ಬಗ್ಗೆ. ನೋಡಿ ನೋಡದಂತೆ ಹೋಗುತ್ತಿದ್ದ ಆಟೋನ ನಿಲ್ಲಿಸಿ, "ಪ್ಲೀಸ್, ಇವ್ರನ್ನ ಆಸ್ಪತ್ರೆಗೆ ಕರ್‍ಕೊಂಡ್ಹೋಗ್ಬೇಕು. ನಾನೋ, ನೀವೋ ಈ ಸ್ಥಿತಿಯಲ್ಲಿದ್ದಾಗ, ಹೀಗೆ ಜನವೆಲ್ಲ ನೋಡ್ತಾ ನಿಲ್ಲಬಾರ್ದಲ್ಲ. ಪ್ಲೀಸ್ ಆ ಮನುಷ್ಯನ ಪರಿಸ್ಥಿತಿ ನೋಡಿ" ರಿಕ್ವೆಸ್ಟ್ ಮಾಡಿಕೊಂಡಳು.

ಗೊಣಗಿದರೂ ಆಟೋ ನಿಲ್ಲಿಸಿದಾಗ ತಾನೇ ಮುಂದಕ್ಕೆ ಹೋಗಿ ಆ ವ್ಯಕ್ತಿಯನ್ನು ನಡೆಸಲು ಸಹಾಯ ಮಾಡಿ ಆಟೋವರೆಗೂ ನಡೆಸಿಕೊಂಡು ಬರುವ ವೇಳೆಗೆ ಹಿಂದೆ ಟ್ರಾಫಿಕ್ ಜಾಮ್ ಆಗಿದ್ದರಿಂದ ಇಬ್ಬರು ಪೊಲೀಸರು ಓಡಿ ಬಂದರು. ಒಬ್ಬ ವೆಹಿಕಲ್ ಬಿದ್ದ ಸ್ಪಾಟ್‌ನಲ್ಲಿ ನಿಂತರೂ ಇನ್ನೊಬ್ಬ ಬಂದು ಆಟೋ ಹತ್ತಿಕೊಂಡಾಗ, ಪರ್ಸ್‌ನಲ್ಲಿದ್ದ ಐವತ್ತು ರೂಪಾಯಿನ ನೋಟನ್ನು ಆಟೋದವನಿಗೆ ಕೊಟ್ಟು ಕೈ ಜೋಡಿಸಿದಳು.

"ತುಂಬ ಥ್ಯಾಂಕ್ಸ್..." ಎಂದಾಗ ಅವನು ಅವಳನ್ನ ನೋಡಿದ. "ನಿಮ್ಗೆ ಏನಾಗ್ಬೇಕು?" ಕೇಳಿದ.

"ನಾನು ಮನುಷ್ಯಳು, ಅವ್ರೂ ಮನುಷ್ಯರು ಅಷ್ಟೆ. ಭೂಮಿಯ ಮೇಲೆ ಬದ್ಕುವ ಜನ ಒಂದಲ್ಲ ಒಂದು ರೀತಿ ಸಂಬಂಧಿಗಳೇ. ಇದ್ಕೆ ಹೆಚ್ಚಿನ ಸಂಬಂಧವೇನು ಬೇಕಿಲ್ಲ. ಪ್ಲೀಸ್... ಕರ್‍ಕೊಂಡ್ಹೋಗಿ" ಕೇಳಿಕೊಂಡಳು.

ಹತ್ತಿರ ಬಂದು ಸಿಳ್ಳೆ ಹಾಕಿಕೊಂಡು ಹೋದ ಒಬ್ಬ ಯುವಕ "ಫಂಟಾಸ್ಟಿಕ್, ಅವ್ನಿಗೆ ಆಕ್ಸಿಡೆಂಟ್ ಆಗೋ ಬದ್ಲು ನಂಗಾದ್ರು ಆಗಿದ್ರೆ ಸಾಮೀಪ್ಯದ ಸುಖ ಅನುಭವಿಸ್ಬಹುದಿತ್ತು" ಹೇಳಿಕೊಂಡು ಹೋದ ಗೆಳೆಯನೊಂದಿಗೆ.

ಒಂದಾರು ನಿಮಿಷ ವ್ಯಯವಾದುದ್ದರಿಂದ ಹೆಜ್ಜೆಯ ವೇಗ ಹೆಚ್ಚಿಸಿದಳು.

* * * *

ಅಂದು ವರ್ಷ ಕಾಲೇಜಿನಲ್ಲಿ ಚರ್ಚಾ ಸ್ಪರ್ಧೆ. ವಿಷಯ 'ಸಾಮಾಜಿಕ ಹೊಣೆ'. ಅವಳಿಗೆ ಚರ್ಚಾಸ್ಪರ್ಧೆಯಲ್ಲಿ ಭಾಗವಹಿಸುವ ಇಂಟರೆಸ್ಟೇನು ಇರಲಿಲ್ಲ. ಆದರೂ ಹಣದ ಅಗತ್ಯವಿತ್ತು. ಐದು ನೂರು ರೂಪಾಯಿ ಕ್ಯಾಷ್‌ಪ್ರೈಜ್. ಅಂದು ಆಟೋದವನಿಗೆ ಹಣ ಕೊಟ್ಟಿದ್ದು ಬಸ್ಸಿನ ಸೀಜನ್ ಪಾಸ್ ಪಡೆಯಬೇಕಾಗಿದ್ದ ಹಣದಲ್ಲಿ. ಆ ಕಡಿತ ತುಂಬಲು ಸಾಧ್ಯವಾಗದೇ ನಡೆದೇ ಕಾಲೇಜಿಗೆ ಬರುತ್ತಿದ್ದಳು. ಕಷ್ಟವಿಲ್ಲ.

ಎರಡು ದಿನದ ಹಿಂದ ಅವಳಪ್ಪ "ಯಾಕೆ ನಡ್ಕೊಂಡ್ ಹೋಗ್ತಾ ಇದ್ದೆ? ಒಂದತ್ತು ನಿಮಿಷ ಮೊದ್ಲೆ ಹೋಗಿ ಬಸ್ಸು ಹಿಡ್ಯಬೇಕಿತ್ತು" ಕೇಳಿದಾಗ ಕೋರ್ಟಿನ ಕಟಕಟೆಯಲ್ಲಿ ನಿಂತಂತಾಗಿತ್ತು. ತಲೆ ಎತ್ತಿರಲಿಲ್ಲ.

"ನಾಳೆಯಿಂದ ಟೈಮ್‌ಗೆ ಸರ್‍ಯಾಗಿ ಬಸ್ಸು ಹಿಡೀ" ಹೇಳಿದ್ದರು ಕಟ್ಟುನಿಟ್ಟಾಗಿ. "ತೀರಾ ಎಮರ್‌ಜೆನ್ಸಿಯಾಗಿದ್ರೆ ಆಟೋದಲ್ಲಿ ಹೋಗು ನಿನ್ನ ಪಾಕೆಟ್ ಮನಿ ಉಪಯೋಗಿಸಿಕೊಂಡು." ಇನ್ನೊಂದು ಮಾತಿನ ಸೇರ್ಪಡೆ. ಬಗ್ಗಿಸಿದ ಅವಳ ತಲೆ ಒಂದಿಂಚು ಮೇಲಕ್ಕೆತ್ತದಿದ್ದರೂ 'ಸರಿ'ಯೆಂದು ತಲೆದೂಗಿದ್ದಳು.

ತೀರಾ ಬಡತನದ ರೇಖೆಯಲ್ಲಿದ್ದ ಸಂಸಾರವೇನು ಅಲ್ಲ. ಹಾಗೆಂದು ಶ್ರೀಮಂತರು ಕೂಡ ಅಲ್ಲ! ನಾಲ್ಕು ಅಂಕೆಯ ಸಂಬಳ ಪಡೆಯುತ್ತಿದ್ದ ಚಲಪತಿಯನ್ನು ಮೇಲು ಮಧ್ಯಮ ದರ್ಜೆಯ ಯಜಮಾನನೆಂದು ಗುರುತಿಸಬಹುದಿತ್ತು. ಸಾಲ ಸೋಲವಿಲ್ಲ. ಆಧುನಿಕ ಸಂಸಾರಕ್ಕೆ ಉಪಯೋಗಕ್ಕೆ ಅನುಗುಣವಾಗಿ ಶೋಭಾಯಮಾನವಾಗಿದ್ದ ಗ್ಯಾಸ್, ಫ್ರಿಡ್ಜ್, ಟಿ.ವಿ., ಮಿಕ್ಸಿ, ವಾಷಿಂಗ್ ಮೆಷಿನ್ ಅಂಥ ವಸ್ತುಗಳು ಮನೆಯಲ್ಲಿ ಇದ್ದವು. ಅಚ್ಚುಕಟ್ಟಾದ ನಿರ್ವಹಣೆ, ಸ್ವಲ್ಪ ಏರುಪೇರು ಸಹಿಸರು.

ಖಾಸಗಿ ಸಂಸ್ಥೆಯವರು 'ಸಾಮಾಜಿಕ ಹೊಣೆ' ಎನ್ನುವ ಚರ್ಚಾಗೋಷ್ಠಿಯ ಕಾರ್ಯಕ್ರಮ ಹಮ್ಮಿಕೊಂಡು ಹತ್ತು ಜನ ವಿದ್ಯಾರ್ಥಿಗಳಿಗೆ ನಗದು ಬಹುಮಾನದ ಘೋಷಣೆ ಮಾಡಿದ್ದರು. ನೂರು ಜನರ ಸ್ಪರ್ಧೆ, ಪ್ರತಿಯೊಬ್ಬರಿಗೂ ಹತ್ತು ಹತ್ತು ನಿಮಿಷಗಳ ವೇಳೆ, ಕಾಲೇಜಿನ ಪ್ರಾಂಶುಪಾಲರು, ಪ್ರಾಧ್ಯಾಪಕರೇ ತೀರ್ಪುಗಾರರು. ಸ್ವಲ್ಪ ಛೇಂಜ್...! ವಿಷಯವನ್ನು ತೀರಾ ಸೀರಿಯಸ್ಸಾಗಿ ತಗೊಂಡ ವಿದ್ಯಾರ್ಥಿ, ವಿದ್ಯಾರ್ಥಿನಿಯರು ಕಮ್ಮಿಯಾದರೂ ಮನರಂಜನೆಗಾಗಿ ಸೇರಿದ್ದವರೇ ಹೆಚ್ಚು ಮಂದಿ.

ಕೆಲವು ವಿದ್ಯಾರ್ಥಿ, ವಿದ್ಯಾರ್ಥಿನಿಯರು ಏನೋ ಬಾಯಿಗೆ ಬಂದಂತೆ ಮಾತಾಡಿ ನಗೆ ಪಾಟಲಾದರೂ, ಉಳಿದ ಬೆರಳೆಣಿಕೆಯಷ್ಟು ಜನ ಗಾಬರಿಯಿಂದ, ಉದ್ವೇಗದಿಂದ ವಿಷಯದ ಆಳಕ್ಕೆ ಇಳಿದು ಚರ್ಚಿಸಿದರು.

ವರ್ಷಳ ಸರದಿ ಬಂದಾಗ 'ದೇವರೇ, ದೇವರೇ, ದೇವರೇ' ನೂರು ಸಲ ದೇವರನ್ನು ನೆನೆಸಿಕೊಂಡು ಬಂದು ನಿಂತಳು. ಬಸ್ ಪಾಸ್‌ಗಾಗಿ ಕಮ್ಮಿ ಬಿದ್ದ ಐವತ್ತಕ್ಕೆ ಮಾತ್ರ ಬೇಡಿಕೆ ದೇವರಲ್ಲಿ ಅವಳದು.

ಅಂದಿನ ಘಟನೆ, ರಕ್ತದ ಮಧ್ಯೆ ಬಿದ್ದೆ ಆಕ್ಸಿಡೆಂಟಾದ ವ್ಯಕ್ತಿ, ಪ್ರೇಕ್ಷಕರಂತೆ ನೆರೆದ ಜನ ಆಡುತ್ತಿದ್ದ ಜನರ ಮಾತುಗಳ ಶಬ್ದಜಾಲ. ಮಾತಿನ ಚಮತ್ಕಾರ ಬಿಟ್ಟು ನೇರವಾಗಿ ಅತ್ಯಂತ ಸರಳವಾಗಿ ಉದಾಹರಣೆಯೊಂದಿಗೆ ವಿಷಯವನ್ನು ಮಂಡಿಸತೊಡಗಿದಳು.

ಹೆಚ್ಚು ವೆಹಿಕಲ್ ಓಡಾಡುವ ರಸ್ತೆಯಲ್ಲಿ ಆಕ್ಸಿಡೆಂಟ್‌ಗಳೇನು ಆಕಸ್ಮಿಕ ಅಲ್ಲ. ಅಂಥ ಒಂದು ಆಕ್ಸಿಡೆಂಟ್ ನಡೆಯಿತು. ಬಿದ್ದ ವ್ಯಕ್ತಿಯ ಸ್ಥಿತಿ ತೀರಾ ಮಾರಣಾಂತಿಕವಾಗಿಲ್ಲದಿದ್ದರೂ ರಕ್ತದ ನಡುವೆ ಬಿದ್ದಿದ್ದ. ಅತ್ತಿತ್ತ ಓಡಾಡುವ ಜನ ಸೇರಿದರು. ವೆಹಿಕಲ್ ಮೇಲೆ ಹೋಗುತ್ತಿದ್ದ ಜನ ಇಣುಕಿದರು. ಗೆಳೆಯನ ಹೆಗಲ

ಮೇಲೆ ಕೈ ಹಾಕಿ ಬಗ್ಗಿದ ಯುವಕ, "ಹೀರೋ ಹೊಂಡ ಕಣೋ, ಈಚೆಗೆ ರಿಜಿಸ್ಟರ್ ಆದ ಹೊಸ ಗಾಡಿ, ಮಾವ ಕೊಟ್ಟಿರ್ಬಹ್ದು. ಏನಮ್ಮಾ ನಲ್ವತ್ತು ಮೀರಿ ಹೋಯ್ತು ಅದ್ರ ಬೆಲೆ." ಅವನ ವ್ಯಾಖ್ಯಾನಕ್ಕೆ ಪಕ್ಕದಲ್ಲಿದ್ದವನ ಪ್ರತಿಕ್ರಿಯೆ "ಅಂತು. ಒಂದೈದು ಸಾವಿರ ಖರ್ಚಿಗೆ ಬರುತ್ತೆ."

ಅಲ್ಲೇ ನಿಂತ ಸ್ವಲ್ಪ ಅರವತ್ತು ಜಾರಿದ ವ್ಯಕ್ತಿ, "ಯಾರ್ದೋ ಕಾಸು, ಆ ಮನುಷ್ಯ ಎಲ್ಲಿ ಸಾಲ ಮಾಡಿ ಕೊಟ್ನೋ. ಸ್ವಲ್ಪ ಎಚ್ಚರದಿಂದ ಹೋಗ್ಬೇಕಿತ್ತು. ದುರಹಂಕಾರ... ಸ್ವಾಮಿ, ಈಗಿನ ಯುವಕರ ಭುಜಗಳ ಮೇಲೆ ತಲೆ ನಿಲ್ಲೋಲ್ಲ." ಸಾರಾಸಗಟಾಗಿ ಯುವ ಜನಾಂಗವನ್ನು ನಿಂದಿಸಿಬಿಟ್ಟರು. ಈಚೆಗೆ ಸಾಲ ಮಾಡಿ ಅಳಿಯನಿಗೆ ಹೀರೋ ಹೊಂಡ ಕೊಡಿಸಿದ ವ್ಯಕ್ತಿಯ ನೋವು ಮಾತುಗಳ ರೂಪದಲ್ಲಿ ಹೊರ ಬಂತು.

ಹಿಂದಿದ್ದವನು ಜನರ ನಡುವೆ ನುಗ್ಗಿ ಬಂದು "ಆಕ್ಸಿಡೆಂಟಾ, ಹೇಗಾಯ್ತು? ರಸ್ತೆಗಳ್ನ ಸರಿಯಾಗಿ ಮೈನ್‌ಟೆನ್ ಮಾಡೋಲ್ಲ ಕಾರ್ಪೋರೇಷನ್‌ನೋರು. ಎಲ್ಲಾ ಕಡೆ ಭ್ರಷ್ಟಾಚಾರ ಸ್ವಾಮಿ. ಆ ಜನಕ್ಕೆ ಏನು ಬೇಕಾಗಿದೆ ಜನರ ಕಷ್ಟ! ಯುವ ಜನ ಬಂಡೆದ್ದು ಕ್ರಾಂತಿ ಮಾಡ್ಬೇಕು" ತೀವ್ರವಾದಿಯಂತೆ ಉದ್ವೇಗದಿಂದ ನುಡಿದ.

ಪ್ರತಿಯೊಬ್ಬರು ಇಂಥ ಚರ್ಚೆಯಲ್ಲಿ ಮುಳುಗಿದರು. ನರಳುತ್ತಿದ್ದ ವ್ಯಕ್ತಿಯನ್ನು ಎತ್ತುವ, ಆಸ್ಪತ್ರೆಗೆ ಒಯ್ಯುವ ಅಥವಾ ಆಂಬ್ಯುಲೆನ್ಸ್, ಪೋಲೀಸ್‌ಗೆ ಇನ್‌ಫರ್ಮೇಷನ್ ಕೊಡುವತ್ತ ಯಾರೂ ಗಮನಹರಿಸಲಿಲ್ಲ.

ಇದೇನಾ ಸಾಮಾಜಿಕ ಕಳಕಳಿ, ಹೊಣೆಗಾರಿಕೆ? ಈ ಪ್ರಶ್ನೆ ಪ್ರತಿಯೊಬ್ಬರಿಗೂ, ಇಂಥ ಒಂದಲ್ಲ ಒಂದು ಸಂದರ್ಭ ಎದುರಾಗುತ್ತಿರುತ್ತದೆ. ಆ ಜನಕ್ಕಿಂತ ಭಿನ್ನವಾಗಿಯೇನು ಇವರು ವರ್ತಿಸರು. ಆ ವ್ಯಕ್ತಿಯ ಪರಿಸ್ಥಿತಿಯಲ್ಲಿ ಎಲ್ಲರೂ ನಿಂತು ನೋಡುವಂತೆ ಹೇಳಿದಳು.

"ಆ ಕಡೆ ಬಂದ ಒಬ್ಬ ಕಾರ್ಮಿಕನೋ, ಕೂಲೀನೋ ತಕ್ಷಣ ಅವನನ್ನು ಆಸ್ಪತ್ರೆಗೆ ಕರೆದೊಯ್ದು ಸೇರಿಸಿ ಮಾಯವಾಗಿಬಿಡ್ತಾನೆ. ಯಾರಿಂದಲೂ ಗುರ್ತಿಸಲ್ಪಡುವುದಿಲ್ಲ. ದೊಡ್ಡ ದೊಡ್ಡ ಮಾತುಗಳು ಗೊತ್ತಿಲ್ಲ. ಆದರೆ ಹೊಣೆಗೇಡಿಯಲ್ಲ" ಎಂದು ಹೇಳಿದಾಗ ಚಪ್ಪಾಳೆಯ ಸುರಿಮಳೆ.

ಐದುನೂರರ ಬಹುಮಾನ ಬಂದವರ ಪೈಕಿ ಇವಳೊಬ್ಬಳು ಆದಾಗ ಸ್ವರ್ಗ ಭೂಮಿಗಿಳಿದಂತಾಯಿತು. ಸದ್ಯಕ್ಕೆ ಐವತ್ತರ ಚಿಂತೆ ಕಳೆದಿತ್ತು. ಬಸ್ ಪಾಸ್ ಪಡೆದ ನಂತರವೇ ಮನೆಗೆ ಬಂದಿದ್ದು.

ಉಳಿದ ಪೂರ್ತಿ ಹಣವನ್ನ ತಂದೆತಾಯಿಯ ಕೈಯ್ಯಲ್ಲಿಟ್ಟಳು. "ನಾನು ಚರ್ಚಾಸ್ಪರ್ಧೆಯಲ್ಲಿ ಗೆದ್ದೆ...." ಆಕೆಯನ್ನು ಹಿಡಿದು ಒಂದು ರೌಂಡ್ ತಿರುಗಿಸಿಬಿಟ್ಟಾಗ ಕುಸಿದಂತೆ ಕೂತುಬಿಟ್ಟರು ರೋಹಿಣಿ. ಇವಳಿಗೆ ಗಾಬರಿಯೋ ಗಾಬರಿ.

"ಅಮ್ಮ, ಏನಾಯ್ತು?" ತೋಳಿಡಿದು ಅಲುಗಾಡಿಸಿದಾಗ ಸುಮ್ಮನಿರುವಂತೆ ಸನ್ನೆ ಮಾಡಿ ನಿಧಾನವಾಗಿ ಕಣ್ಣು ಮುಚ್ಚಿಕೊಂಡರು. "ಏನಾಗ್ತ ಇದೆ ಅಮ್ಮ? ಡಾಕ್ಟ್ರನ

ಕರ್ಕ್ಕೊಂಬರ್ಲ್ಲಾ?" ಆತಂಕದಿಂದ ಅವಳೆದೆ ಏರಿಳಿಯುತ್ತಿತ್ತು. ಇಂಥ ಪರಿಸ್ಥಿತಿ ಎದುರಾದದ್ದು ಇಂದೇ.

ಚಲಪತಿ ಬಂದವರೇ ಹೆಂಡತಿಯನ್ನು ಎತ್ತಿ ಒಯ್ದು ಹಾಸಿಗೆಯ ಮೇಲೆ ಮಲಗಿಸಿ "ಏನಾಯ್ತು?" ವಿಚಾರಿಸಿದರು. ತಂದೆಯ ಭಯಕ್ಕೆ ಬೇರೆಯ ಸಮಯದಲ್ಲಾಗಿದ್ದರೆ ಏನಾದರೂ ಹೇಳಿ ತಪ್ಪಿಸಿಕೊಳ್ಳುತ್ತಿದ್ದಳೇನೋ. ನಿಜವನ್ನ ಉಸುರಿದಳು. "ನೀನ್ಹೋಗಿ ಓದ್ಕೋ" ಹೇಳಿದರಷ್ಟೆ. ಹೊರಬಂದಳು ನಿಶ್ಶಬ್ದವಾಗಿ.

ಹೆಂಡತಿಯನ್ನು ಚಲಪತಿ ಬಹಳ ಎಚ್ಚರಿಕೆಯಿಂದ ನೋಡಿಕೊಳ್ಳುತ್ತಿದ್ದರು. ಒಂದಿಷ್ಟು ಅಡಿಗೆ, ಮನೆಕೆಲಸ ಬಿಟ್ಟರೆ ಬೇರೇನೂ ಮಾಡಗೊಡುತ್ತಿರಲಿಲ್ಲ. ಪ್ರತಿದಿನ ತಮ್ಮ ಬಟ್ಟೆಗಳನ್ನು ತಾವೇ ಒಗೆದುಕೊಳ್ಳುತ್ತಿದ್ದರು. ಮಿಕ್ಕವರ ಬಟ್ಟೆ ಒಗೆಯಲು ಕೆಲಸದಾಳು ಇದ್ದಳು.

ಈಗ ತಾಯಿಯ ಬಳಿಯಲ್ಲಿ ಇರಬೇಕೆನಿಸಿತು ಅವಳಿಗೆ. ಧೈರ್ಯ ಮಾಡಿ ಮುಚ್ಚಿದ ಬಾಗಿಲನ್ನು ತಟ್ಟಿದಳು.

"ಯಾರು?" ಎನ್ನುತ್ತಲೇ ಬಂದ ಅವರು ಪ್ರಶ್ನಾರ್ಥಕವಾಗಿ ಮಗಳತ್ತ "ಯಾಕೆ, ಓದ್ಕೋ ಹೋಗು" ಮೆಲ್ಲಗೆ ಹೇಳಿದರು.

"ಅಮ್ಮನ ಹತ್ರ ಇರ್ತೀನಿ" ಅಧೈರ್ಯಪಡದೆ ನುಡಿದಳು. ಮಗಳನ್ನು ನೇರವಾಗಿ ನೋಡಿ "ಓದೋಕೆ ನಿಂಗೆ ಏನಾದ್ರು ನೆಪ" ದಾರಿ ಬಿಟ್ಟು ಹೊರಗೆ ಬಂದವರು "ಡಿಸ್ಟರ್ಬ್ ಮಾಡ್ಬೇಡ. ಒಂದಿಷ್ಟು ರೆಸ್ಟ್ ತಗೊಂಡ್ರೆ ಸರ್ಹೋಗುತ್ತೆ. ನೀನು ಮಗುವಲ್ಲ" ಎಂದರು.

'ನೀವು ಮಾತ್ರ ಹಾಗೆ ಇಳ್ಕೊಂಡಿದ್ದೀರಾ!' ಸ್ವಗತದಲ್ಲಿ ಹೇಳಿಕೊಂಡು ಹೋಗಿ ತಾಯಿಯ ಬಳಿಯಲ್ಲಿ ಕೂತು ರೋಹಿಣಿಯ ಕೈಯನ್ನು ತನ್ನ ಕೈಯೊಳಗೆ ತಗೊಂಡಳು. 'ಏನಾಗಿದೆ?' ಹೊಳೆಯಲಿಲ್ಲ ಅವಳಿಗೆ.

ಆದರೆ ಅವಳನ್ನು ಹೆಚ್ಚು ಹೊತ್ತು ಕೂಡಲು ಬಿಡದ ಚಲಪತಿ "ಸಾಕು ಕೂತಿದ್ದು. ಅಡಿಗೆ ಮನೆ ಕೆಲ್ಸ ಏನಾದ್ರು ಇದ್ರೆ ಮುಗ್ಸಿ ಹೋಗಿ ಓದ್ಕೊ. ಹಿಂದೆ ಒಂದು ಫಸ್ಟ್ ಕ್ಲಾಸ್ ಬಂದ್ರೆ ದೊಡ್ಡ ಸುದ್ದಿ ಆಗ್ತಾ ಇತ್ತು. ಈಗ ಆ ಫಸ್ಟ್ ಕ್ಲಾಸ್ ಯಾವುದಕ್ಕೂ ಸಾಲ್ದು!" ಎಂದರು. ತೊಂಬತ್ತು ಪರ್ಸೆಂಟ್ ಅನ್ನೋದು ಅವಳಿಗೆ ಬಹಳ ಕರ್ಕಶವಾಗಿ ಕೇಳುತ್ತಿತ್ತು. ರಾತ್ರಿ, ಹಗಲು ಕಾವಲು ಕೂತು ಓದಿಸಿದಾಗಲೇ ಎಸ್.ಎಸ್.ಎಲ್.ಸಿ.ಯಲ್ಲಿ ತೆಗೆದಿದ್ದು ಬರೀ ಐವತ್ತು ಪರ್ಸೆಂಟ್. ಅಂಥದ್ದರಲ್ಲಿ ಪಿ.ಯು.ಸಿ.ಯಲ್ಲಿ ತೊಂಬತ್ತು ಪರ್ಸೆಂಟ್ ತೆಗೆಯಲು ಸಾಧ್ಯವೇ ತನ್ನಿಂದ? 'ದೇವರೇ, ದೇವರೇ' ಕೆನ್ನೆಗಳನ್ನು ತಟ್ಟಿಕೊಂಡಳು.

ಸ್ವಲ್ಪ ಲೇಟಾಗಿಯೇ ಬಂದಳು ವರ್ಣ. ಹಾಲ್‌ನಲ್ಲಿ ಕೂತಿದ್ದ ತಂದೆಯ ನೋಟವನ್ನೆದುರಿಸಲಾರದೆ ತಲೆ ತಗ್ಗಿಸಿಕೊಂಡು ಹೋದಳು ರೂಮಿಗೆ.

ರಾತ್ರಿ ಎಲ್ಲರನ್ನು ಕೂಡಿಸಿ ಚಲಪತಿಯೇ ಬಡಿಸಿದರು. ಹೆಂಡತಿಗೆ ಸ್ವಲ್ಪ ಆರೋಗ್ಯ ಕೆಟ್ಟರೂ ಮನೆ ಕೆಲಸವನ್ನು ಹೆಣ್ಣು ಮಕ್ಕಳ ಮೇಲೆ, ಬಿಡದೇ ತಾವೇ ಮಾಡುತ್ತಿದ್ದರು.

ಮಗಳ ಊಟವನ್ನು ಗಮನಿಸಿದ ಚಲಪತಿ "ಯಾಕೆ ಸರ್ಯಾಗಿ ಊಟ ಮಾಡ್ತಾ ಇಲ್ಲ?" ಹಿರಿಯ ಮಗಳಿಗೆ ಪ್ರಶ್ನೆ. ಅವಳ ತಲೆ ತಟ್ಟೆಗೆ ಸಮೀಪವೆನ್ನುವಷ್ಟರ ಮಟ್ಟಿಗೆ ಬಗ್ಗಿತು.

"ಇನ್ನು ಸ್ವಲ್ಪ ಬಗ್ಗಿದ್ರೆ ಕೈನ ಅಗತ್ಯವಿಲ್ದೆ ಊಟ ಮಾಡ್ಬಹುದ್ದು" ವರ್ಷ ಕಿಸಕ್ಕನೆ ನಕ್ಕಾಗ, ಆ ಗಾಬರಿಯಲ್ಲಿ ವರ್ಣ ಲೋಟದಲ್ಲಿದ್ದ ನೀರನ್ನ ಚೆಲ್ಲಿಕೊಂಡುಬಿಟ್ಟಳು. "ಹಸಿವಿಲ್ದಿದ್ರೆ ಅನ್ನದ ಮುಂದೆ ಕೂಡೋದ್ಬೇಡ, ಎದ್ದೋಗು" ಕನಲಿದರು ಚಲಪತಿ.

ಕಣ್ಣಲ್ಲಿ ನೀರು ತುಂಬಿಕೊಂಡು ಎದ್ದು ಹೋದಳು ವರ್ಣ. ತುಟಿಕ್ ಪಿಟಿಕ್ ಅನ್ನದೆ ಊಟ ಮಾಡತೊಡಗಿದಳು ವರ್ಷ. ಅಪರೂಪಕ್ಕೆ ರೋಹಿಣಿ ತಂದೆ, ಮಕ್ಕಳ ನಡುವೆ ಮಾತನಾಡುತ್ತಿದ್ದರೇ ವಿನಹ ಪದೇ ಪದೇ ಪ್ರವೇಶಿಸುತ್ತಿರಲಿಲ್ಲ. ಗಂಡನ ಸಂಸಾರದ ಮೇಲಿನ ಪ್ರಾಮಾಣಿಕ ಪ್ರೀತಿ, ಸಾಚಾತನ ಆಕೆಗೆ ಗೊತ್ತು.

ರೂಮಿಗೆ ಬಂದ ವರ್ಷ ಸ್ವಲ್ಪ ದುಗುಡದಿಂದ ಹೇಳಿದಳು. "ಥ್ಯಾಂಕ್ ಗಾಡ್, ಅಮ್ಮನ್ನ ಒಂದು ಸುತ್ತು ತಿರಿಗಿಸ್ಬಿಟ್ಟೆ. ಎಂಥ ಕೆಲ್ಸವಾಯ್ತು ಗೊತ್ತ?" ಮುಂದಿನದನ್ನ ವಿವರಿಸಿದಳು.

ಅವಳಿಗೂ ಗಾಬರಿಯೇ! ವರ್ಣಳ ಓದುವ ಭರಾಟೆಯಲ್ಲಿ ಮನೆಯ ವಿಷಯಗಳು ಕೂಡಾ ಏನು ಗೊತ್ತಿರಲಿಲ್ಲ! ಸಣ್ಣಪುಟ್ಟವು ಅವಳ ಮಿದುಳಿನ ಆಳಕ್ಕೆ ಇಳಿಯುತ್ತಿರಲಿಲ್ಲ. ಅದಕ್ಕೆ ತುಂಬಿಕೊಂಡ ಪಾಠಗಳು ಅಡ್ಡ ಕಟ್ಟೆ ಹಾಕುತ್ತಿದ್ದವು.

"ಇನ್ಮೇಲೆ ಹಾಗೆಲ್ಲ ಮಾಡ್ಬೇಡ!! ಹೇಗೆ ಓದ್ತಾ ಇದ್ದೀಯಾ? ನೆನ್ನೆ ಆರಾಮಾಗಿ ಹೊದ್ದು ಮಲ್ಗಿಬಿಟ್ಟಿದ್ದೆ. ಈ ತರಹ ಓದಿದ್ರೆ ಪಾಸಾಗೋದು ಕೂಡ ಕಷ್ಟ" ಎಚ್ಚರಿಸಿದಳು ವರ್ಣ.

ಸದಾ ರಿಪೀಟ್ ಆಗುತ್ತಿದ್ದ ಮಾತುಗಳು. ಅದಕ್ಕೆ ಪ್ರತಿಕ್ರಿಯಿಸದೆ ಪುಸ್ತಕ ಮುಂದೆ ಹಾಕಿಕೊಂಡು ಅಕ್ಕನತ್ತ ನೋಡಿದಳು. ಮಲಗಿ ಸೂರನ್ನೇ ದಿಟ್ಟಿಸುತ್ತಿದ್ದಳು. ಅವಳ ಪರೀಕ್ಷೆ ಮುಗಿಯೋವರೆಗೂ, ನಂತರ ರಿಸಲ್ಟ್ ಬರೋವರೆಗೂ ಈ ತರಹ ಆರಾಮಾಗಿ ಮಲಗಿದ್ದನ್ನೇ ಕಂಡಿರಲಿಲ್ಲ ಅವಳು.

"ನಿಂಗೆ ರಾತ್ರಿ ಹೊತ್ತು ಒಂದೆರಡ್ಮೂರು ಗಂಟೆ ಮಲ್ಗಿ ಅಭ್ಯಾಸ. ಈಗ ಹೇಗೆ ನಿದ್ರಿಸ್ತೀಯಾ?" ತಂಗಿಯ ಪ್ರಶ್ನೆಗೆ ಎದ್ದು ಕೂತವಳು ಮಂಡಿಯ ಮೇಲೆ ಗದ್ದವನ್ನೂರಿ, "ಹೌದು, ನಂಗೆ ನಿದ್ದೆಯೋ ಎಚ್ಚರವೋ, ಅರೆ ಎಚ್ಚರವೋ ಗೊತ್ತಾಗೋಲ್ಲ! ಈಗ್ಲೂ ಅದೇ ಲೆನ್ಸ್‌ಗಳ ಮುಂದೆ ಕಂಪ್ಯೂಟರ್. ಆ ಜಗತ್ತಿನಲ್ಲೇ ಇದ್ದೀನೇನೋ ಅನ್ನೋ ಭ್ರಮೆ" ನುಡಿದಳು ನೀರಸವಾಗಿ.

ವರ್ಷ ಹೋಗಿ ಅವಳ ಬಳಿ ಕೂತಳು. 'ಭೋಡೋ ಅವೆಲ್ಲ, ಈಗ ಆರಾಮಾಗಿ ಕತೆ ಕಾದಂಬರಿಗಳ್ನ ಓದು. ನಿಂಗೆ ಕವನ ಅಂದ್ರೆ ಇಷ್ಟಾನ, ಬೇಂದ್ರೆನ ಓದು, ಕುವೆಂಪುನ

ಅಭ್ಯಾಸ ಮಾಡು. ಹೀಗೆ... ಅದೂ... ಇದು." ಎರಡು ಕೈಯಲ್ಲು ತಲೆ ಹಿಡಿದುಕೊಂಡುಬಿಟ್ಟಳು, ತಂಗಿಯ ಮಾತುಗಳಿಗೆ. "ನಂಗೆ ಅವೆಲ್ಲ ಓದೋಕೆ ಇಷ್ಟವಿಲ್ಲ. ಏನು ಪ್ರಯೋಜನ ಅವುಗಳಿಂದ, ಸುಮ್ನೆ ಓದ್ಕೋ" ಸಿಡುಕಿ ಮಲಗಿಕೊಂಡಳು ವರ್ಣ.

ಹಣೆ ಗಟ್ಟಿಸಿಕೊಂಡಳು ವರ್ಷ. ಟಿ.ವಿ.ಯಲ್ಲಿ ಅಪರೂಪಕ್ಕೊಮ್ಮೆ ಹಾಕುವ ಗುಡ್ ಮೂವೀಗಳನ್ನು ಕೂಡ ನೋಡುತ್ತಿರಲಿಲ್ಲ ವರ್ಣ. ರೂಮಿನಲ್ಲಿ ಬೋಲ್ಟ್ ಹಾಕಿಕೊಂಡು ಕೂಡುತ್ತಿದ್ದಳು.

ಅರ್ಧ ಗಂಟೆ ಓದಿದ ವರ್ಷ ಕಿಟಕಿಯ ಬಳಿ ಹೋಗಿ ನಿಂತಳು. ಹೊರಗಿನ ಕತ್ತಲು ಪ್ರಶಾಂತವಾಗಿ ಕಂಡಿತು. ಲೈಟು ಆರಿಸಿ ಕಿಟಕಿಯ ಷಟರುಗಳನ್ನು ಪೂರ್ತಿಯಾಗಿ ತೆರೆದಳು. ಬರುವ ಗಾಳಿಗೆ ಮುಖವನ್ನೊಡ್ಡಿದ್ದಳು. 'ಮಜ'ವೆನಿಸಿತು. ಕೈಗಳನ್ನು ಹೊರಗಿಟ್ಟು ನಂತರ ಹಿಂದಕ್ಕೆಳೆದುಕೊಂಡು ಕೆನ್ನೆ, ಕತ್ತು, ಹಣೆಗೆ ಒತ್ತಿಕೊಳ್ಳತೊಡಗಿದಳು.

"ವರ್ಷ ಸುಮ್ನೇ ಬಂದು ಓದುತ್ತೀಯಾ, ಅಥ್ವಾ ಅಪ್ಪನ್ನ ಕೂಗ್ಲಾ?" ಮಲಗಿಯೇ ಎಚ್ಚರಿಸಿದಳು ವರ್ಣ. "ಓದು... ಓದು... ಓದು. ಇದೊಂದೇ ಜಪ! ನಂಗಂತೂ ಬೋರಿಡಿದುಹೋಗಿದೆ. ನಂಗೆ ಇಷ್ಟ ಬಂದ ಪುಸ್ತಕ ಓದೋಕು ಅವಕಾಶ ಇಲ್ಲ. ಇಷ್ಟವಿಲ್ದೇ ಇರೋದ್ನ ಓದೋಕೆ...." ಗೊಣಗುತ್ತ ಬಂದು ಪುಸ್ತಕದ ಮುಂದೆ ಕೂತವಳು ತೋಚಿದ ಚಿತ್ರಗಳನ್ನು ಗೀಚತೊಡಗಿದಳು. 'ಮ್ಯಾಥ್ಸ್' ನೋಟ್ಸ್‌ನಲ್ಲಿ ಇಷ್ಟ ಬಂದಂಗೆ ಗಿಡ, ಮರ, ಪಕ್ಷಿ, ಪ್ರಾಣಿ ಇಂಥ ಎಷ್ಟನ್ನೋ ಚಿತ್ರಿಸಿದಳು ಅರ್ಧ ರಾತ್ರಿಯವರೆಗೂ.

ಮತ್ತೆ ಕಿಟಕಿ ಬಳಿಗೆ ಹೋದಳು. "ವರ್ಷ...." ಕೂಗಿಗೆ ಬೆಚ್ಚಿ ಹಿಂದಿರುಗಿದಾಗ ಎದ್ದು ಕೂತಿದ್ದ ವರ್ಣ ಕಸಿವಿಸಿ ವ್ಯಕ್ತಪಡಿಸಿದಳು. "ಓದು, ಅಥ್ವಾ ಇಷ್ಟವಿಲ್ದಿದ್ರೆ ಮಲ್ಗು. ಕತ್ಲು ಯಾಕೆ ನೋಡ್ತೀಯಾ?" ಎಂದಳು. ಅವಳು ಯಾವುದೇ ಮಾತು ಆಡಲಿ, 'ಓದು' ಎನ್ನುವುದನ್ನು ಸೇರಿಸಿಯೇ ಇರುತ್ತಿದ್ದಳು.

ಸಪ್ಪಗೆ ಮುಖ ಮಾಡಿದ ವರ್ಷ ಕಿಟಕಿ ಷಟರ್ಸ್ ಹಾಕಿ ಬಂದು ಅವಳ ಕೆನ್ನೆಗೆ ಹೂ ಮುತ್ತಿಟ್ಟು "ವರ್ಣ ಅನ್ನೋ ಹೆಸರಿಗೆ ಸರ್ಯಾಗಿ ವರ್ಣಮಯವಾಗ್ಬೇಕಿತ್ತು. ನೀನು ನಿನ್ನ ಓದನ್ನ ಒಂದು ಮಿತಿಯಲ್ಲಿ ಇರ್ಸಿಕೊಂಡ್ಬಿಟ್ಟೆ. ಎಂದಾದ್ರೂ ಟೀವಿ ನೋಡಿದ್ದೀಯಾ? ಬೇಡ, ಸಂಗೀತ.... ಖಂಡಿತ ಇಲ್ಲ, ಇನ್ನು ಸಾಹಿತ್ಯ ನಿಂಗೆ ಗೊತ್ತೇ ಇಲ್ಲ! ನೀನು ಕಂಪ್ಯೂಟರ್‌ನ ಹಾಗೆ ಮೈಮೇಲೆ ಹಾಕ್ಕೊಂಡ್ರೆ.... ಕಷ್ಟ." ಕೈಯಿಂದ ಬಾಯಿ ಮುಚ್ಚಿಕೊಂಡು ನಕ್ಕಳು. ಈ ಸದ್ದು ಹೊರಗೆ ಕೇಳಬಾರದು.

ವರ್ಣ ಏನೂ ಮಾತನಾಡದಿದ್ದಾಗ ವರ್ಷ ಲೈಟು ಆರಿಸಿ ಮಲಗಿದರೂ ಅತ್ತಿತ್ತ ಹೊರಳಾಡುತ್ತ ಅಕ್ಕನನ್ನು ಗಮನಿಸಿಯೇ ಇದ್ದಳು.

ಉಡುಪುಗಳಿಂದ ಹಿಡಿದು ಹೇರ್ ಆಯಿಲ್ ಜೊತೆ ಎಲ್ಲವನ್ನು ಖರೀದಿಸಿ ತರುತ್ತಿದ್ದುದು ಚಲಪತಿಗಳೇ.... ಡ್ರೆಸ್‌ಗಳನ್ನ ಖರೀದಿಸುವಾಗ ಹೆಂಡತಿ ಮಕ್ಕಳನ್ನು

ಕರೆದೊಯ್ಯುತ್ತಿದ್ದರು ಜೊತೆಯಲ್ಲಿ. ಅಂಥ ಸಂದರ್ಭಗಳಲ್ಲಿಯೂ ಕೂಡ ವರ್ಣ ಮೌನಿ. ವರ್ಷನೇ ಒಂದಿಷ್ಟು ಮಾತಾಡುತ್ತಿದ್ದುದು. ಸ್ವಲ್ಪ ಇವಳಿಗಿಂತ ವರ್ಣನ ಕಂಡರೇ ಸ್ವಲ್ಪ ಹೆಚ್ಚಿನ ಅಭಿಮಾನ, ಪ್ರೀತಿಯೇನೋ ಎನಿಸುತ್ತಿತ್ತು. ನೋಡುಗರಿಗೆ ಮಾತ್ರ.

ಈ ಗುಂಗಿನಲ್ಲೇ ಯೋಚಿಸುತ್ತಿದ್ದ ವರ್ಷ ತಟ್ಟನೆ ಎದ್ದು ಕೂತಳು. ಸಂದೇಹ ಬೇಡವೆಂದು ಮಲಗಿದ್ದ ಅಕ್ಕನ ಪಕ್ಕ ಹೋಗಿ ಕೂತಳು. "ನಿನ್ನ ಒಂದು ಪ್ರಶ್ನೆ ಕೇಳ್ಲಾ? ಖಂಡಿತ ಕೋಪ ಮಾಡ್ಕೋಕೂಡ್ದು. ಎರ್ಡು ತಿಂಗ್ಳ ಸಂಬಳ ಏನ್ಮಾಡ್ದೆ?" ಕೇಳಿದಳು.

ತಕ್ಷಣ ಎದ್ದು ಕೂತ ವರ್ಣ ತಂಗಿಯ ಕೈಯನ್ನ ಹಿಡಿದುಕೊಂಡಳು. "ಕೊಲಿಗ್ಸ್ ಪಾರ್ಟಿ ಕೊಡೂಂತ ಕರ್ಕೊಂಡ್ಹೋಗಿ ಮೊದಲ್ನೆ ತಿಂಗ್ಳ ಸಂಬಳ ಖರ್ಚು ಮಾಡ್ಸಿದ್ರು. ಎರಡನೆ ತಿಂಗ್ಳ ಸಂಬಳದಲ್ಲಿ ಶಾಲಿನಿ ಜೊತೆ ಹೋಗಿ ಡ್ರೆಸ್ ಕೊಂಡ್ಕೊಂಡೆ, ಮೂರನೆ ತಿಂಗ್ಳಿಂದು ಅಪ್ಪನಿಗೆ ಕೊಟ್ಟೆ" ಎಂದಳು. ಹಣದ ಬಗ್ಗೆ ಕಟ್ಟೆಚ್ಚರದಿಂದಿರುವ ತಂದೆ ಇದನ್ನು ಸಹಿಸಲಾರರೆಂದು ವರ್ಷಗೆ ಗೊತ್ತು.

ತಂಗಿಯ ಕೈಯನ್ನ ಭದ್ರವಾಗಿ ಹಿಡಿದುಕೊಂಡಳು. "ನಂಗ್ಯಾಕೋ ಅಪ್ಪನ್ನ ಕಂಡ್ರೆ... ಭಯ!" ಎಂದ ಕೂಡಲೇ ಜೋರಾಗಿ ನಕ್ಕುಬಿಟ್ಟಳು ವರ್ಷ. ಬಾಯಿ ಮುಚ್ಚಿದಳು. ಹೆಜ್ಜೆಯ ಸದ್ದಿಗೆ ಮಲಗಿ ಹೊದ್ದಿಕೆಯನ್ನೆಳೆದುಕೊಂಡಳು.

ಒಳಗೆ ಬಂದ ಚಲಪತಿ "ಏನು ಮಾತು, ನಗು!" ಲೈಟ್ ಸ್ವಿಚ್ ಹಾಕಿದರು. ಬಿಳಿಚಿಕೊಂಡಿತು ವರ್ಷಳ ಮುಖ ಕೂಡ. "ಯಾವ್ದೋ ಜೋಕ್ ಓದ್ದೆ." ತಡವರಿಸುವಂತಾಯಿತು ಅವಳಿಗೆ.

ಅರ್ಥವಾಯಿತು ಅವರಿಗೆ. ಅಸ್ತವ್ಯಸ್ತವಾದ ಹೊದ್ದಿಕೆ. ಸರಿಯಾಗಿ ಹೊದ್ದಿಸಿದ ಅವರು ವರ್ಷಳ ಕಡೆ ನೋಡಿದರು. "ನಿಂಗ್ಯಾಕೆ ಓದೋಕೆ ಇಷ್ಟವಿಲ್ಲ?" ಕೇಳಿಕೆಯಲ್ಲಿ ಅಸಹನೆ ವ್ಯಕ್ತವಾದಾಗ ಅವಳ ಸ್ವರ ಉಡುಗಿತು. ನಾಲಿಗೆಗೆ ಜೀವ ತುಂಬಲು ಕಷ್ಟಪಡಬೇಕಾಯಿತು.

"ಓದೋದು ಇಷ್ಟಾನೆ! ಆದ್ರೆ ನಂಗೆ ಕಾಲೇಜಿನ ಓದಿಗಾಗಿ ನಿಗದಿಪಡಿಸಿದ ಪುಸ್ತಕಗಳಿಗಿಂತ ನಂಗೆ ಇಷ್ಟವೆನಿಸಿದ ಪುಸ್ತಕಗಳು ಮಾತ್ರ ಓದೋಕೆ ಇಷ್ಟ," ಧೈರ್ಯವಹಿಸಿ ಇಷ್ಟನ್ನು ಹೇಳಲು ಸಮರ್ಥಳಾದಳು.

"ಬರೀ ನಿಂಗೆ ಜವಾಬ್ದಾರಿ ಇಲ್ದ ಹುಡುಗಿ ಅಂತ ತಿಳ್ಕೊಂಡಿದ್ದೆ. ಮಹಾಮೂರ್ಖಳು! ನಿಂಗೆ ಇಷ್ಟ ಬಂದ ಪುಸ್ತಕಗಳನ್ನು ಓದ್ಕೊಂಡು ಏನ್ಮಾಡ್ತೀಯಾ? ಒಳ್ಳೆ ಮಾರ್ಕ್ಸ್ ಬರ್ದಿದ್ರೆ ನಿನ್ನ ವಿದ್ಯಾಭ್ಯಾಸ ನಿಂತ್ಹೋಗುತ್ತೆ. ಮುಂದಿನ ಫ್ಯೂಚರ್ ಏನು? ಎಜುಕೇಷನ್ ಮುಗಿದ ಕೂಡ್ಲೆ ಕೆಲ್ಸ ಸಿಕ್ಕು, ಮುಂದೆ ಉತ್ತಮ ಸಂದರ್ಭಗಳು ಬರ್ಬಹುದು. ನಮ್ಮಂಥ ವ್ಯವಹಾರ ಬುದ್ಧಿ, ದೇಹಬಲ ಇಲ್ದೋರು ಎಜುಕೇಷನ್‌ನ್ನು ಆಶ್ರಯಿಸ್ಬೇಕು. ಸಮಾಜದಲ್ಲಿ ಆ ಮೂಲಕವೇ ಐಡೆಂಟಿಟಿ ಸಂಪಾದಿಸ್ಕೊಬೇಕು. ಇವೆಲ್ಲ ನಿಂಗ್ಯಾಕೆ ಅರ್ಥವಾಗೋಲ್ಲ! ನಿಮ್ಮಪ್ಪ ಕೋಟ್ಯಾಧೀಶನಂತೂ ಅಲ್ಲ, ಇಷ್ಟನ್ನ ನಿನ್ನ ತಲೆಯಲ್ಲಿ ಇಟ್ಕೊ." ನಾಲ್ಕು ಮಾತು ಹೆಚ್ಚಾಗಿಯೇ ಹೇಳಿದರು. ಅಷ್ಟು ಕೋಪಗೊಳ್ಳಲು

ಕಾರಣವೂ ಇತ್ತು. ಮಧ್ಯಾಹ್ನ ಆಫೀಸ್‌ಗೆ ಬಂದಿದ್ದ ಗೆಸ್ಟ್‌ಗಳ ಸಲುವಾಗಿ ಒಂದು ಆಧುನಿಕವಾದ ಕಾಸ್ಟ್ಲಿ ಎನಿಸಿದ ಹೋಟೆಲ್‌ನಲ್ಲಿ ಲಂಚ್‌ಗೆ ಅರೇಂಜ್ ಮಾಡಿದ್ದರು. ಅಲ್ಲಿ ಮಗಳನ್ನು ಕಂಡು ಷಾಕ್ ಆಗಿದ್ದರು. ವರ್ಣಾಳಲ್ಲಿನ ಈ ಬದಲಾವಣೆ ಅಪಾಯವನ್ನು ಸೂಚಿಸಿತು.

ತುಂಬ ಖಿನ್ನರಾಗಿಯೇ ಮನೆಗೆ ಬಂದದ್ದು. ಹೆಣ್ಣು ಹುಟ್ಟಿತಲ್ಲ ಎಂದು ಎಂದೂ ಕೀಳರಿಮೆಪಡದೇ ಇನ್ನೂ ಹೆಚ್ಚಿನ ಜವಾಬ್ದಾರಿಯಿಂದ ಓದಿಸಿದ್ದರು.

"ಮಲಕ್ಕೋ" ಲೈಟು ಆರಿಸಿ ಬಾಗಿಲು ಮುಚ್ಚಿಕೊಂಡು ಹೋದರು. ಎದ್ದು ಕೂತಿದ್ದ ರೋಹಿಣಿ, "ಏನು ವಿಷ್ಯ? ವರ್ಣ ಎಲ್ಲೋ ತಂಗಿಗೆ ಓದಿನ ಸಲುವಾಗಿ ಹೇಳ್ತಾ ಇರ್ಬಹ್ದು. ನೀವ್ಯಾಕೆ ಹೋದ್ರಿ ಅವ್ರುಗಳ ನಗು, ಮಾತಿನ ಮಧ್ಯೆ?" ಎಂದಾಗ ಏನು ಪ್ರತಿಕ್ರಿಯಿಸದೆ "ಈಗ ಮಲಕ್ಕೋ" ಅಷ್ಟೇ ಹೇಳಿದ್ದು.

ಏನೇ ಸಮಸ್ಯೆಗಳಿದ್ದರೂ ತಾವು ಅವುಗಳ ಪರಿಹಾರಕ್ಕೆ ಪ್ರಯತ್ನಪಡುತ್ತಿದ್ದರೇ ವಿನಹ ಹೆಂಡತಿಯೊಂದಿಗೆ ಅಂಥದನ್ನ ಹೇಳುತ್ತಿರಲಿಲ್ಲ.

ವರ್ಷ ಹುಟ್ಟಿ ದುಂಡು ದುಂಡಾಗಿ ಅವರ ಕೈ ತುಂಬಿದಾಗ ಮಕ್ಕಳು ಸಾಕೆಂಬ ತೀರ್ಮಾನಕ್ಕೆ ಬಂದ ಚಲಪತಿ ಹೆಂಡತಿಗೆ. "ಆಪರೇಷನ್ ಮಾಡ್ಸಿಕೊಂಡ್ಬಿಡು. ನಮ್ಗೆ ಎರ್ಡು ಮಕ್ಳು ಸಾಕು. ನಮ್ಮ ಸಾಮರ್ಥ್ಯ ಮಾತ್ರವಲ್ಲ. ದೇಶಕ್ಕೂ ಕೂಡ ಹೆಚ್ಚಿನ ಜನಸಂಖ್ಯೆ ದೊಡ್ಡ ಸಮಸ್ಯೆ" ವಿವೇಕದಿಂದ ಹೇಳಿದರು.

ರೋಹಿಣಿ ಮುಖ ಚಿಕ್ಕದು ಮಾಡಿದರು. ಎರಡು ಹೆಣ್ಣು ಮಕ್ಕಳು. ಒಂದು ಗಂಡಾಗಲಿಯೆಂಬ ಹಂಬಲಿಕೆ. ಅದನ್ನು ವ್ಯಕ್ತಪಡಿಸಿದರು ಕೂಡ.

"ಇನ್ನೊಂದು ಗಂಡು ಮಗುವಾಗ್ಲಿ. ಆಮೇಲೆ ಆಪರೇಷನ್ ಮಾಡಿಸ್ಕೋತೀನಿ."

ತಲೆಯಾಡಿಸಿಬಿಟ್ಟರು ಚಲಪತಿ. "ಬೇಡ ರೋಹಿಣಿ, ಗಂಡಾದ್ರೇನು ಹೆಣ್ಣಾದ್ರೇನು! ಎರಡೂ ಒಂದೇ, ಜವಾಬ್ದಾರೀನೂ ಅಷ್ಟೆ. ಇವ್ರನ್ನ ಎಚ್ಚರಿಕೆಯಿಂದ ಬೆಳ್ಸಿ ಅವ್ರ ಭವಿಷ್ಯನ ರೂಪಿಸೋಣ." ದೃಢವಾಗಿತ್ತು ಅವರ ನಿರ್ಧಾರ. 'ಗಂಡು ಮಗು' ಅನ್ನೋದನ್ನ ಪ್ರಧಾನವಾಗಿಟ್ಟುಕೊಂಡು ಬಂಧುಬಳಗ ಸ್ನೇಹಿತರು ಕೂಡ ದೃಢ ಸಂಕಲ್ಪವನ್ನು ಅಲುಗಾಡಿಸಲು ಪ್ರಯತ್ನಪಟ್ಟು ಸುಮ್ಮನಾದರು.

ವರ್ಷಗೆ ಐದು ತಿಂಗಳು ಆದಾಗ ಟ್ಯುಬೆಕ್ಟಮಿ ಆಪರೇಶನ್ ಮಾಡಿಸಿದರು, ನಂತರ ಒಂದು ತಿಂಗಳಿಗೆ ಟೈಫಾಯಿಡ್ ಆಗಿ ಮಲಗಿದ ರೋಹಿಣಿ ಸರಿಯಾಗಿ ಚೇತರಿಸಿಕೊಳ್ಳಲು ವರ್ಷವೇ ಆಯಿತು. ಮೈಕೈ ತುಂಬಿಕೊಂಡಿದ್ದ ಆಕೆ ಮೊದಲಿನ ಸ್ಥಿತಿಗೆ ಬರಲೇ ಇಲ್ಲ!

ಬರೀ ಸಂಬಳದಲ್ಲಿಯೇ ಅಚ್ಚುಕಟ್ಟಾಗಿ ಸಂಸಾರ ಸಾಗಿಸುತ್ತಿದ್ದ ಚಲಪತಿಗೆ ಹಣದ ಮುಗ್ಗಟ್ಟಿನ ಬಿಸಿ ತಾಕಿದ್ದು ಆ ಸಂದರ್ಭದಲ್ಲಿಯೇ. Health is purchasable commodity. 'ಆರೋಗ್ಯವು ನಾವು ಕೊಂಡುಕೊಳ್ಳಬಹುದಾದ ವಸ್ತು' ಎನ್ನುವ

ಇಂಗ್ಲೀಷ್ ನಾಣ್ಣುಡಿಯತೆ ಹಣ ಸುರಿದು ಹೆಂಡತಿಯ ಆರೋಗ್ಯವನ್ನು ಕಾಪಾಡಿಕೊಳ್ಳಬೇಕಾಯಿತು.

ಅಂದಿನಿಂದ ಹಣದ ಬಗ್ಗೆ, ಮುಂದಿನ ಮಕ್ಕಳ ಭವಿಷ್ಯದ ಬಗ್ಗೆ ಎಚ್ಚರವಹಿಸಿದರು. ವರ್ಷಳ ಎರಡನೇ ವರ್ಷದ ಹುಟ್ಟಿದ ಹಬ್ಬದ ದಿನ ರೋಹಿಣಿ ಹೊಟ್ಟೆ ನೋವಿನಿಂದ ನರಳಲು ಶುರುಮಾಡಿದರು. ಸಣ್ಣಪುಟ್ಟ ಚಿಕಿತ್ಸೆಗಳು ಫಲಕಾರಿಯಾಗದಿದ್ದಾಗ ಸ್ಪೆಷಲಿಸ್ಟ್‌ಗಳ ಮೊರೆ ಹೋಗಬೇಕಾಯಿತು.

"ಗರ್ಭಕೋಶದಲ್ಲಿ ಹುಣ್ಣಾಗಿದೆ" ಎಂದು ಡಾಕ್ಟರ್ ಟ್ರೀಟ್‌ಮೆಂಟ್ ಶುರುಮಾಡಿದರು. ಸ್ವಲ್ಪ ಗುಣ ಕಂಡು ಮಾಮೂಲಿಯ ಸ್ಥಿತಿಗೆ ಬಂದಾಗ ಸಮಾಧಾನದ ನಿಟ್ಟುಸಿರುಬಿಟ್ಟರು ಚಲಪತಿ.

ಒಮ್ಮೆ ನೀರಿನ ಬಿಂದಿಗೆ ಎತ್ತಿಹಾಕಿಕೊಂಡು ಬಿದ್ದ ರೋಹಿಣಿ, "ಅಯ್ಯೋ, ವಿಪರೀತ ಹೊಟ್ಟೆ ನೋವು. ಸೊಂಟ ಮುರ್ದುಹೋಗ್ತಾ ಇದೆ" ಎಂದು ಬೊಬ್ಬಿಟ್ಟರು.

ಚಲಪತಿಗಳು ಭೂಮಿಗೆ ಇಳಿದುಹೋದರು. ಮನೆಯ ಜೊತೆ ಮಕ್ಕಳ ಜವಾಬ್ದಾರಿ, ಹಣದ ಹೊಂದಾಣಿಕೆಯ ನಡುವೆ ಜರ್ಝರಿತರಾದರು. ಆಗಿನ ಸ್ಥಿತಿ ದೊಡ್ಡ ಪಾಠವಾಯಿತು ಮುಂದಿನ ದಿನಗಳಿಗೆ.

ನರ್ಸಿಂಗ್ ಹೋಂನಲ್ಲಿ ಎಲ್ಲಾ ಚೆಕಪ್‌ಗಳ ನಂತರ"ಬರೀ ಟ್ರೀಟ್‌ಮೆಂಟ್‌ನಿಂದ ಯಾವ್ದೇ ಸುಧಾರಣೆ ಸಾಧ್ಯವಿಲ್ಲ. ಗರ್ಭಕೋಶನ ತೆಗ್ದುಬಿಡ್ಬೇಕು" ಡಾಕ್ಟರ್ ತಿಳಿಸಿದಾಗ ಭೂಮಿಗಿಳಿದುಹೋದರು ಚಲಪತಿ.

"ಈಗೇನ್ಮಾಡೋದು?" ರೋಹಿಣಿ ಕೇಳಿದಾಗ ನಸುನಗೆ ಬೀರಿ ಆಕೆಯ ಹಸ್ತವನ್ನು ತಮ್ಮ ಕೈಯ್ಯೊಳಗೆ ತಗೊಂಡು "ನೋ ಪ್ರಾಬ್ಲಮ್, ಗರ್ಭಕೋಶಾನೆ ತೆಗ್ಸಿಬಿಡೋಣ. ಅದು ಕೂಡ ಒಂದು ಸಣ್ಣ ಆಪರೇಷನ್, ಆಮೇಲೆ ಆರಾಮಾಗಿರ್ಬಹುದ್ದು" ಭರವಸೆಯಿಂದ ಕೈ ಅದುಮಿದರು.

Hysterectomyಯಂಥ ಆಪರೇಶನ್ ಮಾಡಿ ರೋಹಿಣಿಯ ಗರ್ಭಕೋಶ ತೆಗೆದುಬಿಟ್ಟರು. ಯಥೇಚ್ಛವಾಗಿ ನೀರಿನಂತೆ ಹಣ ಖರ್ಚು ಮಾಡಿ ಹೆಂಡತಿಯನ್ನು ಉಳಿಸಿಕೊಂಡಿದ್ದರು.

ಈಗಲೂ ಬಹಳ ಎಚ್ಚರದಿಂದ ಹೆಂಡತಿಯನ್ನು ನೋಡಿಕೊಂಡರೂ ಯಾವುದೇ ವಿಷಯವನ್ನು ಮಕ್ಕಳ ಮುಂದೆ ಹೇಳಿರಲಿಲ್ಲ ಅಥವಾ ಹೊರೆಯಾಗಿಸಿರಲಿಲ್ಲ. ಅಂದಿನಿಂದ ಒಂದು ಚಾರ್ಟ್ ತಯಾರಿಸಿ ಇಟ್ಟುಕೊಂಡಿದ್ದರು. ವಿದ್ಯೆ, ಹಣ, ಮದುವೆ ಪ್ರತಿಯೊಂದೂ ವಿಷಯದ ಬಗ್ಗೆ ತೀರಾ ಮುಂದಾಲೋಚನೆಯಿಂದ ವರ್ತಿಸುತ್ತಿದ್ದರು.

ರ್‍ಯಾಂಕ್‌ಗಳನ್ನು ತನ್ನದಾಗಿಸಿಕೊಂಡು ಮುಂದೆ ನುಗ್ಗುತ್ತಿದ್ದ ವರ್ಣಳ ಬಗ್ಗೆ ನಿಶ್ಚಿಂತೆ ಇದ್ದರೂ ವರ್ಷಳ ಬಗ್ಗೆ ಯೋಚನೆ-ಮುಂದೇನು?

"ಹುಡ್ಗಿ ಕೆಲ್ಸದಲ್ಲಿದ್ರೆ, ಹೆಚ್ಚಿನ ವರದಕ್ಷಿಣೆಯ ಡಿಮ್ಯಾಂಡ್ ಇರೋಲ್ಲ." ಒಬ್ಬ ಅನುಭವಸ್ಥನ ಮಾತು. "ನಮ್ಮ ನಳಿನಿ ಬರೀ ಪಿ.ಯು.ಸಿ. ಅಷ್ಟೆ. ಬ್ಯಾಂಕ್‌ನ ಕ್ಲರ್ಕ್

ಕೂಡ ಲಕ್ಷಕ್ಕೆ ಡಿಮ್ಯಾಂಡ್ ಮಾಡ್ತಾನೆ. ನಾಲ್ಕು ವರ್ಷದಿಂದ ಅವ್ಳ ಮದ್ವೆಗೆ ಪ್ರಯತ್ನ ಮಾಡಿ ಸೋತುಹೋಗಿದ್ದೀನಿ. ಅದೇ ಅವ್ಳ ತಂಗಿ ಹೈಸ್ಕೂಲಿನಲ್ಲಿ ಟೀಚರ್. ಹೂವಿನ ಸರ ಎತ್ತಿದಂಗೆ ತಾಳಿ ಕತ್ತಿಗೆ ಬಿತ್ತು. ಅಷ್ಟೋ ಇಷ್ಟೋ ವರೋಪಚಾರಾಂತ ಕೊಟ್ಟು ಮದ್ವೆ ಮಾಡ್ಬಿಟ್ಟೆ." ಇಂಥ ಮಾತುಗಳು ಚಿಂತೆಗೀಡು ಮಾಡುತ್ತಿದ್ದವು, ಅವರನ್ನು ಚಿಕ್ಕ ಮಗಳ ಭವಿಷ್ಯದ ಬಗ್ಗೆ.

* * * *

ಬೆಳಿಗ್ಗೆ ವರ್ಣನ ರೂಮಿನೊಳಕ್ಕೆ ಕರೆದು ಬಾಗಿಲು ಮುಂದಕ್ಕೆ ಹಾಕಿದ ಚಲಪತಿ, "ಕೂತ್ಕೋ" ಎಂದರು. ಬೆನ್ನಿನಲ್ಲಿ ವರ್ಣಗೆ ಶುರುವಾದ ಚಳಿ ಮೈಯೆಲ್ಲಾ ವ್ಯಾಪಿಸಿತು.

ಮಾತುಗಳಿಂದ ತಿದ್ದಿ ತಿದ್ದಿ ಬೆಳೆಸಿದ್ದರೇ ವಿನಃ ಎಂದೂ ಚಿಕ್ಕ ಮಕ್ಕಳಾಗಿದ್ದಾಗ ಕೂಡ ಕೈಯೆತ್ತಿದ್ದವರಲ್ಲ. ಏಟು ತಿಂದ ನೆನಪು ಕೂಡ ಇದ್ದಿಲ್ಲ ಅವಳಿಗೆ.

ತಾವು ಕೂತ ನಂತರ ಮಗಳತ್ತ ಪ್ರೀತಿಯಿಂದ ನೋಡಿ ನಸುನಕ್ಕರು. "ಕೂತ್ಕೋಮ್ಮ ವರ್ಣ. ಯಾಕೆ ನಾನಂದ್ರೆ ನಿಂಗೆ ಭಯಾನಾ? ತಂದೆ ಮಕ್ಕಳ ಸಂಬಂಧದಲ್ಲಿ ಭಯ ಗೌರವವಾಗ್ಬೇಕು, ಸಿಟ್ ಡೌನ್" ಎಂದರು. ತಕ್ಷಣ ಕೂತು ಅತ್ತಿತ್ತ ನೋಡಿದಳು. ತಾನು ಬೆವರುತ್ತಿದ್ದೇನೆಂತ ಅನ್ನಿಸಿತು.

"ಯಾಕೆ, ರಾತ್ರಿ ಸರ್ಯಾಗಿ ಊಟ ಮಾಡ್ಲಿಲ್ಲ?" ಪ್ರಶ್ನೆ ಸಾಧಾರಣದ್ದೇ. ಸ್ವರದಲ್ಲಿದ್ದ ತೀಕ್ಷ್ಣತೆಗೆ ಮತ್ತಷ್ಟು ಬೆವೆತಳು. "ಹಸಿವಿರ್ಲಿಲ್ಲ!" ಸಾಹಸದಿಂದ ಹೇಳಿದಳು.

ಚಲಪತಿ ಮುಖ ಬಿಗಿದುಕೊಂಡಿತು. ಬಹುಶಃ ನಿಜ ಹೇಳಿದ್ದರೆ, ಏನಾದರೂ ಹೇಳಿ ಸುಮ್ಮನಾಗಿಬಿಡುತ್ತಿದ್ದರೇನೋ, ಸುಳ್ಳು ಇಷ್ಟವಾಗಲ್ಲ.

"ಆರೋಗ್ಯ ಸರಿಯಾಗಿಲ್ವಾ? ಅಜೀರ್ಣ, ಹೊಟ್ಟೆ ನೋವು ಅಂಥದೇನಾದ್ರೂ ಆಗಿದ್ಯಾ?" ಸಮಾಧಾನವಾಗಿಯೇ ಕೇಳಿದರು, ಮಗಳ ಮುಖದ ಭಾವನೆಗಳನ್ನು ಅಳೆಯುತ್ತ, ಮೊದಲು ಕಣ್ಣಲ್ಲಿ ಕಾಣಿಸಿಕೊಂಡ ಭಯ ಮುಖದ ಮೇಲೆ ಹರಡಿಕೊಂಡು ಕೊನೆಗೆ ಅತ್ತೇಬಿಟ್ಟಳು.

ಅವರೆದೆ ದ್ರವಿಸಿಹೋಯಿತು. ಆದರೆ ಮೃದುವಾಗಲಿಲ್ಲ.

"ನಾಳೆ ಡಾಕ್ಟ್ರು ಹತ್ರ ಹೋಗ್ಬರೋಣ" ಅಷ್ಟು ಹೇಳಿ ನಡೆದಾಗ "ಅಪ್ಪ"... ಮತ್ತಷ್ಟು ಜೋರಾಯಿತು ಅವಳ ಅಳು. ಹತ್ತಿರ ಹೋಗಿ ಕಣ್ಣೀರು ತೊಡೆದು ಭುಜಕ್ಕೆ ಒರಗಿಸಿಕೊಂಡು ಸಂತೈಸಿದರು.

"ನಂಗೆಲ್ಲ ಗೊತ್ತು. ಅದು ತುಂಬ ಕಾಸ್ಟ್ಲಿ ಹೋಟೆಲ್. ಬದ್ಕಿನಲ್ಲಿ ಹಣ ತುಂಬ ಮುಖ್ಯ. ಸಮಾಜದ ಸುದ್ದಿ ಬೇಡ. ನಾವು ಸುಖವಾಗಿ ನೆಮ್ದಿಯಾಗಿ ಇರೋಕ್ಕಾದ್ರೂ ಹಣ ಬೇಕು. ದುಂದು ವೆಚ್ಚ ಮಾಡಿದ್ರೆ ಮುಂದೆ ಬರೋ ಕಷ್ಟ, ಸಮಸ್ಯೆಗಳ್ನ ಎದುರಿಸೋಕ್ಕಾಗೊಲ್ಲ. ಹಣ ಕೆಲವು ಸಮಸ್ಯೆಗಳ್ನ ತಾನಾಗಿಯೇ ಪರಿಹಾರ ಮಾಡುತ್ತೆ. ಮನಿ ಮೇಕ್ಸ್ ಮೆನಿ ಥಿಂಗ್ಸ್ ಅನ್ನೋ ಮಾತೊಂದಿದೆ. ಖರ್ಚು ಮಾಡೋವಾಗ

ಎಚ್ಚರದಿಂದಿರು." ನಯವಾಗಿಯೆ ಬುದ್ಧಿ ಹೇಳಿದರು. ಅವಳಿಗೆ ಮಾತ್ರ ಚಾಟಿಯೇಟಿನಂತಿದ್ದವು.

ಕಣ್ಣೀರೊರೆಸಿಕೊಂಡು ಹೊರಗೆ ಬಂದ ವರ್ಣನ ನೋಡಿ ರೋಹಿಣಿ, ವರ್ಷ, ಆಶ್ಚರ್ಯಚಕಿತರಾದರು. ಇಬ್ಬರೂ ಕೇಳಲಿಲ್ಲ. ಇಬ್ಬರಿಗೂ ಮನೆಯ ಯಜಮಾನನ ಮೇಲೆ ಭರವಸೆ.

ಇಬ್ಬರು ಜೊತೆಗೂಡಿಯೇ ಮನೆಯಿಂದ ಹೊರಬಿದ್ದಾಗ ಕುತೂಹಲಕ್ಕಾಗಿ ಕೇಳಿದಳು ವರ್ಷ. "ಯಾಕೆ, ಅಪ್ಪ ನಿನ್ನ ಕರೆಸಿದ್ದು?" ಮುಂದೆ ಬಿದ್ದ ಜಡೆಯನ್ನು ಹಿಂದಕ್ಕೆ ಹಾಕಿಕೊಂಡಳು.

ಒಂದೆರಡು ನಿಮಿಷಗಳ ಮೌನದ ನಂತರ ಬಾಯಿಬಿಟ್ಟಳು. "ನೆನ್ನೆ ಮಧ್ಯೆ ಲಂಚ್ ಬ್ರೇಕ್‌ನಲ್ಲಿ 'ಪ್ಯಾರಡೈಸ್ ಹೋಟೆಲ್'ಗೆ ಲಂಚ್‌ಗೆ ಹೋಗಿದ್ವಿ. ಒಂದಾರು ಜನ. ಆಗ ಎಲ್ಲೋ ಅಪ್ಪ ನೋಡಿರ್ಬೇಕು. ಅದ್ಕೇ ಎನ್‌ಕ್ವೈರಿ" ಮೆಲ್ಲಗೆ ಉಸುರಿದಳು ಅತ್ತಿತ್ತ ನೋಡಿ.

ಕಾಲೇಜಿನಲ್ಲಿ ಓದುವ ವರ್ಷಗೆ ಇದೊಂದು ದೊಡ್ಡ 'ತಪ್ಪು' ಎಂದೇನು ಅನ್ನಿಸಲಿಲ್ಲ. ತಂದೆ ಅವರನ್ನ ಎಷ್ಟೋ ಸಲ ಹೋಟೆಲ್‌ಗೆ ಕರೆದೊಯ್ದಿದ್ದುಂಟು. ಒಮ್ಮೆ ಕಾಲೇಜಿನ ಗೆಳತಿಯರೊಂದಿಗೆ ಹೋಗುತ್ತಿದ್ದಾಗ ಕಾರ್ನರ್‌ನಲ್ಲಿ ಚಲಪತಿ ಸಿಕ್ಕಾಗ ತಾನೇ ಹೋಗಿ ಹೇಳಿದ್ದಳು.

"ನಾವೆಲ್ಲ ಹೋಟೆಲ್‌ಗೆ ಹೋಗ್ತಾ ಇದ್ದೀವಿ."

ತಂದೆ ಅವಳ ಕೆನ್ನೆ ತಟ್ಟಿ "ಹೋಗ್ಬನ್ನಿ, ಹ್ಯಾವ್ ಎ ನೈಸ್ ಟೈಮ್" ಎಂದಿದ್ದರು ಮುಗುಳ್ನಗುತ್ತ. ಅಂಥದ್ದರಲ್ಲಿ ಹೋಟೆಲ್‌ಗೆ ಹೋದ ಮಾತ್ರಕ್ಕೆ ಕರೆದು 'ಎನ್‌ಕ್ವೈರಿ' ಮಾಡಿದ್ದೇಕೆ? ಏನೇನು ಅರ್ಥವಾಗಲಿಲ್ಲ ವರ್ಷಗೆ. ಇಂಥ ವಿಷಯಗಳನ್ನು ಯೋಚಿಸಲಾರದಷ್ಟು ಅಸಮರ್ಥಳೇ?

ವರ್ಣ ತಂಗಿಯ ಸೊಂಟಕ್ಕೆ ತಿವಿದಳು. "ಏನಾದ್ರೂ ಮಾತಾಡೇ?" ತುಟಿ ಸೊಟ್ಟಗೆ ಮಾಡಿ "ಗೊತ್ತಾಗೋಲ್ಲ. ಏನಾತ್ಮಾಡ್ಲೀ! ನಾನು ಇನ್ನು ಚಿಕ್ಕವಳೂಂತ ಕಾಣುತ್ತೆ. ಆದ್ರೂ ಅಪ್ಪನ ಎಚ್ಚರಿಕೆ ಅಲಕ್ಷ್ಯ ಮಾಡೋದ್ಬೇಡ. ಅದ್ರಲ್ಲಿ ನಿನ್ನ ಒಳಿತು ಅಡಗಿರುತ್ತೆ" ವಿಶ್ಲೇಷಿಸಿದಳು.

ಅಷ್ಟರಲ್ಲಿ ಬಂದ ಆಟೋ ನಿಂತಿತು ಅವರ ಸಮೀಪದಲ್ಲಿಯೇ. "ಹಾಯ್, ವರ್ಣಾ.... ಕಮಾನ್" ಬಾಬ್ ಕೂದಲನ್ನು ಹಿಂದಕ್ಕೆ ತಳ್ಳುತ್ತ ಕರೆದಾಗ ತಂಗಿಯ ಕೈ ಹಿಡಿದುಕೊಂಡಳು. "ಈಗ ನಾನೇನ್ಮಾಡ್ಲಿ?" ಅವಳ ದನಿಯಲ್ಲಿ ಕಂಪನವಿತ್ತು.

ಆಶ್ಚರ್ಯದಿಂದ ಇಬ್ಬರ ಮುಖಗಳನ್ನು ಬದಲಿಸಿ ಬದಲಿಸಿ ನೋಡಿದ ವರ್ಷಗೆ ಅವಳ ಬೇಗುದಿಗೆ ಕಾರಣವಿಲ್ಲವೆನಿಸಿತು. "ನಿನ್ನ ಕೊಲಿಗ್ ತಾನೇ, ಇಷ್ಟವಿದ್ರೆ ಹೋಗು. ಇಲ್ಲಾಂದ್ರೆ ಏನಾದ್ರು ಹೇಳಿ ಕಳ್ಸು" ಎಂದಳು.

ಆ ಯುವತಿಯೇ ಇಳಿದು ಬಂದು ಪಿಸಪಿಸ ನಗುವಿನೊಂದಿಗೆ ಏನೋ ಹೇಳಿ ವರ್ಷನ ಪರಿಚಯ ಮಾಡಿಕೊಂಡು ಕರೆದೊಯ್ದಳು ವರ್ಣನ. ಆಟೋದಲ್ಲಿ ಕೂತ ನಂತರವೂ ತಂಗಿಯತ್ತ ನಿಸ್ಸಹಾಯಕ ನೋಟ ಬೀರಿದಳು. ಈಗಲೂ ಏನೇನು ಅರ್ಥವಾಗಲಿಲ್ಲ ವರ್ಷಗೆ.

ಕಾಲೇಜಿಗೆ ಹೋಗೋ ವೇಳೆಗೆ ಇವಳಿಗೊಂದು ಸುದ್ದಿ ಕಾದಿತ್ತು. "ನಿಮ್ತಂದೆ ಅರ್ಜೆಂಟಾಗಿ ಮನೆ ಹತ್ರ ಬರೋಕ್ಹೇಳಿದ್ದಾರೆ" ಎಂದಾಗ ಅವಳಿಗೆ ಆಶ್ಚರ್ಯ. ನಂತರ ಗಾಬರಿ, ಆಮೇಲೆ ಆತಂಕ.

ಬಸ್ಸಿಗೆ ಕಾಯದೆ ಆಟೋ ಹಿಡಿದು ಮನೆಗೆ ಬಂದಾಗ ಉಡುಪು ಧರಿಸಿ ರೆಡಿಯಾಗಿ ಅವಳಿಗಾಗಿಯೇ ಕಾದಿದ್ದರಂತೆ ಕಂಡರು ಚಲಪತಿ. "ಸಾರಿ ಫಾರ್ ದಿ ಟ್ರಬಲ್ ಮೈ ಚೈಲ್ಡ್. ಒಂದು ಅರ್ಜೆಂಟ್ ಮೀಟಿಂಗ್ ಇದೆ. ಅದ್ಕೆ ತೊಂದರೆ ಕೊಡ್ಬೇಕಾಯ್ತು. ನಿಮ್ಮಮ್ಮ ರೆಸ್ಟ್‌ನಲ್ಲಿ ಇರ್ಲಿ" ಎಂದವರು ಮತ್ತೆ ಎಚ್ಚರಿಸಿದರು. "ಕಂಪ್ಲೀಟ್ ಬೆಡ್ ರೆಸ್ಟ್, ಗಾಬ್ರಿಯಾಗೋಂಥದೇನಿಲ್ಲ" ಕೆನ್ನೆ ತಟ್ಟಿದರು.

ಮುಂಬಾಗಿಲನ್ನ ಹಾಕಿಕೊಂಡು ಒಳಗೆ ಬಂದಾಗ ಮಲಗಿದ್ದ ರೋಹಿಣಿ ಮುಗುಳ್ನಕ್ಕರು. "ನನ್ನ ಕಾವಲಿಗೆ ನಿನ್ನ ಕರ್‍ಸಿಕೊಂಡಿದ್ದು, ಸುಮ್ನೇ ನಿನ್ನ ಕಾಲೇಜು ಹಾಳು" ತಾಯಿಯ ಮಾತಿಗೆ ನಕ್ಕುಬಿಟ್ಟಳು.

"ಮೈ ಗಾಡ್, ನಮ್ಮ ಕಾಲೇಜು ಕಟ್ಟಡ ಕಟ್ಟಿ ಇಪ್ಪತ್ತೈದು ವರ್ಷಗಳು ಆಯಿತಂತೆ. ಇನ್ನ ಎಪ್ಪತ್ತೈದು ವರ್ಷಗಳು ಗ್ಯಾರಂಟಿ. ನನ್ನ ಮಕ್ಳು ಅವ್ರ ಮಕ್ಳು ಕೂಡ ಓದ್ಬಹ್ದು." ನಗೆಯಾಡಿದವಳು ತಾಯಿಯ ಪಕ್ಕದಲ್ಲಿಯೇ ಕೂತಳು. ತೀರಾ ಆತಂಕ, ಗಾಬರಿಪಡುವುದು ಸ್ವಲ್ಪ ಕಮ್ಮಿಯೇ ಅವಳು.

"ಏನಾಗಿದೆಯಮ್ಮ?" ಕೇಳಿದಳು ಮೆಲ್ಲಗೆ.

ರೋಹಿಣಿ ನೀರಸ ನಗೆ ಬೀರಿದರು. "ಹೊಸ್ದಾಗಿ, ಹೇಳಿಕೊಳ್ಳೋಂಥದೇನಿಲ್ಲ. ಆಗಾಗ ಹೊಕ್ಕಳ ಕೆಳಭಾಗದ ಹೊಟ್ಟೆಯ ನೋವು ಅಷ್ಟೆ. ಸ್ವಲ್ಪ ಆಯಾಸ, ಓಡಾಟ, ಆಗಾಗ ಸ್ವಲ್ಪ ಹೊಟ್ಟೆ ನೋವ್ಹಂತ ಅನ್ನಿಸುತ್ತೆ. ಎಷ್ಟೋ ವರ್ಷಗಳಿಂದ ಜೊತೆಯಲ್ಲೇ ಇದೆ. ನೋವು ಬಂದಾಗ ಮಾತ್ರ ರೆಸ್ಟ್ ತಗೊಂಡ್ರೆ ಸರ್‍ಯೋಗುತ್ತೆ." ಮೊದಲ ಸಲ ತಮ್ಮ ದೇಹಸ್ಥಿತಿಯನ್ನು ಮಗಳ ಮುಂದೆ ಬಿಡಿಸಿಟ್ಟರು. ಅದಕ್ಕೆ ಕಾರಣವೂ ಇತ್ತು. ಓದಿದ ಹುಡುಗಿ ತೀರಾ ದೊಡ್ಡದಾಗಿ ಭಾವಿಸಿ ಚಿಂತಿತಳಾಗುವುದು ಬೇಕಿರಲಿಲ್ಲ.

ಮಕ್ಕಳು ವಿದ್ಯಾರ್ಥಿ ದೆಸೆಯಲ್ಲಿ ಯಾವುದೇ ವ್ಯಾಕುಲಕ್ಕೆ ಒಳಗಾಗದಂತೆ ಕಟು ಎಚ್ಚರದಿಂದ ಬೆಳೆಸಿದ್ದರು ಚಲಪತಿ.

ಹಣೆಯೊತ್ತಿಕೊಂಡು ಕೂತುಬಿಟ್ಟಳು ವರ್ಷ. ತಾಯಿಗೆ ಆಗಾಗ ಬರುತ್ತಿದ್ದ ಹೊಟ್ಟೆನೋವಿನ ಸಂಗತಿಯೇ ತನಗೆ ತಿಳಿದಿರಲಿಲ್ಲವಲ್ಲ. ಅವೆಲ್ಲ ತಿಳಿದುಕೊಳ್ಳಲಾರದಷ್ಟು ಚಿಕ್ಕವಳೇ? ಅವಳ ಐದರ ವಯಸ್ಸಿನ ಫೋಟೋ ಫ್ರೇಮ್‌ಗೆ ಹಾಕಿಟ್ಟಿದ್ದರು. ತಾನಿನ್ನ ಅದೇ ಸ್ಥಿತಿಯಲ್ಲಿ.... ನೆನೆಸಿಕೊಂಡು ಘೊಳ್ಳನೇ ನಕ್ಕುಬಿಟ್ಟಳು.

"ಅಮ್ಮ, ನಾನು ಚಿಕ್ಕವಳಾಗಿದ್ದಾಗ ಹೇಗಿದ್ದೆ?" ಕೇಳಿದಳು ತಾಯಿಯ ಹೊಟ್ಟೆನೋವಿನ ವಿಷಯವನ್ನೇ ಮರೆತಂತೆ. ಮಗಳನ್ನು ಕಣ್ಣುಗಳಲ್ಲಿ ತುಂಬಿಕೊಳ್ಳುವಂತೆ ನೋಡುತ್ತ "ನಂಗೇನು ಅಂಥ ವ್ಯತ್ಯಾಸ ಕಾಣೋಲ್ಲ. ಆಗ ನಿಮ್ಮಪ್ಪ ಓದಿಸೋಕೆ ಮುಂದೆ ಕೂಡ್ಸಿಕೊಳ್ಳೋರು. ಕೆಲವೊಮ್ಮೆ ಹನ್ನೊಂದು ಘಂಟೆವರ್ಗೂ ಪಾಠ ಹೇಳೋರು. ಹತ್ತನೆ ರ್‍ಯಾಂಕ್ ಕೆಳ್ಗೆ ಬಂದಿದ್ದೇ ಇಲ್ಲ. ಆದ್ರೆ ವರ್ಣ ಯಾವಾಗ್ಲೂ ಕ್ಲಾಸ್‌ಗೆ ಫಸ್ಟ್. ಅವಳಿದ್ದ ಕ್ಲಾಸ್‌ನಲ್ಲಿ ಯಾರ್ಗೂ ಒಂದನೇ ರ್‍ಯಾಂಕ್ ಬಿಟ್ಟುಕೊಡ್ತಾ ಇರ್ಲಿಲ್ಲ. ಎಷ್ಟೊಂದು ಹೊಗಳೋರು ಗೊತ್ತಾ, ಅವ್ಳ ಕ್ಲಾಸ್ ಟೀಚರ್ಸ್!" ಮಗಳ ಬಗ್ಗೆ ಅಭಿಮಾನದಿಂದ ಹೇಳಿಕೊಂಡರು. ಅವಳಿಗೂ ಖುಷಿ ಅಕ್ಕನ ಬಗ್ಗೆ ಕೇಳುವುದೆಂದರೆ. ಆದರೆ ತನ್ನ ಓದಿನ ಬಗ್ಗೆ ಎಂದೂ ಕೀಳರಿಮೆ ಬಂದಿರಲಿಲ್ಲ. ಅದೊಂದು ವಿಶೇಷ.

ಅದೂ ಇದೂ ಮಾತಾಡಿ ತಾಯಿಯ ಹೊಟ್ಟೆ ನೋವನ್ನ ಮರೆಸಿಬಿಟ್ಟಳು. ಏನೋ ನೆನಪಿಸಿಕೊಂಡಂಗೆ ವಿಚಾರಿಸಿದರು ರೋಹಿಣಿ.

"ವರ್ಣ, ನೀನು ಜೊತೆಯಾಗಿಯೇ ಹೋದ್ರಲ್ಲ... ಆಗ ಏನಾದ್ರು ಹೇಳಿದ್ಲಾ? ಕಣ್ಣಲ್ಲಿ ಕಂಬನಿ ಬರುತ್ತಿತ್ತು. ತುಂಬ ಬುದ್ಧಿವಂತೆ. ಅವಳಿಂದಾದ್ರೂ ತಪ್ಪು ಮಾಡೋದುಂಟಾ? ಅವ್ಳೆ ಹೋಗಿ ಒಂದೆರಡು ಡ್ರೆಸ್ ತಗೊಂಡಿದ್ದಾಳೆ."

ವರ್ಣ ಹೇಳಿದ 'ಎನ್‌ಕ್ವೈರಿ' ಬಗ್ಗೆ ಹೇಳಬೇಕೆನ್ನಿಸಲಿಲ್ಲ ಅವಳಿಗೆ. "ಏನಾಗಿಲ್ಲಮ್ಮ, ಅಪ್ಪ ಮಗ್ಳ ಪರ್ಸನಲ್ ಏನೋ ಇರ್ಬೇಕು. ಗಂಡನ್ನೇನಾದ್ರೂ ತಲಾಷ್ ಮಾಡ್ತಾ ಇದ್ದಾರೇನೋ ವರ್ಣಕ್ಕಳಿಗಾಗಿ" ನಗೆ ಚಿಮ್ಮಿದ್ರಳು.

"ಈಗ್ಲೇ ಅಂಥದೇನಿಲ್ಲ. ಬೇಗ್ನೆ ಅವ್ಳಿಗೆ ವಿದ್ಯಾಭ್ಯಾಸ ಮುಗೀತು. ಕೆಲ್ಸಾನು ಸಿಕ್ತು. ಎರಡ್ವರ್ಷದ ನಂತರವೇ ಆ ಯೋಚ್ನೆ. ಬರೀ ಓದು ಓದೂಂತ ಮೂರ್‍ಹೊತ್ತೂ ಪುಸ್ತಕದ ಮುಂದೆ ಕೂಡ್ತಾ ಇದ್ಲು. ಕಡೆಗೆ ಪೇಪರ್ ಕೂಡ ನೋಡ್ತಾ ಇರ್ಲಿಲ್ಲ. ಒಂದಿಷ್ಟು ಲೋಕದ ಜ್ಞಾನ ಬೆಳ್ಸಿಕೊಳ್ಲಿ" ಸ್ಪಷ್ಟವಾಗಿ ಅರುಹಿದರು.

ಗದ್ದಕ್ಕೆ ಕೈಯೂರಿ ಕೂತ ವರ್ಷಗೆ ತಾಯಿ ತುಂಬ ಬುದ್ಧಿವಂತಳಂತೆ ಕಂಡಳು. ಮುಖದಲ್ಲಿ ಸುಸ್ತು, ಆಯಾಸ ಕಂಡರೂ ಕಳೆಕಳೆಯಾದ ಮುಖವೆನಿಸಿತು.

"ಅಮ್ಮ, ನೀನು ತುಂಬ ಚೆನ್ನಾಗಿದ್ದೀಯಾ!" ಬೊಗಸೆಯಲ್ಲಿ ತಾಯಿಯ ಮುಖವನ್ನಿಡಿದು ಮುಖದ ತುಂಬ ಮುತ್ತು ಮಳೆಗರೆದಳು. "ಏನೇನು ಬೆಳ್ದಿಲ್ಲ. ನೀನು ಇನ್ನ ಮಗು." ಪ್ರೀತಿಯಿಂದ ಬೈಯ್ದರು. ಇದು ವಿಶೇಷವಲ್ಲ. ವರ್ಷ ಯಾವಾಗಲೂ ಅಷ್ಟೆ. ಒಂದಿಷ್ಟು ಚಲಪತಿಗಳ ಎದುರು ನಿಂತು ಮಾತಾನಾಡುತ್ತಿದ್ದವಳು ಅವಳೇ. ಕೆಲವೊಮ್ಮೆ ಹಾಸ್ಯ ಮಾಡಲೂ ಹಿಂದೆಗೆಯುತ್ತಿರಲಿಲ್ಲ.

ತಾಯಿ, ಮಗಳು ಎಷ್ಟೋ ವಿಷಯಗಳನ್ನು ಮಾತಾಡಿದರು. ಇಷ್ಟು ಏಕಾಂತ ಇಬ್ಬರ ನಡುವೆ ಸಿಕ್ಕೇ ಇಲ್ಲವೇನೋ ಎನ್ನುವಂತೆ ಹರಟಿದರು.

ಮಗಳ ಕೈ ಹಿಡಿದುಕೊಂಡು ಆತ್ಮೀಯವಾಗಿ "ಸ್ವಲ್ಪ ಸರ್‍ಯಾಗಿ ಓದು ವರ್ಷ. ನಿನ್ನ ನಿಮ್ಮಪ್ಪ ಡಾಕ್ಟ್ರು ಮಾಡ್ಬೇಕೂಂತಿದ್ದಾರೆ. ಒಳ್ಳೆ ಮಾರ್ಕ್ಸ್ ಬೇಕು. ಎಂಟ್ರೆನ್ಸ್ ಎಕ್ಸಾಮ್ ತೇರ್ಗಡೆಯಾಗ್ಬೇಕು ಫಸ್ಟ್‌ಕ್ಲಾಸ್‌ನಲ್ಲಿ. ಆಗ ಮೆರಿಟ್ ಸೀಟು ಸಿಕ್ಕಿದ್ರೆ ಫೀಸು, ಬಟ್ಟೆ ಬರೆ

ಹೊಂದಿಸಿ ಓದಿಸ್ಬಹುದ್ದು" ಹೇಳಿದಾಗ, ಅವಳ ತಲೆಯ ಮೇಲೆ ಸುತ್ತಿಗೆಯಿಂದ ಹೊಡೆದಂತಾಯಿತು. ಇಂಥ ಕನಸು ಕೂಡ ಅವಳಿಗೆ ಭಯವೇ.

ಎರಡು ಕೈಯಲ್ಲೂ ತಲೆ ಹಿಡಿದುಕೊಂಡಳು. ಸ್ಕೆಲಿಟನ್, ಮೇಜಿನ ಮೇಲಿನ ಹೆಣ, ಆಕ್ರಂದನ-ಅವಳೆದೆಯ ಬಡಿತ ತಮಟೆಯಂತೆ ಕಿವಿಯ ಬಳಿ ಕೇಳಿಸತೊಡಗಿ ಸಣ್ಣಗೆ ಬೆವೆತಳು ಕೂಡ.

"ಏನಾದ್ರು ಮಾತಾಡು. ಖಂಡಿತ ಓದ್ತೀಯಾ ತಾನೇ?" ಅವಳಮ್ಮ ಮಗಳ ಮುಂದಲೆ ಸವರಿದಾಗ ಅಲ್ಲೇ ಇದ್ದ ಸ್ಟೀಲ್‌ನ ಹೂಜಿಯಿಂದ ನೀರು ಬಗ್ಗಿಸಿಕೊಂಡು ಕುಡಿದು ನಗುಮುಖ ಮಾಡಿದಳು. "ಒಂದು ಪ್ರಶ್ನೆ ಕೇಳ್ಲಾ? ಡಾಕ್ಟರಾಗೋದು, ಇಂಜಿನಿಯರಾಗೋದು ಈಗ ಅಂಥ ಗ್ಲಾಮರ್ ಏನಲ್ಲ. ಸಾವಿರಾರು ಜನ ಆ ಪ್ರೊಫೆಷನ್‌ನವ್ರು ಇರ್ತಾರೆ. ಅದ್ಕಿಂತ ವಿಭಿನ್ನವಾದ್ನ ಯಾಕೆ ಆರಿಸ್ಕೋಬಾರ್ದು?" ಸುತ್ತು ಬಳಸಿ ಹೇಳಿದಳು ಮೆಲ್ಲಗೆ.

"ನಿಂಗೆ ಓದೋಕೆ ಇಷ್ಟವಿಲ್ಲ!" ಸಿಡುಕಿದರು.

"ಖಂಡಿತ ಇಷ್ಟ ಇದೆ. ಆದರೆ ನಂಗೆ ಭೌತಶಾಸ್ತ್ರ, ರಸಾಯನ ಶಾಸ್ತ್ರಗಳೆಂದರೆ ಒಂದಿಷ್ಟು ತಲೆನೋವು. ಆದ್ರೂ ನೀನು ಹೇಳಿದ್ಮೇಲೆ ಓದ್ತೀನಿ. ಅದೇನು ನಾನು ಡಾಕ್ಟ್ರೇ ಆಗ್ಬೇಕು?" ತಾಯಿಗೆ ಒಂದು ಪ್ರಶ್ನೆ ಎಸೆದಳು.

ತಲೆ ಚಿಟ್ಟೆನಿಸಿತು ರೋಹಿಣಿಗೆ. "ಸಮಾಜದಲ್ಲಿ ಮರ್ಯಾದೆ ಇರುತ್ತೆ. ಒಬ್ಬ ಡಾಕ್ಟ್ರು ಕೂಡ ನಿನ್ನ ಮದ್ವೆಯಾಗಲು ಬಯಸ್ಬಹುದ್ದು. ಇದೆಲ್ಲ ದೂರದೃಷ್ಟಿ ಅಲ್ವಾ?" ವಿವೇಚನೆಯಿಂದ ನುಡಿದರು.

ತಲೆ ಕೆಟ್ಟಂತಾಯಿತು ಅವಳಿಗೆ. ಆ ವಿಷಯಗಳ ಪ್ರಸ್ತಾಪ ಬೇಡವೆನಿಸಿತು.

"ನೀನು ಒಂದಿಷ್ಟು ಮಲ್ಗಿ ನಿದ್ರೆ ಮಾಡಿ ರೆಸ್ಟ್ ತಗೊ. ಸ್ವಲ್ಪ ನಿನ್ಮುಖ ಕಂಗೆಟ್ಟಿದ್ರೂ ಅಪ್ಪ ನನ್ನ ಕಟಕಟೆ ಮಧ್ಯೆ ನಿಲ್ಸಿ ಪ್ರಶ್ನಿಸೋಕೆ ಶುರು ಮಾಡ್ಬಿಡ್ತಾರೆ. ಅಡ್ಗೆ ಮನೆ ಕೆಲ್ಸ ನೋಡ್ತೀನಿ." ರೋಹಿಣಿಯನ್ನು ಬಲವಂತವಾಗಿ ಮಲಗಿಸಿ ಹೊರಬಂದಳು.

ತಂದೆಗೆ ತಾಯಿಯ ಮೇಲೆ ಅಪರಿಮಿತ ಪ್ರೀತಿಯೆಂದು ಗೊತ್ತು. ರಜದಿನಗಳಲ್ಲಿ ಮನೆಯಲ್ಲಿರುತ್ತಿದ್ದ ಚಲಪತಿಗಳು ಅಡಿಗೆ ಮನೆಯ ಪೂರ್ತಿ ಕೆಲಸ ವಹಿಸಿಕೊಂಡು ಹೆಂಡತಿಗೆ ವಿಶ್ರಾಂತಿ ಕೊಡುತ್ತಿದ್ದರು. ಇಂದಿನವರೆಗೂ ರೋಹಿಣಿಯ ಆರೋಗ್ಯ ಸ್ಥಿತಿಯನ್ನು ಎಂದೂ ಮಕ್ಕಳ ಬಳಿ ಪ್ರಸ್ತಾಪಿಸಿದವರೇ ಅಲ್ಲ.

ಅಷ್ಟಿಷ್ಟು ಕೆಲಸ ಮಾಡಿದ ವರ್ಷ ಏನಾದರೂ ತಿಂಡಿ ಮಾಡಬೇಕೆಂದುಕೊಂಡಳು. ತಾಯಿಗೆ ಅಡಿಗೆಗೆ ಸಹಾಯ ಮಾಡುತ್ತಿದ್ದಳು. ನೇರವಾಗಿ ಏನಾದರೂ ಮಾಡುವ ಅವಕಾಶವೇ ಕಮ್ಮಿ. ಅಂಥ ಅಗತ್ಯ ಬಿದ್ದಾಗ ಮುಲಾಜಿಲ್ಲದೆ ವಹಿಸಿಕೊಳ್ಳುತ್ತಿದ್ದರು ಚಲಪತಿ.

ಒಂದಿಷ್ಟು ಅವಲಕ್ಕಿ ತೊಳೆದು ನೆನೆಸುವ ವೇಳೆಗೆ ಕರಗಂಟೆ ಸದ್ದಾಯಿತು. ತಂದೆಯ ಬದಲು ಪರಿಚಯವಿಲ್ಲದ ವ್ಯಕ್ತಿ ನಿಂತಿದ್ದರು.

"ಚಲಪತಿ ಇಲ್ವಾ ಅಮ್ಮ ಮನೆಯಲ್ಲಿ! ನೀನು ವರ್ಷನೋ ವರ್ಣನೋ?" ಅಲ್ಲೇ ಶುರು ಮಾಡಿದಾಗ ಬಾಗಿಲಿಗೆ ಅಡ್ಡ ಹಿಡಿದ ಕೈ ತೆಗೆಯದ ವರ್ಷ. "ಮೊದ್ಲು ನಿಮ್ಮ ಪರಿಚಯ ಹೇಳ್ಕೊಳ್ಳಿ. ಆಮೇಲೆ ವರ್ಷನೋ, ವರ್ಣನೋ ಹೇಳ್ತೀನಿ" ಸಹಜವಾಗಿ ಕೇಳಿದಳು.

ತಮ್ಮ ತಪ್ಪನ್ನ ಆ ವ್ಯಕ್ತಿ ಅರ್ಥ ಮಾಡಿಕೊಳ್ಳುವ ವೇಳೆಗೆ ಚಲಪತಿಗಳು ಬಂದರು. "ಓ, ನೀಲಕಂಠ.... ಇದೇನು ಅಪರೂಪವಾಗಿ ಮನೆಯವರೆಗೂ" ಎನ್ನುತ್ತಲೇ ಅತಿಥಿಯನ್ನು ಮಾತನಾಡಿಸಿದಾಗ ತನ್ನ ಕೆಲಸ ಮುಗಿಯಿತೆಂದು ಹಿಂದಕ್ಕೆ ಸರಿದಳು.

ಇಬ್ಬರೂ ಒಳಗೆ ಬಂದರು.

"ಕೂತ್ಕೊ, ಬಟ್ಟೆ ಬದಲಾಯ್ಸಿ ಕೊಂಡ್ಬರ್ತೀನಿ" ರೂಮಿಗೆ ಹೋದ ಚಲಪತಿ ಹೆಂಡತಿಯ ಯೋಗಕ್ಷೇಮ ವಿಚಾರಿಸಿಕೊಂಡು ಆಕೆಯೊಂದಿಗೆ ಹೊರಬಂದು "ನೀಲಕಂಠ ಬಂದಿದ್ದಾನೆ, ಎಲ್ಲೋ ಹೊರ್ಗಡೆ ಸಿಕ್ಕಿದ್ರೆ 'ಹಲೋ' ಎಂದು ಕುಶಲೋಪರಿ ವಿಚಾರ್ಸಿ ಕಳಚಿಕೊಳ್ಳುತ್ತಿದ್ದ ಮನುಷ್ಯ ಮನೆಯವರೆಗೂ ಬಂದಿದ್ದಾನೆ" ವ್ಯಂಗ್ಯವೇನಿರಲಿಲ್ಲ ಅವರ ಮಾತುಗಳಲ್ಲಿ. ಹತ್ತು ಅಥವಾ ಅದಕ್ಕೂ ಜಾಸ್ತಿ ವರ್ಷಗಳ ಹಿಂದೆ ಬಂದಿದ್ದ ವ್ಯಕ್ತಿ ಇಂದು ತಾನಾಗಿ ಹುಡುಕಿಕೊಂಡು ಬಂದಿದ್ದು ಆಶ್ಚರ್ಯವೇ.

ನೀಲಕಂಠಯ್ಯ ಬರೀ ನಕ್ಕರು ಸಂಕೋಚದಿಂದ. ಇಂದು ಒಂದು ಮುಖ್ಯವಾದ ವಿಷಯವನ್ನು ಮನದಲ್ಲಿ ಇಟ್ಟುಕೊಂಡೇ ಹುಡುಕಿಕೊಂಡು ಬಂದಿದ್ದು.

ಅವಲಕ್ಕಿಗೆ ವಗ್ಗರಣೆ ಹಾಕಿ ತಂದುಕೊಟ್ಟಳು ಇಬ್ಬರಿಗೆ. ಅವಳ ಹಿಂದೇನೇ ಹೋದ ರೋಹಿಣಿ "ನನ್ನನಾದ್ರೂ ಕರೀಬೇಕಿತ್ತು. ಉಪ್ಪು, ಖಾರ ಎಲ್ಲಾ ಸರ್ರ್ಯಾಗಿತ್ತೋ, ಏನೋ!" ಪೇಚಾಡಿಕೊಂಡರು.

ಇಕ್ಕಳದಿಂದ ಪಾತ್ರೆಯ ಮುಚ್ಚಳ ತೆಗೆದು ತಾಯಿಗೆ ಒಂದು ತಟ್ಟೆಗೆ ಸ್ವಲ್ಪ ಬಗ್ಗಿಸಿಕೊಟ್ಟು "ಸ್ವಲ್ಪ ನೋಡಮ್ಮ, ಉಪ್ಪು ಖಾರ ಜಾಸ್ತಿಯಾಗಿದೇಯೇಂದ್ರೆ..... ಒಂದಿಷ್ಟು ಮೊಸರು ತಗೊಂಡ್ಹೋಗಿ ಹಾಕ್ತೀನಿ. ಅದು ಎಲ್ಲಾನೂ ಸರಿ ಮಾಡುತ್ತೆ" ಎಂದವಳು ಉಳಿದ ಅವಲಕ್ಕಿಯನ್ನು ಹಾಟ್ ಬಾಕ್ಸಿಗೆ ತುಂಬಿ ಮುಚ್ಚಿ ಕೈಯನ್ನು ಬಟ್ಟೆಗೊರಗಿಸಿದಳು.

ಆಕೆಗೆ ತಿನ್ನಲು ಇಚ್ಛೆ ಇಲ್ಲದಿದ್ದರೂ ರುಚಿಯ ಸಲುವಾಗಿಯಾದರೂ ಬಾಯಿಗೆ ಹಾಕಿಕೊಂಡಳು. ಉಪ್ಪು, ಖಾರ ಏನು ಎಣ್ಣೆ, ಕೊಬ್ಬರಿ ಎಲ್ಲಾ ಪದಾರ್ಥಗಳೂ ಕಮ್ಮಿಯಾಗಿ ಸಪ್ಪೆಯಂಥ ಟೇಸ್ಟ್.

"ಏನೇನು ಇಲ್ಲ" ಮುಖ ಕಹಿ ಮಾಡಿ ತಟ್ಟೆ ಇಟ್ಟಾಗ ಅದನ್ನ ಕೂಡ ಹಾಟ್‌ಬಾಕ್ಸ್‌ಗೆ ಹಾಕಿ ಮುಚ್ಚಿಟ್ಟು "ಏನು ತೊಂದರೇನು ಇಲ್ಲ. ಖಾರಾಂತ ನೀರು ಕುಡ್ಯೋ ಹಂಗಿಲ್ಲ. ಉಪ್ಪು ಜಾಸ್ತಿಯಾದ್ರೆ ಬಿ.ಪಿ. ಇದ್ದವ್ರಿಗೆ ಸಮಸ್ಯೆ. ಖಾರ ಜಾಸ್ತಿಯಾಗಿದ್ರೆ ಕರುಳು ಹುಣ್ಣು ಇರೋರು ತಿನ್ನೋಕ್ಕಾಗಲ್ಲ. ಈಗ ಎಲ್ಲರೂ ತಿನ್ನಬಹುದು. ತಿನ್ನೋ ಜನಕ್ಕೆ ಹೊಟ್ಟೆ ಹಸ್ದಿರ್ಬೇಕು" ವ್ಯಾಖ್ಯಾನಿಸಿದಳು ಸರಳವಾಗಿ.

ಆ ವೇಳೆಗೆ ವರ್ಣ ಕೂಡ ಬಂದಳು.

"ಎಷ್ಟೊಂದು ಬೆಳ್ದುಬಿಟ್ಟಿದ್ದಾಳೆ" ನೀಲಕಂಠಯ್ಯನ ಉದ್ಗಾರಕ್ಕೆ ಚಲಪತಿ ಚುರುಕು ಮುಟ್ಟಿಸಿದರು. "ಅಲ್ಲಲ್ಲಿ ನೀನು ಸಿಕ್ಕ ಪ್ರಸ್ತಾಪ ಮಾಡಬೇಡ. ಎಂಥ ಒತ್ತು ಕ್ರಾಪ್ ನಿಂಗೆ. ಈಗ ಮುಂದಿನ ಸೈಟುಗಳಾಗಿ ವಿಂಗಡಿಸಿ ಮಾರಿದಂತೆ ಮುಂದಿನ ಕೂದಲೆಲ್ಲ ಖಾಲಿಯಾಗಿ ಬಾಲ್ಡಿಯಾಗ್ಬಿಟ್ಟಿದ್ದೀಯಾ. ಇವೆಲ್ಲ ವಯೋಧರ್ಮಕ್ಕೆ ಅನುಗುಣವಾಗಿ ನಡ್ಕೋ ಅಂಥದ್ದು, ಈಗೇನು ಕುಡಿತೀಯೋ?" ಕೇಳಿದರು ಸಲಿಗೆಯಿಂದ. ಅನಾವಶ್ಯಕವಾಗಿ ಬೇರೆಯವರ ಬಗ್ಗೆ ಉದಾಸೀನ ತೋರುವುದು ಅವರ ಸ್ವಭಾವವಲ್ಲ.

ನೀಲಕಂಠಯ್ಯ ಜೋರಾಗಿ ನಕ್ಕರು.

"ಅಂತು. ನಾನು ಬಾಲ್ಡಿಯಾಗಿರೋದು ಈ ರೀತಿಯಾಗಿ ಹೇಳಿ ಹಂಗಿಸಿದ್ಯಲ್ಲ. ಚೆನ್ನಾಗಿದೆ ಬಿಡು. ಏನು ಕೊಟ್ರೂ ಕುಡ್ಯೋಕೆ ಸಿದ್ಧ. ಷುಗರ್, ಬಿ.ಪಿ. ಅಲ್ಸರ್ ಅಂಥದೇನಿಲ್ಲ. ಅಂತು ಮುಟ್ಟಿದ್ರೆ ಸವೆಯೋಂಥ ಹೆಣ್ಣು ಮಕ್ಳು" ಹೊಗಳಿದರು ವರ್ಣ ಮತ್ತು ವರ್ಷನ, ಅದೇನು ಉತ್ಪ್ರೇಕ್ಷೆಯ ಮಾತುಗಳಲ್ಲ.

ಹಿರಿಯ ಹುಡುಗಿ ವರ್ಣ ಅವರಿಗೆ ಇಷ್ಟವಾದಳು. 'ನಂಗಂತು ಹುಡ್ಗಿ ಚೆನ್ನಾಗಿರ್ಬೇಕು' ಮಗ ಹಾಕಿದ್ದು ಇದೊಂದೇ ಕಂಡೀಷನ್. ಮುದ್ದಾದ ಗಂಭೀರ ಮುಖಭಾವದ ಹುಡುಗಿ. ಉದ್ದ ನಿಲುವು, ಶುಭ್ರ ಮೈಕಾಂತಿ-ತಕರಾರು ಇಲ್ಲದ ಜನ. ಅಮೇರಿಕಾದಿಂದ ಬಂದು ಸ್ಥಾಪಿಸಿದ್ದ 'ಕಂಪ್ಯೂಟರ್ ಸಾಫ್ಟ್‌ವೇರ್ ಡೆವಲಪ್‌ಮೆಂಟ್ ಕಾರ್ಪೊರೇಷನ್' ಅಂತ ಹೆಸರಾಂತ ಸಂಸ್ಥೆಯಲ್ಲಿ ಕೆಲಸ. ಮುಂದೆ ಇದಕ್ಕಿಂತ ಉತ್ತಮವಾದ ಜಾಬ್ ದೊರೆಯಬಹುದು. ಇಂಥ ಅಡ್ವಾಂಟೇಜ್ ಇದ್ದುದರಿಂದ ಹಳೆಯ ಸಂಬಂಧ ಹೇಳಿಕೊಂಡು ಬರಲು ಅವರಿಗೇನು ಸಂಕೋಚವೆನಿಸಿರಲಿಲ್ಲ.

ಅದೂ ಇದೂ ಮಾತುಕತೆ, ಕಾಫೀಯ ನಂತರ ವಿಷಯಕ್ಕೆ ಬಂದರು. "ನನ್ಮಗ ಡಾಕ್ಟ್ರು. ಸ್ವಂತ ಕ್ಲಿನಿಕ್ ಇಟ್ಕೊಂಡಿದ್ದಾನೆ. ಮುಂದೆ ವಿಸ್ತರಿಸಿ ನರ್ಸಿಂಗ್ ಹೋಮ್ ಮಾಡೋ ಯೋಚನೇನೂ ಇದೆ ಭವಿಷ್ಯದಲ್ಲಿ. ಆದರೆ ಇದೊಂದು ವಿಪರ್ಯಾಸ. ಅವ್ನಿಗೆ ಡಾಕ್ಟ್ರು ಹುದ್ದೆಯಲ್ಲಿರೋ ಹೆಂಡ್ತಿ ಬೇಡ. ಹಾಗೆಂದು ಹುಡ್ಗೀ ಕೆಲ್ಸದಲ್ಲಿರೋಕೆ ಅಭ್ಯಂತರವಿಲ್ಲ. ಈ ವರ್ಷ ಮದ್ವೆ ಮಾಡೋ ಇರಾದೆ" ನೇರವಾಗಿ ಬಂದ ವಿಚಾರವನ್ನು ಚಲಪತಿಗಳ ಮುಂದಿಟ್ಟಾಗ ಚಿಂತೆಗೊಳಗಾದರು ಚಲಪತಿ.

"ನೀಲಕಂಠ, ಇನ್ನು ಎರಡ್ವರ್ಷ ಮದ್ವೆ ಮಾಡೋ ಯೋಚ್ನೆ ಇಲ್ಲ ವರ್ಣಗೆ. ಬರೀ ಓದಿನಲ್ಲೆ ಮುಳುಗಿದ್ಲು. ಭವಿಷ್ಯದ ದೃಷ್ಟಿಯಿಂದ ಕಲಿಕೆಯ ಅಗತ್ಯವಿದೆ. ಇಷ್ಟು ನನ್ನೆಡೆಯ ವಿಷ್ಯ" ಸ್ಪಷ್ಟಪಡಿಸಿದರು.

ನೀಲಕಂಠಯ್ಯನ ಮುಖ ಸಪ್ಪಗಾಯಿತು. ತಮ್ಮ ಮಾತಿಗೆ ಅದ್ಭುತ ಸ್ವಾಗತ ಸಿಗುತ್ತದೆಯೆನ್ನುವುದು ಹುಸಿಯಾಗಿತ್ತು.

ಅವರು ಹೊರಟುಹೋದ ಮೇಲೆ ರೂಮಿನಲ್ಲಿ ತೋಡಿಕೊಂಡರು ರೋಹಿಣಿ. "ಅವರಾಗಿ ಬಂದಿದ್ರು. ಹೇಗೂ ಹುಡ್ಗಾನು ಡಾಕ್ಟ್ರು. ಹ್ಞೂಂ ಅಂದುಬಿಡ್ಬಹುದಿತ್ತು."

ತಲೆ ಕೊಡವಿದರು ಚಲಪತಿ. "ನಾವು ಮಾಡೋ ತಪ್ಪಿಗೆ ಅವ್ರು ಪಶ್ಚಾತ್ತಾಪ ಪಡ್ಬಾರ್ದು. ಈ ನೀಲಕಂಠ ನನ್ನ ನೋಡಿದ್ರೂ ಮಾತಾಡಿಸ್ತ ಇರ್ಲಿಲ್ಲ. ಈಗ ವರ್ಣಾಳ ಓದು, ಪಡೆದ ರ್‍ಯಾಂಕ್, ಮುಂದಿನ ಉತ್ತಮ ಭವಿಷ್ಯ, ಆಕರ್ಷಕವಾದ ಸಂಬಳ - ಇಲ್ಲಿಗೆ ಹುಡ್ಕಿಕೊಂಡು ಬರುವಂತಾಗಿದೆ. ನನ್ನ ಒತ್ತಡದ ಅನುಗುಣವಾಗಿ ವರ್ಣಾ ಪುಸ್ತಕದ ಹುಳು ಆಗ್ಬಿಟ್ಟಿದ್ಲು. ಬರೀ ಓದಿದ್ದು ಅವ್ಳ ಪಠ್ಯಪುಸ್ತಕಗಳನ್ನೇ. ಕಂಪ್ಯೂಟರ್ ವಿಶ್ವದ ಮುಂದೆ ಸಾಮಾಜಿಕ, ರಾಜಕೀಯ ನಡೆನುಡಿಗಳ ಅರಿವೇ ಇಲ್ಲದಂತಾಗಿದೆ. ಆ ಗುಂಗಿನಿಂದ ಈಗ ಹೊರಬಂದಿದ್ದಾಳೆ. ಜಗತ್ತನ್ನು ಅರಿಯಲು ಒಂದಿಷ್ಟು ಸಮಯ ಬೇಕು. ಆಮೇಲೆ ಸ್ಪಷ್ಟವಾಗಿ ನಿರ್ಧಾರಗಳ್ನ ತಗೋತಾಳೆ" ಎಂದರು. ಸದ್ಯಕ್ಕೆ ವರ್ಣಾಳ ವಿವಾಹ ಮಾಡುವ ಇಚ್ಛೆ ಅವರಿಗೆ ಇರಲಿಲ್ಲ.

ನೀಲಕಂಠಯ್ಯ ಭಾವಿಸಿದ್ದೇ ಬೇರೆ. ಒಂದೆರಡು ವರ್ಷಗಳಾದರೂ ಮಗಳ ಸಂಬಳ ತಮ್ಮ ವಶಕ್ಕೆ ಬರಲಿಯೆನ್ನುವ ಆಸೆಯೋ, ಅಥವಾ ಅವಳ ಈಗಿನ ದುಡಿಮೆಯನ್ನು ಮುಂದಿನ ಅವಳ ಮದುವೆಗೆ ಉಪಯೋಗಿಸುವ ಆಕಾಂಕ್ಷೆಯೇನೋ - ಅಂತೂ ಬುದ್ಧಿವಂತ ಎಂದುಕೊಂಡರು.

* * * *

ಕಾಲೇಜಿನಿಂದ ಬರುವಾಗ ಅಚಾನಕವಾಗಿ ಒಂದು ಜೋಡಿಯ ಕಡೆ ಹರಿಯಿತು ವರ್ಷಳ ನೋಟ. ವರ್ಣಾ ಮತ್ತು ಒಬ್ಬ ಯುವಕ ಹೋಟೆಲ್‌ನಿಂದ ಬರುತ್ತಿದ್ದರು. ಈಗಲೂ ಅವಳ ನೋಟ ಭಯದಿಂದ ಅತ್ತಿತ್ತ ಆಡುತ್ತಿತ್ತು. ಯಾರಿರಬಹುದು? ಕೊಲೀಗ್ ಇರಬಹುದೇನೋ ಎಂದುಕೊಂಡು ಸುಮ್ಮನಾದಳು. ಅಷ್ಟು ದೂರ ಬಂದನಂತರ ತಿರುಗಿದಾಗ ವರ್ಣಾಳ ಇವಳ ನೋಟ ಬೆರೆಯಿತು. ಆಗ ಆ ಯುವಕನ ಕೈ ಅವಳ ಭುಜ ಬಳಸಿತ್ತು. ಒಂದು ಕ್ಷಣ 'ಧಿಂ' ಎಂದಿತು ಅವಳ ತಲೆ.

ಮನೆಗೆ ವರ್ಷ ಬರುವವರೆಗೂ ಅವಳ ತಲೆಯಲ್ಲಿ ಗೊಂದಲ. 'ಸ್ನೇಹವಾಗಿದ್ದರೆ ಓಕೆ' ಅವಳ ತರಗತಿಯಲ್ಲಿ ಓದುವ ಎಷ್ಟೋ ವಿದ್ಯಾರ್ಥಿನಿಯರು ಸದಾ ಪ್ರೇಮದ ಗುಂಗಿನಲ್ಲಿರುವಂತೆ ಕಾಣುತ್ತಿದ್ದರು. ಕೆಲವರು ತಮ್ಮ ಹುಚ್ಚುಗಳು ಅತಿರೇಕಕ್ಕೆ ಹೋದಂತೆ ವರ್ತಿಸುತ್ತಿದ್ದರು. ಇತ್ತೀಚಿನ ಎಲ್ಲಾ ಚಲನಚಿತ್ರಗಳ ನವಜೋಡಿಗಳಂತೆ ವರ್ತಿಸುತ್ತಿದ್ದರು - ಆದರೂ ನಕ್ಕು ಸುಮ್ಮನಾಗುತ್ತಿದ್ದಳೇ ವಿನಃ ಅವಳೆಂದೂ ತಲೆ ಕೆಡಿಸಿಕೊಂಡಿರಲಿಲ್ಲ.

ಕೂತಿದ್ದ ತಾಯಿಯ ಕಡೆ ಪ್ರೀತಿಯ ನೋಟ ಹರಿಸಿದ ವರ್ಷ "ಅಮ್ಮ, ನೀನೇನು ಏಳ್ಬೇಡ. ಎಲ್ಲಾ ಮುಗ್ಸಿ ನಾನೇ ತಿಂಡಿ ತಗೊಂಡ್ಬಂದು ನಿನ್ಮುಂದೆ ಕೂತ್ಕೋತೀನಿ. ಅಷ್ಟರಲ್ಲಿ ವರ್ಣಕ್ಕ ಕೂಡ ಬರ್ತಾಳೆ" ಎಂದಳು.

ಅಂದಿನ ತಂದೆಯ 'ಎನ್‌ಕ್ವೈರಿ'ಗೇ ನಡುಗಿಹೋದ ವರ್ಣಾಗೆ ಇಷ್ಟು ಧೈರ್ಯ ಬಂದಿದ್ದು ಹೇಗೆ? ಹೇಗೆ? ಹೇಗೆ?

ತಿಂಡಿ ಹಿಡಿದು ಬಂದು ತಾಯಿಯ ಮುಂದೆ ಕೂತಳು. ಊಟ, ತಿಂಡಿಯಲ್ಲಿ ತೀರಾ ನಾಜೂಕು ರೋಹಿಣಿ. ಎರಡು ಹೊತ್ತಿನ ಊಟ ಅಂದರೇ ಮಧ್ಯಾಹ್ನವೇ ಊಟ ಮಾಡುತ್ತಿದ್ದುದು. ರಾತ್ರಿ ತೀರಾ ಲೇಟಾದ ಫುಡ್. ಮಧ್ಯೆ ತಗೊಂಡರೆ ಹಣ್ಣೋ ಹಣ್ಣಿನ ರಸವೋ ಅಷ್ಟೆ - ಮತ್ತೇನೂ ತಿನ್ನರು.

ತಟ್ಟೆ ಇಟ್ಟು ಅಡಿಗೆ ಮನೆಗೆ ಹೋದ ವರ್ಷ ಸೇಬನ್ನ ಹಚ್ಚಿ ತಟ್ಟೆಯಲ್ಲಿ ಹಾಕಿಕೊಂಡು ಬಂದು ತಾಯಿಯ ಮುಂದಿಟ್ಟಳು. "ಇದ್ನ ತಗೋಮ್ಮ, ನೀನು" ಅಲ್ಲೇ ಕೂತಳು. ಮೊದಲಿಗಿಂತ ತಾಯಿಯ ಬಳಿ ತಾನು ಈಚೆಗೆ ಹೆಚ್ಚು ಮಾತನಾಡುತ್ತಿದ್ದೇನೆನಿಸಿತು ಅವಳಿಗೆ.

ಚಲಪತಿಯವರ ಆಗಮನವಾಯಿತು. ತಕ್ಷಣ ಕೇಳಿದರು. "ಟ್ಯೂಷನ್ ವಿಷ್ಯ ಏನಾಮ್ಡ್ದೇ. ಮ್ಯಾಥ್ಸ್‌ನಲ್ಲಿ ತುಂಬ ವೀಕ್. ಸ್ವಲ್ಪ ಶ್ರದ್ಧೆ ಇಡು. ಬೇಗ ಪಿಕ್ ಅಪ್ ಆಗ್ಬೇಕು. ಪರಿಶ್ರಮವಿಲ್ದೇ 'ಗೆಲುವು' ಅನ್ನೋದು ಸಿಗೋದು ಶಬ್ದಕೋಶದಲ್ಲಿ ಮಾತ್ರ" ಒಂದು ಸಣ್ಣ ಉಪನ್ಯಾಸವನ್ನೇ ಕೊಟ್ಟುಬಿಟ್ಟರು.

ತಟ್ಟೆ ಹಿಡಿದು ಎದ್ದು ಹೋದಳು ರೂಮಿಗೆ ವರ್ಷ. ಕೆಲವೊಮ್ಮೆ ತಂದೆಗೆ ತನಗೆ 'ಮೆಡಿಸನ್' ಓದೋ ಇಚ್ಛೆ ಇಲ್ಲವೆಂದು ಹೇಳಬೇಕೆನಿಸಿದರೂ ಹಿಂಜರಿಯುತ್ತಿದ್ದಳು, ಅವರ ಆಸೆ, ಆಕಾಂಕ್ಷೆಗಳನ್ನು ನೆನೆಸಿಕೊಂಡು.

ತಟ್ಟೆಯಲ್ಲಿರುವ ಉಪ್ಪಿಟ್ಟನ್ನು ನಿಧಾನವಾಗಿ ತಿಂದು ಮುಗಿಸಿ, ಅತ್ತಿತ್ತ ನೋಡಿ ಹೊರಬಂದು ತಟ್ಟೆ ತೊಳೆಯುವ ವೇಳೆಗೆ ಬಾಗಿಲು ಸದ್ದಾಗಿ ಕತ್ತು ತಿರುಗಿಸಿ ನೋಡಿದಳು. ಮುದುರಿದ ಮೊಗ್ಗಿನಂತಾಗಿತ್ತು ವರ್ಣಳ ಮುಖ. ಮೈನ ರಕ್ತವೆಲ್ಲ ಮುಖಕ್ಕೆ ನುಗ್ಗಿದೆಯೇನೋ ಎನ್ನುವಂತೆ ಕಾಣುತ್ತಿದ್ದಳು.

"ಬಸ್ಸು ಸಿಗ್ಲಿಲ್ವಾ?" ಚಲಪತಿಗಳ ಸ್ವರಕ್ಕೆ ಅವಳ ನಿಧಾನ ಉತ್ತರ. "ಸ್ವಲ್ಪ ರಶ್ ಇತ್ತು. ಮತ್ತೊಂದು ಬಸ್‌ಗೆ ಬಂದೆ." ಅವಳ ದನಿಯಲ್ಲಿದ್ದ ಕಂಪನ ಇವಳ ಅರಿವಿಗೆ ಬಂತು.

ಅಡಿಗೆ ಮನೆಯಿಂದ ಹೊರಗೆ ಇಣುಕಿ "ಅಪ್ಪ, ಅಮ್ಮ ತಿಂಡಿ ಮಾಡಿಟ್ಟಿದ್ದಾರೆ, ನಿಮ್ಗೂ ವರ್ಣಗೂ ತರ್ಲಾ?" ಕೇಳಿದಳು.

"ವರ್ಣಗೆ ನಾನ್ಕೊಟ್ಟು ತೆಗೋತೀನಿ. ನೀನು ಓದ್ಕೋ ಹೋಗು" ಮಾಮೂಲಿ ಮಾತೇ. ಆಫೀಸ್‌ನಿಂದ ಬಂದು ಆಯಾಸಗೊಂಡಿದ್ದರೂ. ತಮ್ಮ ಸಣ್ಣಪುಟ್ಟ ಕೆಲಸಗಳನ್ನು ಮಾತ್ರವಲ್ಲ. ಮನೆಯ ಕೆಲಸಗಳನ್ನು ಕೂಡ ಅವಳ ಮೇಲೇರಲಾರರು.

ರೂಮಿಗೆ ಬಂದಾಗ ವರ್ಣ ಮುಂಗಾಲು ಮೇಲೆ ಗದ್ದವನ್ನೂರಿಕೊಂಡು ಕೂತಿದ್ದಳು. ಉದ್ವೇಗ ಅವಳ ಮುಖದಲ್ಲಿ ಸ್ಪಷ್ಟವಾಗಿತ್ತು. "ಪ್ಲೀಸ್ ವರ್ಷ ಇಲ್ಬಾ?" ಹತ್ತಿರಕ್ಕೆ ಕರೆದವಳು ಕೈ ಹಿಡಿದುಕೊಂಡು ಬೆದರಿದ ಹರಿಣಿಯಂತೆ ಕೇಳಿದಳು, "ನೀನು ಏನಾದ್ರೂ ನೋಡಿದ್ಯಾ?"

ಆರಾಮಾಗಿ ಕೂತುಬಿಟ್ಟಳು ಅವಳ ಮುಂದೇನೇ. "ಏನು ನೋಡೋದು! ಅಮ್ಮನಿಂದ ಆರತಿಯಾಯ್ತು. ಅಪ್ಪನಿಂದ ಅಕ್ಷತೆ! ನೀನೇನು ಮಹಾಮಂಗಳಾರತಿ ಮಾಡ್ತೀಯಾ! ನಾನು ಓದ್ಕೋತೀನಿ. ಬಿಡು" ತನ್ನ ಪಾಡಿಗೆ ತಾನು ಎದ್ದು ಹೊರಬಂದಳು.

ಸದಾ ಪುಸ್ತಕದಲ್ಲಿ ತಲೆ ಇಟ್ಟು ಇರುತ್ತಿದ್ದ ವರ್ಣ 'ಓದು' ಎನ್ನುವ ಒಂದೇ ವಿಷಯಕ್ಕೆ ಅವಳ ಮೇಲೆ ಜೋರು ಮಾಡುತ್ತಿದ್ದುದು. ಇಂದಿನ ಅವಳ ನಡೆ, ನುಡಿ ವಿಚಿತ್ರವಾಗಿ ಕಂಡಿತು. ಅವಳ ಕಾಲೇಜಿನ ಲೆಕ್ಚರರ್ ಕೂಡಿಯೇ ಕಾಫೀಗೆ ಹೋಗಿ ಬರುತ್ತಿದ್ದರು. ಹೆಣ್ಣು ಗಂಡು ಎನ್ನದೇ ಸ್ನೇಹವಾಗಿ ಎಂದಿಗಿಂತ ಭಿನ್ನವಾಗಿ ಯೋಚಿಸುವಂತಾಗಿತ್ತು. ನಿಜವಾಗ್ಲೂ ವ್ಯಾಸಂಗದ ಪುಸ್ತಕಗಳಲ್ಲಿ ಮನ ನೆಡಲು ಸಾಧ್ಯವಾಗುತ್ತಿರಲಿಲ್ಲ ಅವಳಿಂದ, ತುಂಬ ಬೋರೆನಿಸುತ್ತಿತ್ತು.

ನಾವು ಮಹಾತ್ಮರೆನಿಸಿಕೊಳ್ಳಲು ಹೆಣಗಬೇಕಿಲ್ಲ.

ಸಂಶೋಧನೆಗಳನ್ನು ಮಾಡಿ ವಿಜ್ಞಾನಿಗಳಾಗಬೇಕಿಲ್ಲ.

ಒಬ್ಬರಂತೆ ಒಬ್ಬರಲ್ಲ, ಒಬ್ಬರಂತೆ ಒಬ್ಬರಿಲ್ಲ-ಎನ್ನುವ ಮಹಾತ್ಮರೊಬ್ಬರ ವಚನ ಅಷ್ಟಿಷ್ಟು ಸಮಾಧಾನ ನೀಡುತ್ತಿತ್ತು ಅವಳಿಗೆ.

ಆಮೇಲೆ ವರ್ಣ ಯಾವಾಗ ಎದ್ದು ಹೋದಳೋ, ಹೊರಗೆ. ಈಗಲೂ ಅಷ್ಟೆ, ಮನೆಗೆ ಬಂದರೆ ಮೊದಲಿನಂತೆ ರೂಮಿನಲ್ಲಿ ಹೋಗಿ ಕೂಡುತ್ತಿದ್ದಳು ಅಭ್ಯಾಸ ಬಲದಿಂದ.

ಎಷ್ಟೋ ಸಲ ರೋಹಿಣಿ "ಅದ್ಯಾಕೆ ಮೂರ್ಹೊತ್ತೂ ರೂಮಿನಲ್ಲಿ ಹೋಗಿ ಕೂಡ್ತೀಯಾ! ಒಂದಿಷ್ಟು ಹೊರ್ಗಡೆ ಇದ್ದು ಗಾಳಿ ಬೆಳಕು ತಗೋ" ಹೇಳುತ್ತಿದ್ದರು. ಆದರೂ ಅವಳಿಗೆ ಇಷ್ಟವಾಗುತ್ತಿರಲಿಲ್ಲ. ಏನೋ ವಿಚಿತ್ರ ರೀತಿಯ ಚಡಪಡಿಕೆ. ತನ್ನ ಚಿಕ್ಕದಾದ ವ್ಯಾಸಂಗದ ಪ್ರಪಂಚದಿಂದ ಹೊರಗೆತ್ತಿ ಹಾಕಿದಂತೆ ಕಂಗೆಡುತ್ತಿದ್ದಳು.

ಅಕ್ಕನನ್ನ ಹುಡುಕಿಕೊಂಡು ಬಂದ ವರ್ಷ ಅವಳನ್ನ ಹಿತ್ತಲಲ್ಲಿ ನೋಡಿ ಆಶ್ಚರ್ಯಗೊಂಡಳು. "ವರ್ಣಕ್ಕ..." ಭುಜದ ಮೇಲೆ ಕೈ ಇಟ್ಟಾಗ ಮೆಟ್ಟಿಬಿದ್ದಳು. "ನಾನು ಹೆದ್ರಿಕೊಂಡ್ಬಿಟ್ಟೆ."

"ಯಾಕೆಂತ ಕೇಳಬಹುದಾ? ಹೆದರೋಕೆ ಇಲ್ಲೇನಿದೆ? ರಾತ್ರಿ ಹೊತ್ತು ಇಲ್ಲಿ, ಹೆಗ್ಗಣಗಳು ಓಡಾಡಿಕೊಂಡಿದ್ರು ನಮ್ಮ ತಂಟೆಗೆ ಬಂದಿದ್ದಿಲ್ಲ. ಆ ನಿಂಬೆ ಗಿಡದಲ್ಲಿರೋ ಕಾಯಿಗಳನ್ನು ಎಣಿಸೋಣ್ವಾ? ಎರ್ಡು ದಿನದ ಹಿಂದೆ ಎಣ್ಸಿದ್ದೆ. ನೂರ ಎಂಟು ಇತ್ತು." ಆತುರದಿಂದ ಮುಂದಕ್ಕೆ ಹೋದಾಗ, ತಮ್ಮ ಹಿತ್ತಲಲ್ಲಿ ನಿಂಬೆ ಗಿಡ ಇರುವುದು ಹೊಸದಾಗಿ ಕಂಡಿತು ವರ್ಣಗೆ. ಅದನ್ನ ಕೂಡ ಗಮನಿಸದಂಥ ಏಕಾಗ್ರತೆ ಅವಳದು.

"ಅದ್ನ ಎಣಿಸೋದ್ರಿಂದ ನಿಂಗೇನು ಸಿಕ್ಕುತ್ತೆ. ಹೋಗಿ ಓದ್ಕೋ. ಮಾರ್ಕ್ಸ್ ಸರ್‍ಯಾಗಿ ಬರ್ಲಿಲ್ಲಾಂದ್ರೆ ನಿಂಗೆ ಬಿ.ಎಸ್.ಸಿಗೂ ಸೀಟು ಸಿಗೋಲ್ಲ." ಜೋರು ಮಾಡಿದಳು.

"ಏನಾಯ್ತು. ಬೇಡ ಬಿಡು, ಆರಾಮಾಗಿ ಮನೆಯಲ್ಲಿ ಇರ್ತೀನಿ. ಅಪ್ಪನಿಗೆ ಬೇಜಾರಾದ್ರೆ ಮದ್ವೆ ಮಾಡ್ತಾರೆ ಬೇಗ" ಆಡಿಯೇಬಿಟ್ಟಳು ಸರಾಗವಾಗಿ. ಬೇರೆ ಮಾತುಗಳಂತೆ 'ಮದುವೆ' ಎನ್ನುವ ಪದವೂ ಅವಳ ಬಾಯಿಂದ ಉರುಳಿಹೋಗಿತ್ತು.

ಅಷ್ಟರಲ್ಲಿ ರೋಹಿಣಿಯ ಕೂಗು ಕೇಳಿದ್ದರಿಂದ ಇಬ್ಬರೂ ಒಳಗೆ ಹೋದರು. ವರ್ಷ ಅದನ್ನ ಆ ಕ್ಷಣ ಮರೆತಳು. ವರ್ಣಳಿಗೆ ಪುಳಕ, ರೋಮಾಂಚನ - ಅವನ್ನ ಮೀರಿಸುವಂಥ ಭಯ.

ಬೇರೆಯವರು ವರ್ಣಳನ್ನು ನೋಡಲಿಬ್ಬಿಸಿ ಬಂದಿದ್ದರು. ಇಂಥ ಒತ್ತಡಗಳು ಸಂತೋಷದಲ್ಲಿ ಮುಳುಗಿಸಿತ್ತು ದಂಪತಿಗಳನ್ನು. "ನಾವು ಹುಡ್ಕಿಕೊಂಡು ಚಪ್ಪಲಿ ಸವೆಸ್ಬೇಕಿತ್ತು. ಅವರಾಗಿ ಬರ್ತಾ ಇದ್ದಾರೆ ವರ್ಣಗೋಸ್ಕರ.... ಅದೃಷ್ಟವಂತೆ." ಮೆಚ್ಚಿಗೆಯ ಮಾತಾಡಿದರು.

ರಾತ್ರಿ ಮಲಗುವ ಮುನ್ನ ವರ್ಷ ಕೇಳಿದಳು "ಯಾರ್ಜೊತೆ ಹೋಟೆಲ್‌ಗೆ ಹೋಗಿದ್ದು?" ಮಲಗಿದ್ದವಳು ತಟ್ಟನೆ ಎದ್ದು ಕೂತುಬಿಟ್ಟಳು. "ಛೀ, ಚೀಟಿಂಗ್. ಮೋಸ... ನಾನು ಕೇಳಿದ್ರೆ ಇಲ್ಲಾಂದೆ." ಜೋರಾಗಿ ನಗಲು ಶುರು ಮಾಡಿದಳು ವರ್ಣಳ ಆರೋಪಕ್ಕೆ. ನಕ್ಕು ನಕ್ಕು, ಸಾಕಾದನಂತರ ತಾನೇ ನಗು ನಿಲ್ಲಿಸಿ ನೋಟ್ಸ್ ಮಾಡತೊಡಗಿದಳು ವಾರೆನೋಟ ಬೀರುತ್ತ.

ವರ್ಣ ಎದ್ದು ಅವಳ ಪಕ್ಕದಲ್ಲಿ ಕೂತಳು. "ನೀನು ಯಾಕೆ ನಕ್ಕಿದ್ದು?" ಎರಡು ಕೈಗಳನ್ನು ಗದ್ದಕ್ಕೊತ್ತಿಕೊಂಡು ಕೂತುಬಿಟ್ಟಳು ವರ್ಷ. "ಇನ್ನೇನು. ನಗ್ದೆ! ನೀವು ಹೋಟೆಲ್‌ಗೆ ಹೋಗಿದ್ದು ಜನದಟ್ಟಣೆ ಇರೋ ಪ್ರದೇಶದಲ್ಲಿ. ಆ ಸಮಯದಲ್ಲಿ ನೀವುಗಳು ಬುರ್ಖಾ ಧರಿಸಿರದಿದ್ದ ಕಾರಣ ಆ ಕಡೆ ನೋಟ ಹರಿಸಿದವ್ರು ನೋಡಿಯೇ ಇರ್ತಾರೆ. ನಾನು ನೋಡಿದ್ದು ಕೂಡ ಅದೇ ರೀತಿಯಲ್ಲೇ." ಸ್ಪಷ್ಟ ಕಾರಣ ನುಡಿದಳು.

"ನಾನು ಆ ಹೋಟೆಲ್‌ಗೆ ಬೇಡಾಂದೆ, ಕೇಳ್ಲಿಲ್ಲ" ಎಂದಳು.

ಕೈಯಿಂದ ಬಾಯಿ ಮುಚ್ಚಿಕೊಂಡು ನಕ್ಕಳು. "ಆ ಹೋಟೆಲ್‌ಗೆ ಮಾತ್ರ ಬೇಡಾಂದೆ. ಆದರೆ ನೀನು ಹೋಟೆಲ್‌ಗೆ ಬರೋಲ್ಲ ಅನ್ಲಿಲ್ವಲ್ಲ. ಗುಡ್ ಫ್ರೆಂಡ್‌ಶಿಫ್ ಇರ್ಬಹ್ದು. ಅದಕ್ಯಾಕೆ ಇಷ್ಟೊಂದು ನರ್ವಸ್ ಆಗಿದ್ದೀಯ!" ಮಿಕಿ ಮಿಕಿ ನೋಡಿದಳು ತಂಗಿಯನ್ನು. ತಕ್ಷಣ ಏನು ಹೇಳಬೇಕೆಂದು ತೋಚಲಿಲ್ಲ ವರ್ಣಗೆ. ಎದ್ದು ಹೋಗಿ ಕಿಟಕಿಯ ಬಳಿ ನಿಂತವಳು ಷಟರ್‌ಗಳನ್ನು ತೆಗೆದು ಹಾಕಿ ಮಾಡಿದಳು. ನಾಲ್ಕು ಸಲ ಬೆರಳುಗಳಿಂದ ಬಲವಂತವಾಗಿ ನೆಟಿಕೆ ತೆಗೆದಳು. ಮಲಗಿದವಳು ಎದ್ದಳು ಬಿದ್ದಳು ಕೂತಳು. ಇದನ್ನೆಲ್ಲ ಸೂಕ್ಷ್ಮವಾಗಿ ಗಮನಿಸುತ್ತಿದ್ದ ವರ್ಷಗೆ ವಿಚಿತ್ರವಾಗಿ ಕಂಡಿತು. ಅಲೆಗಳಂತೆ ತೇಲಿ ಹೋಗುವ 'ಪ್ರೇಮ' ಎನ್ನುವ ಜೋಡಿಗಳನ್ನು ನೋಡಿದ್ದಳು. ಇದು ಆ ಪೈಕಿನಾ?

ಹೋಗಿ ಅಕ್ಕನ ಕೈ ಹಿಡಿದುಕೊಂಡಳು. ತುಟಿಗೊತ್ತಿಕೊಂಡಳು ವರ್ಷ. "ಏನು ವರ್ಣ, ಅವ್ರು ಯಾರು?" ಅಷ್ಟೇ ಕೇಳಿದ್ದು. ಕೈ ಕೊಡವಿಕೊಂಡು ಹೋಗಿ ಮಲಗಿದಳು. ತನ್ನ ಪಾಡಿಗೆ ತಾನು ಹೋಗಿ ಓದಲು ಕೂತಳು ವರ್ಷ.

ಅಂಥ ಚಮತ್ಕಾರವೇನಾದರೂ ನಡೆಯದಿದ್ದರೆ, ಪಿ.ಯು.ಸಿ. ದಾಟುವುದು ಕೂಡ ಕಷ್ಟವೆನಿಸಿತ್ತು ಅವಳಿಗೆ. ಅಂಥದ್ದರಲ್ಲಿ ತನ್ನಿಂದ ನೈನ್‌ಟೀಫೈವ್ ಮಾರ್ಕ್ಸ್ ಎಕ್ಸ್‌ಪೆಕ್ಟೇಷನ್-ಎದೆಯ ಮೇಲೆ ಕೈ ಇಟ್ಟುಕೊಂಡಳು.

ಒಮ್ಮೆ ಅವಳ ಫ್ರೆಂಡ್ಸ್ ಸರ್ಕಲ್ ಎಲ್ಲಾ ಗುಂಪುಗೂಡಿದಾಗ ತಮ್ಮ ಮುಂದಿನ ಓದಿನ ಭವಿಷ್ಯದ ದಿನಗಳನ್ನು ಕರಾರುವಾಕ್ಕಾಗಿ ಲೆಕ್ಕ ಹಾಕಿದರು. ಹಿಂದಿನ ದಿನಗಳ ಹಾಗೆ ಹೆಚ್ಚು ಮಂದಿಗೆ 'ಡಾಕ್ಟರ್' 'ಇಂಜಿನಿಯರ್' ಕೋರ್ಸುಗಳ ಬಗ್ಗೆ ಕನಸುಗಳಿರಲಿಲ್ಲ. ಸ್ವಲ್ಪ ಹೈಟ್, ಪರ್ಸನಾಲಿಟಿ ಇದ್ದವರಿಗೆ ಕಿರಣ್ ಬೇಡಿ ಸ್ಫೂರ್ತಿ. ಐ.ಪಿ.ಎಸ್. ಮಾಡುವ ಉತ್ಸಾಹ. ಇನ್ನು ಕೆಲವರು, ಆಗಲೇ ತಮ್ಮ ಸುಂದರ ಕಣ್ಣುಗಳಿಗೆ ಕನ್ನಡಕ ಧರಿಸಿ ಗಂಭೀರವಾದ ಮುಖವಾಡ ಧರಿಸಿರುವ ವಿದ್ಯಾರ್ಥಿನಿಯರು ಐ.ಎ.ಎಸ್. ಮಾಡುವ ಗುರಿಯಲ್ಲಿದ್ದರು. ಇನ್ನು ಕೆಲವರು ಪ್ರೇಮದ ಮೋಡಿಯಲ್ಲಿ ಬಿದ್ದವರು ಷೇಕ್ಸ್‌ಪಿಯರ್‌ನ ಪ್ರೇಮದುರಂತ ನಾಟಕಗಳ ನಾಯಕ ನಾಯಕಿಯರಂತೆ ಒದ್ದಾಡುತ್ತಿದ್ದರು.

"ನೀನೇನು..... ಆಗ್ತೀಯಾ?" ಯಾರಾದರೂ ಕೇಳಿದರೇ ಅವಳ ಉತ್ತರ ಅಸ್ಪಷ್ಟ. "ಗೊತ್ತಿಲ್ಲ, ಏನಾಗ್ತೀನೋ! ನಾನೆಂದೂ ಯೋಚ್ಸೇ ಇಲ್ಲ." ಅವರಿಗೆಲ್ಲ ನಗು. ವರ್ಷಳಿಗೇನೋ ನಗೋಂಥ ವಿಷಯವಾಗಿ ಕಂಡಿರಲಿಲ್ಲ.

* * * *

ಅರ್ಧ ದಿನ ರಜ ಹಾಕಿ ಮಧ್ಯಾಹ್ನವೇ ಹಿಂದಿರುಗಿದ ಚಲಪತಿ ಸ್ವಲ್ಪ ವ್ಯಥಿತರಾಗಿಯೇ ಕಂಡರೂ ತೋರ್ಪಡಿಸಿಕೊಳ್ಳದೆ ಮುಖದಲ್ಲಿ ಹಸನ್ಮುಖತೆ ನಟಿಸಿ "ರೋಹಿಣಿ, ಮೊನ್ನೆ ನಿನ್ನ ಹಳೆ ಫ್ರೆಂಡ್ ಜಲಜಾಕ್ಷಿ ಸಿಕ್ಕಿ ಆಕ್ಷೇಪಣೆ ಮಾಡಿದ್ರು. ಆಫೀಸ್‌ನಿಂದ ನಾನೇ ಫೋನ್ ಮಾಡ್ದೆ, ನಿನ್ನ ಕಳಿಸ್ತೀನೀಂತ, ನಿಂಗೂ ಸ್ವಲ್ಪ ಛೇಂಜ್ ಇರುತ್ತೆ. ಹೋಗ್ಬಾ" ಹೇಳಿದರು.

ಚಿಕ್ಕಂದಿನ ಗೆಳತಿ ಜಲಜಳೊಂದಿಗೆ ಹಿಂದಿನ ನೆನಪುಗಳನ್ನು ಹಂಚಿಕೊಳ್ಳುವುದು ಖುಷಿಯ ವಿಷಯ. ಉತ್ಸಾಹದಿಂದ ರೆಡಿಯಾದಾಗ ತಾವೇ ಹೋಗಿ ಆಟೋ ಹತ್ತಿಸಿ ಬಂದು ಸುಸ್ತಾಗಿ ಕೂತರು.

ಆಕಸ್ಮಿಕವಾಗಿ ಇಂದು ವರ್ಷ ಕೆಲಸ ಮಾಡುವ ಕಂಪನಿಯ ಆಫೀಸ್‌ಗೆ ಹೋದಾಗ ತಿಳಿಯಿತು, 'ಅವಳಿಂದು ರಜ'. ಅಷ್ಟೇ ಅಲ್ಲ ತಿಂಗಳಲ್ಲಿ ಮೂರು ದಿನ ರಜ ಪಡೆದಿದ್ದರೂ ತೀರಾ ಗುಟ್ಟಾಗಿ ಇಟ್ಟಿದ್ದು ಷಾಕಾಯಿತು ಅವರಿಗೆ.

ಅತ್ಯಂತ ತಾಳ್ಮೆಯಿಂದ ಮಗಳು ಬರುವವರೆಗೂ ಕಾಯುತ್ತ ಮುಂಬಾಗಿಲು ತೆರೆದುಕೊಂಡು ವರಾಂಡದಲ್ಲಿಯೇ ಕೂತರು. ಒಂದು ರೀತಿಯ ಟೆನ್‌ಷನ್ ಅವರಿಗೆ. ಸುತ್ತಲ ಪ್ರಪಂಚವನ್ನು ಅಲಕ್ಷಿಸಿ ಏಕಾಗ್ರತೆಯಿಂದ ವ್ಯಾಸಂಗದಲ್ಲಿ ಮುಳುಗಿದ್ದ ಶಿಶುವಿನಂತಿದ್ದ ಅವಳು ಈಚೆಗೆ ಜಗತ್ತಿನ ಆಗುಹೋಗುಗಳಿಗೆ ಸ್ಪಂದಿಸುತ್ತಿದ್ದು, ಅದು ಒಂದು ದೊಡ್ಡ ತಪ್ಪಾಯಿತೆಂದು ಈಚೆಗೆ ಅವರ ಮನಸ್ಸು ಅರಿತಿತ್ತು.

ಕಾರ್ಪೊರೇಶನ್ ಆಫೀಸ್‌ನಿಂದ ಮನೆಗೆ ಬರುವ ವೇಳೆಗೆ ಐದೂವರೆಯಾಗುತ್ತಿತ್ತು. ಇಂದು ನಾಲ್ಕುವರೆಗೆಲ್ಲ ಬಂದಿದ್ದು ಅವರಿಗೇನು ಆಶ್ಚರ್ಯವಾಗಿ ಕಾಣಲಿಲ್ಲ.

ತಂದೆಯನ್ನು ನೋಡಿದ ಕೂಡಲೇ ಅವಳ ಕಾಲಲ್ಲಿ ನಡುಕ ಶುರುವಾಗಿ ಮೈಯೆಲ್ಲ ವ್ಯಾಪಿಸಿಕೊಂಡು ಪಾದಗಳು ನಿಶ್ಶಕ್ತವಾದವು.

"ಹೋಗಿ, ಬಟ್ಟೆ ಬದಲಾಯ್ಸಿಕೊಂಡ್ಬಾ" ಅವರೇ ಹೇಳಿದರು. ಅಷ್ಟು ಸಾಕಿತ್ತು. ರೂಮಿಗೆ ಹೋದವಳೇ ಕುಸಿದು ಕೂತಳು. ಚೇತರಿಸಿಕೊಳ್ಳಲು ಒಂದಿಷ್ಟು ಸಮಯ ಬೇಕಾಯಿತು. ಮುಖಕ್ಕೆ ತಣ್ಣನೆಯ ನೀರು ಎರಚಿಕೊಂಡಂಗೆಲ್ಲಾ ಬೆವರುತ್ತಿತ್ತು.

"ವರ್ಣ, ಬಾ ಕಾಫೀ ತಗೋ" ಕೂಗಿದರು. ಎರಡು ಕಪ್ ಕಾಫಿಯನ್ನ ತಂದು ಮುಂದಿಟ್ಟುಕೊಂಡು "ಏನೋಪ್ಪ, ಸದಾ ಓದ್ತಾ ಇದ್ಲು. ನಮ್ಗೂ ರ್‍ಯಾಂಕ್ ಬರೋದು ಓದೋದು ಇಷ್ಟವಾಗೇ ಇತ್ತು. ಈಗ್ಲೂ ಅಷ್ಟೇ. ರೂಮಿನಲ್ಲಿ ಕೂತ್ಕೊತಾಳೆ. ಮುಂದೆ ಪುಸ್ತಕ ಇರೋಲ್ಲ ಅಷ್ಟೆ. ವ್ಯಾಪಾರ, ವ್ಯವಹಾರ, ಅಡಿಗೆ - ಏನೇನೂ ಗೊತ್ತಿಲ್ಲ ನಿಮ್ಮ ಮಗ್ಳಿಗೆ. ಶಿಕ್ಷಣ ಅಂದರೆ ಬರೀ ಓದು ಬರಹ ಮಾತ್ರನಾ? ಕಲಿಕೆ ಇಂಥ ಮಿತಿಯಲ್ಲಿ ಉಳ್ದುಬಿಟ್ರೆ ಗತಿಯೇನು?" ಇದು ರೋಹಿಣಿ ಒಂದೆರಡು ದಿನಗಳ ಮುಂದೆ ಆಡಿದ ಮಾತುಗಳು.

ಈಚೆಗೆ ಎಲ್ಲೋ ಒಂದು ಕಡೆ ಸುಪ್ರಸಿದ್ಧ ಮನೋವಿಜ್ಞಾನಿ ಪ್ರೊಫೆಸರ್ ಐಸೆಂಕ್ ಅಂದ ಕೆಲವು ಮಾತುಗಳನ್ನು ಓದಿದ್ದರು. 'ತಾವು ವಿಶೇಷ ರೀತಿಯಲ್ಲಿ ಅಧ್ಯಯನ ಮಾಡಿದ ಕ್ಷೇತ್ರವನ್ನು ಬಿಟ್ಟು ಇತರ ವಿಷಯಗಳ ಬಗೆಗೆ ವಿಜ್ಞಾನಿಗಳು ಸಾಮಾನ್ಯರಷ್ಟೇ ಮೂಢರು, ವಿಚಾರಹೀನರೂ ಆಗಿರುತ್ತಾರೆ. ಅಷ್ಟು ಮಾತ್ರವಲ್ಲದೆ ಅವರ ಅಸಾಮಾನ್ಯವೆನಿಸುವ ಬುದ್ಧಿಶಕ್ತಿಯು ಅವರ ಪೂರ್ವಾಗ್ರಹಗಳನ್ನು ದ್ವೇಷಗಳನ್ನು ಇನ್ನಷ್ಟು ಅಪಾಯಕಾರಿಯಾಗಿ ಮಾಡುತ್ತದೆ.'

ಈ ಮಾತುಗಳನ್ನು, ಹೆಂಡತಿ ಆಡಿದ ಮಾತುಗಳನ್ನು ತಾಳೆ ಮಾಡುತ್ತ ತರ್ಕಿಸಲಾರಂಭಿಸಿದರು. ರ್‍ಯಾಂಕ್ ಪಡೆದ ವಿಷಯಗಳನ್ನು ಬಿಟ್ಟು ಮಿಕ್ಕ ವಿಷಯಗಳಲ್ಲಿ, ತೀರಾ ಸಾಮಾನ್ಯ ವಿಷಯಗಳಲ್ಲೂ ಕೂಡ ತೀರ ದಡ್ಡಿ ಎನಿಸಿದಳು ವರ್ಣ. ಇದರಿಂದ ಸ್ವಲ್ಪ ಹೆಚ್ಚಿನ ಮಟ್ಟಿಗಿನ ಅಪಾಯವೇ ಅವಳಿಗೂ ಕೂಡ!

ಮಗಳ ಮುಖ ಕಂಡಕೂಡಲೇ ಕಿರುನಗು ಬೀರಿ "ಬಾ ಕೂತ್ಕೊ. ಕಾಫೀ ತಗೋ! ನಿಮ್ಮಮ್ಮ ಅವ್ಳ ಫ್ರೆಂಡ್ ಜಲಜ ಮನೆಗೆ ಹೋಗಿದ್ದಾಳೆ," ಹೇಳಿದರು ಎಚ್ಚರದಿಂದ.

ಹೆಜ್ಜೆಯ ಮೇಲೆ ಹೆಜ್ಜೆಯೂರುವಂತೆ ಬಂದ ವರ್ಣ ಕಾಫೀ ಕಪ್ ತಗೊಂಡಾಗ ಅವಳ ಬೆರಳುಗಳ ಕಂಪನ ಗಮನಿಸಿ "ಸ್ವಲ್ಪ ಇಡು. ಸಕ್ಕರೆ ಹಾಕಿದ್ದೀನೋ ಇಲ್ವೋ ಗೊತ್ತಾಗ್ಲಿಲ್ಲ" ಎದ್ದು ಹೋದರು. ಸ್ವಲ್ಪ ಅವಳು ರಿಲ್ಯಾಕ್ಸ್ ಆಗಲು ಸಮಯ ಒದಗಿಸಿ ಕೊಡುವುದೇ ಅವರ ಉದ್ದೇಶ. ಸಕ್ಕರೆ ಹಿಡಿದು ಬಂದಾಗ ಕೂತಿದ್ದಳು ಗೊಂಬೆಯಂತೆ. ತಮ್ಮ ವಿಪರೀತ ಒತ್ತಡಗಳು ಅವಳ ಮೇಲೇನಾದರೂ ಸಹಜ ಪರಿಣಾಮವೇನಾದರೂ ಬೀರೀತೇ?

"ಸಕ್ಕರೆ ಹಾಕಿದ್ದೀನೋ, ಇಲ್ವೋ ನೋಡು" ಎಂದರು.

ಯಾವುದೋ ಪ್ರಪಂಚದಿಂದ ಎಚ್ಚೆತ್ತು ಬರುವಂತೆ ಕಪ್‌ನ ತುಟಿಯ ಬಳಿಗೆ ಒಯ್ದು ರುಚಿ ನೋಡುವ ಮುನ್ನವೇ "ಹಾಕಿದ್ದೀರಿ, ಅಪ್ಪ" ಉಸುರಿದಳು ಮೆಲ್ಲಗೆ.

ಕಾಫೀ ಕುಡಿಯುತ್ತಲೇ ಅವಳ ಕಂಪನಿ, ಕೊಲಿಗ್ಸ್, ಮ್ಯಾನೇಜರ್, ಎಂ.ಡಿ. ಮುಂತಾದವರ ಬಗ್ಗೆ ಮಾತು ಕೇಳಿದರು. ಹೇಳಿದ್ದೆಲ್ಲ ಅಸ್ಪಷ್ಟವೇ. ದನಿಯಲ್ಲಿ ಚುರುಕಾಗಲೀ ಉತ್ಸಾಹವಾಗಲೀ ಇರಲಿಲ್ಲ.

"ಇವತ್ತು ಆಫೀಸ್‌ಗೆ ಹೋಗಿದ್ಯಾ?" ಕೇಳಿದ ಕೂಡಲೇ ಅವಳ ಕಾಲು ತಗುಲಿ ಟೀಪಾಯಿಯ ಮೇಲಿನ ಕಪ್ ಕೆಳಗೆ ಬಿದ್ದು ಒಡೆಯಿತು. "ಕೈಗೆ ಚುಚ್ಚಿಸಿಕೊಳ್ಳದಂತೆ ಜೋಪಾನವಾಗಿ ಚೂರುಗಳನ್ನು ತೆಗೀ" ಹೇಳಿದರು. ಹಿಂದೆ ಇಂಥ ಯಾವುದೇ ಕೆಲಸ ಮಗಳಿಗೆ ಮಾಡಲು ಬಿಡುತ್ತಿರಲಿಲ್ಲ.

ಅದನ್ನ ಸರಿಯಾಗಿ ತೆಗೆಯಲು ಸುಮಾರು ಸಮಯವೇ ಬೇಕಾಯಿತು. ಒಂದು ರೀತಿಯ 'ಇಂಟ್ರಾವರ್ಟ್'ನೊಳಗೆ ಇದ್ದಳು. ಮುಕ್ತತೆಗೂ ಯಾರ ಸಹಾಯವಾದರೂ ಬೇಕಿತ್ತು.

"ವರ್ಣ, ನೀನು ಇವತ್ತು ಆಫೀಸ್‌ಗೆ ಹೋಗಿದ್ಯಾ?" ಅರಿವಾಗದಂತೆ ಚಲಪತಿಯ ಸ್ವರ ಕಟುವಾಯಿತು. "ಅಹ... ಹ್ಞೂ" ಎಂದಳಷ್ಟೆ. ಅವರ ಮೂಗಿನ ತುದಿ ಕೆಂಪಾಯಿತು.

"ನಾನು ನಿನ್ನ ತಂದೆ, ನನ್ನತ್ರ ಮಾತಾಡೋಕೆ ಭಯ ಯಾಕೆ? ನೀನು ಆಫೀಸ್‌ಗೆ ಹೋಗಿದ್ಯಾ ಅನ್ನೋ ಪ್ರಶ್ನೆಗೆ ಸ್ಪಷ್ಟವಾದ ಉತ್ತರ ಬೇಕು" ರೇಗಿದರು ಸ್ವಲ್ಪ.

ವರ್ಣ ಬೆವೆತುಬಿಟ್ಟಳು. "ನಾನು ಅಭೀ.... ಹಿಲ್ ಸ್ಟೇಷನ್‌ಗೆ ಹೋಗಿದ್ವಿ" ಹೇಳಿ ಒಣಗಿದ ತುಟಿಗಳನ್ನು ನಾಲಿಗೆಯಿಂದ ಸವರಿಕೊಂಡಳು.

ಇಂಚು ಇಂಚಾಗಿ ಭೂಮಿ ತಮ್ಮನ್ನು ಮಾತ್ರ ನುಂಗುತ್ತಿಲ್ಲ ವರ್ಣಳನ್ನೂ ಕಬಳಿಸುತ್ತಿದೆ, ಅಷ್ಟು ಎಚ್ಚರದಿಂದ ಬೆಳೆಸಿದ ಮಗಳು ಇಲ್ಲವಾಗಿಬಿಡುವ ಅಪಾಯ ಗುರ್ತಿಸಿ ಹೆದರಿದರು. ತೀರಾ ಅನುನಯದಿಂದ 'ಅಭಿ'ಯ ಅಡ್ರಸ್ ಮತ್ತು ವಿವರಗಳನ್ನು ಮಗಳ ಬಾಯಿಂದ ಹೊರಡಿಸಲು ಪ್ರಯತ್ನಪಟ್ಟು ಸೋತ ನಂತರ ಕಾರ್ಯತತ್ಪರರಾದರು.

ಹೇಗೆ? ಹೇಗೆ? ಕಡೆಗೆ ಒಂದು ಉತ್ತಮ ಡಿಟೆಕ್ಟಿವ್ ಸಂಸ್ಥೆಯನ್ನೇ ಸಂಪರ್ಕಿಸಿ ನಾಳೆಯೊಳಗೆ 'ಅಭಿ'ಗೆ ಸಂಬಂಧಪಟ್ಟ ಡೀಟೈಲ್ಸ್ ತರಿಸಿಕೊಡಬೇಕೆನ್ನುವ ಅಪಾಯಿಂಟ್‌ಮೆಂಟ್ ಅವರಿಗೆ ಒಪ್ಪಿಸಿ ನಿಶ್ಚಿಂತರಾದರು.

ವರ್ಣನ ಕರೆದು "ಇವೆಲ್ಲ ಅಸಹಜ ಅಂದುಕೊಳ್ಳೋಷ್ಟು ಮೂರ್ಖನೇನು ಅಲ್ಲ. ಆದರೆ, ಆ ವ್ಯಕ್ತಿಯ ಬಗ್ಗೆ ಏನೂ ತಿಳಿದೆ ಮುಂದುವರಿಯೋದು ಮಾತ್ರ ತಪ್ಪು. ಸದ್ಯಕ್ಕೆ ನಿನ್ನ ಎಲ್ಲಾ ಆಕ್ಟಿವಿಟೀಸ್ ಬಂದ್. ಸದ್ಯಕ್ಕೆ ನಿನ್ನ ಓಡಾಟ ಆಫೀಸ್ ಮತ್ತು ಮನೆಯ ನಡ್ವೆ ಇರ್ಲೀ" ಎಚ್ಚರಿಕೆ ನೀಡಿದರು ಮಗಳಿಗೆ.

'ಅಭಿ' ಬಗೆಯ ಡೀಟೈಲ್ಸ್ ನಲವತ್ತೆಂಟು ಗಂಟೆಯೊಳಗೆ ಇವರ ಕೈ ಸೇರಿತು. 'ಅಭಿ'ಯ ಪೂರ್ತಿಯ ಹೆಸರು ಅಭಿಷೇಕ್ ವಸಿಷ್ಠ. ವಸಿಷ್ಠ ಕಾರ್ಪೊರೇಷನ್‌ನ ಒಡೆಯರಾದ ಅಜೇಯ್ ವಸಿಷ್ಠ ಅವರ ಎರಡನೆಯ ಸಂತಾನ. ಮೊದಲ ಮಗ ಡಾ|| ಅಲೋಕ್ ವಸಿಷ್ಠ ಅಮೇರಿಕಾದಲ್ಲಿ ಸ್ಪೆಷಲೈಸ್ ಮಾಡಿದ ಕಾರ್ಡಿಯಾಲಜಿಸ್ಟ್. ಎರಡನೇ ಮಗ ಅಭಿಷೇಕ್ ವಸಿಷ್ಠ ಕಂಪ್ಯೂಟರ್‌ನಲ್ಲಿ ಮಾಸ್ಟರ್ ಡಿಗ್ರಿ ಮಾಡಿದ ಇಂಜಿನಿಯರ್. ಮೂರನೆಯ ಮಗ ಅಂಬರೀಷ್ ವಸಿಷ್ಠ ಎಂ.ಬಿ.ಎ. ಮಾಡಿ ಪುಟ್ಟ ವಯಸ್ಸಿನಲ್ಲಿಯೇ ದೊಡ್ಡ ಹುದ್ದೆಯಲ್ಲಿದ್ದ. ನ್ಯೂಯಾರ್ಕ್‌ನಲ್ಲಿ ವಾಸವಾಗಿದ್ದು ಆರೇಳು ವರ್ಷಗಳ ಹಿಂದೆ ಇಲ್ಲಿಗೆ ಹಿಂದಿರುಗಿತ್ತು ಸಂಸಾರ. ಅಜೇಯ್ ವಸಿಷ್ಠರ ಮಡದಿ ಕಾಮಿನಿ ವಸಿಷ್ಠ ಎರಡು ಸಬ್ಜೆಕ್ಟ್‌ನಲ್ಲಿ ಎಂ.ಎಸ್‌ಸಿ. ಮಾಡಿದ ಗೋಲ್ಡ್ ಮೆಡಲಿಸ್ಟ್. ಕಡೆಯ ಸಂಸಾರವಾದ ಅಚಲಾ ವಸಿಷ್ಠ ಈ ಸಲ ಎಸ್.ಎಸ್.ಎಲ್.ಸಿ.ಯಲ್ಲಿ ರ್‍ಯಾಂಕ್ ಗಳಿಸಿ ಸರ್ಕಾರದಿಂದ ಪ್ರಶಸ್ತಿ ಗಳಿಸಿದ ಪ್ರತಿಭಾವಂತೆ.

ಅಜೇಯ ವಸಿಷ್ಠ ಕೂಡ ಇಂಜಿನಿಯರ್ ಆಗಿದ್ದ ಬುದ್ಧಿವಂತ ಮನುಷ್ಯ. ಈಗಲೂ ಅವರ ಸಲಹೆಗಾಗಿ ದೊಡ್ಡ ದೊಡ್ಡ ಬಿಲ್ಡರ್ಸ್ ಅಪಾಯಿಂಟ್‌ಮೆಂಟ್ ಪಡೆಯುತ್ತಿದ್ದರು. ಇಂಥ ಕುಟುಂಬದ 'ಅಭಿ' ಜೊತೆ ವರ್ಣಾಳ ಒಡನಾಟ. ಸ್ವಂತ ಬಂಗ್ಲೆ, ಸಿಟಿಯ ಪ್ರತಿಷ್ಠಿತ ಬ್ಯಾಂಕ್‌ಗಳಲ್ಲಿ ಡಿಪಾಸಿಟ್, ಲಾಕರ್‌ಗಳೆಲ್ಲ ಇದ್ದರೂ ಇಷ್ಟು ಗುಣಗಳಿಗೆ ಮಸಿ ಬಳಿಯುವಂಥ ಜನ ಇಡೀ ಫ್ಯಾಮಿಲಿಯವರದು. ಆ ಮನೆಗೆ ನೆಂಟರು, ಬಂಧುಗಳು ಬರುವುದು ಕಡಿಮೆ. ಬಂದರೂ ಅವರಿಗೆ ಒಂದು ಕಪ್ ಕಾಫೀ ಸಿಗುವುದು ಕೂಡ ಕಷ್ಟ. ಹಣದ ಬಗ್ಗೆ ಕಟು ಎಚ್ಚರ, ವಿಪರೀತ ನಾಜೂಕು. ಅದಕ್ಕೆ ಕೊಟ್ಟ ಎರಡು ಉದಾಹರಣೆಗಳನ್ನು ನೋಡಿ ದಂಗಾದರು.

ವಿಸ್ಮಯವು ಕೂಡ ಚಲಪತಿಗಳಿಗೆ. ಇಂಥ ಕಂಜೂಸ್ ಕುಟುಂಬದ ಪ್ರತಿನಿಧಿ ಅಭಿಷೇಕ್ ವಸಿಷ್ಠ ಹೋಟೆಲ್, ಸುತ್ತಾಟಕ್ಕಾಗಿ ವರ್ಣಾಗೆ ಹಣ ಖರ್ಚು ಮಾಡಬಹುದೇ? ಉತ್ತರ ಕಷ್ಟವೇ. ಮುಂದೂ ಕೂಡ ಉತ್ತರ ಸಿಗಲಾರದ ಪ್ರಶ್ನೆಯಾಗಿಯೇ ಉಳಿಯಬಹುದೇನೋ!

'ವಿಪರೀತ ಮಿದುಳು ಇರೋ ಜನಕ್ಕೆ ಮನಸ್ಸು. ಹೃದಯ ಅನ್ನೋದೇನಿಲ್ಲ' ಎಂದು ರೆಡ್ ಇಂಕ್‌ನಲ್ಲಿ ಕೋಟ್ ಮಾಡಿದ್ದ ವಾಕ್ಯ ಭಯಪಡಿಸುತ್ತಿತ್ತು ಚಲಪತಿಗಳನ್ನ.

ಕಾದಿದ್ದು ಹೊರಟ ಮಗಳನ್ನ ನಿಲ್ಲಿಸಿಕೊಂಡು "ಅಭಿಷೇಕ್, ಬರೀ ನಿನ್ನ ಸೀನಿಯರ್ ಕೊಲೀಗ್ ಅಂದ್ಕೊಂಡಿದ್ದೆ. ಕಾಫೀ ಕುಡ್ಯೋಷ್ಟು ಸ್ನೇಹವಿದ್ರೆ... ಸಾಕು, ಮತ್ತೇನ್ಬೇಡ" ಅಧಿಕಾರದಿಂದ ಹೇಳಿದರು. ಅಂಥ ಜನರ ನಡುವೆ ಬದುಕು ಹಸನಾಗದೆಂದು ಗೊತ್ತು ಅವರಿಗೆ.

ಮಾತಾಡದೆ ಸರಿದು ಹೋದಳು ವರ್ಣಾ.

ದಿನಕರ್ ಇಂಡಸ್ಟ್ರೀನಲ್ಲಿ ರೀಜನಲ್ ಮ್ಯಾನೇಜರ್ ಆಗಿದ್ದ ಚಲಪತಿಗೆ ಕೈ ತುಂಬ ಸಂಬಳವೆ. ಅವರ ಓಡಾಟಕ್ಕೆ ಕಾರು ಒದಗಿಸಿದ್ದರು ಕಂಪನಿಯವರು. ಆಫೀಸ್ ಕೆಲಸ

ಬಿಟ್ಟು ಬೇರೆ ಕಡೆ ಹೋಗಬೇಕಾದರೆ ಬಿ.ಟಿ.ಎಸ್.ನಲ್ಲಿ ಹೋಗುವಂಥ ಸರಳತನ. ಆದರೆ ಹೆಂಡತಿ, ಮಕ್ಕಳಿಗೆ ಏನೂ ಕೊರತೆಯಾಗದಂತೆ ನೋಡಿಕೊಳ್ಳುತ್ತಿದ್ದರು.

ಅಗತ್ಯಕ್ಕಿಂತ ಹೆಚ್ಚು ಜವಾಬ್ದಾರಿಯನ್ನು ಹೊತ್ತ ಚಲಪತಿ ಮಕ್ಕಳ ವಿದ್ಯಾಭ್ಯಾಸದ ಬಗ್ಗೆ ಎಷ್ಟು ಆಸ್ಥೆವಹಿಸಿದ್ದರೋ, ಅಷ್ಟೇ ಅವರ ಭವಿಷ್ಯದ ಬಗ್ಗೆ ಒಂದು ಪ್ಲಾನಿಂಗ್ ಹಾಕಿಕೊಂಡು ಹಣವನ್ನು ಕೂಡಿಟ್ಟಿದ್ದರು. ಬಹುಶಃ ಎರಡು ಹೆಣ್ಣು ಮಕ್ಕಳು ಎರಡು ಕಣ್ಣುಗಳು ಇದ್ದಂಗೆ. ಬಹುಶಃ ಕಣ್ಣುಗಳ ಪಾಲನೆಯಲ್ಲಾದರೂ ನಿರ್ಲಕ್ಷ್ಯ ವಹಿಸಿಯಾರು. ಆದರೆ ಮಕ್ಕಳ ಬಗ್ಗೆ ಕಟ್ಟೆಚ್ಚರ.

ಮಾನವ ಜನಾಂಗದ ಕಲ್ಯಾಣವನ್ನ ದೃಷ್ಟಿಯಲ್ಲಿ ಇಟ್ಟುಕೊಂಡೇ ದೈವ ಹೆತ್ತವರನ್ನು ಇಷ್ಟೊಂದು ರೀತಿಯಲ್ಲಿ ನಿಸ್ವಾರ್ಥಿಗಳನ್ನಾಗಿಸಿದೆಯೇನೋ?

* * * *

ಒಂದು ತಿಂಗಳಷ್ಟು ರಜ ಕಾಲೇಜಿಗೆ. ಒಂದೆರಡು ಕಡೆ ಟ್ಯೂಷನ್‌ಗೆ ಹೋಗುವುದು ಬಿಟ್ಟರೆ ಸದಾ ಅವಳು ಪುಸ್ತಕದ ಮುಂದೆ ಕೂಡಬೇಕಿತ್ತು. ತಮ್ಮ 'ಪೊಸೆಸಿವ್‌ನೆಸ್' ಬಗ್ಗೆ ಸ್ವಲ್ಪ ಬೇಸರವಿದ್ದರೂ ವರ್ಷಳ ವಿದ್ಯಾಭ್ಯಾಸದ ಬಗ್ಗೆ ಸ್ವಲ್ಪ ಅಲರ್ಟ್ ಆಗಿದ್ದರು. ಫಸ್ಟ್‌ಕ್ಲಾಸ್ ಬಂದ ವಿದ್ಯಾರ್ಥಿಗಳು ಕೂಡ ದಿಕ್ಕು ತೋಚದಂತೆ ಚಡಪಡಿಸುತ್ತಿರುವಾಗ, ನೈನ್‌ಟೀಫೈವ್ ಪರ್ಸೆಂಟ್ ತೆಗೆಯಲೇಬೇಕೆಂಬ ಒತ್ತಡ ಅವರದು. ಅದಕ್ಕೆ ಒಂದು ಪ್ರಬಲವಾದ ಕಾರಣವಿತ್ತು. ವರ್ಣಳ ಅಪಾಯಿಂಟ್‌ಮೆಂಟ್, ಸ್ಯಾಲರಿ ನೋಡಿಯೇ ಎಷ್ಟೋ ಸಂಬಂಧಗಳು ಹುಡುಕಿಕೊಂಡು ಬಂದು 'ವರದಕ್ಷಿಣೆ ಬೇಡ, ಮದುವೆ ಮಾಡಿಕೊಡಿ' ಎಂದು ಕೇಳಿದ್ದುಂಟು. ಆದ್ದರಿಂದ ವರ್ಷ ಕೂಡ ಒಳ್ಳೆಯ ಮನೆ ಸೇರಲು ಶಿಕ್ಷಣ ಅಷ್ಟೇ ಮುಖ್ಯವೆಂದು ಅವರ ಅಭಿಪ್ರಾಯ. ಇಂದಿನ ಆರ್ಥಿಕ ಪರಿಸ್ಥಿತಿಯನ್ನು ಸರಿಗಟ್ಟಲು ಕೈ ಹಿಡಿದು ಬರುವ ಮಡದಿ ಉತ್ತಮವಾದ ಕೆಲಸದಲ್ಲಿದ್ದು ದುಡಿಯುವ ಹೆಣ್ಣು ಮನೆಯ ಅರ್ಧ ಜವಾಬ್ದಾರಿ ಹೊರುವಂತಿರಬೇಕು.

ಈಚೆಗೆ ಕೆಲವು ದಿನಗಳಿಂದ ವರ್ಷ ತನ್ನ ವಿದ್ಯಾರ್ಹತೆ ವಯಸ್ಸಿಗೆ ಅನುಗುಣವಾಗಿ ಯಾವುದಾದರೂ ಕೆಲಸ ಸಿಕ್ಕಬಹುದೇ ಎಂದು 'ಕ್ಲಾಸಿಫೈಡ್ ಅಡ್ವರ್‌ಟೈಸ್‌ಮೆಂಟ್' ನೋಡುತ್ತಿದ್ದಳು. ದೊಡ್ಡ ಹುದ್ದೆಗಾಗಿಯೇ ಹೆಚ್ಚು ಪ್ರಕಟಣೆ ಇರುತ್ತಿದ್ದುದು. ದಾದಿ ಕೆಲಸ, ಮನೆ ಕೆಲಸಕ್ಕೂ ಕೂಡ ಎಸ್.ಎಸ್.ಎಲ್.ಸಿ. ಆಗಿರಬೇಕೆಂದು ಕಡ್ಡಾಯದ ವಿಧಿ. ಈ ಮೂರು ಕೆಲಸಗಳಲ್ಲಿ ಕೂಡ ಅವಳಿಗೆ ತರಬೇತಿ ಇರಲಿಲ್ಲ. ಎಸ್.ಎಸ್.ಎಲ್.ಸಿ ಆಗಿ ಐವತ್ತುನಾಲ್ಕು ಪರ್ಸೆಂಟ್ ಮಾರ್ಕ್ಸ್ ತೆಗೆದಿದ್ದರೂ ಇಲ್ಲಿ ಪ್ರಯೋಜನವಾಗುವ ಹಾಗೆ ಇರಲಿಲ್ಲ.

ತಲೆಗೆ ಹರಳೆಣ್ಣೆ ಮೆತ್ತಿಕೊಂಡು ತಂದೆ ಓದಿ ಇಟ್ಟುಹೋದ ಪೇಪರ್ ತೆಗೆದುಕೊಂಡಳು. 'ಕ್ಲಾಸಿಫೈಡ್ ಅಡ್ವರ್‌ಟೈಸ್‌ಮೆಂಟ್' ಕಾಲಂನಲ್ಲಿ ಒಂದು ಜಾಹಿರಾತು ಸೆಳೆಯಿತು ಅವಳನ್ನು.

ಹದಿನೆಂಟು ವರ್ಷದಿಂದ ಇಪ್ಪತ್ನಾಲ್ಕು ವರ್ಷದೊಳಗಿನ ಆಕರ್ಷಕ ವ್ಯಕ್ತಿತ್ವವುಳ್ಳ, ಮೃದುವಾಗಿ ಸಂಭಾಷಿಸಬಲ್ಲ, ಸಹನೆಯುಳ್ಳ ಎಸ್.ಎಸ್.ಎಲ್.ಸಿ. ಪಾಸಾದ ಹುಡುಗಿಯರು ಫೈವ್ ಸ್ಟಾರ್ ಹೋಟೆಲ್‌ನಲ್ಲಿ ಕೆಲಸ ಮಾಡಲು ಬೇಕಾಗಿದ್ದಾರೆ. ಆಕರ್ಷಕವಾದ ಸಂಬಳವಿದೆ. ಪ್ರತ್ಯಕ್ಷವಾಗಿ ಬಂದು ಭೇಟಿ ಮಾಡುವುದು. ಸಮಯ ಬೆಳಿಗ್ಗೆ 9 ರಿಂದ 12 ರವರೆಗೆ. ಅರ್ಜಿಗಳನ್ನು ಗಮನಿಸಲಾಗುವುದಿಲ್ಲ.

'ಹುರ್ರೆ' ಎಂದು ಕೂಗಬೇಕೆನಿಸಿತು. ಅಂತು ಅವರ ಪ್ರಕಾರ ಎಸ್.ಎಸ್.ಎಲ್.ಸಿ. ಆಗಿತ್ತು. ಮೃದುವಾಗಿ ಸಂಭಾಷಿಸಬಲ್ಲೆನೇ? ಸುಂದರವಾದ ವ್ಯಕ್ತಿತ್ವವಿದೆಯೇ? ಪೇಪರ್ ಅಲ್ಲಿಟ್ಟು ರೂಮಿನಲ್ಲಿದ್ದ ವರ್ಣಾಳ ಬಳಿಗೆ ಓಡಿದಳು.

"ವರ್ಣಕ್ಕ, ಹೇಗಿದ್ದೀನಿ?" ಹಣೆಯ ಮೇಲಿನಿಂದ ಹರಿದುಕೊಂಡು ಬರುತ್ತಿದ್ದ ಎಣ್ಣೆಯನ್ನು ಹಿಂದಕ್ಕೊರಿಸಿಕೊಂಡು ಕೇಳಿದಾಗ ನೋಟವೆತ್ತಿದವಳು "ಅಬ್ಬಬ್ಬ.... ಮುಖವೆಲ್ಲ ಎಣ್ಣೆಮಯ, ನೋಡೋಕ್ಕಾಗೋಲ್ಲ" ಎಣ್ಣೆಯ ಕೈಯನ್ನು ಅವಳ ಕೆನ್ನೆಗೊರಸಿ ಓಡಿದಳು ಅಡಿಗೆಯ ಮನೆಯಲ್ಲಿದ್ದ ತಾಯಿಯ ಬಳಿಗೆ. ಅಲ್ಲಿ ಚಲಪತಿಯವರನ್ನು ನೋಡಿದವಳೇ ಬೆಕ್ಕಿನಂತೆ ಹಿಂದಕ್ಕೆ ಸರಿದಳು.

"ವರ್ಷ ಎಣ್ಣೆ ಇಟ್ಕೊಂಡ್ ತುಂಬ ಹೊತ್ತಾಯ್ತು. ಬೇಗ ತಲೆಗೆ ಸ್ನಾನ ಮಾಡ್ಕೋ. ಹೊರ್ಗಡೆ ಥಂಡಿ ಇದೆ. ಆಮೇಲೆ ನೆಗಡಿ, ಕೆಮ್ಮೂಂತ ಒದ್ದಾಡ್ತೀಯಾ" ತಾಯಿ ಕೂಗಿ ಹೇಳಿದಾಗ ಬಾತ್‌ರೂಂಗೆ ಹೋಗಿ ಬಾಗಿಲು ಹಾಕಿಕೊಂಡಳು.

ಎಂದೂ ನಿಧಾನವಾಗಿ ಒಂದು ಗಂಟೆ ಸ್ನಾನ ಮಾಡುವವಳು ಹತ್ತು ನಿಮಿಷದಲ್ಲಿ ಮುಗಿಸಿಕೊಂಡು ಬಂದು ಕನ್ನಡಿಯ ಮುಂದೆ ನಿಂತು ತನ್ನ ರೂಪವನ್ನು ನೋಡಿಕೊಂಡಳು. ಬಿಸಿ ನೀರು ಬಿದ್ದು ಕೆಂಪಾದ ಮುಖ, ತೊಳೆದ ಕೂದಲು, ಎಲ್ಲಾ ಕೋನಗಳಿಂದಲೂ ನೋಡಿಕೊಂಡ ನಂತರ ತಾನು 'ಎಲಿಜಿಬಲ್' ಎನ್ನುವ ನಿರ್ಧಾರಕ್ಕೆ ಬಂದ ಮೇಲೆ, ಸಮಯ ನೋಡಿದಳು. ಒಂಬತ್ತಕ್ಕೆ ಹತ್ತು ನಿಮಿಷವಿದೆಯೆಂದುಕೊಂಡಾಗ ಆ ಹೋಟೆಲ್‌ನ ದೂರ ಲೆಕ್ಕ ಹಾಕಿ ತಾನು ಸಕಾಲದಲ್ಲಿ ತಲುಪಬಹುದೆಂದುಕೊಂಡಾಗ ಪಾದರಸದಂತೆ ಬೇಗ ಬೇಗ ಮೇಕಪ್ ಮುಗಿಸಿ ಮೆರೂನ್ ಕಲರ್ ಸಣ್ಣ ಜರಿಯಿ ಬಾರ್ಡರ್‌ನ ಸೀರೆಯುಟ್ಟು ಅಳ್ಳಕವಾಗಿ ಜಡೆಹೆಣೆದು ಅಡಿಗೆಯ ಮನೆಗೆ ಬಂದಳು.

ಅವಳತ್ತ ತಿರುಗಿದ ರೋಹಿಣಿ ಕಣ್ಣಗಲಿಸಿದರು. "ಇದೇನಿದು, ಸೀರೆಯುಟ್ಟಿದ್ದೀಯಾ! ಒಂದೇ ಓಲಗದಲ್ಲಿ ಇಬ್ರ ಮದ್ವೆನು ಮುಗ್ಸಿಬಿಡ್ಬಹುದ್ದು!" ತಾಯಿಯ ತಮಾಷೆಯ ಕಡೆ ಅವಳ ಗಮನವಿರಲಿಲ್ಲ.

"ಅಮ್ಮ ನಂಗೆ ಕೆಲ್ಸ ಸಿಕ್ಕರೆ ಸೇರಿಕೊಳ್ಲಾ?" ಕೇಳಿದಳು.

ನಕ್ಕುಬಿಟ್ಟರು ರೋಹಿಣಿ. "ನಳಿನಿ ಎಂ.ಎಸ್‌ಸಿಯಲ್ಲಿ ಕ್ಲಾಸ್. ಹತ್ತಿರ ಹತ್ತಿರ ಒಂದು ನೂರು ಇಂಟರ್‌ವ್ಯೂಗೆ ಹೋಗಿದ್ದಾಳೆ. ಅವ್ಳಿಗೇ ಕೆಲ್ಸವಿಲ್ಲ. ನಿಂಗೇನ್ ಕೆಲ್ಸ ಕೊಡ್ತಾರೆ?" ಎಂದರು. ವ್ಯಂಗ್ಯವೆನಿಸಿ ಮುಖ ಸಣ್ಣದು ಮಾಡಿಕೊಂಡರೂ ಒಂದು ಕೆಲಸ ಸಂಪಾದಿಸಲೇಬೇಕೆಂಬ ನಿರ್ಧಾರಕ್ಕೆ ಬಂದಳು.

ಅಂತು ಹೊರ ಬಂದು ಬೀದಿಗೆ ಇಳಿದಳು. ಅವಳು ಸೀರೆಯುಡುತ್ತಿದ್ದುದು ಆಗಾಗ. ಸಾಲದಕ್ಕೆ ರೇಶಿಮೆಯ ಸೀರೆ ಬೇರೆ. ಮುಜುಗರವೆನಿಸಿದರೂ ಹೋಗಿ ಬಸ್ಸು ಹಿಡಿದಳು.

ಅಪರೂಪಕ್ಕೊಮ್ಮೆ ಸಿಟಿಯ ಪ್ರತಿಷ್ಠಿತ ಹೊರ ವಲಯದಲ್ಲಿ ಪ್ರಾರಂಭವಾಗಿದ್ದ ಹೋಟೆಲ್ ಹೆಸರು ಕೇಳಿದ್ದಳೇ ವಿನಃ ಏನೇನೂ ಗೊತ್ತಿರಲಿಲ್ಲ. ಎಂದೂ ಅಂಥ ಹೋಟೆಲ್‌ಗಳನ್ನ ಪ್ರವೇಶಿಸಿರಲಿಲ್ಲ ಕೂಡ.

ಗಲಿಬಿಲಿಯಿಂದಲೇ ಹೋಟೆಲ್‌ನ ಹತ್ತಿರದ ಸ್ಟಾಪ್‌ನಲ್ಲಿ ಇಳಿದು ಅತ್ತ ನಡೆದಾಗ ಒಂದಿಬ್ಬರು ಯುವತಿಯರನ್ನ ಗೇಟಿನಲ್ಲಿ ಸಂಧಿಸಿದಳು. ಬರುವ ಹೋಗುವ ಕಾರುಗಳಿಗೆ ಸೆಲ್ಯೂಟ್ ಹೊಡೆಯುತ್ತಿದ್ದ ವಾಚ್‌ಮನ್ ಇವರತ್ತ ನೋಡಿದ ಪ್ರಶ್ನಾರ್ಥಕವಾಗಿ.

"ಕಿದರ್ ಜಾನಾ?" ಗದರಿಸುವಂತೆ ಕೇಳಿದ.

ಅವರು ಇಬ್ಬರು ಒಬ್ಬರ ಮುಖವನ್ನೊಬ್ಬರು ನೋಡಿಕೊಂಡು ಇವಳತ್ತ ತಿರುಗಿ "ಕ್ಲಾಸಿಫೈಡ್ ಅಡ್ವರ್‌ಟೈಸ್‌ಮೆಂಟ್‌ನ ಚಿಕ್ಕ ಜಾಹಿರಾತು ನೋಡಿ ಬಂದ್ಯಾ?" ಕೇಳಿದಳು ಒಬ್ಬಳು ಏಕವಚನದಲ್ಲಿ. ಬಹುಶಃ ಅವರಿಬ್ಬರಿಗಿಂತ ಕಿರಿಯಳು ಎನ್ನುವ ಸಲುಗೆಯಿಂದೇನೋ. 'ಹೌದು' ಎನ್ನುವಂತೆ ತಲೆದೂಗಿದಳು.

ಅಷ್ಟರಲ್ಲಿ ಬಂದ ಕಾರಿಗೆ ದಾರಿ ಬಿಟ್ಟು ಹಿಂದೆ ಸರಿದಾಗ "ಕಿದರ್ ಜಾನಾ? ಕಿದರ್...?" ಕೆಕ್ಕರಿಸುವಂತೆ ನೋಡಿದಾಗ ಒಬ್ಬಳು ಒಂದೆರೆಡೆಜ್ಜೆ ಮುಂದಕ್ಕೆ ನಡೆದು "ನೌಕರಿಗೋಸ್ಕರ ಬಂದಿದ್ದೀವಿ. ಪೇಪರ್‌ನಲ್ಲಿ ಜಾಹಿರಾತು ಬಂದಿತ್ತಲ್ಲ?" ಹೇಳಿದಾಗ ಅವನು ಒಂದು ತರಹ ನೋಡಿ "ಪೀಛೇಸೆ ಜಾವ್, ಗೇಟ್ ನಂಬರ್ ಚಾರ್" ಎಂದ ಕೊಡವಿಕೊಳ್ಳುವಂತೆ.

ಅಷ್ಟು ದೂರ ಹೋಗಿ ಹಿಂದಕ್ಕೆ ತಿರುಗಿದಳು. ಬಂದ ಕಾರಿಗೆ ಸೆಲ್ಯೂಟ್ ಹೊಡೆಯುತ್ತಿದ್ದ. ಇಲ್ಲಿ ಶ್ರೀಮಂತರ, ಡೌಲಿನ ಜನಕ್ಕೆ ಮಾತ್ರ ಮರ್ಯಾದೆ. ಮುಖ ತಿರುಗಿಸಿದವಳು ಒಂದು ಕ್ಷಣ ನಿಂತಳು. ಅವಳೆದೆ ಹೊಡೆದುಕೊಂಡಿತು. ತಂದೆ ಅವಳನ್ನ ಬಿಳಿಯ ಕೋಟು, ಸ್ಟೆತಾಸ್ಕೋಪ್‌ನೊಂದಿಗೆ ಆಶಿಸಿದ್ದರು. ತಾನು ಇಲ್ಲಿಗೆ ಬಂದ ಸಮಾಚಾರ ತಿಳಿದರೇ - ಹಿಂದಕ್ಕೆ ತಿರುಗಿಕೊಂಡಾಗ, ಇನ್ನೊಬ್ಬಳು ಕೈ ಹಿಡಿದುಕೊಂಡಳು.

"ಪ್ಲೀಸ್, ಕಮಾನ್... ಅವ್ರೇನು ನಮಗೋಸ್ಕರ ನೌಕರಿ ಇಟ್ಕೊಂಡ್ ಕಾಯೋಲ್ಲ" ಅವಸರಿಸಿದಳು.

ಮುಂದೆ ಅಚ್ಚುಕಟ್ಟಾಗಿ ಫಳಫಳ ಹೊಳೆಯುವ ಹೋಟೆಲ್‌ನ ಹಿಂಭಾಗ ಅಷ್ಟೇನು ಶುಭ್ರವಾಗಿರಲಿಲ್ಲ. ಯೂನಿಫಾರಂ ಇಲ್ಲದ ಹೋಟೆಲ್ ಕೆಲಸಗಾರರು ಮಾತ್ರ ಓಡಾಡುತ್ತಿದ್ದರು.

ಅಲ್ಲೊಬ್ಬ ಖಾಕಿ ವಸ್ತ್ರಧಾರಿ ಘೂರ್ಕ ತಡೆದು ಪ್ರಶ್ನಿಸಿದ. "ಕಿದರ್?" ಎಂದವನು "ಇಂಟರ್‌ವ್ಯೂಕೆ ಲಿಯೇ. ಪರ್ಸನಲ್ ಆಫೀಸ್ ಮೇ ಜಾಯಿಯೇ" ಗದರಿದಂತೆ ಹೇಳಿದ ಈ ಡೋಂಗಿ ಸಲಾಂವಾಲ.

ತಳ್ಳಿಸಿಕೊಂಡಂತೆ 'ಪರ್ಸನಲ್ ರೂಂ' ಬಳಿಗೆ ಬರುವ ವೇಳೆಗೆ ಗುಹೆ ಹೊಕ್ಕಂತಾಯಿತು. 'ಮೈ ಗಾಡ್, ತಾನು ಯಾಕೆ ಬಂದೆ?'

ಮುಂದೆ ಟೇಬಲ್ ಹಾಕಿಕೊಂಡು ಕೂತಿದ್ದ ಖಾಕಿ ವಸ್ತ್ರಧಾರಿ ಬಂದವರ ಕೈ ಚೀಲಗಳನ್ನು ಪಡೆದು ತಪಾಸಣೆ ನಡೆಸುತ್ತಿದ್ದ. ಅಲ್ಲಿ ಒಂದು ಚಿಕ್ಕ 'ಕ್ಯೂ' ಇತ್ತು. ಇವರೆಲ್ಲ ಯಾವ ಉದ್ಯೋಗಕ್ಕಾಗಿ ಬಂದಿದ್ದಾರೆ? ಉದ್ಯೋಗವೇನೆಂದೇ ತಿಳಿಯದೇ ಬಂದ ಹೆಡ್ಡತನಕ್ಕೆ ಶಪಿಸಿದಳು.

ಇವಳ ಪರ್ಸ್ ತಪಾಸಣೆಯ ಸರದಿ ಬಂದಾಗ ವಿರೋಧಿಸಿದಳು. "ಇದೆಲ್ಲ ಯಾಕೆ? ನಿಮ್ಮ ಜಾಹಿರಾತಿನಲ್ಲಿ ಇಂಥ ನಿಯಮಗಳನ್ನೇನೂ ಪ್ರಕಟಿಸಿರಲಿಲ್ವಲ್ಲ?" ಜೋರು ಮಾಡುವ ಇವಳನ್ನು ಕಣ್ಣರಳಿಸಿ ನೋಡಿದ ಅವನು.... ಅಲ್ಲಿ ನಿಂತವನತ್ತ ಕೆಟ್ಟ ನಗೆ ಎಸೆದ ಅವನು "ಖೂಬ್... ಸೂರತ್... ಬಹುತ್ ಖೂಬ್ ಸೂರತ್" ಎಂದ. ಅವನ ಕಣ್ಣೋಟ ಇಷ್ಟವಾಗಲಿಲ್ಲ ಅವಳಿಗೆ.

ಪಕ್ಕದಲ್ಲಿದ್ದವಳು ಇವಳ ಪರ್ಸನ್ನು ಕಿತ್ತು ತಪಾಸಣೆಗೆ ಕೊಟ್ಟಾಗ ದಂಗಾದಳು. ಅವಳ ಹೆಸರು ಕೂಡ ವರ್ಷಗೆ ಗೊತ್ತಿರಲಿಲ್ಲ. ಅಂಥದ್ದರಲ್ಲಿ ಇಷ್ಟೊಂದು ಸಲಿಗೆ ವಹಿಸುವುದು ಇಷ್ಟವಾಗಲಿಲ್ಲ.

ಚೆಕ್ ಮಾಡಿದವನು ಪರ್ಸ್‌ನ ಪಕ್ಕದಲ್ಲಿಟ್ಟುಕೊಂಡು ಇವಳಿಗೊಂದು ನಂಬರ್‌ನ ಟೋಕನ್ ಕೊಟ್ಟು "ಹೋಗೋವಾಗ ಇಸ್ಕೊಂಡ್ಹೋಗು" ಕಣ್ಣೊಡೆದ. ಅವನ ಮುಖಕ್ಕೆ ಅಪ್ಪಳಿಸಿಬಿಡಬೇಕೆನಿಸಿತು ಅವಳಿಗೆ. 'ಈಡಿಯಟ್. ಮೈಂಡ್ ಯುವರ್ ಬಿಸಿನೆಸ್' ಎನ್ನುವಂತೆ ಮುಖ ಮಾಡಿ 'ರಪ್' ಎಂದು ಮುಂದಕ್ಕೆ ಹೋದಳು.

ಕಣ್ ಕಣ್ ಬಿಟ್ಟ ಅವನು. ಒಮ್ಮೆ ಹೆಚ್ಚು ಕಡಿಮೆಯಾಗಿ ಕೆಲಸ ಕಳೆದುಕೊಂಡು ಅವನು ಆರು ತಿಂಗಳು ಇಲ್ಲಿಲ್ಲೇ ಸುತ್ತಾಡಿ ಎಲ್ಲರ ಕಾಲು ಹಿಡಿದು ಕೆಲಸ ಸಂಪಾದಿಸಿಕೊಂಡ ಮಕ್ಕಳೊಂದಿಗ. ಮತ್ತೆ ಹಿಂದಿನ ಸ್ಥಿತಿಗೆ ಮರುಳುವ ಭಯ.

ಸಾಧಾರಣವಾದ ಕಾರಿಡಾರ್ ದಾಟಿಕೊಂಡು ಮುಂದಕ್ಕೆ ಹೋದಾಗ, ಕೆಲವು ಹುಡುಗಿಯರು, ಹುಡುಗರು ಫಾರ್ಮ್ ತುಂಬುತ್ತ ತಮ್ಮ ತಮ್ಮೊಳಗೆ ಪಿಸಿಪಿಸಿ ಮಾತನಾಡುತ್ತಿದ್ದರು. ಶ್ರೀಮಂತ ಹುಡುಗ-ಹುಡುಗಿಯರು, ಆಧುನಿಕವಾಗಿ ಹೇರ್ ಸ್ಟೈಲ್‌ಗಳಲ್ಲಿ ಮಿನುಗುತ್ತಿದ್ದ ಅವರು ನಿರುದ್ಯೋಗಿಗಳೇ? ಇವರೆಲ್ಲರಿಗೂ ಕೆಲಸದ ಅಗತ್ಯವಿದೆಯೇ? ಇಲ್ಲಿ ಸಿಗುವ ಕೆಲಸ ಎಂಥಹುದು? ವಿಚಿತ್ರವಾಗಿ ಕಂಡಿತು. ಇಷ್ಟು ದಿನ ನೋಡದ ಒಂದು ಮಗ್ಗುಲಿನ ಪರಿಚಯ. ಇವಳಲ್ಲಿನ ಮಂಕುತನ, ಭಯ, ಯಾವುದೂ ಇರಲಿಲ್ಲ. ನಿರ್ಭಿಡೆಯರಾಗಿ ಕಂಡರು.

ಇವಳಿಗಿಂತ ಮೊದಲು ಹೊರಟ ಅವರೊಂದಿಗೆ ಇವಳು ಕೂಡ ಒಂದು ಟೇಬಲ್ಲು ಬಳಿ ಮಿಕಿಮಿಕಿ ನಿಂತಳು. ಅವರಿಬ್ಬರು ಫಾರ್ಮಗಳನ್ನು ತುಂಬಿ ಹೊರಟಾಗ ಮಾತ್ರ ಒಂಟಿಯಾದಳು.

ಅಲ್ಲಿ ಕೂತಿದ್ದ ಕನ್ನಡಕಧಾರಿ ಮಹಿಳೆ ಒಮ್ಮೆ ತಲೆಯೆತ್ತಿ ಪ್ರಶ್ನಾರ್ಥಕವಾಗಿ ಇವಳತ್ತ ನೋಡಿ ಕೈಯಲ್ಲಿನ ಬಾಲ್ ಪೆನ್‌ನಿಂದ ಟೇಬಲ್ ಮೇಲೆ ಸದ್ದು ಮಾಡಿ "ಹ್ಯಾವ್ ಯು ಕಮ್ ಫಾರ್ ದ ಜಾಬ್?" ವಿಚಾರಿಸಿದಳು.

ಹಿಂಜರಿದಳು. ತಂದೆಯ ನೆನಪಾದ ಕೂಡಲೇ ಅವಳ ಜಂಘಾಬಲವೇ ಉಡುಗಿತು. ಅವರು ಕಂಡ ಮಗಳ ಸುಂದರ ಭವಿಷ್ಯವೇ ಬೇರೆ. ಇಲ್ಲಿಗೆ ಅವಳು ಅರಸಿಕೊಂಡು ಬಂದ 'ಜಾಬ್' ಯಾವುದು? ಆದರೂ ಬಂದಿದ್ದಾಗಿತ್ತು. ಒಂದಿಷ್ಟು ಎಕ್ಸ್‌ಪೀರಿಯನ್ಸ್ ಇರಲಿಯೆಂದು 'ಹೌದು' ಎನ್ನುವಂತೆ ತಲೆಯಾಡಿಸಿದಾಗ ಒಂದು ಫಾರಂ ತೆಗೆದುಕೊಟ್ಟಳು.

ಫಾರಂ ತುಂಬುತ್ತಿದ್ದ ಕಡೆಗೆ ಹೋದಳು ನಿಧಾನವಾಗಿ. ಹೆಚ್ಚು, ಕಡಿಮೆ ಎಲ್ಲರೂ ಇಂಗ್ಲೀಷ್‌ನಲ್ಲಿಯೇ ಸಂಭಾಷಿಸುತ್ತಿದ್ದರು. ಅಲ್ಲೇ ಹಾಕಿದ್ದ ಬೆಂಚ್ ಮೇಲೆ ಕೂತು ಫಾರಂ ತುಂಬತೊಡಗಿದಳು. ಜಾಹಿರಾತಿನಲ್ಲಿ ಯಾವುದೇ ಇಂಥ ಒಂದು ಜಾಬ್ ಎಂದು ಸೂಚಿಸಿರಲಿಲ್ಲ.

ಸಣ್ಣನೆಯ ದನಿಯಲ್ಲಿ ಹೊಸ ಹಿಂದಿ ಚಲನಚಿತ್ರದ ಹಾಡು ಗುನುಗುತ್ತಿದ್ದ ಅಲೆ ಅಲೆ ಕೂದಲಿನ ಸ್ವಲ್ಪ ಹೆಚ್ಚು ಉದ್ದವಿದ್ದ ಲಲನೆಯ ಬಳಿಗೆ ಹೋದಾಗ, ಸೆಂಟಿನ ಪರಿಮಳ ರಾಚಿತು.

"ಎಕ್ಸ್‌ಕ್ಯೂಸ್ ಮಿ. ನೀವು ಅರ್ಜಿ ಫಾರಂನಲ್ಲಿ ಯಾವ ಪೋಸ್ಟ್‌ಗೇಂತ ಬರ್ದಿದ್ದೀರಾ?" ಕೇಳಿದಳು, ಮೆಲ್ಲನೆಯ ದನಿಯಲ್ಲಿ.

ಕೂದಲನ್ನ ಹಿಂದಕ್ಕೆ ತಳ್ಳುತ್ತ ತಲೆಯೆತ್ತದೆಯೇ "ವೈಟ್ರೆಸ್..." ಎಂದಕೂಡಲೇ ತಲೆ ತಿರುಗಿ ಕುಸಿಯುವಂತಾಯಿತು. "ಮೈ ಗಾಡ್, ವೈಟ್ರೆಸ್ ಆಗುವುದೇ? ನಮ್ಮಪ್ಪ ಮನೆಯಿಂದ ಓಡ್ಸಿಬಿಡ್ತಾರೆ" ಗಾಬರಿಯಿಂದ ಅಂದ ಕೂಡಲೇ ತಟ್ಟನೇ ತಲೆಯೆತ್ತಿ ಕನಿಕರದಿಂದ ನೋಡಿದಳು.

"ನೀನು ತುಂಬ ಚಿಕ್ಕವ್ಳು. ಬದ್ಕಿನ ಬಗ್ಗೆ ಏನೇನೂ ಗೊತ್ತಿಲ್ಲ. ಒಳ್ಳೆಯ ಸಂಬ್ಳದ ಜೊತೆ ಗುಡ್ ಟಿಪ್ಸ್ ಕೂಡ ಸಿಗುತ್ತೆ. ಜೀವ್ನ ಒಂದು ರೀತಿಯ ಹೋರಾಟ. ಎಂ.ಬಿ.ಬಿ.ಎಸ್.ನ ಸೆಕೆಂಡ್ ಇಯರ್ ಸ್ಟೂಡೆಂಟ್ ನಾನು. ಆರ್ಥಿಕ ತೊಂದರೆಯಿಂದ ಡಿಸ್‌ಕಂಟಿನ್ಯೂ ಆಯ್ತು ಎಜುಕೇಷನ್. ನನ್ನ ಪಾಕೆಟ್ ಮನೀಯಾದ್ರೂ ನಾನು ಸಂಪಾದಿಸ್ಕೋಬೇಕು. ನೀನು ತುಂಬ ಬ್ಯೂಟಿ ಇದ್ದೀಯಾ, ಖಂಡಿತ ಕೆಲ್ಸ ಸಿಕ್ಕುತ್ತೆ" ಹೇಳಿಕೊಂಡಳು.

ವಿಭಿನ್ನ ಬದುಕಿನ ದರ್ಶನವಾದಂತೆ ನಿಂತಳು. 'ಟಿಪ್ಸ್' ಎಂದಕೂಡಲೇ ಅಪರೂಪಕ್ಕೆ ತಂದೆ ಹೋಟೆಲ್‌ಗೆ ಕರೆದೊಯ್ದಾಗ ಬಿಲ್‌ನ ಹಣ ಮುರಿದುಕೊಂಡು ಚಿಲ್ಲರೆ ತಂದಿಟ್ಟಾಗ, ಬಿಟ್ಟು ಬರುವ ರೂಪಾಯಿಗಳ ನೆನಪಾಯಿತು.

"ಸಾರಿ, ನಂಗೆ ಈ ಕೆಲ್ಸ ಬೇಡ. ಸುಮ್ನೆ ಬಂದೆ ಅಷ್ಟೆ" ಅರ್ಜಿ ಫಾರಂನ ಕೊಂಡೊಯ್ದು ಅದೇ ಟೇಬಲ್ಲು ಮೇಲಿಟ್ಟು "ಸಾರಿ ಮೇಡಮ್. ನಂಗೆ ವೈಟ್ರೆಸ್ ಕೆಲ್ಸ ಇಷ್ಟವಿಲ್ಲ" ಹಿಂದಿರುಗುತ್ತಿದ್ದವಳನ್ನು ಒಬ್ಬ ದಢೂತಿ ಹೆಣ್ಣು ನಿಲ್ಲಿಸಿ ಅಡಿಯಿಂದ ಮುಡಿಯವರೆಗೂ ನೋಡಿ "ನೀನು ಸ್ವಲ್ಪ ಬಾ" ಹೇಳಿದಾಗ ಮುಲಾಜಿಲ್ಲದೆ ನಿರಾಕರಿಸಿದಳು.

"ನಂಗೆ ಕೆಲ್ಸ ಬೇಡ. ಜಾಹಿರಾತು ನೋಡ್ಬಂದೆ. ನನ್ನ ತಾಯ್ತಂದೆಯವರಿಗೆ ಇಷ್ಟವಾಗೋಲ್ಲ."

ಹಣೆ ಗಟ್ಟಿಸಿಕೊಂಡ ಅವಳು "ನಿಂಗೆ ವೈಟ್ರೆಸ್ ಕೆಲ್ಸ ಬೇಡ! ನೀನೊಬ್ಬ ಹುಚ್ಚಿ! ಕೆಲ್ಸ ಅಷ್ಟು ಈಸೀಯಾಗಿ ಸಿಕ್ಕುತ್ತ? ಇಲ್ನೋಡು ಎಷ್ಟೊಂದು ಜನ ಕಾದಿದ್ದಾರೆ. ನಿನ್ನ ಅಪ್ಲಿಕೇಷನ್ ಜೊತೆ ಫೋಟೋಸ್, ಇಪ್ಪತ್ತೈದು ರೂಪಾಯಿಗಳ ಒಂದು ಡಿ.ಡಿ. ಕೂಡ ಲಗತ್ತಿಸಬೇಕು. ಇವೆಲ್ಲ ಇಲ್ಲಿನ ಫಾರ್ಮಾಲಿಟೀಸ್. ವಾರಕ್ಕೆ ಎಷ್ಟು ಟಿಪ್ಸ್ ಸಿಗುತ್ತೆ ಗೊತ್ತ. ನಸುಗೆಂಪು ಬಣ್ಣದ ಯುವತಿ ಎಂ.ಎ.ನಲ್ಲಿ ಕ್ಲಾಸ್ ಬಂದಿದ್ದಾಳೆ. ಇಪ್ಪತ್ನಾಲ್ಕು ತುಂಬಿಲ್ಲ ಅಷ್ಟೆ. ನಾನು ನಿನ್ನ ಕೆಲ್ಸಕ್ಕಾಗಿ ಹೆಲ್ಪ್ ಮಾಡ್ತೀನಿ" ಅವಳ ಕಣ್ಣಲ್ಲಿ ಮೂಡಿತು ಹೊಳಪು. ತಕ್ಷಣಕ್ಕೆ ಅವಳಿಗೇನು ಅರ್ಥವಾಗಲಿಲ್ಲ.

"ನೋ..... ನೆವರ್... ಐ ಡೋಂಟ್ ವಾಂಟ್ ಟು ಬಿ ಎ ವೈಟ್ರೆಸ್, ಲೀವ್ ಮಿ" ಎಂದವಳೇ ಬಿರಿ ಬಿರಿ ಹೆಜ್ಜೆಗಳನ್ನು ಹಾಕುತ್ತ ಕಾರಿಡಾರ್‌ನತ್ತ ನಡೆದಳು.

ಇನ್ನೊಂದು ಕಡೆಯಿಂದ ಬರುತ್ತಿದ್ದ ಸೂಟ್‌ಧಾರಿ ಕಣ್ಣರಿಸಿ "ಏಯ್..." ಎಂದ. ನಿಂತವಳು ಅವನತ್ತ ನೋಡಿದಳು. ಒಂದು ರೀತಿಯ ಉದ್ವೇಗದಲ್ಲಿದ್ದ. "ನೀನು ಕೆಲ್ಸಕ್ಕಾಗಿ ಬಂದಿದ್ದೀಯಾ? ಯು ಆರ್ ಲಕ್ಕಿ. ಈ ದಿನ ರಿಸೆಪ್ಷನಿಸ್ಟ್ ಬಂದಿಲ್ಲ. ಆ ಪೋಸ್ಟ್ ನಿಭಾಯಿಸಬಲ್ಲೆಯಾ?"

ವಿಚಿತ್ರವಾಗಿ ಕಂಡಿತು. "ನೋ, ಸರ್. ನಂಗೆ ಆಸಕ್ತಿ ಇಲ್ಲ. ನಾನು ರಿಸೆಪ್ಷನಿಸ್ಟ್ ಕೋರ್ಸ್ ಕೂಡ ಮಾಡಿಲ್ಲ. ಹೇಗೆ ನಿಭಾಯಿಸಬಲ್ಲೆ?" ಎಂದಳು. ಸದ್ಯಕ್ಕೆ ಇಲ್ಲಿಂದ ಹೊರಬಿದ್ದರೇ ಸಾಕಾಗಿತ್ತು.

"ಅಂಥದೇನಿಲ್ಲ, ನಮ್ಮ ರೆಸ್ಟೋರೆಂಟ್‌ನ ರಿಸ್ಪೆಷನಿಸ್ಟ್ ಬಂದಿಲ್ಲ. ಬರೀ ಎಂಟು ಗಂಟೆ ಆ ಪೋಸ್ಟ್‌ನ ನಿಭಾಯಿಸಿದ್ರೆ.... ನಿಂಗೆ ಆ ಪೋಸ್ಟ್ ಕಾಯಂ ಮಾಡಿಸ್ತೀನಿ. ಸ್ವಲ್ಪ ಚುರುಕುತನ, ಮಿದುಳು ಇದ್ರೆ ಸಾಕು. ಬೇಸಿಕ್‌ನ ತರಬೇತಿ ಹತ್ತು ನಿಮಿಷದಲ್ಲಿ ನಮ್ಮ ನೈನಾ ಕೊಡ್ತಾಳೆ. ಯು ಆರ್ ಪ್ರೆಟಿ ಗರ್ಲ್" ಎಂದು ಬಲವಂತದಿಂದ ಎಳೆದೊಯ್ದು ಬಿಟ್ಟ. ಪಕ್ಕದ ಹಾಲ್ ದಾಟಿ ಕೆಲವು ಮೆಟ್ಟಲುಗಳನ್ನು ಇಳಿದು "ನೈನ್ ಕ್ವಿಕ್... ಕ್ವಿಕ್..." ಎನ್ನುತ್ತ ದಡಬಡಿಸಿದ.

ಬಂದ ನೈನಾಗೆ ಕೇರಳದ ಭಾಷೆಯಲ್ಲಿ ಪಟಪಟ ಹೇಳಿ ಇವಳತ್ತ ಕೈ ಮಾಡಿ ತೋರಿಸಿದಾಗ ಅವಳು ಕೂಡ ಬೆರಗುಗಣ್ಣುಗಳಿಂದ ನೋಡಿ ಹರ್ಷ ಸೂಚಿಸಿದಳು.

ಇಂಗ್ಲೀಷ್, ಅರೆಬರೆ ಕನ್ನಡ, ಕೇರಳ ಭಾಷೆಯನ್ನು ಬಳಸಿ ವಿವರಿಸಿದಾಗ ಸ್ವಲ್ಪ ಸ್ವಲ್ಪ ಅರ್ಥವಾಯಿತು. ಆಕೆಯ ಕಸಿನ್‌ವೊಬ್ಬಳು ರಿಸೆಪ್ಷನಿಸ್ಟ್ ಆಗಿ ಕೆಲಸ

ಮಾಡುತ್ತಿದ್ದವಳು ಅರ್ಧ ಗಂಟೆಯ ಮೊದಲು ಆಕಸ್ಮಿಕವಾಗಿ ಬಂದ ತೊಂದರೆ ವಿವರಿಸಿ ಈ ದಿನ ಹೇಗಾದರೂ ಮ್ಯಾನೇಜ್ ಮಾಡಿಕೊಳ್ಳಲು ತಿಳಿಸಿದ್ದಳು. ಇವರುಗಳಿಗೆ ಬಂದಿತ್ತು ಪೇಚಾಟ.

"ಸಾರಿ, ನಂಗೆ ಇದೆಲ್ಲ ಅಭ್ಯಾಸವಿಲ್ಲ. ತುಂಬ ಕಷ್ಟವಾಗುತ್ತೆ. ರಿಸೆಪ್ಷನಿಸ್ಟ್... ವೈಟ್ರೆಸ್ ಅಂಥ ಕೆಲ್ಸ ಮಾಡಲು ನನ್ನ ಪೇರೆಂಟ್ಸ್ ಒಪ್ಪೋಲ್ಲ. ನನ್ತಂದೆ ತುಂಬ ಡಿಗ್ನಿಫೈಡ್ ಮನುಷ್ಯ. ಮಕ್ಳು ಭವಿಷ್ಯಕ್ಕಾಗಿ ಸದಾ ಎಚ್ಚರದಿಂದಿರುವಂಥ ಜವಾಬ್ದಾರಿಯುತ ತಂದೆ. ನನ್ನ ಬಗ್ಗೆ ಅವ್ರಿಗೆ ತುಂಬ ಪ್ರೀತಿ, ನಂಗೂ... ಅಷ್ಟೆ. ನನ್ನ ಹೋಗಲು ಬಿಡಿ" ಎಂದಳು. ಅವಳಿಗೆ ಅಲ್ಲಿಂದ ಬಿಡುಗಡೆಯಾಗಿ ಬರುವುದು ಬೇಕಿತ್ತು.

ನೈನಾ ಅವಳನ್ನ ಪಕ್ಕಕ್ಕೆ ಕರೆದೊಯ್ದು ರಿಕ್ವೆಸ್ಟ್ ಮಾಡಿಕೊಂಡಳು. "ಇದೊಂದು ದಿನ ಬರೀ ಎಂಟು ಅವರ್ಸ್ ನಿರ್ವಹಿಸು. ನಾನು ಮ್ಯಾನೇಜ್ ಮಾಡ್ಲಿಲ್ಲಾಂದ್ರೆ ಅವ್ಳ ಕೆಲ್ಸ ಹೋಗುತ್ತೆ. ತುಂಬ ಕಷ್ಟಪಟ್ಟು ಈ ಕೆಲ್ಸ ಕೊಡಿಸಿದ್ದೀನಿ. ಪ್ಲೀಸ್... ಪ್ಲೀಸ್."

ಅಂತು ಬಂದಿದ್ದಾಗಿತ್ತು. ಛಾಲೆಂಜಾಗಿ ಇದೊಂದು ದಿನ ಯಾಕೆ ನಿರ್ವಹಿಸಬಾರದು? ಮೊದಲು ಮನೆಗೆ ಫೋನ್ ಮಾಡಿ ವಿಷಯ ತಿಳಿಸಿದರೇ? ತಕ್ಷಣ ತಂದೆ ಬಂದರೂ ಹೆಚ್ಚಲ್ಲ. ಸದ್ಯಕ್ಕೆ ಏನಾದರೂ ಸತ್ಯಕ್ಕೆ ಹತ್ತಿರವಾದ ಸುಳ್ಳು ಹೇಳಬೇಕೆಂದುಕೊಂಡಳು.

ಒಪ್ಪಿಗೆ ಸೂಚಿಸಿದಾಗ ಇವಳನ್ನ ಕರೆತಂದ ವ್ಯಕ್ತಿ ಕಣ್ಣುಗಳಲ್ಲಿ ಧನ್ಯವಾದ ಸೂಚಿಸಿದ. ಆತ ಒಬ್ಬ ಹಿರಿಯ ಕ್ಯಾಪ್ಟನ್. ಆ ಪೋಸ್ಟ್ ಬಗ್ಗೆ ವರ್ಷಗೆ ಏನೂ ಗೊತ್ತಿಲ್ಲ.

ಮೆಲ್ಲಗೆ ನೈನಾ ಬಳಿ ಸರಿದು "ವೈಟ್ರೆಸ್ ಪೋಸ್ಟ್ ದೊಡ್ಡದೋ ರಿಸೆಪ್ಷನಿಸ್ಟ್ ಪೋಸ್ಟ್ ದೊಡ್ಡದೋ?" ಕುತೂಹಲಕ್ಕಾಗಿ ಕೇಳಿದಳು ಆಕೆ. ಆಕರ್ಷಕವಾಗಿ ನಕ್ಕಳು. ಈ ತರಹ ನಗುವುದನ್ನ ಬಹಳ ಕಾಲದಿಂದ ಅಭ್ಯಾಸ ಮಾಡಿರಬಹುದೆಂದುಕೊಂಡಳು ವರ್ಷ.

"ವೈಟ್ರೆಸ್‌ಗಿಂತ ರಿಸೆಪ್ಷನಿಸ್ಟ್ ಪೋಸ್ಟ್ ದೊಡ್ಡದು. ಅವರು ಸೂಪರ್‌ವೈಜರಿ ಸ್ಟಾಫ್‌ನಲ್ಲಿ ಬರ್ತಾರೆ. ಅವ್ರಿಗಿಂತ ವೈಟ್ರೆಸ್‌ಗೆ ಸಂಬಳ ಕಡಿಮೆ. ಆದರೆ ಟಿಪ್ಸ್ ಹೆಚ್ಚು. ಅದರ ಆಕರ್ಷಣೆ ಅಧಿಕ. ಹೆಚ್ಚು ಹುಡುಗಿಯರು ಆ ಜಾಬ್‌ನ ಬಯಸೋದು ಹೆಚ್ಚು ಟಿಪ್ಸ್ ಸಲುವಾಗಿಯೇ" ವಿವರಿಸಿದಳು.

ಪುಟ್ಟ ಗಡಿಯಾರದ ಕಡೆ ನೋಡಿಕೊಂಡ ನೈನಾ "ಮೈ ಗಾಡ್, ಬಿ ಕ್ವಿಕ್..." ಅವಳ ಕೈ ಹಿಡಿದುಕೊಂಡು ಹತ್ತಾರು ಬಾಗಿಲನ್ನ ದಾಟಿಕೊಂಡು ಹತ್ತು ಮೆಟ್ಟಿಲು ಕೆಳಗಿಳಿದು ನೆಲಮಹಡಿಯ ಉಡುಪಿನ ವಿಭಾಗಕ್ಕೆ ಕರೆದೊಯ್ದಳು.

ಸೀರೆಗಳ ಒಂದು ಷೋರೂಮನ್ನೇ ಕಂಡಂತಾಯಿತು. ಅಡಿಯಿಂದ ಮುಡಿಯವರೆಗೂ ನೋಡಿದ ಒಬ್ಬ ಯುವತಿ ಆಕರ್ಷಕ ಬಾರ್ಡರ್ ಇದ್ದ ಕೆನೆ ಬಣ್ಣದ ಸಿಲ್ಕ್ ಸೀರೆ ಮತ್ತು ಅದಕ್ಕೆ ಮ್ಯಾಚಾಗುವ ಬ್ಲೌಸ್‌ನ ತಂದು ಅವಳ ಮುಂದಿಡಿದಳು.

"ಇದ್ನ ಉಟ್ಕೋ. ಸಂಜೆ ಕೆಲ್ಸ ಮುಗ್ದ ಕೂಡ್ಲೆ, ನಿನ್ನ ಉಡುಪು ಧರಿಸಿ ಇದನ್ನ ವಾಪಸ್ಸು ಕೊಟ್ಹೋಗ್ಬೇಕು. ಕೆಲ್ಸದ ಬಗ್ಗೆ ನಿಯತ್ತು ಇಲ್ಲ. ತಿಂಗ್ಳು ತಿಂಗ್ಳು.... ಎರ್ಡು ತಿಂಗ್ಳುಗೆ ಬೇರೆ ಕೆಲ್ಸ ಸಿಕ್ಕಿದ ಕೂಡ್ಲೇ ಬದಲಾಗ್ತಾರೆ" ಗೊಣಗಿದಳು.

ಇಷ್ಟವೆನಿಸಲಿಲ್ಲ ವರ್ಷಗೆ. ಅವಳ ಮುಖಭಾವದಿಂದಲೇ ಅದನ್ನ ಅರ್ಥ ಮಾಡಿಕೊಂಡ ನೈನಾ ಆ ಸೀರೆ ಬ್ಲೌಸ್ ಜೊತೆ ಪಕ್ಕಕ್ಕೆ ಎಳೆದೊಯ್ದು "ನಿಧಾನವಾಗಿ ಇವೆಲ್ಲ ಅರ್ಥವಾಗಿ ಅಭ್ಯಾಸವಾಗ್ಬಿಡುತ್ತೆ. ನಾನು ಕೂಡ ಇಲ್ಲಿಗೆ ಬರೋಕೆ ಮೊದ್ಲು ನಿನ್ನ ಹಾಗೆ ಭಯಸ್ಥೆಯಾಗಿದ್ದೆ. ಈಗ ಒಗ್ಗಿಕೊಂಡಿದ್ದೀನಿ ಪೂರ್ತಿ. ಹೊರ್ಗೆ ತೆಗ್ದು ಹಾಕಿದ್ರೆ ಅಕ್ವೇರಿಯಂನಿಂದ ಹೊರಬಿದ್ದ ಮೀನಿನ ತರಹ ಆಗ್ಬಿಡುತ್ತೆ. ನೀನು ತುಂಬ ಲಕ್ಕಿಗರ್ಲ್, ಯಾವ್ದೇ ಫಾರ್ಮಾಲಿಟೀಸ್ ಇಲ್ದೆ ಎಂಟ್ರಿ ಪಡೆದಿದ್ದೀಯ" ಹೇಳುತ್ತಲೇ ಅವಳ ಕೈ ಹಿಡಿದು ಪುಟು ಪುಟು ಹೆಜ್ಜೆ ಹಾಕುತ್ತ ಪಾದರಸದಂತೆ ನಡೆದಳು. ಕಟ್ಟಿ ಎಳೆದಂತಿತ್ತು ಅವಳ ಸ್ಥಿತಿ.

ಬೆಳಕು ಕಮ್ಮಿ ಇದ್ದು ಒಂದೇ ಒಂದು ಟ್ಯೂಬ್ ಲೈಟು ಉರಿಯುತ್ತಿದ್ದ ಉದ್ದನೆಯ ಕೊಠಡಿಗೆ ಕರೆದೊಯ್ದಾಗ ದಿಗ್ಭ್ರಮೆಯಾಯಿತು. ಉದ್ದನೆಯ ಬೆಂಚುಗಳಿಂದ ಆವರಿಸಿಕೊಂಡಿದ್ದ ಕೋಣೆಯ ಒಂದು ಕಡೆಯ ಗೋಡೆಯಲ್ಲಿ ಪೂರ್ತಿಯಾಗಿ ಲಾಕರ್‌ಗಳು ಆವರಿಸಿಕೊಂಡಿದ್ದವು. ಬೆಂಚುಗಳ ಮೇಲೆ ಒಂದು ನಾಲ್ಕು ಜನ ಮಲಗಿದ್ದರೇ ಒಂದಿಬ್ಬರು ಕಾರ್ಡ್ಸ್ ಆಡುತ್ತಿದ್ದರು. ಕೆಲವರು ನಿಲುವು ಕನ್ನಡಿಯ ಮುಂದೆ ನಿಂತು ತಮ್ಮ ಮುಖದ ಮೇಕಪ್. ಮೈಗೆ ಹೊಂದಿಕೆಯಾಗುವಂತೆ ವಸ್ತ್ರಾಲಂಕಾರ ಸರಿಪಡಿಸಿಕೊಳ್ಳುತ್ತಿದ್ದರು. ಒಬ್ಬಳ ಬ್ರೈಸರಿಯ ಗುಂಡಿಯನ್ನು ಮತ್ತೊಬ್ಬಳು ಹಾಕುತ್ತಿದ್ದಳು.

"ಇಲ್ಲಿ ಇರೋರೆಲ್ಲ ಹೆಂಗಸರೇ. ನಿಶ್ಚಿಂತೆಯಿಂದ ಬಟ್ಟೆ ಬದಲಾಯ್ಸು" ಹೇಳಿದ ನೈನಾ ಒಂದು ಲಾಕರ್ ತೆಗೆದು ಪಾನ್ ಮಸಾಲೆಯ ಡಬ್ಬಿಯಿಂದ ಒಂದಿಷ್ಟು ಬಾಯಿಗೆ ಹಾಕಿಕೊಂಡು ಬಂದಾಗ ಇವಳು ಹಾಗೆಯೇ ನಿಂತಿದ್ದಳು. "ವಾಟ್ ಈಸ್ ದಿಸ್, ನೀನು ಇಷ್ಟೊಂದು ನಾಚ್ಕೆಯ ಹುಡ್ಗಿಯಾದ್ರೆ ಹೇಗೆ? ಕೆಲ್ಸಕ್ಕಾಗಿ ಅರಸ್ಕೊಂಡ್ಬಂದಿದ್ದೀಯಾ" ಪಾನ್ ಮಸಾಲೆಯ ಸ್ವಾದ ಹೀರುತ್ತ ನುಡಿದಾಗ ಕಾರ್ಡ್ ಕಲಿಸುತ್ತಿದ್ದವಳು "ಪೆಹೆಲೆ ದಿನ್ ಐಸಾಹಿ ಹೋತಾ ಹೈ. ಬಾದ್ ಮೇ ಸಬ್ ಸೀಖ್ ಜಾಯೇಗಿ" ನುಡಿದಳು. ಈಗ ಅವರ ಬಿಡುವಿನ ವೇಳೆ. ಈ ರೀತಿ ರಿಲ್ಯಾಕ್ಸ್ ಆಗುತ್ತಿದ್ದರು.

ಕೈಯಲ್ಲಿ ಹಿಡಿದ ಸೀರೆಯ ಸ್ಪರ್ಶ ಹಿತವಾಗಲಿಲ್ಲ. ಯಾರು ಉಟ್ಟ ಸೀರೆಯೋ, ಒಗೆಸಿರಬಹುದೇ? ಅವಳ ಮನ ವಿರೋಧಿಸಿತು.

"ಎಕ್ಸ್‌ಕ್ಯೂಸ್ ಮಿ. ನಾನು ಉಡೋಲ್ಲ" ಸೀರೆ ಅಲ್ಲೇ ಇದ್ದ ಬೆಂಚಿನ ಮೇಲೆ ಹಾಕಿದಾಗ ಮಲಗಿ ಗಮನಿಸುತ್ತಿದ್ದ ಚಂದಿ ಎದ್ದು ಕೂತು ಜೋರಾಗಿ ನಕ್ಕಳು. "ಚಾರ್ಮಿಂಗ್ ಗರ್ಲ್. ತುಂಬ ಚಿಕ್ಕ ಹುಡುಗಿ. ಯಾಕೆ ಬಲವಂತ ಮಾಡ್ತೀಯಾ. ಈ

ಸೀರೆಯಲ್ಲಿಯೇ ಸೂಪರ್ಬ್ ಆಗಿ ಕಾಣ್ತಾಳೆ" ಎಂದು ದೊಡ್ಡ ಸಮಸ್ಯೆಯಿಂದ ಪಾರು ಮಾಡಿದಳು ಅವಳನ್ನು.

ನೈನಾ ಹಣೆ ಗಟ್ಟಿಸಿಕೊಂಡಳು. ಬಹಳ ಡಿಫರೆಂಟಾಗಿ ಕಂಡಳು.

ನೈನಾ ಜೊತೆ ಅನೇಕ ಬಾಗಿಲುಗಳನ್ನು ದಾಟಿಕೊಂಡು ರೆಸ್ಟೋರೆಂಟನ್ನು ಪ್ರವೇಶಿಸಿದಾಗ ಅದ್ಭುತವಾಗಿ ಕಂಡಿತು. ಬಿಳಿ ಶುಭ್ರ ಫ್ರಾಕ್ ಧರಿಸಿಕೊಂಡಿರುವ ಎಳೆಯ ವಯಸ್ಸಿನ ಯುವತಿಯರು ಭಾರವಾದ ಟ್ರೇಗಳನ್ನು ಹಿಡಿದುಕೊಂಡು ಓಡಾಡುತ್ತಿದ್ದುದು ಒಂದು ಹೊಸ ನೋಟವೆನಿಸಿತು. ಫೈವ್ ಸ್ಟಾರ್ ಹೋಟೆಲ್‌ಗಳ ರೆಸ್ಟೋರೆಂಟ್ ವಿಭಾಗಕ್ಕೆ ಅವಳೆಂದೂ ಬಂದಿರಲಿಲ್ಲ. ಶ್ರೀಮಂತವಾಗಿ ಅತ್ಯಂತ ಶುಚಿಯಾಗಿ ಕಂಡ ಗೋಳಾಕಾರದ ಹಾಲ್‌ನಲ್ಲಿ ವಿಚಿತ್ರವಾದ ಪೋಷಾಕು ಧರಿಸಿದ್ದ ಪುರುಷರು ಸಣ್ಣ ಸಣ್ಣ ಪುಸ್ತಕಗಳನ್ನು ಹಿಡಿದು ಆರ್ಡರ್ ಪಡೆಯುತ್ತಿದ್ದರು. ಇವರಿಗೆಷ್ಟು 'ಟಿಪ್ಸ್' ಸಿಗಬಹುದು?

ಅವಳ ಯೋಚನೆ ಅತ್ತ ಸಾಗಿತು.

"ನಿನ್ನ ಕ್ಯೂರಿಯಾಸಿಟಿ ಸಾಕು" ಕೈ ಹಿಡಿದೇ ಕರೆದೊಯ್ದ ನೈನಾ ಮುಖ್ಯದ್ವಾರದ ಬಳಿ ಇದ್ದ ಟೇಬಲ್ಲು ಕುರ್ಚಿಯ ಬಳಿ ಕರೆದೊಯ್ದಾಗ ಇಷ್ಟುವರೆಗೂ ನಸುನಗೆಯಿಂದ ಇದ್ದ ಯುವತಿ ಮುಖ ಸಿಂಡರಿಸಿ ಜಗಳಕ್ಕೆ ಬಿದ್ದವಳಂತೆ ಒದರತೊಡಗಿದಾಗ ಇವಳಿಗೆ ಅರ್ಥವಾಗಿದ್ದು ಇಷ್ಟೆ. ಅವಳ ಷಿಫ್ಟ್ ಮುಗಿದು ಹತ್ತು ನಿಮಿಷವಾಗಿತ್ತು. ಅದಕ್ಕಾಗಿ ಸಿಡುಕು. ಅಷ್ಟರಲ್ಲಿ ಇವಳನ್ನು ಹಿಡಿದ ಕ್ಯಾಪ್ಟನ್ ಬಂದು ಹುಬ್ಬು ಗಂಟಿಕ್ಕಿದಾಗ ಸುಮ್ಮನಾದಳು.

"ಇದು ನಿನ್ನ ಜಾಗ. ಬಾಗಿಲ ಬಳಿ ನಿಂತು ಅತಿಥಿಗಳು ಬಂದ ಕೂಡಲೇ ನಗುತ್ತ ಅಭಿನಂದಿಸಿ ಕರೆದೊಯ್ದು ಕೂಡಿಸುವುದು ನಿನ್ನ ಮೊದಲ ಕೆಲ್ಸ. ಇಡೀ ರೆಸ್ಟೋರೆಂಟ್‌ನ ಹತ್ತು ಭಾಗವಾಗಿ ವಿಂಗಡಿಸಿ A ಯಿಂದ J ವರೆಗೂ ಒಂದೊಂದು ಪ್ರತ್ಯೇಕ ಹೆಸರನ್ನ ಕೊಟ್ಟಿದ್ದಾರೆ. ಅವಕ್ಕೆ ಒಂದೊಂದು ಸ್ಟೇಷನ್ ಎಂದು ಹೆಸರಿಸಿ ಒಬ್ಬೊಬ್ಬ ವೈಟ್ರಸ್‌ನ ನೇಮಕ ಮಾಡಿದ್ದಾರೆ. ಇಲ್ಲಿ ನಿನ್ನ ಮಿದುಳಿನ ಸಹಾಯ ಪೂರ್ತಿ ಬೇಕಾಗುತ್ತೆ. ಸ್ಟೇಷನ್‌ನಲ್ಲಿ ಜನ ಹೆಚ್ಚಾದ್ರೆ, ಅಲ್ಲಿನ ವೈಟ್ರೆಸ್‌ಗೆ ಕೆಲ್ಸ ಹೆಚ್ಚಾಗಿ ನಿನ್ಮೇಲೆ ಹಾರಿ ಬೀಳ್ತಾಳೆ. ಇದೊಂದು ದೊಡ್ಡ ಸಮಸ್ಯೆ. ಅತಿಥಿಗಳು ಹಸನ್ಮುಖರಾಗಿ ಕೂತ ನಂತರ 'ಮೆನೂ ಕಾರ್ಡ್' ಕೊಟ್ಟು ಮತ್ತೆ ಬಂದು ಬಾಗಿಲು ಕಾಯುವುದು, ಬರುವ ಅತಿಥಿಗಾಗಿ. ಇದಿಷ್ಟು ನಿನ್ಕೆಲ್ಸ. ಕೀಪ್ ಸ್ಮೈಲಿಂಗ್" ಎಂದು ನಿಲ್ಲಿಸಿ ಹೋದವಳು ಮತ್ತೆ ಬಂದು ಕಿವಿಯ ಬಳಿ ಬಗ್ಗಿ "ಯು ಹ್ಯಾವ್ ಎ ನೈಸ್ ಸ್ಮೈಲ್" ಕೆನ್ನೆ ತಟ್ಟಿ ಹೋದಳು.

ನಿಂತವಳು ಸುತ್ತಲೂ ನೋಟವರಿಸಿದಳು. ಇಡೀ ರೆಸ್ಟೋರೆಂಟ್‌ನ ಎಲ್ಲರ ನೋಟವು ತನ್ನ ಮೇಲಿದೆಯೆನಿಸಿದಾಗ ಮುಜುಗರವೆನಿಸಿ ತಲೆ ತಗ್ಗಿಸಿದಳು. ತಕ್ಷಣ ಓಡಿಬಿಟ್ಟರೇ ಹೇಗೆ? ಅವಳ ಯೋಚನೆ ಕಾರ್ಯಗತವಾಗುವ ಮುನ್ನ ಬಂದ ಅತಿಥಿ ಇವಳನ್ನು ದಾಟಿಕೊಂಡು ಹೋಗಿದ್ದು ಮಹಾಪರಾಧವಾದಂತೆ ಓಡಾಡುತ್ತಿದ್ದ ಇನ್ನೊಬ್ಬ

ಕ್ಯಾಪ್ಟನ್ ಓಡಿ ಬಂದು "ವಾಟ್ ಈಸ್ ದಿಸ್, ನೀನು ಬರೀ ಅಲಂಕಾರಕ್ಕಾಗಿ ನಿಂತಿದ್ದೀಯ! ಬರೋ ಅತಿಥಿಗಳ್ನ ಸರ್ರ್ಯಾಗಿ ಸ್ವಾಗತಿಸು" ಜೋರು ಮಾಡಿ ಹೋದ.

ಬಲವಂತದಿಂದ ಅಭ್ಯಾಸ ಮಾಡಿಕೊಂಡಳು. ಯಾಕೋ ಏನೋ ಈ ಕೆಲಸದಲ್ಲಿ ಇಂಟರೆಸ್ಟೇ ಹುಟ್ಟಲಿಲ್ಲ. ಇಷ್ಟವಿಲ್ಲದಾಗ ಮುಖದ ಮೇಲೆ ಕೃತಕ ನಗೆ ಬರಿಸಿಕೊಳ್ಳುವುದು ಕೂಡ ಕಷ್ಟವೆನಿಸಿತು.

ಹತ್ತು ನಿಮಿಷಗಳೊಳಗೆ ಅವಳ ಷಿಫ್ಟ್ ಮುಗಿದು ಬಿಡುಗಡೆಯಾಗುವ ಸಂತೋಷದಲ್ಲಿದ್ದ ವರ್ಷ ಬಂದ ಇಬ್ಬರು ಅತಿಥಿಗಳನ್ನು ಗಮನಿಸಿರಲಿಲ್ಲ.

ತಾವೇ ಒಂದು ಟೇಬಲ್ಲು ಆರಿಸಿಕೊಂಡು ಕೂತ ಅವರಲ್ಲಿ ಒಬ್ಬ ವಿದೇಶೀ ಇವಳಿಗೆ ಹೇಳಿ ಕಳುಹಿಸಿದ. ಅಲ್ಲಿನ ಸಂಪ್ರದಾಯಗಳ ಅನುಸಾರವಾಗಿ ಅದೊಂದು ತಪ್ಪೆ. ಅದಕ್ಕಾಗಿ ಡೋಂಗಿ ಸಲಾಂ ಹೊಡೆದು ಕ್ಷಮೆ ಕೇಳಲು ಸಿದ್ಧಳಿರಲಿಲ್ಲ.

ಆ ಟೇಬಲ್ಲು ಹುಡುಕುತ್ತಿದ್ದಾಗ ಆ ವಿದೇಶೀ ವ್ಯಕ್ತಿಯು ತೋರು ಬೆರಳುಗಳಿಂದ ಬರುವಂತೆ ಸನ್ನೆಮಾಡಿದ. ಒಂದು ತಿಂಗಳಿಂದ ಇಲ್ಲೇ ಉಳಿದುಕೊಂಡಿದ್ದ. ಆ ವ್ಯಕ್ತಿ ಸದ್ಯಕ್ಕೆ ಪರ್ಮನೆಂಟ್ ಕಸ್ಟಮರ್. ವಿದೇಶಿಯರು ಎಂದರೆ ಮತ್ತಷ್ಟು ಮರ್ಯಾದೆ ಇಂಥ ಶ್ರೀಮಂತ ಹೋಟೆಲುಗಳಲ್ಲಿ. 'ಟಿಪ್ಸ್' ಕೂಡ ಅಷ್ಟೇ ಆಕರ್ಷಣೀಯ.

"ವಾಟ್ಸ್ ಯುವರ್ ನೇಮ್?" ಎಂದ.

"ವರ್ಷ...." ಎಂದಳು ಸಹಜವಾಗಿ.

ನಿಧಾನವಾಗಿ ಅವನ ತುಟಿಯಂಚಿನಲ್ಲಿ ಒಂದು ಪುಟ್ಟ ಕಿರುನಗೆ ತೇಲಿ ಮುಖವೆಲ್ಲ ಹರಡಿಕೊಂಡಿತು. ಅವನ ನೇರ ನೋಟ ಹಿತವೆನಿಸಲಿಲ್ಲ. ಅತ್ತಿತ್ತ ನೋಡಿದಳು. ತಟ್ಟನೇ ತಲೆಯೆತ್ತಿ ಕಣ್ಣುಗಳನ್ನು ಅಗಲ ಮಾಡಿದಳು.

"ವಾಟ್ ಕೆನ್ ಐ ಡೂ, ಸರ್?" ಎಂದಳು ಮೆಲ್ಲಗೆ. ಅವನ ನೋಟ ಒಂದಿಂಚೂ ಕದಲಲಿಲ್ಲ. ಇಬ್ಬನಿಯಲ್ಲಿ ತೊಯ್ದ ಹೊಸ ಹೂವಿನಂತೆ ಕಾಣುತ್ತಿರುವ ಅವಳನ್ನು ತಾನು ಇಷ್ಟು ದಿನ ಯಾಕೆ ನೋಡಲಿಲ್ಲವೆಂದು ಯೋಚಿಸುತ್ತಿದ್ದ.

"ಐ ಲೈಕ್ ಯುವರ್ ಸ್ಮೈಲ್" ಎಂದ ಅತ್ಯಂತ ಮಧುರವಾಗಿ. "ಷಟಪ್" ಎಂದವಳೇ ಬಿರು ಬಿರನೆ ತನ್ನ ಸ್ಥಾನಕ್ಕೆ ಬಂದು ನಿಂತಳು. ಅವಳ ಮುಖ ಕೆಂಪತ್ತಿ ಹೋಗಿತ್ತು. ಎರಡು ನಿಮಿಷಗಳಲ್ಲಿಯೇ ಮ್ಯಾನೇಜರ್‌ನಿಂದ ಬುಲಾವ್ ಬಂತು.

"ಷಿ ಈಸ್ ಎ ನ್ಯೂ ಅಡ್ಮಿಷನ್" ಎಂದು ನೈನಾ ಸಮಜಾಯಿಸಿ ನೀಡುತ್ತಿದ್ದಳು. ತನಗೇ ಇನ್ನೇನು ಕೆಲಸವಿಲ್ಲವೆನ್ನುವಂತೆ ಹಿಂದಕ್ಕೆ ಬಂದಾಗ ಆ ಕ್ಯಾಪ್ಟನ್ ಎದುರಾದ ಮುಖದ ತುಂಬ ಗೆಲುವು ತುಂಬಿಕೊಂಡು. "ಕೀಪ್ ಯುವರ್ ಸ್ಮೈಲ್. ಹುಚ್ಚಿಡಿಸೋಂಥ ನಗು ನಿಂದು. ಆ ವಿದೇಶೀಯ ಯಾರ್ಹತ್ರಾನೂ ಮಾತಾಡದವನು ನಿನ್ನ ಲೈಕ್ ಮಾಡ್ದ. ನೀನು ಇಷ್ಟಪಟ್ರೆ ಈ ಕೆಲ್ಸ ಪರ್ಮನೆಂಟ್ ಆಗ್ಬಿಡುತ್ತೆ" ಹೇಳಿದ.

"ಸಾರಿ ಸರ್, ನಂಗಿಷ್ಟವಿಲ್ಲ" ಮೈನ್ ಡೋರ್ ಕಡೆ ಹೆಜ್ಜೆ ಹಾಕಿದಳು. ಇವಳು ನಿಂತಿದ್ದ ಜಾಗದಲ್ಲಿ ಮತ್ತೊಬ್ಬಳು ರಿಸೆಪ್ಷನಿಸ್ಟ್. ಕೆಲವು ಕಣ್ಣುಗಳು ದಿಟ್ಟಿಸುತ್ತಿದ್ದವು. ಇಂದು ದುಡಿದ ಎಂಟು ಗಂಟೆಗೆ ಯಾವುದೇ ಪಗಾರದ ನಿರೀಕ್ಷೆ ಅವಳದಲ್ಲ.

* * * *

ಅಂದು 24ನೇ ತಾರೀಖು ರಜ ಹಾಕಿದ ಚಲಪತಿ ಹೆಂಡತಿಯನ್ನು ಕರೆದೊಯ್ದರು ಚೆಕಪ್‌ಗೆ. ಆ ಕೆಲಸವನ್ನು ಎಂದೂ ಮಕ್ಕಳಿಗೆ ವಹಿಸಿದ್ದಿಲ್ಲ. ಮತ್ತೆ ಹೆಂಡತಿಯ ಆರೋಗ್ಯದ ವಿಷಯವಾಗಿ ಏನೂ ಹೇಳುತ್ತಿರಲಿಲ್ಲ. ಆಕಸ್ಮಿಕವಾಗಿ ಪ್ರಶ್ನೆ ಎದುರಾದರೇ ಉತ್ತರ ರೆಡಿ ಇರುತ್ತಿತ್ತು 'ಜನರಲ್ ಚೆಕಪ್!'

ಇಂದು ಮನೆಗೆ ಬಂದಾಗ ಅವರೇ ಸ್ವಲ್ಪ ಮಂಕಾಗಿದ್ದಾರೆನಿಸಿತು ವರ್ಷಗೆ. ತಂದೆಯ ಮುಂದೆ ನೀರಿನ ಲೋಟ ಹಿಡಿದ ವರ್ಷ "ಡಾಕ್ಟ್ರೇನ್ಹೇಳಿದ್ರಪ್ಪ?" ಕೇಳಿದಳು. ಇಷ್ಟು ವರ್ಷ ಮುಗ್ಧವಾಗಿ ಮಗುವಾಗಿದ್ದವಳಿಗೆ... ಸ್ವಲ್ಪ ಬೆಳೆಯಬೇಕೆನಿಸಿತು.

ನೀರು ಕುಡಿದು ಉಳಿದ ನೀರನ್ನು ಸಿಂಕ್‌ಗೆ ಸುರಿದು ತೊಳೆದಿಟ್ಟು ಬಂದವರು ಮಗಳತ್ತ ಮುಗುಳ್ನಗೆ ಬೀರಿ "ಮಾಮೂಲಿ ಅಷ್ಟೆ. ಸ್ವಲ್ಪ ವೀಕಾಗಿದ್ದಾಳೆಂತ ಟಾನಿಕ್ ಬರ್ದುಕೊಟ್ಟಿದ್ದಾರೆ." ಇನ್ನೇನು ಹೇಳಲು ಇಷ್ಟವಿಲ್ಲವೆಂಬ ಭಾವ ಮುಖ ವ್ಯಕ್ತಿಪಡಿಸಿದಾಗ ಸ್ವಲ್ಪ ಹಿಂಜರಿದಳು ವರ್ಷ. ಎಲ್ಲಾ ಸಮಸ್ಯೆಗಳಿಗೂ ಎದೆಯೊಡ್ಡಿ ಮಕ್ಕಳಿಗೆ ನೆರಳಾಗುತ್ತಿರುವ ತಂದೆಯ ಬಗ್ಗೆ ಅಪಾರವಾದ ಗೌರವ.

ಪುಸ್ತಕ ಹಿಡಿದು ರೂಮಿನಲ್ಲಿ ಕೂತಳು. ತಂದೆ ಟೂರ್‌ಗೆ ಹೋಗಿದ್ದ ಮೂರು ದಿನವೂ ವರ್ಣ ರಾತ್ರಿ ಎಂಟು ಗಂಟೆಗೆ ಬಂದಿದ್ದಳು ಮನೆಗೆ. 'ಒಂದಿಷ್ಟು ಕೆಲ್ಸ ಜಾಸ್ತಿ' ಹೇಳಿದ್ದಳು. ರೋಹಿಣಿ ನಂಬಿದ್ದರು. ಆದರೆ ಯಾಕೋ ಸ್ವಲ್ಪ ಅನುಮಾನ ವರ್ಷಗೆ. ಅಂದು ಅವಳ ಆಫೀಸ್‌ಗೆ ನೇರವಾಗಿ ಕಾಲೇಜಿನಿಂದ ಹೋದಾಗ, ಮುಂದಿನ ರಿಸೆಪ್ಷನಿಸ್ಟ್ ಕೌಂಟರ್‌ನಲ್ಲಿಯೇ ತಿಳಿಯಿತು. ವಸಿಷ್ಠ ಕಂಪ್ಯೂಟರ್ ಸಾಫ್ಟ್‌ವೇರ್ ಕಾರ್ಪೊರೇಷನ್‌ನ ಅಜೇಯ್ ವಸಿಷ್ಠ ತೀರಾ ಪಂಕ್ಚುಯಾಲಿಟಿಯ ಮನುಷ್ಯ. ಅಷ್ಟೇ ಸ್ಟ್ರಿಕ್ಟ್. ಮಧ್ಯಾಹ್ನದ ಲಂಚ್ ಬ್ರೇಕ್ ಬರೀ ನಲ್ವತ್ತು ನಿಮಿಷ. ಸಂಜೆ ಆರಕ್ಕೆ ಕ್ಲೋಸ್. ತಿಳಿದ ವಿಷಯ ಇಷ್ಟು. ಬಸ್ಸು ಸಂಜೆಗಳಲ್ಲಿ ಸಿಗದಿದ್ದರೆ ನಡೆದು ಬಂದು ಮನೆ ಸೇರಬಹುದು. ಗಪ್‌ಚಿಪ್ಪಾಗಿ ದುಡಿಯೋ ಇವಳಿಂದ ಇನ್ನಷ್ಟು ಕೆಲಸ ತೆಗೆಯಬಹುದೆಂದುಕೊಂಡು, ಅನುಮಾನವನ್ನು ಪಕ್ಕಕ್ಕೆ ಸರಿಸಿದಳು.

ಅಂದು ಸಂಜೆ ಮನೆಗೆ ಬಂದ ವರ್ಣ ಭಯದಿಂದ ಬೆವೆತಂಗೆ ಕಂಡಳು. ತಂದೆಯ ಬಗ್ಗೆ ವಿಪರೀತ ಭಯ ಅವಳಿಗೆ. ಎರಡು ಸಲ ರೂಮಿಗೆ ಬಂದ ವರ್ಷ ಅದನ್ನ ಗಮನಿಸಿ ಸನ್ನೆಯಿಂದಲೇ ಕೇಳಿದಾಗ ಏಳು ಗಂಟೆ ಹತ್ತು ನಿಮಿಷ. ಅವಳು ಬಂದು ನಾಲ್ಕು ನಿಮಿಷವಾಗಿತ್ತೇನೋ.

"ಅಪ್ಪ, ನನ್ನ ಕೇಳಿದ್ರಾ?" ಅವಳ ದನಿ ಕಂಪಿಸುತ್ತಿದ್ದುದು ವರ್ಷ ಗಮನಕ್ಕೆ ಬಂದಾಗ ಹತ್ತಿರ ಬಂದು ಕೂತಳು. "ಯಾಕೆ ಇಷ್ಟೊಂದು ಹೆದ್ರಿಕೊಂಡಿದ್ದೀಯಾ?

ದಾರಿಯಲ್ಲಿ ಎಲ್ಲಾದ್ರು ಭೂತದರ್ಶನವಾಯ್ತು?" ತಮಾಷೆ ಮಾಡಿದಳು. ವರ್ಣ ತುಟಿಗಳಿಂದ ಮಾತೆ ಹೊರಬೀಳಲಿಲ್ಲ.

ಚಲಪತಿಗಳೇ ಕಾಫೀ ತಂದು ಮಗಳ ಮುಂದಿಟ್ಟರು "ಮತ್ತೆ ಮತ್ತೆ ಕಾಫೀ ಬಿಸಿ ಮಾಡಿ ಕುಡಿದ್ರೆ ಚೆನ್ನಾಗಿರೋಲ್ಲ. ಕೊಟ್ಟ ತಕ್ಷಣ ಕುಡೀ" ಹೇಳಿ ಹೋದರು ಅರ್ಥಗರ್ಭಿತವಾಗಿ. ಮಗಳ ಸ್ವಭಾವ ಗಮನಿಸಿಯೇ ಈ ಎಚ್ಚರಿಕೆ. ಇಂದು ತೀರಾ ಖಿನ್ನರಾಗಿದ್ದರು ಕೂಡ. ಉತ್ತಮ ಆಹಾರ, ಡಾಕ್ಟರ್ ಚೆಕ್‌ಅಪ್, ಟ್ರೀಟ್‌ಮೆಂಟ್‌ನಿಂದ ಕೂಡ ಹೆಂಡತಿಯ ಆರೋಗ್ಯದ ಸ್ಥಿತಿಯನ್ನು ಸಮಾನಾಂತರವಾಗಿ ಕಾಯ್ದುಕೊಳ್ಳುವುದು ಅವರಿಂದ ಸಾಧ್ಯವಾಗದೆ ಹೋಗಿತ್ತು.

"ಅಪ್ಪ, ಹೇಳಿದ್ದು ಕೇಳಿಸಿರಬೇಕಲ್ಲ" ಕಾಫೀ ಲೋಟ ಎತ್ತಿ ಅಕ್ಕನ ಕೈಗೆ ಕೊಟ್ಟ ವರ್ಷ, "ಯಾಕೆ ಒಂದು ತರಹ ಇದ್ದಿ? ನೀನೇನು ಹೇಳ್ದೆ ನಂಗೇನು ಗೊತ್ತಾಗೋಲ್ಲ" ಎಂದಾಗಲೂ ಮೌನವಾಗಿದ್ದ ವರ್ಣನ ನೋಡಿ ಎದ್ದು ಹೋಗಿ ಕಿಟಕಿಯ ಬಳಿ ನಿಂತಳು.

ಎದುರು ಬಂಗ್ಲೆಗೆ ಬಂದವರು ತುಂಬ ಶ್ರೀಮಂತರೇ ಇರಬಹುದು. ಮುಂದೆ ಮಾಲೀನ ಇಟ್ಟು ಉತ್ತಮವಾದ ಗಾರ್ಡನ್ ಮಾಡಿದ್ದರು. ಜನರಿಗಿಂತ ಕಾರುಗಳೇ ಹೆಚ್ಚಾಗಿ ಕಾಣುತ್ತಿದ್ದರಿಂದ ಅಲ್ಲಿನವರ ಪರಿಚಯವಾಗಿರಲಿಲ್ಲ. ಅಬ್ಬರಿಸುವ ವಿದೇಶಿ ಮ್ಯೂಸಿಕ್ ಕೆಳಸ್ಥಾಯಿಯಲ್ಲಿರುತ್ತಿದ್ದುದು ತಾರಸ್ಥಾಯಿಗೆ ಏರುತ್ತಿತ್ತು. ಹಂಡ್ರೆಡ್ ವ್ಯಾಟ್ಸ್ ಸ್ಪೀಕರ್‌ಗಳು ಬಹಳ ವೇಗದಿಂದ, ದೊಡ್ಡ ದನಿಯಲ್ಲಿ ಬಿತ್ತರಿಸುತ್ತಿದ್ದಿದ್ದೊಂದು ವಿಶೇಷ.

ಹತ್ತು ನಿಮಿಷಗಳ ನಂತರ ಕಿಟಕಿಯಿಂದ ಇತ್ತ ತಿರುಗಿದಾಗ, ಕಾಫೀ, ವರ್ಣ ಇಬ್ಬರು ಇದ್ದ ಸ್ಥಳದಲ್ಲಿಯೇ ಇದ್ದರು. ಒಂದಿಂಚೂ ಕದಲುವಿಕೆ ಇಲ್ಲ.

ಅಕ್ಕನ ಬಳಿ ಹೋಗಿ ವರ್ಷ "ಕಾಫೀ ಬೇಡ್ವಾ. ಹೋಗ್ಲಿ ಮುಖ ತೊಳ್ಕೋ. ಕುಕ್ಕರ್ ಕೂಗಿದ ಶಬ್ದ ಕೇಳಿಸ್ತಿಲ್ಲ. ಸಾರು ಬಿಸಿ ಮಾಡಿ ಅಪ್ಪ ಊಟಕ್ಕೆ ಕೂಗ್ಬಹುದು. ನೀನು ಸುಮ್ನೆ ಹೀಗೆ ಕೂತ್ರೆ ಏನೂಂತ ತಿಳ್ಕೋತಾರೆ, ಡಾಕ್ಟು ಹತ್ರ ಕರ್ಕೊಂಡ್ಹೋಗ್ತಾರಷ್ಟೆ. ಪ್ಲೀಸ್ ಗೆಟ್ ಅಪ್" ತೋಳಿಡಿದು ಎಬ್ಬಿಸಿದಳು.

ಅತ್ತಿತ್ತ ನೋಡಿ ಬಾತ್‌ರೂಂಗೆ ಹೋಗಿ ಮುಖ ತೊಳೆದು ಬಂದ ವರ್ಣ ತಂಗಿಯ ಬಳಿ ಬಂದು ಕೂತಳು.

"ಹೇಗೆ ಓದ್ತಾ ಇದ್ದೀಯಾ?" ಕೇಳಿದಳು.

"ನಿನ್ನಷ್ಟು ಓದೋದು ನನ್ನೈಯಿಂದ ಸಾಧ್ಯವಿಲ್ಲ. ಅಕಸ್ಮಾತ್ ಒಂದು ಪಾಸಾದ್ರೆ.... ಹೆಚ್ಚು ಅಷ್ಟೆ" ಸತ್ಯವನ್ನು ಉಸುರಲು ಹಿಂಜರಿಯಲಿಲ್ಲ ವರ್ಷ.

ವರ್ಣ ಕಣ್ಣುಗಳು ತಕ್ಷಣ ಅಗಲಿ ಮರುಕ್ಷಣ ಕಿರಿದಾಯಿತು. "ಓದ್ದೆ ಇದ್ರೆ ಹೇಗೆ?" ಎಂದಳು ಬೇಸರದಿಂದ.

"ಅಂತೂ ಆಕಾಶ ಕಳಚಿ ನಮ್ಮ ಮನೆಯವ್ರ ತಲೆಯ ಮೇಲಂತೂ ಬೀಳೋಲ್ಲ. ನಂಗೆ ಓದೋದು ಇಷ್ಟಾನೇ. ಕ್ಲಾಸ್‌ನ ವ್ಯಾಸಂಗದ ಪುಸ್ತಕಗಳು, ಅದ್ರಲ್ಲೂ

ರಸಾಯನಶಾಸ್ತ್ರ, ಭೌತಶಾಸ್ತ್ರಾಂದ್ರೆ.... ಒಂದು ರೀತಿಯಲ್ಲಿ ಚಳಿ ಜ್ವರ" ನಗುನಗುತ್ತ ಬಾಯಿ ತಿರುಗಿಸಿಕೊಂಡು ಹೇಳಿದಳು. 'ರಿಸೆಪ್ಷನಿಸ್ಟ್'ನ ಅನುಭವವನ್ನು ನೆನೆಸಿಕೊಂಡು ಜೋರಾಗಿ ನಕ್ಕಳು. ಆ ಎಂಟು ಗಂಟೆಗಳು... ಕೆಲವು ವ್ಯಕ್ತಿಗಳ ವಿಚಿತ್ರವಾದ ಮ್ಯಾನರಿಸಂ ಪರಿಚಯವಾದರೆ ಮೆಡಿಸನ್ ಓದುತ್ತಿದ್ದ ಹುಡುಗಿ ಕೂಡ ಅಪ್ಲಿಕೇಷನ್ ಹಿಡಿದು ಬಂದಿದ್ದಳು.

ವರ್ಣ ತಂಗಿಯ ಜಡೆ ಹಿಡಿದು ಎಳೆದು ಸುಮ್ಮನಾಗಿಸಿದಳು. "ನಿಂಗೆ ಸೀರಿಯಸ್‌ನೆಸ್ ಇಲ್ಲ. ಪರೀಕ್ಷೆಗೆ ಸಂಬಂಧಪಟ್ಟಿದ್ದು ಬಿಟ್ಟು ಬೇರೆಲ್ಲ ಓದಿದ್ರೆ ಪ್ರಯೋಜನವೇನು? ಕ್ಲಾಸ್, ಮಾರ್ಕ್ಸ್, ರ್‍ಯಾಂಕ್, ಸರ್ಟಿಫಿಕೇಟ್ಸ್ ನೋಡಿ ತಾನೇ ಕೆಲ್ಸ ಕೊಡೋದು?"

ಅಕ್ಕನನ್ನು ಓದಿದಳು ವರ್ಷ. ಸದಾ ಓದುತ್ತ ಬಂದ ವರ್ಣ ತಂಗಿಗೆ ಬುದ್ಧಿ ಮಾತು ಹೇಳುತ್ತಿದ್ದುದು 'ಓದು' ಎನ್ನುವುದರ ಬಗ್ಗೆ ಮಾತ್ರ. ಅದನ್ನು ಬಿಟ್ಟು ಸಾಹಿತ್ಯ, ಸಂಗೀತ, ಫಿಲಂ, ಕಲೆ ಯಾವುದೇ ವಿಷಯ, ಕಡೆಗೆ ಅಡಿಗೆಯ ವಿಷಯದ ಬಗ್ಗೆ ಕೂಡ ಮಾತು, ಕಾಮೆಂಟ್ಸ್ ಏನೂ ಇರದು. ಇದು ಅವಳದೇ ಒಂದು ಸ್ಟೈಲಾ? ಚಿಂತಿಸುವಂತಾಯಿತು. ತಂದೆ, ತಾಯಿ, ಸಮಾಜದ ಪ್ರಕಾರ ರ್‍ಯಾಂಕ್ ಪಡೆದ ವರ್ಣ ಜೀನಿಯಸ್. ಇಷ್ಟೇ ಸಾಕಾ ಬದುಕಿಗೆ?

"ಅದೆಲ್ಲ ಇರ್ಲಿ, ಯಾಕೆ ಲೇಟು?" ನೇರವಾಗಿ ನೋಡುತ್ತ ಕೇಳಿದಾಗ ತಕ್ಷಣ ವರ್ಣ ತಂಗಿಯ ಮಾತಿಗೆ ಗಲಿಬಿಲಿಗೊಂಡಳು. "ಯಾವಾಗ ಲೇಟು?" ಕಣ್ಣುಗಳಲ್ಲಿ ವಿಚಿತ್ರ ಭಯ.

"ನಿನ್ನ ಆಫೀಸ್‌ನಿಂದ ಮನೆಗೆ ವಾಕಬಲ್ ಡಿಸ್ಟೆನ್ಸ್ ಅನ್ನೋಬಹ್ದು. ನಡ್ದು ಬಂದ್ರೆ.... ಅರ್ಧ ಗಂಟೆ, ಬಸ್ಸಿನಲ್ಲು ಬಂದ್ರೂ ಅಷ್ಟೇ ಟೈಮ್. ಎನೀವೆ ಆರೂವರೆಯೊಳ್ಗೆ ಮನೆ ತಲುಪಬಹ್ದು. ನೀನು ಬಂದಿದ್ದು ಏಳು-ಇಪ್ಪತ್ತು" ಸವಾಲ್ ಹಾಕುವಂತೆ ಕೇಳಿದಾಗ ವರ್ಣ ಎದ್ದು ಹೋಗಿಬಿಟ್ಟಳು.

ರೂಮು ಬಿಟ್ಟರೇ ಹೋಗಿ ಹಿತ್ತಲಲ್ಲಿ ಒಂಟಿಯಾಗಿ ಕೂಡುತ್ತಿದ್ದಳೇ ವಿನಃ ಅಡಿಗೆ ಮನೆಯತ್ತ ಸುಳಿಯುತ್ತಿರಲಿಲ್ಲ. ಅವಳ ರ್‍ಯಾಂಕ್‌ಗಳನ್ನು ಕಂಡು ಚಲಪತಿ ಮನೆಯ ಸಣ್ಣಪುಟ್ಟ ಕೆಲಸಗಳಿಂದ ಹಿಡಿದು ಮಾರ್ಕೆಟಿಂಗ್, ಷಾಪಿಂಗ್ ಯಾವುದೇ ಕೆಲಸಗಳನ್ನ ದೂರವಿರಿಸುತ್ತಿದ್ದರು. ವಿದ್ಯಾಭ್ಯಾಸ ಮುಗಿದನಂತರ ಅವಳು ಅವುಗಳಿಂದ ದೂರವೇ ಇದ್ದಳು.

ಊಟದ ನಂತರ ವರ್ಷ ಅಕ್ಕನಿಗೆ ಹೇಳಿದಳು "ಅಮ್ಮನ ಆರೋಗ್ಯ ಯಾಕೋ ನಂಗೆ ಸರಿಯಿಲ್ಲಾಂತ ಅನ್ನಿಸುತ್ತೆ. ಅಪ್ಪ ಏನೂ ಹೇಳೋಲ್ಲ. ನಾನು ಚಿಕ್ಕವ್ಳು. ನೀನಾದ್ರೂ ವಿಚಾರ್‍ಸು" ಪ್ರಾರ್ಥಿಸಿದಳು.

ಮನೆಯಲ್ಲಿಯೇ ಇದ್ದರೂ ಆಮೆ ಚಿಪ್ಪಿನಲ್ಲಿ ಹುದುಗುವಂತೆ ಇದ್ದುದರಿಂದ ತಾಯಿಯ ಬಳಿಯಲ್ಲಿ ಕೂಡ ಸಲಿಗೆ ಕಡಿಮೆಯೆನಿಸಿತು. ಸ್ವಲ್ಪ ತಬ್ಬಿಬ್ಬು ಈಗ.

"ಯಾರ್ನ ವಿಚಾರಿಸೋದು?" ಮುಗ್ಧವಾಗಿ ಪ್ರಶ್ನಿಸಿದಾಗ ಬಾಯಿ ಮುಚ್ಚಿಕೊಂಡು ಸದ್ದಾಗದಂತೆ ನಕ್ಕಳು. "ಅಮ್ಮನ್ನೇ ಕೇಳು ಅಥ್ವಾ ಅಪ್ಪನ್ನ ವಿಚಾರ್ಸು. ನಿನ್ಮೇಲೆ ವಿಪರೀತ ಅಭಿಮಾನ ಅವ್ರಿಗೆ. ನಿನ್ನಿಂದ ಸಮಾಜದಲ್ಲಿ ಅವ್ರ ಸ್ಟೇಟಸ್ ಹೆಚ್ಚಿದೆ" ಎಂದಳು. ಅದರಲ್ಲಿ ಯಾವುದೇ ವ್ಯಂಗ್ಯವಿರಲಿಲ್ಲ.

ಪ್ರತಿಯೊಬ್ಬ ವ್ಯಕ್ತಿಯೂ ಸಮಾಜದ ಕಡೆ ಕಣ್ಣಿಟ್ಟೇ ಮುಂದೆ ನಡೆಯುತ್ತಾನೆ. ಸಮಾಜವನ್ನ ನ್ಯಾಯಾಧೀಶನ ಸ್ಥಾನದಲ್ಲಿ ಕೂಡಿಸಿ ಭಯ-ಭಕ್ತಿಗಳಿಂದ ಅದನ್ನ ಮೆಚ್ಚಿಸುವಂತೆ ಅಥವಾ ಪ್ರಸಕ್ತ ಅದರ ರೀತಿನೀತಿಗಳಿಗೆ ಅನುಸಾರವಾಗಿ ನಡೆಯುವಂತೆ ನಡೆಯುತ್ತಾನೆ, ಮನುಷ್ಯ ಜೀವನ ಪೂರ್ತಿ. ಕೆಲವರಲ್ಲಿ ಇದು ಹೆಚ್ಚಿರಬಹುದು, ಮತ್ತೆ ಕೆಲವರಲ್ಲಿ ಕಡಿಮೆ ಇರಬಹುದಲ್ಲಿ. ಇನ್ನು ಹಲವರು ಸಮಾಜಕ್ಕೆ ಸಡ್ಡು ಹೊಡೆದು ನಿಂತು ಕ್ರಾಂತಿಕಾರಿಗಳಂತೆ ನಡೆಯುತ್ತಾರೆ. ಎಲ್ಲರ ದೃಷ್ಟಿಯಲ್ಲಿ ಉಳಿಯುವವರು ಅವರೇ.

ಎದ್ದು ರೂಮಿನಿಂದ ಹೊರಗೆ ಹೋದ ವರ್ಣ ಹಿಂದಿರುಗಿ ಬಂದಳು. "ಯಾರ್ನ ಕೇಳ್ಲಿ ಮೊದ್ಲು? ಏನೂಂತ ಕೇಳ್ಲಿ?" ಅಮಾಯಕವಾಗಿ ಕೇಳಿದಾಗ ತಲೆಯ ಮೇಲೆ ಕೈಹೊತ್ತ ವರ್ಷ "ನಾನೂ ಬರ್ತೀನಿ ನಡೀ. ಅಮ್ಮನ ಆರೋಗ್ಯದ ಬಗ್ಗೆ ಅಪ್ಪನ್ನ ವಿಚಾರಿಸ್ಕೋ. ಮಾಮೂಲಿ ಉತ್ತರಕ್ಕೆ ಜಗ್ಗಬೇಡ. ಸ್ವಲ್ಪ ಇಂಟರೆಸ್ಟಾಗಿ ಅಮ್ಮನ್ನ ಕೇಳು. ಎಲ್ಲಕ್ಕೂ ನಂಗೆ ಪರ್ಸೆಂಟೇಜ್‌ನ ತೊಂದರೆ. ಅಪ್ಪನ ಅಂದಾಜಿಗೆ ಸರ್ಯಾಗಿ ಖಂಡಿತ ನನ್ನಿಂದ ಓದೋಕ್ಕಾಗಲ್ಲ. ಪ್ಲೀಸ್..." ಎಳೆದೊಯ್ದಳು. ರೂಮಿನವರೆಗೂ ತಳ್ಳಿಕೊಂಡು ಹೋಗಿ ಸುಸ್ತಾದವಳಂತೆ "ನೀನು ನಡೀ, ನಿನ್ನ ಹಿಂದೆ ನಾನಿರ್ತೀನಿ."

ಸುಮ್ಮನೆ ನಿಂತಳು ವರ್ಣ. ಯಾವುದೇ ವಿಷಯದಲ್ಲಿ ತಲೆ ತೂರಿಸದೇ ತನ್ನ 'ವ್ಯಾಸಂಗ' ಜಗತ್ತಿನಲ್ಲಿ ಮುಳುಗುತ್ತಿದ್ದ ಅವಳಿಗೆ ಏನೂ ತೋರದಂತಾಗುತ್ತಿತ್ತು.

ಪೇಪರ್ ಮಡಿಚಿ ಬಾಗಿಲಿಗೆ ಬಂದ ಚಲಪತಿ "ಯಾಕೆ ಇಲ್ಲಿ ನಿಂತ್ಕೊಂಡ್ರಿ" ದೃಷ್ಟಿ ಹರಿಸಿದರು ಪ್ರಶ್ನಾರ್ಥಕವಾಗಿ. ವರ್ಣ ತುಟಿ ಎರಡು ಮಾಡಲಿಲ್ಲ. "ಯಾಕೋ ಅಮ್ಮನ ಹೆಲ್ತ್ ಸರಿಯಿಲ್ಲಾಂತ ಅನ್ನಿಸ್ತು ಅದ್ಕೆ ವಿಚಾರಿಸೋಣಾಂತ."

ವರ್ಷಳ ಮಾತಿಗೆ ಸ್ವಲ್ಪ ಅನ್ಯಮನಸ್ಕರಾದರು. ಚೇತರಿಸಿಕೊಂಡ ಚಲಪತಿಗಳು ನಸುನಗೆಯಿಂದ "ಸ್ವಲ್ಪ ಅವ್ಳು ಮೊದ್ಲಿನಿಂದ ವೀಕ್. ಮೊನ್ನೆ ಒಂದಿಷ್ಟು ಜ್ವರ ಬಂತಲ್ಲ. ಅದ್ಕೆ ಸುಸ್ತಾಗಿದ್ದಾಳೆ" ಅಂದವರು ಹೊರಗೆ ನಡೆದಾಗ ಅಕ್ಕನ ಕೈ ಹಿಡಿದು ಒಳಗೆ ಹೋದ ವರ್ಷ ತಾಯಿಯ ಪಕ್ಕದಲ್ಲಿ ಕೂತಳು. ನಿಸ್ತೇಜವಾಗಿದ್ದಂತೆ ಕಂಡರು.

"ಅಮ್ಮ.... ಡಾಕ್ಟ್ರು... ಏನ್ಹೇಳಿದ್ರು?" ವರ್ಷನೇ ಕೇಳಿದ್ದು.

"ಮತ್ತೇನು ಹೇಳ್ತಾರೆ, ಅದೇ ಟಾನಿಕ್, ಮಾತ್ರೆ.... ಇಂಥದ್ದರ ಜೊತೆ ಸೊಪ್ಪು, ತರಕಾರಿ ಹಾಲು ಹಣ್ಣು - ಇಂಥ ಸಲಹೆಗಳೇ." ವರ್ಣಳ ಕಡೆ ನೋಡಿದರು. ಸುಮ್ಮನೆ ಕೂತಿದ್ದಳು. ಸದಾ ತನ್ನ ಜಗತ್ತಿನೊಂದಿಗಿದ್ದ ಅವಳಿಗೆ ತಾಯಿ ಪ್ರೇಮ-ಇಂಥದ್ದನ್ನೆಲ್ಲ ಅನುಭವಿಸಲಾಗಿರಲಿಲ್ಲ.

"ಯಾಕೆ ಇವತ್ತು ಲೇಟು?" ಕೇಳಿದರು.

ತಾಯಿಯ ಪ್ರಶ್ನೆಗೆ ವರ್ಣ ಏನೂ ಬದಲು ಹೇಳಲಿಲ್ಲ. "ಈಗ ಅವ್ಳಿಗೆ ತುಂಬ ಫ್ರೆಂಡ್ಸ್, ಬರೀ ಮಾತು... ಮಾತು... ವರ್ಣಕ್ಕ ಕೂಡ ಒಂದಿಷ್ಟು ಮಾತು ಕಲೀಲಿ. ನಂಗೆ ಆಗಾಗ 'ಓದು' ಅನ್ನೋದ್ಬಿಟ್ಟು ಬೇರೆ ಮಾತೇ ಗೊತ್ತಿಲ್ಲ!" ಘೊಳ್ಳೆಂದು ನಕ್ಕಳು. ಆಗಲೂ ವರ್ಣ ಬಾಯಿ ತೆರೆಯಲಿಲ್ಲ. ನಗಲಿಲ್ಲ. ಮಂಕಾದರು ರೋಹಿಣಿ. ಸ್ವಲ್ಪ 'ಎಡವಟ್ಟಾಗಿದೆ' ಎನ್ನಿಸಿತು ಆಕೆಯ ಮನಸ್ಸಿಗೆ.

ಬಂದ ಚಲಪತಿ ಎಚ್ಚರಿಸಿದರು, "ಹೆಚ್ಚು ಮಾತು ಬೇಡ. ಒಂದಿಷ್ಟು ಮಲಗ್ಲೀ. ತಟ್ಟೆ ಹಾಕಿದ್ದೀನಿ. ಊಟಕ್ಕೆ ನಡೀರಿ" ಎಬ್ಬಿಸಿದರು.

ಯಾಕೋ ಗಂಡನದು ಸ್ವಲ್ಪ ಅತಿಶಯವೆನಿಸಿತು ರೋಹಿಣಿಗೂ ಕೂಡ. ಇದನ್ನ ತಾನು ಮೊದಲಿನಿಂದಲೂ ಸ್ವಲ್ಪ ವಿರೋಧಿಸಿದ್ದರೆ ಚೆನ್ನಿತ್ತು ಎಂದುಕೊಂಡರು ಮೊದಲ ಸಲ.

"ನೀನು ಊಟಮಾಡು, ನಡಿ" ಹೆಂಡತಿಗೆ ಹೇಳಿ ಹೋದರು.

ಉಪ್ಪಿನಕಾಯಿ ಬಡಿಸುತ್ತಿದ್ದ ವರ್ಷನ ತಡೆದರು. "ಸದ್ಯಕ್ಕೆ ಈ ಕೆಲ್ಸಗಳು ನಿಂಗೆ ಬೇಡ. ನಿನ್ನ ಲಕ್ಷ್ಯವೆಲ್ಲ ವ್ಯಾಸಂಗದ ಕಡೆ ಇರ್ಲಿ." ತಾವೇ ಬಡಿಸಿದರು. ವರ್ಣಗೆ ಇದು ಪೂರ್ತಿ ಅಭ್ಯಾಸವಾಗಿತ್ತು. ವರ್ಷಗೆ ಮಾತ್ರ ಸ್ವಲ್ಪ ವಿರೋಧಿಸಬೇಕೆನಿಸಿತ್ತು. ಅಂಥ ಧೈರ್ಯವೇನಿಲ್ಲ.

ಎಲ್ಲಾ ತಟ್ಟೆಗಳಿಗೂ ಬಡಿಸಿದ ನಂತರ ಊಟಕ್ಕೆ ಕೂತಳು. ಚಲಪತಿ, ಹೆಂಡತಿಗೆ ಹುಷಾರಿಲ್ಲದಿದ್ದರೆ ಪ್ರತಿಯೊಂದನ್ನು ಬಿಸಿ ಮಾಡಿಯೇ ಬಡಿಸುತ್ತಿದ್ದುದು.

ತನ್ನ ಅನಾರೋಗ್ಯದ ಬಗ್ಗೆ ಸ್ವಲ್ಪ ಕೂಡ ಸಿಡಿಮಿಡಿಗೊಳ್ಳದೆ ಪ್ರೀತಿಯಿಂದ ಉಪಚರಿಸುವ ಗಂಡನ ಬಗ್ಗೆ ರೋಹಿಣಿಗೆ ವಿಪರೀತವಾದ ಅಭಿಮಾನ. ಆ ದುರ್ಬಲತೆ ಕೆಲವು 'ಅತಿ'ಗಳನ್ನು ವಿರೋಧಿಸಲಾಗದೆ ಹೋಯಿತೇನೋ!

"ವರ್ಣನ ನೋಡಿದ್ರಾ?" ಕೇಳಿದರು ಮಲಗುವ ಮುನ್ನ. ಹೆಂಡತಿಯತ್ತ ನೋಟವರಿಸಿದರು. "ಏನಾಗಿದೆ ಅವ್ಳಿಗೆ ಆರಾಮಾಗಿಯೇ ಊಟ ಮಾಡಿದ್ಲಲ್ಲ?" ಸಹಜವಾಗಿ ನುಡಿದರು.

"ಹಾಗೇ ಅನ್ನಿಸುತ್ತೆ. ಸದಾ ಓದು... ಓದೂಂತ ಕೂತಿರೋವಾಗ ನಂಗೇನು ಅನ್ನಿಸ್ತ ಇರ್ಲಿಲ್ಲ. ಈಗ್ಲೂ ಹಾಗೇ ಇರ್ತಾಳೆ. ಆಫೀಸ್, ಮನೆ ಇಷ್ಟೆ ಆಗಿ ಹೋದ್ರೆ ಹೇಗೆ. ನನ್ಹತ್ರ ಕೂಡ ಸರ್ಯಾಗಿ ಮಾತಾಡೋಲ್ಲ. ರೂಮು ಹೊಕ್ಕರೆ ಊಟಕ್ಕೆ ಕರ್ಯೋವರ್ಗೂ ಹೊರ್ಗಡೆ ಬರೋಲ್ಲ. ಊಟ ಮುಗ್ಧ ಕೂಡ್ಲೇ ರೂಮು ಸೇರ್ತಾಳೆ. ಕನಿಷ್ಟ ಡೈನಿಂಗ್ ಟೇಬಲ್ಲು ಕೂಡ ಕ್ಲೀನ್ ಮಾಡೋಲ್ಲ. ಅವೆಲ್ಲ ತೋಚಲ್ವಾ? ಸದಾ ನಿಮ್ಮ ಹದ್ದುಬಸ್ತಿನಲ್ಲೇ ಇದ್ದುಬಿಟ್ಲು. ಈಗ ನಂಗೆ ಏನಾದ್ರೂ ಹೇಳ್ಬೇಕೂಂದ್ರೆ, ಒಂದು ತರಹ" ಮನಸ್ಸನ್ನು ತೋಡಿಕೊಂಡರು.

ಚಲಪತಿಗಳು ಮೌನವಹಿಸಿದರು. ಹೆಂಡತಿಯ ಮಾತುಗಳಲ್ಲಿ ಸತ್ಯವಿದೆಯೆಂದು ಅರಿವಾದಾಗ ಹಣೆಯ ಮೇಲೆ ಮೂಡಿದ ಗೆರೆಗಳು ಸ್ವಲ್ಪ ಆಳವಾದವು.

ಕೆನ್ನೆಯುಜ್ಜಿದರು. ಹೊರಗೆ ಬಾಗಿಲು ತೆರೆದುಕೊಂಡು ಹೋದರು. ಕಾಂಪೌಂಡ್‌ನಲ್ಲಿ ಅಡ್ಡಾಡಿದರು. ಎದುರು ಮನೆಯಲ್ಲಿ ಇನ್ನೂ ಚಟುವಟಿಕೆ ಇತ್ತು. ನಾಲ್ಕಾರು ಯುವಕರು ಕಾಂಪೌಂಡ್‌ನಲ್ಲಿ ನಿಂತು ಮಾತನಾಡುತ್ತಿದ್ದರು.

ಬಂದು ಹಾಲ್‌ನಲ್ಲಿ ಕೂತರು. ವರ್ಣ ಕನಿಷ್ಟ ಒಂದು ಕೆಲಸ ಮಾಡಿದ್ದು ಮಾತ್ರವಲ್ಲ ಒಂದು ಲೋಟ ನೀರು ತಂದು ಕೊಟ್ಟಿದ್ದು ಕೂಡ ನೆನಪಿರಲಿಲ್ಲ. ಅದು ತನ್ನ ನಿಯಂತ್ರಣದ ತಪ್ಪೇನೋ. ತುಂಬ ನೊಂದರು.

ರೂಮಿನೊಳಕ್ಕೆ ಬಂದವರು "ನಾಳೆಯಿಂದ ಅವ್ವಿಗೆ ತೀರಾ ಸಣ್ಣಪುಟ್ಟ ಕೆಲ್ಸ ಹೇಳು. ರಜ ದಿನಗಳಲ್ಲಿ ಮಾರ್ಕೆಟ್, ಅಂಗಡಿಯಿಂದ ಏನಾದ್ರೂ ತರೋಕೆ ಕಳ್ಸು.ಸ್ವಲ್ಪ ಮನೆ ಕೆಲ್ಸದ ಜೊತೆ ವ್ಯವಹಾರದ ಜ್ಞಾನ ಕೂಡ ಬರುತ್ತೆ." ಒಂದು ಅಂದಾಜು ಇಟ್ಟುಕೊಂಡು ಹೇಳಿದರು.

ಎರಡು ವರ್ಷಗಳ ನಂತರವೇ ಅವಳ ವಿವಾಹ! Man proposes, God disposes ಅನ್ನೋ ಮಾತೊಂದಿದೆ. ಅದರಿಂದಲೇ ಯೋಜನೆ ನಿರ್ಧಾರಗಳು ತಲೆಕೆಳಗಾಗುವುದು.

ಆ ಸೂಚನೆ ಕೆಲವೇ ದಿನಗಳಲ್ಲಿ ಕಂಡಿತು. ಒಬ್ಬ ಎತ್ತರದ ನಸುಬಣ್ಣದ ಯುವಕನ ಜೊತೆ ಎರಡು ಸಲ ಕಂಡಾಗ ಆತಂಕದ ಜೊತೆ ಸ್ವಲ್ಪ ಕೋಪ ಕೂಡ. ಅವನೇ ಅಭಿಷೇಕ್ ವಸಿಷ್ಠ. ಈಗಾಗಲೇ ಅವರು ಅವರ ಮಗಳನ್ನು ಎಚ್ಚರಿಸಿದ್ದರು. ಮತ್ತೆ ಅದೇ ಪ್ರವಾಹದ ಕಡೆ ಹೊರಟಿದ್ದು ಒಳ್ಳೆಯ ಲಕ್ಷಣವಾಗಿ ಕಾಣಲಿಲ್ಲ.

ಮಗಳು ಬಂದ ಕೂಡಲೇ ರೂಮಿಗೆ ಕರೆಸಿಕೊಂಡರು.

"ವರ್ಣ, ನೀನು ಆ ಅಭಿಷೇಕ್ ವಸಿಷ್ಠ ಜೊತೆ ಸುತ್ತಾಟ ಶುರುಮಾಡಿದ್ದಿ. ನಿನ್ನ ಎಚ್ಚರಿಸಿದ್ದೆ. ಅವ್ನು ನಿನ್ನ ಸೀನಿಯರ್, ಕೊಲಿಗ್ ಆದ್ರೂ ಮಾತುಕತೆಯೆಲ್ಲ ಆಫೀಸ್‌ನಲ್ಲಿ ಇಟ್ಕೋ. ಈ ಓಡಾಟ ಬೇಡ" ಅರುಹಿದರು.

ತಲೆ ಬಗ್ಗಿಸಿಕೊಂಡು ನಿಂತಿದ್ದ ವರ್ಣ 'ಹಾ' 'ಹ್ಞೂ' ಅನ್ನಲಿಲ್ಲ. ನಿಂತೇ ಇದ್ದಳು. ಚಲಪತಿಯ ತಾಳ್ಮೆ ತಪ್ಪಿಹೋಯಿತು. ಎದ್ದು ಬಂದು ಬಗ್ಗಿಸಿದ್ದ ಅವಳ ಮುಖವನ್ನು ಮೇಲಕ್ಕೆತ್ತಿ ನೇರವಾಗಿ ನೋಡಿದರು. ಅವರ ಪ್ರೀತಿ ಎಷ್ಟಿತ್ತು ಅಂದರೇ ಮಕ್ಕಳಿಗೆ ಅಷ್ಟಿಷ್ಟು ಕಷ್ಟವಾಗುವುದು ಕೂಡ ಇಷ್ಟವಾಗದು.

"ಅಭಿಷೇಕ್ ವಸಿಷ್ಠ ಅವ್ರ ಮನೆಯವ್ರು ಮಿದುಳು ಇರೋ ಜನಾನೆ ಹೊರ್ತು ಹೃದಯವಿರೋ ಜನ ಅಲ್ಲ. ಪ್ಲೀಸ್, ಎಲ್ಲಾ ಓಡಾಟ ಬಂದ್ ಮಾಡು. ಮೊದ್ಲು ಸ್ನೇಹದಲ್ಲಿ ಶುರುವಾಗಿ ಆಮೇಲೆ ಪ್ರೇಮಕ್ಕೆ ತಿರುಗಿ ನೀನು ನಿರಾಶೆ ಅನುಭವಿಸೋದ್ಬೇಡ" ಅರ್ಥವಾಗುವಂತೆ ಬಿಡಿಸಿ ಹೇಳಿದರು. ಅವಳ ಮಿದುಳಿಗೆ ಈ ಮಾತುಗಳು ಎಷ್ಟು ಹೋಯಿತೋ, ಎಷ್ಟು ಇಲ್ಲವೋ - ಪ್ರತಿಕ್ರಿಯೆ ಮಾತ್ರ ಏನೇನೂ ಇಲ್ಲ.

"ಮಾತಾಡು ವರ್ಣ" ಸ್ವಲ್ಪ ಅಸಹನೆಗೊಂಡರು.

ಕಣ್ಣುಗಳಿಂದ ಜಾರಿದ ಕಂಬನಿ ಕೆನ್ನೆಯ ಮೇಲೆ ಇಳಿದಾಗ ಪೂರ್ತಿ ಕರಗಿ ಹೋದರು, ಬಿಸಿಲಿಗೆ ಕರಗುವ ಮಂಜಿನಂತೆ ದ್ರವಿಸಿಹೋದರು. ಅವರೊಬ್ಬ ಹೃದಯವಂತ ಪ್ರಾಮಾಣಿಕ ತಂದೆ.

ತೋರು ಬೆರಳಿನಿಂದ ತೊಡೆದು "ಬೇಡ, ನಿನ್ನ ಕಣ್ಣೀರು ನೋಡೋಷ್ಟು ನನ್ನೆದೆ ಗಟ್ಟಿಯಲ್ಲ. ಏನು ನಿನ್ನ ಸಮಸ್ಯೆ? ಮನಸ್ಸು ಬಿಚ್ಚು ಹೇಳು. ಕೆಲವು ತಪ್ಪುಗಳು ಜೀವ್ನ ಪೂರ್ತಿ ಬೆನ್ನಟ್ಟುತ್ತೆ. ಅಭಿಷೇಕ್ ವಸಿಷ್ಠನ ನೇರ ಪರಿಚಯವಾಗ್ಲಿ, ಬೇರೆ ರೀತಿಯ ಆಗ್ರಹವಾಗ್ಲಿ ನಂಗಿಲ್ಲ. ಬರೀ ಸ್ನೇಹವಾದ್ರೆ... ಓಕೇ. ಅದು ಮೀರಿ ಮಾತ್ರ ಮುಂದುವರಿಯೋದ್ಬೇಡ." ತಾವೇ ಹೊರಗೆ ಹೊರಟರು. ಎದುರಾದ ವರ್ಷ ತಂದೆಯನ್ನ ಒಂದು ತರಹ ನೋಡಿದಳು. ಅವರೇ ನಕ್ಕರು. ತಮ್ಮ ಎಂದಿನ ಬಿಗುವಿನ ಧೋರಣೆ ಸಡಿಲಿಸಿ "ಏನು ಮಾಡ್ತಾ ಇದ್ದೆ?" ಕೇಳಿದರು.

ರೂಮಿಗೆ ಹೋದವಳೇ ತನ್ನ ಗೆಳತಿಯಿಂದ ಉಡುಗೊರೆಯಾಗಿ ಬಂದ ಅಂಬಿಕಾತನಯದತ್ತರ 'ಸಖೀಗೀತ'ವನ್ನು ಚಲಪತಿಗೆ ಕೊಟ್ಟಳು.

"ನನ್ನ ಫ್ರೆಂಡ್ ಪ್ರೆಸೆಂಟೇಷನ್! ಅದ್ನೇ ಓದ್ತಾ ಇದ್ದೆ. ನೀವು ಓದಿದ್ರೆ ಚೆನ್ನಾಗಿರುತ್ತೆ. ನಿಮ್ಹತ್ರ ಇರ್ಲಿ" ಎಂದವಳು ಓಡಿ ಹೋದಳು.

ಅವಳು ಹೋದತ್ತಲೇ ನೋಡಿದರು. ಎಷ್ಟೇ ಒತ್ತಾಯ, ಒತ್ತಡವೇರಿದರೂ ವರ್ಣಾಳ ಹಾಗೇ ಪೂರ್ತಿ ವ್ಯಾಸಂಗದಲ್ಲಿ ತನ್ನನ್ನೇನು ತೊಡಗಿಸಿಕೊಂಡಿರಲಿಲ್ಲ. ಅದಕ್ಕಾಗಿ ತುಂಬ ಬೇಸರವಿತ್ತು. ಆದರೆ ಇಂದು ಹಾಗೇನು ಅನ್ನಿಸಲಿಲ್ಲ.

ಕೋಣೆಗೆ ಬಂದವರೇ ತಮ್ಮ ಹತ್ತಿರದ ಬಂಧು ನೀಲಕಂಠರಿಗೆ ಫೋನ್ ಮಾಡಿದರು. "ಸ್ವಲ್ಪ ನನ್ನ ನಿರ್ಧಾರನ ಬದಲಾಯ್ಸಿದ್ದೀನಿ. ನಾನೇನು ನಿನ್ಮಗ್ನನ್ನ ನೋಡಿಲ್ಲ. ಫೋಟೋ, ಜಾತ್ಕ ಕಳ್ಸು. ನಾನು ವರ್ಣಾಳ ಫೋಟೋ, ಜಾತ್ಕ ಕಳಿಸ್ತೀನಿ. ಜಾತ್ಕಾನ್ಕೂಲವಾಗಿ ಹುಡುಗಿ, ಹುಡ್ಗ ಒಪ್ಪಿದ್ರೆ ಕೂತು ಮಾತಾಡೋಣ."

ಕೇಳಿದ ರೋಹಿಣಿಗೆ ಆಶ್ಚರ್ಯ. ಆಕೆ ತಿಳಿದಿದ್ದು ಬೇರೆ. ಈ ಆತುರಕ್ಕೆ ತನ್ನ ಆರೋಗ್ಯವೇ ಕಾರಣವೆಂದುಕೊಂಡರು. "ಎರಡ್ವರ್ಷ ಮದ್ವೆ ಮಾಡೋಲ್ಲಾಂದ್ರಿ?" ನೋವಿನ ದನಿಯಲ್ಲಿ ವಿಚಾರಿಸಿದಾಗ ಮಾತಾಡುವುದು ಕಷ್ಟವೆನಿಸಿತು ಚಲಪತಿಗೆ. "ಅದು ನನ್ನೊಬ್ಬನ ಫ್ಯೂಚರ್ ಪ್ಲಾನ್" ಎಂದವರು ನಿಲ್ಲಿಸಿದರು. ಹೆಂಡತಿ ಸಂದೇಹಿಸುವುದು ಬೇಡವೆನಿಸಿತು. "ಅದೂ ಅಲ್ದೆ, ಈಗ್ನಿಂದ ವರಾನ್ವೇಷಣೆ ಶುರು ಮಾಡಿದ್ರೆ ಒಳ್ಳೇದು. ಎರಡ್ವರ್ಷವಾದ ಕೂಡ್ಲೆ ಯಾವುದಾದ್ರೂ ಗಂಡು ಮಾಲೆ ಇಟ್ಕೊಂಡ್ಬರ್‍ತಾನಾ!" ಎಂದರು ನಿಧಾನವಾಗಿ. ಆಕೆಗೂ ಸರಿಯೆನಿಸಿತು.

ಒಂದಿಷ್ಟು ಓಡಾಟ ನಡೆಸಿ ನಾಲ್ಕಾರು ಫೋಟೋ, ಜಾತಕಗಳನ್ನು ತರಿಸಿದರು. ಒಂದೆರಡು ಸೂಕ್ತವೆನಿಸಿದರೂ 'ವರದಕ್ಷಿಣೆ'ಯ ದನಿ ಬಂದಾಗ ಹಿಂಜರಿದರು. ಹೆಂಡತಿಯ ಮುಂದೆ ಕಿಡಿ ಕಾರಿದರು ಕೂಡ.

"ನಾನು ಶ್ರೀಮಂತನಲ್ಲದಿದ್ರೂ ನನ್ಮಕ್ಳುನ ವಿದ್ಯಾವಂತರನ್ನಾಗಿ ಮಾಡ್ಬೇಕು ಅನ್ನೋ ಪ್ರಯತ್ನದ ಹಿಂದೆ ಇದ್ದಿದ್ದು ಒಂದೇ ಉದ್ದೇಶ. ಆರ್ಥಿಕ ಸ್ವಾವಲಂಬನೆಯಿಂದ

'ವರದಕ್ಷಿಣೆ' ಅನ್ನೋ ಬಂಧನದಿಂದ ಬಿಡುಗಡೆಯಾಗಿ ಒಳ್ಳೆ ಭವಿಷ್ಯ ಸಿಗುತ್ತೆ ಅನ್ನೋ ಉದ್ದೇಶದಿಂದ. ಈಗ ಕಾಣ್ತಾ ಇರೋ ಸತ್ಯವೇ ಬೇರೆ."

ಮ್ಲಾನತೆ ಆವರಿಸಿತು ರೋಹಿಣಿ ಮುಖದ ಮೇಲೆ. ಎಷ್ಟು ಎಚ್ಚರವಹಿಸಿದ್ದರು ಮಕ್ಕಳ ಬಗ್ಗೆ ಚಲಪತಿಯವರು. ಪೈಸೆ ಪೈಸೆ ಖರ್ಚು ಮಾಡುವಾಗಲೂ ಅದೆಷ್ಟು ಅಗತ್ಯವೆಂದು ಯೋಚಿಸುತ್ತಿದ್ದ ಅವರು ನೂರಾರು, ಸಾವಿರಾರು ರೂಪಾಯಿಗಳು ವರ್ಷ, ವರ್ಣ ಡ್ರೆಸ್ ಮತ್ತು ಉಡುಪುಗಳಿಗಾಗಿ ವ್ಯಯಿಸುತ್ತಿದ್ದರು.

"ಈಗೇನ್ಮಾಡ್ತೀರಾ?" ಹೆಂಡತಿಯ ಪ್ರಶ್ನೆಗೆ ನಗೆ ಬೀರಿದರು. "ಬರೀ ಇದು ಕೆಲವರ ವಿಷಯ. ಅನ್ವೇಷಣೆ ಈಗ ತಾನೇ ಶುರುವಾಗಿರೋದು. ನೋ ಪ್ರಾಬ್ಲಮ್" ಅಂದರಷ್ಟೆ. ಆದರೆ ವಿವಾಹಗಳು ಸುಲಭವೇನು ಅನ್ನಿಸಲಿಲ್ಲ!

ಅಂದು ಭಾನುವಾರ ಎಣ್ಣೆ ಹಚ್ಚಿಕೊಂಡು ರೂಮಿನಲ್ಲಿ ಕೂಡುತ್ತಿದ್ದ ವರ್ಣ ಬೇಗ ನಿರಾಶೆಗೊಂಡು ಬಂದಾಗ ಕರೆಂಟ್ ಇಲ್ಲದೇ ಒದ್ದಾಡುತ್ತಿದ್ದ ರೋಹಿಣಿ "ಸ್ವಲ್ಪ ಚಟ್ನಿ ರುಬ್ಬಿಕೊಡು" ಹೇಳಿದರು. ಅವಳಿಗೆ ಮನೆ ಕೆಲಸಗಳು ಅಭ್ಯಾಸವಾಗಲಿಯೆನ್ನುವ ಉದ್ದೇಶ ಆಕೆಯದು.

ಅವಳು ವ್ಯಾಸಂಗ ಮಾಡುತ್ತಿದ್ದ ದಿನಗಳಲ್ಲಿ, ಚಲಪತಿ ಎದ್ದು ಬಂದು ಆ ಕೆಲಸ ಮಾಡುತ್ತಿದ್ದರು. ಇಂದು ಸುಮ್ಮನೆ ಕೂತಿದ್ದರು ಪೇಪರ್ ನೋಡುತ್ತ. ಪುಸ್ತಕ ಹಿಡಿದು ಕೂತಿದ್ದ ವರ್ಷ ಮೇಲೆದ್ದವಳು ಇಣಕಿ ತಂದೆಯನ್ನೋಡಿ ಕೂತಳು.

ಬಂದ ವರ್ಣ ಕೂದಲನ್ನ ಕೊಡವಿಯೊರಸಿತೊಡಗಿದಳು ಟವಲಿನಿಂದ. ಮುಂದಿದ್ದ ಬಯಾಲಜಿ ನೋಟ್ಸ್‌ನ ಪಕ್ಕಕ್ಕೆ ಎದ್ದ ವರ್ಷ "ಅಮ್ಮ ಕೂಗಿದ್ದು ಕೇಳಿಸ್ತಾ?" ಅವಳು ಮಾತೇ ಆಡದಿದ್ದಾಗ "ಹೋಗ್ಲಿ ಬಿಡು, ನಾನೇ ರುಬ್ಬಿ ಕೊಡ್ತೀನಿ, ಬೆಳಗ್ನಿಂದ ಕೈಗಳಿಗೆ ವ್ಯಾಯಾಮ ಇಲ್ಲ."

ಅಡಿಗೆ ಮನೆಯಲ್ಲಿ ಬಾಗಿಲಲ್ಲಿ ವರ್ಷನ ನೋಡಿದ ರೋಹಿಣಿ "ವರ್ಣನ ಸ್ವಲ್ಪ ಕಳ್ಸು. ನೀನ್ಯಾಕೆ ಎದ್ದೆ ಓದೋದ್ಬಿಟ್ಟು" ಎನ್ನುತ್ತಲೇ ಇಡ್ಲಿ ಸ್ಟ್ಯಾಂಡನ್ನು ಕುಕ್ಕರ್‌ನೊಳಗಿಟ್ಟರು, ಮಗಳತ್ತ ನೋಡುತ್ತ.

"ಅವ್ಳು ಜಡೆ ಹಾಕಿಕೋತಾ ಇದ್ದಾಳೆ. ಹೊಟ್ಟೆ ಹಸಿವು. ಓದಿದ್ದು ಒಂಚೂರು ಕೂಡ ತಲೆಗೆ ಹೋಗ್ತಾ ಇಲ್ಲ. ನಾನೇ ಚಟ್ನಿ ರುಬ್ಬಿ ಇಡ್ಲಿ ತಿಂದು ಆಮೇಲೆ ಹೋಗಿ ಓದ್ಕೋತೀನಿ" ತುರಿದು ಒಗ್ಗರಣೆ ಹಾಕಿಟ್ಟ ಕಾಯನ್ನು ತಗೊಂಡಾಗ, ಬಾಗಿಲಲ್ಲಿ ನೆರಳಾಡಿತು. ಉದ್ದಕ್ಕೂ ನಿಂತಿದ್ದರು ಚಲಪತಿ. "ವರ್ಣನ ಕಳ್ಸುಹೋಗು" ಎಂದರು ಗಂಭೀರವಾಗಿ ಎದುರು ನಿಂತು. ಇಂಥ ಸಂದರ್ಭಗಳಲ್ಲಿ ಮಾತನಾಡುವಷ್ಟು ಧೈರ್ಯ ಅವಳಿಗಿಲ್ಲ.

"ವರ್ಣ...." ಅವರೇ ದನಿಯೇರಿಸಿ ಕೂಗಿದರು.

ತಕ್ಷಣ ಹೊರಗೆ ಬಂದಳು. "ಹೋಗಿ, ನಿಮ್ಮಮ್ಮನಿಗೆ ಸ್ವಲ್ಪ ಸಹಾಯ ಮಾಡು. ಹೇಗೂ ಇವತ್ತು ಭಾನುವಾರ ತಾನೇ, ಮಿಕ್ಕಿದೆಲ್ಲ ಆಮೇಲೆ ಮಾಡ್ಕೋಬಹುದು"

ಗಟ್ಟಿಯಾಗಿ ಹೇಳಿದರು, "ಯಾವ ಕೆಲಸ ಹೇಳಿದರೂ ಉತ್ಪ್ರೇಕ್ಷೆಯೇ." ಅದು ಈಚೆಗೆ ಅರ್ಥವಾಗಿತ್ತು. ಸದಾ ಮೃದುವಾಗಿರುತ್ತಿದ್ದ ದನಿ ಸ್ವಲ್ಪ ಕಟುವಾಯಿತೆನಿಸಿತು.

ಒಂದು ಮಾತು ಕೂಡ ಹೇಳದೇ ಅಡಿಗೆ ಮನೆಗೆ ಬಂದವಳು ಸುಮ್ಮನೆ ನಿಂತಳು. ನೆಲವನ್ನೊರಸುತ್ತ ರೋಹಿಣಿ ತಲೆಯೆತ್ತಿದರು. ಒಂದೆರಡು ಸಲ ಹೇಗೆ ರುಬ್ಬುವುದೆಂದು ತೋರಿಸಿ ಕೊಟ್ಟಿದ್ದರು.

"ಇಲ್ಲಿದೆ ನೋಡು ಕಾಯಿ" ತಟ್ಟೆಯೆತ್ತಿ ಅವಳ ಕೈಗೆ ಕೊಟ್ಟಾಗ ನಿಂತೇ ಇದ್ದಳು. "ಆಫೀಸ್‌ನೋರೆಲ್ಲ ಟ್ರಿಪ್ ಹೋಗ್ತಾ ಇದ್ದಾರೆ" ಅಂದಳು ಯಾವ ಭಾವನೆಗಳನ್ನೂ ತೋರಗೊಡದೇ. ನೋಟವೆತ್ತಿ ಮಗಳ ಕಣ್ಣುಗಳಲ್ಲಿ ಇಣಕಿದರು. "ರಾತ್ರೀನೆ ಹೇಳಿದ್ರೆ.... ತಿಂಡಿ ರೆಡಿಯಾಗಿ ಇರ್‍ತಾ ಇತ್ತು! ಹೋಗ್ಲಿ ವರ್ಷ ರುಬ್ಬಿಕೊಡ್ತಾಳೆ. ನೀನು ರೆಡಿಯಾಗಿ ಹೋಗು" ಎಂದರು. ಸದಾ ರೂಮಿನಲ್ಲಿಯೇ ಹುದುಗಿರುತ್ತಿದ್ದ ಮಗಳು ಹೊರ ಪ್ರಪಂಚ ನೋಡುವುದು ಮುಂದಿನ ಬದುಕಿಗೆ ತೀರಾ ಅನಿವಾರ್ಯವೆನ್ನುವುದು ಆಕೆಯ ಅಭಿಪ್ರಾಯ.

ಇದು ಹಾಲ್‌ನಲ್ಲಿ ಕೂತಿದ್ದ ಚಲಪತಿಗೆ ಕೇಳಿಸ್ತು. ಇದು ಸಾಮಾನ್ಯ ವಿಷಯವೇ. ಆದರೆ ಅಭಿಷೇಕ್ ವಸಿಷ್ಠನ ಜೊತೆಗಿನ ಸ್ನೇಹ ಮುಂದುವರಿಯುವುದು ಮಾತ್ರ ಬೇಡವಾಗಿತ್ತು. 'ಕಾದು ನೋಡುವ' ಎಂದು ಸುಮ್ಮನಾದರು.

ಕಾದಿದ್ದವಳಂತೆ ವರ್ಷ ದಡಬಡ ಗುಂಡು ತಿರುಗಿಸುತ್ತ ಚಟ್ನಿ ರುಬ್ಬತೊಡಗಿದಳು, ಸಣ್ಣನೆಯ ದನಿಯಲ್ಲಿ ತನ್ನ ಪಾಡಿಗೆ ತಾನು ಹಾಡಿಕೊಳ್ಳುತ್ತ.

"ಬೆರಳು ಕೊಟ್ಟುಕೊಂಡ್ಬಿಟ್ಟಿಯಾ, ಸ್ವಲ್ಪ ನಿಧಾನವಾಗಿ ರುಬ್ಬು, ವರ್ಣ ಮೊದ್ಲೇ ಹೇಳಿದ್ರೆ.... ಏನಾದ್ರೂ ತಿಂಡಿಯಾದ್ರೂ ಮಾಡಿಕೊಡ್ಬಹುದಿತ್ತು. ಪರೀಕ್ಷೆ ಮುಗ್ದು, ರಿಸಲ್ಟ್ ಬಂದು ಕೆಲ್ಸ ಸಿಕ್ಕಿ ಎಲ್ಲಾ ಆದ್ರೂ... ಇನ್ನೂ ಅದೇ ಗುಂಗಿನಲ್ಲೇ ಇರ್ತಾಳೆ. ಸ್ವಲ್ಪ ಓಡಾಡಿ ಜನರ ಜೊತೆ ಬೆರೆತರೇನೆ ಒಳ್ಳೇದು" ಹೇಳಿಕೊಳ್ಳುತ್ತಲೇ ಗ್ಯಾಸ್ ಮೇಲೆ ಒಗ್ಗರಣೆಗಿಟ್ಟ ತುಪ್ಪಕ್ಕೆ ಒಂದು ಚೂರು ಇಂಗು ಹಾಕಿದರು.

ಡ್ರೆಸ್ ಮಾಡಿಕೊಂಡವಳು ಹೋಗಿ ತಂದೆಯ ಮುಂದೆ ನಿಂತಳು. ಪೇಪರ್‌ನಿಂದ ನೋಟವೆತ್ತಿ ಎರಡು ಸಲ ಮಗಳ ಮುಖ ನೋಡಿದರು. ಅವಳೇ ಹೇಳಲಿಯೆನ್ನುವುದು. ತುಟಿಬಿಚ್ಚದೇ ನಿಂತಿದ್ದಳು. ಅವಳ ನೆರವಿಗೆ ವರ್ಷ ಬರಬೇಕಾಯಿತು.

"ಅಕ್ಕನ ಆಫೀಸ್‌ನವ್ರು ಟ್ರಿಪ್, ಎಕ್ಸ್‌ಕರ್ಷನ್ ಹೋಗ್ತಾರಂತೆ" ಕೈಯೊರೆಸುತ್ತ ಬಂದು ಹೇಳಿದಾಗ "ವರ್ಣ ಅದ್ನ ನೀನೇ ಹೇಳಬಹುದಲ್ಲ. ಈ ಸ್ವಭಾವದಿಂದ ಬೇರೆಯವ್ರಿಗೆ ಸ್ವಲ್ಪ ಕಷ್ಟವಾಗುತ್ತೆ. ನಿಂಗೂ ಸಮಸ್ಯೆಗಳ್ನ ತಂದೊಡ್ಡುತ್ತೆ" ಬಿಡಿಸಿ ಪ್ರತಿಯೊಂದು ಪದವನ್ನು ಒತ್ತಿ ಹೇಳಿದರು. "ಆಯ್ತು, ತಿಂಡಿ ಆಗಿರ್ಬಹ್ದು, ತಿಂದ್ಕೊಂಡ್ಹೋಗು"

"ಎಂಟೂಕಾಲಿಗೆ ನೀನು ಬಸ್‌ಸ್ಟಾಪ್‌ನಲ್ಲಿ ಇರಬೇಕು" ಅಭಿಷೇಕ್ ವಸಿಷ್ಠ ಹೇಳಿದ್ದ. ಜೊತೆಗೆ "ನೀನು ಎಂಟಕ್ಕೆ ಮೊದ್ಲು ಮನೆ ಬಿಟ್ರೆ ಸರ್‍ಯಾದ ಸಮಯಕ್ಕೆ

ಬರ್ತೀಯಾ?" ಅದೇ ನೆನಪು ಮಾಡಿಕೊಂಡಳು. "ಹೊತ್ತಾಗುತ್ತೆ..." ಎಂದಳು ಮೆಲ್ಲಗೆ.

ಪೇಪರ್‌ನ ಮಡಿಚಿಡುತ್ತ "ಸರಿ, ಹೋಗ್ಬಾ.... ಎಲ್ಲಿಗೆ ಹೋಗ್ತಾ ಇರೋದು?" ಅವಳಿಗೆ ಆ ಬಗ್ಗೆ ಏನೂ ಗೊತ್ತಿರಲಿಲ್ಲ. ಎರಡು ನಿಮಿಷ ನಿಂತವಳು ಸುಮ್ಮನೆ ಹೋಗಿಬಿಟ್ಟಳು.

ಹೊರಗೆ ಬಂದ ರೋಹಿಣಿ ತಲೆ ಕೊಡವಿದರು.

"ನೋಡಿದ್ರಾ, ಬರೀ ಅವ್ಳ ಓದು, ರ್‍ಯಾಂಕ್ ಮುಖ್ಯವಾಗಿತ್ತು. ಈಗ ಅವ್ಳ ಸ್ವಭಾವ ಏನೇನೂ ಅರ್ಥವಾಗೋಲ್ಲ. ಮೊನ್ನೆ ಒಂದಿಷ್ಟು ಸಾಮಾನು ಗುರುತು ಹಾಕಿಕೊಟ್ಟಿದ್ದೆ, ಬರೋವಾಗ ತರೋಕೆ. ಅವ್ಳು ಬಂದಿದ್ದು ಬರೀ ಕೈಯಲ್ಲಿ. ಎಂದಾದ್ರೂ ಅವ್ಳು ಅಂಗಡಿಗೆ ಹೋಗಿದ್ದುಂಟಾ? ಸ್ವಲ್ಪ ಸ್ವಲ್ಪ ಅಭ್ಯಾಸ ಮಾಡ್ಕೋಳ್ಳಿಂದ್ರೆ..... ಅವ್ಳಿಗೆ ಇಷ್ಟಾನೇ ಇಲ್ಲಾ" ದೂರಿದರು ಮಗಳನ್ನ. ಚಲಪತಿಗಳು ಹೆಂಡತಿಗಿಂತ ಹೆಚ್ಚಾಗಿ ಗಮನಿಸಿದ್ದರು ಮಗಳನ್ನು.

"ಸ್ವಲ್ಪ ಕಾಲಾವಕಾಶ ಬೇಕಾಗುತ್ತೆ. ಸ್ವಲ್ಪ ಹೊರ್‍ಗೆ ಹೋಗ್ಬರ್ತೀನಿ" ಉಟ್ಟ ಬಟ್ಟೆಯಲ್ಲಿಯೇ ಚಪ್ಪಲಿ ಮೆಟ್ಟಿ ಹೊರಟಾಗ ರೋಹಿಣಿಗೇನು ಆಶ್ಚರ್ಯವಾಗಲಿಲ್ಲ. ವರಾನ್ವೇಷಣೆಯ ವೇಗ ಹೆಚ್ಚಿಸಿದರು. ಬಹುಶಃ ಸೂಕ್ತ ಗಂಡು ಒಂದೆರಡು ತಿಂಗಳಲ್ಲಿಯೇ ಸಿಕ್ಕಿ ವರ್ಣಳ ಮದುವೆ ಮಾಡಿದರೆ ಹೆಚ್ಚಲ್ಲ! ಅದು ಆಕೆಗೂ ಸೂಕ್ತವೆನಿಸಿತ್ತು.

"ಅಪ್ಪ, ಏನಾದ್ರು?" ಕೇಳುತ್ತಲೇ ಹೊರಗೆ ಬಂದವಳು ಒದ್ದೆ ಕೈಗಳನ್ನ ತಾಯಿಯ ಕೆನ್ನೆಗೊತ್ತಿ "ತಣ್ಣಗಿದೆ ಅಲ್ವಾ!" ಅತ್ತಿತ್ತ ನೋಡಿದಳು "ತೀರಾ ಹುಡ್ಗಾಟ, ನಿಂದು. ವರ್ಣಳ ಮದ್ವೆಯ ತರಾತುರಿಯಲ್ಲಿದ್ದಾರೆ ನಿಮ್ಮಪ್ಪ. ಅವಳ್ದು ಮುಗೀತೂಂದ್ರೆ.... ನಿನ್ನ ಲೈನ್ ಕ್ಲಿಯರ್, ಹಾರ ಹಿಡ್ದು ನಿಂತ್ಕೋಬೇಕಾಗುತ್ತೆ" ಮಗಳನ್ನ ಪ್ರೀತಿಯಿಂದ ಬೈಯ್ದರು.

"ಹುರ್‍ರೆ..." ಜೋರಾಗಿ ಕೂಗಿದಳು. "ಓದೋದು ತಪ್ಪುತ್ತೇಂದ್ರೆ ನಾನೇ ಮೊದ್ಲು ಮದ್ವೆಯಾಗ್ಬಿಡ್ತೀನಿ. ಭೌತಶಾಸ್ತ್ರ, ರಸಾಯನಶಾಸ್ತ್ರಕ್ಕಿಂತ ಆರಾಮಾಗಿ ನಂಗೆ ಇಷ್ಟ ಬಂದ ಸಾಹಿತ್ಯ ಕೃತಿಗಳ್ನ ಓದ್ಕೋತೀನಿ" ಸಂತೋಷ ವ್ಯಕ್ತಪಡಿಸಿದರೂ ತಕ್ಷಣವೇ ತಟಸ್ಥಳಾದಳು. 'ಎರಡು ವರ್ಷದನಂತರ ವರ್ಣ ಮದುವೆ.' ಅವಳಿಗೆ ಕೆಲಸ ಸಿಕ್ಕಾಗ ಅಧಿಕೃತ ಪ್ರಕಟಣೆಯನ್ನು ರಚಿಸಿದ್ದರು ತಂದೆ, ರಾಷ್ಟ್ರಪತಿಯ ಸ್ಥಾನದಲ್ಲಿ ನಿಂತು. ಅದಕ್ಕೆ 'ತಿದ್ದುಪಡಿ' ಯಾರ ಒತ್ತಾಯದಿಂದ?

"ಅಮ್ಮ.... ನೀನು ಹೇಳ್ತಾ ಇರೋದು ನಿಜಾನಾ?" ಅನುಮಾನವಿತ್ತು ಅವಳ ಸ್ವರದಲ್ಲಿ. "ಗಂಡು ನೋಡೋಕೆ ಷುರು ಮಾಡಿದ್ದಾರೆ. ಬೇಗ ಸಿಕ್ಕರೆ ಬೇಗ ಮಾಡ್ಬಹ್ದು. ಒಂದು ರೀತಿಯಲ್ಲಿ ಒಳ್ಳೆಯದೇ" ಎಂದರು. ಅವರ ಸಂಪೂರ್ಣ ಸಮ್ಮತಿಯಿದೆಯೆಂದು ವ್ಯಕ್ತವಾಯಿತು.

ಸುಮ್ಮನೆ ರೂಮಿಗೆ ಹೋಗಿಬಿಟ್ಟಳು. ಅಲ್ಪ ಸ್ವಲ್ಪಕ್ಕೆಲ್ಲ ಆಯಾಸ ಮಾಡಿಕೊಂಡು ಮಲಗುವ ತಾಯಿ, ತಿಂಗಳಿಗೊಮ್ಮೆ ಇದ್ದ ಡಾಕ್ಟರ್ ಚೆಕ್ ಅಪ್ ವಾರಕ್ಕೊಮ್ಮೆ ಕೇಳಿದರೆ ಒಂದೇ ತೆರನಾದ ಉತ್ತರ. ಒಂದು ದಿನಕ್ಕೂ ಗೊಣಗದ ತಂದೆ, ಎಂದೂ ತಮ್ಮ ಆರೋಗ್ಯ ಸ್ಥಿತಿಯನ್ನು ತೋಡಿಕೊಂಡು ಕಣ್ಣೀರಿಡದ ತಾಯಿ - ಆತಂಕದಿಂದ ಅವಳ ಹೃದಯ ಹಿಂಡಿತು. ಬಹುಶಃ ಅಂದು ವರ್ಣಳ ಜೊತೆಯಲ್ಲಿ ಹೋಗುತ್ತಿದ್ದ ಯುವಕನ ನೆನಪಾಯಿತು. 'ಪ್ರೇಮ ಪ್ರಕರಣವೋ' ಯಾರನ್ನ ಕೇಳುವುದು? ತಾಯಿನಂತು ಕೇಳಲು ಮೈನಷ್ಟೆ ಆಕೆಯ ಮನಸ್ಸು ಕೂಡ ಸೂಕ್ಷ್ಮವಿರಬಹುದು ಎನ್ನುವ ಲೆಕ್ಕಾಚಾರ ಇವಳದು.

ಒಂದು ಗಂಟೆಯೊಳಗೆ ಅವರು ವಾಪಸ್ಸು ಬಂದಾಗ ವರ್ಣ ಕೂಡ ಅವರ ಜೊತೆಯಲ್ಲಿದ್ದವಳು ಬೆದರಿದ ಹರಿಣಿಯಂತಾಗಿದ್ದಳು. ಬಸ್ಸಿನ ಆಟೋ ಮೂಲಕ ಬೆನ್ನಟ್ಟಿ ಇಳಿಯುವಾಗ ಹಿಡಿದು, "ಎಕ್ಸ್‌ಕ್ಯೂಸ್‌ಮಿ ಮಿಸ್ಟರ್ ಅಭಿಷೇಕ್ ವಸಿಷ್ಠ. ವರ್ಣ ತಾಯಿನ ನರ್ಸಿಂಗ್‌ಹೋಂಗೆ ಅಡ್ಮಿಟ್ ಮಾಡಿದೆ. ಅದಕ್ಕೋಸ್ಕರ ಕರ್ರೊಂಡ್ಹೋಗ್ತೀನಿ. ನೀವು ಇನ್ನೊಂದು ದಿನ ಪಿಕ್‌ನಿಕ್ ಪ್ರೋಗ್ರಾಂ ಇಟ್ಕೋಬಹುದ್ದು" ಎಂದು ಹೇಳಿ ಅದೇ ಆಟೋದಲ್ಲಿ ಮಗಳನ್ನ ಹಿಂದಕ್ಕೆ ಕರೆತಂದಿದ್ದರು.

ಹೂ ಕಟ್ಟುತ್ತಿದ್ದ ತಾಯಿಯನ್ನು ನೋಡಿದ ವರ್ಣ ರೂಮಿಗೆ ಹೋಗಿಬಿಟ್ಟಳು. 'ತಾಯಿ ಕ್ಷೇಮವಾಗಿದ್ದಾರೆ' ಅದೊಂದೇ ನೆಮ್ಮದಿ. ಜೊತೆಗೆ ಭಯಂಕರ ಭಯ. ತಂದೆಯ ಎಚ್ಚರಿಕೆಯನ್ನು ಮೀರಿ ಅಭಿಷೇಕ್ ವಸಿಷ್ಠನೊಂದಿಗೆ ಸ್ನೇಹ ಮುಂದುವರಿಸಿದ್ದಳು. ಮಾತು, ಅವನೊಂದಗಿನ ಸುತ್ತಾಟ ಎಲ್ಲವೂ ಪ್ರಿಯವೇ. ಮನಸ್ಸಿಗೆ ತುಂಬ ಹಿತ.

ಪುಸ್ತಕ ಕೆಳಗಿಟ್ಟ ವರ್ಷ ಅಕ್ಕನ ಬಳಿ ಹೋಗಿ ಕೂತು ಕಣ್ಣಲ್ಲಿಯೇ ವಿಚಾರಿಸಿ ಪ್ರತಿಕ್ರಿಯೆ ಬರದಿದ್ದಾಗ "ಯಾಕೆ ಪಿಕ್‌ನಿಕ್ ಪ್ರೋಗ್ರಾಂ ಕ್ಯಾನ್ಸಲ್ ಆಯ್ತು?" ಮೆಲ್ಲಗೆ ಅವಳಿಗೆ ಮಾತ್ರ ಕೇಳಿಸುವಂತೆ ಪ್ರಶ್ನಿಸಿದಳು. ಅವಳೇನು ಹೇಳಲಿಲ್ಲ.

"ಅಮ್ಮ...." ಎನ್ನುತ್ತ ಹೊರಬಂದ ವರ್ಷ ತಂದೆಯನ್ನ ನೋಡಿ ಒಂದು ಹೆಜ್ಜೆ ಹಿಂದಕ್ಕಿಟ್ಟಳು. "ಬಾ. ವರ್ಷ ಇಲ್ಲಿ" ಕೂಗಿದರು. ಕೆಲವು ಫೋಟೋಗಳನ್ನ, ವಿವರಗಳ್ನ ಮಗಳ ಕೈಯಲ್ಲಿ ಕೊಟ್ಟು "ವರ್ಣಗೆ ತೋರ್ರು. ನಿಮ್ಮಮ್ಮನ ಕೂಡ ನಿಮ್ಜೊತೆಯಲ್ಲಿ ಇಟ್ಕೊಂಡು ಒಂದು ಫೋಟೋ ಸೆಲೆಕ್ಟ್ ಮಾಡ್ಕೊಡಿ. ಆಮೇಲೆ ಮುಂದುವರಿಯೋಕೆ ಸುಲಭವಾಗುತ್ತೆ" ಎಂದರು. ಸದಾ ಎಲ್ಲಾ ಜವಾಬ್ದಾರಿಗಳನ್ನು ಹೊತ್ತುಕೊಳ್ಳುವ ಅವರು ಇಂಥ ಒಂದು ಜವಾಬ್ದಾರಿಯನ್ನು ವರ್ಗಾಯಿಸಿದ್ದೇಕೆ? ಉಗುಳು ನುಂಗಿದಳು.

"ಸಂಜೆ.... ಬೇಡ ನಾಳೆ ಬೆಳಿಗ್ಗೆ ಹೊತ್ಗೆ ತಿಳ್ಸಿದ್ರೆ..... ಕೆಲವು ಸಂಬಂಧಗಳಂತು ತರಾತುರಿಯಲ್ಲಿವೆ. ಒಳ್ಳೆ ಗಂಡು ಕೈತಪ್ಪಿ ಹೋಗ್ಬಾರ್ದು" ದೊಡ್ಡದಾಗಿ ಹೇಳಿದಾಗ, ಕೆಲವೇ ನಿಮಿಷಗಳಲ್ಲಿ ಹಲವು ವರ್ಷಗಳು ದೊಡ್ಡವಳಾದೆನೆನಿಸಿತು ವರ್ಷಗೆ.

ರೂಮಿನ ಬಳಿಗೆ ಹೋದವಳನ್ನು ಹಿಂದಕ್ಕೆ ಕರೆದರು. "ನಿನಗೆ ಅನ್ನಿಸಿದನ್ನ ಕೂಡ ವರ್ಣಗೆ ಹೇಳು. ಡಿಗ್ರಿಗೋಸ್ಕರದ ಪರೀಕ್ಷೆನೇ ಬೇರೆ. ಇದು ಜೀವ್ನದ ಪರೀಕ್ಷೆಯ

ಸಮಯ. ಇಲ್ಲಿ ಎಡವಿದ್ರೆ ಬದ್ಕಿನುದ್ದಕ್ಕೂ ನೋವೇ" ಹೇಳಿದರು ಸ್ವಲ್ಪ ಜೋರಾಗಿಯೇ. ಇದು ರೂಮಿನಲ್ಲಿರೋ ವರ್ಣ ಕಿವಿಗೂ ಬೀಳಲಿಯೆನ್ನುವುದೇ ಅವರ ಉದ್ದೇಶ.

ಮೌನವಾಗಿ 'ಹ್ಞೂ' ಗುಟ್ಟಿದ ವರ್ಷ ಖುಷಿಯಿಂದ ಫೋಟೋಗಳನ್ನೆಲ್ಲ ತಂದು ವರ್ಣ ಮುಂದೆ ಹರಡಿದಳು.

"ಅಂತೂ ತೀರಾ ಕಡ್ಮೆಯ ಸಮಯದಲ್ಲೇ ನಿಂಗೆ ಮಾಂಗಲ್ಯ ಭಾಗ್ಯ ಕೂಡ ಬರೋದಿದೆ" ಚೇಷ್ಟೆ ಮಾಡಿದಳು. ಬಹಳ ಇಂಟರೆಸ್ಟಿನಿಂದ ಒಂದೊಂದೇ ಆಯ್ದು, ಕಡೆಗೆ ಒಂದೆರಡನ್ನು ಆಯ್ಕೆ ಮಾಡಿ ಅವಳಿಗೆ ಕೊಟ್ಟಳು "ಬೆಸ್ಟ್ ಆಫ್ ತ್ರೀ ನಿನ್ಮುಂದೆ ಇಟ್ಟಿದ್ದೀನಿ. ಆದ್ರೂ ಆಯ್ಕೆಯ ಸಂಪೂರ್ಣ ಸ್ವಾತಂತ್ರ್ಯ ನಿಂದೇ" ಎಂದಾಗಲೂ ಯಾವ ವಿಧವಾದ ಪ್ರತಿಕ್ರಿಯೆ ಸಿಗದಿದ್ದಾಗ ಎದ್ದು ಹೋದಳು ಮೌನವಾಗಿ.

ಆಮೇಲೆ ಬಂದ ರೋಹಿಣಿ ಎಲ್ಲಾ ಫೋಟೋಗಳನ್ನು ನೋಡಿ ವಿವರಗಳನ್ನು ಓದಿದರು. ಅವರಿಗೆ ಮೆಚ್ಚಿಕೆಯಾದ ವರಗಳ ಫೋಟೋಗಳನ್ನ ಒಂದು ಕಡೆ ತೆಗೆದಿಟ್ಟರು.

"ನಂಗೆ ಸರಿ ಅನ್ನಿಸಿದ್ದು ತೆಗೆದಿಟ್ಟಿದ್ದೀನಿ. ಮದ್ವೆ ಆಗೋಳು ನಿನ್ನ ಒಪ್ಪಿಗೇನೇ ಇಲ್ಲಿ ಮುಖ್ಯ" ಮಗಳು ಉತ್ಸಾಹ ತೋರದಿದ್ದಾಗ ಎದ್ದು ಹೋದರು.

ವರ್ಣ ಯಾವುದೇ ಫೋಟೋನ ನೋಡಲಿಲ್ಲ. ವರ್ಷನೇ ಅವನ್ನೆಲ್ಲ ಎತ್ತಿ ಕವರ್‌ನಲ್ಲಿ ಹಾಕಿಕೊಟ್ಟಳು. ಪದೇ ಪದೇ ಆ ಯುವಕ ನೆನಪಾಗುತ್ತಿದ್ದ. ಬಹುಶಃ ಅವನನ್ನ ಪ್ರೇಮಿಸಿದ್ದಾಳೆಂದುಕೊಂಡಾಗ ಜೋರಾಗಿ ಕಿರುಚಿ ತಟ್ಟನೇ ಸುಮ್ಮನಾದಳು.

ಮಲಗುವ ಸಮಯದಲ್ಲಿ ವರ್ಷ "ಬಹುಶಃ ನಿನ್ನ ನಿರುತ್ಸಾಹ... ಲವ್ ಅಫೇರ್ಸ್‌ನಲ್ಲಿ ಬಿದ್ದಿರಬೇಕುನ್ನೊ ಡೌಟ್ಸ್. ಓಕೆ, ಅಪ್ಪ ಏನೂ ಬೇಡಾನ್ನಕ್ಕಿಲ್ಲ ನಿನ್ನ ಆಯ್ಕೆ ಸರಿಯಾಗಿದ್ರೆ! ಆರಾಮಾಗಿ ಹೇಳ್ಬಿಡು. ನೀನು 'ಕ್ಲೂ' ಕೊಟ್ರೆ ನಾನೇ ಬಿತ್ತರಿಸಿಬಿಡ್ತೀನಿ". ಉತ್ಸಾಹ ತೋರಿದಳು. ವರ್ಣ ಮಾತಾಡದಿದ್ದರೂ ಕಣ್ಣುಗಳಲ್ಲಿ ವಿಷಯ ಸ್ಪಷ್ಟವಾಗಿತ್ತು.

ಬೆಳಗಿನ ಬ್ರೇಕ್‌ಫಾಸ್ಟ್ ಮುಗಿದ ಕೂಡಲೇ ವಿಚಾರಿಸಿದರು. "ಫೋಟೋಗಳ್ನ ನೋಡಿದ್ಯಾ? ಇದು ಆರಂಭಿಕ ಹಂತ. ನಂತರ ನೋಡ್ಬಹುದು. ಇಷ್ಟಪಟ್ರೆ ಮಾತುಕತೆಯ ಮೂಲಕ ಮುಂದುವರಿಯಬೇಕು."

ತೀರಾ 'ಮೌನ'ವನ್ನೇ ವರ್ಣ ಅಪ್ಪಿ ಹಿಡಿದಾಗ ರೇಗಿಬಿಟ್ಟರು. "ಏನಿದು ದುರಹಂಕಾರ! ನಾನು ಕೇಳ್ತಾನೇ ಇದ್ದೀನಿ. ಏನಾದ್ರೂ ಹೇಳು. ನೀನೇನು ಮೂಗಿ ಅಲ್ಲ. ಮನಸ್ಸಿನಲ್ಲಿ ಏನಿದ್ಯೋ ಬಾಯ್ಬಿಟ್ಟು ಹೇಳು" ಸಹನೆಗೆಟ್ಟರು.

ಕಣ್ಣೀರು ತೊಡೆದುಕೊಂಡ ವರ್ಣ "ನಂಗೆ ಯಾರೂ ಇಷ್ಟವಿಲ್ಲ!" ಸ್ಪಷ್ಟವಾಗಿ ಹೇಳುವ ಧೈರ್ಯಕ್ಕೆ ಮೆಚ್ಚಿದರೂ ಕೂಡ. "ಆಯ್ತು, ಬೇರೆ ನೋಡೋಣ" ಮುಕ್ತಾಯವಾಡಿದರು. "ಬೇರೆ ಕಡೆ ಕೆಲ್ಸ ಸಿಕ್ಕೋ ಛಾನ್ಸ್ ಇದೆ. ಸದ್ಯಕ್ಕೆ ಲೀವ್‌ಲೆಟರ್

ಬರ್ದು ವರ್ಷ ಕೈಗೆ ಕೊಡು. ಮುಂದಿನದು ನೋಡೋಣ." ಅಂತು ಕೆಲಸಕ್ಕೆ ಹೋಗಕೂಡದೆಂದು ನಿರ್ಬಂಧಿಸಿದರು.

ಆ ವಸಿಷ್ಠ ಫ್ಯಾಮಿಲಿಯ ಜನರ ಬಗ್ಗೆ ಅವರಿಗೆ ವಿಶ್ವಾಸವಿಲ್ಲ. ಒಂದು ವಾರ ಕಳೆಯುವ ವೇಳೆಗೆ ವರ್ಣ ಹಂಚಿಕಡ್ಡಿಯಾದಳು. ಮಾತಿಲ್ಲ, ಕತೆ ಇಲ್ಲ, ಊಟ, ತಿಂಡಿ ಕನಿಷ್ಟ. ರೇಗಿದಾಗ ಕಣ್ಣೀರಿನೊಂದಿಗೆ ಎರಡು ತುತ್ತು ತಿನ್ನುವ ಸ್ಥಿತಿಗೆ ಮರಳಿದಾಗ ದಿಕ್ಕೆಟ್ಟರು.

"ಏನಾಗಿದೆ ಇವ್ಳಿಗೆ? ಹೋಗ್ಲಿ ಬಿಡಿ ಕೆಲ್ಸಕ್ಕೆ" ರೋಹಿಣಿಯ ಗೋಗರೆತ, ವರ್ಷಳ ಅಳು. "ಪ್ಲೀಸ್, ಅಪ್ಪ ಅವಳೇನು ಹೇಳೋಲ್ಲ, ನಂಗ್ಯಾಕೋ ಭಯ... ಭಯ!"

ಇಂದು ತಾವು ರೂಮಿಗೆ ಹೋಗಲಿಲ್ಲ. ಮಗಳನ್ನ ರೂಮಿಗೆ ಕರೆಸಿಕೊಂಡು ಮಾತಾಡಲಿಲ್ಲ. ಹಾಲ್‌ನಲ್ಲಿ ಕೂತು "ವರ್ಷ, ನಿಮ್ಮಕ್ಕನ್ನ ಕರ್ಕೊಂಡ್ಬಾ. ರೋಹಿಣಿ ನೀನು ಇರು ಇಲ್ಲೇ" ಹೇಳಿದರು. ಒಂದು ನಿರ್ಧಾರಕ್ಕೆ ಬರುವ ಅಗತ್ಯವಿತ್ತು.

ಮಗಳು ಬಂದು ಗೋಡೆಗೊರಗಿ ನಿಂತಾಗ ಅವರ ಹೃದಯ ಕಿತ್ತು ಬಾಯಿಗೆ ಬಂದಂತಾಯಿತು. ಆರು ದಿನಗಳ ಚಿಂತೆಯ ಪರಿಣಾಮ ಕಬ್ಬನ್ನು ಹೀರಿ ಬಿಸುಟ ಸಿಪ್ಪೆಯಂತಾಗಿದ್ದಳು. ಬಿಳುಚಿಕೊಂಡ ಮುಖ, ಕಾಂತಿ ಕಳೆದುಕೊಂಡ ಕಣ್ಣುಗಳು - ಏನೇನೂ ಅರ್ಥವಾಗಲಿಲ್ಲ.

ತಾವೇ ಅವಳನ್ನ ಕೈ ಹಿಡಿದು ಕರೆತಂದು ಪಕ್ಕದಲ್ಲಿ ಕೂಡಿಸಿಕೊಂಡು ಪರಿಶೀಲನಾತ್ಮಕವಾಗಿ ನೋಡಿದರು. ನಗಬೇಕೆನಿಸಿತು. ನಕ್ಕರೇ ಬರುತ್ತಿದ್ದುದು ದುಃಖಾಶ್ರುಗಳೇ ಹೊರತು ಹರ್ಷದ ಕಣ್ಣೀರಲ್ಲ.

"ಏನು ವಿಷ್ಯ, ವರ್ಣ! ನಿಂಗೆ ಉತ್ತಮ ಸಂಬ್ಳದ ಒಳ್ಳೆ ಕೆಲ್ಸ ಸಿಗ್ಬಹ್ದು. ಇನ್ನಷ್ಟು ಕಲಿತಂಗಾಯ್ತು. ಹೇಗೂ ರ್‍ಯಾಂಕ್ ಬಂದ ವಿದ್ಯಾರ್ಥಿ. ಇಷ್ಟಪಟ್ರೆ ಮಾಸ್ಟರ್ ಡಿಗ್ರಿ ಮಾಡ್ಬಹ್ದು" ನವಿರಾಗಿ ಹೇಳಿದರು. ಅವಳಿಂದ ಯಾವುದಕ್ಕೂ ಉತ್ತರವಿಲ್ಲ.

"ಮಾತಾಡು ವರ್ಣ. ವಸಿಷ್ಠ ಫ್ಯಾಮಿಲಿಯ ಜನ ಪ್ರತಿಭಾವಂತರು. ರಾಷ್ಟ್ರಮಟ್ಟದಲ್ಲಿ ಮನ್ನಣೆ ಪಡೆದ ಜನ. ತುಂಬ ಮಿದುಳಿದೆ. ಆದ್ರೆ ಅವ್ರಿಗೆ ಹೃದಯವೇ ಇಲ್ಲ. ಮಿದುಳು ಕಡ್ಮೆಯಾಗಿ ಹೃದಯವಿದ್ರೂ ಸಹನೀಯವಾಗುತ್ತೆ. ಮುಂದೆ ಭವಿಷ್ಯದಲ್ಲಿ ನೀನು ಕಷ್ಟಪಡ್ತೀಯಾ?" ಕಡೆಯ ಪ್ರಯತ್ನವೆನ್ನುವಂತೆ ಬುದ್ಧಿ ಹೇಳಿದರು. ವರ್ಣ ತಲೆ ಎತ್ತಲಿಲ್ಲ, "ಐ ಲೈಕ್ ಹಿಮ್."

ಸಿಡಿಲು ಬಂದು ಅಪ್ಪಳಿಸಿದಂತಾಯಿತು ಚಲಪತಿಗೆ.

"ಆಯ್ತು. ನೀನು ನಾಳೆಯಿಂದ ಕೆಲ್ಸಕ್ಕೆ ಹೋಗು. ನಾನು ಅಜೇಯ ವಸಿಷ್ಠ ಅವರೊಂದಿಗೆ ಹೋಗಿ ಮಾತಾಡ್ತೀನಿ" ತೋರು ಬೆರಳಿನಿಂದ ಕಣ್ಣೀರು ತೊಡೆದು ಭುಜ ತಟ್ಟಿದರು. ಮಗಳು ಇಂಥ ದೃಢವಾದ ತೀರ್ಮಾನಕ್ಕೆ ಬಂದಿದ್ದು ಆಶ್ಚರ್ಯದ ಜೊತೆಗೆ ವ್ಯಥೆ ಕೂಡ.

ವರ್ಷಗೆ ಸ್ವಲ್ಪ ಅರ್ಥವಾದರೆ, ರೋಹಿಣಿಗೆ ಏನೂ ಅರ್ಥವಾಗಲಿಲ್ಲ. ಹೆಂಡತಿಗೆ ಗೊಂದಲವಾಗಬಾರದೆಂದು ಚಲಪತಿ ತಾವೇ ವಿವರಿಸಿದರು.

"ಸಿಟಿಯ ಪ್ರತಿಷ್ಠಿತ 'ವಸಿಷ್ಠ ಕಾರ್ಪೊರೇಷನ್' ಮಾಲೀಕರ ಎರಡನೇ ಮಗ ಅಭಿಷೇಕ್ ವಸಿಷ್ಠನ ಇಷ್ಟಪಟ್ಟಿದ್ದಾಳೆ. ಅವ್ನು ಕಂಪ್ಯೂಟರ್‌ನಲ್ಲಿ ಮಾಸ್ಟರ್ ಡಿಗ್ರಿ ಪಡೆದ ಇಂಜಿನಿಯರ್. ಅವನ ಅಣ್ಣ ಒಬ್ಬ ಡಾಕ್ಟರಾದರೇ, ತಮ್ಮ ಎಂ.ಬಿ.ಎ. ಮಾಡಿ ಒಳ್ಳೆ ಉದ್ಯೋಗದಲ್ಲಿದ್ದಾರೆ. ವಸಿಷ್ಠ ದಂಪತಿಗಳು ವಿದೇಶದಲ್ಲಿ ಒಳ್ಳೆ ಉದ್ಯೋಗದಲ್ಲಿ ಇದ್ದರು. ಈಗ ತುಂಬ ಬಿಜಿ. ಒಳ್ಳೆ ಸಂಪಾದ್ನೇ ಸ್ವಂತ ಬಂಗ್ಲೆ. 'ವಸಿಷ್ಠ ಕಂಪ್ಯೂಟರ್ ಸಾಫ್ಟ್‌ವೇರ್ ಡೆವಲಪ್‌ಮೆಂಟ್ ಕಾರ್ಪೊರೇಷನ್'ನ ಪೂರ್ಣ ಕಟ್ಟಡ ಅವ್ರದ್ದೇ. ಇನ್ನೊಬ್ಬ ಮಗ್ಳು ಇದ್ದಾಳೆ ಅಜೇಯ ವಸಿಷ್ಠಗೆ. ಅವ್ಳು ಕೂಡ ಬ್ರಿಲಿಯಂಟ್. ಪ್ರತಿಭಾವಂತ ಕುಟುಂಬ. ಸಮಾಜದಲ್ಲಿ ಒಳ್ಳೆ ಸ್ಥಾನಮಾನ. ಮದ್ವೆಯಾದ್ರೆ ಇದೇ ಊರಿನಲ್ಲಿ ಇರ್ತಾಳೆ ನಿಮ್ಮಗ್ಳು. ಒಂದೇ ಒಂದು ದೋಷ ಚಂದ್ರನಲ್ಲಿನ ಕಪ್ಪು ಮಚ್ಚೆಯ ಹಾಗೆ, ತುಂಬ ಕಂಜೂಸ್ ಜನ" ಅವರಲ್ಲಿನ ನೆಗೆಟಿವ್‌ನ ಸೂಕ್ಷ್ಮವಾಗಿ ತಿಳಿಸಿದರು. ಆಕೆಯ ಮೇಲೆ ವಿಪರೀತ ಪರಿಣಾಮವೇನು ಬೀರಲಿಲ್ಲ.

"ಅದೇನು ಅಂಥ ದೊಡ್ಡ ವಿಷ್ಯ, ಎಷ್ಟು ಹಣವಿದ್ರೂ ಸಾಲೋಲ್ಲ ಈ ಕಾಲ್ದಲ್ಲಿ. ಅಂತು ಒಳ್ಳೆ ಗಂಡನ್ನೇ ಆಯ್ಕೆ ಮಾಡ್ಕೊಂಡು ನಿಮ್ಗೆ ಶ್ರಮ ತಪ್ಪಿಸಿದ್ದಾಳೆ. ಇದೇ ಊರು. ಆಗಾಗ ಹೋಗ್ಬಂದು ಮಾಡ್ಬಹುದು" ಸಂತೋಷ ವ್ಯಕ್ತಪಡಿಸಿದರು ರೋಹಿಣಿ.

ಚಲಪತಿಯ ಬಾಯಿಂದ ಮಾತುಗಳು ಹೊರಡಲಿಲ್ಲ. ಡಿಟೆಕ್ಟೀವ್ ಏಜೆನ್ಸಿಯವರು ಕೊಟ್ಟ ರಿಪೋರ್ಟ್‌ನಲ್ಲಿದ್ದ ಎರಡು ಕಾರಣಗಳ ನೆನಪಾದರೆ ಅವರೆದೆ ಝುಗ್ ಎನ್ನುತ್ತಿತ್ತು.

ಅಂತು ರಾಜಿಗೆ ಬಂದ ಚಲಪತಿ ನೇರವಾಗಿ ಹೋಗಲು ಇಚ್ಛಿಸದೆ 'ಮ್ಯಾರೇಜ್ ಬ್ಯೂರೋ' ಸದಸ್ಯನನ್ನ ಜೊತೆಯಲ್ಲಿ ಕರೆದೊಯ್ದರು ಅಜೇಯ ವಸಿಷ್ಠ ಅವರನ್ನ ಭೇಟಿ ಮಾಡಲು.

ಗೇಟು ಸದ್ದಿನೊಂದಿಗೆ ತೆರೆದುಕೊಂಡಾಗ ಎಲ್ಲೆಡೆ ಭಣಗುಟ್ಟುವ ಚಿತ್ರ. ಬಾಲ್ಕನಿಯಲ್ಲಿ ವಿದೇಶೀ ಕಾರಿತ್ತು. ದೊಡ್ಡ ಕಂಪೌಂಡ್ 'ಬಿಕೋ' ಎನ್ನುತ್ತಿತ್ತು ಮರ, ಗಿಡಗಳಿಲ್ಲದೆ.

ಈಗಾಗಲೇ ವಿಷಯ ತಿಳಿಸಿದ್ದರೇನೋ ಮ್ಯಾರೇಜ್ ಬ್ಯೂರೋಯಿಂದ, ಮುಂದೆ ಇದ್ದ ಕೋಣೆಗೆ ಕರೆದೊಯ್ದರು. ಅಲ್ಲಿದ್ದ ಮರದ ಆಸನಗಳನ್ನು ನೋಡಿದರೆ ಯಾವುದೋ ಹರಾಜಿನಲ್ಲಿ ಕೊಂಡಂತೆ ಕಾಣುತ್ತಿದ್ದವು. ಒಂದು ಸಣ್ಣ ರೌಂಡ್ ಟೀಪಾಯಿ ಮೇಲೆ ಗಂಡಭೇರುಂಡ ಚಿತ್ರ ಬಿಡಿಸಿದ್ದರು. ಭದ್ರವಾದ ಕರೀಮರದಿಂದ ಮಾಡಿದ್ದೇ. ಆದರೆ ಗಂಡಭೇರುಂಡಕ್ಕೆ ಒಂದು ತಲೆ ಇರಲಿಲ್ಲ. ಅದನ್ನ ಎಲ್ಲೋ ನೋಡಿದ್ದೀನೆಂದು ನೆನೆಸಿಕೊಂಡಾಗ ಹೊಳೆಯಿತು, ಹಳೆಯ ಗುಜರಿ ಅಂಗಡಿಯಲ್ಲಿ ಕಂಡಿದ್ದು. ಅತ್ತಿತ್ತ ನೋಡಿದ ಆ ಮನುಷ್ಯ "ನೀವು ಕೂತಿರಿ, ಕರ್ಕೊಂಡ್ಬರ್ತೀನಿ" ಹೋದವರು ಬರಲು ಹತ್ತು ನಿಮಿಷವೇ ಆಯಿತು. ಸುಮಾರಾದ ಮೈಕಟ್ಟಿನ ನಸುಕೆಂಪು

ಛಾಯೆಯ ವ್ಯಕ್ತಿಯನ್ನು ಕರೆದುಕೊಂಡು ಬಂದರು. ಅವರೇ ಅಭಿಷೇಕ್ ವಸಿಷ್ಠನ ಜನ್ಮದಾತರು. ಪರಿಚಯಿಸಿದರು, ಕೈ ಕುಲುಕಿದ ಮನುಷ್ಯ ಕಣ್ಣಲ್ಲೇ ಎದುರಿನ ವ್ಯಕ್ತಿಯನ್ನು ಅಳೆಯುವಂತೆ ಕಂಡ.

''Time is precious, ನಾನು ವೇಳೆಗೆ ಅತ್ಯಂತ ಮಹತ್ವ ಕೊಡೋ ಮನುಷ್ಯ. ಇಂದಿನ ಈ ಸಮಯ, ಗಳಿಗೆ ಮುಂದೆಂದೂ ನಮ್ಮ ಜೀವ್ನದಲ್ಲಿ ಬರೋಕೆ ಸಾಧ್ಯವಿಲ್ಲ. ವಿಷ್ಯಕ್ಕೆ ನೇರವಾಗಿ ಬಂದ್ಬಿಡಿ" ಎಂದರು ಕರಾರುವಾಕ್ಕಾಗಿ, ಕಡ್ಡಿ ತುಂಡು ಮಾಡಿದಂತೆ.

ತುಸು ಬೇಸರವೆನಿಸಿತು ಚಲಪತಿಗೆ. ದುಡ್ಡು ಕಾಸಿನಲ್ಲಿ ಮಾತ್ರವಲ್ಲ, ಸಮಯ ಕೂಡ ಖರ್ಚು ಮಾಡರು ಬೇರೆಯವರಿಗಾಗಿ. ಎರಡೇ ಮಾತಿನಲ್ಲಿ ವಿಷಯ ತಿಳಿಸಿದರು.

"ನನ್ಮಗ್ಳು ಮೊದಲ ರ್‍ಯಾಂಕ್ ಪಡೆದವ್ಳು. ಕರ್‍ದು ಕೆಲ್ಸಕೊಟ್ಟ ಕಂಪನಿನು ನಿಮ್ದೇ" ಹೇಳಿದಕ್ಕೇ ಆ ಮನುಷ್ಯ ನಕ್ಕುಬಿಟ್ಟ. ಅವರ ಮಕ್ಕಳು ತುಂಬ ಪ್ರತಿಭಾವಂತರೆಂದು ಚಲಪತಿಗೂ ಕೂಡ ಗೊತ್ತು.

ಕಾಲು ಮೇಲೆ ಕಾಲು ಹಾಕ್ಕೊಂಡು ಕೂತು ಮೂಗನ್ನ ಹಾಗೂ ಹೀಗೂ ಅದುಮಿ ಅತ್ತಿತ್ತ ನೋಡಿ "ಇರ್ಲ್ಲಿ, ರ್‍ಯಾಂಕ್ ಅನ್ನೋದು ಬೇರೆಯವ್ರಿಗೆ ಹೇಗೋ, ಏನೋ.... ನನ್ನ ಹೆಂಡ್ತಿ ಕಾಮಿನಿ ಎಂ.ಎಸ್‌ಸಿನಲ್ಲಿ ಗೋಲ್ಡ್ ಮೆಡ್ಲ್ ಪಡೆದವ್ಳು. ನನ್ನ ಮಗ ಪ್ರತಿಯೊಂದು ಕ್ಲಾಸ್‌ನಲ್ಲು ಮೊದಲ ರ್‍ಯಾಂಕ್. ಇನ್ನ ಅಭಿಷೇಕ್ ಅವ್ನ ತಮ್ಮ... ಹಂಡ್ರೆಡ್ ಪರ್ಸೆಂಟ್ ಜೀನಿಯಸ್. ಪ್ರತಿಭೆ ಅನ್ನೋದು ಜೆನೆಟಿಕ್ ಆಗಿ ಬಂದಿದೆ ನಮ್ಗೆ. ನಮ್ಮ ತಾತ, ಅವ್ರ ತಂದೆ ಘನ ವಿದ್ವಾಂಸರು. ಅವ್ರಿಗೆ ಸಂದ ಮರ್ಯಾದೆಗಳು ಎಷ್ಟೋ" ಎಂದವರು ವಾಚ್‌ನ ಕಡೆ ನೋಡಿ "ನಾನು ಮಾತಿನ ಮನುಷ್ಯ ಅಲ್ಲ. ನಿಮ್ಮ ಮಗ್ಳು ರ್‍ಯಾಂಕ್ ಅಂತ ಹೇಳಿಕೊಳ್ಳೋವಾಗ ನಿಮ್ಮ ಮುಖದಲ್ಲಿ ತುಂಬ ಅಭಿಮಾನ ಇತ್ತು. ಅದ್ಕೆ ಇಷ್ಟೆಲ್ಲ ಮಾತುಗಳು" ಮಳೆ ಸುರಿದಂತೆ ಒದರಿಬಿಟ್ಟರು. ಚಲಪತಿಗೆ ದಿಕ್ಕೇ ತೋಚದಂತಾಯಿತು. ಬೇರೆ ಸಮಯವಾಗಿದ್ದರೆ ಒಂದಿಷ್ಟು ಚುರುಕು ಮುಟ್ಟಿಸಿ ತಮ್ಮ ವ್ಯಕ್ತಿತ್ವ ಕಾಯ್ದುಕೊಳ್ಳುತ್ತಿದ್ದರು. ಈಗ ಬಂದಿರೋದು ವರ್ಣಾಳ ತಂದೆಯಾಗಿ.

ಮಧ್ಯಸ್ಥಿಕೆಗಾಗಿ ಬಂದ ಮನುಷ್ಯ ಪೀಠಿಕೆಯೆನ್ನುವಂತೆ ನಾಲ್ಕು ಮಾತಾಡಿದಾಗ, ಯಾವುದೇ ಉತ್ಸಾಹ ತೋರದೇ ಕೂತಿದ್ದರು ಅಜೇಯ್ ವಸಿಷ್ಠ. ಚಂದಾ ವಸೂಲಿಗೆ ಬಂದ ಜನರನ್ನು ನೋಡುವಂತಿತ್ತು ಅವರ ಮನೋಭಾವ.

ಗಡ್ಡವನ್ನುಜ್ಜುತ್ತಿದ್ದರು. ಕನ್ನಡಕವನ್ನೊರೆಸಿ ಹಾಕಿಕೊಂಡು ಮಾತು ಪ್ರಾರಂಭಿಸಿದರು. "ನಮ್ಮ ಅಲೋಕ್ ಎಂಗೇಜ್‌ಮೆಂಟ್ ಆಗಿ ಎರಡ್ವರ್ಷ ಆಯ್ತು. ವಿದೇಶಕ್ಕೆ ಹೋಗ್ಬಂದ್ಮೇಲೆ ಮದ್ವೆ ಹುಡ್ಗೀ ಕಡೆಯವ್ರು ಹತ್ತು ಲಕ್ಷ ನಗದು ಕೊಟ್ಟು ವಿದೇಶದ ಪ್ರಯಾಣದ ಖರ್ಚನ್ನ ತಾವೇ ವಹಿಸಿಕೊಂಡಿದ್ದಾರೆ. ನೀವಾಗಿ ಬಂದಿದ್ದೀರಾ. ಅದೇ ಫಾರ್ಮಾಲಿಟೀಸ್, ಅದೇ ರೂಲು" ಸರಳವಾಗಿ ಹೇಳಿದರು. ಬರೀ ಪೈಸೆಗಳ ವ್ಯಾಪಾರವೆನ್ನುವಂತೆ ಮಾತಾಡಿದ್ದಕ್ಕಾಗಿ ಮನಸ್ಸಿನಲ್ಲಿಯೇ 'ಶಭಾಷ್‌ಗಿರಿ' ಕೊಟ್ಟುಕೊಂಡರು.

ಚಲಪತಿಗಳಿಗೆ ಬಂದ ಕೋಪಕ್ಕೆ ಕಾಲಿನಲ್ಲಿರೋದನ್ನ ಕಳಚಿಕೊಂಡು ಅವರ ತಲೆಯಲ್ಲಿನ ಕೂದಲು ಉದುರುವವರೆಗೂ ಹೊಡೆಯಬೇಕೆನಿಸಿತು. ಆದರೆ... ವರ್ಣ!

ಅಷ್ಟರಲ್ಲಿ ಬಂದ ತಮ್ಮ ಶ್ರೀಮತಿಯನ್ನು ಪರಿಚಯಿಸಿದರು ಅಜೇಯ್ ವಸಿಷ್ಠ. "ನಮ್ಮ ಅಭಿಷೇಕ್ ವಸಿಷ್ಠ ಮದ್ವೆ ವಿಷ್ಯ ಮಾತಾಡೋಕೆ ಬಂದಿದ್ದಾರೆ. ಆ ಹುಡ್ಗೀ ನಮ್ಮ ಕಾರ್ಪೋರೇಷನ್‌ನಲ್ಲಿ ಕೆಲ್ಸ ಮಾಡ್ತಾಳೆ" ಆಕೆ 'ಹ್ಞೂ'ಗುಟ್ಟಿದರೇ ವಿನಃ ಪ್ರತಿಕ್ರಯಿಸಲಿಲ್ಲ.

ತಣ್ಣಗೆ ಎದ್ದು ಬಂದು ಗೇಟಿನವರೆಗೂ ಹೋದ ಚಲಪತಿ ಹಿಂತಿರುಗಿ ನೋಡಿದರು. ಈ ಜೀವಂತಿಕೆ ಇಲ್ಲದ ಮನೆ ಲಕ್ಷಗಳು ಅಥವಾ ಕೋಟಿಯ ಬೆಲೆ ಬಾಳಬಹುದೇ? ಅಮೂಲ್ಯವಾದ, ಅರ್ಥಪೂರ್ಣವಾದ ಬದುಕನ್ನ ಬರೀ ಹಣದಿಂದ ಅಳೆಯಬಹುದೇ? ವಸಿಷ್ಠ ಫ್ಯಾಮಿಲಿಗೆ ಸೊಸೆಯಾಗಿ ಹೊರಡಲು ಸಿದ್ಧವಿದ್ದ ಮಗಳನ್ನ ಅಭಿಮಾನಿಸಲಾರದೆ ಹೋದರು. ಆಯಾ ತರಗತಿಯಲ್ಲಿ ತೇರ್ಗಡೆಯಾಗಲು ಮಾತ್ರ ಓದಿದ ವರ್ಣ 'ತೀರಾ ದಡ್ಡಿ'ಯಾಗಿ ಕಂಡಳು. ಅಂದು ಶಿಖರದ ಮೇಲೆ ಕೂಡಿಸಿ, ಹಾರ ಹಾಕಿ ಹರಸಿ ಹೊಗಳುತ್ತಿದ್ದ ತಂದೆ ಅವಳ ಮಂಕುತನಕ್ಕೆ, ದಡ್ಡತನಕ್ಕೆ ಕುಸಿದಿದ್ದರು, ಅವಳ ಬೌದ್ಧಿಕತೆಯ ಬಗ್ಗೆ ತಾವು ತಿಳಿದಿದ್ದು ತಪ್ಪಾಯಿತಾ?

ನೇರವಾಗಿ ಮನೆಗೆ ಹೋಗಲು ಇಚ್ಛಿಸದೇ, ತೀರಾ ಬಿಜಿ ಇಲ್ಲದ ರೆಸ್ಟೋರೆಂಟ್‌ನಲ್ಲಿ ಹೋಗಿ ಕೂತರು. ಎಲ್ಲೋ ಓದಿದ್ದನ್ನ ನೆನೆಸಿಕೊಂಡರು. ಒಬ್ಬ ತಾಯಿ ತನ್ನ ಮಗುವಿಗೆ ಎಂದಿನಿಂದ ಶಿಕ್ಷಣ ಪ್ರಾರಂಭಿಸಬೇಕೆಂದು ಕೇಳಿದಳಂತೆ ಒಬ್ಬ ಶಿಕ್ಷಣತಜ್ಞರನ್ನ. ಮಗುವಿನ ವಯಸ್ಸು ಮೂರು ವರ್ಷವೆಂದು ತಿಳಿದ ಶಿಕ್ಷಣತಜ್ಞರು ಅರ್ಥಗರ್ಭಿತವಾಗಿ 'ಮೂರು ವರ್ಷವೇ! ಇನ್ನೂ ಶಿಕ್ಷಣ ಪ್ರಾರಂಭಿಸಿಲ್ಲವೇ. ತಕ್ಷಣ ಹೋಗಿ ಪ್ರಾರಂಭಿಸಿ' ಎಂದರಂತೆ. ಸರಿದು ಹೋದ ಮೂರು ವರ್ಷಗಳು ಅವರ ಪ್ರಕಾರ ಅಪವ್ಯಯ. ಮನೋವಿಜ್ಞಾನಿಗಳು ಮಗುವಿನ ಶಿಕ್ಷಣ ಅದು ಈ ಜಗತ್ತನ್ನ ಕಂಡ ಕ್ಷಣದಿಂದ ಶುರುವಾಗುತ್ತದೆಯೆಂದರೆ ನಮ್ಮ ದೇಶದ ಹಿರಿಯರು ಶಿಶು ಮಾತೆಯ ಗರ್ಭದಲ್ಲಿದ್ದಾಗಲೇ ಕಲಿಕೆಯನ್ನು ಆರಂಭಿಸಿರುತ್ತದೆಯೆನ್ನುತ್ತಾರೆ.

ಎರಡು ಸಲ ಕಾಫೀ ತರಿಸಿ ಕುಡಿಯುವ ವೇಳೆಗೆ ಹತ್ತಿರದಲ್ಲಿಯೇ ಪರಿಚಿತ ಸ್ವರ. ನೀಲಕಂಠಯ್ಯ ಹಲ್ಲು ಹಲ್ಲು ಬಿಟ್ಟರು.

"ದೈವಾನುಗ್ರಹವೆಂದರೆ ಹೀಗೇನೇ, ನಿಮ್ಮಲ್ಲಿಗೇನೇ ಬಂದಿದ್ದೆ. ಕೂತ್ಕೋ. ಇನ್ನೊಂದ್ ಕಪ್ ಕಾಫೀ ಕುಡ್ಯೋಣ" ಎದ್ದವರನ್ನು ತೋಳಿಡಿದು ಕೂಡಿಸಿ, "ನನ್ಮಗನಿಗೆ ನಮ್ಮ ಮನೆಯವ್ರಿಗೆ ನಿನ್ನ ಮಗ್ಳು ಸಂಪೂರ್ಣ ಇಷ್ಟ. ಜಾತ್ಕಾನುಕೂಲವಿದೆ, ಮದ್ವೆಗೆ ಕೊಡೋದು, ಬಿಡೋದೆಲ್ಲ ನೀನು ಹೇಳ್ದಂತೆ. ವಿದ್ಯೆ ಇದೆ, ಕೆಲ್ಸವಿದೆ" ತಮ್ಮ ಲೆಕ್ಕಾಚಾರವನ್ನ ಹೇಳಿದರು. ಇಲ್ಲಿ ಅನುಕೂಲ ಸಿಂಧುತ್ವವಿತ್ತೇ ವಿನಃ ಸ್ವಾರ್ಥವೇನು ಕಾಣಲಿಲ್ಲ. ಅಜೇಯ ವಸಿಷ್ಠರ ಹಾಗೆ ವ್ಯವಹಾರವಾಗಿ ಮಾತಾಡಲಿಲ್ಲ.

ಚಲಪತಿ ನೊಂದುಕೊಂಡರು. ಅಭಿಷೇಕ್ ವಸಿಷ್ಠ ಅವರ ಸಂಬಂಧ ಬೆಳೆಸುವುದು ಎಷ್ಟು ಕಷ್ಟವೋ ಅಷ್ಟೇ ಅಥವಾ ಅದಕ್ಕಿಂತ ಕಷ್ಟವೆನಿಸಿತು ಮಗಳನ್ನು ಒಲಿಸಿಕೊಳ್ಳುವುದು.

ನೀಲಕಂಠಯ್ಯ ಮಾತಾಡುತ್ತಿದ್ದರೇ ಸುಮ್ಮನೆ ಕೂತರು ಚಲಪತಿ. "ನಂಗೂ ಒಬ್ಬ ಮಗ್ಳು ಇದ್ದಾಳೆ. ಇಂಗ್ಲೀಷಿನಲ್ಲಿ ಒಂದ್ಮಾತು ಇದೆ. ಡೋಂಟ್ ಡೂ ವಾಟ್ ಅದರ್ಸ್ ವಾಂಟ್ ಯು ಉಡ್ ನಾಟ್ ಲೈಕ್ ದೆಮ್ ಟು ಡೂ ಯು. ನಿನಗೆ ಏನು ಮಾಡಬಾರದೋ, ಅದನ್ನ ಇತರರಿಗೆ ನೀನು ಮಾಡಬೇಡ. ನನ್ನ ಮಾತು ಅರ್ಥವಾಗಿರಬೇಕಲ್ಲ. ನಿನ್ನ ಅನ್ಕೂಲ, ಅನಾನ್ಕೂಲ ನೋಡ್ಕೊಂಡ್ ಮದ್ವೆ ಮಾಡಿಕೊಡು. ನನ್ನ ಮಗ ಕೂಡ ಚಕಾರವೆತ್ತಲ್ಲ" ಸ್ಪಷ್ಟಪಡಿಸಿದರು. ವಿದ್ಯಾವಂತ ಸಂಬಳ ತರುವ ಗೌರಮ್ಮನಂಥ ಹುಡುಗಿಗಾಗಿ ಕಾಂಪ್ರಮೈಸ್ ಆಗಲು ಸಿದ್ಧವಿದ್ದರು.

ಹೊರಗೆ ಬಂದ ಮೇಲೆ ಚಲಪತಿ ನೀಲಕಂಠಯ್ಯನ ಕೈ ಹಿಡಿದುಕೊಂಡು "ನಂಗೆ ಸಮಯ ಕೊಡು. ವರ್ಣ ಮನಸ್ಸು ತಿಳ್ಕೊಂಡ್ ಮುಂದುವರಿಯಬೇಕಿತ್ತು. ದಯವಿಟ್ಟು ಕ್ಷಮ್ಸು" ಎಂದರು. ಬೇಸರವಾದರೂ ತೋರ್ಪಡಿಸಿಕೊಳ್ಳದೆ ನಕ್ಕರು ನೀಲಕಂಠಯ್ಯ. "ಮದ್ವೆ ಸುದ್ದಿ ಎತ್ತಿದ್ರೆ ಬೇಡಾನ್ನೋದು ಫ್ಯಾಷನ್ ಆಗಿದೆ" ಅವರು ಅರ್ಥಮಾಡಿಕೊಂಡ ರೀತಿಯೇ ಬೇರೆ.

ಅಂತೂ ನಯವಾದ ಮಾತುಗಳಿಂದ ಅವರನ್ನ ಕಳುಹಿಸಿ ಮನೆಗೆ ಹೋದರು.

ಎರಡು ದಿನ ಕಾದರು. ಮೂರನೇ ದಿನ ಕಂಪನಿಯ ಕಾರಿನಲ್ಲಿ ಹಾದು ಬರುವಾಗ ಅವರ ನೋಟ 'ವಸಿಷ್ಠ ಕಂಪ್ಯೂಟರ್ ಸಾಫ್ಟ್‌ವೇರ್ ಡೆವಲಪ್‌ಮೆಂಟ್ ಕಾರ್ಪೊರೇಷನ್' ಬೋರ್ಡಿನಿಂದ ಸ್ವಲ್ಪ ಕೆಳಗೆ ಇಳಿದು ಒಂದು ಕಡೆ ನಿಂತಿತು. ಅಭಿಷೇಕ್ ವಸಿಷ್ಠ ಮತ್ತು ವರ್ಣ ಹೊರಭಾಗದ ಮೆಟ್ಟಿಲು ಇಳಿಯುತ್ತಿದ್ದರು.

ಸಂಜೆಯೇ ವರ್ಣನ್ನ ಹೊರಗೆ ಕರೆದೊಯ್ದು ಅಜೇಯ್ ವಸಿಷ್ಠ ಹೇಳಿದನ್ನ ತಿಳಿಸಿ "ಇದು ವಸ್ತು ಸ್ಥಿತಿ. ನಮ್ಮಂಥವ್ರಿಗೆ ಎಟುಕಲಾರದ ಸಂಬಂಧ. ಮದ್ವೆ ಅವ್ರ ದೃಷ್ಟಿಯಲ್ಲಿ ಒಂದು ರೀತಿಯ ವ್ಯಾಪಾರ, ವ್ಯವಹಾರ. ಮನಸ್ಸನ್ನ ಹತೋಟಿಯಲ್ಲಿ ಇಟ್ಕೊಂಡ್ ಎಚ್ಚೆತ್ತುಕೋ. ಎರಡ್ವರ್ಷ ಅಂಥದೇನಿಲ್ಲ. ಆದಷ್ಟು ಬೇಗ ಗಂಡುನ ಹುಡ್ಕೀ ನಿನ್ಮದ್ವೆ ಮುಗಿಸ್ತೀನಿ" ಬುದ್ಧಿ ಹೇಳುವುದರೊಂದಿಗೆ ತಮ್ಮ ನಿರ್ಣಯ ಪ್ರಕಟಿಸಿದರು ಚಲಪತಿ. ವರ್ಣ ಮುಖ ಬಾಡಿದ ಮೊಗ್ಗಾಯಿತು. ಒಂದು ಚೂರೂ ರಕ್ತವಿಲ್ಲದಂತೆ ಮುಖ ಬಿಳಿಚಿಕೊಂಡಿತು.

ಈ ಕೆಲಸಕ್ಕೆ ಹೋಗೋದು ನಿಲ್ಲಿಸಲಿಲ್ಲ. ಒಂದಿಷ್ಟು ಕಲಿಕೆಯ ಜೊತೆ ಅವಳಿಗೆ ಕೊಡುತ್ತಿದ್ದ ಸಂಬಳ ಕಡಿಮೆಯೇ. ಬೇರೆ ಕಡೆ ಕೆಲಸ ಅವಳಿಗೆ ಇಷ್ಟವಿಲ್ಲವೆಂದು ಅರ್ಥವಾಯಿತು ಚಲಪತಿಗೆ. ಅವರ ಸ್ಥಿತಿಯಲ್ಲಿ ಎಟುಕಲಾರದ ವಿಷಯವೇ.

ವರ್ಣ ತಂದೆಯೊಂದಿಗೆ ಪೂರ್ತಿ ಮಾತಾಡುವುದನ್ನೇ ನಿಲ್ಲಿಸಿದಳು. ಬಹುಶಃ ಇಷ್ಟೊಂದು ಹಣದ ಅಪೇಕ್ಷೆ ಇರುವ ವಸಿಷ್ಠ ಕುಟುಂಬದ ಸಂತಾನ 'ರಿಜಿಸ್ಟರ್ ಮ್ಯಾರೇಜ್' ಆಗುವುದನ್ನ ಕಲ್ಪಿಸಿಕೊಳ್ಳಲು ಕೂಡ ಸಾಧ್ಯವಿರಲಿಲ್ಲ.

ರಾತ್ರಿ ರೋಹಿಣಿ "ಏನೋಪ್ಪ, ವರ್ಣ ಮಾತೇ ಆಡೋಲ್ಲ. ಮೊದ್ಲು ಕೂಡ ಮಾತು ಕಮ್ಮಿನೇ, ಈಗಂತೂ ಹತ್ತು ಮಾತು ಮಾತಾಡ್ಸಿದ್ರೆ 'ಹ್ಞಾ' 'ಹ್ಞೂ' ಅನ್ನೋಲ್ಲ. ಊಟ, ತಿಂಡಿ ಮೇಲೆ ಸ್ವಲ್ಪ ಕೂಡ ಶ್ರದ್ಧೆಯಿಲ್ಲ. ಸ್ವಲ್ಪ ನೀವೇ ವಿಚಾರ್ಸಿಕೊಳ್ಳಿ" ಜವಾಬ್ದಾರಿಯನ್ನು ಗಂಡನ ಮೇಲೆಸೆದರು.

ಚಲಪತಿ ಮಾತಾಡದೆ ಮಲಗಿ ಸೂರನ್ನ ನೋಡಿದರು.

"ಅಭಿಷೇಕ್ ವಸಿಷ್ಠ ಅವ್ರ ಮನೆಗೆ ಹೋಗಿದ್ರಾ?" ಕೇಳಿದರು. ತೀರಾ ಭಾರವಾದ ಎದೆಯನ್ನು ಹಗುರ ಮಾಡಿಕೊಳ್ಳಬೇಕೆನಿಸಿತು ಹೆಂಡತಿಗಾದರರೂ ಹೇಳಿ. ಸ್ವಲ್ಪ ಹಿಂಜರಿದರೂ ವಿಷಯವನ್ನು ಹಗುರವಾಗಿ ಬಿಡಿಸಿಟ್ಟರು.

"ಹತ್ತು ಲಕ್ಷ ಅವ್ರೇನು ಹುಡ್ಗಾಟ ಮಾಡ್ಕೊಂಡಿದ್ದಾರ. ವರದಕ್ಷಿಣೆ ತಗೋಬಾರ್ದೂಂತ ಕಾನೂನು ಇದ್ಯಲ್ಲ. ನೀವು ಮುಖದ ನೀರಿಳಿಸ್ಬೇಕಿತ್ತು." ಕನಲಿದರು ರೋಹಿಣಿ.

ಅವರಿಗೆ ನಗು ಬಂತು "ಅವ್ರಾಗಿ ನಮ್ಮನೆಗ್ಬಂದು ಹೆಣ್ಣು ಕೇಳ್ತಾ ಇಲ್ಲ. ಇದು ಮೊದಲ್ನೇ ಪಾಯಿಂಟ್, ಅವ್ರ ದೊಡ್ಮಗನಿಗೂ ನಿಶ್ಚಿತಾರ್ಥದ ಸಮಯದಲ್ಲಿ ಇಷ್ಟೇ ಹಣ ಕೊಟ್ಟಿದ್ದಾರಂತೆ. ಅವ್ನ ಹಾಗೆ ಇವ್ನೂ ಕೂಡ ಪ್ರತಿಭಾವಂತ. ಅವ್ರ ವಂಶಕ್ಕೆ ಮತ್ತು ಅವ್ರ ಮಕ್ಳ ಪ್ರತಿಭೆಗೆ ಬರೋ ಕನಿಷ್ಟ ಬಹುಮಾನ ಅಂದ್ಕೊಂಡಿದ್ದಾರೆ ಅಷ್ಟೆ. ಪ್ರತಿಭಾವಂತ ಮಕ್ಳುನ ಪಡೆಯಬಹುದಾದ ಹೆಣ್ಣಿನ ತಾಯಿ, ತಂದೆಯವರು ಬೇಸರಿಸಿಕೊಳ್ಳೋ ವಿಷಯವೇನಿಲ್ಲ. ಈಗ ನಾನೇನು ಮಾಡ್ಬಹ್ದು. ನಾನು ಅವ್ರ ವಿದ್ಯಾಭ್ಯಾಸದ ಬಗ್ಗೆ ನಿಗಾ ಇಟ್ಟು ಬೆಳೆಸಿರ್ಬಹ್ದು. ತಾಯಿಯಾಗಿ ಒಂದ್ಮಾತು ಹೇಳಿ ಅವ್ಳ ಮನಸ್ಸಿನಲ್ಲಿ ಏನಿದ್ಯೋ ತಿಳ್ಕೋ" ಮೊದಲ ಸಲ ಹೆಂಡತಿಗೆ ಒಂದಿಷ್ಟು ಜವಾಬ್ದಾರಿಯೊರೆಸಿದರು. ಸದ್ಯಕ್ಕೆ ಬೇರೇನು ತೋಚಲಿಲ್ಲ.

ತಕ್ಷಣ ಕಾರ್ಯತತ್ಪರರಾದ ರೋಹಿಣಿ ಮಗಳ ರೂಮಿಗೆ ಬಂದರು. ಮುಂದೆ ಇದ್ದ ಮ್ಯಾಗಝೀನ್ ತಿರುವುತ್ತಿದ್ದ ವರ್ಣಳ ಬಳಿ ಕೂತಾಗ ವರ್ಷ ಕಿಸಕ್ಕನೆ ನಕ್ಕಳು.

"ಅಮ್ಮ ಅಕ್ಷರ ತಿಳಿಯದ ನಮ್ಮ ಮನೆ ಕೆಲ್ಸದ ಮುದ್ದಮ್ಮನ ಹಾಗೇ ಪತ್ರಿಕೆಯಲ್ಲಿರೋ ಚಿತ್ರಗಳ್ನ ನೋಡ್ತಾಳೇ ವಿನಃ ಏನೊಂದು ಓದೋಲ್ಲ. ಇದೊಂದು ವಿಶೇಷವಾದ ಮ್ಯಾನರಿಸಂ. ಪರೀಕ್ಷೆಗೆ ಬಿಟ್ರೆ... ಮತ್ತೇನೂ ಓದ್ಬಾರ್ದು ಅನ್ನೋದು ಅವ್ಳ ದೃಷ್ಟಿ." ಒಂದಿಷ್ಟು ಹೇಳಿದಳು. ಆದರೆ ಅವಳಿಗೆ ಆಶ್ಚರ್ಯವೇ. ತಾಯಿ ಯಾಕೆ ಬಂದರೆಂದು?

"ವರ್ಣ ಯಾಕೆ ಒಂದು ತರಹ ಇದ್ದೀ? ಮೈಯಲ್ಲಿ ಹುಷಾರಿಲ್ವಾ? ಡಾಕ್ಟ್ರು ಹತ್ರನಾದ್ರು ಹೋಗ್ಬರೋಣ" ಪೀಠಿಕೆ ಹಾಕಿದರು.

ವರ್ಣ ತಲೆ ಇನ್ನಿಷ್ಟು ತಗ್ಗಿತು. ಅವಳು ಅಯೋಮಯ ಸ್ಥಿತಿಯಲ್ಲಿದ್ದಳು. ವ್ಯಾಸಂಗದ ಪ್ರಪಂಚದಿಂದ ನೇರವಾಗಿ ಬಿದ್ದಿದ್ದು ಅಭಿಷೇಕ್ ವಸಿಷ್ಠನ ಮನೋಪ್ರಪಂಚದಲ್ಲಿ. ಬಹುಶಃ ಅಲ್ಲಿಂದ ಏಳಲಾರದಷ್ಟು ಒಳ ಹೊಕ್ಕಿದ್ದಳು.

"ಮಾತಾಡು" ತೋಳಿಡಿದು ಅಲ್ಲಾಡಿಸಿದರು. ಬರೀ ಕಣ್ಣೀರು ಸುರಿಸಿದಳೇ ವಿನಃ ತುಟಿ ದಾಟಿ ಮಾತುಗಳು ಬರಲಿಲ್ಲ. "ಏನಾಯ್ತು! ಏನಾದ್ರೂ ಹೇಳಿದ್ರೆ ತಾನೇ ಗೊತ್ತಾಗೋದು" ಸಿಡಿದರು.

ಗಾಬರಿಯಿಂದ ಬಂದ ವರ್ಷ "ಅಮ್ಮ ಕೇಳೋಕೆ ನೀನು ಅಳೋದ್ಯಾಕೆ! ಪ್ಲೀಸ್ ಹೇಳು... ವರ್ಣಕ್ಕ" ಪುಸಲಾಯಿಸಿದಳು. ಹತ್ತು ನಿಮಿಷ ಸತಾಯಿಸಿದರೂ ಬಾಯಿ ಬಿಡಿದಿದ್ದಾಗ ರೋಹಿಣಿ ಎದ್ದು ಹೊರಹೋದವರು "ನಿಮ್ಮ ಬುದ್ಧಿವಂತ ಮಗ್ಳು ನಂಗೇನೂ ಹೇಳ್ಲಿಲ್ಲ. ಬಹುಶಃ ಅವ್ಳ ಜೀವ್ನದಲ್ಲಿ ಮೊದಲ ಸಲ ಅಳೋಂಥ ಸಂದರ್ಭ ಬಂದಿರ್ಬೇಕು. ಅಳ್ತಾ ಇದ್ದಾಳೆ." ಮಗಳ ಮೌನ, ಅನ್ಯಮನಸ್ಕಕತೆ, ನ್ಯೂನತೆ ಅಲ್ಪ ಸ್ವಲ್ಪ ಅರ್ಥವಾಗಿತ್ತು. ರ್‍ಯಾಂಕ್ ಪಡೆಯಲು ಅಭ್ಯಾಸ ಮಾಡುತ್ತಿದ್ದಂಗೆ ಜೀವನವನ್ನು ಅಭ್ಯಾಸಿಸಬೇಕಿತ್ತು. ಅಭಿಷೇಕ್ ವಸಿಷ್ಠ ಬಗ್ಗೆ ನಿರ್ಣಯಕ್ಕೆ ಬರುವ ಮುನ್ನ ಅವನ ಬಗ್ಗೆ ತಿಳಿಯುವ ಪ್ರಯತ್ನ ಮಾಡಬೇಕಿತ್ತು ಎಂದುಕೊಂಡ ಚಲಪತಿಗಳು ತಮ್ಮ ಮತ್ತು ಹೆಂಡತಿಯ ಪ್ರಯತ್ನ ಮುಗಿದಿತ್ತು, ಸಮವಯಸ್ಕರಲ್ಲದಿದ್ದರೂ ವರ್ಷಳಲ್ಲಿ ತಂಗಿಯೆನ್ನುವ ಪ್ರೀತಿಯ ಜೊತೆ ಸ್ನೇಹ ಸಲುಗೆ ಇರುತ್ತೆ, ಮನ ಬಿಚ್ಚಿ ಹೇಳಿಕೊಳ್ಳಬಹುದೆಂದುಕೊಂಡರು — ಇದು ಬಹುಶಃ ಅವರ ಕೊನೆಯ ಪ್ರಯತ್ನವೇನೋ.

ಮೊದಲ ಸಲವೆನ್ನುವಂತೆ ವರ್ಷನ ಕರೆದು ವಿವರಿಸಿದರು ಸಮಸ್ತವನ್ನು. "ಸಂಬಂಧವನ್ನ ವ್ಯಾಪಾರ ವ್ಯವಹಾರವನ್ನಾಗಿ ಮಾಡ್ಕೊಂಡ ಜನರ ನಡುವೆ ಬದ್ಕು ಸಹನೀಯವಾಗುತ್ತ? ಇದೊಂದು ರೀತಿಯ 'ಇನ್‌ಫ್ಯಾಚುಯೇಷನ್', ಇಲ್ಲಿ ವಿವೇಕ ಅವ್ಳಿಗೆ ಕೈಕೊಟ್ಟಿದೆ. ಭವಿಷ್ಯದ ಬಗ್ಗೆ ಸ್ವಲ್ಪ ಕೂಡ ಕಾಳಜಿ ಇಲ್ಲ. ಪರೀಕ್ಷೆಯಲ್ಲಿ ನೈನ್‌ಟೀಯೈಟ್, ನೈನ್‌ಟೀನೈನ್ ತಗೊಳ್ತೊ ಹುಡ್ಗಿ ಈಗ ಬರೀ ಜೀರೋ ಆಗ್ಬಿಟ್ಟಿದ್ದಾಳೆ" ನೊಂದುಕೊಂಡರು.

ದಿಗ್ಭ್ರಮೆಗೊಂಡಳು ವರ್ಷ. ಬರೀ ಸ್ನೇಹ ಅಥವಾ ಕೊಲಿಗ್ಸ್ ನಡುವಿನ ಪರಿಚಯವಿರಬೇಕೆಂದುಕೊಂಡವಳು ಪ್ರೇಮದ ಹಂತ ದಾಟಿ ಏಳು ಹೆಜ್ಜೆಗಳ ನಡುವೆ ಸಿಲುಕಿಕೊಂಡಿದ್ದು ಆಶ್ಚರ್ಯವಾಗಿ, ತೀರಾ ವಿಸ್ಮಯವಾಗಿ 'ಚಂದಮಾಮ'ದಲ್ಲಿನ ರಾಜಕುಮಾರಿ, ರಾಜಕುಮಾರರ ಕತೆಯಾಗಿ ಕಂಡಿತು. ಆದರೆ ಕತೆಯಲ್ಲಿನ ರಾಜಕುಮಾರ ಉತ್ತಮ ವ್ಯಕ್ತಿತ್ವ ಉಳ್ಳವ ಧೀರ, ಶೂರ — ಇಂಥ ಹಲವಾರು ಸದ್ಗುಣಗಳ ವ್ಯಕ್ತಿ. ಆದರೆ ಅಲ್ಲಿ ಅಭಿಷೇಕ್ ಮನೆಯವರು ಮಗನನ್ನ ಬಿಸಿನೆಸ್‌ಗೆ ಬಳಸಿಕೊಳ್ಳುವುದು ಶೋಚನೀಯವಾಗಿ ಕಂಡಿತು.

"ಅಪ್ಪ, ಅಭಿಷೇಕ್ ವಸಿಷ್ಠರ ಹತ್ರ ಮಾತಾಡಿದ್ರೆ" ಒಂದು ಸೂಕ್ತ ಸಲಹೆ. ಅದು ಅವರ ಮನಸ್ಸಿನಲ್ಲಿ ಇತ್ತು. ಇಷ್ಟೊಂದು ಹಚ್ಚಿಕೊಂಡಿರುವ ವರ್ಣ ವಿವರಿಸಿರಬೇಕು. ಅವನ ಪ್ರತಿಕ್ರಿಯೆ ಅವಳೇ ಹೇಳಬಹುದಿತ್ತೆಂದುಕೊಂಡರು. "ನಾನು ವರ್ಣಗೆ ಹೇಳಿದ್ದೆ. ಬಹುಶಃ ವಿಷ್ಯ ಮುಟ್ಟಿಸಿರ್ಬಹುದು. ಅದ್ನ ತಿಳ್ಕೋಬೇಕು ವರ್ಣಯಿಂದ. ಅವಳೇನೂ ಬಾಯಿಬಿಡ್ತಾ ಇಲ್ಲ. ನೀನೊಮ್ಮೆ ಕೇಳಿ ನೋಡು. ಸಾರಿ ವರ್ಷ, ನಿನ್ನಂಥ

ಪುಟ್ಟ ಹುಡ್ಗೀಗೆ ಜವಾಬ್ದಾರಿ ವಹಿಸೋದು ತಪ್ಪೇ." ತಲೆ ತಗ್ಗಿಸಿಕೊಂಡು ಹೋದ ತಂದೆಯತ್ತ ನೋಡಿ 'ಅಯ್ಯೋ' ಎನಿಸಿತು ಅವಳಿಗೆ. ಒಂದು ಸಣ್ಣ ಕೆಲಸ ಹೇಳಬೇಕೆಂದರೂ ನೂರೆಂಟು ಸಲ ಚಿಂತಿಸುವಂಥ ಮನುಷ್ಯ. ಎಂದೂ ಅವರ ಕಣ್ಣುಗಳಲ್ಲಿ ನಿಸ್ಸಹಾಯಕತೆ ಕಂಡವಳೇ ಅಲ್ಲ.

ಮಲಗಿದ್ದ ವರ್ಣಾಳ ಬಳಿ ಕುಸಿದಂತೆ ಕೂತಳು. ಅವಳ ಕೈಯನ್ನ ತನ್ನ ಕೈಯೊಳಗೆ ತಗೊಂಡ್ "ಡಿಯರ್ ಸಿಸ್ಟರ್. ಪ್ಲೀಸ್, ನನ್ನ ಸಂದೇಹನ ಸ್ವಲ್ಪ ಪರಿಹರಿಸುತ್ತೀರಾ? ಬಿ ಕ್ವಿಕ್. ಆ ಪರೀಕ್ಷೆಯಲ್ಲಿ ಫೇಲಾಗಿದ್ರೆ ಮತ್ತೆ ಎಕ್ಸಾಮ್‌ಗೆ ಕೂರಬೇಕು. ಓದ್ಬೇಕು. ಇಲ್ಲೂ ಅಂಥದ್ದೇ ಸಮಸ್ಯೆಗಳು ಅದ್ಕಿಂತ ದೊಡ್ಡ ಸಮಸ್ಯೆಗಳು ಇರುತ್ತೆ. ಎದುರಾಗುತ್ತೆ. ಏನ್ವಿಷ್ಯ. ನೇರವಾಗಿ ಪಾಯಿಂಟ್‌ಗೆ ಬಂದ್ಬಿಡ್ತೀನಿ. ಅಪ್ಪ ನಿಂಗೆ ಹೇಳ್ದ ವಿಷ್ಯಾನ ಅಭಿಷೇಕ್ ವಸಿಷ್ಠ ಅವ್ರಲ್ಲಿ ಮಾತಾಡಿದ್ಯಾ?" ಇವಳ ಎಲ್ಲಾ ಮಾತುಗಳಿಗೂ ಮುಖಕ್ಕೆ ಕೈ ಅಡ್ಡ ಹಾಕಿದಳಷ್ಟೇ ವರ್ಣಾ.

ಬಲವಂತವಾಗಿ ಎಳೆದು ಎತ್ತಿಕೂಡಿಸಿ ಮಲಗದಂತೆ ಅವಳ ಹಾಸಿಗೆಯ ಪೂರ್ತಿ ಕೂತ ವರ್ಷ. "ಪ್ಲೀಸ್, ಹೇಳು.... ನೆಮ್ದಿಯಾಗಿದ್ದ ಮನೆ ನಮ್ದು. ಎಂದೂ ಯಾವ್ದೇ ಕಷ್ಟ, ಸಮಸ್ಯೆಗಳ್ನ ನಮ್ಮುಂದೆ, ಕಡೇ ಪಕ್ಷ ಅಮ್ಮನ ಆರೋಗ್ಯದ ಬಗ್ಗೆ ಕೂಡ ಹೇಳ್ತಾ ಇರ್ಲಿಲ್ಲ ಅಪ್ಪ. ಈಗ ನಿನ್ನ ಸ್ಥಿತಿ ನೋಡಿ ದಿಕ್ಕೆಟ್ಟಿದ್ದಾರೆ. ಪ್ಲೀಸ್... ಖಂಡಿತ ಸತಾಯಿಸ್ಬೇಡ. ಅದು ಯಾರ್ಗೂ ಒಳ್ಳೇದಲ್ಲ" ಎಂದಳು.

ಮೊದಲು ಕಣ್ಣೀರು ಸುರಿಸಿದ ವರ್ಣಾ ಮುತ್ತಿನಂತೆ ಪದಗಳನ್ನ ಉರುಳಿಸಿದಳು. "ಮದ್ವೆ ವಿಷ್ಯ ಬರೀ ಅವ್ರ ತಾಯ್ತಂದೆಯರಿಗೆ ಸಂಬಂಧಿಸಿದ್ದಂತೆ. ಆ ವಿಷ್ಯದಲ್ಲಿ ಮಧ್ಯೆ ಪ್ರವೇಶಿಸೋಕೆ ಇಚ್ಛಿಸೋಲ್ಲಂತೆ."

"ವಾಹ್. ಗುಡ್... ಒಳ್ಳೆ ಡಿಸಿಷನ್. ನೀನೂ ಅಷ್ಟೆ, ಅಪ್ಪನಿಗೆ ಬಿಡು. ಹೋಗಿ ಮಾತಾಡಿ ಬಂದಿದ್ದಾರಲ್ಲ. ಹತ್ತು ಲಕ್ಷ ನಮ್ಮಂಥವ್ರಿಗಲ್ಲ! ಏನು ಆ ಮನೆಯವ್ರ ಉದ್ದೇಶ? ಮಗನ್ನ ಮಾರಾಟಕ್ಕೆ ಇಟ್ಟುಬಿಟ್ರು. ವ್ಹಾ... ವಾಹ್... ಎಂಥ ಜನ.... ಏನು ಕತೆ! ನೀವುಗಳು ನಿಜ್ವಾಗಿ ಲವ್ ಮಾಡೋದಾದ್ರೆ ಯಾವುದಾದ್ರೂ ದೇವಸ್ಥಾನದಲ್ಲಿ ಮದ್ವೆ ಆಗಿ! ಇಲ್ಲ ರಿಜಿಸ್ಟರ್ ವಿವಾಹವಾಗಿ" ಸರಳವಾದ ಉಪಾಯ ಸೂಚಿಸಿದಳು ಆರಾಮಾಗಿ ವರ್ಷ. ಅದು ಅಪರಾಧವೆಂದು ಅವಳಿಗೇನು ಗೊತ್ತು.

ಸಮಸ್ಯೆಯೇ ಅಲ್ಲವೆನ್ನುವಂತೆ ತಂದೆಗೆ ತಿಳಿಸಿದಳು. "ಅಭಿಷೇಕ್ ವಸಿಷ್ಠ ಮದ್ವೆ ವಿಷ್ಯನ ಸ್ವಂತದ್ದಾಗಿ ಸ್ವೀಕರಿಸೋಕೆ ಸಿದ್ಧವಿಲ್ವಂತೆ. ಅದ್ನ ಪೂರ್ತಿಯಾಗಿ ಅಜೇಯ್ ವಸಿಷ್ಠ, ಶ್ರೀಮತಿ ಅಜೇಯ್ ವಸಿಷ್ಠ ವಹಿಸಿಕೊಂಡಿದ್ದಾರಂತೆ. ಅಂತು ಓಬೀಡಿಯೆಂಟ್ ಮಗ, ಈಗ ಅಪರೂಪವೇ. ಅದು ವರ್ಣಕ್ಕನಿಗೂ ಅರ್ಥವಾಗಿದೆ."

ಆ ವಿಷಯ ಪೂರ್ತಿ ಮರೆತವಳಂತೆ ಓದಲು ಹೋದಳು ವರ್ಷ.

* * * *

ವಸಿಷ್ಠ ಕಾರ್ಪೊರೇಷನ್‌ನಲ್ಲಿ ತಲೆ ಸುತ್ತಿ ಬಿದ್ದಳೆಂದು ಶಾಲಿನಿ ಆಟೋದಲ್ಲಿ ಕರೆತಂದು ಬಿಟ್ಟುಹೋದಾಗ, ಮನೆಯಲ್ಲಿದ್ದಿದ್ದು ರೋಹಿಣಿ ಮಾತ್ರ. ಹೌಹಾರಿದರು. ವಿಚಿತ್ರವಾದ ಕಲ್ಪನೆಗಳಲ್ಲಿ ಬೆದರಿದ ಆಕೆ ಚಲಪತಿ ಆಫೀಸ್‌ಗೆ ಫೋನ್ ಮಾಡಿದರು.

ಡಾಕ್ಟರೊಂದಿಗೆ ಆತಂಕದಿಂದ ಧಾವಿಸಿದರು.

"ತೀರಾ ವೀಕಾಗಿದ್ದಾಳೆ! ಏನೋ ಮನಸ್ಸಿಗೆ ಹಚ್ಕೊಂಡಿದ್ದಾಳೆ. ವಿಷ್ಯನ ತಿಳ್ಕೊಳ್ಳಿ. ಅಥ್ವಾ ಸೈಕಿಯಾಟ್ರಿಸ್ಟ್‌ಗೆ ಒಮ್ಮೆ ತೋರ್‍ಸಿ" ಎಂದಾಗ ಸಮಾಧಾನವಾದರೂ, ತೀರಾ ಅಧೈರ್ಯಗೊಂಡರು.

'ಸದ್ಯಕ್ಕೆ ಗಾಬರಿ ಇಲ್ಲ. ವರ್ಣಳ ಸ್ಥಿತಿ ಹೀಗೇ ಮುಂದುವರಿದರೆ.' ಮುಂದಿನ ಚಿತ್ರ ಕಲ್ಪಿಸಿಕೊಳ್ಳಲಾರದೆ ಬೆಚ್ಚಿದರು. ಮುಂದೇನು? ಮುಂದೇನು? ಕಣ್ಣು ಮುಚ್ಚಲಾಗಲಿಲ್ಲ ಇಡೀ ರಾತ್ರಿ ಅವರಿಗೆ.

ಲೀವ್ ಹಾಕಿ ವಸಿಷ್ಠ ಕಾರ್ಪೊರೇಷನ್‌ಗೆ ಅಭಿಷೇಕ್ ವಸಿಷ್ಠನ ಹುಡುಕಿಕೊಂಡು ಹೋದರು ಚಲಪತಿ. ಲಂಚ್ ಅವರ್‌ವರೆಗೂ ಅವನನ್ನ ಕಾಣಲು ಕೂಡ ಸಾಧ್ಯವಾಗಲಿಲ್ಲ.

ತಳ್ಳಿಸಿಕೊಂಡಂತೆ ಹೋಗಿ ಅವನ ಮುಂದೆ ನಿಂತಾಗ ಏನೋ ಗುರುತು ಹಾಕುತ್ತಿದ್ದ. "ಟೈಮ್ ಈಸ್ ಪ್ರೀಶಿಯಸ್. ವೇಳೆಗೆ ತುಂಬ ಮಹತ್ವ ಇದೆ. ಎರಡೇ ನಿಮಿಷದಲ್ಲಿ ಮುಗೀಬೇಕು ನಿಮ್ಮ ಮಾತುಗಳು" ಸರಾಗವಾಗಿ ನುಡಿದು ವಾಚ್‌ನತ್ತ ನೋಡಿದ. ಕನ್ನಡಕದ ಹಿಂದಿನ ಕಣ್ಣುಗಳು ಭಾವರಹಿತವಾಗಿ, ಸ್ಟ್ರಿಕ್ಟಾಗಿ ಕಂಡವು.

ಭಾರವಾದ ಉಸಿರನ್ನ ನಿಧಾನವಾಗಿ ಎಳೆದುಕೊಂಡು ದಬ್ಬಿದ ಚಲಪತಿ ವರ್ಣಳ ಸ್ಥಿತಿಯನ್ನು ಅತ್ಯಂತ ಸಂಕೋಚವಾಗಿ ವಿವರಿಸಿದಾಗ, "ಮೈ ಗಾಡ್, ನಮ್ಮ ಕಾರ್ಪೊರೇಷನ್‌ಗೆ ತುಂಬ ಗುಡ್ ಫ್ಯೂಚರ್ ಇದೆ. ತಕ್ಷಣ ನಾವು ಬೇರೆಯವ್ರನ್ನ ಅಪಾಯಿಂಟ್ ಮಾಡ್ಕೋಬೇಕಾಗುತ್ತೆ. ವರ್ಣಗಿಂತ ಬುದ್ಧಿವಂತ್ರು ನಮ್ಮ ಲಿಸ್ಟ್‌ನಲ್ಲಿದ್ದಾರೆ" ಎಂದು ಫೋನ್ ಎತ್ತಿಕೊಂಡಾಗ ಅವನೊಂದಿಗೆ ಮತ್ತೇನು ಮಾತಾಡಿ ಪ್ರಯೋಜನವೆನಿಸಿತು "ಥ್ಯಾಂಕ್ಯೂ ಸರ್..." ಹೊರಗೆದ್ದು ಬಂದರು.

ಜೀವನದಲ್ಲಿ ಮೊದಲ ಸಲ ದಿಕ್ಕೆಟ್ಟಂತಾಗಿತ್ತು. ಎರಡು ಹೆಣ್ಣುಮಕ್ಕಳಾದಾಗ ಅವರೆಂದೂ ಸಮಸ್ಯೆಯೆಂದು ಯೋಚಿಸಿರಲಿಲ್ಲ. ಗಂಡಿಗೆಷ್ಟು ವಿದ್ಯಾಭ್ಯಾಸದ ಅಗತ್ಯವಿದ್ಯೋ, ಹೆಣ್ಣಿಗೂ ಅಷ್ಟೇ ಎಂದು ತಿಳಿದು ಸ್ವಲ್ಪ ಹೆಚ್ಚಿಗೆ ಪ್ರೋತ್ಸಾಹ ನೀಡಿದ್ದರು. ಇಷ್ಟೊಂದು ಉತ್ತಮ ವಿದ್ಯಾಭ್ಯಾಸವು ವರ್ಣಳ ಕೆಲವು ದೌರ್ಬಲ್ಯಗಳನ್ನು ಮೆಟ್ಟಿ ನಿಲ್ಲಲು ಸಾಧ್ಯವಿಲ್ಲವೆಂದರೆ ಅರ್ಥವೇನು?

ಮನೆಗೆ ಬಂದವರೇ ವರ್ಣಳ ಬಳಿ ಕೂತು "ನಾನು ಅಭಿಷೇಕ್ ಬಳಿ ಮಾತಾಡ್ದೆ, ನಾಳೆಯಿಂದ ಕೆಲ್ಸಕ್ಕೆ ಹೋಗು. ಅವ್ರಿಗೆ ತೊಂದರೆ ಆಗ್ಬಾರ್ದು" ಹೇಳಿದರು. ಇನ್ನು ಸ್ವಲ್ಪ ದಿನ ಯಾವುದೇ ಪ್ರಸ್ತಾಪ ಮಾಡದೇ ಕಾದು ನೋಡಬೇಕೆಂಬುದು ಅವರ ಉದ್ದೇಶ.

ಅಭಿಷೇಕ್ ವಸಿಷ್ಠನ ಸನಿಹದಿಂದ ಅವನ ಪೂರ್ತಿ ಸ್ವಭಾವ ಅರ್ಥವಾಗಿ ಅವಳೇ ಹಿಂದಕ್ಕೆ ಬರಬಹುದೆಂದು ಅವರ ಕಲ್ಪನೆಯಾಗಿತ್ತು. ಮರುದಿನ ಆಟೋ ತಂದು ತಾವೇ ಕಳುಹಿಸಿಕೊಟ್ಟರು ಮಗಳನ್ನ.

ರೋಹಿಣಿಯವರಿಗೆ ಪೂರ್ತಿ ಆತಂಕ. "ಇದೇನಿದು, ಅವ್ಳು ಇರೋ ಸ್ಥಿತಿಯಲ್ಲಿ ಕಳುಹಿಸಿಕೊಟ್ರಲ್ಲ!" ನಿಟ್ಟುಸಿರು ಚೆಲ್ಲಿದರು ಚಲಪತಿ. "ಮನೆಯಲ್ಲಿದ್ರೆ ಮತ್ತಷ್ಟು ಅವ್ಳ ಮಾನಸಿಕ ಸ್ಥಿತಿ ಕೆಡುತ್ತೆ. ಬಹಳ ಬೇಗ ಚೇತರಿಸ್ಕೋತಾಳೆ" ಎಂದು ನುಡಿದರು.

ಅವರ 'ಐಡಿಯಾ' ಎಲ್ಲಾ ತಲೆಕೆಳಗಾಗಿತ್ತು. ಮುಗ್ಧ ಪ್ರೇಮ, ಪ್ರೀತಿಯೆಲ್ಲ ಇಪ್ಪತ್ತರವರೆಗಿನ ಮನಸ್ಥಿತಿ. ನಂತರ ಮುಂದುವರಿಯಲು ತಮ್ಮ ಸುಂದರ ಭವಿಷ್ಯದ ಬಗ್ಗೆ ಯೋಚಿಸ್ತಾರೆ — ಇಲ್ಲಿ ಅವೆಲ್ಲ ತಲೆಕೆಳಗು. ವರ್ಣ ಮುಗ್ಧತೆಯ ಕೊಂಡಿಯಿಂದ ಕಳಚಿಕೊಂಡಿಲ್ಲವೇ?

ವಾರದಲ್ಲಿ ಚೇತರಿಸಿಕೊಂಡ ವರ್ಣ ಒಂದು ದಿನ ಮನೆಗೆ ಬಂದವಳೇ ಪ್ರಜ್ಞೆ ತಪ್ಪಿ ಬಿದ್ದಳು. 'ಮಾನಸಿಕ ಕಾಯಿಲೆ' — ಡಾಕ್ಟರರ ಹೇಳಿಕೆ ನಂತರವೇ ತಿಳಿದಿದ್ದು ಅಭಿಷೇಕ್ ವಸಿಷ್ಠನ ಮದುವೆಯ ಪ್ರಯತ್ನದಲ್ಲಿದ್ದಾರೆ ಅವನ ತಂದೆಯೆಂದು. ಸ್ವಲ್ಪ ಕೈಮಿಂಚಿದರೂ ವರ್ಣ ಉಳಿಯಲಾರದೆಂದು ಮನದಟ್ಟಾದಾಗ ಮಧ್ಯಸ್ಥಿಕೆಯವನನ್ನು ಹುಡುಕಿಕೊಂಡು ಹೋದರು.

"ಮತ್ತೆ ಸುಮ್ನೆ ಹೋಗೋದ್ರಲ್ಲಿ ಅರ್ಥವಿಲ್ಲ. ಸಮಾಜದಲ್ಲಿ ಅವ್ರ ಕುಟುಂಬಕ್ಕೆ ಸಾಕಷ್ಟು ಮರ್ಯಾದೆ ಇದೆ. ಅವ್ರಮಟ್ಟಿಗೆ ಹತ್ತು ಲಕ್ಷ ಜುಜುಬಿಯೇ. ಮತ್ತೆ ಫಾರಿನ್‌ಗೆ ಹೊರಟ್ರೆ... ಖರ್ಚು, ವೆಚ್ಚ ಬಹುಶಃ ನಿಮ್ಗೆ ನಿಲುಕಲಾರದ್ದು. ದಯವಿಟ್ಟು ಹೀಗೆ ಹೇಳಿದ್ದಕ್ಕೆ ಏನೂ ತಿಳ್ಕೊಬೇಡಿ" ಕ್ಷಮೆ ಯಾಚಿಸಿದ. ಅದು ಚಲಪತಿಗೂ ಗೊತ್ತಿತ್ತು. ಆದರೆ ಮಗಳನ್ನು ಬಲಿಗೊಡಲು ಇಷ್ಟವಿಲ್ಲ ಅವರಿಗೆ.

ಮನೆಗೆ ಹಿಂದಿರುಗಿದವರು ರಾತ್ರಿ ವರ್ಣ, ವರ್ಷ ಜೊತೆ ಹೆಂಡತಿಯನ್ನು ಸಹ ಕೂಡಿಸಿಕೊಂಡು ಪರಿಸ್ಥಿತಿಯನ್ನು ವಿವರಿಸಿ ಅವರು ಉಳಿಸಿದ್ದ ಹಣದ ದಾಖಲೆಗಳನ್ನು ಅವರುಗಳ ಮುಂದಿಟ್ಟರು.

"ಇಷ್ಟೇ, ನನ್ಹತ್ರ ಇರೋದು. ಇನ್ನು ಮೂರ್ನಾಲ್ಕು ವರ್ಷ ಸಮೀಪಿಸಿದ್ರೆ ರಿಟೈರ್ ಆಗುತ್ತೆ. ಆಗ ಬರೋ ಆ ಹಣದಲ್ಲಿ ಮನೇನ ಮ್ಯಾನೇಜ್ ಮಾಡ್ಕೋಬಹ್ದು. ಈ ಮೂರು ಲಕ್ಷಕ್ಕೆ ಇನ್ನೊಂದು ಹನ್ನೆರಡಾದ್ರೂ ಸೇರ್ಸಬೇಕಂದ್ರೆ ಮನೆ ಮಾರಿಬಿಡ್ಬೇಕು. ಯೋಚ್ಸಿ ನಿಮ್ಮ ನಿರ್ಧಾರ ತಿಳ್ಸಿ" ಎಂದರು.

ಎದ್ದ ವರ್ಣನ ನಿಲ್ಲಿಸಿಕೊಂಡು "ನಿಂಗೆ ಇಲ್ಲಿನ ಸ್ಥಿತಿ ಬೇಡ. ಅದು ಮುಖ್ಯವೂ ಅಲ್ಲ. ನಾನು ಹೇಗೋ ಮಾಡ್ಕೋತೀನಿ. ನೀನು ಅವ್ರುಗಳೊಂದಿಗೆ ಸುಖವಾಗಿರಬಲ್ಲೆ ಅಂದ್ಕೊಂಡ್ರೆ ಪ್ರಯತ್ನ ಮಾಡ್ತೀನಿ" ಸೂಚಿಸಿ ಇಪ್ಪತ್ತುನಾಲ್ಕು ಗಂಟೆ ಟೈಮ್ ಕೊಟ್ಟರು. ಅವರಿಗೆ ಅನುಮಾನವೇ, ಅವಳ ಮನಸ್ಥಿತಿಯಿಂದ ಹಿಂದಕ್ಕೆ ಬರಲಾರಳೆಂದು.

ಬೆಳಿಗ್ಗೆ ವರ್ಷ ಎಬ್ಬಿಸಿದರೆ ಮೇಲೆದ್ದ ವರ್ಣ ಕೆಳಗೆ ಬಿದ್ದವಳು ಪ್ರಜ್ಞಾಶೂನ್ಯಳಾದಳು. ಮಾನಸಿಕ ತಜ್ಞರು ಇಂಥ ಮಾನಸಿಕ ಆಘಾತದಿಂದ ಬ್ರೇಕ್

ಡೌನ್ ಆಗಿ ಕೋಮಾಗೆ ಹೋಗುವ ಸ್ಥಿತಿ ಏರ್ಪಾಡಾಗಬಹುದೆಂದು ಎಚ್ಚರಿಸಿದಾಗ, ಕ್ಷಣ ಕೂಡ ತಡ ಮಾಡದೆ ಐದು ಲಕ್ಷ ಅಡ್ವಾನ್ಸ್ ಹಿಡಿದುಕೊಂಡೇ ವಸಿಷ್ಠ ಅವರ ಮನೆಯ ಹೊಸಲು ತುಳಿದಿದ್ದು.

ಮಗನೊಂದಿಗೆ ಫೋನ್‌ನಲ್ಲಿ ಮಾತಾಡಿದ ಅಜೇಯ ವಸಿಷ್ಠ ಅವರು "ನನ್ನ ಹಿರಿ ಮಗ ಕೂಡ ಫಾರಿನ್‌ಗೆ ಹೊರಟ್ಟಿದ್ದಾನೆ. ಜೊತೆಯಲ್ಲಿಯೇ ಸಿಂಪಲ್ಲಾಗಿ ಮದ್ವೆ ಮಾಡುವ ಉದ್ದೇಶವಿದೆ. ಎರ್ಡು ದಿನದಲ್ಲಿ ವಿಷ್ಯ ತಿಳಿಸ್ತೀನಿ. ನೀವಿನ್ನು ಹೋಗ್ಬಹ್ದು" ಎಂದರು. ಕೊಟ್ಟ ಹಣಕ್ಕೆ ಒಂದು ಸಣ್ಣ ರಸೀದಿ ಕೂಡ ಇಲ್ಲದ ವ್ಯವಹಾರ.

'ನೋಡೋದು ಬಿಡೋದು, ಪುರೋಹಿತರು, ಜಾತಕ' ಅಂಥ ಮಾತುಗಳೇ ಇಲ್ಲದ ಮುಕ್ತವಾದ ವ್ಯವಹಾರ. ಶಾಸ್ತ್ರಿಗಳು ಎಚ್ಚರಿಸಿದರು.

"ಮಿಕ್ಕ ಹಣದ ರೆಡಿ ಮಾಡ್ಕೊಂಡ್ ಬಿಡಿ. ಅವ್ರು ನಾಳೆ ಬೆಳಿಗ್ಗೆ ಫೋನ್ ಮಾಡಿದ್ರು ಹೆಚ್ಚಲ್ಲ. ಅಥ್ವಾ ಈ ಸಂಬಂಧ ಸೆಟಲ್ ಆಗದಿದ್ರೆ ಮತ್ತೊಂದು ಸಂಬಂಧ ನೋಡಿ ಮದ್ವೆ ಮುಗ್ಸಿಬಿಡ್ತಾರೆ" ಎಚ್ಚರಿಕೆ ನೀಡುವಂತಿತ್ತು ಅವರ ಮಾತುಗಳು.

ಆತುರದ ನಿರ್ಧಾರ, ಬ್ರೋಕರ್‌ಗಳನ್ನು ಹುಡುಕಿಕೊಂಡು ತಿರುಗಿ ಚಲಪತಿ ಬಂದ ಕೂಡಲೇ ವರ್ಷಗೆ ಹೇಳಿದರು. "ಗೀತಾ ರೆಸ್ಟೋರೆಂಟ್‌ನಿಂದ ಐದನೇ ಮನೆ ಖಾಲಿ ಇದೆ. ನಾನು ನೋಡ್ಬಂದೆ. ಅನ್ಕೂಲವಾಗಿದ್ಯ ಅಂತ ಹೋಗಿ ನೋಡ್ಕಂಬನ್ನಿ. ಇಲ್ಲಾಂದ್ರೆ... ಬೇರೆ ನೋಡೋಣ" ಹೇಳಿದರು.

ಅರ್ಥಂಬರ್ಥ ಸ್ಪಷ್ಟವಾದಾಗ ವರ್ಷಳ ಕಣ್ಣಲ್ಲಿ ನೀರಾಡಿತು. ನೋವು, ಇಂಥದ್ದು ಬಂದಾಗ ಅತ್ತಿದ್ದಳೇ ವಿನಃ ಕಂಬನಿ ಸುರಿಸುವ ಸಂದರ್ಭ ಬಂದಿರಲಿಲ್ಲ.

ಅರ್ಥ ಮಾಡಿಕೊಂಡವರು ಹತ್ತಿರ ಬಂದು ಮುಗುಳ್ನಗುತ್ತ "ನಮ್ಗೆ ವರ್ಣ ಮುಖ್ಯ. ಡೋಂಟ್ ವರೀ. ಒಂದು ರೀತಿಯಲ್ಲಿ ಮದ್ವೆ ನಿಶ್ಚಯವಾದಂಗೆ. ಸಿಹಿಯೊಂದಿಗೆ ವರ್ಣಗೆ ವಿಷ್ಯ ಮುಟ್ಸು. ಬೇಗ ಚೇತರ್ಸಿಕೊಳ್ಲಿ. ಮತ್ತೆ ಯಾವ್ದೇ ವಿಷ್ಯ ಅವ್ಳ ಕಿವಿಯ ಮೇಲೆ ಹಾಕ್ಬೇಡ" ಭುಜ ತಟ್ಟಿ ಎಚ್ಚರಿಸಿದರು.

ಇಪ್ಪತ್ತು ಲಕ್ಷ ಬಾಳಬಹುದಾದ ಮನೆಯನ್ನು ಹದಿನೈದು ಲಕ್ಷಕ್ಕೆ ಕುದುರಿಸಿ ಕೈ ತೊಳೆದುಕೊಂಡಾಗ ತಮ್ಮ ಅಸ್ತಿತ್ವವೇ ಕಳೆದುಕೊಂಡಂತೆ ಪರಿತಪಿಸಿದರು ಚಲಪತಿ. ಒಂದು ತಿಂಗಳು ಮನೆಬಿಡುವುದಕ್ಕೆ ವಾಯಿದೆ ಪಡೆದಿದ್ದರು.

ಸ್ವಲ್ಪ ಚೇತರಿಸಿಕೊಂಡಳು ವರ್ಣ. ಅಂದು ಅಭಿಷೇಕ್ ವಸಿಷ್ಠ ಕೂಡ ತಮ್ಮಗಳ ಮದುವೆ 'ನಿಶ್ಚಯ'ದ ಬಗ್ಗೆ ತಿಳಿಸಿದಾಗ ಪೂರ್ತಿ ಚೇತರಿಸಿಕೊಂಡಳು. ಮೋಡಗಳ ನಡುವೆ ತೇಲಾಡಿದಂತೆ ಹರ್ಷಿಸಿದಳು.

ಅಂದು ರಾತ್ರಿ ಒಂಬತ್ತರ ಸಮಯಕ್ಕೆ ಅಜೇಯ ವಸಿಷ್ಠ ಫೋನ್ ಮಾಡಿ "ಬೆಳಿಗ್ಗೆ ಬನ್ನಿ. ಮಾತಾಡೋದಿದೆ" ಅಂದು ಫೋನ್ ಇಟ್ಟರಷ್ಟೆ. ಇವರು ಫೋನ್ ಮಾಡಿದಾಗ ಇಡೀ ಪುರಾಣ ಊದುವ ಅವರು ತಾವು ಫೋನ್ ಮಾಡಿದರೆ 'ಚುಟುಕು ಸಂದೇಶ' ಅಷ್ಟೆ. ಅವರ ವಿಪರೀತದ ಸ್ವಭಾವದಲ್ಲಿ ಇದೂ ಒಂದು.

"ಬೈ ದಿ ಬೈ, ಚಂದ್ರಿಕಾದಲ್ಲಿ ಮದ್ವೆ. ರಿಸೆಪ್ಷನ್, ಡಿನ್ನರ್ ಎಲ್ಲಾ ಅನಗತ್ಯ ಖರ್ಚುಗಳೇಕೆ? ಅಂದಿನ ಖರ್ಚಿಗಿಂತ ಒಂದೆರಡು ಲಕ್ಷ ಕ್ಯಾಷ್ ಕೊಟ್ಟು ಮದ್ವೆ ಸಮಯಕ್ಕೆ ಅರ್ಧ ಗಂಟೆ ಮೊದ್ಲು ಹೆಣ್ಣಿನ ಜೊತೆ ನಿಮ್ಮ ನೆಂಟರಿಷ್ಟರೊಂದಿಗೆ ಬಂದ್ರೆ.... ಸಾಕು. ಬರೀ ಇನ್ನು ನಾಲ್ಕೇ ದಿನ ಇರೋದು. ನಮ್ಮ ಮೂಗನ್ನ ಕರ್ಕೊಂಡ್ಹೋಗಿ ಹಣ ಕಳ್ಸಿಕೊಡಿ" ವಿಷಯ ಮುಗಿಯಿತೆಂದು ಮೇಲೆದ್ದರು.

ನಾಲ್ಕಾರು ಸಲ ಈ ಮನೆಗೆ ಅಲೆದಾಡಿದ್ದರು. ಒಮ್ಮೆ ಮಾತ್ರ ಒಂದು ಔನ್ಸ್‌ನಷ್ಟು ಕಾಫೀ ಸಂದಾಯವಾಗಿತ್ತು ಇವರಿಗೆ. ಬರೀ ಕಹೀ. ಬಲವಂತದಿಂದ ಕುಡಿದಿದ್ದರು. ಈ ಕಹಿ ನನ್ನೊಬ್ಬನ ಪಾಲಿಗಿರಲೀ, ವರ್ಣ ಬದುಕು ಮಾತ್ರ ಸಿಹಿಯಾಗಿರಲಿಯೆನ್ನುವ ಶುಭ ಹಾರೈಕೆ.

ಮೂಗನ್ನ ಆಟೋದಲ್ಲಿ ಕರೆದೊಯ್ದು ಹಣವನ್ನು ಎಣಿಸಿ ಅವನ ಕೈಗೆ ಕೊಡುವ ಮುನ್ನ ಫೋನಾಯಿಸಿದಾಗ ಬೀಗ ಮಹಾಶಯ "ಡೋಂಟ್ ವರೀ. ಕೊಡಿ... ಕೊಡಿ. ಅವನೇನು ಈ ಕಡೆಯವನಲ್ಲ. ದಿಕ್ಕಿಲ್ಲದ ನಂಬುಗೆಯವ. ಹಾಗೇ ಆಟೋ ಛಾರ್ಜ್‌ನ ಕೂಡ ಕೊಟ್ಟು ಕಳ್ಸಿ! ಮತ್ತೆ ನೀವೂ ಬರೋದೂಂದ್ರೆ ಡಬ್ಬಲ್ ಖರ್ಚು" ಇನ್ನಷ್ಟು ಮಾತಾಡಿಯೇ ಫೋನ್ ಇಟ್ಟಿದ್ದು. 'ಈಗ ನಿಮ್ಮ ಸಮಯ ಅಮೂಲ್ಯ ಅಲ್ಲವೇ?' ಎಂದು ಪ್ರಶ್ನಿಸಬೇಕೆನಿಸಿತು. ಈ ಕಡೆಯಿಂದ ಫೋನ್ ಹೋದರೇ ಅನಗತ್ಯ ಮಾತುಗಳು, ಆ ಕಡೆಯಿಂದ ಫೋನ್ ಬಂದರೆ ಅಗತ್ಯದಷ್ಟು ಮಾತು ಕೂಡ ಆಡುತ್ತಿರಲಿಲ್ಲ.

ಅಂತು ಚಂದ್ರಿಕಾದಲ್ಲಿ ವರ್ಣ ಮತ್ತು ಅಭಿಷೇಕ್ ವಸಿಷ್ಠ ಮದುವೆ ಮುಗಿದು ಹಾಗಿಂದ ಹಾಗೇ ಹೆಣ್ಣನ್ನು ಕರೆದೊಯ್ದಾಗ, ಮೂವರು ಜೊತೆಯಲ್ಲಿ ಕರೆದೊಯ್ದು ಕೆಲವೇ ಮಂದಿ ನೆಂಟರಿಷ್ಟರೊಂದಿಗೆ ಮನೆಗೆ ಹಿಂದಿರುಗಿದರು.

ನಾಟಕೀಯ ಮದುವೆಯಂತೆ ಭಾಸವಾಯಿತು. ಬಂದ ಜನವೆಲ್ಲ ದೊಡ್ಡ ದೊಡ್ಡವರೇ. ಊಟದ ಸುದ್ದಿಯೇ ಇಲ್ಲದೆ ಕೋಕಾಕೋಲಾದೊಂದಿಗೆ ಮದುವೆಯಾಗಿ ಹೋದುದರಿಂದ ಮನೆಗೆ ಬಂದ ನಂತರ ಅಡಿಗೆಗೆ ಇಟ್ಟರು ರೋಹಿಣಿ. ತಾಯಿಯ ಸಹಾಯಕ್ಕೆ ನಿಂತಳು ವರ್ಷ. ಮುಗಿದು ಹೋದ ಮದುವೆಗಿಂತ ಮುಂದೆ ಎದುರಾಗುವ ಸಮಸ್ಯೆಗಳ ಬಗ್ಗೆ ಯೋಚಿಸಬೇಕಿತ್ತು ಚಲಪತಿ.

"ಇಲ್ಲಿಗೆ ಕರ್ಕೊಂಡ್ಬಂದು ಕಳ್ಸಿಕೊಡೋ ಮನಸ್ಸಿತ್ತು" ರೋಹಿಣಿ ತೋಡಿಕೊಂಡಿದ್ದು ಎರಡು ದಿನಗಳ ನಂತರ. ಏನೂ ಹೊಳೆಯಲಾರದ ಸ್ಥಿತಿ ಚಲಪತಿಗಳದ್ದು. "ಅವ್ರಿಗೆ ಮಗಳು ಸೊಸೆಯನ್ನು ಅಮೆರಿಕಾಗೆ ಕಳ್ಸೋ ಸಂಭ್ರಮ. ಅಲ್ಲಿ ನಾವು ಹೇಳಿದ್ರು.... ಕೇಳೋರು ಯಾರಿದ್ರು? ಹೇಗೋ ಆಯಿತಲ್ಲ. ವರ್ಣ ಚೆನ್ನಾಗಿದ್ರೆ ಸಾಕು."

ಸದ್ಯಕ್ಕೆ ವರ್ಣ ಬಗ್ಗೆ ಯೋಚಿಸಲು ಇಷ್ಟವಿಲ್ಲ. ಸರಿಯಾದ ಮನೆ ಸಿಕ್ಕಿರಲಿಲ್ಲ. ಇನ್ನು ಕೆಲವೇ ದಿನಗಳಲ್ಲಿ ಮನೆ ಖಾಲಿ ಮಾಡಬೇಕು. ರಜೆ ತೀರಿತ್ತು. ನಾಳೆಯಿಂದ

ಆಫೀಸ್‌ಗೆ ಹೋಗಬೇಕು. ಎಲ್ಲಕ್ಕಿಂತ ಮುಖ್ಯವಾಗಿ ಹೆಂಡತಿಯನ್ನು ಚೆಕ್‌ಅಪ್‌ಗೆ ಕರೆದೊಯ್ದಿರಲಿಲ್ಲ. ಇಷ್ಟು ಸಮಸ್ಯೆಗಳ ನಡುವೆ ಚಲಪತಿಗಳು.

ನೆಂಟರು, ಬಂಧುಗಳ, ಪ್ರಶ್ನೆಗಳಿಗೆ ಮಾತುಗಳಿಗೆ ಸೋತುಹೋಗಿ ಆದಷ್ಟು ಉಡುಗೊರೆಗಳಿಂದ ಅವರನ್ನ ಊರಿಗೆ ಕಳುಹಿಸುವ ವೇಳೆಗೆ ಸಾಕು ಸಾಕಾದರು.

ಹಣದ ಬಗ್ಗೆ ತೀರಾ ಎಚ್ಚರವಾಗಿದ್ದು ಮಕ್ಕಳನ್ನ ಕೂಡ ಅದೇ ರೀತಿ ಬೆಳೆಸಿದ್ದರು. ನೂರರ ಬಗ್ಗೆ ಯೋಚಿಸುವ ಮನುಷ್ಯ ಲಕ್ಷಗಳಿಗೆ ಲೆಕ್ಕ ಇಡಲಿಲ್ಲ, ರ್‍ಯಾಂಕ್‌ಗಳನ್ನ ತನ್ನ ಬಗಲಿಗೆ ಹಾಕಿಕೊಂಡ ವರ್ಣ ಮಾನಸಿಕ ರೋಗಿಯಾಗಬಾರದೆನ್ನುವ ಉದ್ದೇಶದಿಂದ.

ತಂದೆ, ಮಗಳು ಹೋಗಿ ಒಂದು ಬಾಡಿಗೆ ಮನೆಯನ್ನು ಹಿಡಿದು ಅಡ್ವಾನ್ಸ್ ಕೊಟ್ಟು ಬಂದಾಗ ರೋಹಿಣಿ "ಈ ಮನೆನ ಬಿಡೋಕೆ ಮುನ್ನವೇ ಒಮ್ಮೆ ಬೀಗರ ಔತಣ ಮಾಡೋಣ, ಅವ್ರುಗಳ್ನ ಕರ್ಕೊಂಡ್ಬಂದು" ಆಸೆಯನ್ನು ವ್ಯಕ್ತಪಡಿಸಿದರು.

ವಿವಾಹದ ನಂತರ ದಿನಕ್ಕೊಮ್ಮೆಯಾದರೂ ವರ್ಷ ಫೋನ್ ಮಾಡಿದ್ದಳು ಅವರ ಮನೆಗೆ. ಒಮ್ಮೆ ಕೂಡ ವರ್ಣ ಸಿಕ್ಕಿರಲಿಲ್ಲ. ಕೆಲವೊಮ್ಮೆ ಎಂಗೇಜ್, ಇನ್ನೊಂದು ಸಲ ವಾಯ್ಸ್ ಕೇಳಿದ ನಂತರ ಫೋನ್ ಇಟ್ಟಿದ್ದರು. ಮತ್ತೊಮ್ಮೆ ವರ್ಣ ಅವರ ಮಾವ ಅಜೇಯ ವಸಿಷ್ಠ ಸಿಕ್ಕಿ "ಈಗ ಎಲ್ಲಾ ಬಿಜೀ!" ಫೋನಿಟ್ಟರು. ಯಾಕೋ ಏನೋ ಇವರುಗಳೊಂದಿಗೆ ಮಾತಾಡಲು ಇಷ್ಟವಿರಲಿಲ್ಲವೇನೋ!

ಹೆಂಡತಿಯ ಮುಖ ನೋಡಿದರು ನೇರವಾಗಿ. "ಇಲ್ಲಿ ನಮ್ಮಗಳ ಆಸೆ ಮುಖ್ಯವಲ್ಲ. ಅವ್ಳು ಸುಖವಾಗಿದ್ರೆ ಸಾಕು. ನಿನ್ನ ಮನಸ್ಸಿಗೆ ಯಾಕೆ ಬೇಸರ, ಹೋಗ್ಬರ್ತೀನಿ" ಸಮ್ಮತಿ ಸೂಚಿಸಿದರು.

ಇದೇ ಊರಿನಲ್ಲಿ ಬೀಗರ ಮನೆ. ಮಗಳು ಇಲ್ಲೇ ಇದ್ದಾಳೆ. ಇಷ್ಟು ವರ್ಷ ಕಣ್ಮುಂದೆ ಜೊತೆಯಾಗಿ ಇದ್ದವಳು. ಹೋಗಿ ಬಂದು ಮಾಡಲು ಕೂಡ ಹಿಂಜರಿಕೆ.

ತಂದೆ ಹೊರಟಾಗ ವರ್ಷಗೆ ತಾನೂ ಜೊತೆಯಲ್ಲಿ ಹೋಗಬೇಕೆನಿಸಿತು. ಬಾಯಿಬಿಟ್ಟು ಹೇಳದಿದ್ದರೂ ವರ್ಣಳಿಂದ ತುಂಬ ನೊಂದಿದ್ದರು. ತನ್ನ ಮಾತು, ಆಸೆಯಿಂದ ಎಲ್ಲಿ ನೋಯುತ್ತಾರೋ ಎನ್ನುವ ಭಯ - ಸುಮ್ಮನಾದಳು.

ಹೊರಗೆ ಹೋಗಿ ಬಂದ ಚಲಪತಿ "ರೋಹಿಣಿ, ನೀನು ಬರ್ತೀಯಾ, ಒಮ್ಮೆ ಬೀಗರ ಮನೆ ನೋಡಿದಂಗಾಗುತ್ತೆ. ಎಂದಾದ್ರೂ ನೀವುಗಳೇ ಹೋಗ್ಬರಬಹ್ದು." ಹೆಂಡತಿಯನ್ನು ಜೊತೆಯಲ್ಲಿ ಕರೆದೊಯ್ಯುವ ಉತ್ಸಾಹ ತೋರಿದರು.

"ಬೇಡ, ನಂಗೆ ಅವ್ರುಗಳ ಪರಿಚಯವೇ ಆಗ್ಲಿಲ್ಲ. ಬೇಕಾದ್ರೆ ವರ್ಷನ ಕರ್ಕೊಂಡ್ಹೋಗಿ. ಅವ್ರುಗಳು ಒಮ್ಮೆ ಬಂದ್ಮೇಲೆ ನಾವುಗಳು ಹೋಗೋಣ" ನಿರಾಕರಿಸಿದರು.

ಇಲ್ಲಿಂದ ವರ್ಣ ಜೊತೆಯಲ್ಲಿ ಕರೆದೊಯ್ದಿದ್ದು ಎಷ್ಟೋ ಅಷ್ಟೇ. ಅವಳ ಅಲಂಕಾರದಿಂದ ಹಿಡಿದು ಮದುವೆಯ ಸರಳ ಶಾಸ್ತ್ರಗಳವರೆಗೆ ಅವರುಗಳೇ

ಭಾಗವಹಿಸಿ ಇವರನ್ನ ಪ್ರೇಕ್ಷಕರನ್ನಾಗಿ ಮಾಡಿದ್ದರು. ಅಂದೇ ಮುದುರಿ ನಿಂತಿದ್ದರು. ಇಂದು ಹೇಗೆ ಹೋದಾರು ಅವರ ಮನೆಯ ಬಾಗಿಲಿಗೆ?

ತೀರಾ ಸಂಜೆಯಾದ ಮೇಲೆ ಕತ್ತಲು ಮುಸುಕಿದ ನಂತರ ಹೋದರು ಅವರ ಮನೆಗೆ ಆಟೋದಲ್ಲಿ. ಬಹಳ ಆತ್ಮವಿಶ್ವಾಸದ ವ್ಯಕ್ತಿಯಾದ ಚಲಪತಿಗಳು ಕೂಡ ಒಂದೆರಡು ಸಲ ಮುಖದ ಮೇಲೆ ಕರ್ಚಿಫಾಡಿಸಿದಾಗ ವರ್ಷಗೆ ಅತ್ತು ಬಿಡಬೇಕೆನಿಸಿತು.

"ಅಪ್ಪ, ನಿಮ್ಮನ್ನ ಒಂದ್ಮಾತು ಕೇಳ್ಲಾ?" ಕೇಳಿದಳು.

ಬೇಡವೆನ್ನುವಂತೆ ತಲೆಯಾಡಿಸಿದರು. ಯಾರದೇ ಪ್ರಶ್ನೆಗಳಿಗೇನು ಅವರಲ್ಲಿ ಮೂಡುವ ಪ್ರಶ್ನೆಗಳಿಗೂ ಕೂಡ ಚಲಪತಿಯವರಲ್ಲಿ ಉತ್ತರವಿಲ್ಲ.

ಅಷ್ಟು ದೊಡ್ಡ ಕಾಂಪೌಂಡ್ ಕತ್ತಲಾವರಿಸಿದಂತಿತ್ತು. ಬಾಲ್ಕನಿಯಲ್ಲಿ ಉರಿಯುತ್ತಿದ್ದುದು ನಲ್ವತ್ತು ಕ್ಯಾಂಡಲ್‌ನ ಬಲ್ಬು. ಅದರ ಪ್ರಕಾಶ ಸಾಲದೆನಿಸಿತು ತಂದೆ, ಮಗಳಿಗೆ.

ನಿಶ್ಚಲವಾಗಿ, ನಿಶ್ಯಬ್ದವಾಗಿತ್ತು. ಸದ್ದು ಗದ್ದಲವಿಲ್ಲದ ನೀರವತೆ. ಜೀವಂತಿಕೆಯ ಲಕ್ಷಣವಾಗಿ ಕಾಣಲಿಲ್ಲ. ಹೆಜ್ಜೆಗಳು ಕೂಡ ಸಂಕೋಚಿಸಿದವು.

"ಒಳಗಡೆ ಯಾರಾದ್ರು ಇದ್ದಾರೋ, ಇಲ್ವೋ!" ಎಂದಳು.

ಅಷ್ಟರಲ್ಲಿ ಬಂದ ಮೂಗ ಏನೂ ಎನ್ನಿಸುವಂತೆ ನೋಡಿದ. ಸನ್ನೆಯಿಂದ ಚಲಪತಿ ಅಭಿಷೇಕ್ ವಸಿಷ್ಠ ತಂದೆಯನ್ನು ನೋಡಬೇಕೆನ್ನುವಂತೆ ಸನ್ನೆ ಮಾಡಿದರು. ಮಂಕಾದವನು ತಲೆ ಕೆರೆದುಕೊಂಡು 'ಕೂತುಕೊಳ್ಳಿ' ಎಂದು ಮುಂದಿನ ವಿಸಿಟಿಂಗ್ ರೂಮು ಕಡೆಗೆ ತೋರಿಸಿ ಹೋದ. ಆ ರೂಮಿನ ಇಡೀ ಗೋಡೆಯ ಮೇಲೆ ಕ್ಯಾಲೆಂಡರ್‌ಗಳಂತೆ ದೇಹದ ರಚನೆ ಮುಂತಾದ ಔಷಧಿಗಳ ಅಡ್ವರ್‌ಟೈಸ್‌ಮೆಂಟ್ ಕ್ಯಾಲೆಂಡರ್‌ಗಳು ತೂಗಾಡುತ್ತಿದ್ದರೆ, ಇನ್ನೊಂದು ಕಡೆ ಕಂಪ್ಯೂಟರ್‌ಗೆ ಸಂಬಂಧಪಟ್ಟ ವಿವಿಧ ಮಾಹಿತಿಗಳುಳ್ಳ ಕ್ಯಾಲೆಂಡರ್‌ಗಳು.

ಘೊಳ್ಳನೆ ನಕ್ಕುಬಿಟ್ಟಳು ವರ್ಷ. ಇಂಥ ಅಪರೂಪದ ನಗೆಯನ್ನ ಕಂಡು ಪ್ರಜ್ವಲಿಸಿದಂತಾಯಿತು ಗೋಡೆಗಳು.

"ಸಾರಿ ಅಪ್ಪ. ನಂಗಂತು ನಗು ಬಂತು. ತೀರಾ ಬಡ ಕ್ಲಿನಿಕ್, ಕಂಪ್ಯೂಟರ್ ಕೇಂದ್ರ ಏಕೀಭವಿಸಿದಂಗೆ ಕಾಣುತ್ತೆ. ಬಹಳ ಕೆಟ್ಟ ಸ್ಥಿತಿ" ಅಂದೇಬಿಟ್ಟಳು. ಸುಮ್ಮನಿರುವಂತೆ ಕಣ್ಣಲ್ಲಿಯೇ ಸನ್ನೆ ಮಾಡಿದರು.

ಹತ್ತು ನಿಮಿಷಗಳ ಕಾಲ ಕಾದನಂತರ ಒಬ್ಬ ಯುವಕ ಬಗ್ಗಿದ. ಅದೇ ಅಭಿಷೇಕ್ ವಸಿಷ್ಠ ಪಡಿಯಚ್ಚು, ಎತ್ತರ, ಬಣ್ಣ. ಕಣ್ಣಿಗೆ ಕನ್ನಡಕ, ಬಿಗಿದ ಮುಖ. "ಹೂ ಆರ್ ಯು?" ಎಂದ ಮುಖವನ್ನ ಮತ್ತಷ್ಟು ಬಿಗಿದು. ಚಲಪತಿ ಸ್ವರ ಉಡುಗಿತು. ವರ್ಷ ಅತ್ಯಂತ ಮೃದುವಾಗಿ "ದಯವಿಟ್ಟು ನಿಮ್ತಂದೆ ಅವ್ರನ್ನ ಕರೀರಿ. ಮತ್ತದೇ ಪ್ರಶ್ನೆ.

ಮತ್ತದೇ ಉತ್ತರದ ರಿಪೀಟ್ ಆಗ್ಬಾರ್ದಲ್ಲ" ಎಂದಳು ಸ್ವಲ್ಪ ವ್ಯಂಗ್ಯವಾಗಿಯೇ. ಸದ್ದಿಲ್ಲದೆ ಹೋಗಿಬಿಟ್ಟ.

"ವರ್ಷ. ಅವ್ರನ್ನ ಯಾರೂಂತ ತಿಳ್ಕೊಂಡೇ. ಅಜೇಯ್ ವಸಿಷ್ಠ ಅವ್ರ ಮೂರನೇ ಮಗ. ಒಂದು ಮಲ್ಟಿನ್ಯಾಷನಲ್ ಕಂಪನಿಯಲ್ಲಿ ಮ್ಯಾನೇಜಿಂಗ್ ಡೈರೆಕ್ಟರ್ ಆಗಿದ್ದಾನೆ ಎಂ.ಬಿ.ಎ.ನಲ್ಲಿ ರ್‍ಯಾಂಕ್" ಚಲಪತಿ ಹೇಳಿದರು ಮಗಳಿಗೆ. ಆದರೆ ಹೇಳುವಲ್ಲಿ ಅಂತಹ ಉತ್ಸಾಹವೇನು ಇರಲಿಲ್ಲ.

ಕನ್ನಡಕ ಸರಿಪಡಿಸಿಕೊಳ್ಳುತ್ತ ಬಂದ ಅಜೇಯ ವಸಿಷ್ಠ ಕೂತರು ಮೌನವಾಗಿ. ವರ್ಷನೆ ಪರಿಚಯ ಹೇಳಿಕೊಂಡಳು ಕಷ್ಟದಿಂದ, ಸಂಕೋಚದಿಂದ. ಇಂಥ ಸಂದರ್ಭ, ಸನ್ನಿವೇಶ ಸೃಷ್ಟಿಸಿಟ್ಟ ಅಕ್ಕನನ್ನು ಬಯ್ದುಕೊಂಡಳು ಮನದಲ್ಲೇ.

"ಏನು ವಿಷ್ಯ?" ಹುಬ್ಬೆತ್ತಿ ಸೀರಿಯಸ್ಸಾಗಿ ಪ್ರಶ್ನಿಸಿದಾಗ ಚಲಪತಿ ಅತ್ಯಂತ ಸಹನೆಯಿಂದ ಬಂದ ವಿಷಯ ತಿಳಿಸಿದಾಗ "ಜಸ್ಟ್ ಎ ಮಿನಿಟ್" ಎದ್ದು ಹೊರಟರು ಅಜೇಯ್ ವಸಿಷ್ಠ.

ತಂದೆಯ ಕಡೆ ನೋಡಿ ನಿಟ್ಟುಸಿರು ಬಿಟ್ಟ ವರ್ಷಳ ಮುಖದಲ್ಲಿ ನಗು ತುಂಬಿಕೊಂಡಿತು. "ಅಪ್ಪ, ಎಂದೂ ನೋಡದಿರೋ ಜನರಿಗೆ ಕೂಡ ಬಿಡಿಬಿಡಿಯಾಗಿ ನೋಡಿದ್ರೂ ಇಂಥವರ ಮನೆಯವರೇಂತ ಕಂಡುಹಿಡ್ಯಬಹ್ದು. ಅಪ್ಪ, ಅಮ್ಮ ಮಕ್ಳು ಎಲ್ಲರ ಬಣ್ಣನು ಒಂದೇ. ಅದೇ ಸಿಡಿಗುಟ್ಟುವ ಮುಖಗಳು. ಎಲ್ಲರೂ ಕನ್ನಡಕ ಹಾಕ್ಕೋತಾರೆ. ವರ್ಣಕ್ಕ, ಮೂಗ ಇಬ್ರೂ ಹಾಕ್ಕೊಂಡ್ಬಿಟ್ರೆ ಸರಿ ಹೋಗುತ್ತೆ" ನಕ್ಕಳು ಪಿಸುದನಿಯಲ್ಲಿ ಹೇಳುತ್ತ.

ಚಲಪತಿಗಳು ಮುಗುಳ್ನಕ್ಕರು. ಬಹುಶಃ ವರ್ಣ ಈ ಮನೆಯ ಸೊಸೆಯಾಗದಿದ್ದರೇ ಕೆಲವು ಸಾವಿರಗಳ್ನ ಕೊಟ್ಟರೂ ಇತ್ತ ತಲೆ ಹಾಕುತ್ತಿರಲಿಲ್ಲ.

ಆತುರಾತುರವಾಗಿ ಬಂದ ಅಜೇಯ ವಸಿಷ್ಠ "ಈಗಾಗ್ಲೇ ಹನ್ನೆರಡು ಪಾರ್ಟಿಗಳಲ್ಲಿ ಭಾಗವಹಿಸಿದ್ದಾರೆ. ಸದ್ಯಕ್ಕೆ ಬರೋಕಾಗೋಲ್ಲ." ಹೊರಟೇಬಿಟ್ಟರು.

ಕಕ್ಕಾಬಿಕ್ಕಿಯಾದಳು ವರ್ಷ. ತಂದೆ ವಿವರಿಸಿದ್ದಕ್ಕಿಂತ ತೀರಾ ದಾರುಣವಾಗಿ ಕಂಡರು ಜನ. ಈ ಜನರ ನಡುವೆ ವರ್ಣ - ಅವಳೆದೆಯ ಬಡಿತ ಒಂದೇ ಸಮ ಆಯಿತು. ಕಿರುಚಿಕೊಂಡು ದೂರ ಓಡಿಬಿಡಬೇಕೆನಿಸಿತು.

"ವರ್ಣಕ್ಕನ ನೋಡ್ಕೊಂಬರೋಣ" ಮೇಲೆದ್ದಾಗ ಅವರಿಗೇನು ಹೇಳಬೇಕೋ ಗೊತ್ತಾಗಲಿಲ್ಲ. "ಎಲ್ಲೋ, ಏನೋ.... ಒಬ್ರೂ ಸರ್‍ಯಾಗಿ ಮಾತಾಡೋಲ್ಲ" ನೊಂದುಕೊಂಡಾಗ ಅವಳೇನು ಸುಮ್ಮನೆ ಕೂಡಲಿಲ್ಲ.

ಮುಂಬಾಗಿಲನ್ನು ದಾಟಿ ಒಳಹೊಕ್ಕಾಗ ಅಷ್ಟು ದೊಡ್ಡ ಹಾಲ್‌ಗೆ ಒಂದೇ ಟ್ಯೂಬ್ ಲೈಟ್ ಉರಿಯುತ್ತಿತ್ತು. ಕನಿಷ್ಟ ನಾಲ್ಕು ಟ್ಯೂಬ್ ಲೈಟುಗಳಾದರೂ ಬೇಕೆಂದುಕೊಂಡಳು. ನಾಲ್ಕು ಕಡೆಯ ಬರಿದಾದ ಗೋಡೆಗಳ ಮೇಲೆ ದೇವರ ಚಿತ್ರ.

ಫೋಟೋ, ಪೈಂಟಿಂಗ್ಸ್ ಇರಲೀ ಒಂದು ಸಣ್ಣ ಮೊಳೆ ಕೂಡ ಇರದ್ದೇ ವಿಶೇಷ. ಎರಡು ಕೈಯಲ್ಲು ಬಾಯಿ ಮುಚ್ಚಿಕೊಂಡಳು.

ಸೊಂಟದ ಬೆಲ್ಟ್ ಸರಿಪಡಿಸಿಕೊಳ್ಳುತ್ತ ಬಂದ ಅಭಿಷೇಕ್ ವಸಿಷ್ಠ ಪ್ರಶ್ನಾರ್ಥಕವಾಗಿ ನೋಡಿದಾಗ ನಯವಾದ ನಗೆ ಚೆಲ್ಲಿ "ಭಾವ, ವರ್ಣಕ್ಕನ ನೋಡ್ಬೇಕು" ಎಂದಳು. ಅವನು ಮೆಟ್ಟಲುಗಳನ್ನೇರಿ ಕಣ್ಮರೆಯಾದ. ಐದಾರು ನಿಮಿಷಗಳ ನಂತರ ಬಂದ ಮನೆಯ ಯಜಮಾನತಿ ಕಣ್ಣುಗಳನ್ನು ಕಿರಿದುಗೊಳಿಸಿದಳು. "ನಾನು ವರ್ಣ ತಂಗಿ, ಅವ್ಳನ್ನ ನೋಡೋ ಸಲುವಾಗಿ ಬಂದಿದ್ದು" ಸ್ಪಷ್ಟವಾಗಿ ಹೇಳಿದಳು. ಆಕೆಯ ಮುಖ ಮತ್ತಷ್ಟು ಬಿಗಿಯಾಯಿತು.

"ರೆಸ್ಟ್‌ನಲ್ಲಿ ಇರ್ಬೇಕು. ಇನ್ನೊಮ್ಮೆ ಬನ್ನಿ" ಎಂದು ಹೊರಟ ಆಕೆಯನ್ನು ಹಿಡಿದು ನಿಲ್ಲಿಸಿ "ಸಾರಿ ಮೇಡಂ. ನಾವು ನೋಡೋಕೆ ಬಂದಿರೋದು ನಮ್ಮಕ್ಕನ್ನ. ಭಿಕ್ಷೆ ಕೇಳೋಕೆ ಬಂದ ಭಿಕ್ಷುಕರಿಗೆ ಹೇಳುವಂತೆ ಹೇಳ್ತೀರಲ್ಲ" ಸವಾಲೆಸೆದಂತೆ ಕೇಳಿದಳು. ತರಕಾರಿ ಮಾರುವ ಹೆಂಗಸರೊಡನೆ ಮಾತಾಡುವಂಥ ಸ್ಟೈಲ್.

"ಏಯ್... ಮೂಗ" ಕೂಗಿದಳು ಆಕೆ. ಬಂದ ಮೂಗ ಹಣೆ ಗಟ್ಟಿಸಿಕೊಂಡು ಇಲ್ಲವೆನ್ನುವಂತೆ ಕೈ ಬಾಯಿ ಆಡಿಸುವ ವೇಳೆಗೆ, ಅಭಿಷೇಕ್ ವಸಿಷ್ಠ ಮತ್ತು ವರ್ಣ ಬಂದರು.

"ವರ್ಷ ಯಾವಾಗ್ಬಂದಿದ್ದು?" ವರ್ಣ ಧಾವಿಸಿ ಬಂದಳು.

ಹೊರಟ ಅಭಿಷೇಕ್ ವಸಿಷ್ಠನ "ಸ್ವಲ್ಪ ನಿಂತ್ಕೊಳ್ಳಿ ಭಾವ" ಎಂದು ನಿಲ್ಲಿಸಿಕೊಂಡಳು. "ಅಪ್ಪ, ಬಂದಿದ್ದಾರೆ.... ನಿಮ್ಮನ್ನ ಮನೆಗೆ ಕರ್‍ಯೋಕೆ" ಅವನು ಸ್ವಲ್ಪ ಇರುಸು ಮುರುಸಿನಿಂದ "ಸಾರಿ, ಈಗ ಸದ್ಯಕ್ಕೆ ಎಲ್ಲಿಗೂ ಬರೋಕ್ಕಾಗಲ್ಲ, ಬೇಗ್ಬಾ... ವರ್ಣ" ಅವನು ಮೆಟ್ಟಲೇರಿ ಹೋಗಿಬಿಟ್ಟಾಗ 'ಇದೆಲ್ಲ ಏನು' ಎನ್ನುವಂತೆ ಸನ್ನೆಯಿಂದಲೇ ಕೇಳಿದಳು. ವರ್ಣ ಏನೂ ಹೇಳಲಿಲ್ಲ.

"ಅಪ್ಪನ್ನಾದ್ರೂ ಮಾತಾಡ್ಸು ಬಾ" ಕೈ ಹಿಡಿದು ಎಳೆದೊಯ್ದಳು. ಮಗಳನ್ನ ನೋಡಿದ ಮೇಲೆ ಚಲಪತಿ ಸ್ವರ ಸ್ತಬ್ಧವಾಯಿತು. ಮಾತುಗಳೇ ಹೊರಬೀಳಲಿಲ್ಲ. ಬಹಳ ನಿಧಾನವಾಗಿ ತುಟಿ ತೆರೆದರು "ಹೇಗಿದ್ದೀಯಮ್ಮ, ನಿಮ್ಮಮ್ಮ ನೋಡ್ಬೇಕೂಂದ್ರೆ... ಬರ್ತೀಯಾ?"

ಏನೂ ಹೇಳಲಿಲ್ಲ ವರ್ಣ. ಅವರಿಗೆ ಅರ್ಥವಾಯಿತು. ಸುಖವಾಗಿದ್ದರೆ ಸಾಕೆನಿಸಿತು. ಒಂದು ವಿಳಾಸದ ಚೀಟಿ ಅವಳ ಕೈಯಲ್ಲಿಟ್ಟರು. "ಮನೆ ಬದಲಾಯಿಸ್ತ ಇದ್ದೀವಿ" ಅಷ್ಟು ಹೇಳಿದರು.

ಹೊರಟಾಗ ವರ್ಣ ಬಾಲ್ಕನಿಯಲ್ಲಿ ಬಂದು ನಿಂತಳು. ನೀರಿನ ಪೊರೆ ಅಡ್ಡವಾದುದ್ದರಿಂದ ಬರಿ ಮಂಜು ಅವಳ ಪಾಲಿಗೆ. ಗೇಟು ದಾಟುವ ಮುನ್ನ ಒಂದು ಸಲ ಹಿಂದಿರುಗಿ ನೋಡಿದರು. ಅಲ್ಲೇ ನಿಂತಿದ್ದಳು.

"ಏನಾಗಿದೆ ವರ್ಣಗೆ? ಈ ಕತ್ತಲೊಳಗಿನ ಬದುಕು ತೀರಾ ಅಸಹನೀಯ. ನಾಲ್ಕು ಟ್ಯೂಬ್ ಲೈಟ್ ಹಾಕಿದರೂ ಬೆಳಕು ಕಡಿಮೆಯೆನಿಸುವ ಹಾಲ್‌ನಲ್ಲಿ ಬರೀ ಒಂದೇ ಒಂದು ಟ್ಯೂಬ್‌ಲೈಟ್. ಅವರ ಮನಸ್ಸಿನ ಬೆಳಕು ಕೂಡ ಅಷ್ಟೆ. ಹರ್ ಸಿಚುಯೇಷನ್ ಈಸ್ ವೆರಿ ಬ್ಯಾಡ್" ಎಂದಳು ವರ್ಷ.

ಮಾತೇ ಆಡಲಿಲ್ಲ ಚಲಪತಿಗಳು. ಎಲ್ಲಾ ವಿಚಿತ್ರವಾಗಿ ಕಾಣಿಸುತ್ತಿತ್ತು. ವಿದ್ಯಾವಂತ ಹೆಣ್ಣು ಬೌದ್ಧಿಕವಾಗಿ ಬೆಳೆದು ಯೋಚಿಸಿ ನಿರ್ಣಯ ಕೈಗೊಳ್ಳಬಹುದೆನ್ನುವುದು ಸುಳ್ಳಾಗಿತ್ತು ವರ್ಣಳ ವಿಷಯದಲ್ಲಿ. ಯಾಕೆ, ಎಲ್ಲಿ ಎಡವಟ್ಟಾಗಿತ್ತು?

ತಂದೆ, ಮಗಳು ಆಟೋ ಯೋಚನೆ ಬಿಟ್ಟು ಬಿ.ಟಿ.ಎಸ್. ಹತ್ತಿದರು.

* * * *

ಅಂದು ಅಕ್ಕನನ್ನು ಹುಡುಕಿಕೊಂಡು ಆಫೀಸ್‌ಗೆ ಹೋದಾಗ ವರ್ಣಳ ಕೊಲಿಗ್ ಸಿಕ್ಕಿದ್ರು. "ಇಲ್ಲಾರೀ, ನೆನ್ನೆ ನ್ಯೂ ಪೇರ್ ಮುಂಬಯಿಗೆ ಹೋದ್ರಂತೆ ಅನ್ನೋ ಸುದ್ದಿ. ಅದ್ರಲ್ಲಿ ಎಷ್ಟು ನಿಜಾಂಶವಿದ್ಯೋ, ಇಲ್ವೋ! ಸ್ವಲ್ಪ ನೀವೇ ಹೇಳೀ, ವರ್ಣ ಇಲ್ಲಿರೋ ನಾಲ್ಕು ಜನಕ್ಕೆ ನಾಲ್ಕು ಇನ್ವಿಟೇಷನ್ ಕೊಡ್ಬಾರ್ದಿತ್ತಾ! ಕನಿಷ್ಟ ಲಂಚ್ ಬ್ರೇಕ್‌ನಲ್ಲಿ ಹೋಗಿ ವಿಷ್ ಮಾಡಿ ಬರ್ತಾ ಇದ್ವಿ.... ಡರ್ಟಿ ಫೆಲೋಸ್" ಬಯ್ದುಬಿಟ್ಟಳು.

ವರ್ಷ ತುಟಿಗಳು ಬಿಗಿದು ಕೂತವು. ಅಕ್ಕನ ಮದುವೆಯ ಸಂಭ್ರಮ ಅವಳ ಪಾಲಿಗೆ ಇರಲೇ ಇಲ್ಲ. ಕನಿಷ್ಟ ಅವಳ ಕಾಲೇಜ್ ಮೇಟ್ಸ್‌ನ ಆಹ್ವಾನಿಸಿರಲಿಲ್ಲ.

"ಅಪ್ಪ, ನಂಗಂತು ನೂರು ಇನ್ವಿಟೇಷನಾದ್ರು ಬೇಕು. ನಂಗಂತು ಸಿಕ್ಕಾಪಟ್ಟೆ ಫ್ರೆಂಡ್ಸ್. ಎಲ್ಲರಿಗೂ ಅಲ್ಲದಿದ್ರೂ ಕೆಲವರಿಗಾದ್ರೂ ಆರ್ಸಿ ಕೊಡ್ಬೇಕಾಗುತ್ತೆ" ಎಂದಾಗ ಚಲಪತಿಗಳು ಉದಾಸನಗೆ ಬೀರಿದ್ದರು.

"ಒಂದು ರೀತಿಯ ಎಮರ್ಜೆನ್ಸಿ! ಬೇಕು ಬೇಕಾದವ್ರನ್ನು ಆಹ್ವಾನಿಸೋಕೆ ಬೀಗರು ನಮ್ಗೆ ಪರ್ಮಿಷನ್ ಕೊಟ್ಟಿಲ್ಲ" ಎಂದು ಕಂಪ್ಯೂಟರ್‌ನಲ್ಲಿ ಟೈಪ್ ಆದ ಐದು ಹಳದಿ ಹಾಳೆಗಳನ್ನು ಅವಳ ಮುಂದಿಟ್ಟು "ಒಂದೈದು ಜನಕ್ಕೆ ಕೊಡ್ಬಹ್ದು."

ಕೈಯಲ್ಲಿ ಹಿಡಿದು ನೋಡಿ ನಿಬ್ಬೆರಗಾಗಿದ್ದಳು. ಸರಳವಾದ ಲಗ್ನಪತ್ರಿಕೆ - ಬರೀ ಅವರ ಕುಟುಂಬ ವಿವರಗಳ ಜೊತೆ ಡಿಗ್ರಿಗಳ ಸರಮಾಲೆಯೊಂದಿಗಿತ್ತು. ವರ್ಣ ತಂದೆ ಹೆಸರು ಕೂಡ ಇಲ್ಲದ ದೌರ್ಭಾಗ್ಯ.

"ಅಪ್ಪ, ಇದ್ನ ನೀವು ಯಾಕೆ ಒಪ್ಕೊಂಡ್ರಿ?" ಅಳು ಬರುವುದೊಂದು ಬಾಕಿ ಇತ್ತು ಅವಳಿಗೆ. "ವರ್ಣಗೋಸ್ಕರ. ನೂರು ಕನಸುಗಳ್ನ ಕಟ್ಟಿಕೊಂಡ ಮಗ್ಳು ಮಾನಸಿಕ ರೋಗಿಯಾಗಿರುವುದು ತಂದೆಯಾದ ನಾನು ಸಹಿಸೋಕ್ಕಾಗೋಲ್ಲ" ಎಂದು ಸರಿದು ಹೋಗಿದ್ದರು.

ನೆನಪುಗಳು ಬಾಧಿಸಿದರೂ ಚೇತರಿಸಿಕೊಂಡು ಮುಗುಳ್ನಕ್ಕಳು. "ಗೊತ್ತಿಲ್ಲಾರೀ, ನೀವು ಅವಳನ್ನ ಛೇಡಿಸ್ಬೇಕಿತ್ತು" ಎಂದಾಗ ಹಣೆ ಗಟ್ಟಿಸಿಕೊಂಡಳು. "ಸಾರಿ..." ಅತ್ತಿತ್ತ ನೋಡಿ ತನ್ನ ಸೀಟಿಗೆ ಹೋದಾಗ ಅಜೇಯ ವಸಿಷ್ಠ ಬಂದಿದ್ದನ್ನ ಗಮನಿಸಿದಳು.

ಅವರ ಹುಬ್ಬುಗಳು ಸಂಕುಚಿಸಿ ಮುಖ ಗಂಟಾಗಿ ಕಣ್ಣುಗಳು ಕಿರಿದಾದವು. "ವಾಟ್ ಈಸ್ ಗೋಯಿಂಗ್ ಆನ್ ದೇರ್. ಶಾಲಿನಿ, ಐ ಡೋಂಟ್ ಲೈಕ್ ಇಟ್. ನಿಮ್ಗೆ ಕೆಲ್ಸ ಮಾಡೋ ಇಷ್ಟವಿರ್ದಿದ್ರೆ ಹೊರ್ಗೆ ಹೋಗ್ಬಹ್ದು" ಎಂದಾಗ ವರ್ಷ ಅತ್ತಿತ್ತ ತಿರುಗಿ ಸುತ್ತಲೂ ನೋಡಿ.... ಇದು ತನ್ನ ಉದ್ದೇಶಿಸಿ ಮಾತಾಡಿದ್ದೇನೋ ಎಂದುಕೊಂಡಳು ನಿಧಾನವಾಗಿ.

ಕ್ಷಣ ಕೋಪದಿಂದ ಅವಳ ಮೈ ಬೆಂಕಿಯಾಯಿತು. 'ಇಂಥ ಅವಮಾನ', ಆಕಸ್ಮಾತ್ ಮರುವೇನೋ ಎಂದುಕೊಂಡು ಸಮಾಧಾನಗೊಂಡು ಅವರ ಛೇಂಬರ್‌ಗೆ ಹೋದಳು.

"ಎಕ್ಸ್‌ಕ್ಯೂಸ್ ಮಿ. ಸಾರಿ ಫಾರ್ ದಿ ಡಿಸ್ಟರ್ಬ್" ತಮ್ಮ ಮುಂದಿದ್ದ ಸಣ್ಣ ಕಂಪ್ಯೂಟರ್‌ನಲ್ಲಿ ತಲ್ಲೀನರಾಗಿದ್ದವರನ್ನು ಎಚ್ಚರಿಸುವುದು ಅನಿವಾರ್ಯವಾಗಿತ್ತು. ಸಿಡುಕಿನಿಂದ ನೋಟವೆತ್ತಿದರು. "ವಾಟ್ ಡೂ ಯು ವಾಂಟ್?" ಆ ಮನುಷ್ಯ ತನ್ನನ್ನ ಇನ್ನ ಗುರುತಿಸಲಿಲ್ಲವೆಂದುಕೊಳ್ಳುವುದು ಕಷ್ಟವೆನಿಸಿತು.

ಆರಾಮಾಗಿ ಅವರ ಎದುರಿಗಿದ್ದ ಛೇರಿನ ಮೇಲೆ ಕೂತು "ನಾನು, ನಿಮ್ಮ ಸೊಸೆ ವರ್ಣ ತಂಗಿ ವರ್ಷ. ಅವಳ್ನ ನೋಡೋ ಉದ್ದೇಶದಿಂದ್ಲೇ ಬಂದಿದ್ದು" ಸ್ಪಷ್ಟಪಡಿಸಿದಳು.

"ಯಾಕೆ?" ಮತ್ತಷ್ಟು ಸಿಡುಕು ಮುಖದ ಮೇಲೆ.

"ಏನರ್ಥ ನಿಮ್ಮ ಪ್ರಶ್ನೆಗೆ? ಅವ್ಳು ನನ್ನಕ್ಕ, ನೋಡ್ಬೇಕೂಂತ ಅನ್ನಿಸೋದು ಸಹಜ. ಎಲ್ಲಿ ವರ್ಣ?"ಕೇಳಿದಳು ನೇರವಾಗಿ. ಆ ವ್ಯಕ್ತಿಗೆ ಭಯಪಡಬೇಕೆನಿಸಲಿಲ್ಲ. ವಿನಯ, ಗೌರವ ತೋರುವುದು ಕೂಡ ಬೇಕೆನಿಸಲಿಲ್ಲ.

"ನಂಗೆ ಈ ಸೆಂಟಿಮೆಂಟ್ಸ್ ಇಷ್ಟವಾಗೊಲ್ಲ. ಪ್ಲೀಸ್ ಗೋ... ಔಟ್... ಮೂಗ..." ಎಂದು ಕೂಗಿಕೊಂಡಾಗ ಹೊರಗೆದ್ದು ಬಂದಳು. 'ಕ್ರಾಂತಿಯ ಹಾದಿಯಲ್ಲಿ ಕಂಪ್ಯೂಟರ್ ಒಂದು ಹೊಸ ಆವಿಷ್ಕಾರ' ಎನ್ನುವುದನ್ನು ಆಂಗ್ಲ ಭಾಷೆಯಲ್ಲಿ ಬರೆದು ಹಾಕಿ ಗೋಡೆಗೆ ಪೇಸ್ಟ್ ಮಾಡಿದ್ದರು.

ವರ್ಷ ಹೊರಬಂದಾಗ ಶಾಲಿನಿ ಕೂಡ ಹೊರ ಬಂದವಳು "ಯೂ ಹ್ಯಾವ್ ಮೈ ಆಲ್ ಸಿಂಪತಿ. ನನ್ನ ಸಿಂಪತಿಗೆ ಕಾರಣ ಇದೆ. ಕೆಲವೊಮ್ಮೆ ಆ ವ್ಯಕ್ತಿಯನ್ನು ಮಾತ್ರವೇನು, ಆ ಕುಟುಂಬದ ಜನರನ್ನ ಮನುಷ್ಯರೆಂದು ಪರಿಗಣಿಸುವುದು ಕಷ್ಟ. ಅಷ್ಟು ಮೆಟೀರಿಯಲಿಸಂ ಆಗಿ ನಡ್ಕೊಳ್ತಾರೆ. ವರ್ಣ ಮದ್ವೆಯಾಗೋಕೆ ಅಭಿಷೇಕ್ ವಸಿಷ್ಠ ಅಂಥ ಯಂತ್ರವೇ ಬೇಕಿತ್ತಾ?" ಕೋಪವನ್ನು ಕಕ್ಕಿದಳು. ಅವಳು ವರ್ಣಳಷ್ಟು ವಯಸ್ಸಿನವಳೇ. ಅಥವಾ ಒಂದೆರಡು ವರ್ಷದೊಳಗಿನ ವ್ಯತ್ಯಾಸವಷ್ಟೆ.

ಕಂಪ್ಯೂಟರ್ ಟ್ರೈನಿಂಗ್ ಸೆಂಟರ್ ಆಗಿ ಓಪನ್ ಆದಾಗ ಬಿ.ಎಸ್‌ಸಿ ಕಂಪ್ಯೂಟರ್ ಪದವೀಧರೆಯಾಗಿ ಬಂದು ಜಾಯಿನ್ ಆದ ಸ್ಟೂಡೆಂಟ್. ಅಭಿಷೇಕ್ ವಸಿಷ್ಠ ಬ್ರಿಲಿಯೆಂಟ್. ಆ ಬಗ್ಗೆ ಬೇರೊಂದು ಮಾತು ಇರಲಿಲ್ಲ.

ವರ್ಷ ಗಂಟಲೊಣಗಿತು ಅವಳ ಮಾತುಗಳಿಂದ. ಸಣ್ಣಗೆ ಬೆವೆತಳು. "ಯಾಕೆ, ಅವ್ರ ಬಗ್ಗೆ ಅಷ್ಟೊಂದು ಬೇಜಾರು? ವಿದೇಶದಲ್ಲಿ ಪರಿಣತಿ ಪಡೆದ ವ್ಯಕ್ತಿ. ವೆರಿ ಇಂಟಲಿಜೆಂಟ್... ಆ ಪದ ಸರಿಯಿಲ್ಲ. ಸಿಂಪ್ಲಿ ಜೀನಿಯಸ್ ಅನ್ನಬಹುದು ಅಂತಾರೆ. ನಮ್ಮ ಭಾವ ಈಗ..." ಎಂದಳು ಮೆತ್ತಗೆ. ತನ್ನ ಎದುರು ಅಭಿಷೇಕ್ ವಸಿಷ್ಠನ ನಿಂದಿಸಿದ್ದು ತಪ್ಪೆನ್ನುವಂತೆ.

"ಐಯಾಮ್ ವೆರಿ ಸಾರಿ, ಬೈ ದಿ ಬೈ.... ನಿಮ್ಮ ಹೆಸರು ವರ್ಷ ಅಲ್ವಾ! ಅದು ಕೂಡ ಬೇರೊಬ್ಬರಿಂದ ತಿಳಿದಿದ್ದು. ವರ್ಣ ಏನು ಹೇಳಿಕೊಳ್ಳೋಲ್ಲ, ಇಂಟ್ರಾವರ್ಟ್" ಎಂದಳು. ತೀರಾ ಅಂತರ್ಮುಖಿ ಎಂದು ವರ್ಷಳಿಗೂ ಗೊತ್ತು.

ಶಾಲಿನಿ ತಾನೇ ಹೋಟೆಲ್‌ಗೆ ಕರೆದೊಯ್ದು ಐಸ್‌ಕ್ರೀಮ್‌ಗೆ ಆರ್ಡರ್ ಮಾಡಿ, ಆ ನಡುವೆ ನಂತರ ಹೇಳಿದ ಮಾತುಗಳಿಗೆ ಅವಾಕ್ಕಾದಳು.

"ರುಚಿ, ರಸಿಕತೆ ಇಲ್ದ ಜನ ಅವ್ರು! ಅವ್ರ ಮನೆಯಲ್ಲಿ ಕುಡ್ಯೋದು ಹಾಲು, ಸಕ್ಕರೆ ಇಲ್ದ ಬರೀ ಟೀ. ಕಾಫೀಯ ಡಿಕಾಕ್ಷನ್. ದಿನಕ್ಕೆ ಒಂದೇ ಊಟ, ಅದು ರಾತ್ರಿಗೆ ಸೀಮಿತ. ಮಧ್ಯಾಹ್ನ ಬರೀ ಟೊಮ್ಯಾಟೋ ಸೂಪ್, ಬೆಳಿಗ್ಗೆ ಬ್ರೇಕ್‌ಫಾಸ್ಟ್‌ಗೆ ವಿತೌಟ್ ಸಾಸ್, ಬಟರ್, ಬ್ರೆಡ್ ಸ್ಲೀವ್ಸ್ ಓನ್ಲೀ ಟೂ ಪೀಸ್. ಅದ್ನ ಕಾಮಿನಿ ವಸಿಷ್ಠ ಕತ್ತರಿಸಿ ಪ್ಲೇಟುಗಳಿಗೆ ಜೋಡಿಸಬೇಕು. ಭಾನುವಾರದ ದಿನಗಳಲ್ಲಿ ಮಾತ್ರ ಮಧ್ಯಾಹ್ನದ ಊಟಕ್ಕೆ ತರಕಾರಿ ಅನ್ನ. ಅದು ಇತಿಮಿತಿಯಾಗಿ ಒಮ್ಮೆ ಬಡಿಸಿದರೆ ಮುಗಿಯಿತು. ಮಧ್ಯೆ ಕೇಳುವಂತೆಯೂ ಬಡಿಸುವ ಕಷ್ಟವೂ ಇಲ್ಲ. ಇದ್ನ ಸಿಂಪ್ಲಿಸಿಟಿ ಅನ್ನೋಣ್ವಾ. ಅಥವಾ ಕಾಡುಮನುಷ್ಯರ ಜೀವನಕ್ಕೆ ಹೋಲಿಸೋಣ್ವಾ!" ತಲೆಗೆ ಕೈಯೊತ್ತಿಕೊಂಡಳು.

ಬೆಚ್ಚಿ ಬೀಳುವಂತಾಯಿತು ವರ್ಷಗೆ. ವಿಪರೀತತೆ ಇಲ್ಲದಿದ್ದರೂ ಅಚ್ಚುಕಟ್ಟಾಗಿ ಊಟ ತಿಂಡಿ ತಿನ್ನುವ ಅಭ್ಯಾಸ. ತುಪ್ಪ, ತರಕಾರಿ ಇಲ್ಲದೆ ಅಡಿಗೆ ಮಾಡಿಯೇ ಅಭ್ಯಾಸವಿರಲಿಲ್ಲ ರೋಹಿಣಿಗೆ. ಅಂತೂ ಅಚ್ಚುಕಟ್ಟಾಗಿ ಪೊಗದಸ್ತಾಗಿ ತಿಂದು ಬೆಳೆದ ಅಕ್ಕ ತಂಗಿ.

"ಇದೆಲ್ಲ ನಿಜ್ವಾ?" ಕೇಳಿದಳು ಅನುಮಾನದಿಂದ.

"ನನ್ನಾಣೆ, ನಿಮ್ಮಾಣೆ.... ನಮ್ಮ ಮನೆ ದೇವರು ತಿರುಪತಿ ವೆಂಕಟರಮಣ ಸ್ವಾಮಿಯ ಆಣೆಗೆ ಹಂಡ್ರೆಡ್ ಪರ್ಸೆಂಟ್ ನಿಜಾ! ಬೇಕಾದ್ರೆ ಒಂದು ದಿನ ಅವರಲ್ಲಿ ಇದ್ನೋಡಿ. ಆದ್ರೆ ನಿಮಗೆ ಊಟ, ತಿಂಡಿ ಹಾಕೋಷ್ಟು ಧಾರಾಳ ತೋರಲ್ಲ! ಅಕಸ್ಮಾತ್ ನೀವು ಲಕ್ಕಿಯಾಗಿ ಅದು ನಿಮ್ಮ ಪಾಲಿಗೆ ಲಭ್ಯವಾದರೇ ಬದ್ಕಿನ ಬಗ್ಗೆ ವಿರಕ್ತಿ ಹುಟ್ಟಿ ಹಿಮಾಲಯದ ಕಡೆ ಹೋಗ್ಬಿಡ್ತೀರಾ" ಘೊಳ್ಳನೆ ನಕ್ಕಳು ಶಾಲಿನಿ ಹೇಳುತ್ತ. ಹಾಸ್ಯಾಸ್ಪದ ವಿಷಯವಾಗಿತ್ತು ಅವಳ ಪಾಲಿಗೆ. ಅವಳ ತಂದೆ ಒಬ್ಬ ಸೀನಿಯರ್ ಗ್ರೇಡ್

ಆಫೀಸರ್. ಒಳ್ಳೆ ದುಡಿಮೆ. ಅದಕ್ಕೆ ಅನುಗುಣ ಖರ್ಚು ಮಾಡುತ್ತಿದ್ದರು. ಅವಳಿಗೆ ವಸಿಷ್ಠದ ಜನರು ಹುಚ್ಚರಂತೆ ಕಾಣುತ್ತಿದ್ದುದು ಆಶ್ಚರ್ಯವಲ್ಲ.

ಕೆಲವನ್ನ ತೀರಾ ಗುಟ್ಟಾಗಿ ಹೇಳಿದಳು. ಯಾವುದೇ ಪಾರ್ಟಿಗಳಿಗೆ ಹೋದರೂ ಇಡೀ ಕುಟುಂಬ ಸಾಕಷ್ಟು ತಿಂದು ಮರುದಿನ ಕ್ಯಾಲೋರಿಗಳ ಲೆಕ್ಕದಲ್ಲಿ ಉಪವಾಸ ಆಚರಿಸುತ್ತಿದ್ದುದು.

ಗದ್ದಕ್ಕೆ ಕೈಯೂರಿ ಕೂತುಬಿಟ್ಟಳು ವರ್ಷ. ಐಸ್ ಕ್ರೀಮ್ ನಿಧಾನವಾಗಿ ಆರಾಮಾಗಿ ಕರಗುತ್ತಿದ್ದರೂ ಅದರತ್ತ ಅವಳ ಗಮನವಿಲ್ಲ. ಆದರೆ ಅಲ್ಲಿ ಕರಗುತ್ತಿದ್ದುದು ಐಸ್ ಕ್ರೀಮ್ ಅಲ್ಲ, ವರ್ಣ. ನಿಸ್ಸಹಾಯಕವಾಗಿ ನೋಡಬೇಕಷ್ಟೆ. ಸ್ವಲ್ಪ ನೋಡಿ ಬೆಚ್ಚಿದ್ದ ವರ್ಷ ಮುಂದೆ ಶಾಲಿನಿ ಇಡೀ ಒಳ ಹೊರಗನ್ನ ತೆಗೆದಿಟ್ಟಿದ್ದಳು. ಇನ್ನೊಂದು ಸಂದೇಹ ಕಾಡಿತು ವರ್ಷನ.

"ಬಹುಶಃ ಇದ್ಕೆಲ್ಲ ಒಂದು ಮುಖ್ಯ ಕಾರಣ ಇರ್ಬಹುದ್ದು." ಶಾಲಿನಿ ಬೇರೆ ಟೇಬಲ್ಲುಗಳ ಮುಂದೆ ಕೂತ ಜನರೆಲ್ಲ ತಿರುಗಿ ನೋಡುವಂತೆ ನಕ್ಕಳು "ಯು ಆರ್ ವೆರಿ ಇನ್ನೋಸೆಂಟ್. ನೀವು ವರ್ಣ ತಂಗಿ ಅಲ್ವಾ. ಅದ್ಕೇ ಆ ಕುಟುಂಬನ ಸಮರ್ಥಿಸಿಕೊಳ್ತಾ ಇದ್ದೀರಾ. ಪ್ಲೀಸ್ ಟೆಲ್ ಮಿ. ಏನು ಅಂಥ ಕಾರಣವಿರ್ಬಹುದ್ದು. ನೀವು ಅವ್ರನ್ನ ಸಮರ್ಥಿಸಿಕೊಂಡ್ರೆ.... ಐ ಹ್ಯಾವ್ ನೋ ಅಬ್‌ಜೆಕ್ಷನ್" ಮತ್ತಷ್ಟು ನಕ್ಕಳು.

"ಕಂಪ್ಯೂಟರ್ಸ್, ಎಸ್ಟಾಬ್ಲಿಷ್‌ಮೆಂಟ್ ಇದೆಲ್ಲ ಮಾಡೋಕೆ ತುಂಬ ಹಣಾನೇ ಬೇಕು. ಅದ್ಕೆಲ್ಲ ಹೆಚ್ಚು ಸಾಲ ಮಾಡಿದ್ದಾರೇನೋ!" ಮುಗ್ಧವಾಗಿ ಹೇಳಿದಳು.

ಶಾಲಿನಿ ಹುಚ್ಚಿಯಂತೆ ನಕ್ಕು ಮತ್ತೆ ಕೆಲವರ ಗಮನ ತನ್ನತ್ತ ಸೆಳೆದುಕೊಂಡಳು. "ಅವ್ರ ಮಂತ್ಲೀ ಇನ್‌ಕಮ್ ಎಷ್ಟು ಗೊತ್ತ! ಡಾ|| ಅಲೋಕ್ ವಸಿಷ್ಠ ಅವ್ರು ಕ್ಲಾಸ್ ಒನ್ ಸರ್ಜನ್ ಇನ್ ದಿ ಸಿಟಿ. ಅವ್ರು ನರ್ಸಿಂಗ್‌ಹೋಂ ವಿಸಿಟ್‌ಗಳಿಗೆ ಎಷ್ಟು ಪಡೆಯುತ್ತಿದ್ದರು ಗೊತ್ತಾ. ಪರ್ಸನಲ್ಲಾಗಿ ಪೇಷೆಂಟ್‌ಗಳ್ನ ನೋಡೋರು. ಮತ್ತೆ ಆಪರೇಷನ್‌ಗಳಿಗೆ.... ಇದು ಅವರೊಬ್ರ ಆದಾಯ. ಉಳಿದವ್ರ ದುಡಿಮೆ ಎಷ್ಟು ಗೊತ್ತಾ. ಅಜೇಯ ವಸಿಷ್ಠ ಅವ್ರು ದೊಡ್ಡ ದೊಡ್ಡ ಬಿಲ್ಡರ್ಸ್ ಮತ್ತು ಕಂಟ್ರಾಕ್ಟರ್‌ಗೆ ಸಲಹೆಗಾರರು. ಅವ್ರ ಇನ್‌ಕಮ್ ಒಂದು ಲೆಕಕ್ಕೆ ಸಿಗೋಲ್ಲ. ಇನ್ನ ವಸಿಷ್ಠ ಕಂಪ್ಯೂಟರ್ ಸಾಫ್ಟ್‌ವೇರ್ ಡೆವಲಪ್‌ಮೆಂಟ್ ಕಾರ್ಪೊರೇಷನ್‌ನಿಂದ ಹೊರಬೀಳುವ ಫ್ಲಾಪಿಗಳಿಗೆ ಭಾರತಾದ್ಯಂತ ಮಾರುಕಟ್ಟೆ ಇದೆ. ಅತ್ಯಂತ ಪ್ರತಿಭಾವಂತ ಜನಕ್ಕೆ ಅವ್ರೇ ಆಫರ್ ಮಾಡಿ ಜಾಯಿನ್ ಮಾಡ್ಕೊತಾರೆ. ಇದ್ರಿಂದ ಎರಡು ರೀತಿಯ ಪ್ರಾಫಿಟ್, ಮತ್ತಷ್ಟು ಯೋಜನೆಗಳಿವೆ ಅವ್ರ ಬದ್ಕಿನಲ್ಲಿ. ಆದರೆ ದಟ್ಟ ದಾರಿದ್ರ್ಯದ ಬದ್ಕು. ಐ ಪಿಟಿ ದೆಮ್" ಪ್ರಬಂಧ ಮಂಡಿಸುವಂತೆ ಹೇಳಿ ಮೇಲೆದ್ದಳು.

ಆಟೋ ಸ್ಟ್ಯಾಂಡ್‌ಗೆ ಬಂದಾಗ ಶಾಲಿನಿ ಅವಳ ಭುಜದ ಮೇಲೆ ಕೈಯಿಟ್ಟು "ಅವ್ರುಗಳ ಪ್ರತಿಭೆ ಬಗ್ಗೆ ಅಭಿಮಾನವಿದೆ. ಅಂಥ ಅಸಹನೀಯ ಬದ್ಕನ್ನ ಮಾತ್ರ ಹೇಟ್ ಮಾಡ್ತೀನಿ. ಅಂತು ಸಂಶೋಧನೆಗೆ ಅರ್ಹವಾಗುವಂಥ ವ್ಯಕ್ತಿಗಳು. ವರ್ಣ ಲಕ್ಕಿನೋ, ನಾನ್ ಲಕ್ಕಿನೋ.... ಹೇಳೋಕ್ಕಾಗಲ್ಲ, ಸಿ ಯೂ ಎಗೈನ್" ಎನ್ನುತ್ತ ಆಟೋದಲ್ಲಿ ತೂರಿದಳು.

ವರ್ಷ ತಾನು ನಿಂತಿದ್ದು ಎಲ್ಲಿ ಎನ್ನುವುದನ್ನ ಮರೆತಂತೆ ಕಂಡಳು. ವರ್ಣ ಬಗ್ಗೆ ಹೆತ್ತವರಿಗೆ ಎಷ್ಟು ಒಳ್ಳೆಯ ಕನಸುಗಳು. 'ಆರ್ಥಿಕವಾಗಿ ಅನ್ಕೂಲವಿಲ್ಲದಿದ್ರೆ ಜೀವನ ಸುಧಾರಣೆ ಕಷ್ಟ. ಅದ್ಕೆ ಎಜುಕೇಷನ್ ಉತ್ತಮ ಮಟ್ಟದಲ್ಲಿ ಇರ್ಬೇಕು. ಒಳ್ಳೆ ಜಾಬ್‌ನ ಜೊತೆ ಸಮಾಜದಲ್ಲಿ ಮರ್ಯಾದೆ.' ತಂದೆ ಆಡುತ್ತಿದ್ದ ಮಾತುಗಳು ಅವಳ ತಲೆಯಲ್ಲಿ ಕೋಲಾಹಲ ಎಬ್ಬಿಸಿತ್ತು. ಅನುಕೂಲಸ್ಥ ಪ್ರತಿಭಾವಂತ ಗಂಡ ಅಭಿಷೇಕ್ ವಸಿಷ್ಠ. ಅಷ್ಟೇ ಸುಖ, ಸಂತಸ, ನೆಮ್ಮದಿ ನೀಡಬಲ್ಲನೇ? ಏನಾಗಿದೆ ಆ ಜನಕ್ಕೆ?

ಶಾಲಿನಿ ಸರಳವಾಗಿ ತಮಾಷೆಯಾಗಿ ಹೇಳಿದ ವಿಷಯಗಳು ಮುಳ್ಳುಗಳಂತೆ ಹಿಂಸಿಸುತ್ತಿತ್ತು ಅವಳನ್ನ. ವರ್ಣ ಈ ಜನರ ನಡುವೆ ಬಂಧಿಯಾ?

ಬಸ್ಸು ಆಟೋ ವಿಷಯ ಬಿಟ್ಟು ನಿಧಾನವಾಗಿ ನಡೆದು ಬಂದು ಮನೆ ಸೇರಿದಾಗ ಡೋರ್ ಲಾಕ್ ನೆನಪಿಸಿಕೊಂಡು ಬ್ಯಾಗ್‌ನಲ್ಲಿದ್ದ ಡೂಪ್ಲಿಕೇಟ್‌ನಿಂದ ತೆಗೆದಳು.

"ಮಧ್ಯಾಹ್ನ ಆಫ್ ಡೇ ಲೀವ್ ಹಾಕ್ಬರ್ತೀನಿ. ನಿಮ್ಮಮ್ಮನ ಚೆಕ್‌ಅಪ್‌ಗೆ ಕರ್ಕೊಂಡ್ಹೋಗೋದಿದೆ, ಕೀ ತಗೊಂಡ್ಹೋಗಿರು" ತಂದೆ ಕಾಲೇಜಿಗೆ ಹೊರಟಾಗ ಹೇಳಿದ್ದರು. ಈಗಲೂ ಪ್ರಸನ್ನರಾಗಿಯೇ ಇದ್ದರು ಮೇಲ್ನೋಟಕ್ಕೆ. 'ಯಂಗ್' ತರಹ ಕಾಣುತ್ತಿದ್ದ ತಂದೆಯ ಮುಖದ ಮೇಲೆ ಮುದಿ ಲಕ್ಷಣದ ಗೆರೆಗಳು ಧುಮುಕಿದ್ದು ವರ್ಷಳ ಗಮನಕ್ಕೆ ಬಂದಿತ್ತು.

ಎಂದಿನ ಹಾಗೇ ಅಡಿಗೆ ಮನೆಗೆ ದಾಳಿ ಇಡದೆ ಒಂದು ಕಡೆ ಕೂತುಬಿಟ್ಟಳು. ಅಭಿಷೇಕ್ ವಸಿಷ್ಠ ಕೂಡ ಹೆಣ್ಣುಗಳ ಹಿಂದೆ ಬೀಳುವಂಥ ರಸಿಕನಾಗಿಯೇನೋ ಕಾಣಲಿಲ್ಲ. ಬಹುಶಃ ವರ್ಣ ಅವನನ್ನ ಮದುವೆಯಾಗದಿದ್ದರೆ ಅವನೇನು ಚಿಂತಿಸುತ್ತಿರಲಿಲ್ಲ! ಇಂಥ ಒಂದು ಸತ್ಯ ಅವಳ ಅರಿವಿಗೂ ಬಂದಿತ್ತು.

ಕಾಲಿಂಗ್ ಬೆಲ್ ಸದ್ದಾಯಿತು. ನೀಲಕಂಠಯ್ಯ ನಿಂತಿದ್ದರು. ಮೊದಲನೆಯವರಾಗಿ ವರ್ಣನ ತಮ್ಮ ಸೊಸೆಯಾಗಿ ಮಾಡಿಕೊಳ್ಳಲು ಬಂದ ಸ್ವಲ್ಪ ಹತ್ತಿರದ ಸ್ವಲ್ಪ ದೂರದ ಸಂಬಂಧಿ. ಬಹುಶಃ ಅವರು ಈಗಲೂ ಕೂಡ ಅದೇ ಇಚ್ಛೆಯಿಂದ ಬಂದಿದ್ದಾರೆನಿಸಿತು ಅವಳಿಗೆ.

"ಆ ಮನೆಗೆ ಹೋಗಿದ್ದೆ. ಅಲ್ಲಿಯವ್ರು ವಿಳಾಸ ಕೊಟ್ರು. ಏನು ಇದು ಅನ್ಯಾಯ! ಇಂಥ ಘೋರ ನಡ್ಯಬಹುದಾ! ಚಿನ್ನದಂಥ ಹುಡ್ಗೀ, ವಿದ್ಯಾವಂತೆ.... ಅಂಥ ಹುಡ್ಗೀ ಮದ್ವೆಯಾಗಿ ಇಷ್ಟೆಲ್ಲ ನಡೆಯಿತೂಂದ್ರೆ, ಅವನೇನು ದೇವೇಂದ್ರಾನಾ?" ಗೊಣಗುತ್ತಲೇ ಒಳ ಬಂದರು. ವರ್ಣ ಅಂಥ ಹುಡುಗಿ ಸೊಸೆಯಾಗದೆ ತಪ್ಪಿಹೋದಳಲ್ಲ ಎನ್ನುವ ಸಂಕಟದ ಜೊತೆ, ಚಲಪತಿ ಮನೆ ಮಾರಿದ್ದು ದೊಡ್ಡ ಆಘಾತವಾಗಿತ್ತು.

"ಒಂದು ಲಗ್ನಪತ್ರಿಕೆ ಕೊಡಲಾರದಷ್ಟು ದೂರದ ಸಂಬಂಧಾನ ನಾನು?" ಎಂದು ಕೂತವರ ಮುಂದೆ ನೀರು ತಂದಿಟ್ಟಳು. "ನೋಡಿ ಮಾವ, ಪ್ರತಿಯೊಂದಕ್ಕೂ ಕಾರಣಗಳ್ನ ಹುಡ್ಕಿಕೊಂಡ್ಹೋದ್ರೆ ರಾಮಾಯಣ, ಮಹಾಭಾರತಗಳು ನಡೆಯುತ್ತಲೇ ಇರ್ಲಿಲ್ಲ. ಸೀತೆ ಕಾಂಚನ ಮೃಗ ಬಯಸದಿದ್ರೆ.... ಅಷ್ಟೆಲ್ಲ ರಾಮಾಯಣ ನಡೆಯುತ್ತಲೂ ಇರ್ಲಿಲ್ಲ. ತನ್ನ ಅನುಚರರ ಜೊತೆ ಶಿವಭಕ್ತನಾದ ರಾವಣಾಸುರ ಸಾಯ್ತ ಇರ್ಲಿಲ್ಲ.

ಹಾಗೇ ಮಹಾಭಾರತಕ್ಕೆ ಬನ್ನಿ. ಮಿಕ್ಕೆಲ್ಲ ಬಿಡಿ. ಧರ್ಮರಾಯ ದ್ಯೂತ ಯಾಕೆ ಆಡಬೇಕಿತ್ತು? ಆಡಿದ್ರೂ ತಮ್ಮಂದಿರನ್ನು, ಹೆಂಡತಿಯನ್ನು ಪಣಕ್ಕೆ ಒಡ್ಡಲು ಅಧಿಕಾರ ಕೊಟ್ಟವರಾರು? ಇದೊಂದು ಘಟನೆಯಿಂದ ಎಷ್ಟು ಜನ ನಿರಪರಾಧಿ ಸೈನಿಕರ ಜೊತೆ ಮಹಾರಥಿಕರೆಲ್ಲಾ ಮೃತ್ಯುವನ್ನಪ್ಪಿದ್ದಾರಲ್ಲ! ಒಬ್ಬನ ತಪ್ಪಿಗೆ ಹಲವರು, ಒಂದು ಘಟನೆಯಿಂದ ಲಕ್ಷಾಂತರ ಜನಕ್ಕೆ ತೊಂದರೆ, ಬಲಿ. ಇದೆಲ್ಲ ಸಾಧಾರಣ ವಿಷಯಗಳು ಅಲ್ವಾ! ಅಂಥದ್ದರಲ್ಲಿ ತೀರಾ ರಕ್ತದ ಬಂಧುಗಳೆನಿಸಿಕೊಂಡಿದ್ದ ಅಪ್ಪ, ಅಮ್ಮ ಇಷ್ಟು ಸಣ್ಣ ರಿಸ್ಕ್ ತಗೋಳೋದು ಸ್ವಾಭಾವಿಕ. ಈಗ ನೀವೇನು ಕುಡಿತೀರಾ?" ಕೇಳಿದಳು.

ಆಡಬೇಕೆಂದುಕೊಂಡಿದ್ದ ಮಾತುಗಳನ್ನು ಮರೆತವರಂತೆ ಮಿಕಿಮಿಕಿ ನೋಡಿದರು. ನಿಧಾನವಾಗಿಯಾದರೂ ನೀಲಕಂಠಯ್ಯನ ಮುಖ ಅರಳಿತು. ವರ್ಷನ ಮಾಡಿಕೊಂಡರೇ... ತಪ್ಪೇನು? ಮನಸ್ಸಿಗೆ ಬಂದಿದ್ದೇ ತಡ, ಕಣ್ಣುಗಳು ಅದನ್ನು ಪ್ರಕಟಿಸಿಬಿಟ್ಟಿತು.

"ಮಾವ, ಖಂಡಿತ ಇಂಥ ಆಸೆ ಬೇಡ ನಿಮ್ಗೆ! ಅಪ್ಪನ 'ಪ್ಲಾನಿಂಗ್' ನನ್ನ ವಿಷ್ಯದಲ್ಲಿ ಖಂಡಿತ ಸಕ್ಸೆಸ್ ಆಗೋಲ್ಲ. ನಾನು ಬರೀ ಥರ್ಟಿಫೈವ್ ಮಾರ್ಕ್ಸನ ಸ್ಟೂಡೆಂಟ್. ಬರೀ ಜೀವನಾಂಶ, ಈಗಿನ ಸಾಮಾಜಿಕ ಸ್ಥಿತಿಯ ಹಾಗೇ ಯಾವ್ದಕ್ಕೂ ಬೇಡ. ಅದ್ಕಿಂತ ಉಪವಾಸ ಲೇಸು. ಈಗೇನು ಕುಡಿತೀರಾ?" ಅವರು ಹೇಳುವುದಕ್ಕೆ ಮುನ್ನವೇ ಎದ್ದು ಹೋದಳು ಅಡಿಗೆ ಮನೆಗೆ.

ಕೆಲವು ಆರ್ಥಿಕ ಒತ್ತಡಗಳು ಇದ್ದರೂ ಊಟ, ತಿಂಡಿ, ಮಿಕ್ಕೆಲ್ಲ ಮಾಮೂಲಿಯೇ. ಸಭ್ಯ ಸುಸಂಸ್ಕೃತ ಸಂಸಾರದ ಜವಾಬ್ದಾರಿ ಹೊತ್ತ ಗೃಹಸ್ಥ ಚಲಪತಿ.

ಹಾರ್ಲಿಕ್ಸ್ ಬೆರೆಸಿಕೊಂಡು ಬಂದು ಕೊಡುವ ವೇಳೆಗೆ ಆಟೋ ಶಬ್ದವಾಗಿ ಧಾವಿಸಿದವಳು ಗೊಂಬೆಯಂತೆ ನಿಂತಳು. ಇಂದಿನಷ್ಟು ತಂದೆ ಕಂಗೆಟ್ಟಿರಲಿಲ್ಲವೆಂದುಕೊಂಡಳು ವರ್ಷ.

"ವರ್ಷ ಬಂದು ತುಂಬ ಹೊತ್ತಾಯ್ತ? ಬೇಗ್ನೆ ಬರೋ ಉದ್ದೇಶವಿದ್ರೂ ಲೇಟಾಯ್ತು" ಮುಗುಳ್ನಗೆಯೊಂದಿಗೆ ಒಳಬಂದರು, ಹೆಂಡತಿಗೆ ಕೈಯಾಸರೆ ನೀಡಿ. 'ಕಿಡ್ನಿ ಪ್ರಾಬ್ಲಮ್ ಇರ್ಬಹ್ದು' ಒಂದು ಅಂದಾಜಿನ ಮೇಲೆ ಹೇಳಿದ್ದರು ಡಾಕ್ಟರ್. ಜೀವ ಉಡುಗಿದಂತಾಗಿತ್ತು ಚಲಪತಿಗಳಿಗೆ. ವರ್ಷ ಹುಟ್ಟಿದಾಗಿನಿಂದ ಅನಾರೋಗ್ಯದಿಂದ ನರಳುವ ಹೆಂಡತಿಗೆ ಖರ್ಚು ಮಾಡುತ್ತಲೇ ಬಂದಿದ್ದರು. ಸುಧಾರಣೆ ಇಲ್ಲದಿದ್ದರೂ ಯಥಾ ಸ್ಥಿತಿ ಕಾಪಾಡಲು ಹೆಣಗಾಡುತ್ತಿದ್ದರು. ಈಗ ಮತ್ತೊಂದು ತೀವ್ರತೆರನಾದ ಆಘಾತ. ಇದ್ದಬದ್ದ ಹಣವನ್ನೆಲ್ಲ ಅಜ್ಜೀಯ ವಸಿಷ್ಠನಿಗೆ ಕೊಟ್ಟು ವರ್ಣನ ಅವರಿಗೆ ಒಪ್ಪಿಸಿದ್ದರು. ಈಗ ಮತ್ತೆಲ್ಲಿಯ ಧೈರ್ಯ, ಹಣದ ವ್ಯವಸ್ಥೆ? ಸುತ್ತಲೂ ಬಂದು ಕತ್ತಲಾವರಿಸಿತ್ತು.

"ಹಲೋ..." ಎಂದು ತಾವೇ ಮುಂದೆ ಹೋಗಿ ನೀಲಕಂಠಯ್ಯನ ಕೈ ಹಿಡಿದು ವಿಶ್ವಾಸದಿಂದ ಮಾತಾಡಿಸಿದರು ಚಲಪತಿ. "ದಯವಿಟ್ಟು ಕ್ಷಮ್ಸಿಬಿಡು, ನೀಲಕಂಠ. ನಮ್ಮ ಉದ್ದೇಶ, ಭಗವಂತನ ಉದ್ದೇಶ ಬೇರೆ ಬೇರೆಯಾದಾಗ ಇಂತಹದು

ಸಂಭವಿಸುತ್ತೆ. Marriages are made in heaven ಅನ್ನೋ ಒಂದು ಮಾತಿದೆ. ಎಲ್ಲ ಹೇಗಿದ್ದಾರೆ?" ಆ ಬಗ್ಗೆ ಮಾತುಗಳು ಬೇಡವೆಂದು ಎರಡೇ ಮಾತಿನಲ್ಲಿ ತಿಳಿಸಿ ಕುಶಲ ವಿಚಾರಿಸಿದರು. ಯಾಕೋ ಅವರಿಗೂ ಮಾತಾಡಲು ಬಾಯಿ ಬರಲಿಲ್ಲ.

ಏನೇನೋ ಮಾತು ಆಡಿ ಮುಗಿಸಿದನಂತರ ವಿಚಾರಿಸಿದರು. "ಹೇಗಿದ್ದಾಳೆ ವರ್ಣ? ಬಹಳ ದೊಡ್ಡ ಜನಾಂತ ಕೇಳ್ದೆ. ಇಡೀ ಮನೆ ಪೂರ್ತಿ ವಿದ್ಯಾವಂತ್ರು ಅಂತ ಕೇಳ್ದೆ. ಹೋಗ್ಲಿ ಬಿಡು, ಒಳ್ಳೆ ಕಡೆ ಸೇರ್ದಂಗೆ ಆಯ್ತು."

ಮೌನವಾಗಿ ಹಾರ್ಲಿಕ್ಸ್ ಕುಡಿದಿಟ್ಟ ಲೋಟಗಳನ್ನ ಎತ್ತಿಕೊಂಡು ಹೋದ ವರ್ಷ ಅಡಿಗೆಯ ಮನೆಯ ಗೋಡೆಗೊರಗಿ ನಿಂತವಳು ಫಿಲ್ಟರ್‌ನಲ್ಲಿದ್ದ ಡಿಕಾಕ್ಷನ್ ಬಗ್ಗಿಸಿಕೊಂಡು ತುಟಿಯ ಬಳಿಗೆ ಒಯ್ದಳು. ಒಂದು 'ಸಿಪ್' ಕುಡಿದಿಟ್ಟು ಮುಖ ಸಿಂಡರಿಸಿದಳು. ಈಗ ರುಚಿ ಆರೋಗ್ಯವೋ ಅನಾರೋಗ್ಯವೋ ಅವಳಿಗೆ ಮಾತ್ರ ಒಗ್ಗದ ಟೇಸ್ಟ್.

"ನಂಗೆ ಸಕ್ಕರೆ ಸಾಲ್ದು. ಎರ್ಡು ಸ್ಪೂನ್ ಪೂರ್ತಾ ಹಾಕು" ಒಮ್ಮೊಮ್ಮೆ ಹೇಳುತ್ತಿದ್ದ ವರ್ಣಳ ನೆನೆಸಿಕೊಂಡಾಗ ಕಣ್ತುಂಬಿತು. 'ನೀನು ಆರಿಸಿಕೊಂಡ ಪಾಲು. ಇದಕ್ಕೆ ಬೇರೆ ಯಾರೂ ಹೊಣೆಗಾರರಲ್ಲ' ಗೋಡೆಗೊರಗಿದವಳು ನಿಧಾನವಾಗಿ ಜಾರಿದಂತೆ ಕುಸಿದಳು.

ಎಸೆಯಲು ಸುತ್ತಿಟ್ಟಿದ್ದ ಪೇಪರ್‌ನಲ್ಲಿನ ಅಕ್ಷರಗಳು ಅವಳ ಗಮನ ಸೆಳೆದವು. 'ಕನ್ನಡ ಚೆನ್ನಾಗಿ ಓದಲು, ಬರೆಯಲು ಬರಬೇಕು. ಹೇಳುವ ಮಾತುಗಳಲ್ಲಿನ ಭಾವನೆಗಳನ್ನು ಅರ್ಥ ಮಾಡಿಕೊಂಡು ಬರೆಯಬೇಕು. ಹದಿನೆಂಟರಿಂದ ನಲ್ವತ್ತು ವಯಸ್ಸಿನಲ್ಲಿರುವ ಮಹಿಳೆಯರು ಮಾತ್ರ ಅರ್ಜಿ ಹಾಕಿಕೊಳ್ಳಬೇಕು.' ಮಿಕ್ಕಿದ್ದು ಹರಿದು ಏನು ಕಾಣದಿದ್ದರೂ ಕೆಳಗಿನ ವಿಳಾಸ ಗುರುತಿಸುವಂತಿತ್ತು. ಷುರುನಲ್ಲಿ ಮತ್ತೇನಿತ್ತೋ ತಲೆ ಕೆಡಿಸಿಕೊಂಡಳು.

ಬಂದ ಬಂಧು ಹೊರಟುಹೋದ ಮೇಲೆ ಮುಚ್ಚಿಡದೆ ಮಗಳಿಗೆ ತಿಳಿಸಿದರು. "ರೋಹಿಣಿಗೆ ಕಿಡ್ನಿ ಪ್ರಾಬ್ಲಮ್ ಅಂದ್ರು. ಟೆಸ್ಟ್‌ಗಳಿಂದ ಅದರ ಪೂರ್ತಿ ಸ್ಥಿತಿಗತಿಗಳ್ನ ತಿಳ್ಕೋಬೇಕು. ಹಿಂದಿನ ಮನೋಧೈರ್ಯ ನನ್ನಲ್ಲಿ ಇಲ್ಲವಾಗಿದೆ."

ತಂದೆಯ ಸ್ಥಿತಿಯನ್ನು ನೋಡಿ ಅವಳ ಕರುಳು ಕಿತ್ತು ಬಂದಂತಾಯಿತು. ತಾವೇ ಕೇಳಿದಾಗಲೂ ಏನು ಹೇಳದಿದ್ದ ಚಲಪತಿ ಈಗ ನರಳುತ್ತಿದ್ದುದು ನಿಸ್ಸಹಾಯಕತೆಯಿಂದ.

"ಅಪ್ಪ, ನಿಮ್ಮಲ್ಲಿ ಎಂದೂ ದುರ್ಬಲತೆ ಕಾಣ್ಲಿಲ್ಲ ಹಿಂದೆ" ಎಂದಳು ವ್ಯಥಿತಳಾಗಿ. ಒಂದು ರೀತಿಯ ಉದಾಸ ನಗೆ ತೇಲಿತು ಅವರ ತುಟಿಗಳ ಮೇಲೆ. "ವರ್ಣಾಳ ನಿರ್ಧಾರ ನನ್ನ ವಿಚಲಿತಳನ್ನಾಗಿ ಮಾಡ್ತು. ಅವ್ಳು ನೆಮ್ದಿಯಾಗಿದ್ರೆ ನಂಗೆ ತೃಪ್ತಿ. ಆದರೆ ಆ ವಿಷ್ಯದಲ್ಲಿ ನಂಗೆ ಅನುಮಾನ. ಆ ತಪ್ಪಿನ ನಿರ್ಧಾರದಲ್ಲಿ ನನ್ನ ಪಾಲೆಷ್ಟು ಇದೆ ಅನ್ನೋದೆ ಚಿಂತೆ" ಮೇಲುಸಿರಿನಿಂದ ಹೇಳಿದರು.

ಈಚಿಗೆ ಪೈಲ್ಸ್ ಇದೆಯೆಂದು ಒಂದು ಆಪರೇಷನ್ ಮಾಡಿಸಿದ್ದರು ರೋಹಿಣಿಗೆ. ಈಗ ಅಂಥ ಖರ್ಚುಗಳನ್ನ ತಡೆದುಕೊಳ್ಳುವ ಶಕ್ತಿ ಇರಲಿಲ್ಲ. ಆಫೀಸ್‌ನಲ್ಲಿ ಕೂಡ ಸಮಾಧಾನವಾಗಿ ಕೆಲಸ ಮಾಡಲು ಅವರಿಂದ ಸಾಧ್ಯವಾಗದೆ, ಎಂದಾದರೂ ತಾನು ಡಿಸ್‌ಮಿಸ್ ಆಗಬಹುದೆಂಬ ಭೀತಿ ಸಹ ಇತ್ತು. ಅದಕ್ಕೆ ಮೊದಲು ತಾವೇ ರಾಜೀನಾಮೆ ಸಲ್ಲಿಸುವ ಇರಾದೆ ಕೂಡ ಅವರದು.

ತಂದೆಯ ಮುಖವನ್ನೇ ನೋಡುತ್ತಿದ್ದ ವರ್ಷ "ನಿಮ್ಮ ಪಾಲೇನು ಇಲ್ಲಪ್ಪ. ಥಾಮಸ್ ಅಲ್ವ ಎಡಿಸನ್ ಒಂದ್ಮಾತು ಹೇಳ್ತಾ ಇದ್ರಂತೆ. ಪ್ರತಿಭೆ ಎಂಬುದರಲ್ಲಿ ತೊಂಬತ್ತೊಂಬತ್ತು ಪಾಲು ಬೆವರು, ಒಂದು ಪಾಲು ಸ್ಫೂರ್ತಿ ಅಂತ. ಅವ್ರ ವ್ಯಾಸಂಗಕ್ಕೆ ಐವತ್ತು ಪರ್ಸೆಂಟ್ ಬೆವರು, ಅಷ್ಟೇ ಪರ್ಸೆಂಟ್ ಸ್ಫೂರ್ತಿ ನೀವೇ ಆಗಿದ್ರೇನೋ! ಡೋಂಟ್ ಮೈಂಡ್ ಅಪ್ಪ" ಒಂದು ತರಹ ಮುಖ ಮಾಡಿದಳು.

ಚಲಪತಿಗಳು ಏನೂ ಮಾತಾಡಲಿಲ್ಲ. ನಿಶ್ಶಬ್ದವಾಗಿ ಸರಿದುಹೋದರು. ವರ್ಷ ತುಟಿ ಕಚ್ಚಿದಳು. ಹಿಂದಿನ ದಿನ ಮಾತಿನ ಸಂದರ್ಭದಲ್ಲಿ "ಡೆಫಿಸಿಟ್ ಫೈನಾನ್ಸಿಂಗ್ ಆಗ್ಬಾರ್ದು (ಕೊರತೆಯಾದಾಗ ಮುದ್ರಿಸುವ ನೋಟುಗಳು). ಅದ್ರಿಂದ ತೊಂದರೇನೇ ಹೆಚ್ಚು." ತಾಯಿ ಬಳಿ ಹೇಳುತ್ತಿದ್ದುದನ್ನು ಕೇಳಿಸಿಕೊಂಡಿದ್ದಳು.

ಖರ್ಚುಗಳು ಅಧಿಕ. ಆದಾಯ ಕಡಿಮೆ. ಈಗ ತಾಯಿಯ ಆರೋಗ್ಯದ ಸುಧಾರಣೆಗೆ ಹೆಚ್ಚು ಹಣ ಬೇಕು. ಎಲ್ಲಿಂದ ತರುವುದು? ಅಸಹಾಯಕತೆ ಕಾಡಿತು ಅವಳನ್ನ.

ಜಿನೀವಾ, ಹರ್ಷದ್ ಮೆಹತಾ, ಚಂದ್ರಾಸ್ವಾಮಿ, ದಾವೂದ್ ಇಬ್ರಾಹಿಂ, ಹವಾಲಾ ರಾಕೆಟ್ - ಇಂಥದ್ದೆಲ್ಲ ಅವಳ ಮಿದುಳಿನಲ್ಲಿ ಸುಳಿದು ಸ್ವಲ್ಪ ರಿಲ್ಯಾಕ್ಸ್ ಆದಳು.

ವೈಯಕ್ತಿಕ ಬದುಕನ್ನು ಮರೆಯಲು, ಸಾಮಾಜಿಕ ಜೀವನಕ್ಕೆ ಸ್ಪಂದಿಸಲು ಇಂಥದೆಲ್ಲ ಬೇಕು. ಪೇಪರ್ ಪತ್ರಿಕೆಗಳನ್ನು ಮುಂದೆ ಹಾಕಿಕೊಂಡು ಕೂತಾಗ ವರ್ಣಳ ನೆನಪಾಯಿತು.

ವ್ಯಾಸಂಗಕ್ಕೆ ಸಂಬಂಧಪಟ್ಟ ಪುಸ್ತಕಗಳನ್ನು ಬಿಟ್ಟು ಇನ್ನೊಂದು ಪುಸ್ತಕ, ಪತ್ರಿಕೆ, ಕಡೆಗೆ ದಿನಪತ್ರಿಕೆಯತ್ತ ಕೂಡ ಗಮನ ಹರಿಸುತ್ತಿರಲಿಲ್ಲ. ಏನಾದರೇನು, ಪ್ರತಿದಿನವು ಅವಳಿಗೆ ಕೇಳುವಂತೆ ಓದಿ ಛೇಡಿಸುತ್ತಿದ್ದಳು.

ಯಾಕೋ ವರ್ಣ ಒಂದು ಪ್ರಶ್ನೆಯೆಂದುಕೊಂಡಳಷ್ಟೆ.

* * * *

ಕಾಲೇಜಿನ ಬಿಡುವಿನ ಸಮಯದಲ್ಲಿ ಪೇಪರ್‌ನಲ್ಲಿ ಗುರುತು ಹಾಕಿಕೊಂಡಿದ್ದ ವಿಳಾಸಕ್ಕೆ ಒಂದು ಪತ್ರ ಬರೆದಳು ಚಿಕ್ಕದಾಗಿ. ತನ್ನ ಕ್ವಾಲಿಫಿಕೇಶನ್, ಇಂಟಲಿಜೆನ್ಸ್ ಬಗ್ಗೆ ಬರೆದು ಪೋಸ್ಟ್ ಮಾಡಿದಳು. ಮೊದಲಾದರೂ ಒಂದಿಷ್ಟು ಓದುತ್ತಿದ್ದಳು. ಈಗ ಪುಸ್ತಕ ಮುಂದಿಟ್ಟುಕೊಂಡರೇ ವರ್ಣಳ ನೆನಪು. ಮತ್ತೆ ಆಫೀಸ್‌ಗಾಗಲೀ,

ಮನೆಗಾಗಲೀ ಹೋಗಬೇಕೆನಿಸಿರಲಿಲ್ಲ. ಒಂದು ದಿನ ಶಾಲಿನಿ ಕೈಯಲ್ಲಿ ಒಂದು ಪತ್ರ ಬರೆದುಕೊಟ್ಟಳು.

"ಮನೆಗೆ ಬರೋಕ್ಹೇಳಿ" ಎಂದಿದ್ದಳು. ಶಾಲಿನಿ ಮರುದಿನವೇ ಫೋನ್ ಮಾಡಿ "ನನ್ನ ಕೆಲ್ಸ ಮಾಡಿ ಮುಗಿಸ್ತೀನಿ. ವರ್ಣ ಸದಾ ಬಿಜಿಯ ಮೂಡ್‌ನಲ್ಲಿರ್ತಾಳೆ. ಸದಾ ಅಭಿಷೇಕ ಜೊತೆ ಇರೋದ್ರಿಂದ ಪರ್ಸನಲ್ಲಾಗಿ ಏನು ಮಾತಾಡೋಕ್ಕಾಗಲ್ಲ. ಇಂಟರ್‌ಆಕ್ಟೀವ್ ಕಂಪ್ಯೂಟಿಂಗ್ ಸಿ.ಡಿ. - ರೋಮ್ ಆರಂಭಿಸುವ ಯೋಜನೆಯಲ್ಲಿದ್ದಂಗೆ ಕಾಣುತ್ತೆ. ಎನಿ ವೇ. ಆಲ್ ದಿ ಬೆಸ್ಟ್.... ಬೇಗ ನಿಮ್ಮನ್ನೆಲ್ಲ ಬಂದು ನೋಡೋ ಬುದ್ಧಿ ವರ್ಣಗೆ ಕೊಡ್ಲಿ" ಫೋನಿಟ್ಟಳು.

ಅದಾದ ವಾರದ ನಂತರವೂ ವರ್ಣ ಬರುವುದಿರಲಿ, ಒಂದು ಸಣ್ಣ ಪ್ರತಿಕ್ರಿಯೆ ಕೂಡ ಕಾಣದಿದ್ದಾಗ ಆಕಾಶ ಕಳಚಿ ಭೂಮಿಯಲ್ಲಿ ಸೇರಿ ಹೋಗಿ ಇಡೀ ಸೃಷ್ಟಿಯೇ ನಾಶವಾಗಿಹೋದಂತೆ ಎನಿಸಿತು. 'ಮಿದುಳು ಇರೋ ಜನಕ್ಕೆ ಹೃದಯ, ಮನಸ್ಸು ಇರಬಾರದ?'

ತರಗತಿಯಲ್ಲಿದ್ದಾಗಲೇ ವರ್ಣ ಬಂದ ಸುದ್ದಿ ಕೇಳಿ ಧಾವಿಸಿ ಬಂದಳು. ಆವೇಗದಿಂದ ಸಂತೋಷದ ಉದ್ವೇಗದಿಂದ ನಡುಗುತ್ತಿದ್ದಳು.

"ವರ್ಣನ ಹೋಗಿ ಕರ್ದು ಬರಬಾರ್ದಿತ್ತ!" ದಿನಕ್ಕೊಮ್ಮೆಯಾದರು ಅವಳಮ್ಮ ನೆನಪಿಸುವಾಗ ಬೇರೆ ಬೇರೆ ಸಬೂಬುಗಳು. "ಅಮ್ಮ, ನಮ್ಮಷ್ಟು ಪುರಸತ್ತಿನ ಜನವಲ್ಲ. ಇರೋ ಬುದ್ಧಿಯೆಲ್ಲ ಖರ್ಚು ಮಾಡಿ ನೋಟುಗಳ ರೂಪದಲ್ಲಿ ಪರಿವರ್ತಿಸುತ್ತಿದ್ದಾರೆ. ನಂಗೆ ಕಾಲೇಜಿಗೆ ಹೋಗ್ಬರೋದು ಕಷ್ಟ. ಮತ್ತಷ್ಟು ಟೆಕ್ನಾಲಜಿ ಇಂಪ್ರೂಮೆಂಟ್ಸ್‌ಗಾಗಿ ದಂಪತಿಗಳು ವಿದೇಶಗಳಿಗೆ ಹೋಗಿ ಬರ್ತಾ ಇದ್ದಾರೆ. ವಿಪರೀತ ಬುದ್ಧಿವಂತರು ಒಂದ್ಕಡೆ ಸೇರ್ಬಿಟ್ರೆ.... ಇದೇ ಅವಸ್ಥೆ." ನಗುತ್ತ ಏನಾದರೂ ಮಾತಾಡಿ ಅವರನ್ನು ಹಗುರಗೊಳಿಸುತ್ತಿದ್ದಳು. ಆದರೆ ಇಂದಿನ ಸಂತೋಷಕ್ಕೆ ಯಾವುದೇ ಬೆಲೆ ಕಟ್ಟುವ ಸ್ಥಿತಿಯಲ್ಲಿರಲಿಲ್ಲ.

"ಹೇಗಿದ್ದೀ ವರ್ಣಕ್ಕ?" ಅವಳ ತೋಳಿಗೆ ಜೋತುಬಿದ್ದಳು. "ಅಮ್ಮನಿಗೇನೋ ಹುಷಾರಿಲ್ಲಾಂತ ಬರಿದಿದ್ದೆಯಲ್ಲ. ಈಗ ಹೇಗಿದ್ದಾರೆ?" ಅವಳ ಕೇಳಿಕೆಯಲ್ಲಿ ಯಾವ ಉತ್ಸಾಹ, ಆತಂಕ, ಭಾವನೆಗಳ ಸಂಘರ್ಷವಿದ್ದ ಹಾಗೇ ಕಾಣಲಿಲ್ಲ. ಅಥವಾ ವರ್ಣ ಮಾತಾಡುವ ರೀತಿಯೇ ಹಾಗೇನಾ! ಜೊತೆಯಲ್ಲಿ ಬೆಳೆದ ಅವಳಿಗೆ ಏನೇನೂ ಅರ್ಥವಾಗಲಿಲ್ಲ.

"ಈಗ ಪರ್ವಾಗಿಲ್ಲ. ಅದೇ ವೀಕ್‌ನೆಸ್. ನೀನ್ಯಾಕೆ ಮನೆಗೆ ಬರ್ಲಿಲ್ಲ?" ಎನ್ನುತ್ತಲೇ ಕಾಲೇಜಿನ ಕಾರಿಡಾರ್ ದಾಟಿ ಹೊರಗೆ ಬಂದರು. ತನ್ನ ಪರ್ಸ್‌ನಿಂದ ಒಂದು ಡೈರಿ ತೆಗೆದು ಅವಳಿಗೆ ಕೊಟ್ಟಳು. ಬೆಳಿಗ್ಗೆ ಏಳುವ ಸಮಯದಿಂದ ಹಿಡಿದು ರಾತ್ರಿ ಬೆಡ್ ತಲುಪುವ ಘಳಿಗೆ ಲೆಕ್ಕ ಹಾಕಿದಂತೆ ಟೈಮ್ ಟೇಬಲ್ ಸಿದ್ಧವಾಗಿತ್ತು. ರಾತ್ರಿ ಮಲಗುವ ಎಂಟು ಗಂಟೆ ಬಿಟ್ಟರೇ ಪ್ರತಿ ಸಮಯವು ಎಂಗೇಜ್. ಕೆಲವೊಮ್ಮೆ ಒಂದೆರಡು ಗಂಟೆಗಳು ನಿದ್ದೆಯಲ್ಲಿ ಕಡಿತ ಬೀಳುತ್ತಿತ್ತು ಕೂಡ.

"ನಿಂಗೇಂತ ಏನು ಸಮಯವಿಲ್ವಾ! ಯಂತ್ರಕ್ಕೂ ನಿಂಗೂ ಏನೂ ವ್ಯತ್ಯಾಸವಿಲ್ಲ. ಈಗ ಮನೆಗೆ ಹೋಗೋಣ್ವಾ?" ಸ್ವಲ್ಪ ಬಿರುಸಿಂದಲೇ ಕೇಳಿದಳು ವರ್ಷ.

ಅನುಮಾನಿಸುವಂತೆ ಕಂಡವಳು ಟೈಮ್ ನೋಡಿ "ಮುಕ್ಕಾಲು ಗಂಟೆಯೊಳ್ಗೆ ನಾನು ಆಫೀಸ್‌ನಲ್ಲಿ ಇರ್ಬೇಕು. ಅಭಿಷೇಕ್ ಮಿನಿಸ್ಟರ್‌ನ ಮೀಟ್ ಮಾಡೋಕೆ ಹೋಗಿದ್ದಾರೆ. ಶಾಲಿನಿ ಮ್ಯಾನೇಜ್ ಮಾಡ್ಕೋತೀನೀಂತ ಕಳ್ಸಿದ್ಲು" ಎಂದಾಗ ಕೈಯೆತ್ತಿ ಮುಗಿಯಬೇಕೆನಿಸಿತು ವರ್ಷಗೆ. ಹಂಗಿಸಲಿಲ್ಲ.

"ಕಾರಿನಲ್ಲಿ ಹೋಗ್ಬಂದ್ಬಿಡ್ಬಹ್ದು! ಅಮ್ಮ ನಿಂಗೋಸ್ಕರ ತುಂಬ ಹಲಬ್ತಾರೆ" ಎಂದು ಹೆಜ್ಜೆಯ ವೇಗ ಹೆಚ್ಚಿಸಿದಳು. ಎರಡು ವಿದೇಶಿ ಕಾರುಗಳುಳ್ಳ ಮನೆಯವರ ಸೊಸೆ ಕಾರಿನಲ್ಲಿ ಬಂದಿರುತ್ತಾಳೆಂಬುದು ಅವಳ ಎಣಿಕೆ. ಅದು ಸುಳ್ಳಾಗಿತ್ತು. "ಬಸ್ಸು ಕ್ಯಾಚ್ ಮಾಡಿ ಹೋಗ್ಬೇಕೂಂದ್ರೆ ಒಂದೆರಡು ಗಂಟೆಗಳೇ ಆಗುತ್ತೆ. ಡ್ಯಾಡಿ.... ಬಂದ್ಬಿಡ್ತಾರೆ. ಅನಾವಶ್ಯಕವಾಗಿ ಒಂದ್ನಿಮ್ಷ ಕೂಡ ಪೋಲಾಗೋದು ಅವ್ರಿಗಿಷ್ಟವಿಲ್ಲ" ಎಂದಳು ವರ್ಣ ಕನಿಷ್ಠ ಸಂಕೋಚವನ್ನು ಕೂಡ ಇಟ್ಟುಕೊಳ್ಳದೇ. ಸ್ತಬ್ಧವಾದಳು ವರ್ಷ. ಅಂದರೆ ತಾಯಿ, ತಂದೆಯವರು ಇವರ ಮಟ್ಟಿಗೆ ವೇಸ್ಟ್ ಪ್ರಾಡಕ್ಟ್? ಮೈ ಗಾಡ್, ಇಂಥ ಸಂತತಿ ಹೆಚ್ಚಾಗಿಬಿಟ್ಟರೆ ಸೃಷ್ಟಿ ಧರ್ಮವೇ ವ್ಯತಿರಿಕ್ತವಾಯಿತೆನ್ನುವಂತೆ, ಸೃಷ್ಟಿಸಿದ ಭಗವಂತನೇ ವಿಸ್ಮಯದಿಂದ ತಲೆಯ ಮೇಲೆ ಕೈಯೊತ್ತು ಕೂಡಬಹುದೇನೋ.

"ವರ್ಣಕ್ಕ. ಏನು ಮುತ್ತಿನಂಥ ಮಾತಾಡ್ಬಿಟ್ಟೆ. ಅಪ್ಪ, ಅಮ್ಮನ ನೋಡೋಕ್ಬಂದ್ರೆ ನಿನ್ನ ಟೈಮ್ ವೇಸ್ಟ್ ಆಗುತ್ತೆ. ಎಂಥ ಅದ್ಭುತ ವಿಚಾರ!" ಎಂದಳು ಸ್ವಲ್ಪ ಉದ್ವಿಗ್ನಳಾಗಿ ವರ್ಷ.

"ನಾನಲ್ಲ, ಡ್ಯಾಡಿ ಹಾಗಂತಾರೆ!" ಹೇಳಿದಳು.

ಡ್ಯಾಡಿ ಎನ್ನುವ ಮಹಾಪುರುಷ ಯಾರೆಂದು ಗೊತ್ತು. ಅಜೇಯ ವಸಿಷ್ಠನ ಸಾಮಾನ್ಯರ ಜಾತಿಗೆ ಸೇರಿಸಲು ಇಚ್ಛಿಸಲಿಲ್ಲ ವರ್ಷ. ಮಾತು ಕೂಡ ಬೇಡವೆನಿಸಿತು ಅವಳಿಗೆ.

"ಓಕೆ ಬಸ್ಸಿಗೆ ಕಾಯೋದ್ಬೇಡ. ಆಟೋದಲ್ಲಿ ಹೋಗಿ ಮತ್ತೆ ನಿಮ್ಮ 'ವಸಿಷ್ಠ'ಗೆ ತಂದ್ಬಿಡ್ತೀನಿ. ಅಂದರೆ ಆಫೀಸ್‌ಗೆ. ಉದ್ದನೆ ಹೆಸರನ್ನು ಒಂದಿಷ್ಟು ಮೊಟಕು ಮಾಡ್ಕೋಬೇಕು. V.K. ಅಂದರೆ ನಿಮ್ಮ ಆಫೀಸ್. V.H. ಅಂದರೆ ನಿಮ್ಮ ರಾಜಗೃಹ. ಇದಕ್ಕೇನಾದ್ರು ಅಭ್ಯಂತರವಿದ್ಯಾ. ಅಕಸ್ಮಾತ್ ನಿಮ್ಮ ಡ್ಯಾಡಿನ ವಿಚಾರ್ಸಿ ಅಭ್ಯಂತರವಿದ್ರೆ ತಿಳ್ಸು" ಎಂದಳು. ಇಬ್ಬರೂ ಆಟೋ ಹತ್ತಿದರು. ಪ್ರೀತಿ, ಮಮತೆ, ನೋವು, ನಲಿವು, ಕಷ್ಟ, ನಷ್ಟ ಪ್ರತಿಯೊಂದು ಸವೆದ ನಾಣ್ಯಗಳೆನಿಸಿತು ವರ್ಷಗೆ.

ಮಗಳನ್ನು ನೋಡಿದ ರೋಹಿಣಿ ತಬ್ಬಿಕೊಂಡು ಬಿಕ್ಕಿ ಬಿಕ್ಕಿ ಅತ್ತರು. 'ಮಕ್ಕಳನ್ನು ಪ್ರೀತಿಸಿದ ಹಾಗೆ, ಒಂದು ಪ್ರಾಣಿಯನ್ನೋ ಒಂದು ನವಿಲನ್ನೋ ಪ್ರೀತಿಸುವುದು ಕಷ್ಟ' ಇದು ಅಂಬಿಕಾತನಯದತ್ತರ ಅರ್ಥಪೂರ್ಣ ವಾಣಿ. ಜೀವನಕ್ಕೆ ಎಷ್ಟೊಂದು ಹತ್ತಿರ. 'ಕರುಳಿನ ಸಂಬಂಧ ತಿಳಿಯುವುದು ಕರುಳಿಗೆ, ತಲೆಗೇನು ಕಂಡೀತು...' ಅದನ್ನೇ ಮೆಲುಕು ಹಾಕಿದಳು ತಾಯಿ ಹರಿಸುತ್ತಿದ್ದ ವಾತ್ಸಲ್ಯದ ಗಂಗೆಯನ್ನು ನೋಡಿ ವರ್ಷ.

"ಯಾಕೆ ಬಡವಾಗಿದ್ದೀಯಾ?" ವಿಚಾರಿಸಿದರು ರೋಹಿಣಿ. ತಾಯಿ ಮಗಳನ್ನು ಬಿಟ್ಟು ವರ್ಷ ಅಡಿಗೆಯ ಮನೆಗೆ ಹೋದಳು. ಗಟ್ಟಿ ಹುಳಿಯಲ್ಲಿ ಅನ್ನವನ್ನು ಕಲೆಸಿಕೊಂಡು ಬಂದು ಅವರ ಮುಂದಿಟ್ಟಳು.

"ಮಾತಿನ ಮಧ್ಯೆ ತಿಂದ್ಬಿಡು. ವೇಳೆಯ ಬೆಲೆಯರಿತ ವಸಿಷ್ಠ ಫ್ಯಾಮಿಲಿಯ ಸದಸ್ಯಳಲ್ವಾ! ಬೇಗ, ಕ್ವಿಕ್..." ಅವಳೇ ಅವಸರಿಸಿದಳು.

ತಟ್ಟೆಯಲ್ಲಿನ ಅನ್ನ ನೋಡಿ ವರ್ಣಾಗೆ ಸ್ವರ್ಗ ಕಂಡಷ್ಟು ಸಂತೋಷವಾಯಿತೇನೋ, ಗಬ ಗಬ ತಿಂದು ನೆತ್ತಿ ಹತ್ತಿ ಎರಡು ಮೂರು ಸಲ ನೀರು ಕುಡಿದು ಎದ್ದೇಬಿಟ್ಟಳು.

ರೋಹಿಣಿ ಹುಬ್ಬೇರಿತು. "ಇದೇನಿದು, ಇಷ್ಟು ಬೇಗ! ಅಪರೂಪಕ್ಕೆ ಬಂದಿದ್ದೀಯಾ, ನಿಮ್ಮಪ್ಪನ್ನ ನೋಡದೇ ಹೋಗ್ತೀಯಾ! ನಿಮ್ಮನ್ನೆಲ್ಲ ಪ್ರಾಣ ಇಟ್ಕೊಂಡ್ ಸಾಕಿದ್ರು" ಕಣ್ಣೀರು ಹಾಕಿದರು.

ವರ್ಷ ಆಕೆಯ ಕಣ್ಣೀರು ತೊಡೆದು "ಏನಮ್ಮ, ಇದು! ವರ್ಣಕ್ಕ ತುಂಬ ಬಿಜಿಯಾಗಿದ್ದಾಳೆ. ಒಂದೇ ಊರು. ಇದೇ ಸಿಟಿಯಲ್ಲಿ ತಾನೇ ಇರೋದು. ಆಗಾಗ ಬರ್ತಾಳೆ. ಇನ್ನೊಂದು ದಿನ ಅಪ್ಪನ್ನ ನೋಡೋ ಸಲುವಾಗಿ ಬರ್ತಾಳೆ" ಸಂತೈಸಿದಳು.

ಇಬ್ಬರೂ ದಾಪುಗಾಲು ಹಾಕುತ್ತ ಆಟೋಸ್ಟಾಂಡ್‌ಗೆ ಬಂದಾಗ ಒಂದೂ ಆಟೋ ಇರಲಿಲ್ಲ. "ಈಗೇನು ಮಾಡೋದು?" ವರ್ಣಾಳ ಆತಂಕ.

ಹಣೆಗೆ ಕೈಯೊತ್ತಿದಳು ವರ್ಷ "ನಾವೇನು ಹಿಮಾಲಯದ ಮೇಲಿದ್ದೀವಾ, ಆಟೋ ಸ್ಟಾಂಡ್‌ನಲ್ಲೇ ತಾನೇ ಇರೋದು, ಆಟೋಗಳು ಬರುತ್ತೆ. ಏನೇನೊ ತಿಳೀತು. ನಂಗಂತೂ ಏನೇನು ಅರ್ಥವಾಗಲಿಲ್ಲ. ಎರ್ಡು ಸಲ ಹೋಗ್ಬಂದ್ರಿ ನ್ಯೂಯಾರ್ಕ್‌ಗೆ. ನಿಮ್ಮ ಕಾರ್ಪೋರೇಷನ್‌ನ ಮುಂದಿನ ಡೆವಲಪ್‌ಮೆಂಟ್ಸ್ ಏನು?" ಕೇಳಿದಳು. ವರ್ಷಳಿಗೆ ಇಂಟರೆಸ್ಟ್ ಇಲ್ಲದಿದ್ದರೂ ಆಟೋ ಬರೋವರೆಗೂ ನಿಲ್ಲಿಸಬೇಕಾದುದ್ದರಿಂದ ಈ ಮಾತನ್ನು ತೆಗೆದಿದ್ದಳಷ್ಟೆ.

ನಿಧಾನವಾಗಿ ವರ್ಣ ಬಾಯಿಬಿಟ್ಟಳು "ಈಗ ಸಿ.ಡಿ. ಅಂದರೇ ಕಾಂಪ್ಯಾಕ್ಟ್ ಡಿಸ್ಕ್‌ಗಳು ಕ್ಯಾಸೆಟ್ ಸ್ಥಾನವನ್ನು ಆಕ್ರಮಿಸಿಕೊಂಡಿರುವುದರಿಂದ ಸಿ.ಡಿ. ಪ್ಲೇಯರ್‌ಗಳು ಹೆಚ್ಚೆಚ್ಚು ಜನಪ್ರಿಯವಾಗಿವೆ. ಸಿ.ಡಿ.ಯ ಮಾಯಾಜಾಲ ಬರೀ ಮ್ಯೂಸಿಕ್ ಸಿಸ್ಟಂಗೆ ಸೀಮಿತವಾಗದೆ ಕಂಪ್ಯೂಟರ್ ಕ್ಷೇತ್ರಕ್ಕೂ ಲಗ್ಗೆ ಇಟ್ಟಿದೆ. (C.D. Rom-ಕಾಂಪ್ಯಾಕ್ಟ್ ಡಿಸ್ಕ್ - ರೀಡ್ ಓನ್ಲಿ ಮೆಮೋರಿ) ಎಂಬ ಹೆಸರಿನಲ್ಲಿ ಮಾಹಿತಿ ತಂತ್ರಜ್ಞಾನ ಕ್ಷೇತ್ರದಲ್ಲಿ ಅದ್ಭುತವಾದ ಬದಲಾವಣೆಗೆ ಕಾರಣವಾಗಿದೆ. ಕಂಪ್ಯೂಟರ್‌ನ ಮಾಹಿತಿ ಸಂಗ್ರಹಕ್ಕಾಗಿ ಡಿಸ್ಕ್‌ಗಳ್ನ ಬಳಸಲಾಗುತ್ತಿದೆ. ಇಡೀ ಮ್ಯಾಗ್ನೆಟಿಕ್ ಮೆಮೊರಿಯ ಸಾಧನಗಳು, ಈ ಡಿಸ್ಕ್‌ಗಳಲ್ಲಿ ಫ್ಲಾಪಿ ಡಿಸ್ಕ್ ಹಾಗೂ ಹಾರ್ಡ್ ಡಿಸ್ಕ್ ಎರಡು ವಿಧ, ಫ್ಲಾಪಿ ಡಿಸ್ಕ್‌ಗಳು ಗಾತ್ರದಲ್ಲಿ ಚಿಕ್ಕವು. ಪೋರ್ಟಬಲಿಟಿ ಇವುಗಳ ದೊಡ್ಡ ಪ್ರಯೋಜನ. ಅಂಥ ಒಂದು ದೊಡ್ಡ ಘಟಕ ಆರಂಭವಾಗುತ್ತೆ ವಸಿಷ್ಠ ಕಂಪ್ಯೂಟರ್ ಸಾಫ್ಟ್‌ವೇರ್

ಡೆವಲಪ್‌ಮೆಂಟ್‌ನ ಇನ್ನೊಂದು ಭಾಗವಾಗಿ" ಎಂದಳು. ಅವಳೆಷ್ಟು ವೇಗವಾಗಿ ಹೇಳಿದಳೆಂದರೇ, ಆತುರಾತುರವಾಗಿ ಮೇಷ್ಟ್ರು ಅಂದಿನ ಪಾಠಗಳನ್ನು ಮುಗಿಸುವಂತೆ.

ನಿಬ್ಬೆರಗಾಗಿ ನೋಡಿದಳು ಅಕ್ಕನನ್ನು. ಮೂಢಿ, ಮೌನಿ ಎನ್ನುವುದನ್ನು ಮರೆತಂತೆ ಮಾತಾಡಿದ್ದಳು.

ಅತ್ತಿತ್ತ ನೋಡಿದ ವರ್ಷ ಆಟೋ ಬರೋ ಸೂಚನೆ ಕಾಣದಿದ್ದಾಗ "ಡೋಂಟ್ ಫಿಯರ್, ಈ ತಿರುವಿನಲ್ಲಿರೋ ಸಣ್ಣ ಹೋಟೆಲ್‌ನ ಮುಂಭಾಗದಲ್ಲಿ ಆಟೋಗಳ್ನ ನಿಲ್ಸಿರ್ತಾರೆ. ಹೋಗಿ ಕರ್ಕೊಂಡ್ಬರ್ತೀನಿ" ಹೇಳಿ ಹೋದವಳು ಒಬ್ಬಳೇ ಹಿಂದಿರುಗುವಾಗ ವರ್ಣ ಮುಖ ಬದಲಾಯಿತು. "ಈಗೇನ್ಮಾಡೋದು?" ಬೇಸರದಿಂದ ಕೇಳಿದಳು.

"ಏನು ಮಾಡ್ಬೇಡ, ಆಟೋ ಇದೆ. ಡ್ರೈವರ್ ಊಟ ಮಾಡ್ತಾ ಇದ್ದಾರೆ. ಈಗ ಬಂದ್ಬಿಡ್ತಾರೆ" ಹೇಳಿದಳು ಸಮಾಧಾನದಿಂದ. ಆದರೂ ವರ್ಣಳ ಚಡಪಡಿಕೆಯೆ.

"ಇನ್ನೊಂದು ಪ್ರಶ್ನೆ.... ಒಂದೇ... ಒಂದು; ಅದೂ ಕಂಪ್ಯೂಟರ್‌ಗೆ ಸಂಬಂಧಪಟ್ಟಿದ್ದೆ. ಫ್ಲಾಪಿ ಡಿಸ್ಕ್ ಮತ್ತು ಹಾರ್ಡ್ ಡಿಸ್ಕ್‌ನ ನಡುವಿನ ವ್ಯತ್ಯಾಸವೇನು?" ಎಂದಳು. ಸದ್ಯಕ್ಕೆ ಆಟೋ ಬರುವವರೆಗೂ ಹಿಡಿದಿಡಬೇಕಿತ್ತು ಅವಳನ್ನ. ವೈಯಕ್ತಿಕ ಅಥವಾ ಬೇರೆ ವಿಷಯವಾಗಿದ್ದರೇ ಕಸಿವಿಸಿಗೊಳ್ಳುತ್ತಿದ್ದಳೇನೋ. ಆದರೆ ವರ್ಣ ಉತ್ಸಾಹತೋರಿದಳು. "ಫ್ಲಾಪಿ ಡಿಸ್ಕ್‌ಗಳು ಗಾತ್ರದಲ್ಲಿ ಚಿಕ್ಕವು. ಸುಲಭವಾಗಿ ಎಲ್ಲೆಂದರಲ್ಲಿ ಕೊಂಡೊಯ್ಯಬಹುದು. ಆದರೆ ಇವುಗಳ ಸ್ಮರಣಶಕ್ತಿ ಸೀಮಿತ 360 ಕೆ.ಬಿ.ಯಿಂದ 2.88 ಮೆಗಾ ಬೈಟ್‌ಗಳವರ್ಗೆ ಇದರ ಸಾಮರ್ಥ್ಯ. ಹಾರ್ಡ್ ಡಿಸ್ಕ್‌ಗಳು ಫಿಕ್ಸ್‌ಡಿಸ್ಕ್‌ಗಳು. ಇವುಗಳನ್ನು ಸಣ್ಣ ಲೋಹದ ಡಬ್ಬದಲ್ಲಿಯೆ ಅಡಗಿಸಿಡುತ್ತಾರೆ. ಕಂಪ್ಯೂಟರ್ ಒಳಗಡೆ ಇವುಗಳನ್ನು ಅಳವಡಿಸಿರುತ್ತಾರೆ. ಒಂದ್ಕಡೆಯಿಂದ ಮತ್ತೊಂದೆಡೆ ಸಾಗಿಸೋದು ಕಷ್ಟ" ಎಂದಳು. ಈ ಅರೆಬರೆ ವಿಷಯದಿಂದ ವರ್ಷಗೆ ಅರ್ಥವಾಗಲಿಲ್ಲ.

ಆಟೋನ ಜೋರಾಗಿಯೇ ವರ್ಣ ಕೂಗಿದಳು. "ಪರ್‍ವಾಗಿಲ್ಲ. ನಿಂಗೂ ಜೋರಾದ ಗಂಟಲಿದೆ. ಅದಿರ್‍ಲಿ ಕಂಪ್ಯೂಟರ್ ಅಂದರೇನು ಅಷ್ಟಕ್ಕೆ ಉತ್ತರ ಸಾಕು." ಉತ್ತರಿಸುವ ಮುನ್ನವೇ ವರ್ಣ ಹತ್ತಿದಳು.

"ನಾನು ಬರ್ಬೇಕಾ?" ಕೇಳಿದಳು ವರ್ಷ. ಪರ್ಸ್ ತೆಗೆದು ನೋಡಿದ ವರ್ಣ "ಆಟೋಗೆ ಹಣ..." ಎಂದಳು. ವರ್ಷಳ ಎದೆ ಧಸಕ್ಕೆಂದಿತು. ಅವಳು ಬಂದಿದ್ದು ಬರೀ ಕೈಯಲ್ಲಿ. ತಾನೂ ಹತ್ತಿ ಕೂತಳು. ವರ್ಣಳನ್ನು ಅವಳ ಆಫೀಸ್‌ನ ಮುಂದೆ ಇಳಿಸಿ "ನನ್ನ ಪ್ರಶ್ನೆಗೆ ಉತ್ತರ ಕೊಡು. ಕಂಪ್ಯೂಟರ್ ಕೆಲ್ಸ ಏನು?"

"ಆಪರೇಟರ್ ನೀಡುವ ಸೂಚನೆಯನ್ನು ವಿಶ್ಲೇಷಿಸಿ ಅದರಂತೆ ಕಾರ್ಯನಿರ್ವಹಿಸುವುದೇ ಕಂಪ್ಯೂಟರ್" ಹೇಳಿದಳು ಸರಳವಾಗಿ. ವರ್ಷ ಮುಗುಳ್ನಕ್ಕು ಕೈ ಬೀಸಿದಳು. 'ನೀನು ಕೂಡ ಕಂಪ್ಯೂಟರ್ ಆಪರೇಟರ್. ಸೂಚನೆ ಇಲ್ದೇ ಸ್ವತಃ ನೀನೇನು ಮಾಡಲಾರೆ' ಎಂದುಕೊಂಡಳು.

ಮನೆಗೆ ಬಂದ ನಂತರವೆ ಆಟೋದವನಿಗೆ ಹಣ ತೆತ್ತಿದ್ದು. "ಎರಡು ಫಾರಿನ್ ಕಾರುಗಳು ಇವೆ, ಅಲಂಕಾರಕ್ಕೆ ಎಂದಾದ್ರೂ ಓಡಾಡಿದ್ದಾಳು. ನಿಮ್ಮಕ್ಕನ್ನ ವಿಚಾರ್ಸು. ಆ ವಿಪರೀತಗಳ್ನ ಹೇಳಿದ್ರೆ ಅವ್ರೆಲ್ಲ ಮೆಂಟಲ್ ಆಸ್ಪತ್ರೆಯಲ್ಲಿ ಇರೋಕೆ ಲಾಯಕ್ ಎಂದು ತೀರ್ಮಾನಿಸಿಬಿಡ್ತೀಯಾ" ಶಾಲಿನಿ ಹೇಳಿದ್ದಳು.

ರೋಹಿಣಿ ಬಂದು ವರ್ಷ ಕೈಗೆ ಒಂದು ಲೆಟರ್ ಕೊಟ್ಟರು. "ನಿನ್ನ ಹೆಸರಿಗೆ ಒಂದು ಪತ್ರ ಬಂದಿದೆ. ನಂಗೂ ವಿಶೇಷ ಅನ್ನಿಸ್ತು. ಆ ಗರುಡನಗಿರಿಯವ್ರ ಮಗ್ಳು ಕೋಮಲ ಒಬ್ಳೇ ವರ್ಷಕ್ಕೊ ಆರು ತಿಂಗಳಿಗೋ ಒಂದು ಪತ್ರ ಬರೆಯೋದು" ಎಂದವರು ಹೋಗಿ ಮಲಗಿದರು. ಅನಾರೋಗ್ಯದಿಂದ ಅವರಿಗೆ ಈಚೆಗೆ ಯಾವುದೇ ವಿಷಯಗಳಲ್ಲಿ ಆಸಕ್ತಿ ಇರಲಿಲ್ಲ. 'ಮುಂದೇನು?' ಎನ್ನುವ ಪ್ರಶ್ನೆಯೇ ಆಕೆಯನ್ನು ಕಾಡುತ್ತಿದ್ದುದು.

ರೂಮಿನಲ್ಲಿದ್ದ ಟೇಬಲ್ಲು ಮೇಲೆ ಪತ್ರವನ್ನು ಇಟ್ಟು ಅಡಿಗೆಯ ಮನೆಗೆ ಹೋದವಳು ಕುಸಿದಂತೆ ಕೂತಳು ಗೋಡೆಗೆ. ಕಾಲೇಜಿಗೆ ಹೋಗುತ್ತಿದ್ದಳು. ಪರೀಕ್ಷೆಗೆ ಹೋಗಬೇಕೆನ್ನುವ ಮನಸ್ಸೇ ಇರಲಿಲ್ಲ. ಪುಸ್ತಕ ತೆರೆದರೆ ವರ್ಣ, ಕೆಲವೊಮ್ಮೆ ಅಳುತ್ತಿದ್ದಳು.

"ವಾಲೆಂಟರಿ ರಿಟೈರ್‌ಮೆಂಟ್ ತಗೋಳೋಣಾಂತ ಇದ್ದೀನಿ" ಹಿಂದಿನ ದಿನ ತಂದೆ ಹೇಳುತ್ತಿದ್ದುದು ಕೇಳಿಸಿತ್ತು. "ಸದ್ಯಕ್ಕೆ ಹಣದ ಅಗತ್ಯ ಪೂರೈಸೋಕೆ ಅದೊಂದೇ ದಾರಿ. ಮೊದ್ಲು ನೀನು ಗುಣವಾಗ್ಬೇಕು. ಆಮೇಲೆ ಮಿಕ್ಕೆಲ್ಲ ಯೋಚ್ನೆ" ಸ್ಪಷ್ಟವಾಗಿತ್ತು ಅವರ ನಿರ್ಧಾರ.

"ಆಮೇಲೇನಾಡ್ತೀರಾ?" ರೋಹಿಣಿಯವರ ಆತಂಕದ ಕ್ಷೀಣದನಿ. "ನೋಡೋಣ, ಸದ್ಯಕ್ಕೆ ನಿನ್ನ ಟ್ರೀಟ್‌ಮೆಂಟ್ ನಂತರ ಎಲ್ಲಾದ್ರೂ ಕೆಲ್ಸಕ್ಕೆ ಪ್ರಯತ್ನಿಸ್ತೀನಿ. ಅನುಭವ ನೋಡಿ ಬೇರೆ ಫರ್ಮ್‌ನವ್ರು ಕೊಡ್ತಾರೆ" ಭವಿಷ್ಯದ ಮಾತು. ಸಫಲತೆ, ವಿಫಲತೆ ಆಮೇಲೆ. ಅಂತು ತಕ್ಷಣದ ಸ್ಥಿತಿ ಏನೇನು ಚೆನ್ನಾಗಿಲ್ಲವೆಂದು ಅವಳ ಅರಿವಿಗೆ ಬಂದಿತ್ತು.

ಅರ್ಧ ಗಂಟೆ ಮೌನವಾಗಿ ಒಬ್ಬಳೇ ಕೂತಿದ್ದವಳು ರೂಮಿಗೆ ಬಂದು ಪತ್ರ ಬಿಡಿಸಿದಳು. ಅವಳ ಪತ್ರಕ್ಕೆ ಉತ್ತರ ಬಂದಿತ್ತು. ಒಂದು ಇಂಥ ದಿನ, ಗಂಟೆ, ಸಮಯದಲ್ಲಿ ನೋಡಬೇಕೆಂದು ಬರೆದಿದ್ದರು.

ಅವಳಿಗೆ ತುಂಬ ವಿಸ್ಮಯ. ಕೆಲಸ ಸಿಕ್ಕುತ್ತೋ, ಬಿಡುತ್ತೋ ಅಂತು ಇಂಟರ್‌ವ್ಯೂಗೆ ಎಲಿಜಿಬಿಲಿಟಿ ಇದೆಯೆಂದುಕೊಂಡು ರೋಮಾಂಚಿತಳಾದಳು. ಆದರೆ ಅದೆಂಥ ಜಾಬ್ ಎನ್ನುವುದನ್ನು ಕೂಡ ಯೋಚಿಸಿರಲಿಲ್ಲ. ಒಂದು ಅನುಭವಕ್ಕಾಗಿಯಾದರೂ ಹೋಗಿ ಬರಬೇಕೆಂದುಕೊಂಡಳು. ಇದಕ್ಕೆ ತಂದೆ ಒಪ್ಪಿಯಾರೆ? ಸಾಧ್ಯವಿಲ್ಲವೆನಿಸಿತು. ಅವರ 'ಪ್ಲಾನಿಂಗ್' ಪ್ರಕಾರ ವರ್ಣನ ಬಿ.ಇ. ಮಾಡಿಸಿದ್ದರು. ಇವಳದು ಮೆಡಿಸಿನ್ - ಸ್ಟೆತಾಸ್ಕೋಪ್, ಬಿಳಿ ಕೋಟಿನಲ್ಲಿ

ನೋಡಲಿಚ್ಛಿಸುವ ತಂದೆ ವಿದ್ಯಾಭ್ಯಾಸ ಮಧ್ಯದಲ್ಲಿಯೇ ನಿಲ್ಲಿಸಿ ಕೆಲಸಕ್ಕಾಗಿ ಓಡಾಟ ನಡೆಸಿದರೆ ಸುಮ್ಮನಿದ್ದಾರಾ? ಭಯವೆನಿಸಿತು.

ಸಂಜೆ ಬಂದ ಚಲಪತಿ ಒಂದು ಹೊಸ ವಿಷಯ ಹೊತ್ತು ತಂದಿದ್ದರು. "ಕೊಟ್ಟಾಯಂನಲ್ಲಿ ಸಾಧು ಇದ್ದಾರಂತೆ. ಸ್ವತಃ ವೈದ್ಯರು ಕೂಡ. ಎಂಥ ಎಂಥ ಕಾಯಿಲೆಗಳನ್ನೋ ಗುಣಪಡಿಸಿದ್ದಾರಂತೆ. ನಿನ್ನ ಅಲ್ಲಿಗೆ ಕರ್ಕೊಂಡ್ಹೋಗೋ ನಿಶ್ಚಯ ಮಾಡಿದ್ದೀನಿ" ಸ್ವಲ್ಪ ಗೆಲುವಿತ್ತು ಅವರ ದನಿಯಲ್ಲಿ. ತೀರಾ ಸಮುದ್ರದ ಮಧ್ಯೆ ಮುಳುಗಿಹೋಗುತ್ತಿದ್ದ ವ್ಯಕ್ತಿಗೆ ಹುಲ್ಲು ಕಡ್ಡಿ ಸಿಕ್ಕರೂ ಬದುಕುವ ಧೈರ್ಯ.

ತಂದೆಗೆ ಕಾಫೀ ಹಿಡಿದು ಬಂದಾಗ ಹೇಳಿದ ವಿಷಯ ಮತ್ತೆ ಪುನರ್ ಉಚ್ಚರಿಸುವ ಜೊತೆಗೆ ಒಂದಿಷ್ಟು ವಿಷಯ ಹೇಳಿದರು. "ಆರೋಗ್ಯವಾಗಿರೋಕೆ ನರವ್ಯೂಹದ ನಿರೋಧ ಶಕ್ತಿ (Resistance) ಮತ್ತು ಮಾನಸಿಕ, ದೈಹಿಕ ಕ್ರಿಯೆಗಳಲ್ಲಿನ ಸಮತೋಲನ (Equilibrium) ಎರಡರ ಅಗತ್ಯ ಮತ್ತು ಟ್ರೀಟ್‌ಮೆಂಟ್ ವಿಷ್ಯದಲ್ಲಿ ಒಂದು ರೀತಿಯ ಸಂಶೋಧನೆಯನ್ನೇ ನಡ್ಸಿದ್ದಾರಂತೆ. ಗುಣವಾಗಲು ನಿಧಾನವಾದರೂ ಮತ್ತೆ ಮತ್ತೆ ಕಾಡದಂತೆ ಬೇರು ಸಮೇತ ಕಿತ್ತು ಎಸೆಯುವಂಥ ಗಿಡ, ಮೂಲಿಕೆಗಳ ಚಿಕಿತ್ಸೆ."

ಆದರೂ ಈಗ ಅವರನ್ನು ಕಾಡುತ್ತಿದ್ದುದು ವರ್ಷಳ ಚಿಂತೆ. ವರ್ಣಳಿಂದ ಅವಳಿಗೆ ಯಾವುದೇ ಸಹಾಯವಾಗುವುದಿಲ್ಲವೆನ್ನುವ ಅರಿವು ಉಂಟಾಗಿತ್ತು ಅವರಿಗೆ, ಮುಂದೇನು?

ಸುಮ್ಮನೆ ಕೂತ ತಂದೆಯ ಕೈ ಹಿಡಿದು "ಅಪ್ಪ, ಸದ್ಯಕ್ಕೆ ನನ್ನ ಯೋಚ್ನೆ ಬೇಡ. ಮೊದ್ಲು ಅಮ್ಮನ್ನ ಕರ್ಕೊಂಡ್ಹೋಗ್ಬನ್ನಿ. ಆಮೇಲೆ ಮುಂದಿನ ವಿಷ್ಯ ಯೋಚ್ಸಬಹುದ್ದು" ಎಂದಳು ಹಸನ್ಮುಖಿತೆಯಿಂದ.

"ಯು ಆರ್ ಕರೆಕ್ಟ್. ಭೂತ, ಭವಿಷ್ಯತ್‌ಗಿಂತ ವರ್ತಮಾನ ಮುಖ್ಯ. ನಾಳೆಗಿಂತ ಇಂದು ಮುಖ್ಯ. ಆ ಗಂಟೆಗಿಂತ ಆ ಕ್ಷಣ ಮುಖ್ಯವೇ." ತೇಲಿಸಿದರು ಮಾತುಗಳನ್ನು. ಇದು ವೈರಾಗ್ಯದಲ್ಲಿ ಧಾವಿಸುವ ರೀತಿಯ ಎಂದು ಯೋಚಿಸಿದಳು ವರ್ಷ.

ಅಂತು ಹೆಂಡತಿಯನ್ನು ಅಲ್ಲಿಗೆ ಕರೆದೊಯ್ಯುವ ನಿಶ್ಚಯ ಮಾಡಿಬಿಟ್ಟರು. ಸದ್ಯಕ್ಕೆ ವರ್ಷ ಮನೆಯಲ್ಲಿ ಉಳಿದರೂ. ಪಕ್ಕದ ಮನೆಯವರು ನೆರವು ನೀಡಬಹುದು. ಒಮ್ಮೆ ವರ್ಣಗೆ ಫೋನ್ ಮಾಡಿ ತಿಳಿಸಿದರೆ ಹೇಗೆ? - ಚಿಂತಿಸಿದರು. ಎಷ್ಟೋ ಸಲ ರಿಸೀವರ್ ಎತ್ತಿ ನಂಬರ್‌ಗಳನ್ನು ತಿರುಗಿಸಿದ್ದರು. ಮಾತು ಶುರುವಾದ ಕೂಡಲೇ "ಇದು, ನಂಗಲ್ಲ!" ಫೋನ್ ಇಡುತ್ತಿದ್ದರು ಕೆಳಗೆ. ಒಂದು ರೀತಿಯ ನೈತಿಕ ಮತ್ತು ಬೌದ್ಧಿಕ ಪತನ (Mental degeneration).

* * * *

ಮೊದಲ ಸಲ ಇನ್ನೂರ ಐವತ್ತು ಕಿಲೋಮೀಟರ್ ಹಾದಿ ಕ್ರಮಿಸಿ "ಹೈಮಾವತಿ ಪ್ಯಾಲೆಸ್"ಗೆ ಹೋಗುತ್ತಿದ್ದಳು ವರ್ಷ. ತಂದೆಗೆ ಬಹಳ ವಿಧೇಯ ಮಗಳಾಗಿ ಬೆಳೆದ

ಅವಳು ಅವರಿಗೆ ತಿಳಿಯದಂತೆಯೇ ಇಂಟರ್‌ವ್ಯೂಗೆ ಹೋಗುತ್ತಿದ್ದಳು. ಅಂದು ಒಂದು ದಿನದ ಎಂಟು ಗಂಟೆಯ ಅವಧಿಯಲ್ಲಿ ನಿರ್ವಹಿಸಿದ್ದ ರಿಸೆಪ್ಷನಿಸ್ಟ್ ಹುದ್ದೆಯ ನೆನಪಾಗಿ ನಗು ಬಂದರೂ, ಅವಳು ಹೊರ ಜಗತ್ತಿನ ಒಂದು ಮಗ್ಗುಲು ನೋಡಲು ಅವಕಾಶ ಮಾಡಿಕೊಟ್ಟಿತ್ತು.

ಬೆಳಿಗ್ಗೆ ಹತ್ತು ಗಂಟೆಗೆ ಹತ್ತಿಸಿಕೊಂಡ ಲಗ್ಜುರಿ ಬಸ್ಸು ಮೂರರ ಸುಮಾರಿಗೆ ಅವಳನ್ನು 'ಹೈಮಾವತಿ ಪ್ಯಾಲೆಸ್'ನ ಮುಂದೆ ಅಂದರೆ ಸಮೀಪದಲ್ಲಿಯೇ ಇಳಿಸಿ ಮುಂದಕ್ಕೆ ಹೋದಾಗ, ಅವಳಿಗೆ ಆಶ್ಚರ್ಯವೆನಿಸುವಂತೆ ಇಬ್ಬರು ಯುವತಿಯರು ಕೂಡ ಇಳಿದರು.

"ಹೈಮಾವತಿ ಪ್ಯಾಲೆಸ್‌ಗಾ?" ಇವಳೇ ಕೇಳಿದಳು.

ಆಧುನಿಕವಾಗಿ, ಅವಳಿಗಿಂತ ಹೆಚ್ಚು ಓದಿರುವ ಅವರಿಬ್ಬರು ಮುಖ ಮುಖ ನೋಡಿಕೊಂಡು "ಇಂಟರ್‌ವ್ಯೂಗಾ?" ಉತ್ತರಿಸುವುದರ ಬದಲು ಪ್ರಶ್ನಿಸಿದರು. ಹೌದೆಂದು ತಲೆದೂಗಿದಳು. ಸ್ವಲ್ಪ 'ರಿಜರ್ವ್ಡ್' ಆಗಿ ಕಂಡರು. ಕೆಲವು ಕಾಂಪ್ಲೆಕ್ಸ್‌ಗಳು ಅವಳನ್ನು ಕಾಡಿದ್ದೇ ಇಲ್ಲ. ಆರಾಮಾಗಿ ನಡೆದಳು ವರ್ಷ.

ಮೈನ್ ಗೇಟ್‌ನಲ್ಲಿದ್ದ ವಾಚ್‌ಮನ್ ಗೆಸ್ಟ್ ಹೌಸ್ ಕಡೆ ಕೈ ತೋರಿಸಿದ. ಅಲ್ಲಿ ಇನ್ನು ಆರು ಜನ ಯುವತಿಯರು ಕೂತಿದ್ದರು. ಅವರಲ್ಲಿ ಸೀರೆ ಉಟ್ಟಿದ್ದು ಇವಳೊಬ್ಬಳೇ. ಬಹುಶಃ ಈಗಿನ ಪ್ರಕಾರ ಸೀರೆಯುಡಲು ಇವಳು ಚಿಕ್ಕವಳೇನೋ! ಅಂತು ಕಾಲೇಜಿನ ಡ್ರೆಸ್‌ಗಳನ್ನು ಬಿಟ್ಟು ಸೀರೆಯುಟ್ಟು ಬಂದಿದ್ದಳು.

ಗೆಸ್ಟ್ ಹೌಸ್‌ನ ಬಾತ್‌ರೂಂನಲ್ಲಿ ಮುಖ ತೊಳೆದಾದ ಮೇಲೆ ಒಳ್ಳೆಯ ಉಪಹಾರದ ಅರೇಂಜ್‌ಮೆಂಟ್ ಇತ್ತು. ಕಾಂಡಿಮೆಂಟ್ಸ್‌ನ ತಿಂಡಿಗಳಲ್ಲ. ಬಿಸಿ ಬಿಸಿ ಹಲ್ವಾ, ಟೊಮೇಟೋ ಬಾತ್ ಜೊತೆ ತಂಪಾದ ಕಿತ್ತಲೆಯ ರಸ.

ತಿಂಡಿ ತಿನ್ನುವ ಸಮಯದಲ್ಲಿ ಒಬ್ಬರಿಗೊಬ್ಬರ ಪರಿಚಯ; ಅನುಭವ ಮತ್ತು ಕಷ್ಟ ಸುಖಗಳನ್ನು ಹಂಚಿಕೊಂಡರು. ಬಹುಶಃ ವಯಸ್ಸಿನಲ್ಲಿ ವರ್ಷ ಎಲ್ಲರಿಗಿಂತ ಚಿಕ್ಕವಳು.

"ಗುಡ್ ಜಾಬ್, ಸಿಕ್ಕರೆ ಲಕ್. ಊಟ, ವಸತಿ ಜೊತೆಗೆ ಆಕರ್ಷಕವಾದ ಸಂಬ್ಳ. ಬ್ಯೂಟಿಫುಲ್ ಎನ್‌ವಿರೋನ್‌ಮೆಂಟ್." ಸುತ್ತಲಿನ ಶ್ರೀಮಂತ ಆಸನದ ವ್ಯವಸ್ಥೆಯತ್ತ ನೋಟವರಿಸುತ್ತಾ ಅಂದಾಗ, ಇನ್ನೊಬ್ಬ ಲಲನೆ "ಯು ಆರ್ ಕರೆಕ್ಟ್. ಎಂ.ಎ. ಇನ್ ಲಿಟರೇಚರ್, ಏನು ಪ್ರಯೋಜನ? ಎಂಟ್ರಿಗೆ ಮೂವತ್ತ ಸಾವಿರ ಕೊಟ್ರು ನಮ್ಮ ಡ್ಯಾಡಿ. ಒಂದ್ವರ್ಷ ಫ್ರೀ ಸರ್ವೀಸ್, ಈಗ ಕೊಡೋದು ಐದುನೂರು. ನನ್ನ ಪಾಕೆಟ್ ಮನೀಗೆ ನನ್ನ ಡ್ಯಾಡಿ ಇನ್ನಷ್ಟು ತುಂಬಿಕೊಡ್ಬೇಕು. ಧೂಳು, ಓಡಾಟದ ನಡ್ವೇ ಚಟ್ನಿ." ತನ್ನ ಸ್ಥಿತಿಯ ಬಗ್ಗೆ ಹೇಳಿಕೊಂಡಳು.

ಕೇಳುತ್ತ ಸುಮ್ಮನೆ ಕೂತಳು ವರ್ಷ. ಯಾವುದೇ ವಿಷಯದಲ್ಲಿ ಇವರುಗಳಷ್ಟು ಅನುಭವಸ್ಥಳಲ್ಲ. ಜಾಹಿರಾತನ್ನು ಪೂರ್ತಿಯಾಗಿ ಓದಿರಲಿಲ್ಲ. ಆರಾಮಾಗಿ ಬಂದಿದ್ದಳು ಅಂದು ಫೈವ್ ಸ್ಟಾರ್ ಹೋಟೆಲ್‌ಗೆ ಹೋದಂಗೆ.

"ನೀವೆಲ್ಲ ಕೂತಿರಿ? ಮೇಡಮ್ ಸಾಹೀಬ ಬರ್ತಾರೆ. ಬಂದ್ಮೇಲೆ ಒಬ್ಬೊಬ್ಬರನ್ನೇ ಕರೆಸ್ಕೋತಾರೆ." ಸಮವಸ್ತ್ರ ತೊಟ್ಟು ಓಡಾಡುತ್ತಿದ್ದ ವ್ಯಕ್ತಿ ಹೇಳಿಹೋದ.

ಒಬ್ಬೊಬ್ಬರಿಗೂ ಇಂಟರ್‌ವ್ಯೂಗೆ ಕರೆಬಂತು. ಗೆಲುವಿನಿಂದ ಹೋದವರಲ್ಲಿ ಕೆಲವರು ಗೊಂದಲಕ್ಕೆ ಒಳಗಾಗಿ ಬಂದರೇ, ಇನ್ನೊಬ್ಬಳು "ವಾಟ್ ನಾನ್ಸೆನ್ಸ್. ನಾನು ಇಂಗ್ಲೀಷ್ ಲಿಟರೇಚರ್ ಬಗ್ಗೆ ಓದಿಕೊಂಡ್ ಬಂದಿದ್ದೆ. ಇಲ್ಲಿ ಕೇಳಿದ್ದೆಲ್ಲ ಕನ್ನಡದ್ದು. ಪ್ರೇಮಚಂದ್ರರು, ಬಂಕಿಮಚಂದ್ರರ ಬಗ್ಗೆ. ನಂಗೆ ಏನೇನು ಗೊತ್ತಿಲ್ಲ." ಮೂತಿ ಉಮ್ಮಿಸಿದಳು. ಅವಳು ಒಂದು ವಾರದಿಂದ ಜಗತ್ತಿನ ಎಲ್ಲಾ ಸಾಹಿತಿಗಳ ಮತ್ತು ಅವರ ಜೀವನ ಮತ್ತು ಕೃತಿಗಳಿಗೆ ಸಂಬಂಧಿಸಿದ್ದ ವಿವರಗಳನ್ನೆಲ್ಲ ಸಂಗ್ರಹಿಸಿ ಅಭ್ಯಾಸ ಮಾಡಿದ್ದಳು. ಆ ಬಗ್ಗೆ ಕನಿಷ್ಟ ಒಂದೂ ಪ್ರಶ್ನೆ ಇರಲಿಲ್ಲ.

ಕರೆ ಬಂದಾಗ ವರ್ಷ ಆರಾಮಾಗಿ ಪರ್ಸ್ ಹಿಡಿದು ಹೋದಳು. ಫೈಲು ಅಂಥದೇನಿಲ್ಲ. ಅಂಥ ದೊಡ್ಡ ದೊಡ್ಡ ಪರೀಕ್ಷೆಗಳನ್ನು ಪಾಸು ಮಾಡಿ ಸರ್ಟಿಫಿಕೇಟ್ಸ್ ಜೆರಾಕ್ಸ್ ಮಾಡಿಸಿಕೊಂಡು ಫೈಲಿಗೆ ಹಾಕಿಕೊಂಡು ಓಡಾಡಿರಲಿಲ್ಲ. ಹೊಸ ಅನುಭವ.

ಇವಳ ಇಂಟರ್‌ವ್ಯೂ ಹದಿನೈದು ನಿಮಿಷಗಳಲ್ಲಿ ಮುಗಿದಾಗ, ಎಲ್ಲರೂ ಇವಳ ದಾರಿ ಕಾಯುತ್ತಿದ್ದುದು ಆಶ್ಚರ್ಯ.

"ಎನೀ ಹೋಪ್ಸ್?" ಒಬ್ಬಳು ನಾಲ್ಕು ಹೆಜ್ಜೆ ಮುಂದೆ ಬಂದಾಗ ತುಟಿ ಕೊಂಕಿಸಿ "ನೋ, ನಿಮ್ಗೆಲ್ಲ ಇಲ್ದ ಹೋಪ್ಸ್ ನಂಗೆ ಹೇಗಿರುತ್ತೆ? ಇಂಟರ್‌ವ್ಯೂನಲ್ಲಿನ ಪ್ರಶ್ನೆಗಳು ಮಾತ್ರ ಫಂಟಾಸ್ಟಿಕ್. ನಂಗೆ ಬಸ್ ಮಿಸ್ ಆಗಿಹೋಗುತ್ತೆ." ಪುಟ ಪುಟ ಹೊರಟಾಗ ಅದೇ ಸಮವಸ್ತ್ರ ವ್ಯಕ್ತಿ ವಿನಯದಿಂದ "ಎಲ್ಲಾ ಡಿನ್ನರ್ ತಗೊಂಡ್ ಹೋಗ್ಬೇಕು. ಇನ್ನೂ ನಿಮ್ಮ ಬಸ್ಸಿಗೆ ವೇಳೆ ಇದೆ, ನಿಮ್ಮಗಳ ಪ್ರಯಾಣದ ವ್ಯವಸ್ಥೆ ಮಾಡಿದೆ" ವಿನಂತಿಸಿಕೊಂಡ. ಹಿಂದಕ್ಕೆ ತಿರುಗಿದಳು. ಎಲ್ಲರ ಮುಖಗಳ ಮೇಲೂ ಸಮ್ಮತಿಯ ಲಕ್ಷಣ.

ಗ್ರಾಂಡಾದ ಡಿನ್ನರ್. ಘಮ ಘಮ ಎನ್ನುವ ಸಿಹಿ ಪದಾರ್ಥಗಳ ಜೊತೆ ತುಪ್ಪ, ಪಲ್ಯ, ಗೊಜ್ಜು, ಚಟ್ನಿ - ಒಂದಕ್ಕಿಂತ ಒಂದು ಸೊಗಸು.

"ಕೆಲ್ಸ ಸಿಗದಿದ್ರೂ..... ಈ ಇಂಟರ್‌ವ್ಯೂ ಜೀವನದುದ್ದಕ್ಕೂ ನೆನಪಿನಲ್ಲಿ ಇರುತ್ತೆ" ಒಬ್ಬಳ ಉವಾಚ. "ಷ್ಯೂರ್, ಡೆಫಿನೆಟ್ಲಿ. ಇಂಥ ರಸಭರಿತ ಊಟನ ನಾನು ಮಾಡೇ ಇರ್ಲಿಲ್ಲ. ಕಾಟಾಚಾರವಿಲ್ಲ. ಔತಣದ ಅಡಿಗೆ ಮಾಡ್ಸಿ ಬಡಿಸಿದಂತೆ" ಇನ್ನೊಬ್ಬಳ ಮಾತು.

ಅಂತೂ ಹೊರಡುವ ಮುನ್ನ ಪ್ರತಿಯೊಬ್ಬರಿಗೂ ಒಂದೊಂದು ಕವರ್ ಕೊಟ್ಟರು, ಪೋಸ್ಟ್ ಸೈಜ್‌ದು. ನಗದು ಹಣ.

"ಅಂತು ಕೆಲ್ಸ ಸಿಗದಿದ್ರೂ ಪ್ರಯಾಣದ ವೆಚ್ಚ ಭರಿಸಿದ್ದಾರೆ" ಕವರ್ ತೆಗೆದು ಎಣಿಸಿಕೊಂಡು ಪರ್ಸ್‌ನಲ್ಲಿ ಇಟ್ಟುಕೊಂಡಳು ಒಬ್ಬಳು.

ಮೂವರು, ಅಂದರೆ ವರ್ಷ ಜೊತೆ ಇನ್ನಿಬ್ಬರು ಬಂದು ಬಸ್ಸು ಹತ್ತಿಕೊಂಡರೇ, ಮಿಕ್ಕವರು ತಮ್ಮ ಬಸ್ಸುಗಳಿಗಾಗಿ ಕಾಯುತ್ತ ನಿಂತಿದ್ದರು. ಬಸ್ಸಿನ ಕಿಟಕಿಯಿಂದ ಇಣುಕಿದ ವರ್ಷ 'ಹೈಮಾವತಿ ಪ್ಯಾಲೆಸ್ ನಿಜ್ವಾದ ಅರಮನೇನೆ. ಹೈಮಾವತಿ ರಾಣಿ ವರ್ಚಸ್ಸಿನ ಹೆಣ್ಣೇ.' ಅಂದುಕೊಂಡಳು. ಅಷ್ಟೆ, ಅದನ್ನು ಮರೆತು ತಾಯಿಯ ಬಗೆ ಯೋಚಿಸತೊಡಗಿದರು.

ಅಲ್ಲೇ ಟ್ರೀಟ್‌ಮೆಂಟ್ ಮುಂದುವರಿಸುವ ಹಾಗಿದ್ದರೇ ಅಮ್ಮನ ಜೊತೆ ಅಪ್ಪ ಕೂಡ ಅಲ್ಲೇ ಉಳಿಯಬಹುದು ಅಥವಾ ತಾನೂ ಅಲ್ಲಿಯೇ ಹೋಗಿಬಿಟ್ಟರೇ..... ಹೇಗೆ? ಈಗ ಅವಳ ಮನ ಹಣದ ಬಗ್ಗೆ ಚಿಂತಿಸತೊಡಗಿತು.

ಎರಡು ದಿನಗಳ ನಂತರ ಹಿಂದಿರುಗಿದ ಚಲಪತಿ ತೀರಾ ಮೌನವಾಗಿದ್ದರು. 'ದೀರ್ಘಕಾಲದ ಚಿಕಿತ್ಸೆ ಅಗತ್ಯವೆಂದರೂ ಫಿಫ್ಟಿ-ಫಿಫ್ಟಿ ಪರ್ಸೆಂಟ್, ಮಿಕ್ಕಿದ್ದು ಭಗವಂತನಿಗೆ ಬಿಟ್ಟಿದ್ದು' ಎಂದಿದ್ದರು ಆಶ್ರಮದ ನಿವಾಸಿಗಳು. ಅವರು ಚಿಕಿತ್ಸೆಗಾಗಿ ಏನು ಪಡೆಯದಿದ್ದರೂ ಅಲ್ಲಿ ಉಳಿದುಕೊಳ್ಳಲು ಮತ್ತು ಇವರ ಜೀವನ ನಿರ್ವಹಣೆ ಮುಂತಾದಕ್ಕೆ ಹೆಚ್ಚಿನ ಮೊತ್ತದ ಹಣದ ಅಗತ್ಯವಿತ್ತು.

"ಅಪ್ಪ, ಏನ್ಹೇಳಿದ್ರು?" ಕೇಳಿದಳು ತಂದೆಯ ಖಿನ್ನತೆ ಕಂಡು. ನಸುನಕ್ಕು ಮಗಳ ಕೈ ಹಿಡಿದು ಕೂಡಿಸಿದರು. "ಗುಣವಾಗುತ್ತೆ ಅಂದಿದ್ದಾರೆ. ದೀರ್ಘಕಾಲದ ಚಿಕಿತ್ಸೆಯ ಅಗತ್ಯದ ಜೊತೆ ಪೇಷಂಟ್ ಅಲ್ಲಿಯೇ ಉಳಿಯಬೇಕೆನ್ನುವ ನಿಯಮ. ಒಂದಾರು ತಿಂಗ್ಳು, ವರ್ಷವಾಗ್ಬಹುದ್ದು. ಅದೊಂದು ಸಮಸ್ಯೆಯಲ್ಲ. ನಾನು ರೋಹಿಣಿ ಜೊತೆಯಲ್ಲಿರ್ತೀನಿ. ನಿಂದೇ ನಂಗೆ ಯೋಚ್ನೆ" ಎಂದರು.

"ನಂಗೇನು, ನಾನೇನು ಚಿಕ್ಕ ಮಗುನಾ! ಹೇಗೋ ನಿಮ್ಜೊತೆ ಬಂದ್ಬಿಡ್ತೀನಿ. ಹೆಚ್ಚು ಸಹಾಯವಾಗದಿದ್ರೂ ನಿಮ್ಗೆ ಖಂಡಿತ ಕಾಡೋಲ್ಲ." ನಿಶ್ಚಿಂತೆಯಿಂದ ಪರಿಹಾರ ಸೂಚಿಸಿದಾಗ "ನೋ. ಅದ್ಕೆ ನನ್ನ ಒಪ್ಗೆ ಇಲ್ಲ. ನಿನ್ನ ವಿದ್ಯಾಭ್ಯಾಸ ಪೂರ್ತಿಯಾಗಿಲ್ಲ. ಈ ವಯಸ್ಸು ಬದ್ಕಿನ ವಸಂತದ ದಿನಗಳು. ಅದ್ನ ಹಾಳು ಮಾಡೋಕೆ ನಂಗಿಷ್ಟವಿಲ್ಲ. ಇನ್ನೊಂದ್ಮಾತು ಬೇಡ" ಅವಳ ತಲೆ ಸವರಿದರು ಪ್ರೀತಿಯಿಂದ.

ಈಗಿನ ಆರ್ಥಿಕ ಅಡಚಣೆ, ಸಮಸ್ಯೆಗಳಿಗೆ ವರ್ಷಳತ್ತ ಕೈ ತೋರರು. 'ಒಳಿತೋ ಕೆಡಕೋ ಅವಳ ಅದೃಷ್ಟ, ದುರಾದೃಷ್ಟ ಅವಳದು. ಆಯ್ದುಕೊಂಡ ದಾರಿ ಕಠಿಣವಾಗಿ ಕಂಡರೂ ದೈವ ಕಾಪಾಡಲಿ' ಇದು ಅವರ ಹಾರೈಕೆ.

ಮಧ್ಯ ಬಂದ ರೋಹಿಣಿ ಕಣ್ಣೀರಿಟ್ಟರು. "ದಯವಿಟ್ಟು ನಂಗೆ ಯಾವ್ದೇ ಟ್ರೀಟ್‌ಮೆಂಟ್ ಬೇಡ. ನಂಗೆ ಗುಣವಾಗೋ ನಂಬ್ಕೆ ಇಲ್ಲ. ಹೇಗೂ ಇಲ್ಲಿನವರ್ಗೂ ಬಂದಾಯ್ತು. ಇವಳದೊಂದು ಜವಾಬ್ದಾರಿ ಕಳ್ದುಕೊಂಡ್ರೆ ಸಾಕು."

ವರ್ಷ ಹೋಗಿ ತಾಯಿಯ ಬಳಿ ಕೂತಳು. "ಅಮ್ಮ ಜವಾಬ್ದಾರಿ ಅಂದ್ರೇನು! ಅದನ್ನ ಕಳ್ದುಕೊಳ್ಳೋಕೆ ಬಹಳ ವರ್ಷ ಕಾಯ್ಬೇಕು. ನನ್ನ ಪಿ.ಯು.ಸಿನೇ ಮುಗಿದ್ದಿಲ್ಲ. ಕನಿಷ್ಟ ಅಪ್ಪ ಹೇಳೋ ಮಾರ್ಕ್ಸ್ ತಗೊಳ್ಳೋಕೆ ನಂಗೆ ಈ ಜನ್ಮ ಬೇಕಾಗುತ್ತೆ" ಹಗುರವಾಗಿ ನುಡಿದು ನಕ್ಕಳು. ಮಾಡುವ ಕೆಲಸ, ಓದಿನ ಬಗ್ಗೆ ಪ್ರೀತಿ ಹುಟ್ಟಬೇಕು.

ಅದು ಸಾಧನೆಯಾಗಿ ಕಡೆಗೆ ಫಲ ಕೊಡುತ್ತದೆ. ಸಾಮಾನ್ಯ ತಿಳುವಳಿಕೆಗಾಗಿ ಭೌತಶಾಸ್ತ್ರ, ರಸಾಯನಶಾಸ್ತ್ರ, ಜೀವಶಾಸ್ತ್ರ ಓದಬಲ್ಲಳೇ ವಿನಃ ಪರೀಕ್ಷೆ ದೃಷ್ಟಿಯಲ್ಲಿ ಮಾತ್ರ ಅವಳಿಂದ ಓದಲಾಗದು.

ಚಲಪತಿ ಆರಾಮಾಗಿ ನಕ್ಕುಬಿಟ್ಟರು. ಒಂದಿಷ್ಟು ಮಾನಸಿಕವಾಗಿ ಪರಿವರ್ತನೆಗೊಂಡಿದ್ದರು.

"ಯಾವ್ದೇ ಒತ್ತಡವಿಲ್ಲ. ನಿಂಗೆ ಮೆಡಿಸನ್ ಇಷ್ಟವಿಲ್ದಿದ್ರೆ ನಾನು ಬಲವಂತ ಮಾಡ್ಲಾರೆ. ನಿಂಗೇನು ಇಷ್ಟವೋ ಅದ್ನ ಓದ್ಕೋ" ಇಂಥ ಒಂದು ನಿರ್ಣಯ ಹೇಳಿದಾಗ ವರ್ಷಳ ಕಣ್ಣಿನ ರೆಪ್ಪೆಗಳು ಅಚಲವಾದವು. ಬಾಯಿಂದ ಮಾತೇ ಹೊರಡಲಿಲ್ಲ. ಚಲಪತಿಗಳು ಆಚೆ ಹೋದರು.

ನಾಲ್ಕು ದಿನದಲ್ಲಿ ಪೇಪರ್ ರೆಡಿ ಮಾಡಿಸಿ ವಾಲಂಟರಿ ರಿಟೈರ್ಮೆಂಟ್ ತಗೊಂಡುಬಿಟ್ಟರು. ಮೊದಲೇ ಅಪ್ಲಿಕೇಶನ್ ಕೊಟ್ಟು ಮೇನೇಜ್‌ಮೆಂಟ್‌ನ ಜೊತೆ ಮಾತಾಡಿದ್ದರಿಂದ ತೊಂದರೇನು ಆಗಲಿಲ್ಲ. ಇಡಿಗಂಟಾಗಿ ಒಂದಿಷ್ಟು ಹಣ ಬಂತು. ಇದೇ ಊರಿನಲ್ಲಿರುವ ವರ್ಣಗೆ ಇವು ಯಾವ ವಿದ್ಯಮಾನಗಳೂ ಗೊತ್ತಿಲ್ಲ. ಮಲ್ಟಿಮೀಡಿಯಾ ಮಾಹಿತಿ ತಂತ್ರಜ್ಞಾನ ಬಳಕೆಗೆ ಬಂದಿರುವುದರ ಹಿಂದೆ ಸಿಡಿಯ ಕೊಡುಗೆ ಅಪಾರವಾಗಿ ಇದ್ದುದರಿಂದ, ಈಗಂತೂ ಪಿಸಿ (ಪರ್ಸನಲ್ ಕಂಪ್ಯೂಟರ್)ಗೆ ಅನಿವಾರ್ಯವಾಗಿಬಿಟ್ಟಿದ್ದರಿಂದ ವಸಿಷ್ಠ ಫ್ಯಾಮಿಲಿ ಪೂರ್ತಿ ಗಮನವನ್ನು ಆ ಕಡೆ ಹರಿಸಿತ್ತು. ಅವಳು ವಸಿಷ್ಠ ಫ್ಯಾಮಿಲಿಯ ಖಾಯಂ ಸದಸ್ಯಳಾದುದ್ದರಿಂದ ಹೆಚ್ಚಿನ ಜವಾಬ್ದಾರಿ ಅವಳ ಮೇಲಿತ್ತು. ಆ ಪ್ರಪಂಚದ ಪೂರ್ತಿ ಒಡನಾಟದಲ್ಲಿ ಮಗ್ನೆ - ಹೊರಗಿನ ಜಗತ್ತಿನ ಬಗ್ಗೆ ಅವಳಿಗೆ ಸಂಬಂಧವಿಲ್ಲ!

ಕಾಲೇಜಿಗೆ ಹೊರಟ ವರ್ಷಳ ಕೈಗೇನೆ ಪೋಸ್ಟ್ ಮ್ಯಾನ್ ಒಂದು ಲೆಟರ್ ಕೊಟ್ಟ. 'ಹೈಮಾವತಿ' ಪ್ಯಾಲೆಸ್‌ನಿಂದ ಅವಳ ಹೆಸರಿಗೆ ಬಂದ ಪತ್ರ. ಅತ್ತಿತ್ತ ನೋಡಿದಳು. ಅವಳು ಇಂಟರ್‌ವ್ಯೂಗೆ ಹೋದ ಸುದ್ದಿ ಯಾರಿಗೂ ತಿಳಿಸಿರಲಿಲ್ಲ. ಅಕ್ಷಮ್ಯ ಅಪರಾಧವೇ! ತಂದೆ ತಾಯಿ ಪಾಲಿಗೆ ಇದೊಂದು ಆಘಾತವಾದರೆ? ಚಳಿ ಬಂದಂತಾಯಿತು. ನೋಟ್ ಪುಸ್ತಕದಲ್ಲಿ ಇಟ್ಟುಕೊಂಡಳು. ಸಿಟಿ ಬಸ್ಸು ಸ್ಟಾಪ್‌ನಲ್ಲಿ ಪತ್ರ ಬಿಡಿಸಿ ನೋಡಿದಳು. 'ಕೆಲಸಕ್ಕೆ ಬಂದು ಜಾಯಿನ್ ಆಗು' ಎನ್ನುವ ಸೂಚನೆ. 'ಹುರ್ರೆ' ಎಂದು ಕೂಗಬೇಕೆನಿಸಿತು. ಅತ್ತಿತ್ತ ನೋಡಿ ಸುಮ್ಮನಾದಳು. ಅವಳೇನು ಅಷ್ಟೊಂದು ಇಂಟರೆಸ್ಟ್ ತೋರಿಸಿರಲಿಲ್ಲ. ಅಂದು ಅಷ್ಟೊಂದು ಶಿಕ್ಷಣ ಪಡೆದವರೊಡನಿದ್ದು ತನಗೆ ಕೆಲಸ ಕೊಡುವ ಇವರ ಹಿಂದಿನ ಉದ್ದೇಶವೇನು?

ಈಗೇನು ಮಾತಾಡುವುದು? 'ದೇವರೇ... ದೇವರೇ... ದೇವರೇ' ಸುಮಾರು ಸಲ ಜಪಿಸಿಬಿಟ್ಟಳು. ಅನಿರೀಕ್ಷಿತವಾಗಿ ಯಾರೊಂದಿಗೋ ಮಾತಾಡುತ್ತ ಬಂದ ಚಲಪತಿಗಳು ಮಗಳನ್ನ ನೋಡಿ ಮುಗುಳ್ನಕ್ಕಾಗ, ತಿಳಿಸುವುದಕ್ಕೆ ಒಂದು ಅವಕಾಶವೆಂದು ಅತ್ತ ನಡೆದಳು.

"ಕಾಲೇಜುಗಾ, ಸಿಟಿ ಬಸ್ಸು ಬರುತ್ತೋ ಇಲ್ವೋ. ಇನ್ನೊಂದು ಏರಿಯಾದಲ್ಲಿ ಒಂದು ಸಣ್ಣ ಗಲಾಟೆಯಾಗಿದೆ. ಯಾರೋ ಪ್ಯಾಸೆಂಜರ್ ಚಿಲ್ಲರೆ ವಿಷ್ಯದಲ್ಲಿ ಮಾತಿಗೆ ಮಾತು ಬೆಳ್ದು ಕಂಡಕ್ಟರ್ ಮೇಲೆ ಕೈ ಮಾಡಿದ್ರಂತೆ. ಆ ಪ್ರತಿಭಟನೆಗಾಗಿ ಎಲ್ಲೆಲ್ಲಿದ್ದ ಬಸ್ಸುಗಳು ಅಲ್ಲಲ್ಲೇ ಇದೆ" ಎಂದರು.

ಆ ಮಾತುಗಳತ್ತ ಗಮನ ಕೊಡದಂತೆ "ಅಪ್ಪ, ನಿಮ್ಹತ್ರ ಪರ್ಸನಲ್ಲಾಗಿ ಒಂದಿಷ್ಟು ಮಾತಾಡೋದಿದೆ" ಎಂದಾಗ ಅವರೆದೆಯ ಬಡಿತ ಏರಿತು. ಸದಾ ಪುಸ್ತಕ ಮಧ್ಯೆ ಮುಳುಗಿರುತ್ತಿದ್ದ ವರ್ಣ ಕೆಲಸಕ್ಕೆ ಸೇರಿದ ಎರಡ್ಮೂರು ತಿಂಗಳಲ್ಲಿಯೇ ಅಭಿಷೇಕ್ ವಸಿಷ್ಠಗೆ ಮರುಳಾದಳೆಂದರೆ, ಇನ್ನ ವರ್ಷ... ಮಗಳನ್ನ ದಿಟ್ಟಿಸಿ ನೋಡಿದರು. ಅವಳ ಹಾಗೇ ಸದಾ ರೂಮಿನಲ್ಲಿ ಬುಕ್ ಹಿಡಿದು ಕೂಡುತ್ತಿರಲಿಲ್ಲ. ಸರಳವಾಗಿ ಎಲ್ಲರೊಂದಿಗೆ ಹಿತಮಿತವಾಗಿ ಬೆರೆಯುತ್ತಿದ್ದಳು. ಹಿಂದೆ ಇದ್ದ ಸ್ವಂತ ಮನೆಯ ಎದುರಿನಲ್ಲಿದ್ದ ಶ್ರೀಮಂತರ ಮಗನ ನೆನಪಾಯಿತು. ಎತ್ತಿ ಬಾಚಿದ್ದ ಕೂದಲು, ಕತ್ತಿನಲ್ಲಿ ಸಣ್ಣ ಹುರಿಯ ಗಾತ್ರದ ಬಂಗಾರದ ಚೈನು, ಕೈನಲ್ಲಿ ಬ್ರೆಸ್‌ಲೆಟ್, ಎರಡು ಕೈಗಳ ಹತ್ತು ಬೆರಳುಗಳಿಂದ ನಾಲ್ಕು ಉಂಗುರಗಳಾದರೂ ಇರುತ್ತಿತ್ತು. ಆಕರ್ಷಕ ವ್ಯಕ್ತಿತ್ವದ ಹೀರೋ ಹೊಂಡದಲ್ಲಿ ಓಡಾಡುವ ಯುವಕ-ಇವರ ಪ್ರೇಮ ಎಷ್ಟು ಸೆಂಟಿಗ್ರೇಡ್‌ನಲ್ಲಿ ಇದ್ಯೋ? ಆ ಮನೆಯವರ ನಿರೀಕ್ಷೆ ಎಷ್ಟೋ! ಹದಿನೆಂಟು ಕೂಡ ದಾಟದ ವರ್ಷಗೆ ಇದು ಮದುವೆಯ ವಯಸ್ಸಲ್ಲ.

"ಅಪ್ಪ, ಅಂಥ ಗಾಬ್ರಿಯಾಗೋಂಥ ವಿಷ್ಯವೇನಲ್ಲ! ನೀವು 'ಯೆಸ್' ಅಂದರೆ 'ಯೆಸ್,' 'ನೋ' ಎಂದರೆ 'ನೋ' " ಎಂದು ಹೇಳಿ ಅವರು ಸ್ವಲ್ಪ ರಿಲ್ಯಾಕ್ಸ್ ಆಗುವಂತೆ ಮಾಡಿದಳು.

"ಓಕೆ. ಓಕೇ.... ಸದ್ಯಕ್ಕೆ ಬಸ್ಸು ಬರೋಲ್ಲ. ಆರಾಮಾಗಿ ಯಾವುದಾದ್ರೂ ರೆಸ್ಟೋರೆಂಟ್‌ನಲ್ಲಿ ಕಾಫೀ ಕುಡೀತಾ ನೀನು ಹೇಳೋದನ್ನ ನಾನು ಕೇಳ್ತೀನಿ" ಎಂದು ನಗುತ್ತ ಮುಖದ ಮೇಲೆ ಕರ್ಚೀಫ್ ಆಡಿಸಿದರು.

ಗಾರ್ಡನ್ ರೆಸ್ಟೋರೆಂಟ್‌ನಲ್ಲಿ ನೆರಳಿಗೆ ಹಾಕಿದ್ದ ಛತ್ರಿಯ ಕೆಳಗಿನ ಟೇಬಲ್ಲು ಹಿಡಿದು ಕೂತರು. ಮಗಳತ್ತ ತದೇಕಚಿತ್ತರಾಗಿ ನೋಡಿದರು. ಅವಳ ಕಪ್ಪು ಅರಳುಗಣ್ಣುಗಳಲ್ಲಿ ಇನ್ನೂ ತುಂಟಾಟದ ಛಾಯೆ ಮಾಸಿರಲಿಲ್ಲ. ಕೆನ್ನೆಗಳ ಮೇಲೆ ಇನ್ನೂ ಮುಗ್ಧತನದ ಹೊಳಪು. 'ಕಡೆದಿಟ್ಟ ಚಿನ್ನದ ಪುತ್ಥಳಿ.'

"ಏನಾದ್ರೂ ತಿಂಡಿ ತಗೋತೀಯಾ?" ಕೇಳಿದರು.

"ಏನು ಬೇಡ, ಊಟ ಮುಗ್ಸಿಕೊಂಡೇ ಬಸ್ ಸ್ಟಾಪ್‌ಗೆ ಬಂದಿದ್ದು. ಅಮ್ಮನ ಕೈನ ಊಟ ನಿರಂತರವಾಗಿ ನನ್ನ ತೂಕವನ್ನ ಹೆಚ್ಚಿಸ್ತಾ ಇದೆ" ಬಾಯಿ ತುಂಬ ನಕ್ಕಳು.

ಬಲವಂತವಾಗಿ ಮಗಳಿಗೆ ಜಾಮೂನ್, ಐಸ್‌ಕ್ರೀಮ್ ಕೊಡಿಸಿ ತಾವೊಂದು ಕಾಫೀಗೆ ಆರ್ಡರ್ ಮಾಡಿ ಕೂತರು. ಮಗಳು ಏನು ಹೇಳಿದರೂ ಕೇಳುವಷ್ಟು ಪ್ರಸನ್ನತೆಯನ್ನು ಮಾನಸಿಕವಾಗಿ ಮಾಡಿಕೊಳ್ಳತೊಡಗಿದರು.

ನೋಟು ಪುಸ್ತಕದಲ್ಲಿನ ಪತ್ರ ಕೊಟ್ಟವಳು. ಒಂದೆರಡು ವಾಕ್ಯಗಳಲ್ಲಿ ಇಂಟರ್‌ವ್ಯೂ ವಿಷ್ಯವನ್ನು ತಿಳಿಸಿದಳು. ಅವರೆದೆಯ ಭಾರ ಎಷ್ಟೋ ಕಮ್ಮಿ ಆಯಿತು. ಆರಾಮಾಗಿ ನಕ್ಕುಬಿಟ್ಟರು.

"ಗುಡ್ ಜೋಕ್..." ಎಂದರು. ಅವರು ವಿಷಯವನ್ನು ಸೀರಿಯಸ್ಸಾಗಿ ತಗೊಳ್ಳಲಿಲ್ಲ. "ನೀವು 'ಹ್ಞೂ' ಅಂದರೇ ನಾನ್ಹೋಗಿ ಜಾಯಿನ್ ಆಗ್ತೀನಿ. ಅವ್ರ ಜೀವನದ ಕಥೆ ಬರ್‍ಯೋದು ನಂಗೇನು ಕಷ್ಟವಾಗೋಲ್ಲ. ಇನ್ನೆರಡು ತಿಂಗ್ಳಿದೆ ಪರೀಕ್ಷೆ. ನಾನು ಎಗ್ಜಾಮ್‌ಗೆ ಬಂದು ಬರೀತೀನಿ" ಆಶ್ವಾಸನೆ ಕೊಡುವಂತೆ ನುಡಿದಾಗ ಅವರು ತಲೆ ಕೊಡವಿಬಿಟ್ಟರು. ಈ ಪುಟ್ಟ ಹುಡುಗಿ 'ವರ್ಷನ' ಉದ್ಯೋಗಕ್ಕೆ ಕಳಿಸುವ ಇಚ್ಛೆ ಸದ್ಯಕ್ಕೆ ಇರಲಿಲ್ಲ.

ತಂದಿಟ್ಟ ಕಪ್‌ನಲ್ಲಿನ ಅರ್ಧಕಾಫಿಯನ್ನು ಸಾಸರ್‌ಗೆ ಬಗ್ಗಿಸಿ "ತಗೋ..." ಎಂದರು. 'ಬೇಡ'ವೆನ್ನದೆ ಕುಡಿದಿಟ್ಟಳು. ನಿರಾಕರಿಸಬಹುದೆಂದುಕೊಂಡವರಿಗೆ ಆಶ್ಚರ್ಯ.

ಮಾತು ಮುಗಿಯಿತೆನ್ನುವಂತೆ ಚಲಪತಿಗಳು ಎದ್ದಾಗ "ಪ್ಲೀಸ್, ಕೂತ್ಕೊಳ್ಳಿ... ದಯವಿಟ್ಟು ಸೀರಿಯಸ್ಸಾಗಿ ಯೋಚ್ಸಿ. ಕೆಲವರು ಮನಸ್ಸು ತೃಪ್ತಿಗೋ, ಮನೆಯವರ ತೃಪ್ತಿಗೋ, ಫ್ಯಾಷನ್‌ಗೋ ಡಿಗ್ರಿಗಳನ್ನ ಮಾಡಿದರೇ, ಇನ್ನು ಮಿಕ್ಕವರು ಉದ್ಯೋಗದ ಸಲುವಾಗಿ ತಾನೇ! ನಂಗಂತು ಬೇರೆ ಎಲ್ಲು ಕೆಲ್ಸ ಸಿಕ್ಕೋಲ್ಲ. ನಾನಂತು ಇಲ್ಲಿ ಒಂಟಿಯಾಗಿ ಇರೋಲ್ಲ. ನೀವು ನನ್ನ ಕೇರಳಕ್ಕೆ ನಿಮ್ಮಗ್ಳ ಜೊತೆ ಕರ್ಕೊಂಡ್ಹೋಗಿ. ಇಲ್ಲ ಈ ಜಾಬ್‌ಗೆ ಕಳ್ಸಿ." ಅತ್ಯಂತ ಸ್ಪಷ್ಟವಾಗಿ ಹೇಳಿದಳು. ವರ್ಷಳದು ಬಿಚ್ಚುಮನಸ್ಸೆಂದು ಅವರಿಗೆ ಗೊತ್ತು. ಯಾವುದೇ ವಿಷಯವಾಗಲೀ ತಕ್ಷಣ ಬೇರೆಯವರೊಂದಿಗೆ ಹಂಚಿಕೊಂಡುಬಿಡುತ್ತಾಳೆ.

"ಆತುರವಾಗಿ ನಿರ್ಣಯ ತಗೋಳ್ಳಾಕ್ಕಾಗೋಲ್ಲ. ಒಂದೆರಡು ದಿನ ಅವಕಾಶ ಕೊಡು. ಇದು ಹೃದಯ, ಮನಸ್ಸಿಗೆ ಸಂಬಂಧಪಟ್ಟ ವಿಷ್ಯ" ಎಂದರು ಗಂಭೀರವಾಗಿ.

ತಂದೆ, ಮಗಳು ವಸಿಷ್ಠ ಕಂಪ್ಯೂಟರ್ ಸಾಫ್ಟ್‌ವೇರ್ ಡೆವಲಪ್‌ಮೆಂಟ್ ಕಾರ್ಪೊರೇಷನ್‌ನ ಇನ್ನೊಂದು ವಿಭಾಗದ ಟ್ರೈನಿಂಗ್ ಕೋರ್ಸ್ ಕಡೆ ಹೋದರು. ಮತ್ತೊಂದು ವಿಭಾಗದಲ್ಲಿ ಸಂಬಂಧಪಡದೇ ಇರುವ ಜನ ಹೋಗುವಂತಿರಲಿಲ್ಲ.

ಅರ್ಧದವರೆಗೂ ಗಾಜು ಅಳವಡಿಸಿದ ವಿಭಾಗದಿಂದ ಅಭಿಷೇಕ್ ವಸಿಷ್ಠನ ದನಿ ಕೇಳಿ ಬರುತ್ತಿತ್ತು. 'ಕಂಪ್ಯೂಟರ್ ತೆರೆಯ ಮೇಲೆ ಮೂಡುವ ಅಕ್ಷರಗಳನ್ನು ಅಥವಾ ಯಾವುದೇ ರೀತಿಯ ಮಾಹಿತಿಯನ್ನು ಕ್ಯಾರೆಕ್ಟರ್ ಎಂದು ಕರೆಯುತ್ತಾರೆ. ಸ್ಮರಣಶಕ್ತಿಯ ಮೂಲಮಾಪಕ 'ಬಿಟ್'. ಇದು ಸಾಧಾರಣವಾಗಿ ಒಂದು ಕ್ಯಾರೆಕ್ಟರ್‌ಗೆ ಸಮ. '8 ಬಿಟ್' ಸೇರಿ ಒಂದು 'ಬೈಟ್' ಆಗುತ್ತದೆ. ಇದು ಕಿಲೋಬೈಟ್...' ಫೋನ್ ಸದ್ದಾದುದರಿಂದ ಸ್ವರ ನಿಂತಿತು. ಇಷ್ಟು ನಿರರ್ಗಳವಾಗಿ ಮಾತಾಡುವ ಅಭಿಷೇಕ್ ಇಂದಿಗೂ ಚಲಪತಿಯೊಡನೆ ಒಂದೆರಡು ಮಾತುಗಳನ್ನು ಆಡಿರಲಿಲ್ಲ.

ಅಲ್ಲಿಂದ ಹೊರಬಂದ ಅಭಿಷೇಕ ವಸಿಷ್ಠ ಇವರನ್ನು ನೋಡಿದನೋ ಇಲ್ಲವೋ ತನ್ನ ಪಾಡಿಗೆ ಛೇಂಬರ್‌ಗೆ ಹೋಗಿಬಿಟ್ಟ.

ಚಲಪತಿ, ವರ್ಷ ಮುಖಕ್ಕೆ ನೀರೆರಚಿದಂತಾಯಿತು. ಬಹುಶಃ ಅಭಿಷೇಕ್ ವರ್ಣಳ ಗಂಡ ಆಗಿರದಿದ್ದರೆ ಇಂಥ ಅವಮಾನವನ್ನು ಎಂದೂ ಸಹಿಸುತ್ತಿರಲಿಲ್ಲ.

ಅಲ್ಲೇ ಇದ್ದ ರೈಟಿಂಗ್ ಪ್ಯಾಡ್ ತಗೊಂಡಳು ವರ್ಷ. 'ಕಿಲೋಬೈಟ್ (ಕೆಬಿ - 1024), ಮೆಗಾಬೈಟ್ (ಎಂ.ಬಿ. = 1024 ಕೆಬಿ) ಗಿಗಾ ಬೈಟ್ (ಜಿಬಿ = 1024 ಎಂಬಿ)ಎಂದು ಗುರುತು ಹಾಕಿತ್ತು. ಕಣ್ಣಾಡಿಸಿ ಅಲ್ಲಿಯೇ ಇಟ್ಟಳು.

ಕನ್ನಡಕ ಧರಿಸಿ ಟೇಬಲ್ಲು ಮುಂದೆ ಕೂತಿದ್ದ ವ್ಯಕ್ತಿ ನಡು ವಯಸ್ಸಿನವ ಎನ್ನುವುದಕ್ಕಿಂತ ನಿಸ್ಸಹಾಯಕ ಸ್ಥಿತಿಯಲ್ಲಿದ್ದು ಎಷ್ಟು ಕಡಿಮೆ ಹಣ ಕೊಟ್ಟರೂ ಕೆಲಸ ಮಾಡುವಂತೆ ಕಂಡ.

ಚಲಪತಿಗಳು ಹೋಗಿ ವಿಚಾರಿಸಿದಾಗ ಕನ್ನಡಕ ಸರಿಪಡಿಸಿಕೊಂಡು ನೋಡಿ "ಆರ್ ಯು ರಿಲೇಟೆಡ್? ಹಾಗೆಂದು ಹೇಳ್ಕೊಂಡು ಬರೋ ಜನಕ್ಕೆ ಮಧ್ಯ ಹೋಗಿ ಡಿಸ್ಟರ್ಬ್ ಮಾಡೋ ಹಂಗಿಲ್ಲ. ಇಲ್ಲಿಂದ ಇಂಟರ್‌ಕಾಮ್ ಮಾಡೋ ಹಂಗಿಲ್ಲ. ಬಂದ ಕಾರ್‌ಗಳ್ನ ರಿಜಿಸ್ಟರ್‌ನಲ್ಲಿ ಎಂಟ್ರಿ ಮಾಡಿಕೊಳ್ಳೋದು. ಸ್ಟೂಡೆಂಟ್ಸ್ ಕಟ್ಟೋ ಹಣಕ್ಕೆ ರಸೀದಿ ಕೊಟ್ಟು ಪ್ರತಿದಿನ ಬ್ಯಾಂಕ್‌ಗೆ ಜಮಾ ಮಾಡೋದು. ಇಷ್ಟೇ ನನ್ಕೆಲ್ಸ. ಜೊತೆಗೆ ಆಪರೇಟರ್ ಕೆಲ್ಸ, ಬಂದ ಫೋನ್‌ಗಳ್ನ ಕನೆಕ್ಟ್ ಮಾಡೋದು. ಆದ್ರೆ ಇಲ್ಲಿಂದ ಮಾತ್ರ ಫೋನ್ ಮಾಡೋಹಂಗಿಲ್ಲ" ಎಂದರು ತಮ್ಮ ಕೆಲಸದ ವ್ಯಾಪ್ತಿಯನ್ನು ವಿವರಿಸುತ್ತ. ತಂದೆ, ಮಗಳು ಮುಖ ಮುಖ ನೋಡಿಕೊಂಡರು. ಗೊಂದಲ ಸೃಷ್ಟಿಸುವಂತಿತ್ತು ಅವರ ಮಾತುಗಳು. ಆದರೆ ಮತ್ತೇನು ಕೇಳಬೇಕೆನಿಸಲಿಲ್ಲ.

"ಲಂಚ್ ಬ್ರೇಕ್ ಎಷ್ಟೊತ್ತಿಗೆ?" ಕೇಳಿದರು ಚಲಪತಿ.

"ಸರ್ಯಾಗಿ, ಒಂದು ನಲವತ್ತೈದಕ್ಕೆ... ಬರೀ ಕಾಲು ಗಂಟೆ ಮಾತ್ರ. ಆ ಸಮಯದಲ್ಲಿ ಲಂಚ್ ತಗೋಬಹುದ್ದು. ತುಂಬ ಸ್ಟ್ರಿಕ್ಟ್. ಮನುಷ್ಯರನ್ನು ಕೂಡ ಯಂತ್ರಗಳಂತೆ ಕಮ್ಯಾಂಡ್ ಮಾಡೋಕೆ ಹೋಗ್ತಾರೆ" ಪಿಸು ದನಿಯಲ್ಲಿ ಹೇಳಿ ತನ್ನ ಕೆಲಸದತ್ತ ಗಮನಹರಿಸಿದ ವ್ಯಕ್ತಿ "ನನ್ನ ಪ್ರಶ್ನೆಗೆ ಉತ್ತರ ಸಿಗಲಿಲ್ಲ. ಆರ್ ಯೂ ರಿಲೇಟೆಡ್? ಮಿಸಸ್ ವರ್ಣ ಅಭಿಷೇಕ್ ವಸಿಷ್ಠ ಅವ್ರಿಗೆ ನೀವೇನಾದ್ರೂ ಸಂಬಂಧಿಕರಾ?" ಎಂದು

ಚಲಪತಿಗಳಿಗೆ ಉತ್ತರಿಸಬೇಕೆನಿಸಲಿಲ್ಲ. ತುಟಿ ತೆರೆದ ವರ್ಷ ತಂದೆಯ ಮುಖ ನೋಡಿ ಸುಮ್ಮನಾದಳು.

ಹೊರಗೆ ಬಂದವರು ನಿಂತು ನೋಡಿದರು. ಬೃಹತ್ತಾದ ಕಟ್ಟಡ, ಮುಂದೆ ಕೂಡ ಬೆಳೆಯಬಹುದಾದ ಸೂಚನೆಗಳು ಇತ್ತು. 'ಸಂತೋಷವೇ'-ಮನಪೂರ್ತಿ ಅನುಭವಿಸಲಾಗಲಿಲ್ಲ.

"ವರ್ಷ, ವರ್ಣಳ ನೋಡ್ಕೊಂಡೇ ಹೋಗ್ಬೇಕು. ಈಗೇನ್ಮಾಡ್ತೋದು?" ಮಗಳತ್ತ ನೋಡಿದರು. "ಒಂದ್ಕೆಲ್ಸ ಮಾಡಿ, ನಾನು ಕಾದಿದ್ದು ಅವಳ್ನ ಕರ್ಕೊಂಡ್ ಬರ್ತೀನಿ" ಎಂದಳು.

"ಹಾಗೆಯೇ ಅಳಿಯ ಪರಮಾತ್ಮನನ್ನು ನೋಡಿ ಮಾತಾಡೋ ಉದ್ದೇಶ. ಹೇಗೆ ಸ್ಪಂದಿಸುತ್ತಾರೋ! ಸ್ನೇಹ, ಸಂಬಂಧ, ಸಲಿಗೆ ಅಂಥದೇನಿಲ್ಲ. ಮುಖ ಕಂಡ್ರೆ ತುಟಿಗಳು ಬಿಗಿದು ಕೂಡುತ್ವೆ" ತೋಡಿಕೊಂಡರು. ಹಿಂದಿನ ಹಾಗೆ ಹೆಚ್ಚು ಒತ್ತಡಗಳನ್ನು ಮನದಲ್ಲಿ ಅದುಮಿಟ್ಟುಕೊಳ್ಳಲು ಅವರಿಂದಾಗುತ್ತಿರಲಿಲ್ಲ.

ವರ್ಷ ಬಾಯಿಗೆ ಕೈ ಅಡ್ಡ ಇಟ್ಟುಕೊಂಡು ನಕ್ಕುಬಿಟ್ಟಳು. "ನಿಮ್ಮ ಮಾತುಗಳ್ನ ಮಾಹಿತಿಗಳಾಗಿ ಫ್ಲಾಪಿನಲ್ಲಿ ರೆಡಿಯಾಗಿಸಿ ಕಂಪ್ಯೂಟರ್ ತುಂಬಬೇಕು. ಆಗ ವಿಷ್ಯ ಅವ್ರ ಮಿದುಳನ್ನು ಪ್ರವೇಶಿಸಿ, ಮನಸ್ಸಿದ್ದರೇ ಏನಾದ್ರೂ ರಿಯಾಕ್ಟ್ ಮಾಡಬಹುದೇ" ಭೇಟಿ ಮಾಡುವುದು ವ್ಯರ್ಥವೆಂದು ಪರೋಕ್ಷವಾಗಿ ಹೇಳಿದಳು. ಅಭಿಷೇಕ್ ಮಾತಾಡಲು ಇಚ್ಛಿಸುತ್ತಿರಲಿಲ್ಲ.

ಕೆನ್ನೆಯುಜ್ಜಿದರು. ಆದರೂ ಅಭಿಷೇಕ್, ವರ್ಣನ ಎದುರು ಕೂಡಿಸಿಕೊಂಡು ಹತ್ತು ನಿಮಿಷ ಮಾತಾಡುವುದು ಸರಿಯೆನಿಸಿತು. ಇವರು ನಿಂತಿದ್ದ ಹಾಗೆಯೇ ಹೊರಬಂದ ದಂಪತಿಗಳು ಕಾರುಹತ್ತಿ ಕಣ್ಮರೆಯಾದಾಗ ನಿಸ್ಸಹಾಯಕರಾದರು.

"ಡೋಂಟ್ ವರಿ, ವರ್ಣನ ಕರೆತರೋ ಜವಾಬ್ದಾರಿ ನಂದು. ಈಗ ಮನೆಗೆ ಹೋಗೋಣ" ವರ್ಷ ಬಲವಂತ ಮಾಡಿದಳು.

ಸಂಜೆ ಅಂದರೆ ಪೂರ್ತಿ ಕತ್ತಲಾದ ಮೇಲೆ ವಸಿಷ್ಠ ಅವರ ಮನೆಗೆ ಹೋದಳು. ಅತ್ಯುತ್ತಮ ಬಂಗ್ಲೆ. ಮಹಲ್ ಎನ್ನಿಸಿಕೊಳ್ಳಬೇಕಾದ ಕಟ್ಟಡಕ್ಕೆ ಮಂಕು ಹಿಡಿಸಿ ಜೀವವಿಲ್ಲದಂತೆ ಮಾಡಿತ್ತು ಈ ಸಂಸಾರ. ಅದರ ದೌರ್ಭಾಗ್ಯ ಅಷ್ಟೇ!

ಗೇಟು ತಳ್ಳಿಕೊಂಡು ಒಳಗೆ ಹೋದಳು. ನಿರ್ಮಾನುಷ್ಯವಾಗಿತ್ತು ಕಂಪೌಂಡ್ ಎಲ್ಲಾ. ಬಾಲ್ಕನಿಯಲ್ಲಿ ಉರಿಯುತ್ತಿದ್ದುದು ಸಣ್ಣ ಬಲ್ಬು. ಅಲ್ಲೇ ಇದ್ದ ಮೆಟ್ಟಲುಗಳ ಮೇಲೆ ಕೂತು ಪರ್ಸ್‌ನ ಪಕ್ಕದಲ್ಲಿಟ್ಟುಕೊಂಡು 'ಎಷ್ಟೊಂದು ಜಾಗವಿದೆ. ಒಂದಿಷ್ಟು ಪ್ರಕೃತಿ ಪ್ರೇಮ, ಕಲಾಪ್ರೇಮ, ರಸಿಕತೆ ಇದ್ದಿದ್ದರೆ ಸುಂದರ ಪುಷ್ಪೋದ್ಯಾನ ಮಾಡಬಹುದಿತ್ತು. ಯಾರಿಗೂ ಲಕ್ಷ್ಯವಿಲ್ಲ.' ವರ್ಣಳಿಗೆ ಮಿದುಳಿದೆಯೆನ್ನುವುದು ರ್‍ಯಾಂಕ್ ಸರ್ಟಿಫಿಕೇಟ್ಸ್ ಪ್ರೂವ್ ಮಾಡಬಲ್ಲುದು. ಹೃದಯ - ಮನಸ್ಸಿನ ಬಗ್ಗೆಯೇ ಅನುಮಾನ.

ಗದ್ದಕ್ಕೆ ಕೈಯಾಡಿಸಿ ಗೇಟು ಕಡೆಯೇ ನೋಡುತ್ತ ಕೂತಳು. ಅರ್ಧ ಗಂಟೆಯನಂತರ ತರಕಾರಿ ಮಂಕರಿಯವಳು ಬಂದವಳು ಮಂಕರಿ ಇಳಿಸುವಂತೆ ಸನ್ನೆ ಮಾಡುತ್ತ ವೀಳೆದೆಲೆಯನ್ನು ಬಾಯಿಗೆ ತುರುಕಿಕೊಂಡು ಅಗೆಯುತ್ತ ದವಡೆಗೆ ಸೇರಿಸಿದಳು.

ಎರಡೂ ಕೈಕೊಟ್ಟು ಇಳಿಸಿದಳು. ಒಂದಿಷ್ಟು ಅಂಗಡಿ ಸಾಮಾನು ಇಟ್ಟುಕೊಂಡು ಅದರ ಮೇಲೊಂದು ಪ್ಲಾಸ್ಟಿಕ್ ಕವಚಿ ಪಕ್ಕದಲ್ಲಿ ಸೊಪ್ಪಿಟ್ಟುಕೊಂಡಿದ್ದ ವೈಖರಿ ಚೆನ್ನಾಗಿತ್ತು.

"ಯಾರು ನೀವು, ಸೊಸೆನಾ?" ಕೇಳಿದಳು ಸೊಂಟ ಬಗ್ಗಿಸಿ. ನಿಜವಾಗಲೂ ಹೆದರಿಕೆಯಾಯಿತು. 'ಅಯ್ಯಪ್ಪ ಈ ಮನೆಗೆ ಸೊಸೆ ಆಗುವ ಬದಲು ಆತ್ಮಹತ್ಯೆ ಮಾಡಿಕೊಳ್ಳುವುದು ಲೇಸೆ'ನಿಸಿತು. ಅಲ್ಲವೆಂದು ತಲೆಯಾಡಿಸಿದಳು.

ಕೆಳಗಿನ ಮೆಟ್ಟಿಲು ಮೇಲೆ ಕೂತು 'ಅವ್ವಾರೆ, ಸೊಪ್ಪು ತಂದಿದ್ದೀನಿ" ಕೂಗಿದಾಗ ಇಲ್ಲವೆಂದು ಕೈಯಲ್ಲೇ ಸನ್ನೆ ಮಾಡಿದಳು. ಅವಳು ತಕ್ಷಣ ಎದ್ದು ಹೋಗುವುದಂತು ವರ್ಷಗೆ ಇಷ್ಟವಿಲ್ಲ. "ಎಲ್ಲೋ ಹೋಗಿದ್ದಾರೆಂತ ಕಾಣಿಸುತ್ತೆ. ನೀನೇನು ಬರೀ ಸೊಪ್ಪೇನಾ ಮಾರೋದು?" ವಿಚಾರಿಸಿದಳು.

ಬಾಗಿಲತ್ತ ನೋಡಿದವಳೇ ಸುಣ್ಣದ ಡಬ್ಬಿ ತೆಗೆದು ಎಲೆಗೆ ಸವರಿ ಬಾಯಿಗೆ ಹಾಕಿಕೊಂಡು "ಎಲ್ಲಾ ತರಕಾರಿನೂ ಮಾರ್ತೀನಿ. ಈ ಮಂಜಮ್ಮ ಮಾಡದ ತರಕಾರಿ ಬಿಸಿನೆಸ್ಸೇ ಇಲ್ಲಾ. ಈ ಜನ ಅಷ್ಟು ರೇಟು ಕೊಟ್ಟು ತಗೋಬೇಕಲ್ಲ! ಬರೀ ಸೊಪ್ಪೇ ಕಣವ್ವಾ ತಿನ್ನೋದು. ಆಗಾಗ ಟಮ್ಯಾಟೋ ಹಣ್ಣು ತಗೋತಾರೆ. ಅಷ್ಟು ಬಿಟ್ಟು ಇನ್ನೊಂದಿಲ್ಲ. ಇವ್ರು ಪರದೇಶದಿಂದ ಬಂದ ದಿನದಿಂದ ಸೊಪ್ಪು ಕೊಡ್ತಾ ಇದ್ದೀನಿ. ಎಂದಾದ್ರೂ ಎರಡು ವಿಳೆದೆಲೆ ಕೈಯಲ್ಲಿ ಹಾಕಿದ್ದುಂಟಾ! ಏನು ಜನಾನೋ. ಈಚೆಗೆ ಈ ಮನೆಯಲ್ಲಿ ಎರ್ಡು ಲಗ್ನಗಳು ಆಯಿತಂತೆ. ತಗೋಳೆ ಮಂಜಮ್ಮ ಅಂತ ಒಂದು ಲಾಡು ಕೈಗೆ ಹಾಕಿದ್ದುಂಟಾ. ಬಿಕನಾಸಿ ಜನ. ಎಲ್ಲಾ ಮಾರ್ಕೊಂಡ್ ಉಳ್ದಿರೋ ಸೊಪ್ಪನ್ನ ಇಲ್ಲಿ ಕೊಟ್ಹೋಗ್ತೀನಿ. ಆ ಕಾಸು ಕೊಡೋಕೆ ಎಷ್ಟೊಂದು ಪಂಚಾಯ್ತಿ ಮಾಡ್ತಾರೆ. ಇಂಥ ಜನಗಳ್ನ ಎಲ್ಲೂ ನೋಡಿದ್ದಿಲ್ಲ." ಕೈಬಾಯಿ ತಿರುಗಿಸಿಕೊಂಡು ಹೇಳುವಾಗ ಆಕರ್ಷವಾಗಿ ಕಂಡರೂ, ವರ್ಣಳ ಸ್ಥಿತಿಯ ನೆನಪಾಗಿ ಕಣ್ಮುಂದೆ ಮಂಜು ಹರಡಿಕೊಂಡಿತು.

ಸೊಪ್ಪನ್ನ ಒಂದು ಪೇಪರಿಗೆ ಸುರಿದು ಬಾಲ್ಕನಿಯ ಜಗುಲಿಯ ಗೋಡೆ ಪಕ್ಕಕ್ಕೆ ಇಟ್ಟು "ಕಾಸು ಕೊಟ್ರೆ ಕೊಡ್ಲಿ. ಇಲ್ದಿದ್ರೆ ಬೇಡ. ಸುಮ್ನೆ ಈ ಸೊಪ್ಪುನ ಯಾಕೆ ಹೊತ್ಕೊಂಡ್ಹೋಗ್ಲಿ. ಬರ್ತೀನಿ ಕಣವಾ! ನೀವೇನಾದ್ರೂ, ನೆಂಟರಾ?" ಕೇಳಿದಳು. ಯಾಕೋ ಏನೂ ಹೇಳಬೇಕೆನಿಸಲಿಲ್ಲ ವರ್ಷಗೆ. ಮೌನವಾಗಿ ಮಂಕರಿಗೆ ಕೈಹಾಕಿ ಎತ್ತಿದಳು ಅವಳ ತಲೆಯ ಮೇಲಕ್ಕೆ.

ಬಟ್ಟಬಯಲಿನ ನಡುವೆ ಕೂತಂತಾಗಿತ್ತು ಅವಳಿಗೆ. ವಾಚ್‌ನ ಲೈಟ್‌ನ ಬೆಳಕಿಗೆ ಹಿಡಿದು ನೋಡಿದಳು. ಎಂಟು ಗಂಟೆ ಮೂವತ್ತೈದು ನಿಮಿಷ. ಅವಳು ಬಂದು ಒಂದು ಘಂಟೆ ಐದು ನಿಮಿಷ ಆಗಿತ್ತು. ಒಂದು ಕಾದಂಬರಿ ಹಿಡಿದು ಬಂದಿದ್ದರೆ ಓದುತ್ತ ಕೂಡಬಹುದಿತ್ತು. ಎದ್ದು ಅಡ್ಡಾಡಿದಳು.

ಅಂತೂ ಗೇಟು ಸದ್ದಾಯಿತು. ಮೂಗನೊಂದಿಗೆ ಒಂದು ಬುಟ್ಟಿಯೊರೆಸಿಕೊಂಡು ಬರುತ್ತಿದ್ದರು ಕಾಮಿನಿ ವಸಿಷ್ಠ. ಮಂಕು ಬೆಳಕು, ಮಬ್ಬು ಕಲರ್ - ಆಕೆಯ ಮುಖವೇ ಸ್ಪಷ್ಟವಾಗಿಲ್ಲ. ನಿಧಾನವಾಗಿ ಎದ್ದು ನಿಂತು ತನ್ನ ಪರಿಚಯ ಹೇಳಿಕೊಂಡಳು.

"ಸಂತೋಷ, ಈಗ್ಬಂದಿದ್ದು" ಎನ್ನುತ್ತಲೇ ಹೋಗಿ ಬೀಗ ತೆಗೆದರು ಆಕೆಯೇ. ಬೀಗ ಹಾಕಿ, ತೆಗೆಯುವಂಥ ಕೆಲಸವನ್ನ ಮೂಗನಿಗೆ ವಹಿಸಲಾರರು. ವಿಪತ್ತಿನ ಗ್ರಹಿಕೆ ಆಕೆಯ ಸೂಕ್ಷ್ಮ ಮೆದುಳಿಗೆ.

ಆಹ್ವಾನವಿಲ್ಲದಿದ್ದರೂ ಅವರ ಹಿಂದೆ ಒಳಗೆ ಹೋದಾಗ ತಕ್ಷಣ ಆಕೆಯೇನು ಮಾತನಾಡಿಸಲಿಲ್ಲ. "ಸೊಪ್ಪಿನವಳು ಅಂದರೆ ತರಕಾರಿ ಮಾರೋಳು ಬಂದು ಕಾದಿದ್ದು ಹೋದಳು" ಹೇಳಿದಳು.

ತಕ್ಷಣ ಆಕೆ ಎಷ್ಟು ಚುರುಕಾದರೆಂದರೆ "ಹೋಗೋ ಮೂಗ, ಹೊರ್ಗಡೆ ಬಾಲ್ಕನಿಯಲ್ಲಿ ಸೊಪ್ಪು ಇಟ್ಟು ಹೋಗಿದ್ದಾಳೇನೋ, ಹೋಗಿ ನೋಡು" ಎಂದರು. ಬಹು ಎಚ್ಚರದಿಂದ ಪೇಪರ್ ಸಮೇತ ಸೊಪ್ಪನ್ನು ಹಿಡಿದು ಬಂದ ಮೂಗ, ಅದನ್ನ ಪ್ಲಾಸ್ಟಿಕ್ ಬುಟ್ಟಿಗೆ ಸುರಿದು ಆ ಪೇಪರನ್ನೊಯ್ದ.

ಕುತೂಹಲದಿಂದ ಅವನನ್ನು ಕರೆದು ಆ ಪೇಪರ್ ಏಕೆಂದು ಸನ್ನೆಯಿಂದಲೇ ವಿಚಾರಿಸಿದಳು. ಅದನ್ನು ಒಣಗಿಸಿ ಮಡಚಿಡುವುದಾಗಿ ಸೂಚಿಸಿದಾಗ ಅವಳಿಗೆ ಪ್ರಜ್ಞೆ ತಪ್ಪುವುದೊಂದು ಬಾಕಿ ಇತ್ತು. ತಾನು ಇರೋದು ಯಾವ ಲೋಕ? ಇಲ್ಲಿ ವಾಸಿಸುವವರು ಯಾವ ವರ್ಗಕ್ಕೆ ಸೇರಿದವರು? ಇವರನ್ನು ಸೃಷ್ಟಿಸಿದ ಬ್ರಹ್ಮ ಯಾವ ಮೂಡ್‌ನಲ್ಲಿ ಭೂಮಿಗೆ ರವಾನಿಸಿದ. ಒಂದಾ, ಎರಡಾ, ಹತ್ತು ಹಲವು ಪ್ರಶ್ನೆಗಳು- ಖಂಡಿತ ಉತ್ತರ ಸಿಗಲಾರದು!

ಅಂತು ಇಂತು ಕಾರು ಬಂದ ಸದ್ದು ಕೇಳಿಸಿತು. ಐವರ ಒಟ್ಟಿಗೆ ಪ್ರವೇಶ. ನಾಲ್ವರು ಈ ಮನೆಗೆ ಸೇರಿದವರಾದರೆ, ಇನ್ನೊಬ್ಬ ಪರಿಚಿತರು. ಇವರುಗಳನ್ನು ಡ್ರಾಪ್ ಮಾಡಲು ಬಂದಿದ್ದರು.

ಇಬ್ಬರು ಒಂದೊಂದು ಕಡೆ ಹೋದರೆ ವರ್ಣ ಇವಳ ಬಳಿ ಬಂದಳು. "ಯಾವಾಗ್ಬಂದೆ?" ನಿಶ್ಶಬ್ದದಲ್ಲಿ ಗುಂಡು ಪಿನ್ನು ಬಿದ್ದರೆ ಸದ್ದಾಗುವಂತಿತ್ತು ಅವಳ ಸ್ವರ. "ಸ್ವಲ್ಪ ಹೊತ್ತು ಆಯ್ತು. ಮಧ್ಯಾಹ್ನ ನಾನು, ಅಪ್ಪ ಆಫೀಸ್ ಹತ್ರ ಬಂದಿದ್ವಿ" ಸೋತಂತೆ ಹೇಳಿದಳು.

"ಬ್ಯಾಂಕ್ ಸೀನಿಯರ್ ಆಫೀಸರ್ಸ್ ಬಂದಿದ್ರು. ಅವ್ರಿಗೆ ಪ್ರಾಜೆಕ್ಟ್ ರಿಪೋರ್ಟ್ ಎಕ್ಸ್‌ಪ್ಲೈನ್ ಮಾಡೋದಿತ್ತು" ಎಂದಳು.

ಬಂದ ವ್ಯಕ್ತಿಗೆ ಕಪ್ ಟೀ ಇರಲಿ ಕನಿಷ್ಟ ನೀರು ಕೂಡ ಕೊಡದೆ ಕಳಿಸಿದರು. ಕಾರಿನವರೆಗೆ ಅಜೇಯ ವಸಿಷ್ಠ. ಆಮೇಲೆ ಅವರ ಗಮನವನ್ನು ವರ್ಷನೆ ಸೆಳೆದಳು.

"ವರ್ಣನ ಕರ್ಕೊಂಡ್ಹೋಗೋಣಾಂತ ಅಪ್ಪ, ನಾನು ಬಂದಿದ್ವಿ. ಟ್ರೀಟ್‌ಮೆಂಟ್ ಸಲುವಾಗಿ ಅಮ್ಮನ್ನ ಕೇರಳಾಗೆ ಕರ್ಕೊಂಡ್ಹೋಗ್ತಾ ಇದ್ದಾರೆ. ಅಕ್ಕ, ಭಾವ ಇಬ್ರೂ ಬಂದ್ರೆ ಒಳ್ಳೇದು."

ಕಣ್ಣು ಕಿರಿದು ಮಾಡಿ ಏನೇನೋ ಗೊಣಗಿಕೊಂಡರು ಇಂಗ್ಲೀಷ್‌ನಲ್ಲಿ. ಅವರಿಗೆ ಇಷ್ಟವಿಲ್ಲವೆನ್ನುವುದನ್ನು ಮುಖವೇ ಸೂಚಿಸುತ್ತಿತ್ತು.

"ಪ್ಲೀಸ್, ಸ್ವಲ್ಪ ಅರ್ಥ ಮಾಡ್ಕೊಳ್ಳಿ. ಅಮ್ಮ ವರ್ಣನ ನೋಡ್ಬೇಕೂಂತ ಇದ್ದಾರೆ. ವಿಷ್ಯ ಇಷ್ಟು. ಯಾವ್ದೇ ಸಬೂಬಿಗೆ ಸಮಯವಲ್ಲ. ದಯವಿಟ್ಟು ಇಬ್ರನ್ನೂ ಕಳ್ಸಿ ಕೊಡಿ. ಕರ್ಕೊಂಡ್ಹೋಗುದು.... ಕರ್ಕೊಂಡ್ಬದ್ಬಿಡೋದು ನಮ್ಮ ಜವಾಬ್ದಾರಿ." ಸ್ವಲ್ಪ ಉದ್ವಿಗ್ನಗೊಂಡಳು. ಮಾತಾಡದೇ ಒಳಗೆ ಹೋದ ತಂದೆ ವಸಿಷ್ಠ ಸಣ್ಣ ಮೀಟಿಂಗ್‌ನ ನಂತರ ಹೊರಗೆ ಬಂದು "ಅಭಿಷೇಕ್ ಬರೋಲ್ಲ. ವರ್ಣನ ಕರ್ಕೊಂಡ್ಹೋಗು. ಬೆಳಿಗ್ಗೆ ಒಂಬತ್ತು ಗಂಟೆಗೆ ಆಫೀಸ್‌ನಲ್ಲಿದ್ರೆ ಸಾಕು. ಇದೇ ಪದೇ ಪದೇ ಪುನರಾವರ್ತನೆ ಆಗ್ಬಾರ್ದು" ಹೇಳಿ ನಿಲ್ಲದೆ ಹೊರಟುಬಿಟ್ಟರು ರೂಮಿಗೆ.

'ಇನ್ನೇನಾದರೂ ಉಳಿದಿದ್ಯಾ?' ಎನ್ನುವಂತೆ ವರ್ಣ ಕಡೆ ನೋಡಿದಳು. ಬೆಡ್‌ರೂಮಿಗೆ ಹೋದ ಅವಳ ಜೊತೆಯಲ್ಲಿಯೇ ಬಂದ ಅಭಿಷೇಕ್ ಡೈನಿಂಗ್ ಹಾಲ್‌ಗೆ ಹೋದ.

"ಹೇಗೋ ಹೋಗ್ತಾಳಲ್ಲ. ಅಲ್ಲೇ ಊಟ ಮಾಡ್ಕೊಳ್ಳಿ" ಬಹುಶಃ ಈ ದನಿ ಅಜೇಯ ವಸಿಷ್ಠರ ಕೊನೆಯ ಸಂತಾನದ್ದು ಇರಬಹುದು. "ಬೆಳಿಗ್ಗೆ ನೇರವಾಗಿ ಆಫೀಸ್‌ಗೆ ಬಾ" ಅಭಿಷೇಕ್ ವಸಿಷ್ಠನ ಆಣತಿ.

"ಮಧ್ಯಾಹ್ನದ ಲಂಚನ್ನು ಅಲ್ಲಿಂದ ತಂದ್ಕೋ" ಕಾಮಿನಿ ವಸಿಷ್ಠರ ಅಪ್ಪಣೆ.

ವರ್ಷಗೆ ಪ್ರದಕ್ಷಿಣೆ ನಮಸ್ಕಾರ ಹಾಕಿ ಬಿಡಬೇಕೆನಿಸಿತು. 'ಎಂಥಾ... ಜನ! ಎಂಥಾ ಸೌಭಾಗ್ಯ ವರ್ಣದು! ಎಷ್ಟು ಜನ್ಮದ ಪುಣ್ಯ ವಿಶೇಷದಿಂದ ಇವರುಗಳ ದರ್ಶನ ಭಾಗ್ಯವೋ!' ಆಕಾಶದಿಂದ ಪುಷ್ಪಮಳೆ ಸುರಿದಂತಾಯಿತು.

"ಒಂದ್ನಿಮ್ಷ ವರ್ಣ" ಡೈನಿಂಗ್ ಹಾಲ್‌ಗೆ ಹೋದವಳೆ ಮೂರು ಪ್ರದಕ್ಷಿಣೆ ಹಾಕಿ ನಮಸ್ಕಾರ ಮಾಡಿ ಎದ್ದಳು, "ಕೆಲವರ ದರ್ಶನ ಎಷ್ಟೋ ಜನ್ಮಗಳ ಪುಣ್ಯದಿಂದ ಲಭ್ಯವಾಗುತ್ತಂತೆ, ಬರ್ತೀನಿ.... ಒಂದ್ಲೋಟ ನೀರು ಕುಡೀಬಹುದಾ! ಅಕ್ಕನ ಮನೆ ನೋಡಿ" ಎಂದು ಅವಳೇ ಗಾಜಿನ ಹೂಜಿಯಿಂದ ಬರೀ ಒಂದು ಔನ್ಸ್‌ನಷ್ಟು ನೀರು ಮಾತ್ರ ಬಗ್ಗಿಸಿಕೊಂಡು ಕಾಮಿನಿ ವಸಿಷ್ಠ ಮುಂದಿಡಿದು "ನೀವು ಕುಡ್ಯೋಕೆ ಪರ್ಮಿಷನ್ ಕೊಡ್ಬಹ್ದು" ಎಂದವಳು ಕುಡಿದು ಅಲ್ಲೇ ಇಟ್ಟು "ಬರ್ತೀನಿ" ಎಂದು ಹೊರಟವಳು ಹಿಂದಕ್ಕೆ ತಿರುಗಿ ನೋಡಿದಳು. ಎಲ್ಲರ ನೋಟಗಳು ಇವಳತ್ತ. ಪ್ರತಿಯೊಬ್ಬರು ಕನ್ನಡಕ ಧರಿಸಿದ್ದರು. ಅಂದಿನ ಮದುವೆಯ ಸಂದರ್ಭದಲ್ಲಿ ಹಿರಿಯ ಮಗ ಡಾ॥ ಆಲೋಕ್ ವಸಿಷ್ಠ ಮಾತ್ರವಲ್ಲ, ವಧು ಕೈ ಹಿಡಿದ ಹೆಣ್ಣು ಕೂಡ ಕನ್ನಡಕ ಧರಿಸಿದ್ದು ನೆನಪಾಯಿತು.

ಅಕ್ಕ ತಂಗಿ ಗೇಟಿನ ಬಳಿಗೆ ಬಂದಾಗ ಮೂಗ ಹುಲ್ಲಿನ ಮೇಲೆ ಕೂತು ಆಕಾಶದ ಕಡೆ ನೋಡುತ್ತಿದ್ದ. ಏನನ್ನೋ ಹುಡುಕುತ್ತಿದ್ದ. ಪ್ರಶ್ನಿಸುತ್ತಿದ್ದ. ಹರಿದ ದೊಗಲೆ ಷರಟಿನ ತೋಳುಗಳನ್ನು ಮಂಡಿಯವರೆಗೆ ಮಡಚಿಕೊಂಡಿದ್ದ. ಯಾವ ಜಮಾನಾದ ಪ್ಯಾಂಟೋ!

ವಸಿಷ್ಠ ಅವರು ತಾವು ಅಮೆರಿಕಾದಲ್ಲಿದ್ದಾಗ ಹೊಲಿಸಿಕೊಂಡು ಬಹುಕಾಲ ತೊಟ್ಟನಂತರ ಯಾವ ಕಾರಣಕ್ಕೆ ಕೊಟ್ಟರೋ ಇವನಿಗೆ. ಲಕ್ಷಣವಾಗೇನು ಕ್ರಾಪ್ ಮಾಡಿಸಿರಲಿಲ್ಲ. ಕತ್ತರಿಯಾಡಿಸಿದ ಮೊಂಡು ಕೂದಲು.

"ಮೂಗ ಯಾರು?" ಕೇಳಿದಳು ನಿಂತು.

ಸುಮ್ಮನಿದ್ದ ವರ್ಣ "ಕೆಲ್ಸ ಮಾಡ್ತಾನೆ. ಸಾಮಾನು ತರ್ತಾನೆ. ನನ್ನ ಸೀರೆಗಳ್ನ ಕೂಡ ಒಗೆದು ಐರನ್ ಮಾಡ್ತಾನೆ" ಗೊತ್ತಿದ್ದು ಹೇಳಿದಳು.

ಪಕ್ಕನೆ ನಕ್ಕಳು ವರ್ಷ. "ನಿಂಗಿಂತ ನಂಗೆ ಹೆಚ್ಚಿಗೆ ಗೊತ್ತಿದೆ. ಈ ಮನೆಯ ಪ್ರತಿಯೊಬ್ಬರ ಅಸಿಸ್ಟೆಂಟ್ ಅವ್ನು. ಸೊಪ್ಪು ಸೋಸೋದ್ರಿಂದ ಹಿಡ್ದು... ಲೆಟ್ರೀನ್ ಕಮೋಡ್‌ಗಳ್ನ ಕೂಡ ಅವ್ನೇ ಕ್ಲೀನ್ ಮಾಡ್ತಾನೆ. ನಾನು ಕೇಳಿದ್ದು ಅವ್ನು ಯಾರು?" ಗೊತ್ತಿಲ್ಲವೆಂದು ತಲೆಯಾಡಿಸಿದಳಷ್ಟೆ.

ನಡೆದು ಮೂಗನ ಬಳಿ ಹೋದ ವರ್ಷ ತನ್ನ ಪರ್ಸ್‌ನಲ್ಲಿನ ಚಾಕಲೇಟನ್ನು ತೆಗೆದು ಅವನ ಕೈಯಲ್ಲಿಟ್ಟು "ಬೇಗ ತಿಂದ್ಬಿಡು. ವಾಸ್ನೆ ಹಿಡ್ದು ಬರೋ ನಾಯಿಗಳು ಇಲ್ಲಿ ಜಾಸ್ತಿ ಇದೆ" ಎಂದು ಸನ್ನೆ ಮಾಡುತ್ತ ಹೇಳಿ ಛಗ್ಗನೆ ನೆಗೆದು ಬಂದಳು.

"ಎಲ್ಲಿದೆ ನಾಯಿ?" ವರ್ಣ ಕೇಳಿದಾಗ ನಕ್ಕಳು. ಬಹುಶಃ ಆ ಪ್ರಾಣಿಯ ಪದವನ್ನು ಉಪಯೋಗಿಸಿದ್ದಕ್ಕೆ ಅವಳಿಗೆ ಪಶ್ಚಾತ್ತಾಪವಾಗಿತ್ತು. "ಬೇಗ ಹೋಗೋಣ, ಅಮ್ಮ ಕಾಯ್ತಾ ಇರ್ತಾರೆ" ಅವಸರಿಸಿದಳು.

ಸಿಟಿ ಬಸ್ಸು ಹತ್ತಿದರು. ಅವರ ಮನೆಯ ಹತ್ತಿರದ ಸ್ಟಾಪ್‌ನಲ್ಲಿ ಇಳಿದಾಗ "ವರ್ಣಕ್ಕ. ಒಂದೇ ಒಂದು ನಿಮಿಷ. ಒಂದೇ ಒಂದು ಪ್ರಶ್ನೆ! ಮೌನವಹಿಸದೇ ಖಂಡಿತ ಉತ್ತರ ಹೇಳು, ಪ್ಲೀಸ್..." ರಿಕ್ವೆಸ್ಟ್ ಮಾಡಿಕೊಂಡಳು. ಈ ವೈಯಕ್ತಿಕ ಪ್ರಶ್ನೆಗೆ ಅವಳೊಬ್ಬಳು ಮಾತ್ರ ಉತ್ತರಿಸಬಲ್ಲಳು.

ಬರೀ ಗಲಿಬಿಲಿಯ ನೋಟ ಚೆಲ್ಲಿದಳು. ವರ್ಣ ಪ್ರಶ್ನೆ ಏನಾಗಿರಬಹುದೆಂಬುದನ್ನು ಕೂಡ ಕಲ್ಪಿಸಿಕೊಳ್ಳಲಾರದೆ ಹೋಗಿದ್ದಳು.

"ವಿವಾಹ ಮಂಟಪದಿಂದ ನೇರವಾಗಿ ನಿನ್ನ ಕರ್ಕೊಂಡ್ಹೋದ್ರು. ಆಮೇಲೆ ನೀನಾಗೇನು ಬರ್ಲಿಲ್ಲ ಮನೆಗೆ. ಕನಿಷ್ಟ ಫೋನ್ ಕೂಡ ಮಾಡ್ಲಿಲ್ಲ. ನಿನ್ನ ವಿವಾಹದನಂತರ ಜೀವ್ನವನ್ನು ಎರಡನೇ ಜನ್ಮ ಅಂದ್ಕೊಂಡ್ಯಾ? ಕಾರಣ ಇಷ್ಟೆ. ಹಿಂದಿನ ಜನ್ಮದ ನೆನಪುಗಳು ಯಾವ್ದೂ ಈ ಜನ್ಮದಲ್ಲಿ ಇರೋಲ್ಲ. ಒಂದು ಹುಟ್ಟಿಗೆ ನಿಂಗೆ ಎರಡು ಜನ್ಮಗಳಾ?" ಗಂಭೀರವಾಗಿ ಪ್ರಶ್ನಿಸಿದಳು.

ವರ್ಣ ಐದು ನಿಮಿಷ ಕಳೆದರೂ ಏನೂ ಹೇಳಲಿಲ್ಲ. ಹೇಳಲು ಇಷ್ಟವಿಲ್ಲವೋ? ಮತ್ತೇನು ಕಾರಣವೋ? ಹಿಂದಿನ ಜನ್ಮದ ನೆನಪುಗಳಂತೆ ಭೂತದಲ್ಲಿ ಸೇರಿಹೋಗಿದೆಯೋ? ರಿಟ್ರೋಗ್ರೇಡ್ ಅಮ್ನೀಸಿಯಾ, ಅಮ್ನೀಸಿಯಾ, ಹಿಸ್ಟೆರಿಕಲ್ ಅಮ್ನೀಸಿಯಾ - ಇವಳ ಸ್ವಭಾವಕ್ಕೆ ಯಾವುದನ್ನು ಹೆಸರಿಸಬೇಕು?

"ಮಾತಾಡು ವರ್ಣಕ್ಕ?" ಹಿಡಿದುಕೊಂಡಳು.

ಅವಳ ನೋಟ ನೆಲ ನೋಡಿತು. ಅತ್ತಿತ್ತ ಓಡಾಡುವವರು ಫುಟ್‌ಪಾತ್‌ನಲ್ಲಿ ನಿಂತ ಇವರನ್ನು ಗಮನಿಸಿದಾಗ, ವರ್ಷಗೆ ಪ್ರಯೋಜನವಿಲ್ಲವೆನಿಸಿತು.

"ಹೋಗ್ಲೀ ಬಿಡು, ನೀನು ಸುಖವಾಗಿದ್ರೆ ಸಾಕು." ಕೈ ಬಿಟ್ಟಳು. ಮನೆಗೆ ಬಂದಾಗ ರೋಹಿಣಿ, ಚಲಪತಿ ದಾರಿ ಕಾಯುತ್ತಿದ್ದರು. ಅಂದಿನಂತೇನು ರೋಹಿಣಿ ಬಂದು ವರ್ಣನ ಅಪ್ಪಿಕೊಂಡು ಅಳಲಿಲ್ಲ. ಬರೀ ಮೌನ ಸಂತೋಷ ವ್ಯಕ್ತಪಡಿಸಿದರು.

"ಹೇಗಿದ್ದೀಯಾ, ನಿನ್ನ ಅತ್ತೆ ಮಾವ, ಗಂಡ ಎಲ್ಲಾ ಚೆನ್ನಾಗಿದ್ದಾರ?" ಕೇಳಿದರು. ವರ್ಣ ನಿಧಾನವಾಗಿ ತುಟಿ ತೆರೆದಳು "ಚೆನ್ನಾಗಿದ್ದಾರೆ. ನೀವು ಹೇಗಿದ್ದೀರಾ?" ಈ ಅಕ್ಕನ ಕೇಳಿಕೆಗೆ ವರ್ಷ ಎದೆಯ ಮೇಲೆ ಕೈಯಿಟ್ಟುಕೊಂಡು ಭಾರವಾಗಿದ್ದ ಉಸಿರನ್ನು ನಿಧಾನವಾಗಿ ದಬ್ಬಿದಳು.

ರೋಹಿಣಿ ಮಾತನಾಡಿಸುತ್ತಲೇ ಎಲ್ಲರಿಗೂ ಕೂಡಿಸಿ ಬಡಿಸಿದರು. ನಂತರ ಚಲಪತಿಗಳು ಮಗಳನ್ನು ಕೂಡಿಸಿಕೊಂಡು ಸಂಕ್ಷಿಪ್ತವಾಗಿ ವಿಷಯ ತಿಳಿಸಿದರು.

"ನಾನು ಕೆಲ್ಸ ಮಾಡ್ತಾ ಇದ್ದಿದ್ದು ಪ್ರೈವೇಟ್ ಫರ್ಮ್ ಆದುದ್ದರಿಂದ, ನಂಗೆ ತಿಂಗಳಾನುಗಟ್ಲೆ ರಜ ಸಿಕ್ಕೋ ಸಾಧ್ಯತೆ ಇರ್ಲಿಲ್ಲ. ಅದ್ಕೆ ವಾಲಂಟರಿ ರಿಟೈರ್‌ಮೆಂಟ್ ತಗೊಂಡೆ. ರೋಹಿಣಿನ ಕೇರಳದ ಕೊಟ್ಟಾಯಂಗೆ ಕರೆದೊಯ್ಯಲು ನಿರ್ಧರಿಸಿದ್ದೇನೆ. ವರ್ಷನ ಪೇಯಿಇಂಗ್ ಗೆಸ್ಟ್ ಆಗಿ ಉಳ್ಸಿ ಹೋಗೋ ಅಭಿಪ್ರಾಯ. ಒಂಟಿಯಾಗಿದ್ದು ಅಭ್ಯಾಸವಿಲ್ಲ ಅವ್ಳಿಗೆ. ಈ ಸಮಯದಲ್ಲಿ ನಿನ್ನ ಸಹಾಯ ಅಗತ್ಯ" ಬಹಳ ಕಷ್ಟದಿಂದ ಇಷ್ಟು ಮಾತುಗಳು ಹೇಳುವ ವೇಳೆಗೆ ಸಾಕು ಸಾಕಾಯಿತು ಚಲಪತಿಗೆ.

ತಲೆ ಬಗ್ಗಿಸಿಕೊಂಡು ಸುಮ್ಮನೆ ಕೂತಿದ್ದಳು ವರ್ಣ. ಇದು ಬಹುಶಃ ಎಲ್ಲರ ನಿರೀಕ್ಷೆಯೂ ಕೂಡ. ಕನಿಷ್ಟ ಮಾನಸಿಕವಾದ ಸಪೋರ್ಟ್ ದೊರಕಿಸಿಕೊಡುವ ಪ್ರಯತ್ನ ಅವರದು, ವರ್ಷಗೆ.

ರೂಮಿಗೆ ಹೋಗಿ ಒಂದು ಪತ್ರವನ್ನು ಅಂದರೆ ಹೈಮಾವತಿ ಪ್ಯಾಲೆಸ್‌ನಿಂದ ವರ್ಷಳ ಹೆಸರಿಗೆ ಬಂದ ಪತ್ರವನ್ನು ವರ್ಣಗೆ ಕೊಟ್ಟರು.

"ಓದು, ಇದು ಅಪ್ಪ ಪ್ರಯತ್ನವೇ. ವರ್ಷ ಎಷ್ಟೊಂದು ಚಿಕ್ಕವಳು. ಈ ಸ್ಥಿತಿಗೆ ಅವಳನ್ನು ದಬ್ಬಿದ್ದು ಯಾರು? ನಿಮ್ಮಮ್ಮನ್ನ ಹದಗೆಟ್ಟ ಆರೋಗ್ಯನಾ, ನಾನು ಸ್ವಯಂ ನಿವೃತ್ತಿ ಘೋಷಿಸಿದ್ದಾ? ಅಥವಾ ನೀನಾ?" ಅವರ ಸ್ವರವೇರಿತು. ಇಂದು ಮಕ್ಕಳ ಮುಂದೆ ತಮ್ಮ ಮನಸ್ಸಿನ ಪ್ರಶ್ನೆಗಳನ್ನು ಬಿಚ್ಚಿದ್ದರು.

ಪತ್ರ ತೆಗೆದು ನಿಧಾನವಾಗಿ ಓದಿಕೊಂಡ ವರ್ಣ ಮತ್ತೆ ಮಡಚಿ ಕವರಿಗೆ ಹಾಕಿ ಟೇಬಲ್ಲು ಮೇಲಿಟ್ಟು ರೂಮಿಗೆ ಹೋಗಿ ಮಲಗಿಬಿಟ್ಟಳು.

ಮೂವರೂ ಮಿಕಿಮಿಕಿ ನೋಡಿದರು. ಏನೊಂದು ಮಾತಾಡಲಿಲ್ಲ. "ಅಮ್ಮ ಹೋಗಿ ಮಲಕ್ಕೋ. ಅಂತು ವರ್ಣಕ್ಕ ಬಂದ್ಲು. ನಮ್ಜೊತೆ ಊಟ ಮಾಡಿದ್ಲು. ಇನ್ನು ಕೆಲವು ಗಂಟೆಗಳು ನಮ್ಮಲ್ಲಿ ಇರ್ತಾಳೆ. ಇಷ್ಟು ತೃಪ್ತಿ ಸಾಲ್ದಾ? ರಿಲ್ಯಾಕ್ಸ್.... ಅಪ್ಪ.... ನಿಮ್ಮ ಧೀಮಂತಿಕೇನಾ ಯಾವ ಸಂದರ್ಭದಲ್ಲೂ ಕಳ್ಕೋಬಾರ್ದು" ಅವಳ ಕಣ್ಣಂಚು ಒದ್ದೆಯಾಗಿ, ಸ್ವರ ಗದ್ಗದಿತವಾಯಿತು.

ಚಲಪತಿಗಳು ಎದ್ದು ರೂಮಿಗೆ ಹೋದರು. ಸಂಜೆ ಅಂಗಡಿಗೆ ಹೋಗಿ ತಂದಿದ್ದ ರೇಶಿಮೆ ಸೀರೆಯನ್ನು ಬ್ಯಾಗ್‌ನಿಂದ ತೆಗೆದು ಹೊರಗಿಟ್ಟರು. ಬದುಕು, ಸಂಬಂಧಗಳು ಎಲ್ಲಾ ವಿಚಿತ್ರವಾಗಿ ಕಂಡವು.

"ರೋಹಿಣಿ, ಬೆಳಿಗ್ಗೆ ವರ್ಣಗೆ ಈ ಸೀರೆಯುಡಿಸಿ ಮಡಿಲು ತುಂಬು" ಎಂದವರು ತಟ್ಟನೇ ಹಿಂದಕ್ಕೆ ತಿರುಗಿ ಹೆಂಡತಿಯನ್ನು ತಬ್ಬಿಕೊಂಡು ಕಣ್ಣೀರಿಟ್ಟರು. ಇದೊಂದು ಹೃದಯವಿದ್ರಾವಕ ಸನ್ನಿವೇಶ ಅವರ ಪಾಲಿಗೆ. ಸಾವಿನ ಬಗ್ಗೆ ಯೋಚಿಸದವರು, ಈ ಕ್ಷಣ ಇದೇ ಕ್ಷಣ ತನ್ನ ಉಸಿರು ನಿಂತುಹೋಗಬಾರದೇ ಎಂದು ಹಂಬಲಿಸಿದರು ಕೂಡ.

ಎಂದಿನಂತಿರಲಿಲ್ಲ ಮಾರನೆಯ ದಿನದ ಬೆಳಗು ಚಲಪತಿಯವರ ಪಾಲಿಗೆ. ಬೆಳಗಿನ ಜಾವ ನಿದ್ದೆ ಹತ್ತಿದ್ದೇ. ರೋಹಿಣಿ ಇನ್ನು ನಿದ್ರಿಸುತ್ತಿದ್ದರಿಂದ ಮೆಲ್ಲಗೆ ಹೊರಗೆ ಬಂದರು ಸದ್ದು ಮಾಡದಂತೆ. ಹೆಂಡತಿಯನ್ನು ಬಲು ಎಚ್ಚರದಿಂದ ಜೋಪಾನ ಮಾಡುತ್ತಿದ್ದರು. ಇಂಥವರಿಂದಲೇ ದಾಂಪತ್ಯಕ್ಕೊಂದು ಮೆರಗು.

ಮುಖ ತೊಳೆದು ಬಾತ್‌ರೂಂಗೆ ಬರುವ ವೇಳೆಗೆ ವರ್ಷ ಕಾಫೀ ಲೋಟ ಕೊಡುತ್ತ "ಒಂದು ಗಸಗಸೆ ಪಾಯಸ, ಕೋಸಂಬರಿ ಚಿತ್ರಾನ್ನ ಮಾಡ್ತಾ ಇದ್ದೀನಿ" ಗೆಲುವಿನ ಮುಖದಿಂದ ಹೇಳಿದಾಗ ಇಡೀ ಕತ್ತಲಿನ ನಡುವೆ ಚಂದ್ರನಂತೆ ಉದಯಿಸಿದಳು.

ಮುಗುಳ್ನಕ್ಕು ಪ್ರೀತಿಯಿಂದ ಅವಳ ತಲೆ ತಡವಿದವರು, "ಇಲ್ಲೇ ಹತ್ತಿರದಲ್ಲಿ ಹೋಗಿ ಒಂದಿಷ್ಟು ಹೂವು, ಹಣ್ಣು ತಗೊಂಡ್ಬಂದ್ಬಿಡ್ತೀನಿ. ವರ್ಣ ತಾನಾಗಿ ಏಳಲಿ, ಬಂದು ಕಾಫೀ ಕುಡೀತೀನಿ" ಕಾಫೀಯನ್ನು ಹಿಂದಕ್ಕೆ ಕೊಟ್ಟು ಬ್ಯಾಸ್ಕೆಟ್ ಹಿಡಿದು ಹೊರಟರು.

ಒಂದು ಪೈಸೆ ಸಾಲ ಮಾಡದೇ, ಕಂಪನಿಯಿಂದಲೂ ಎಂದೂ ಲೋನ್ ಕೇಳದೇ ಬಹು ಎಚ್ಚರದಿಂದ, ಅಷ್ಟೇ ಬುದ್ಧಿವಂತಿಕೆಯಿಂದ ಜೀವನ ಸಾಗಿಸಿಕೊಂಡು ಬಂದಿದ್ದ ಅವರ ಮಾನಸಿಕ ಸ್ಥಿತಿ ಕುಸಿದಿತ್ತು ವರ್ಣ ಕೊಟ್ಟ ಪೆಟ್ಟಿಗೆ.

ಯಥೇಚ್ಛವಾಗಿ ಹೂವು, ಹಣ್ಣು ಖರೀದಿಸಿ ಬ್ಯಾಸ್ಕೆಟ್‌ಗೆ ತುಂಬಿದರು. ತಾಯಿಯ ಕೈಯಲ್ಲಿ ಮಡಿಲು ತುಂಬಿಸಿಕೊಳ್ಳುವ ಭಾಗ್ಯ ವರ್ಣಗೆ ಲಭಿಸುತ್ತೋ ಇಲ್ಲವೋ! ದುಃಖ ಉಕ್ಕಿ ಉಕ್ಕಿ ಬಂತು ಸ್ಟೌವ್ ಮೇಲೆ ಕಾದ ಹಾಲಿನ ನೊರೆಯಂತೆ.

ಫುಟ್‌ಪಾತ್‌ನಲ್ಲಿ ಮೂಗ ಕಾಣಿಸಿದಾಗ ಅವರಿಗೆ ಆಶ್ಚರ್ಯ, ಕೈಯಲ್ಲಿನ ಚೀಟಿ ತೋರಿಸಿ 'ವರ್ಣಗೆ ಕೊಡಬೇಕೆಂದು' ಸನ್ನೆ ಮೂಲಕ ಹೇಳಿದ. ಐದು ಗಂಟೆಗೆ ಎಬ್ಬಿಸಿ ಹದಿನೆಂಟು ಕಿಲೋಮೀಟರ್ ನಡೆಸಿ ಕಳುಹಿಸಿದ ಮಹಾತ್ಮರು ವಸಿಷ್ಠ ಕುಟುಂಬದವರು. ಷರಟಿನ ತುದಿಯಿಂದ ಕಣ್ಣೊರಸಿಕೊಳ್ಳುತ್ತಿದ್ದನ್ನ ಕಂಡ ಚಲಪತಿ 'ಏಕೆಂದು?' ವಿಚಾರಿಸಿದಾಗ ಕಾಲುಗಳ ಕಡೆ ತೋರಿಸಿದ. ಚಪ್ಪಲಿ ಇಲ್ಲದ ಧೂಳಿನಿಂದ ತುಂಬಿಕೊಂಡ ಪಾದಗಳ ಸ್ಥಿತಿಯನ್ನು ನೋಡಿ 'ಅಯ್ಯೋ' ಅನ್ನಿಸಿತು ಅವರಿಗೆ. 'ಶುದ್ಧ ಪಾಪಿ ಜನ, ಇವರಿಗೆಂದೇ ಪ್ರತ್ಯೇಕವಾದ ನರಕ ಸೃಷ್ಟಿಯಾಗಿರಬಹುದು' ಬಯ್ದುಕೊಂಡರು.

ಮನೆ ತಲುಪಿದಾಗ ವರ್ಷಳು ವರ್ಣಳ ತಲೆಯನ್ನು ಟವಲಿನಿಂದೊರೆಸುತ್ತಿದ್ದಳು. ಹಿಂದೆ ಆ ಕೆಲಸ ರೋಹಿಣಿ ಮಾಡುತ್ತಿದ್ದರು. ಇಂದು ಆ ಶಕ್ತಿ ಇರಲಿಲ್ಲ ಆಕೆಯ ಮೈಯಲ್ಲಿ.

"ಮೂಗ ಬಂದಿದ್ದಾನೆ. ನೋಡಮ್ಮ ವರ್ಣ" ಚಲಪತಿಗಳು ಹೇಳಿ ತಮ್ಮ ಪಾಡಿಗೆ ತಾವು ರೂಮಿಗೆ ಹೋದರು "ರೋಹಿಣಿ..." ಎನ್ನುತ್ತ. ಹಾರ್ಲಿಕ್ಸ್ ಕುಡಿಯುತ್ತಿದ್ದ ಆಕೆ ಬಳಲಿಕೆಯ ನೋಟ ಬೀರಿದರು.

"ಸ್ವಲ್ಪ ಸ್ನಾನ ಮಾಡ್ಕೊಂಡ್, ಆ ಹುಡ್ಗಿಗೆ ಬಡಿಸಿ ಮಡಿಲು ತುಂಬು. ಮದ್ವೆಯಾದ್ಮೇಲೆ ಅದು ಸಾಧ್ಯವಾಗ್ಲಿಲ್ಲ." ಸಹಜವಾಗಿ ಹೇಳಿದವರು ನಿಲ್ಲದೆ ಬಾತ್‌ರೂಂಗೆ ಹೋಗಿ ಬಾಗಿಲು ಹಾಕಿಕೊಂಡರು.

ಮೂಗ ಕೊಟ್ಟ ಚೀಟಿ ವರ್ಣಳ ಕೈಯಿಂದ ಜಾರಿದಾಗ ವರ್ಷ ಎತ್ತಿಕೊಂಡು ನೋಡಿದವಳು ನಿಬ್ಬೆರಗಾದಳು. 'ಬಿಚ್ಚಿದ ಉಡುಪುಗಳನ್ನು ಪ್ಯಾಕ್ ಮಾಡಿ ಮೂಗನ ಕೈಗೆ ಕೊಡು' ಕಾಮಿನಿ ವಸಿಷ್ಠ ಸಹಿ ಮಾಡಿದ್ದರು. ನಿಂತ ನಿಲುವಿನಲ್ಲೇ ಕುಸಿದಳು ವರ್ಷ.

"ಮೈ ಗಾಡ್. ನಿನ್ನ ಗಂಡನ ಮನೆಯವ್ರು ಮನುಷ್ಯರು ಮಾತ್ರದವರಲ್ಲ, ರಾಕ್ಷಸ, ದೇವತೆ, ಗಂಧರ್ವ, ಕಿಂಪುರುಷರಲ್ಲಿ ಯಾವ ಕ್ಯಾಟಗೊರಿಗೂ ಸೇರೊಲ್ಲ. ಇವರದೇ ಒಂದು ವರ್ಗದ ಸೃಷ್ಟಿ. ಇವ್ರನ್ನ ಜನರ ನಡ್ವೆ ಬಾಳೋಕೆ ಬಿಡ್ಬಾರ್ದು. ದೊಡ್ಡ ಪ್ರಾಂಗಣವಿರೋ ಒಂದು ಮಂದಿರನ ಕಟ್ಸಿ, ಒಬ್ಬೊಬ್ಬರನ್ನೇ ಒಂದೊಂದು ಕಡೆ ಪ್ರತಿಷ್ಠಾಪಿಸಿಬಿಡ್ಬೇಕು ಅದ್ರಲ್ಲಿ.... ನೀನು ಕೂಡ ಅಂಥ ಪ್ರಾಬ್ಲಮ್ ಆಗೋಲ್ಲ" ಯೋಚಿಸುವಂತೆ ಗಲ್ಲದ ಮೇಲೆ ಬೆರಳಿಟ್ಟಳು.

"ವರ್ಷ..." ಅವಳಮ್ಮ ಕೂಗಿದ್ರು "ಅವ್ರಿಗೆ ಲೇಟಾಗ್ಬಾರ್ದು. ತಟ್ಟೆ ಹಾಕಿ ಬಡ್ಸು. ಮೂಗನ್ನ ಕಳ್ಸಿದಾರಲ್ಲ. ಕರ್ಕೊಂಡ್ಹೋಗೋಕೆ"

ಚೀಟಿಯನ್ನ ಅವಳ ತೆರೆದ ಕೈಯಲ್ಲಿಟ್ಟು ಒಂದೊಂದೇ ಬೆರಳನ್ನು ಮುಚ್ಚಿದಳು ನಿಧಾನವಾಗಿ. "ದೇವರು ನಿನ್ನ ಕಾಪಾಡ್ಲಿ!" ಅಡುಗೆ ಮನೆಗೆ ಹೋದಳು.

ವರ್ಣಗೆ ಬಡಿಸುವ ಕೆಲಸ ಅಮ್ಮನಿಗೆ ಬಿಟ್ಟು ವರ್ಷ ಮೂಗನನ್ನು ಕೈ ತೊಳೆದು ಬರುವಂತೆ ಹೇಳಿ. ಎಲೆ ಹಾಕಿ ಬಡಿಸಿದಳು. ಇದೆಲ್ಲ ಎಂದೂ ನೋಡದವನಂತೆ

ಗಾಬರಿಯಾದರೂ ಗಬಗಬ ತಿಂದು ಆಗಾಗ ನೀರು ಕುಡಿದ ಅವನ ಸ್ಥಿತಿ ತೀರಾ ಶೋಚನೀಯವೆನಿಸಿತು.

ತಲೆಗೆ ಎಣ್ಣೆ ಹಾಕಿ ತಂದೆಯ ಎಂಟು ಷರಟು, ಪ್ಯಾಂಟನ್ನು ಕೊಟ್ಟು "ನೀನು ತೊಟ್ಟುಕೊಂಡಿರೋ ಬಟ್ಟೆಗಳ್ನ ಬಿಚ್ಚಿ ಈ ಸೀಮೆಎಣ್ಣೆ ಸುರಿದು ಬೆಂಕಿ ಹಚ್ಚಿಬಿಡು." ಸನ್ನೆಯಿಂದ ಹೇಳಿದಾಗ ಮೊದಲು ಹೆದರಿದರೂ ತನ್ನ ಬಗ್ಗೆ ವಿಶ್ವಾಸ ತೋರಿದ ವರ್ಷಳ ಮಾತನ್ನು ಪಾಲಿಸುವುದು ಧರ್ಮವೆನಿಸಿತೇನೋ ಹಾಗೆಯೇ ಮಾಡಿಬಂದ.

ಅಷ್ಟು ದೂರದ ಮುನಿಸಿಪಾಲಿಟಿ ಕಸದ ಡಬ್ಬದ ಹತ್ತಿರ ಉರಿಯಲಾರದೆ ಉರಿಯುತ್ತಿದ್ದ ಆ ಬಟ್ಟೆಗಳ ಸ್ಥಿತಿ ನೋಡಿ ಮರುಗಿದಳು. ಆ ವ್ಯಕ್ತಿಗಳು ಕೂಡ ಇದಕ್ಕಿಂತ ವಿಭಿನ್ನವಾಗಿ ಬದುಕುತ್ತಿಲ್ಲವೆನಿಸಿತು.

ಅಕ್ಕ ಊಟ ಮಾಡುತ್ತಿದ್ದಾಗ ಅವಳು ಬಿಚ್ಚಿದ ಉಡುಪನ್ನು ಮಡಚಿ ಪ್ಯಾಕ್ ಮಾಡಿ ಮೂಗನ ಕೈಗೆ ಕೊಟ್ಟು "ತಗೊಂಡ್ಹೋಗಿ ನಿನ್ನ ದೊಡ್ಡ ಅಮ್ಮಾರಿಗೆ ಕೊಡು" ಎಂದು ತಂದೆಯ ಕಾಲಿನ ಒಂದು ಜೊತೆ ಚಪ್ಪಲಿಯನ್ನು ಅವನಿಗಿತ್ತಳು. "ಇದ್ನ ಹಾಕ್ಕೊಂಡ್ ನಡಿ."

ಮೂಗ ತನ್ನ ಜೀವನದಲ್ಲಿ ಬಹುಶಃ ಮೊದಲ ಸಲ ಇಷ್ಟೊಂದು ಸಂತೋಷ ಅನುಭವಿಸಿರಬೇಕು. ಕಕ್ಕಾಬಿಕ್ಕಿಯಾದಂತೆ ನಿಂತುಬಿಟ್ಟ ಬಾಯಿ ಮುಚ್ಚದೇ. ಅವನನ್ನ ಮನುಷ್ಯನಂತೆ ಗುರುತಿಸಿದ ಜನ ದೇವರಾಗಿ ಕಂಡರು. ಇದೊಂದು ದೇವ ಮಂದಿರವಾಗಿ ಕಂಡಿತು.

"ಬಸ್ಸಿನಲ್ಲಿ ಹೋಗು" ಎರಡು ರೂಪಾಯಿ ಅವನ ಕೈಯಲ್ಲಿಟ್ಟು ಒಳಗೆ ಬಂದಳು. ಮಣೆ ಹಾಕಿ ಅದರ ಮುಂದೆ ಹಣ್ಣು ಎಲೆಯಡಿಕೆ, ಮಡಿಲು ತುಂಬಲು ಸೀರೆ ಕಣ, ಅಕ್ಕಿ ಬೆಲ್ಲದಚ್ಚು, ಗಿಟಕು, ಹರಿಸಿನ ಕೊಂಬು ಮುಂತಾದವನ್ನಿಟ್ಟು ಕಾದುಕೊಂಡಿದ್ದರು ಆಕೆ.

ಹೊಸ ಸೀರೆಯುಟ್ಟು ತಾಯಿ ಕೊಟ್ಟಿದ್ದನ್ನೆಲ್ಲ ಸ್ವೀಕರಿಸಿ ವರ್ಣ ಮೇಲೆದ್ದಾಗ ವರ್ಷ ಅದನ್ನೆಲ್ಲ ಪ್ಯಾಕ್ ಮಾಡಿ ಬ್ಯಾಗ್‌ಗೆ ರವಾನಿಸಿ "ಅಪ್ಪ, ವರ್ಣಕ್ಕನ ಆಫೀಸ್‌ಗೆ ಬಿಟ್ಟಂದ್ಬಿಡ್ತೀನಿ" ಹೇಳಿ ಹೊರಟಾಗ ವರ್ಣಳ ನಯನಗಳು ತುಂಬಿದ್ದವು. ಅದನ್ನು ಗಮನಿಸದಂತೆ ಅವಸರಿಸಿದಳು.

ಬಿಲ್ಡಿಂಗ್ ಮುಂದೆ ಆಟೋ ನಿಂತಾಗ ಇಳಿದ ವರ್ಷ ಆಟೋದವನಿಗೆ ಹಣ ತೆತ್ತು ಆಫೀಸ್‌ನ ಮೆಟ್ಟಿಲಿನವರೆಗೆ ಬಂದು "ತಗೋ ವರ್ಣಕ್ಕ. ಹೇಗಿದ್ದೀಯೋ.... ಏನೋ! ಅಂತು ನಮ್ಗೆ ಸಮಸ್ಯೆಯಾಗ್ದಂತೆ ನಟಿಸ್ತಾ ಇದ್ದೀಯೋ ಏನೋ! ದಟ್ಸ್... ಓಕೆ" ಬ್ಯಾಗನ್ನು ಅವಳ ಕೈಗಿತ್ತು ರೋಡಿನ ಇನ್ನೊಂದು ಬದಿಯ ಫುಟ್‌ಪಾತ್‌ಗೆ ನಡೆದುಹೋದಳು.

ಮತ್ತೆ ಹಿಂದಿರುಗಿ ವರ್ಣನ ದಿಟ್ಟಿಸುವ ಧೈರ್ಯ ಮಾತ್ರ ಅವಳಿಗೆ ಇರಲಿಲ್ಲ.

* * * *

ಬಸ್ಸು ವರ್ಷನ ಹೈಮಾವತಿ ಪ್ಯಾಲೆಸ್‌ನ ಮುಂದೆ ಇಳಿಸಿದಾಗ ಜೊತೆಯಲ್ಲಿ ಇಳಿದ ಚಲಪತಿಗಳು ನಿಂತು ಬಹು ದೂರದವರೆಗೂ ನೋಟ ಹರಿಸಿದರು. ಡಾಬರ್ ರಸ್ತೆಯಿಂದ ಒಂದು ಮಿನಿ ಡಾಬರ್ ರಸ್ತೆ ಪೂರ್ವಕ್ಕೆ ಒಡೆದಿತ್ತು. ಬಹುಶಃ ಒಂದು ಕಿಲೋಮೀಟರ್‌ಗಿಂತ ಸ್ವಲ್ಪ ಜಾಸ್ತಿ ಅಂತರದಲ್ಲಿ ಅರಮನೆ ಮಾದರಿಯ ಕಟ್ಟಡ, ಕತ್ತರಿಸಿಟ್ಟ ಕೇಕ್‌ನಂತೆ ಶೋಭಿಸುತ್ತಿತ್ತು.

"ಅದೇ ಅಪ್ಪ, ಹೈಮಾವತಿ ಪ್ಯಾಲೆಸ್" ಹೇಳಿದಳು. ಅಂತಹ ಉಲ್ಲಾಸವೇನು ಇರಲಿಲ್ಲ. ಅವಳಮ್ಮ ಕಳುಹಿಸಿಕೊಡುವಾಗ ಒಂದೇ ಸಮನೆ ಕಣ್ಣೀರಿಟ್ಟಿದ್ದರು ಮಗಳ ಅಗಲಿಕೆಗಾಗಿ. "ಹೆಸರಿಗೆ ತಕ್ಕ ಹಾಗೇ ಪ್ಯಾಲೆಸ್. ಸೂಟ್‌ಕೇಸ್ ಎತ್ತಿಕೊಡು. ನಿಮ್ಮಪ್ಪ ಇನ್ನು ಬಹಳ ಗಟ್ಟಿಮುಟ್ಟಾಗಿದ್ದಾರೆ. ನೀನು ಆ ಏರ್‌ಬ್ಯಾಗ್ ತಗೋ ಸಾಕು" ಎಂದರು ಮಮತೆಯ ನೋಟ ಹರಿಸುತ್ತ. ಇದಕ್ಕಾಗಿ ದೊಡ್ಡ ಹೋರಾಟ ನಡೆಸಿದ್ದಳು. ಕಡೆಯಲ್ಲೊಂದು ಎಚ್ಚರಿಕೆಯ ಮಾತು. "ನಂಗೆ ಇಷ್ಟವಾಗಿಲ್ಲಾಂತ ಅನಿಸಿದ್ರೆ.... ಹಿಂದಿರುಗಿ ಬರ್ಬೇಕಾಗುತ್ತೆ. ಮೈಂಡ್ ಇಟ್." ಒಪ್ಪಿಗೆಯೆನ್ನುವಂತೆ ತಲೆ ಕುಣಿಸಿದ್ದಳು.

ಮೈನ್ ಗೇಟ್‌ನಲ್ಲಿಯೇ ತಡೆದ ವಾಚ್‌ಮನ್ ವಿಚಾರಿಸಿಯೇ "ರಾಣಿ ಸಾಹೇಬ್ರು ಹೇಳಿದ್ದಾರೆ, ಏಯ್..." ಎಂದು ಚಪ್ಪಾಳೆ ತಟ್ಟಿ ಒಬ್ಬ ನೌಕರನ್ನ ಕರೆದು "ಇವ್ರ ಲಗೇಜ್ ತಗೊಂಡ್ಹೋಗಿ ಗೆಸ್ಟ್‌ಹೌಸ್‌ನಲ್ಲಿ ಇಳ್ಸಿ, ಮ್ಯಾನೇಜರ್‌ಗೆ ಸುದ್ದಿ ಮುಟ್ಸು" ಹೇಳಿದ ತನ್ನ ವ್ಯಾಪ್ತಿಯ ಅಧಿಕಾರದ ದನಿಯಲ್ಲಿ. ಮನದಲ್ಲಿಯೇ ಚಲಪತಿ ನಕ್ಕರು. 'ಪ್ರತಿಯೊಬ್ಬರಿಗೂ ಅವರಿಗೆ ಅವರೇ ದೊಡ್ಡವರು ಎನ್ನುವ ಭಾವ, ತೃಪ್ತಿ ಬಂದಾಗ ಇನ್‌ಫೀರಿಯಾರಿಟಿ ಕಾಂಪ್ಲೆಕ್ಸ್ ಇಲ್ಲವಾಗುತ್ತದೆಯೇನೋ' ಅಂದುಕೊಂಡರು.

ಶ್ರೀಮಂತ ಗೆಸ್ಟ್ ಹೌಸ್. ಬರೀ ಅತಿಥಿ, ಆಹ್ವಾನಿತರಿಗೆ ಮಾತ್ರ ಮೀಸಲೇನೋ. ಹಳೆಯ ಸೊಬಗನ್ನು ಉಳಿಸಿಕೊಂಡು ಕೆಲವು ಆಧುನಿಕ ಬದಲಾವಣೆಗಳನ್ನು ಮಾಡಿದ್ದರು. ಇಲ್ಲಿ ಕೂಡ ಆಫೀಸ್‌ನಲ್ಲಿ ಒಂದು ಪಿಸಿ (ಕಂಪ್ಯೂಟರ್) ಇತ್ತು.

ಸ್ವತಃ ಮ್ಯಾನೇಜರ್ ಬಂದು ವಿಚಾರಿಸಿಕೊಂಡು "ಊಟದ ನಂತರ ಹೋಗಿ ಮೇಡಮ್‌ನವ್ರನ್ನ ಮೀಟ್ ಮಾಡ್ಬಹುದು. ನಿಮ್ಮ ವಸತಿಗಾಗಿ ಪ್ಯಾಲೆಸ್‌ನಲ್ಲಿಯೇ ಒಂದು ರೂಮನ್ನು ವ್ಯವಸ್ಥೆ ಮಾಡಿದೆ" ತಿಳಿಸಿದಾಗ, ಚಲಪತಿ ಎದ್ದು ತಮ್ಮ ವಿನಂತಿಯನ್ನು ತಿಳಿಸಿದರು.

"ನಾನು ವರ್ಷ ತಂದೆ. ಮೇಡಮ್‌ನೋರ್ನ ಭೇಟಿ ಮಾಡ್ಬೇಕು. ಅದ್ಕೆ ಮೊದ್ಲು ಅಪಾಯಿಂಟ್‌ಮೆಂಟ್ ಬೇಕಾಗುತ್ತ?"

"ಅರೇಂಜ್ ಮಾಡ್ತೀನಿ. ನೀವು ಸ್ನಾನ ಊಟ ಮುಗ್ಸಿ ರೆಸ್ಟ್ ತಗೊಳ್ಳಿ" ಹೇಳಿದಾಗ ಚಲಪತಿ ಮಗಳ ಕಡೆ ನೋಡಿದರು. "ನೋ ವರ್ಷ, ನಂಗ್ಯಾಕೋ ಇಷ್ಟವಾಗ್ತ ಇಲ್ಲ. ಈ ಶ್ರೀಮಂತ ವಾತಾವರಣದಲ್ಲಿ ನಿನ್ನ ಬಿಟ್ಟು ಹೋಗೋದೂಂದ್ರೆ, ನೆವರ್" ತಲೆ ಕೊಡವಿದರು. ಯಾವುದೋ ಭೀತಿ ಅವರ ನಡುವೆ. ಅಸಹಾಯಕವೆನಿಸಿದರೂ ಖಂಡಿತ ರಾಜಿಯಾಗಲಾರರು.

"ಹೇಗೋ, ನಿನ್ಹೆಸರಲ್ಲಿ ಹಣ ಫಿಕ್ಸೆಡ್ ಮಾಡಿದ್ದೀನಿ. ಅಯ್ಯಂಗಾರ್ ಮನೆಯಲ್ಲಿ ಪೇಯಿಂಗ್ ಗೆಸ್ಟ್ ಆಗಿ ಓದ್ಕೋ" ಎಂದರು ವಿಚಲಿತವಾಗಿ.

ಸುಮ್ಮನೆ ಕೂತುಬಿಟ್ಟಳು ವರ್ಷ, ವ್ಯಾಸಂಗದ ಸಲುವಾಗಿ ಓದೋ ಓದು ಅವಳಿಗಿಷ್ಟವಿಲ್ಲ. ಏನೇ ಕಷ್ಟಪಟ್ಟರೂ ಪ್ರಯೋಜನವಾಗುವುದೆಂಬ ನಂಬಿಕೆ ಇರಲಿಲ್ಲ. ಜೊತೆಯಾಗಿ ಆ ಹಣವನ್ನ ಖರ್ಚು ಮಾಡಿಕೊಂಡು ತಂದೆ ತೀರಾ ಆರ್ಥಿಕ ಮುಗ್ಗಟ್ಟನ್ನು ಎದುರಿಸುವಂತೆ ಮಾಡಲು ಅವಳಿಗಿಷ್ಟವಿರಲಿಲ್ಲ.

"ನಾನಂತು ಅಯ್ಯಂಗಾರ್ ಮನೆಯಲ್ಲಿ ಪೇಯಿಂಗ್ ಗೆಸ್ಟ್ ಆಗಿ ಇರೋಲ್ಲ. ನಿಮ್ಜೊತೆ ಬಂದ್ಬಿಡ್ತೀನಿ. ಆಶ್ರಮ, ವೈದ್ಯರು, ರೋಗಿಗಳು - ಮಾಡೋಕೆ ಸಾಕಷ್ಟು ಕೆಲ್ಸವಿರುತ್ತೆ." ಅವಳು ನಿರ್ಧಾರ ಪ್ರಕಟಿಸಿದಾಗ ಮುಗುಳ್ನಕ್ಕರು.

ಇವರ ಮಾತುಗಳನ್ನು ಕೇಳಿದ ಮ್ಯಾನೇಜರ್ "ನೋ ಸರ್, ನಾಲ್ಕು ಬ್ಯಾಚ್‌ಗಳಲ್ಲಿ ನೂರು ಹತ್ತು ಜನನ ಇಂಟರ್‌ವ್ಯೂ ಮಾಡಿ ನಿಮ್ಮ ಮಗ್ಳನ ಸ್ವತಃ ಮೇಡಮ್‌ನವ್ರು ಸೆಲೆಕ್ಟ್ ಮಾಡ್ಕೊಂಡಿದ್ದಾರೆ. ಮಗ್ಳು ತರಹ ನೋಡ್ಕೊತಾರೆ. ನಥಿಂಗ್ ಟು ವರೀ ಯು" ಹೇಳಿದರು.

ಸ್ನಾನ, ಊಟದ ನಂತರ ಇವರಿಗೆ ಬುಲಾವ್ ಬಂತು. ಮುಂದಿನ ದೊಡ್ಡ ಹಜಾರಕ್ಕೆ ಬರಮಾಡಿಕೊಂಡರು. ಅಂದು ಹಿಂದೆ ದಿವಾನ್‌ಖಾನೆಯಾಗಿತ್ತೇನೋ. ಈಗಲು ದಿವಾನ್‌ಖಾನೆಯೇ.

"ನಾನು ವರ್ಷ ತಂದೆ" ಪರಿಚಯ ಮಾಡಿಕೊಂಡರು. ಮುಗುಳ್ನಗೆಯಿಂದ ಕೂಡುವಂತೆ ಸನ್ನೆ ಮಾಡಿದರು. "ನಿಮ್ಮ ಮಗ್ಳು ನಂಗೆ ಇಷ್ಟವಾಗಿದ್ದಕ್ಕೆ ಹಲವು ಕಾರಣಗಳು ಇವೆ. ಅತ್ಯಂತ ಪ್ರತಿಭಾವಂತೆ" ಅವಳ ಕಡೆ ನೋಟ ಹರಿಸಿದಾಗ ವರ್ಷಳ ಎದೆಯ ಬಡಿತ ಏರಿ ನಿಧಾನವಾಗಿ ಕೆಳಗಿಳಿಯಿತು. ಮೂವತ್ತೈದು... ನಲ್ವತ್ತು... ಐವತ್ತು ಪರ್ಸೆಂಟ್‌ನೊಳಗೆ ಅವಳು ಪರೀಕ್ಷೆಗಳಲ್ಲಿ ಪಡೆದ ಮಾರ್ಕ್‌ಗಳು.

ಚಲಪತಿಗಳ ಬಾಯಿಂದ ಮಾತುಗಳು ಹೊರಡಲು ಕಷ್ಟವಾಯಿತು. 'ವರ್ಣ ಇಂಟಲಿಜೆಂಟ್, ವರ್ಷ ಸಾಮಾನ್ಯ ದರ್ಜೆಯ ಹುಡ್ಗೀ' ಪರಿಚಯವಿದ್ದ ಇಬ್ಬರಿಗೂ ಅಧ್ಯಾಪಕರಾಗಿದ್ದವರ ನುಡಿಗಳು.

ತಾವು ವರ್ಷನ ಅಪಾಯಿಂಟ್‌ಮೆಂಟ್ ಮಾಡಿಕೊಂಡ ಜಾಬ್‌ನ ಬಗ್ಗೆ ಅತ್ಯಂತ ಸರಳವಾಗಿ ಹೇಳಿದರು. "ನೀವೇನ್ ಯೋಚ್ಸಬೇಕಿಲ್ಲ. ವರ್ಷ ನಿಮ್ಹತ್ರ ಎಷ್ಟು ನೆಮ್ದಿಯಾಗಿದ್ಲೋ, ಅಷ್ಟೇ ಆರಾಮಾಗಿ ಇಲ್ಲೂ ಇರ್ತಾಳೆ" ಧೈರ್ಯ ತುಂಬಿದರು ಅವರ ವ್ಯಾಕುಲದ ಮುಖ ನೋಡಿ.

ಸದ್ಯಕ್ಕೆ ತೀರಾ ಮಾನಸಿಕವಾಗಿ ಅವಳು ಒಂಟಿಯಾಗುವ ಬದಲು, ಸದ್ಯಕ್ಕೆ ರೋಹಿಣಿ ಚಿಕಿತ್ಸೆ ಮುಗಿಸಿಕೊಂಡು ಹಿಂದಿರುಗುವವರೆಗೂ ಇಲ್ಲೇ ಇರುವುದು ಸೂಕ್ತವೆನಿಸಿತು.

ಬಸ್ಸು ಹತ್ತಿಸಿ ಬರಲು ಕಾರು ಕಳುಹಿಸುವಂತೆ ಹೇಳಿದರು ಮೇಡಮ್. ಇಷ್ಟು ದೊಡ್ಡ ಅರಮನೆಗೆ ಒಡತಿಯಾದರೂ 'ಹಮ್ಮು ಬಿಮ್ಮು' ಇಲ್ಲದ ವ್ಯಕ್ತಿತ್ವ ಯಾರಿಗೂ ಇಷ್ಟವಾಗುವಂಥದ್ದೇ.

"ಅಮ್ಮನ ಆರೋಗ್ಯ" ತಂದೆಯ ಎದೆಯ ಮೇಲೆ ತಲೆಯಿಟ್ಟು ಕಣ್ಣೀರು ಸುರಿಸಿದಾಗ, ಅವರ ಹೃದಯ ಕಿತ್ತು ಬಾಯಿಗೆ ಬಂದಂತಾಯಿತು. "ಅಳ್ಬೇಡ ವರ್ಷ, ರೋಹಿಣಿ ಜೊತೆಯಲ್ಲಬಂದು ನಿನ್ನ ಕರ್ಕೊಂಡ್ಹೋಗ್ತೀನಿ. ಆದಷ್ಟು ಬೇಗ... ಆದಷ್ಟು ಬೇಗ" ಒತ್ತಿ ಹೇಳಿದರು.

ಬಸ್ಸು ಹತ್ತಿಸಿ ಹಿಂದಕ್ಕೆ ಬಂದು ತನ್ನ ರೂಮು ತಲುಪಿದ ವರ್ಷ ಪೂರ್ತಿ ಅನಾಥಳಂತೆ ಹಾಸಿಗೆಯಲ್ಲಿ ಮುದುರಿ ಬಿಕ್ಕಿದಳು. ಈಗ ಸಂತೈಸುವ ಕೈ ತನಗಿಂತ ಹಿರಿಯಳಾದ ವರ್ಣಳದಾಗಿದ್ದರೆ... ಇಂಥ ಕಲ್ಪನೆ ಕೂಡ ಪ್ರಯೋಜನವಿಲ್ಲವೆನಿಸಿತು.

ಸಮಾಧಾನ ತಂದುಕೊಂಡು ಮೇಲೆದ್ದು ಸಿಂಕ್‌ನಲ್ಲಿ ಮುಖ ತೊಳೆದಳು. ಬಾತ್‌ರೂಂ ಅಟ್ಯಾಚ್ಡ್ ರೂಮು ಆಗಿದ್ದರಿಂದ ಹೊರಗೆ ಹೋಗಬೇಕಾದ ಅಗತ್ಯವಿರಲಿಲ್ಲ. ಉಡುಪು ಬದಲಾಯಿಸಿ ಮುಖ ತೊಳೆದು ರೂಮಿನಿಂದ ಹೊರಗೆ ಬಂದವಳು ಹಾಲ್ ಪ್ರವೇಶಿಸಿ ನಿಬ್ಬೆರಗಾದಳು. ತೂಗು ಹಾಕಿದ್ದ ಶಾಂಡಿಲಿಯರ್ ಅವಳ ಗಮನ ಸೆಳೆಯಿತು. ಅದ್ಭುತವಾಗಿತ್ತು. ಆ ವಂಶದ ಹಿರಿಯರ ಲೈಫ್ ಸ್ಕೆಚ್ ವರ್ಣಚಿತ್ರಗಳ ಅಲಂಕಾರ ಆ ದೊಡ್ಡ ಹಾಲ್‌ಗೆ ಶೋಭೆಯನ್ನು ತಂದಿತ್ತು.

ಬಂದ ವ್ಯಕ್ತಿ ವಿಚಾರಿಸಿದ. "ಮೇಡಮ್, ಏನಾದ್ರು ಬೇಕಿತ್ತಾ?" ಇಲ್ಲವೆಂದು ತಲೆಯಾಡಿಸಿ ಹಿಂದಿರುಗಿದಳು ರೂಮಿಗೆ. 'ಜಾಬ್'-ಅವಳ ಕೆಲಸದ ಬಗ್ಗೆ ಇನ್ನೂ ಹೆಚ್ಚು ಸ್ಪಷ್ಟವಾಗಿರಲಿಲ್ಲ. ಸ್ವಲ್ಪ ಗೊಂದಲವುಂಟಾದಾಗಲೆಲ್ಲ ಎದೆಯ ಮೇಲೆ ಕೈಯಿಟ್ಟುಕೊಂಡು "ದೇವರೇ, ದೇವರೇ, ದೇವರೇ" ಎನ್ನುತ್ತಿದ್ದಳು. ಚಿಕ್ಕಂದಿನಿಂದ ಮೂಡಿಬಂದ ಅಭ್ಯಾಸ. ಆಗ ಅವಳಿಗೆ ಭರವಸೆ, ಧೈರ್ಯ, ಆಶ್ವಾಸನೆ ಸಿಕ್ಕುತ್ತಿತ್ತೇನೋ!

ಅಲ್ಲಿದ್ದ ಪತ್ರಿಕೆಗಳನ್ನು ತಿರುವಿ ಹಾಕಿದಳು. ಓದು ಅವಳಿಗೆ ಅತ್ಯಂತ ಇಷ್ಟವೇ. ಇಷ್ಟೇ ವ್ಯಾಸಂಗ ಮಾಡಬೇಕೆನ್ನುವುದು ಮಾತ್ರ ಹಿಡಿಸುತ್ತಿರಲಿಲ್ಲ ಅಷ್ಟೆ. ಹಾಗೆ ನೋಡಿದರೆ ವರ್ಣಗಿಂತ ಹೆಚ್ಚಿಗೆ ಓದಿಕೊಂಡಿದ್ದಳು. ಮತ್ತು ತಿಳುವಳಿಕೆ ಕೂಡ ಹೆಚ್ಚಾಗಿತ್ತು!

ಐದರ ಸಮಯಕ್ಕೆ ಅವಳ ರೂಮಿನಲ್ಲಿದ್ದ ಫೋನ್ ರಿಂಗಾಯಿತು. ಇಂಟರ್‌ಕಾಮ್‌ನಲ್ಲಿ ಮ್ಯಾನೇಜರ್, "ಮೇಡಮ್, ಮುಂದುಗಡೆಯ ದಿವಾನ್‌ಖಾನೆಯಲ್ಲಿದ್ದಾರೆ. ಬಂದ್ನೋಡಿ." ಆಣತಿ ಸಿಕ್ಕಾಗ ಮುಖದಲ್ಲಿ ಗೆಲುವನ್ನು ತಂದುಕೊಂಡು ಹೊರಗೆ ಬಂದಳು.

ದಾರಿ ತಪ್ಪಿದಂತಾಗಿ ಒಂದು ಕಡೆ ನಿಂತಾಗ ಆಳು ಬಂದು ಕರೆದೊಯ್ದ ದಿವಾನ್‌ಖಾನೆಗೆ. ಹೈಮಾವತಿ ಕೂತಿದ್ದರು. ಏನೋ ಬರೆದುಕೊಳ್ಳುತ್ತಿದ್ದ ಗುಮಾಸ್ತ ಎದ್ದುಹೋದಾಗ ಕಣ್ಣಲ್ಲಿಯೇ ಬರುವಂತೆ ಹೇಳಿದರು.

"ರೂಮು ನಿಂಗೆ ಇಷ್ಟವಾಯ್ತ?" ಕೇಳಿದರು. ಅದರಲ್ಲಿ ಜೋರಾಗಲಿ, ಅಧಿಕಾರವಾಗಲಿ ಇರಲಿಲ್ಲ. ಅನ್ಯೋನ್ಯತೆ ಇತ್ತು. "ಇಷ್ಟವಾಯ್ತು!" ಎಂದಳು ಚುಟುಕಾಗಿ.

ಸಂಜೆಯ ವಾಕ್‌ಗೆ ಅವರೊಡನೆ ವರ್ಷನೂ ಹೋದಳು. ಹೈಮಾವತಿಯವರದು ಕಿರುಚಲು, ಗಡುಸು ಸ್ವರವಲ್ಲ, ಅತ್ಯಂತ ಮೃದುವಾಗಿತ್ತು. ದಾರಿಯುದ್ದಕ್ಕೂ ವಿವರಿಸಿದರು. ಅವರ ಬದುಕಿನ ಬಗ್ಗೆ ಒಂದು ಪುಸ್ತಕ ಬರೆಯಬೇಕಿತ್ತು. ಅದು ಆತ್ಮಕತೆಯಾಗಬಾರದು, ರಸವತ್ತಾದ ಕಾದಂಬರಿ ಆಗಬೇಕು, ಆಕೆ ಹೇಳುವ ಮುಖ್ಯ ಘಟನೆಗಳನ್ನು ಆರಿಸಿಕೊಂಡು ಬರವಣಿಗೆಯನ್ನು ಪೂರ್ತಿ ಮಾಡಬೇಕಿತ್ತು.

"ಅಷ್ಟು ಜನ ಯುವತಿಯರಲ್ಲಿ ನಿನ್ನ ಆಯ್ಕೆ ಯಾಕೆ ಮಾಡ್ಕೊಂಡೇ ಗೊತ್ತ?" ಕೇಳಿದಾಗ, ಮಿಕಿಮಿಕಿ ನೋಡಿದಳು. ಮೃದುವಾಗಿ ನಕ್ಕರು ಹೈಮಾವತಿ. "ಬದ್ಕಿನ ನೈಜತೆಯ ಪರಿಚಯವಾಗಿದೆ. ಹೆಚ್ಚು ಶ್ರೀಮಂತ ಜನರು, ಹೆಚ್ಚು ಬಡವರು ತಮ್ಮ ವೇಳೆಯನ್ನು ಬರವಣಿಗೆಗೆ ಮೀಸಲಿಡಲಾರರು. ಶ್ರೀಮಂತ ಜನಕ್ಕೆ ಬದ್ಕಿನ ಒಂದು ಮುಖದ ಪರಿಚಯ, ಬಡವರಿಗೆ ಮತ್ತೊಂದು ಮುಖದ ಪರಿಚಯ. ಮಧ್ಯದ ಎರಡು ಮುಖಗಳ ಪರಿಚಯವಿರೋದು ಮಧ್ಯಮ ದರ್ಜೆಯ ಜನರಿಗೆ. ಹೆಚ್ಚು ಅರ್ಥಪೂರ್ಣವಾಗಿ ಜೀವ್ನವನ್ನು ಅನುಭವಿಸಬಲ್ಲರು. ತಾಯ್ತಂದೆಯರ ಪ್ರೀತಿಯ ಸೆಲೆಯಲ್ಲಿ ಮುಚ್ಚಟೆಯಾಗಿ ಬೆಳೆದ ನೀನು ಮಾತ್ರ ಪ್ರೇಮ, ಪ್ರೀತಿಯ ಬಗ್ಗೆ ಸ್ಪಂದಿಸಬಲ್ಲೆ ಅರ್ಥಪೂರ್ಣವಾಗಿ" ಮನ ಬಿಚ್ಚಿ ಹೇಳಿದರು.

ಪ್ಯಾಲೆಸ್‌ಗೆ ಹಿಂದಿರುಗಿದಾಗ "ವರ್ಷ, ಒಂದ್ಸಾರ ಅರಮನೆಯ ಒಂದೊಂದು ಭಾಗದ ಜೊತೆ, ಅದರ ಸುತ್ತಮುತ್ತಲಿನ ಆವರಣದಲ್ಲೆಲ್ಲ ಸಂಚರಿಸಿ, ಪ್ರತಿಯೊಂದು ಮರ, ಗಿಡವನ್ನು ಪರಿಚಯ ಮಾಡಿಕೋ. ಮುವತ್ತೈದು ವರ್ಷದ ಹಿಂದೆ ಈ ಹೈಮಾವತಿ ಅರಮನೆಗೆ ಕಾಲಿಟ್ಟಾಗ ನನ್ನನ್ನು ಸ್ವಾಗತಿಸಿವೆ, ನನ್ನ ಒಡನಾಡಿಗಳಾಗಿವೆ. ಬದುಕಿನುದ್ದಕ್ಕೂ ಒಂದಾಗಿವೆ. ಮ್ಯಾನೇಜರ್ ನಿಂಗೆ ಎಲ್ಲಾ ಅನ್ಕೂಲ ಮಾಡ್ಕೊಡ್ತಾರೆ. ನಿಂಗೆ ಏನಾದ್ರೂ ಬೇಕಿದ್ರೆ ಅವ್ರನ್ನ ಕೇಳ್ಬಹುದ್ದು" ನುಡಿದರು.

ರೂಮಿಗೆ ಬಂದವಳು ಒಂದು ಕಡೆ ಕೂತಳು. ಮತ್ತೊಬ್ಬರ ಮತ್ತೊಂದು ಕುಟುಂಬ. ಅದು ರಾಜಮನೆತನದ ಜೀವಂತ ದರ್ಶನ. ಅದನ್ನು ತಾನು ಅರ್ಥಪೂರ್ಣವಾಗಿ ಬರೆಯಬಲ್ಲನೇ? ಓದು, ಇಷ್ಟ, ಏನೇನೋ ಅನ್ನಿಸಿದ್ದನ್ನೆಲ್ಲ ಪುಸ್ತಕಗಳಲ್ಲಿ ಬರೆದಿಟ್ಟಿದ್ದಳು ಆಗಾಗ. ಅದೆಲ್ಲ ಬೇರೆಯವರು ಓದಲು ಅರ್ಹವೇ?

ಧರ್ಮ, ಕಲೆ, ಸಾಹಿತ್ಯ ಕೃಷಿ, ವಿಜ್ಞಾನ ಯಾವುದೇ ಕ್ಷೇತ್ರದಲ್ಲಿ ಅತ್ಯುನ್ನತ ಸಫಲತೆ ಪಡೆಯಬೇಕಾದರೆ ಸತತ ಪರಿಶ್ರಮದಿಂದ ಮಾತ್ರ ಸಾಧ್ಯ - ಎನ್ನುವುದನ್ನು ಎಲ್ಲೋ ಓದಿದ್ದಳು.

ಹೈಮಾವತಿಯವರ ಬಗ್ಗೆಯೇ ಆಶ್ಚರ್ಯವಾಯಿತು. ಹೆಸರಾಂತ ಬರಹಗಾರರನ್ನೋ, ಅಥವಾ ಅದೇ ಕ್ಷೇತ್ರದಲ್ಲಿನ ಬೇರೆ ಬೇರೆ ಪ್ರಕಾರಗಳಲ್ಲಿ ಕೆಲಸ

ಮಾಡಿದ ಒಬ್ಬ ಅನುಭವಸ್ಥ ವ್ಯಕ್ತಿಯನ್ನೋ ಆಯ್ದುಕೊಳ್ಳಬಹುದಿತ್ತು. ಅಂಥದ್ದರಲ್ಲಿ ಈ ಸಲ ಪಿ.ಯು.ಸಿ. ಪರೀಕ್ಷೆಯಲ್ಲಿ ಬರೆದಿದ್ದರೇ ಮುಂದಿನ ವರ್ಷ ಡಿಗ್ರಿ ಕ್ಲಾಸ್‌ಗೆ ಎಂಟ್ರಿ ಸಿಗುತ್ತಿತ್ತು. ಅಂಥ ನನ್ನನ್ನು ಆಯ್ದುಕೊಂಡಿದ್ದೇಕೆ?

ಇದೆಲ್ಲ ಅರ್ಥವಾಗಲು ಸಮಯ ಬೇಕೆನಿಸಿತು. ಬೆಳಿಗ್ಗೆ ಇವಳ ಸ್ನಾನ ಮುಗಿಸುವ ವೇಳೆಗೆ ಬಿಸಿ ಬಿಸಿ ಬ್ರೇಕ್ ಫಾಸ್ಟ್ ಇವಳ ರೂಮಿಗೆ ಬಂತು. ಒಂದೇ ತಿಂಡಿಯಲ್ಲ. ನಾಲ್ಕಾರು ಖಾದ್ಯಗಳ ಜೊತೆ ಹಣ್ಣು ಕೂಡ ಇತ್ತು. ತಾಯಿಯ ನೆನಪಾಗಿ ಅವಳಿಗೆ ತಿನ್ನಲಾಗಲಿಲ್ಲ. ಹೊರಗೆ ಬಂದಾಗ ಮ್ಯಾನೇಜರ್ ಕಾದಿದ್ದರು ಅವಳಿಗಾಗಿ. "ನಿಮ್ಮ ರುಚಿಗಳ ಬಗ್ಗೆ ಹೇಳಿದ್ರೆ, ಊಟ, ತಿಂಡಿ ಪ್ರತ್ಯೇಕವಾಗಿ ಮಾಡಿಬಡಿಸಲಾಗುತ್ತೆ" ಎಂದಾಗ ಅವಳಿಗೆ ಸ್ವಲ್ಪ ಸಂಕೋಚವೆನಿಸಿದರೂ ತೋರ್ಪಡಿಸಿಕೊಳ್ಳಲಿಲ್ಲ. "ಇಲ್ಲ, ನಂಗೆ ಇಲ್ಲಿನ ಊಟ, ತಿಂಡಿಗಳೇ ರುಚಿಯೆನಿಸಿದೆ. ದಯವಿಟ್ಟು ಒಂದಿಷ್ಟು ಅರಮನೆಯ ಪರಿಚಯ ಮಾಡ್ಕೊಡಿ" ಎಂದಳು. ಸ್ವಲ್ಪ ಬಿಜಿಯಾಗಿಬಿಡಬೇಕಿತ್ತು. ಇಲ್ಲದಿದ್ದರೆ ಅಮ್ಮ, ಅಪ್ಪನ ನೆನಪು ಇಲ್ಲಿಂದ ಓಡಿಹೋಗಲು ಪ್ರೇರೇಪಿಸುತ್ತಿತ್ತು.

ಮ್ಯಾನೇಜರ್ ಸರಿಯೆನ್ನುವಂತೆ ತಲೆದೂಗಿ, ಅದಕ್ಕಾಗಿ ಬೇರೆಯವರನ್ನು ನಿಯೋಜಿಸದೇ, ಅವರೇ ವಹಿಸಿಕೊಂಡರು. ಅದು ಹೈಮಾವತಿಯವರ ಅಪ್ಪಣೆ.

ದಿವಾನ್‌ಖಾನೆಯಿಂದ ಶುರುವಾದ ಪರಿಚಯ, ಪೂರ್ವಿಕರ ಅಪೂರ್ವ ವಸ್ತುಗಳ ಸಂಗ್ರಹಾಲಯಕ್ಕೆ ಬರುವ ವೇಳೆಗೆ ಮಧ್ಯಾಹ್ನ ಮೂರು ದಾಟಿ ಆಗಿತ್ತು. ಕತ್ತಿ, ಬಾಕು, ಗುರಾಣಿಯೆನ್ನುವಂಥ ಆಯುಧಗಳ ಜೊತೆ ಬೇರೆ ಬೇರೆ ದೇಶಗಳ ವಿವಿಧ ರೀತಿಯ ಗಡಿಯಾರಗಳು, ಸಣ್ಣಪುಟ್ಟ ವಿಸ್ಮಯಕಾರಿ ಯಂತ್ರಗಳು-ಇಡೀ ಭವನವನ್ನು ವೀಕ್ಷಿಸುವ ವೇಳೆಗೆ ಎರಡೂವರೆ ಗಂಟೆ ಬೇಕಾಯಿತು. ಅಂತು ಒಂದು ಅದ್ಭುತ ಜಗತ್ತು, ಇತಿಹಾಸವನ್ನು ಒಳಹೊಕ್ಕು ನೋಡಿದಂತಾಗಿತ್ತು. ಒಂದು ಐವತ್ತು, ನೂರು ವರ್ಷದ ಹಿಂದಿನ ರಾಜ ಮನೆತನದ ಅಭಿರುಚಿ, ಹವ್ಯಾಸಗಳನ್ನು ಅಭ್ಯಸಿಸಿದಂತಾಯಿತು.

ಹೊರಗೆ ಬಂದ ಮೇಲೆ ವರ್ಷಗೆ ದಿಗ್ಭ್ರಮೆಯಾಯಿತು. ಪರಕಾಯ ಪ್ರವೇಶ ಮಾಡಿ ಹೊರಗೆ ಬಂದಂತಾಗಿತ್ತು. ಇಂಥ ವಸ್ತುಗಳನ್ನು ಮೈಸೂರಿನ ಜಗನ್ಮೋಹಿನಿ ಪ್ಯಾಲೆಸ್‌ನಲ್ಲಿ ನೋಡಿದ ನೆನಪು. ಆದರೆ ಇಲ್ಲಿ ಪ್ರತಿಯೊಂದು ವಸ್ತು ಕೊಂಡ, ಪಡೆದ ದಿನಾಂಕ ಮತ್ತು ಮುಖ್ಯವಾದ ವಿವರಗಳು ಇದ್ದವು.

"ಇದು ರಾಜಾಸಾಹೇಬ್ರು ಖರೀದಿಸಿ ತಂದಿದ್ದು." ಒಂದು ಗೋಡೆಯ ಗಡಿಯಾರ ತೋರಿಸಿದ್ದರು ಮ್ಯಾನೇಜರ್. "ಈಗ್ಲೂ ಒಮ್ಮೆ ಕೂಡ ಕೆಟ್ಟಿಲ್ಲ. ಹಳೆಯದಾದ್ರೂ ಕೀ ಕೊಡುವ ಅಗತ್ಯವಿಲ್ಲ. ತನ್ನ ಪಾಡಿಗೆ ತಾನು ಇಷ್ಟು ವರ್ಷಗಳ ಕಾಲ ಕೆಲಸ ಮಾಡಿಕೊಂಡು ಹೋಗಿದೆ. ಅಮ್ಮಾವ್ರಿಗೆ ಇದ್ನ ಕಂಡ್ರೆ ತುಂಬ ಅಭಿಮಾನ." ಪ್ರತಿದಿನ ಈ ಗಡಿಯಾರದ ಬಗ್ಗೆ ಮ್ಯಾನೇಜರ್ ಅತಿಶಯವೆನಿಸುವಂತೆ ಹೇಳಿದ್ದರು. ಅದರಲ್ಲಿ ಏನು ಅಂಥ ಪ್ರತ್ಯೇಕತೆ ಇದೆಯೆನಿಸಲಿಲ್ಲ ಮೊದಲ ನೋಟಕ್ಕೆ. ಸ್ವತಃ ಮ್ಯಾನೇಜರ್ ಕೆಲವು ಪ್ರಾಮುಖ್ಯವಾದ ಸಂಗತಿಗಳು, ಪ್ರತಿ ವಸ್ತು, ಹೊರಗಿನ

ಆವರಣ, ಕೆಲವು ಮರ, ಗಿಡಗಳನ್ನು ಪರಿಚಯಿಸುವಾಗ ತಿಳಿಸಿ ಅವಳನ್ನು ಒಂದು ಪ್ರತ್ಯೇಕ ಲೋಕಕ್ಕೆ ಕರೆದೊಯ್ದಿದ್ದರು ಎಂಟು ದಿನಗಳಲ್ಲಿ.

ತಾನೇನೋ ಮಹಾ ಬೆಳೆದಂತೆ ಅನುಭವವಾಗತೊಡಗಿತು ವರ್ಷಳಿಗೆ. ಅದಕ್ಕೆ ಕಾರಣ ವಿಭಿನ್ನ ಪರಿಸರ, ಮತ್ತು ತಾಯಿ ತಂದೆಯರಿಂದ ದೂರವಾಗಿ ಒಂಟಿಯಾಗಿ ಬೇರೆಯ ವ್ಯಕ್ತಿಗಳ ನಡುವೆ ಇರುವ ವ್ಯತ್ಯಾಸವೇ ಅವಳನ್ನು ಬೆಳೆಸಿರಬೇಕು.

ಹಿಂದಿನ ದಿನ ತಂದೆಯಿಂದ ವಿಶದವಾಗಿ ಪತ್ರ ಬಂದಿತ್ತು. 'ಎಂಟು ದಿನಗಳು ಈ ಪರಿಸರದಲ್ಲಿ ಸುಧಾರಿಸಿಕೊಳ್ಳಲಿ, ನಂತರ ಚಿಕಿತ್ಸೆ ಶುರು ಮಾಡುವುದಾಗಿ' ಸ್ವಾಮಿಗಳು ಕೊಟ್ಟ ಭರವಸೆಯನ್ನು ಮಗಳಿಗೆ ತಿಳಿಸುವುದರ ಜೊತೆಗೆ ಅಲ್ಲಿನ ಜನರ ಸರಳತೆ, ಆತ್ಮೀಯತೆಯ ನಡುವೆ ಭಾಷೆ ಗೊತ್ತಿಲ್ಲದಿದ್ದರೂ ಏನೂ ತೊಂದರೆಯಾಗಿಲ್ಲವೆಂದು ತಿಳಿಸಿ ಅವಳ ಬಗ್ಗೆ ವಿಚಾರಿಸಿದ್ದರು. ಬಹುಶಃ ಅದನ್ನು ಎಷ್ಟು ಸಲ ಓದಿದ್ದಳೋ ಲೆಕ್ಕವಿಟ್ಟಿರಲಿಲ್ಲ. ಹರ್ಷಿತಳಾಗಿದ್ದ ಅವಳಿಗೆ ರಾತ್ರಿಯೆಲ್ಲ ಸರಿಯಾಗಿ ನಿದ್ದೆ ಬರದೇ ಬೆಳಗಿನ ಜಾವ ಬೇಗ ಎಚ್ಚರಗೊಂಡಳು. ಸ್ನಾನ ಮುಗಿಸಿ ಬ್ರೇಕ್ ಫಾಸ್ಟ್ ಮುಗಿಸದೆಯೇ ಹೊರಗೆ ಬಂದಳು.

ಈಗ ಅವಳ ಓಡಾಟಕ್ಕೆ ಮ್ಯಾನೇಜರ್ ಅಗತ್ಯವಿರಲಿಲ್ಲ. ಆದರೂ ಕೆಲವರ ಕಣ್ಣುಗಳು ಅವಳನ್ನು ದಿಟ್ಟಿಸುತ್ತಿದ್ದವು. ಅಗತ್ಯವೆನಿಸಿದರೆ ನೆರವಾಗುತ್ತಿತ್ತು ಅವರ ಕೈಗಳು.

ಪ್ಯಾಲೆಸ್‌ನಿಂದ ಹೊರಗೆ ಬಂದವಳು ಅಷ್ಟು ದೂರ ನಡೆದು ಇಬ್ಬನಿಯಲ್ಲಿ ತೊಯ್ದ ಹುಲ್ಲಿನ ಮೇಲೆ ಕೂತಳು. ನೋಟವೆತ್ತಿದರೆ ನೀಲಾಕಾಶದಲ್ಲಿ ಬಿಳಿ ಮೋಡಗಳ ಚಿತ್ತಾರ, ಸುತ್ತಲಿನ ಪರಿಸರ ಅತ್ಯಂತ ಶುಭ್ರ, ಸುಂದರ.

ಗಿಡದಿಂದ ಗಿಡಕ್ಕೆ ಓಡಾಡುವಾಗ ಒಂದು ಜೊತೆ ತೋಳುಗಳು ವರ್ಷಳನ್ನು ಹಿಂದಿನಿಂದ ಬಳಸಿದಾಗ, ಭೂಮಿ, ಆಕಾಶ ಒಂದಾದಂತೆ ತತ್ತರಿಸಿದವಳು ಬಿಡಿಸಿಕೊಳ್ಳುವ ಪ್ರಯತ್ನ ಮಾಡಿ ಸೋತಾಗ ಸ್ವರಕ್ಕೆ ಉಸಿರು ಬೆರೆಸಿದರೂ ಸಾಧ್ಯವಾಗದೇ ಒದ್ದಾಡಿದಾಗ, ಕೆನ್ನೆಯ ಬಳಿ ಒರಟಿನ ಸ್ಪರ್ಶ. ತನ್ನೆಲ್ಲ ಬಲವನ್ನು ಬಿಟ್ಟು ಹೊರಬರಲು ಪ್ರಯತ್ನಿಸಿ ಸಾಧ್ಯವಿಲ್ಲವೆನಿಸಿದಾಗ ಮುಂಗೈ ಮೇಲೆ ಹಲ್ಲುಗಳನ್ನೂರಿ ತಪ್ಪಿಸಿಕೊಂಡಳು. ಆ ಕ್ಷಣ ಅವಳೆದೆಯ ಆವೇಗ, ಅವನ ಬಿಸಿಯುಸಿರು ಎರಡೂ ಬೆರೆತಿತ್ತು.

ಅಷ್ಟು ದೂರಕ್ಕೆ ನಿಂತ ವರ್ಷಳ ಎದೆ ಏರಿಳಿಯುತ್ತಿತ್ತು. "ಯೂ ರೋಗ್" ಎಂದಳೇ ವಿನಃ ಅವಳಿದ್ದ ಗಾಬರಿಯಲ್ಲಿ ಇನ್ನೇನು ನುಡಿಯಲು ಸಮರ್ಥವಾಗಲಿಲ್ಲ, ಕಂಪಿಸುತ್ತಿದ್ದಳು.

ತಪ್ಪಿನ ಅರಿವಾಗಿತ್ತು ಹೇಮಂತ್‌ಗೆ. 'ಸಾರಿ' ಕೇಳಲು ಅವನ 'ಅಹಂಕಾರ' ಒಪ್ಪಲಿಲ್ಲ. ಹುಬ್ಬೆತ್ತಿ, ಮುಖ ಬಿಗಿದು "ಹೂ ಆರ್ ಯೂ, ಸಿಲ್ಲಿ ಗರ್ಲ್?" ಎನ್ನುತ್ತ ಹಲ್ಲುಗಳೂರಿದ್ದ ಮುಂಗೈನ ನೋಡಿಕೊಂಡ. ಚುರಿ ಚುರಿಯೆನ್ನುತ್ತಿತ್ತು ಕೆಂಪಗಾಗಿ. ಅಪಾಯವನ್ನು ಅರಿತ ಜಿಂಕೆಯಂತೆ ಓಡಿಬಿಟ್ಟಳು ವರ್ಷ.

'ಯಾರಿವಳು' ಎನ್ನುತ್ತಲೇ ಪ್ಯಾಲೆಸ್ ತಲುಪಿದ. ಇಂದಿನ ಬೆಳಗು ವಿಪರೀತದ ಅನುಭವ ಒದಗಿಸಿಕೊಟ್ಟಿತ್ತು. 'ಛೇ....' ಎನ್ನುತ್ತಲೇ ಡೆಟಾಲ್‌ನಿಂದ ವಾಶ್ ಮಾಡಿ ಆಯಿಂಟ್‌ಮೆಂಟ್ ಹಚ್ಚಿಕೊಂಡ. ಕೋಪ, ಅವಮಾನದಿಂದ ಅವನ ಮನ ಸಿಡಿಯುತ್ತಿತ್ತು.

ಆಮೇಲೆ ತಾಯಿಯ ರೂಮಿಗೆ ಹೋದ. ಬಹುಶಃ ನರೋನಾ ದಂಪತಿಗಳು ಬಂದು ಇಳಿದಿದ್ದರೇ, ಇದು ಅನಿವಾರ್ಯವಾಗಿ ತಪ್ಪಿಹೋಗುತ್ತಿತ್ತು. ಮೂವರು ಇವನ ಸುತ್ತ ಗೋಡೆಯಂತಿರುತ್ತಿದ್ದರು. ಆಕೆ ಆಶ್ಚರ್ಯ, ಆಪ್ಯಾಯಮಾನದಿಂದ ಸ್ವಾಗತಿಸಿದರು ಮಗನನ್ನ. "ನಾನು ಇಲ್ಲೇ ಓದಬಹುದಿತ್ತು. ಯಾಕೆ ಲಂಡನ್‌ಗೆ ಕಳಿಸಿದ್ದು?" ಪ್ರಶ್ನಿಸಿದ. ದೀರ್ಘ ಉತ್ತರ ತಮ್ಮಿಂದ ಸಾಧ್ಯವಿಲ್ಲವೆಂದು "ನಿನ್ನ ಡ್ಯಾಡಿ ಕೂಡ ಅಲ್ಲೇ ಓದಿದ್ದು" ಎಂದರಷ್ಟೆ.

ಹಳ್ಳಿಯವರು ತಮ್ಮ ಮಕ್ಕಳನ್ನು ಅಲ್ಲಿ ಶಾಲೆ ಇದ್ದರೂ ಪಕ್ಕದ ಊರಿಗೆ ಕಳಿಸುತ್ತಾರೆ. ಅದೇ ಊರಿನಲ್ಲಿ ಶಾಲೆ ಇದ್ದರೂ ಉತ್ತಮ ವಿದ್ಯಾಭ್ಯಾಸದ ಹೆಸರಿನಲ್ಲಿ ಮಕ್ಕಳನ್ನು ಸಿಟಿಗೆ ಅಟ್ಟುತ್ತಾರೆ. ಇನ್ನು ಸಿರಿವಂತ ಜನ ಉತ್ತಮವಾದ ಬೋರ್ಡಿಂಗ್ ಸ್ಕೂಲುಗಳಲ್ಲಿ ತಮ್ಮ ಮಕ್ಕಳನ್ನು ಬಿಟ್ಟರೆ ರಾಜಮನೆತನದವರು, ದೊಡ್ಡ ಇಂಡಸ್ಟ್ರಿಯಲಿಸ್ಟ್‌ಗಳ, ರಾಜಕಾರಣಿಗಳ, ನಟರ, ಮಂತ್ರಿ ಮಹೋದಯರ ಮಕ್ಕಳು ಓದುವುದು ವಿದೇಶಗಳಲ್ಲಿ. ಇಲ್ಲಿ ಓದುವ ಹಣೆಬರಹ ಅವರಿಗ್ಯಾಕೆ?

"ಹೇಮಂತ್, ರಾತ್ರಿ ಮಲಗಿದ್ದಿದ್ದೇ ಲೇಟು! ಆಗ್ಲೇ ಇಷ್ಟು ಬೇಗ ಎದ್ದಿದ್ದೀಯಲ್ಲ! ನಿದ್ದೆ ಬರ್ಲಿಲ್ವಾ?" ತಮಾಷೆಯಾಗಿ ಕೇಳಿದರು. ಕ್ರಾಪ್‌ನ ಕೊಡವಿದವನು ತಾಯಿಯ ಹಾಸಿಗೆಯ ಮೇಲೆ ಉರುಳಿಕೊಂಡ.

"ಎಷ್ಟು ಮಾತಾಡಿದ್ರು ಕಮ್ಮಿನೇ ಅನ್ನಿಸುತ್ತೆ. ಬ್ಯೂಟಿಫುಲ್ಲಾಗಿದೆ ಗಾರ್ಡನ್" ಎಂದ ತನ್ಮಯತೆಯಿಂದ. ಈ ಆರು ತಿಂಗಳಲ್ಲಿ ಪರೀಕ್ಷೆಗಳ ಸಲುವಾಗಿ ಬಂದಿರಲಿಲ್ಲ ಅವನು ಭಾರತಕ್ಕೆ.

ಪಕ್ಕದಲ್ಲಿ ಕೂತು ಮಗನ ಕ್ರಾಪ್ ಕೆದರಿದ ಹೈಮಾವತಿ "ಇನ್ಮೇಲೆ ಎಲ್ಲಾ ಜವಾಬ್ದಾರಿನೂ ನಿಂದೇ" ಮಗನನ್ನು ಮತ್ತೆ ಲಂಡನ್‌ಗೆ ಕಳುಹಿಸುವ ಉದ್ದೇಶವಿರಲಿಲ್ಲ. ಮೌನವಾದ.

ಮುಂಗೈಗೆ ಕಟ್ಟಿಕೊಂಡ ಕರ್ಚೀಫ್‌ನ ನೋಡಿ ಆಕೆ ಗಾಬರಿಯಾದರು. "ಏನಿದು?" ಕಕ್ಕುಲತೆ ಇತ್ತು. ತುಟಿಯವರೆಗೂ ಬಂದ ಮಾತುಗಳನ್ನು ನುಂಗಿಕೊಂಡ ಹೇಮಂತ್. ಇಡೀ ಚಿತ್ರವನ್ನು ಆಕೆಯ ಮುಂದಿಟ್ಟಾಗ ತನ್ನನ್ನೇ ತಪ್ಪಿತಸ್ಥನನ್ನಾಗಿ ಮಾಡಬಹುದು. ಆ ದಿನ ಗುರುತಿಸಲ್ಪಡುವುದು ಇಷ್ಟವಾಗಲಿಲ್ಲ ಅವನಿಗೆ.

ಕಣ್ಮುಚ್ಚಿ ಮಲಗಿದ. ಬಹುಶಃ ಅವನ ವಿದ್ಯಾಭ್ಯಾಸ ಹೆಚ್ಚು ಕಡಿಮೆ ಲಂಡನ್‌ನಲ್ಲಿಯೇ. ತಂದೆ ಬದುಕಿರುವವರೆಗೂ ಆಗಾಗ ಬರುತ್ತಿದ್ದರು. ನಂತರ ಅವನ ತಾಯಿ ಒಂದೆರಡು ಸಲ ಬಂದರೂ, ಆಮೇಲೆ ಬರುವುದನ್ನು ಪೂರ್ತಿ ಬಂದ್ ಮಾಡಿದ್ದರು.

"ವೆಕೇಷನ್‌ನಲ್ಲಿ.... ನೀನೇ ಬಾ! ಯಾಕೋ ಒಗ್ಗೋಲ್ಲ ಕಣೋ" ಫೋನ್‌ನಲ್ಲಿಯೇ ಉಭಯಕುಶಲೋಪರಿ, ಒಂಟಿತನವೆಸೆದಿದ್ದರೂ ಒಂದು ಮಟ್ಟದ ವಿದ್ಯಾಭ್ಯಾಸವಾಗುವವರೆಗೂ 'ಬಾ' ಎಂದು ಬಲವಂತಪಡಿಸಲಾಗಿರಲಿಲ್ಲ. ಬರೀ ಕೇಳುವುದನ್ನು ಅಭ್ಯಾಸ ಮಾಡಿಕೊಂಡಿದ್ದ ಆಕೆ ಹೇಳುವುದನ್ನು ಮರೆತಿದ್ದರು. ಬಹುಶಃ ಅದಕ್ಕೆ ಗಂಡನೇ ಕಾರಣ ಇರಬಹುದು.

ಬಹಳ ಹೊತ್ತು ಕಣ್ಮುಚ್ಚಿಕೊಂಡಿದ್ದವನು ರೆಪ್ಪೆಗಳನ್ನು ಬಿಡಿಸಿ ತಾಯಿಯತ್ತ ನೋಡಿದ. ಪುಸ್ತಕ ಹಿಡಿದಿದ್ದರು. ಸದಾ ಆಕೆ ಪುಸ್ತಕಗಳಲ್ಲಿಯೇ ತಮ್ಮ ಸಮಯವನ್ನು ಹುಡುಕಿಕೊಂಡಂತೆ ಕಾಣುತ್ತಿದ್ದರು. ದೊಡ್ಡ ಪುಸ್ತಕದ ಸಂಗ್ರಹದ ಒಡತಿ.

"ಸದಾ ಯಾಕೆ ಓದ್ತೀಯಾ?" ಹೇಮಂತನ ಪ್ರಶ್ನೆ. ನಿರಂತರವಾಗಿ ಗಮನಿಸಿದ್ದ ತಾಯಿಯನ್ನು. ಆಕೆ ಕನ್ನಡಕ ತೆಗೆದು ಪುಸ್ತಕದಿಂದ ನೋಟವೆತ್ತಿ "ಮತ್ತೇನು ಮಾಡ್ಲಿ ಹೇಳು? ನಂಗೆ ಇಷ್ಟವಾದ, ಪ್ರಿಯವಾದ ಕೆಲ್ಸ ಇದೊಂದೇ" ಎಂದಕೂಡಲೇ ದಢಕ್ಕನೆ ಎದ್ದು ಕೂತ ಹೇಮಂತ್. ಎಂದೂ ಗುರುತಿಸದ ವಿಷಾದ ಇಂದು ಕಂಡು ಚಕಿತನಾದ.

ತಾಯಿಯ ಎರಡು ಕೈಗಳನ್ನು ತೆಗೆದುಕೊಂಡು ಕೆನ್ನೆ, ಮುಖಕ್ಕೆ ಒತ್ತಿಕೊಂಡ. "ಸಾರಿ ಮಮ್ಮಿ, ನಿನ್ನ ಮನಸ್ಸಿಗೆ ಕಷ್ಟವಾಯಿತ? ನಾನು ಚಿಕ್ಕಂದಿನಿಂದ ಗಮನಿಸಿದ್ದೀನಿ. ಪುಸ್ತಕವನ್ನು ನಿನ್ನ ಒಡನಾಡಿಯನ್ನಾಗಿ ಮಾಡ್ಕೊಂಡ್‌ಬಿಟ್ಟಿದ್ದೀಯಾ!" ಮೊದಲ ಸಲ ಪ್ರಶ್ನಿಸಿದ. ಹಿಂದೆ ಬಂದಾಗ ಸದಾ ಹೊರಡುವ ಗಡಿಬಿಡಿಯಲ್ಲಿರುತ್ತಿದ್ದ. ಜೊತೆಗೆ ಇವನು ಬಂದಾಗಲೆಲ್ಲ ನರೋನ ಫ್ಯಾಮಿಲಿ ಇಲ್ಲಿರುತ್ತಿತ್ತು. ಅವರುಗಳ ಒಡನಾಟದಲ್ಲಿ ತಾಯಿಯನ್ನು ಏಕಾಂತವಾಗಿ ಸಂಧಿಸಿ ಮಾತನಾಡಲಾಗುತ್ತಿರಲಿಲ್ಲ.

ಬರೀ ಮುಗುಳ್ನಕ್ಕು ಸುಮ್ಮನಾದರು. ಮಗ ಕೈಗೆ ಕಟ್ಟಿಕೊಂಡಿದ್ದ ಕರ್ಚೀಫ್‌ನ ಬಿಚ್ಚಲು ಹೋದಾಗ, ಹಿಂದಕ್ಕೆ ತಗೊಂಡ. ತಲೆಗೆ ಕರ್ಚೀಫ್ ಕಟ್ಟಿಕೊಳ್ಳುವುದು, ಕೈಗೆ ಕಟ್ಟಿಕೊಳ್ಳುವುದು ಇಂಥ ಹುಚ್ಚುಚ್ಚು ಆಟ ನಡೆಸುತ್ತಿದ್ದರಿಂದ ಗಾಬರಿಯಾದರೂ ಸುಮ್ಮನಾಗಿದ್ದರು. ಅವನು ಪೂರ್ತಿ ತಂದೆಯ ಮಗ. ಪ್ರತಾಪ್‌ಗೆ ಹೇಗೆ ಬೇಕೋ ಹಾಗೆ ಮಗನನ್ನು ಬೆಳೆಸಿದ್ದರು. ಮೇಲ್ನೋಟಕ್ಕೆ ಏನು ಅನ್ನಿಸದಿದ್ದರೂ ತಾಯಿಯಿಂದ ಮಗನನ್ನು ಸ್ವಲ್ಪ ದೂರವೇ ಇಟ್ಟಿದ್ದರು. ತುಟಿ ಕಚ್ಚಿ ಈ ನೋವನ್ನು ನುಂಗುತ್ತಿದ್ದರು ಹೈಮಾವತಿ.

"ಕೈ ತೋರ್ಸು ಹೇಮಂತ್... ಪ್ಲೀಸ್" ಎಂದರು. ಏನು ಅನ್ನಿಸಿತೋ ಏನೋ ಕರ್ಚೀಫ್ ಬಿಚ್ಚಿ ತಾಯಿಯ ಮುಂದೆ ಕೈ ನೀಡಿದ. ಕೆಂಪಗಿನ ಹಲ್ಲಿನ ಗುರುತುಗಳು. ನೋಟವೆತ್ತಿ ಮಗನ ಕಣ್ಣುಗಳನ್ನು ನೋಡಿದರು.

"ಏನಿದು?" ತಾಯ ಹೃದಯದ ಕಕ್ಕುಲತೆ, ಸಮರ್ಥವಾದ ಸುಳ್ಳು ಹೇಳಬೇಕೆನಿಸಿತು ಅವನಿಗೆ. ಮತ್ತೆ ಮತ್ತೆ ಪ್ರಶ್ನೆಗಳು ಏಳಬಾರದು.

'ಕಚ್ಕೊಂಡೇ!" ಆರಾಮಾಗಿ ಹೇಳಿದ.

ನಿಧಾನವಾಗಿ ಆಕೆಯ ಹುಬ್ಬುಗಳೇರಿದವು ರೆಪ್ಪೆ ಅಲುಗಿಸದೆ.

ನೋಡಿದರು. ಪ್ರತಾಪ್ ಕೂಡ ಕೆಲವು ವೇಳೆಯೇನು, ಎಲ್ಲಾ ವೇಳೆಯೂ ಹೀಗೆಯೇ ಉತ್ತರಿಸುತ್ತಿದ್ದರು. 'ಕಾರು ಕೆಟ್ಟೋಗಿದ್ಯಾ?' ಎಂದು ಕೇಳಿದರೆ 'ಹೌದು, ನಾನೇ ಕೆಡಿಸ್ದೆ' ಇದೇ ತರಹ ಇರುತ್ತಿತ್ತು ಅವರ ಉತ್ತರಗಳು.

ಕೆಳ ತುಟಿಯನ್ನು ಹಲ್ಲಿನಡಿಯಲ್ಲಿ ಕಚ್ಚಿಕೊಂಡರು. ಹೀಗೆಯೇ ಮೌನವಾಗಿ ಗಂಡನ ಉತ್ತರಗಳನ್ನು ಸಹಿಸುತ್ತಿದ್ದುದು.

"ಮಮ್ಮಿ..." ಭುಜವಿಡಿದು ಅಲುಗಾಡಿಸಿದ. "ವಾಟ್ ಈಸ್ ದಿಸ್, ಈ ತಮಾಷೆ ಮಾತನ್ನ ಸೀರಿಯಸ್ಸಾಗಿ ತಗೊಂಡ್ಯಾ? ಬಾಯಿ ಬಳಿ ಕೈ ತಗೊಂಡ್ಹೋಗಿ ಮೆಲ್ಲಗೆ... ತುಂಬ ಮೆಲ್ಲಗೆ ಹಲ್ಲುಗಳಿಂದ ಟಚ್ ಮಾಡ್ದೇ ನೋಡು. ನೋವಾಯ್ತು... ಕೈ ತನ್ನ ಪಾಡಿಗೆ ತಾನು ಎಚ್ಚೆತ್ತು ದೂರ ಹೋಯ್ತು." ತಮಾಷೆಯೊಂದಿಗೆ ಮುಗಿಸಿದ.

ಆಕೆ ತಾವೇ ಎದ್ದು ಆಂಟಿಸೆಪ್ಟಿಕ್ ಕ್ರೀಮ್ ಹಚ್ಚಿ ಮಮತೆಯಿಂದ ನೋಡಿದರು. "ಇದು ತಪ್ಪು ಅನ್ನಿಸೋಲ್ವಾ! ಪುಟ್ಟ ಮಕ್ಳು ಕೂಡ ಬೇರೆಯವ್ರಿಗೆ ಕಚ್ತಾರೇ ವಿನಃ ತಾವು ಕಚ್ಚಿಕೊಳ್ಳೋಲ್ಲ, ಯೂ... ನಾಟೀ..." ತಲೆಗೂದಲಲ್ಲಿ ಕೈಯಾಡಿಸಿದರು. ಇಂಥ ಆತ್ಮೀಯ ಅಪರೂಪದ ಕ್ಷಣಗಳು ಅಪರೂಪವೇ ಆಕೆಯ ಪಾಲಿಗೆ.

ಅಷ್ಟರಲ್ಲಿ ಫೋನ್ ಸದ್ದಾಯಿತು. ನರೋನಾ ಲೈನ್‌ನಲ್ಲಿದ್ದರು. "ಹಲೋ, ಮೈ ಡಿಯರ್... ಯಂಗ್ ಫ್ರೆಂಡ್. ನಾವು ಬಂದು ನಿನ್ನ ರಿಸೀವ್ ಮಾಡಿಕೊಳ್ಳೋಕ್ಕಾಗಿಲ್ಲ. ಒಂದು ಇಂಪಾರ್ಟೆಂಟ್ ಅಸೈನ್‌ಮೆಂಟ್ ಇದೆ. ನೀನೇ ಬಂದ್ಬಿಡು" ಆದೇಶವಿತ್ತರು.

ತಾಯಿಯತ್ತ ನೋಡಿದ. ಪ್ರತಾಪ್ ಮಗನ ಸುತ್ತ ಒಂದು ವ್ಯೂಹ ರಚಿಸಿದ್ದರೇ, ಅದನ್ನು ಕಾಯ್ದುಕೊಳ್ಳಲು ನರೋನಾ ಎಲ್ಲಾ ಯತ್ನಗಳನ್ನು ಮಾಡುತ್ತಿದ್ದರು.

"ಓಕೇ. ಅಂಕಲ್... ಬರ್ತೀನಿ" ಎಂದ.

ಕನಿಷ್ಟ ಅವರ ಮನೆಯವರೆಲ್ಲ ಒಬ್ಬರಾದ ಮೇಲೊಬ್ಬರು ಅವನೊಂದಿಗೆ ಮಾತಾಡಿಯೇ ಫೋನ್ ಇಟ್ಟಿದ್ದು. ಅಷ್ಟೊಂದು ಇಂಟಿಮಸೀ ಆ ಕುಟುಂಬದವರಿಗೆ.

ತಾಯಿಯ ಹೆಗಲ ಸುತ್ತು ಕೈ ಹಾಕಿದ ಹೇಮಂತ್ "ಅಂಕಲ್ ಬರೋದಿಕ್ಕೆ ಹೇಳಿದ್ದಾರೆ. ನೀವೂ ಹೊರಡಿ ಮಮ್ಮಿ, ಡ್ಯಾಡಿ ಹೋದ್ಮೇಲೆ ನೀವು ಹೊರ್ಗಡೆ ಹೋಗೋ ಪ್ರೋಗ್ರಾಂಗಳನ್ನೇ ಕ್ಯಾನ್ಸಲ್ ಮಾಡ್ಬಿಟ್ಟಿದ್ದೀರಿ." ಮಗನ ಮಾತಿನಿಂದ ಆಕೆ ಬೆಚ್ಚಿಬಿದ್ದರು. ಪ್ರತಾಪ್ ಜೊತೆಯಲ್ಲಿ ಕರೆದೊಯ್ಯುತ್ತಿದ್ದರು. ಅಲ್ಲಿ ಆಕೆ ಅನುಭವಿಸುತ್ತಿದ್ದುದು ಚಿತ್ರಹಿಂಸೆ. ಜಗತ್ತಿನ ಎದುರು ಹೈಮಾವತಿ ಪ್ರತಾಪ್ ಪ್ರೀತಿಯ ಪತ್ನಿ. ಅವರು ನೀಡಿದ ಒಡನಾಟಕ್ಕೆ 'ಪ್ರೀತಿ' ಎನ್ನುವ ಹೆಸರಿದ್ದರೇ ಆಕೆ ಅದನ್ನು ದ್ವೇಷಿಸುತ್ತಿದ್ದರು. ಬರೀ ಮಾನಸಿಕವಾಗಿ ಅಷ್ಟೆ.

"ಇಲ್ಲ, ಹೇಮಂತ್... ನಂಗೆ ಹೊರ್ಗಡೆ ಹೋಗೋ ಮನಸ್ಸಿಲ್ಲ. ಮುಂದೆ ಎಲ್ಲಾ ಕಾರುಬಾರುಗಳು ನಿಂತು ನೋಡ್ಕೊಂಡ್ರೆ ಒಳ್ಳೇದು. ನಿಂಗೆ ಹೇಗೆ ಅನಿಸುತ್ತೋ ನೋಡು" ಎಂದರು ಅನುಮಾನದ ಸ್ವರದಲ್ಲಿ.

"ನರೋನಾ ಅಂಕಲ್.... ಏನ್ಹೇಳ್ತಾರೋ ಕೇಳ್ಬೇಕು. ಒಂದೆರಡ್ವರ್ಷ ಇದ್ದು ಬೇರೆ ಕೆಲವು ಕೋರ್ಸ್‌ಗಳ್ನ ಮಾಡ್ಕೋಂತ ಹೋದ ತಿಂಗ್ಳು ಲಂಡನ್‌ಗೆ ಬಂದಾಗ ಹೇಳಿದ್ರು." ಅವರ ಪ್ರಸ್ತಾಪವೇ! ಪ್ರತಿಯೊಂದಕ್ಕೂ ಪ್ರತಾಪ್ ಕೂಡ ನರೋನಾ ಅವಲಂಬಿಸಿದ್ದರು. ಅವರ ಪ್ರತಿರೂಪ ಕೂಡ ಅದೇ ದಾರಿ ಆಯ್ದುಕೊಂಡಿದೆ ತಂದೆಯ ಇಚ್ಛೆಯಂತೆ.

"ನಿನ್ನಿಷ್ಟ..." ಅಷ್ಟೇ ಹೇಳಿದ್ದು.

ಮಗನೊಂದಿಗೆ ಹೆಚ್ಚು ಮಾತನಾಡಲಾರದಷ್ಟು ದುಃಖ ಒತ್ತಿಕೊಂಡು ಹೊರಗೆ ಹೋಗಿಬಿಟ್ಟಾಗ, ವರ್ಷ ಅವರಿಗಾಗಿ ಕಾದು ಕೂತಿದ್ದಳು. ಅವಳೆದೆಯ ನಡುಕ ಇನ್ನೂ ನಿಂತಿರಲಿಲ್ಲ. ಅವನ ಕೆಟ್ಟ ವರ್ತನೆಯ ಬಗ್ಗೆ ಬೆಂಕಿಯಾಗುತ್ತಿತ್ತು ಅವಳ ಮೈ.

"ಗುಡ್ ಮಾರ್ನಿಂಗ್, ಮೇಡಮ್" ಕಂಪಿಸುವ ಸ್ವರವನ್ನು ಹತೋಟಿಯಲ್ಲಿಡುವ ಪ್ರಯತ್ನ ಮಾಡಿದಳು. "ಮಾರ್ನಿಂಗ್... ಬಾ" ಎಂದು ಎರಡು ರೂಮುಗಳನ್ನು ದಾಟಿ ದೊಡ್ಡ ಹಜಾರವನ್ನು ಹಿಂದಕ್ಕೆ ಹಾಕಿ ಒಂದು ಪ್ರತ್ಯೇಕ ಕೋಣೆಗೆ ಕರೆದೊಯ್ದರು. ಅದು ಆಕೆಯ ಲೈಬ್ರರಿ, ಒಂದು ರೀತಿಯಲ್ಲಿ 'ರಿಲ್ಯಾಕ್ಸ್' ಕೋಣೆ. ಕೆಲವೊಮ್ಮೆ ಗಂಟೆಗಟ್ಟಲೆ ಕೂತಿದ್ದುಂಟು.

ಅತ್ಯುತ್ತಮ ಆಸನ ವ್ಯವಸ್ಥೆಯೊಂದಿಗೆ ಪ್ರತಾಪ್ ಮತ್ತು ಆಕೆಯ ದೊಡ್ಡ ತೈಲವರ್ಣದ ಚಿತ್ರಗಳ ಆಕರ್ಷಣೆ. ಕಣ್ಣರಳಿಸಿ ನೋಡಿದಳು ವರ್ಷ. ಅವಳು ಇಷ್ಟು ದಿನ ಕಂಡ ಬದುಕುಗಿಂತ, ಪರಿಸರಕ್ಕಿಂತ ವಿಭಿನ್ನವಾಗಿ ಕಂಡಿತು ಇಲ್ಲಿನ ವಿಶೇಷಗಳು. ದಂತದ ಬಣ್ಣದ ವಿಶಾಲವಾದ ಸೋಫಾಕ್ಕೆ ಕುಷನ್ ಹಾಕಿದ್ದರು. ಆಸೀನರಾದ ಹೈಮಾವತಿ ಕೂಡುವಂತೆ ಸನ್ನೆ ಮಾಡಿದರು ವರ್ಷಗೆ. ಹೆಚ್ಚೇನು ಸಂಕೋಚ ಬಾಧಿಸಲಿಲ್ಲ. ಅವಳನ್ನು ಬೆನ್ನಟ್ಟುತ್ತಿದ್ದುದು ವಿಸ್ಮಯ ಮಾತ್ರ.

"ಎಲ್ಲಾ ನೋಡಿದ್ಯಾ?" ಕೇಳಿದರು.

'ಹ್ಞೂಂ' ಅಥವಾ 'ಊಹ್ಞೂಂ' ಎನ್ನಲು ಸ್ವಲ್ಪ ಅನುಮಾನಿಸಿದಳು. ಅವಳು ನೋಡಿದ್ದು ತೀರಾ ಮೇಲ್ಮುಖವಾಗಿ. ಆಳ ಹೊಕ್ಕು ನೋಡಿದರೆ ಪ್ರತಿಯೊಂದೂ ಒಂದೊಂದು ಕಥೆ ಹೇಳುವಂತೆ ಕಂಡಿತು.

"ನೋಡ್ದೇ ಅನ್ನಿಸ್ತು, ಆದ್ರೂ ಇನ್ನ ಎಷ್ಟೋ ನೋಡೋದಿದೆ. ಎಕ್ಸ್‌ಕ್ಯೂಸ್ ಮೀ ಮೇಡಮ್. ಬಹುಶಃ ತೀರಾ ಬರವಣಿಗೆಯ ವಿಷ್ಯದಲ್ಲಿ ಅನುಭವವಿಲ್ದ ಅನರ್ಹತೆ ನನ್ನ ಕಾಡ್ತಾ ಇದೆ. ನೀವು ಅಪ್ಪಣೆ ಕೊಟ್ರೆ ನಾನು ಹಿಂದಕ್ಕೆ ಹೋಗ್ತೀನಿ" ತಿಳಿಸಿದಳು. ಅವಳನ್ನು ಹೆದರಿಸುತ್ತಿತ್ತು ತಬ್ಬಿದ ಆ ಬಾಹುಗಳು; ಸಿನಿಮೀಯ ಘಟನೆಯಂತೆ ಎದುರಾಗಿತ್ತು, ಅವಳ ಆತ್ಮವಿಶ್ವಾಸ ಕುಗ್ಗಿಸಲು.

ತದೇಕಚಿತ್ತರಾಗಿ ನೋಡಿದ ಹೈಮಾವತಿ ಮುಗುಳ್ನಕ್ಕರು. "ನಂಗೆ ನಂಬ್ಕೆ ಇದೆ ವರ್ಷ, ನನ್ನ ಮನಸ್ಸಿನ ಭಾವನೆಗಳ್ನ ಅರ್ಥ ಮಾಡ್ಕೊಂಡ್ ಅಕ್ಷರ ರೂಪದಲ್ಲಿ ಬಿಡ್ಸಬಲ್ಲೆ ಅನ್ನೋ ವಿಶ್ವಾಸ ನಂದು. ಎಷ್ಟೋ ಮಾತುಗಳು ನನ್ನಲ್ಲೇ ಉಳ್ದುಹೋಗಿವೆ. ಬಹುಶಃ.... ಯಾರ್ಮುಂದೂ ಹೇಳಲಾಗಿಲ್ಲ. ನನ್ನ ಓದುವ ಗೀಳು ಬರವಣಿಗೆಯ ಕಡೆ

ಮನಸ್ಸನ್ನು ಹೊರಳಿಸಿದ್ರೂ.... ನಾನೇನು ಬರೀಲಾರೆ. ನೀನು ಖಂಡಿತ ನನ್ನ ಬದ್ಕಿನ ಚಿತ್ರಗಳಿಗೆ ಸ್ಪಷ್ಟ ರೂಪ ಕೊಡ್ಬೇಕು" ಎಂದರು. ಇದೊಂದು ಆಕೆಯ ಬದುಕಿನ ಮಹತ್ವಾಕಾಂಕ್ಷೆ. ಮೂರು ವರ್ಷ ರಾತ್ರಿ ಹಗಲು ಯೋಚಿಸಿ ಬಂದಿದ್ದರು ಇಂಥ ನಿರ್ಧಾರಕ್ಕೆ.

ನಿರಾಕರಿಸುವಂತಿಲ್ಲ ವರ್ಷ. ಹಿಂದಿರುಗಿದರೂ ಹಲವು ಸಮಸ್ಯೆಗಳು. ಇಲ್ಲೇ ಇದ್ದು ಬರುವ ಸಮಸ್ಯೆಗಳನ್ನು ಎದುರಿಸಲು ಮಾನಸಿಕವಾಗಿ ಸಿದ್ಧತೆ ಮಾಡಿಕೊಂಡಳು.

ಬಹಳ ಆತ್ಮೀಯವಾಗಿ ವಿಚಾರಿಸಿದರು. ಎಷ್ಟು ಹೇಳಬೇಕೋ, ಅಷ್ಟನ್ನೇ ಹೇಳಿದ್ದು ಕೂಡ.

ಸಂಜೆ ಪುಷ್ಪೋದ್ಯಾನದಿಂದ ಈ ಕಡೆ ಬರುವ ವೇಳೆಗೆ ಎದುರಾಗಿದ್ದು ಹೇಮಂತ್. ಅಲ್ಲಿ ವಿಶಿಷ್ಟವಾದ ಎಲ್ಲಾ ತರಹವಾಗಿ ಪುಷ್ಪಗಳನ್ನು ಬೆಳೆಸಿದ್ದರು. ಇದು ಪ್ರತಾಪರ ಕನಸು. ಸ್ವತಃ ಮುತುವರ್ಜಿಯಿಂದ ಪ್ರತಿಯೊಂದು ಗಿಡ, ಹೂವನ್ನ ಗಮನಿಸುತ್ತಿದ್ದುದು ಅವರ ಅಭ್ಯಾಸ. ಆಗ ಹೈಮಾವತಿ ಇಲ್ಲಿಗೆ ಬರುತ್ತಿದ್ದರು ಗಂಡನ ಜೊತೆಯಲ್ಲಿ. ಆಮೇಲೆ ಪ್ರತಾಪ್‌ರ ಮರಣಾನಂತರ ಕನಿಷ್ಟ ಒಮ್ಮೆ ಕೂಡ ತಲೆ ಹಾಕಿಲ್ಲ. ಮ್ಯಾನೇಜರ್ ಹೇಳಿದ ಈ ಮಾತು ಅವಳ ಮೇಲೆ ವಿಪರೀತ ಪರಿಣಾಮ ಬೀರಿತ್ತು.

ಮುಖ ತಿರುಗಿಸಿಕೊಂಡು ಅದೇ ಪುಷ್ಪೋದ್ಯಾನ ಹೊಕ್ಕಳು. ಅದಕ್ಕೆ ಇನ್ನೊಂದು ದಾರಿ ಇತ್ತು. ಆ ಕಡೆಯಿಂದ ನೇರವಾಗಿ ಪ್ಯಾಲೆಸ್‌ನ ಪಶ್ಚಿಮದ ಬಾಗಿಲಿಗೆ ಬರಬಹುದಾಗಿತ್ತು. ಹಿಂದಕ್ಕೆ ಆಗಾಗ ತಿರುಗಿ ನೋಡುತ್ತ ಅತ್ತ ಹೆಜ್ಜೆಯ ವೇಗ ಹೆಚ್ಚಿಸಿದವಳು ನಿಂತಳು. ಎದುರಿಗೆ ಬೆಳಿಗ್ಗೆ ಕಂಡ ಯುವಕ.

"ಯಾರು.... ನೀವು?" ಅವಳ ಸ್ವರ ಕಂಪಿಸುತ್ತಿದ್ದುದು ಹೇಮಂತ್‌ನ ಅರಿವಿಗೆ ಬಂತು. ವಿದೇಶದಲ್ಲಿ ಆರಾಮಾಗಿ ಬೆಳೆದವನು, ಇವಳೊಂದು ಸವಾಲಾಗಿ ಕಂಡಳು. "ಅದ್ಕೇ, ನಿಂಗೆ ಉತ್ತರ ಅಗತ್ಯವಾಗೋಲ್ಲ?" ದೃಢವಾಗಿ ಹೇಳಿದಾಗ, ಅಲ್ಲಿ ನಿಲ್ಲದೆ ಹಿಂದಕ್ಕೆ ಓಡಿಬಿಟ್ಟಳು. 'ಅವಳು ಯಾರು?'

ಪ್ಯಾಲೆಸ್‌ನಲ್ಲಿ ಕೆಲಸ ಮಾಡುವ ಸಿಬ್ಬಂದಿಯಲ್ಲಿ ಕೆಲವರಿಗೆ ಹಿಂಭಾಗದಲ್ಲಿ ವಸತಿಯನ್ನು ನಿರ್ಮಿಸಿ ಕೊಡಲಾಗಿತ್ತು. ಅವರುಗಳ ಸಂಬಂಧಿಕಳೇ? ಗೆಸ್ಟ್ ಹೌಸ್‌ನಲ್ಲಿ ಒಂದು ಸಣ್ಣ ಆಫೀಸ್, ಅಕೌಂಟೆಂಟ್, ಟೈಪಿಸ್ಟ್ ಮುಂತಾದವರಿದ್ದರು. ಹಲವು ಕೋಟಿಗಳ ಆಸ್ತಿ ನಿರ್ವಹಣೆ ಕೂಡ ಒಂದು 'ಟೀಂ' ವರ್ಕ್. ಅಷ್ಟಕ್ಕೂ ಒಬ್ಬನೇ ಒಡೆಯರಾದರೂ ನಿರ್ವಹಿಸುವುದು ಸ್ವತಃ ಕಷ್ಟ.

ಪ್ಯಾಲೆಸ್‌ಗೆ ಬರುವ ವೇಳೆಗೆ ನರೋನಾ ಫೋನ್ ಇತ್ತು. "ಬರೋ ಪ್ರೋಗ್ರಾಮ್.... ತಾನೇ?" ಸ್ವಲ್ಪ ಆಲಸ್ಯವೆನಿಸಿತ್ತು ಅವನಿಗೆ. "ಒಂದಿಷ್ಟು ರೆಸ್ಟ್ ಬೇಕೂಂತ ಅನ್ನಿಸಿದೇ ಅಂಕಲ್, ಒಂದೆರಡು ದಿನ ಬಿಟ್ಟು ಬಂದ್ರೆ್ಹೇಗೆ?" ಇದಕ್ಕೂ ಅವರ ಸಲಹೆಯನ್ನೇ ಕೇಳಿದ. ಅವನ ತಂದೆ ಪ್ರತಾಪ್ ಬೆಸೆದ ಬಾಂಧವ್ಯವಿದು.

"ನೆವರ್, ಮೈ ಯಂಗ್ ಫ್ರೆಂಡ್. ಸುಶ್ಮಿತಾದು ಒಂದೇ ಗಲಾಟೆ. ನಿನ್ನ ಆಂಟಿ ಅಂತು ಒಂದೇ ವಾರ್. ಅವ್ಳೇ ಮಾತಾಡ್ತಾಳೆ ನೋಡು" ಹೆಂಡತಿಯ ಕೈಗೆ ಕೊಟ್ಟರು ಫೋನ್.

"ಹಲೋ, ಹೇಮಂತ್.... ನಿನ್ನ ನೋಡೇ ಎಷ್ಟೋ ವರ್ಷಗಳಾಗಿ ಹೋಯ್ತೂಂತ ಅನ್ನಿಸಿದೆ. ನೀನ್ಬಂದಾಗ ನಾವೇ ರಿಸೀವ್ ಮಾಡ್ಕೊಬೇಕಿತ್ತು." ಷುರು ಮಾಡಿದರು. ಬೇರೆ ಸಮಯದಲ್ಲಿ ಉತ್ಸಾಹದ ಪ್ರತಿಕ್ರಿಯೆ ಇರುತ್ತಿತ್ತು. ಹಲ್ಲುಗಳನ್ನೂರಿದ ಮುಂಗೈ ಇನ್ನೂ ಚುರಿ ಚುರಿ ಅನ್ನುವುದರ ಜೊತೆಗೆ ಒಂದಿಷ್ಟು ನೋವು ಕೂಡ. "ಪರ್ವಾಗಿಲ್ಲ, ಆಂಟೀ... ಮ್ಯಾನೇಜರ್ ಬಂದಿದ್ರು. ಏನು ತೊಂದರೆಯಾಗ್ಲಿಲ್ಲ. ಬರ್ತೀನಲ್ಲ.... ನಾನೇ" ಮೆಲ್ಲಗೆ ಫೋನ್ ಬಟನೊತ್ತಿ. 'ಕಟ್' ಮಾಡಿದ. ಯಾಕೋ ಉತ್ಸಾಹವಿರಲಿಲ್ಲ.

ತಾಯಿಯ ಜೊತೆ ಮಾತಾಡಿದ್ದು ಹಿತವೆನಿಸಿತ್ತು. ಹಿಂದೆ ಇಂಥ ಅವಕಾಶಗಳೇ ಒದಗಿ ಬರುತ್ತಿರಲಿಲ್ಲ. ಸದಾ ಮೌನಿಯಾದ ತಾಯಿಯನ್ನು ನೋಡಿ ಮಾತ್ರ ಅಭ್ಯಾಸ.

ಮೇಲೆ ಮೆಟ್ಟಿಲುಗಳನ್ನು ದಢ ದಢ ಏರುತ್ತಿದ್ದ ಅವನಿಗೆ ಎದುರಾದದ್ದು ವರ್ಷ. ನೇರವಾಗಿ ನೋಡಿದ ತುಟಿ ಕಚ್ಚಿ. 'ಯಾರು ನೀನು?' ಅದೇ ಪ್ರಶ್ನೆ ಅವನ ಕಣ್ಣುಗಳಲ್ಲಿ..... ಮುಖ ತಿರುಗಿಸಿಕೊಂಡು ಸರಿದು ಹೋಗಲು ಯತ್ನಿಸಿದಾಗ ಕೈ ಅಡ್ಡವಿಡಿದ.

"ಯಾರು ನೀನು?" ಎಂದ ತೀಕ್ಷ್ಣವಾಗಿ.

'ಸರಿಯೋ, ತಪ್ಪೋ' ಎಂದು ಚಿಂತಿಸಲಿಲ್ಲ. ಅವಳ ಪ್ರಕಾರ ಅವನದು ಮಹಾಪರಾಧ. ಅನಾವಶ್ಯಕವಾಗಿ ಪರಿಚಯವಿಲ್ಲದ ಹುಡುಗಿಯನ್ನು ಬಾಹುಗಳಲ್ಲಿ ಬಂಧಿಸುವುದೆಂದರೆ - ವರ್ಷಗಳ ಹಿಂದೆ ನೋಡಿದ ಫಿಲಂಗಳ ನೆನಪಾಯಿತು. ಖಳನಾಯಕ, ದುಷ್ಟ, ಸಾಮಾಜಿಕ ಜವಾಬ್ದಾರಿಯನ್ನು ಅರಿಯದ ಅನಾಗರಿಕನ ವರ್ತನೆ.

"ನಿಮ್ಗೂ, ಅದೇ ಪ್ರಶ್ನೆನೇ! ನಾನು ಯಾರೂಂತ ಹೇಳೋ ಅಗತ್ಯವಿಲ್ಲ. ರೋಗ್..." ಅದೇ ಪದದ ಪುನರುಚ್ಚಾರಣೆಯಾದಾಗ ಕೈ ಹಿಡಿದುಕೊಂಡ. "ನೀನು ಉಪಯೋಗಿಸಿದ ಪದಕ್ಕೆ. ಎಂಥ ಶಿಕ್ಷೆ ಸಿಗುತ್ತೆ ಗೊತ್ತಾ?" ಹಲ್ಲುಮ್ಡಿಯನ್ನು ಕಚ್ಚಿಡಿದು ಹೇಳಿದಾಗ "ಮ್ಯಾನೇಜರ್..." ಎಂದಕೂಡಲೇ ಹಿಡಿದ ಕೈಯನ್ನು ಬಿಟ್ಟ.

ಆರಾಮಾಗಿಯಲ್ಲ, ದಢದಢ ಇಳಿದುಹೋದಳು. 'ಯಾರು ಈ ಘಟಿಂಗ?' ಇದು ನಿರಂತರವಾದರೆ - ಭಯಗೊಂಡಳು. ಹೈಮಾವತಿಯ ನೆನಪಾಯಿತು. ಅವರಿಗೆ ಹೋಗಿ ಹೇಳಿಬಿಡುವುದು ಸೂಕ್ತವೆನಿಸಿ ಹಿಂದಕ್ಕೆ ತಿರುಗಿದಳು. ಅವರನ್ನು ಭೇಟಿ ಮಾಡಿಯೇ ಕೆಳಗೆ ಇಳಿಯುತ್ತಿದ್ದುದು.

ರೂಮಿನ ಹೊರಗಡೆ ನಿಂತು "ಎಕ್ಸ್‌ಕ್ಯೂಸ್ ಮಿ ಮೇಡಮ್..." ಎಂದಳು ಸ್ವಲ್ಪ ಸರಿಸಿ. "ಬಾ... ಬಾ".... ನಿಂಗ್ಯಾಕೆ ಪರ್ಮಿಷನ್ ಬೇಕು?" ಕರೆದರು.

ಹೈಮಾವತಿಯ ಪಕ್ಕದಲ್ಲಿ ಕೂತ ಹೇಮಂತ್‌ನ ನೋಡಿ ಅವಳೆದೆಯ ಬಡಿತ ಕೆಲ ಸೆಕೆಂಡ್‌ಗಳು ಸ್ತಬ್ಧವಾಯಿತು. ತೀರಾ ಬೇಕಾದವರು, ಆತ್ಮೀಯರು ಎಲ್ಲರಿಗಿಂತ ರಕ್ತ ಹಂಚಿಕೊಂಡ ಸಂಬಂಧಗಳಲ್ಲಿ ಮಾತ್ರ ಇಂಥ ಅನ್ಯೋನ್ಯತೆ ಸಾಧ್ಯವಾಗುತ್ತೇನೋ. ಮುಂದಿಟ್ಟ ಹೆಜ್ಜೆಯನ್ನು ಹಿಂದಕ್ಕೆಳೆದುಕೊಂಡಳು.

ಅವಳ ಸಂಕೋಚವನ್ನು ಅರ್ಥಮಾಡಿಕೊಂಡ ಹೈಮಾವತಿ "ಬಾ, ವರ್ಷ,..... ನಮ್ಮ ಹೇಮಂತ್‌ನ ಪರಿಚಯ ಅಗತ್ಯ. ಹೈಮಾವತಿ ಪ್ಯಾಲೆಸ್‌ನ ರಾಜಕುಮಾರ" ಮಗನನ್ನು ಪರಿಚಯಿಸಿದಳು.

"ನಮಸ್ತೆ, ಸರ್" ಎಂದಳು. ಉಗುಳು ನುಂಗುತ್ತ.

"ನಿಂಗೆ ಉತ್ತರ ಹೇಳೋ ಅಗತ್ಯವಿಲ್ಲ" ಉದ್ಧಟತನದಿಂದ ಹೇಳಿದ್ದ.

"ಬರ್ತೀನಿ, ಮೇಡಮ್" ಅಪ್ಪಣೆ ಪಡೆದು ಹೊರಟುಬಿಟ್ಟಳು.

"ಮತ್ತೆ ಫೋನ್ ಮಾಡಿದ್ರು ನರೋನಾ ಅಂಕಲ್. ಯಾಕೋ ಒಂದಿಷ್ಟು ರೆಸ್ಟ್ ಬೇಕೂಂತ ಅನ್ನಿಸಿದೆ" ಎಂದ ಬೆರಳುಗಳನ್ನು ಮಡಚಿ ಮುಷ್ಟಿ ಮಾಡುತ್ತ. ಹಲ್ಲಿನ ಗುರುತುಗಳು ಸ್ವಲ್ಪ ಮೂಡಿದ್ದರೂ, ಅಷ್ಟು ಜಾಗ ಕೆಂಪಗಿದ್ದು ನೋವು ಕೊಡುತ್ತಿತ್ತು.

ಮೌನವಹಿಸಿದರು ಹೈಮಾವತಿ. ನರೋನಾ ಮಗನನ್ನು ಬಿಟ್ಟುಕೊಡಲಾರರು. ಹಿಂದೆ ಪ್ರತಾಪ್‌ರನ್ನ ತಮ್ಮಸ್ನೇಹದ ಮುಷ್ಟಿಯಲ್ಲಿಟ್ಟುಕೊಂಡು ಒಂದು ರೀತಿಯ ಕಂದಕ ತೋಡಿದ್ದರು ಇಬ್ಬರ ನಡುವೆ.ಅದೇ ಮುಂದುವರಿಕೆ ಈಗಲೂ ಕೂಡ!

ಇದನ್ನು ಗಮನಿಸಿದ್ದ ಸೂಕ್ಷ್ಮವಾಗಿ, ಅಷ್ಟು ಒತ್ತು ಕೊಟ್ಟಿರಲಿಲ್ಲ. ಆ ಬಗ್ಗೆ ಪ್ರಶ್ನಿಸಿದ ಹೇಮಂತ್‌ಗೆ ಕುತೂಹಲ ಕಾಡಿತು.

"ಮಮ್ಮಿ, ಒಂದ್ಮಾತು ಕೇಳ್ಲಾ? ಯಾಕೆ ನಿಮ್ಮ ಅನಿಸಿಕೆ, ಅಭಿಪ್ರಾಯಗಳ್ನ ವ್ಯಕ್ತಪಡಿಸೋಲ್ಲ? ಅದ್ಕೆ ಏನಾದ್ರೂ ಬಲವಾದ ಕಾರಣವಿದ್ಯಾ?" ಸೂಕ್ಷ್ಮವಾಗಿ ಗಮನಿಸುತ್ತ ಕೇಳಿದಾಗ ಆಕೆ ವಿಚಲಿತರಾದರು. ತೀವ್ರ ರೀತಿಯಲ್ಲಿ, ಹೆಂಡತಿಯನ್ನು ವೇಷಭೂಷಣಗಳಿಂದ ಅಲಂಕರಿಸಿ ಗೊಂಬೆಯಂತೆ ಪ್ರದರ್ಶಿಸಿದ್ದರೇ ವಿನಃ ಪ್ರತಾಪ್, ಹೈಮಾವತಿಗೂ ಜೀವವಿದೆ, ಮನಸ್ಸಿದೆ, ಹೃದಯವಿದೆಯೆಂದು ತಿಳಿದೇ ಇರಲಿಲ್ಲ. "ನಂಗೆ ಅವೆಲ್ಲ ಮರ್ತ್ತೇಹೋಗಿದೆ ಹೇಮಂತ್" ಎಂದರು ಭಾವೋದ್ವೇಗಕ್ಕೆ ಒಳಗಾದಂತೆ.

ಮತ್ತೆ ಆ ಟಾಪಿಕ್‌ನ ಮುಂದುವರಿಸಲು ಇಚ್ಛಿಸಲಿಲ್ಲ ಹೇಮಂತ್. "ಯಾರು ಆ ವರ್ಷ?" ವಿಷಯವನ್ನು ಬೇರೆಡೆ ಹೊರಳಿಸಿದ.

"ನಿಂಗೆಷ್ಟು ಅರ್ಥವಾಗುತ್ತೋ ಗೊತ್ತಿಲ್ಲ. ಮನದಲ್ಲಿ ಒಂದು ತೀವ್ರವಾದ ಬಯಕೆ, ಆಕಾಂಕ್ಷೆ. ನನ್ನ ಬದ್ಕಿನ ನೋವು, ನಲಿವನ್ನು ಬರೆದಿಡ್ಬೇಕು. ಅದ್ನ ಬೇರೆಯವ್ರು ಓದ್ಬೇಕು ಅನ್ನೋ ಆಸೆ. ಬೇರೆಯವ್ರಿಗೆ ಮೂರ್ಖತನವಾಗಿ ಕಾಣುತ್ತೇನೋ. ಮುಂದೆ ನಿಂಗೆ ಅರ್ಥವಾದೀತು, ಒಂದಿಷ್ಟು ದಿನ ನಮ್ಮ ಪ್ಯಾಲೆಸ್‌ನಲ್ಲಿ ಇರ್ತಾಳೆ" ಎಂದರು ವಿಷಯವನ್ನು ಪೂರ್ತಿಯಾಗಿ ತಿಳಿಸಲು ಇಚ್ಛಿಸದೆ.

ಇದೊಂದು ಹೊಸ ವಿಷಯವಾಗಿ ಕಂಡಿತು ಹೇಮಂತ್‌ಗೆ. ಎರಡು ಮೂರು ಸಲ ಬದಲಿಸಿ ನೋಡಿದ ತಾಯಿಯ ಮುಖವನ್ನು. ಮತ್ತೆ ಪ್ರಶ್ನೆಗಳನ್ನು ಕೇಳಿ ಆಕೆಯನ್ನು ಮನೋವೇದನೆಗೆ ಗುರಿಪಡಿಸಲು ಇಚ್ಛಿಸಲಿಲ್ಲ.

ತೀರಾ ಮೃದುವಾದ. ತಾಯಿಯ ಎರಡು ಭುಜಗಳ ಮೇಲೂ ಕೈಯಿಟ್ಟು, "ನಾನು ಈ ವಿಷ್ಯದಲ್ಲಿ ನಿಂಗೆ ಎಷ್ಟು ಕೋ-ಆಪರೇಟ್ ಮಾಡ್ಬಹುದೋ, ಅಷ್ಟೂ ಮಾಡ್ತೀನಿ. ಆ ಹುಡ್ಗೀ ವರ್ಷ ತೀರಾ ಚಿಕ್ಕವ್ಳು ಅನ್ನಿಸೋಲ್ವಾ! ಬೇರೆಯವ್ರನ್ನು ಆಯ್ಕೆ ಮಾಡಿಕೊಂಡಿದ್ರೆ... ಚೆನ್ನಿತ್ತು" ಹೇಳಿದ. ಆ ಮಾತುಗಳಲ್ಲಿ ಸ್ವಲ್ಪ 'ಅಹಂ' ಇದೆಯೆನಿಸಿತು. ಇಲ್ಲೂ ಕೂಡ ಪ್ರತಾಪ್‌ನ ಅಧಿಕಾರಯುತ ದನಿಯೇ ಮಿನುಗಿದಂತಾಯಿತು. ತೀರಾ ಗಂಭೀರವಾಯಿತು ಆಕೆಯ ಮುಖ.

ಮಗನ ಬಳಿಯೂ ಆಕೆ ಮೌನಿಯೇ. ಹೆಂಡತಿಯಾಗಿದ್ದಕ್ಕೆ ಪ್ರತಾಪ್ ನಂತರವು ಅವರ ಮಾತುಗಳನ್ನು ಪಾಲಿಸುವಷ್ಟು ಆಕೆಯ ಮನಸ್ಸು ಮೂಢವಾಗಿತ್ತೇನೋ. ಅಂತು ಮಾತುಬಂದರೂ ಮೂಕಿಯಾಗಿ ಸವೆಸಿದರು ವರ್ಷಗಳನ್ನು. ಅದೆಂಥ ನೋವೆಂದು ಅನುಭವಿಸಿದ ಆಕೆಗೆ ಮಾತ್ರ ಗೊತ್ತು.

"ನನ್ನ ಸ್ಟೋರಿ 'ನ್ಯೂಸ್‌ಸ್ಟೋರಿ' ಆಗ್ಬಾರ್ದು... ನೂರ ಹತ್ತು ಜನರಲ್ಲಿ ನಾನು ವರ್ಷನ ಸೆಲೆಕ್ಟ್ ಮಾಡ್ಕೊಂಡೆ. ಆ ಹುಡ್ಗಿ ಇಷ್ಟವಾದ್ಲು. ತುಂಬ ಬ್ರಿಲಿಯೆಂಟ್" ತನ್ಮಯತೆಯಿಂದ ಹೇಳಿದಾಗ ಹೇಮಂತ್‌ಗೆ ಆಶ್ಚರ್ಯ. ಬಹುಶಃ ತಾಯಿ ಕಡೆಯ ಸ್ವಂತದವರ, ನೆಂಟರ ಹುಡುಗಿ ಇರಬಹುದೇನೋ. ಆದರೆ ಅವನೆಂದೂ ತಾಯಿಯ ಬಳಗದವರನ್ನು ನೋಡಿಯೇ ಇರಲಿಲ್ಲ.

"ಓಕೇ ಮಮ್ಮಿ. ನಂಗೆ ಮಾತ್ರ ಹಾಗೇನು ಅನ್ನಿಸೋಲ್ಲ! ಸ್ವಲ್ಪ ಒರಟಳಂತೆ ಕಾಣಿಸ್ತಾಳೆ" ಎರಡನೇ ಮಾತು ಬಾಯಿ ತಪ್ಪಿ ಬಂದಿದ್ದು. "ಸದ್ಯಕ್ಕೆ ಎಲ್ಲು ಹೋಗೋ ಮನಸ್ಸಿಲ್ಲ. ನರೋನಾ ಅಂಕಲ್, ಆಂಟೀ ಫೋನ್ ಮಾಡಿದ್ರೆ ಹೊರಟಿದ್ದಾನೇಂತ ಹೇಳ್ಬಿಡು, ಮಮ್ಮಿ." ಹೊರಗೆ ಹೋದ ಕ್ರಾಪ್‌ನ ಹಿಂದಕ್ಕೆ ತಳ್ಳಿಕೊಳ್ಳುತ್ತ.

ಇದೊಂದು ಆಕಸ್ಮಿಕ ನಿರ್ಧಾರವಾದರೂ, ಒಂದೇ ಕಡೆ ಹರಿಯುತ್ತಿದ್ದ ನೀರಿಗೆ ಅಡ್ಡ ಹಾಕಿದಂತಾಗಿ ಹೇಮಂತ್‌ನ ಜೀವನದ ನದಿ ವಿರುದ್ಧ ದಿಕ್ಕಿಗೆ ಪ್ರವಹಿಸಲು ಕಾರಣವಾಯಿತು.

ರೂಮಿಗೆ ಬಂದ ಹೇಮಂತ್ ಮಲಗಿಬಿಟ್ಟ. ಸ್ವಲ್ಪ ಚಳಿಯೆನಿಸಿತು. ಲಂಡನ್‌ನಲ್ಲಿ ಇದ್ದು ಬಂದ ಅವನಿಗೆ ಸೆಕೆ ಸೆಕೆಯೆನಿಸಿ ಹೊದ್ದುಕೊಳ್ಳಬೇಕೆನಿಸುತ್ತಿರಲಿಲ್ಲ. ಹೈಮಾವತಿ ಪ್ಯಾಲೆಸ್‌ಗೆ ಬಂದಾಗ ಪೂರ್ತಿ ತಂದೆಯ ಜೊತೆಯೊಂದಿಗಿನ ಒಡನಾಟದ ಜೊತೆ ನರೋನಾ ದಂಪತಿಗಳು, ಅವರ ಮಗಳು ಇರುತ್ತಿದ್ದರು.

ತಂದೆಯ ನಿಧನ ಆಕಸ್ಮಿಕವೆನಿಸಿ ಇಲ್ಲಿಗೆ ಓಡಿ ಬಂದಾಗ ಅವನು ನರೋನಾ ದಂಪತಿಗಳನ್ನು ಅಪ್ಪಿಕೊಂಡು ಅತ್ತನೇ ವಿನಃ ತಾಯಿಯನ್ನು ಹಚ್ಚಿಕೊಂಡಿರಲಿಲ್ಲ. ಇಲ್ಲೂ ಕೂಡ ಯಾವುದೋ ಅಡ್ಡಗೋಡೆ, ಈ ಸಲವೇ ತಾಯಿ ಕೋಣೆಗೆ ಹೋಗಿ, ಹತ್ತಿರ ಕೂತು ಹರಟಿದ್ದು ತಾಯಿಯೊಂದಿಗೆ, ಇದೊಂದು ವಿಶೇಷ ಬದಲಾವಣೆ.

ರಾತ್ರಿಯ ಡಿನ್ನರ್ ಸಮಯಕ್ಕೆ ಹೈಮಾವತಿಯೇ ಮಗನನ್ನು ಹುಡುಕಿಕೊಂಡು ಅವನ ರೂಮಿಗೆ ಬಂದವರು ಗಾಬರಿಯಾದರೂ, "ಅರೇ, ಹೇಮಂತ್.... ಇದೇನಿದು?" ಹಣೆ, ಕತ್ತು ಮುಟ್ಟಿ ನೋಡಿ ಇಂಟರ್‌ಕಾಮ್‌ನಲ್ಲಿ ಮ್ಯಾನೇಜರ್‌ಗೆ "ತಕ್ಷಣ ಡಾಕ್ಟ್ರನ ಕರೆಸಿ." ಫೋನಿಟ್ಟರು. ಇಂಥ ಕ್ಷಣಗಳಲ್ಲಿ ಪ್ರತಾಪ್ ಇರುತ್ತಿದ್ದರು. ಅವರ ಸಾವಿನ ನಂತರ ಸಂಪೂರ್ಣ ಬಾಧ್ಯಸ್ಥರು ತಾವೇ ಎನ್ನುವಂತೆ ನರೋನಾ ದಂಪತಿಗಳು ವಹಿಸಿಕೊಂಡಿದ್ದರು. ಈ ಕ್ಷಣ ಆತಂಕದ ಜೊತೆ ಅರ್ಥಮಾಡಿಕೊಳ್ಳಲಾಗದ ಅಲೌಕಿಕವಾದ ಆನಂದದ ರೋಮಾಂಚಕಾರಿ ಕ್ಷಣವೆನಿಸಿತು.

ಫ್ಯಾಮಿಲಿ ಡಾಕ್ಟರ್ ಬಂದು ಪರೀಕ್ಷಿಸಿ "ನೋ. ಅಂಥದೇನಿಲ್ಲ. ಮಾತ್ರೆ ಜೊತೆ ರೆಸ್ಟ್ ಸಾಕು. ಹೌ ಡೂ ಯು ಫೀಲ್, ಹೈಮಾವತಿ ಪ್ಯಾಲೇಸ್ ಹೊರ್ಗಡೆನೇ ಉಳ್ದು, ಇಲ್ಲಿಗೆ ಅಪರಿಚಿತವಾಗ್ಬಿಟ್ಟೆ. ನಿನ್ನ ಓದು ಇಲ್ಲಿನ ವ್ಯವಹಾರಕ್ಕೆ ಸಾಕು. ಇನ್ನು ಕೆಲವು ಅನುಭವದಿಂದ್ಲೇ.... ಬರ್ಬೇಕು. ಅಮ್ಮ ಇಲ್ಲಿ ಒಂಟಿಯಾಗಿದ್ದಾರೆ. ಎಂದಾದ್ರೂ ಆಕೆಯ ಬಗ್ಗೆ ಯೋಚ್ಸಿದ್ದೀಯಾ? ನಿನ್ನ ಡ್ಯಾಡಿ ನರೋನಾ ಕೈಯಲ್ಲಿನ ಕೀಲು ಗೊಂಬೆಯಾಗಿದ್ದ. ನೀನೂ ಹಾಗೇ ಆಗಕೂಡ್ದು! ಸ್ನೇಹ ಕೆಲವೊಮ್ಮೆ ಸ್ವಾರ್ಥಕ್ಕೆ ಬಳಕೆಯಾದರೆ ನಾವು ಕುರುಡಾಗ್ಬಾರ್ದು" ನಾಲ್ಕು ಮಾತುಗಳನ್ನು ಹೆಚ್ಚಿಗೆ ಹೇಳಿದರು, ಇಪ್ಪತ್ತು ವರ್ಷದಿಂದ ಹೈಮಾವತಿ ಪ್ಯಾಲೇಸ್‌ಗೆ ಫ್ಯಾಮಿಲಿ ಡಾಕ್ಟರ್ ಆಗಿದ್ದ ಡಾ॥ ತಿಮ್ಮಯ್ಯ.

ಎದ್ದು ಓಡಾಟದಲ್ಲಿದ್ದರೇ ಹೇಮಂತ್ ಬಹುಶಃ ಅವರ ಮಾತುಗಳ್ನ ಸೀರಿಯಸ್ಸಾಗಿ ತೆಗೆದುಕೊಳ್ಳುತ್ತಿರಲಿಲ್ಲ. ದಪ್ಪ ಮೀಸೆಯ ಆರು ಅಡಿ ಎತ್ತರದ ದೃಢಕಾಯರಾಗಿದ್ದ ತಂದೆ, ನರೋನಾ ಕೈನ ಕೀಲುಗೊಂಬೆಯಾಗಿದ್ದರೇ? ಜೀರಂಗಿ ಹುಳುವಿನಂತೆ ಮನ ಹೊಕ್ಕ ಈ ಪ್ರಶ್ನೆ ಕೊರೆಯತೊಡಗಿತು ಅವನನ್ನ. ಹುಡುಗಾಟಿಕೆ ಅಥವಾ ಬೇರೆ ಯಾವುದೋ ಕಾರಣಕ್ಕೆ ಡಾ॥ ತಿಮ್ಮಯ್ಯ ಈ ಮಾತುಗಳನ್ನು ಹೇಳಿರಬಹುದೇ? ತಳ್ಳಿಹಾಕಿದ. ಅವರ ವ್ಯಕ್ತಿತ್ವ ಬಲ್ಲ ಯಾರೂ ಈ ತರಹ ಅನುಮಾನಿಸುವಂತಿರಲಿಲ್ಲ.

"ಪ್ರಾಮಾಣಿಕತೆ, ಸತ್ಯ, ನೇರ ನುಡಿಗಳಿಗೆ ಇನ್ನೊಂದು ರೂಪ ನಮ್ಮ ಡಾ॥ ತಿಮ್ಮಯ್ಯ" ಒಮ್ಮೆ ತಂದೆ ಅಂದಿದ್ದು ನೆನಪಾಯಿತು. "ಹೀ ಈಸ್ ಸ್ಟ್ರಾಂಗ್ ಇನ್ ಇಂಗ್ಲೀಷ್. ಆದರೆ ಮಾತನಾಡೋದು ಮಾತ್ರ ಅಚ್ಚ ಕನ್ನಡದಲ್ಲಿ. ಕೊಡಗಿನ ಗಂಡು ನೆಲದ ಮನುಷ್ಯ." ಆ ಮಾತುಗಳಲ್ಲಿ ಯಾವುದೇ ಉತ್ಪ್ರೇಕ್ಷೆ ಇರಲಿಲ್ಲ.

ಅವನ ಬಳಿಯಲ್ಲಿಯೇ ಕೂತ ಹೈಮಾವತಿ "ಓ ಮೈ ಗಾಡ್... ಕೈ ನೋವಿನಿಂದ ಏನಾದ್ರೂ ಟೆಂಪರೇಚರ್ ಜಾಸ್ತಿ ಆಯಿತೇನೋ" ಮುಂಗೈನ ಕೆಂಪಗಾದ ಜಾಗಕ್ಕೆ 'ಪೈನ್ ಕಿಲ್ಲಿಂಗ್ ಬಾಂಬ್' ಹಚ್ಚಿದರು. ಅಂತು ಬಹಳ ಹೊತ್ತು ಮಗನ ಬಳಿ ಉಳಿದಿದ್ದು ಅವರಿಗೆ ಸಂತೋಷವೆನಿಸಿತು.

ಸ್ವಲ್ಪ ಟೆಂಪರೇಚರ್ ಹೆಚ್ಚಿತ್ತು ಅನ್ನೋದು ಬಿಟ್ಟರೆ ಆರಾಮಾಗಿ ನಿದ್ದೆ ಮಾಡಿದ. ಎಷ್ಟೇ ನೌಕರ ಚಾಕರರಿದ್ದರೂ ಹೈಮಾವತಿ ಬೆಳಗಿನವರೆಗೂ ಮಗನನ್ನೇ ನೋಡುತ್ತ ಕೂತರು. ತೃಪ್ತಿ ಇತ್ತು. ಹಿತವಿತ್ತು. ಕಳೆದುಕೊಂಡದ್ದನ್ನ ಮತ್ತೆ ಪಡೆದೆನೆನ್ನುವ ಭಾವದ ಜೊತೆ ಮರಳಿ ಕಸಿದುಕೊಂಡು ಹೋಗುತ್ತಾರೆ ಎನ್ನುವ ಭಯ.

"ವಾಟ್ ಈಸ್ ದಿಸ್, ಮಮ್ಮಿ! ಇಡೀ ರಾತ್ರಿ ಕೂತು ಕಳೆದರಾ! ಮೈಗಾಡ್.... ನಂಗೇನಾಗಿದೆ ಹೋಗಿ ಮಲಕ್ಕೊಳ್ಳಿ." ಕಣ್ಣು ಬಿಟ್ಟವನು ಗಾಬರಿಯಿಂದ ತಾಯಿಯನ್ನು ನೋಡಿದ. ಕಣ್ಣುಗಳಲ್ಲಿ ಬಳಲಿಕೆಯಿದ್ದರೂ ಮುಖ ತುಂಬ ಪ್ರಸನ್ನವಾಗಿತ್ತು. "ಹೇಗಿದೆ, ತಲೆನೋವು?" ಹಣೆ ಕುತ್ತಿಗೆ ಮುಟ್ಟಿ ನೋಡಿ ಹೊದ್ದಿಕೆಯನ್ನು ಮತ್ತಷ್ಟು ಮೇಲಕ್ಕೆ ಹೊದ್ದಿಸಿದರು. ಇನ್ನೊಮ್ಮೆ ಟೆಂಪರೇಚರ್ ಚೆಕ್ ಮಾಡಿ "ಸ್ವಲ್ಪ ಕಮ್ಮಿ ಆಗಿದೆ" ಎಂದರು.

"ನಂಗೆ ಪರ್ವಾಗಿಲ್ಲ ತಾನೇ. ಇನ್ನ ನೀವ್ಹೋಗಿ ರೆಸ್ಟ್ ತಗೋಳ್ಳಿ" ಹೇಳಿದ. ಆಕೆ ಎದ್ದು ಬಾಗಿಲವರೆಗೂ ಹೋದವರು ಒಮ್ಮೆ ತಿರುಗಿ ಅವನತ್ತ ನೋಡಿದರು. ಆ ಕಣ್ಣುಗಳಲ್ಲಿ ಎಷ್ಟೋ ವರ್ಷಗಳ ವಿಷಾದದ ಕಥೆ ಅಡಗಿದೆಯೆನಿಸಿತು ಅವನಿಗೆ. ಬರೀ ಮುಗುಳ್ನಕ್ಕ.

ವರ್ಷ ಬೆಳಿಗ್ಗೆ ಎದ್ದು ಸ್ನಾನ ಮುಗಿಸಿ ಹೊರ ಬಂದಾಗ ಮ್ಯಾನೇಜರ್, "ನಮಸ್ತೆ, ಮೇಡಮ್.... ಎನೀ ಪ್ರಾಬ್ಲಮ್?" ಕೇಳಿದರು. ಒಮ್ಮೆ ಅವರನ್ನು ಕೆಳಗಿನಿಂದ ಮೇಲಿನವರೆಗೂ ನೋಡಿ ವಯಸ್ಸನ್ನು ಲೆಕ್ಕ ಹಾಕಿದಳು. "ನೀವು ವಯಸ್ಸಿನಲ್ಲಿ ನನ್ನ ತಂದೆಗಿಂತ ದೊಡ್ಡೋರು. 'ಮೇಡಮ್' ಅನ್ನೋ ಸಂಬೋಧನೆ ನಂಗಿಷ್ಟವಾಗೋಲ್ಲ. ನಿಮ್ಮ 'ಸಂಬೋಧನೆ' ಕೇಳಿದ ಕೂಡಲೇ ತಕ್ಷಣ ಕನಿಷ್ಟ ಒಂದು ಮುವತ್ತು, ನಲ್ವತ್ತು ವರ್ಷ ಹೆಚ್ಚಾಗಿ ಕಣ್ಣಿಗೆ ಕನ್ನಡಕ ಹಾಕ್ಕೊಂಡ್ ಮೈತುಂಬ ಸೆರಗೊದ್ದು, ಬಿಳಿ ಕೂದಲು ಇಣಕಿದ ಕೂದಲನ್ನು ಗಂಟು ಹಾಕ್ಕೊಂಡ ಅನುಭವವಾಗ್ಬಿಡುತ್ತೆ" ಎಂದು ವರ್ಷ ವಿವರಿಸಿದ ಕೂಡಲೇ ಮ್ಯಾನೇಜರ್ ನಗುವುದಕ್ಕೂ, ಹೇಮಂತ್ ಬರುವುದಕ್ಕೂ ಸರಿಹೋಯಿತು.

"ನಮಸ್ತೆ, ರಾಜಾ ಸಾಹೇಬ್" ಪಕ್ಕಕ್ಕೆ ಸರಿದರು ಮ್ಯಾನೇಜರ್. ವಿನಯದಿಂದ ಮಿಡುಕುತ್ತಲೆ 'ವಿಶ್' ಮಾಡಿ ಮೆಲ್ಲಗೆ ಪಕ್ಕಕ್ಕೆ ಸರಿದವಳನ್ನು ಅವನ ಸ್ವರವಿಡಿದು ನಿಲ್ಲಿಸಿತು. "ಮೊದ್ಲು ಇಲ್ಲಿನ ರೀತಿ-ರಿವಾಜುಗಳ್ನ ಕಲೀರಿ. ಫ್ಲವರ್ ಗಾರ್ಡನ್ ಪ್ರವೇಶ ಈ ಅರಮನೆಯ ಜನಕ್ಕೆ ಮಾತ್ರ!" ಎಚ್ಚರಿಕೆ ನೀಡುವಂತಿತ್ತು ಅವನ ಸ್ವರ. ಕಚ್ಚಿ ಕೂತಿತು ವರ್ಷಳ ತುಟಿಗಳು.

ತಟಕ್ಕನೇ ಅವಳ ಕಣ್ಣಲ್ಲಿ ನೀರು ಬಂದಿತು. "ಸಾರಿ ಸರ್. ನಂಗೆ ಗೊತ್ತಿರ್ಲಿಲ್ಲ ಫಾರ್ಮಾಲಿಟೀಸ್. ಮುಂದೆ ಹಾಗೆ ಆಗೋಲ್ಲ" ಕ್ಷಮೆಯಾಚಿಸಿದಳು. ಅವನು ಈ ಅರಮನೆಯ ರಾಜಕುಮಾರ. ಸಮಸ್ತಕ್ಕೂ ಒಡೆಯನೆನ್ನುವ 'ಧಿಮಾಕು' ಇರುವುದು ಸಹಜವೆನಿಸಿತು.

ಶಾಲು ಹೊದ್ದುಕೊಂಡಿದ್ದ ಹೇಮಂತ್ ಹೋದ ಮೇಲೆ ಮ್ಯಾನೇಜರ್ "ಅವ್ರು ಇಲ್ಲಿ ಇದ್ದಿದ್ದೇ ಕಮ್ಮಿ. ಬಂದಾಗ ನರೋನಾ ಸಾಹೇಬರ ಕುಟುಂಬದ ಮಧ್ಯೆ ಇರುತ್ತಿದ್ದರು. ಕನಿಷ್ಟ ಈ ಅರಮನೆಯ ಪೂರ್ಣ ಪರಿಚಯವೇ ಅವರಿಗಿಲ್ಲ." ತೀರಾ ದನಿ ತಗ್ಗಿಸಿ ಹೇಳಿದರು. ಈ ಚಿಕ್ಕರಾಜಕುಮಾರನ ಬಗ್ಗೆ ಅವರಿಗೆ ಅಂಥ ಒಲವೇನು ಇದ್ದಂಗೆ ಕಾಣಲಿಲ್ಲ. ಪ್ರತಿಕ್ರಿಯಿಸದೆ ಮೌನವಹಿಸಿದಳು.

ಇಲ್ಲಿಗೆ ಬಂದು ಇಪ್ಪತ್ತು ದಿನಗಳು ಕಳೆದುಹೋಗಿತ್ತು. ಅರಮನೆಯ ಇಂಚು ಇಂಚು ಪರಿಚಯದ ಜೊತೆ ಅದರ ಸುತ್ತಲಿನ ಬೃಹತ್ತಾದ ಗಾರ್ಡನ್ ಪರಿಚಯವನ್ನು ಮಾಡಿಕೊಂಡಿದ್ದಳು. ಅರಮನೆಯ ಸುತ್ತಲೂ ಒಂದು ಕಿಲೋಮೀಟರ್ ಅಷ್ಟು ಜಾಗದಲ್ಲಿ ಕೆಲವೇ ಕೆಲವು, ಅಲ್ಲಲ್ಲಿ ಒಂದೊಂದು ಮರವನ್ನು ಬಿಟ್ಟರೆ ಮಿಕ್ಕದೆಲ್ಲ ಖಾಲಿ, ನಂತರವೇ ಗಾರ್ಡನ್.

ಹೊರಗೆ ಬಂದವಳು ಒಂದು ಮರಕ್ಕೆ ಒರಗಿ ಒಂಟಿಯಾಗಿ ನಿಂತಳು. ಮೂರು ಪತ್ರಗಳನ್ನು ಬರೆದಿದ್ದ ಚಲಪತಿಗಳು, ರೋಹಿಣಿ ಬೇಗ ಚೇತರಿಸಿಕೊಳ್ಳಬಹುದೆಂದು ಕೂಡ ಬರೆದಿದ್ದರು. ಇಲ್ಲಿಗೆ ಬರುವ ಮುನ್ನ ವರ್ಣನ ಅರಸಿಕೊಂಡು ಆಫೀಸ್, ಮನೆ ಎರಡಕ್ಕೂ ಹೋಗಿದ್ದಳು. ದಂಪತಿಗಳು ಯಾವುದೋ ವಿವಾಹ ಸಮಾರಂಭಕ್ಕೆ ಹೋಗಿದ್ದರು. ಅರ್ಧ ಗಂಟೆ ಕಾದು ಹಿಂದಿರುಗಿದ್ದಳು.

ರಾತ್ರಿ ಹತ್ತರ ಸಮಯದಲ್ಲಿ ಫೋನ್ ಮಾಡಿದಾಗ ಸಿಕ್ಕಿದ್ದು ಕಾಮಿನಿ ವಸಿಷ್ಠ. "ಈಗ ತಾನೇ ಮಲ್ಗಿದ್ದಾರೆ. ಹೇಗೆ ಡಿಸ್ಟರ್ಬ್ ಮಾಡೋದು. ನಿಂಗೆ ಮದ್ವೆಯಾಗಿಲ್ಲ. ಅದ್ಕೇ ಏನೂ ಅರ್ಥವಾಗೋಲ್ಲ" ಫೋನಿಟ್ಟಿದ್ದರು. ಅಂತು ಅವರುಗಳ ರಸಮಯ ಗಳಿಗೆಗಳನ್ನು ಹಾಳು ಮಾಡಲು ಇಷ್ಟವಿಲ್ಲ ಆಕೆಗೆ.

ಇನ್ನೊಮ್ಮೆ ಫೋನ್ ಮಾಡಿದವಳು ಅವರು ಬಾಯಿ ತೆರೆಯುವ ಮುನ್ನ "ಪ್ಲೀಸ್, ದಯವಿಟ್ಟು ಫೋನಿಟ್ಬಿಡಿ. ಬಹುಶಃ ನಿಮ್ಗೆ ಅಕ್ಕತಂಗಿ ಇದ್ದಾರೋ ಇಲ್ವೋ ಗೊತ್ತಿಲ್ಲ. ನಾನು ವರ್ಣಕ್ಕನ ಹತ್ರ ಮಾತು ಆಡಲೇಬೇಕು. ಬೆಳಿಗ್ಗೆ ಎದ್ದ ಕೂಡ್ಲೇ ಫೋನ್ ಮಾಡೋಕ್ಹೇಳಿ" ಎಂದು ಅವಳೇ ಇಟ್ಟಿದ್ದಳು.

ಅವರು ಹೇಳಿದರೋ, ಇಲ್ಲವೋ, ಅಂತು ಇವಳು ಹೊರಡೋವರೆಗೂ ಯಾವ ಫೋನ್ ಬಂದಿರಲಿಲ್ಲ. ಕಣ್ಣು ತುಂಬಿ ಜಾರಿದ ಹನಿಗಳು ಕೆನ್ನೆಯ ಮೇಲೆ ಉರುಳಿದಾಗ, ಅದನ್ನ ತೊಡೆಯುವ ತಂಟೆಗೂ ಕೂಡ ಹೋಗಲಿಲ್ಲ.

ಆ ಕಡೆಯಿಂದ ಶಾಲು ಹೊದ್ದು ನಡೆದು ಬರುತ್ತಿದ್ದ ಹೇಮಂತ್ ಊಹಿಸಿದ್ದೇ ಬೇರೆ. ತನ್ನ ಜೋರಿಗೆ ನೊಂದು ಅಳುತ್ತಿರಬಹುದೆಂದುಕೊಂಡಾಗ ನಗುವಿನ ಜೊತೆ ಕರುಣೆ ಕೂಡ ಉಕ್ಕಿತು.

"ಏಯ್.... ಹಲೋ..." ಎಂದ ಕೈಯೆತ್ತುತ್ತ.

ಬೇರೆಡೆ ಮುಖ ತಿರುಗಿಸಿಕೊಂಡು ಮುಂಗೈನಿಂದ ಕಣ್ಣೀರು ತೊಡೆದುಕೊಂಡ ವರ್ಷ "ಹಲೋ, ಗುಡ್ ಮಾರ್ನಿಂಗ್ ಸರ್!" ಎಂದಳು ಅವನತ್ತ ನೋಡದೆಯೇ.

"ವಾಟ್ ಈಸ್ ಯುವರ್ ನೇಮ್?" ಕೇಳಿದ ಮತ್ತೆ. ಹಲ್ಲುಮ್ಡಿಯನ್ನು ಕಚ್ಚಿದಳು. ಪರಿಚಯಿಸಿದ್ದರು ಹೈಮಾವತಿ ಮಗನಿಗೆ. "ವರ್ಷ..." ಎಂದಳು ಬಿರುಸಾಗಿ.

"ವರ್ಷ ಮೀನ್ಸ್...." ತುಂಟತನವಿತ್ತು ಅವನ ದನಿಯಲ್ಲಿ. ಆಕಾಶದ ಕಡೆ ತೋರಿಸಿ "ವರ್ಷ ಮೀನ್ಸ್... ರೈನ್... ಮಳೆ ಅಂತ. ಮಳೆ ತುಂಬ ಆಹ್ಲಾದಕರ, ವಿಕೋಪಕ್ಕೆ ಹೋಗ್ದೇ ಸುರಿದರೆ. ಅಕಸ್ಮಾತ್ ಸ್ವಲ್ಪ ಸ್ವಲ್ಪ ವಿಕೋಪಕ್ಕೆ ತಿರುಗಿದ್ರೆ, ಗುಡುಗು, ಮಿಂಚಿನ ಆರ್ಭಟದೊಂದಿಗೆ ಭೂಮಿಯನ್ನು ನಡುಗಿಸುತ್ತೆ." ಸ್ವಲ್ಪ ಆವೇಗದಿಂದಲೇ ಮಾತಾಡಿಸಿದಳು. ಪದೇ ಪದೇ ಹೇಮಂತ್ ಮಾತಾಡಿಸುವುದು ಅವಳಿಗೆ ಇಷ್ಟವಿಲ್ಲ. ಭೇಟಿಗೆ ಮುನ್ನವೇ ಅವನ ಬಗ್ಗೆ ಕೆಟ್ಟ ಭಾವನೆ ಮೂಡಿತ್ತು ವರ್ಷಳ ಮನದಲ್ಲಿ. ಸ್ವಲ್ಪ ರಾತ್ರಿ ಟೆಂಪರೇಚರ್ ಇದ್ದಿದ್ದರಿಂದ ಬಳಲಿಕೆ ಇತ್ತು ಹೇಮಂತ್ ಮುಖದಲ್ಲಿ. ಕ್ರಾಪ್ ಸ್ವಲ್ಪ ಅಸ್ತವ್ಯಸ್ತವೇ. ಬೆಳಗಿನ ವೇಳೆ ಮಾತ್ರ ಅವನು ಒಳಗೆ ಉಳಿಯಲಾರ - ಇದು ಅವನ ಅಭ್ಯಾಸ.

"ಅಂತು ವರ್ಷ ಅಂದರೆ ಚಂಡಮಾರುತ (Storm) ಅಂದ್ಕೋಬಹುದು! ನಂಗೆ ಮಳೆ ಅಂದರೆ ಇಷ್ಟವೇನೆ..." ಅವನ ಮಾತುಗಳು ಮುಂದುವರಿಯುವುದು ಬೇಡವಾಗಿತ್ತು ಅವಳಿಗೆ. "ಸಾರಿ ಸರ್...." ಮರದ ಇನ್ನೊಂದು ಕಡೆ ತಿರುಗಿದವಳು ಕ್ಷಣದಲ್ಲಿ ಅದೃಶ್ಯಳಾದಳು. 'ಸ್ವಲ್ಪ ಅಹಂಕಾರದ ಹುಡ್ಗೀ. ಇಷ್ಟೊಂದು ಅಹಂಕಾರವಿರಬಾರದು. ಬೇರೊಂದು ಕಡೆ ಕೆಲಸ ಅರಸಿಕೊಂಡು ಬಂದಿದ್ಯ..." ಎಂದು ಅವುಡು ಕಚ್ಚಿದ.

ಹೇಮಂತ್ ಓದಿದ್ದು ಲಂಡನ್‌ನ ತೀರಾ ಶ್ರೀಮಂತ ಶಾಲಾ, ಕಾಲೇಜುಗಳಲ್ಲಿ. ಸರಳವಾಗಿ ಸುಂದರವಾಗಿ ಬೆರೆತುಹೋಗುವ ಪರಿಸರ. ನರೋನಾ ಅಂಕಲ್ ಮಗಳು ಸುಶ್ಮಿತಾ ತೀರಾ ಆತ್ಮೀಯವಾಗಿ ಬೆರೆಯುತ್ತಿದ್ದಳು ಅವನೊಂದಿಗೆ ಚಿಕ್ಕಂದಿನಿಂದಲೂ. ಅದಕ್ಕೆ ಸರಿಯಾಗಿ ವಯಸ್ಸಿಗೆ ಅನುಗುಣವಾದ ಆಕರ್ಷಣೆ - ಭವಿಷ್ಯದಲ್ಲಿ ಅವರಿಬ್ಬರು ದಂಪತಿಗಳು. ಎರಡು ಕುಟುಂಬಗಳ ನಿಷ್ಕರ್ಷೆ ಮತ್ತು ನಿಶ್ಚಿತಾರ್ಥ. ಇಲ್ಲಿ ಕುಟುಂಬವೆಂದರೆ ಪ್ರತಾಪ್ ಮಾತ್ರವಾಗಿದ್ದರು. ಸಮಸ್ತಕ್ಕೂ ಅವರ ನಿರ್ಣಯವೇ ಅಂತಿಮ. ಮಗನ ವಿಷಯದಲ್ಲು ಅಷ್ಟೆ.

ನರೋನಾ ಕುಟುಂಬ ಸಮೇತ ಹೈಮಾವತಿ ಪ್ಯಾಲೆಸ್‌ಗೆ ಬಂದು ರಿಸೀವ್ ಮಾಡಿಕೊಳ್ಳುತ್ತೇವೆಂದು ಫೋನಾಯಿಸಿದ್ದರು. ಬರದಿದ್ದರೂ ಬೆಳಿಗ್ಗೆ ಬೆಳಿಗ್ಗೆ ಬಂದಿರಬಹುದೆಂದುಕೊಂಡು ವರ್ಷನ ಸುಶ್ಮಿತಾ ಎಂದು ಭಾವಿಸಿದವ, ಸೀರೆ ಉದ್ದ ದಪ್ಪದ ಎರಡು ಜಡೆಯನ್ನು ಕಂಡಾಗ ಬೆಚ್ಚಿ ಬೀಳಿಸಬಹುದೆಂದು ಹಿಂಭಾಗದಿಂದ ಹೋಗಿ ಅವಳನ್ನು ತೋಳಿನಲ್ಲಿ ಬಳಸಿದ್ದ. ವರ್ಷ ಹಲ್ಲೂರಿದಾಗಲೇ ವಾಸ್ತವಕ್ಕೆ ಮರಳಿದ್ದು. ಬಹುಶಃ ಅವನ ತಪ್ಪು ಇಂದಿಗೂ ಅಗಾಧವಾಗಿ ಕಂಡಿರಲಿಲ್ಲ. ಅವಳ ವರ್ತನೆ ಮಾತ್ರ ಕೋಪ ತರಿಸಿತ್ತು. ಅವನು ತನ್ನ ಜಾಗದಲ್ಲಿ ನಿಂತು ಪರಿಸ್ಥಿತಿಯನ್ನು ಸಮರ್ಥಿಸಿಕೊಂಡಿದ್ದನೇ ವಿನಃ ಅವಳ ಜಾಗದಲ್ಲಿ, ಅವಳ ಸ್ವಭಾವ, ಪರಿಸರವನ್ನು

ವಿಶ್ಲೇಷಿಸಿರಲಿಲ್ಲ. ಅಷ್ಟೇ ಪ್ರಬುದ್ಧತೆ ಅವನದೆಲ್ಲ. ಕೈ ಕೈ ಹಿಡಿದು ಸೊಂಟ ತಬ್ಬಿ ಡ್ಯಾನ್ಸ್ ಮಾಡುವಂಥ ಪರಿಸರದಲ್ಲಿ ಬೆಳೆದು ಬಂದಿದ್ದ. 'ಟಚ್ ಮಿ ನಾಟ್' ಸ್ವಭಾವ ಸ್ವಲ್ಪವೂ ಹಿಡಿಸಲಿಲ್ಲ.

ಇದು ಅವನಿಗೆ ಹಟವಾಯಿತು. ಅವಳಾಗಿ ತೋಳುಗಳಿಂದ ಬಳಿಸಿ, ಕಚ್ಚಿದ ಜಾಗಕ್ಕೆ ಚುಂಬಿಸಿ ಕ್ಷಮೆ ಕೇಳುವಂತೆ ಮಾಡಬೇಕು - ಇದು ಚಿಟಿಕೆಯಾಡುವುದರಲ್ಲಿ ಮಾಡುವಂಥ ಕೆಲಸವಲ್ಲವೆಂದುಕೊಂಡರೂ, ಛಾಲೆಂಜ್ ಆಗಿ ಸ್ವೀಕರಿಸಿದ. ಬಹುಶಃ ಇದು ಹುಡಗುತನದ ಪರಮಾವಧಿ.

* * * *

ವರ್ಷ, ಹೈಮಾವತಿಯನ್ನರಸಿಕೊಂಡು ಅವರ ರೂಮಿಗೆ ಬಂದಾಗ ಒಂಟಿಯಾಗಿ, ಮೌನವಾಗಿ, ನಿಶ್ಚಲವಾಗಿ ಕೂತಿದ್ದರು ಗೊಂಬೆಯಂತೆ ಚಲನೆಯಿಲ್ಲದೆ.

"ಬೆಳಗ್ನಿಂದ ಮೇಡಮ್ ಹೊರ್ಗೇ ಬಂದಿಲ್ಲ" ಎಂದಕೂಡಲೇ ಅವಳಿಗೆ ಗಾಬರಿಯಾಯಿತು. "ಯಾಕೆ. ಯಾಕೆ ಮೈಯಲ್ಲಿ ಹುಷಾರಿಲ್ವೇನೋ" ಮ್ಯಾನೇಜರ್ ರಾಮನಾಥನ್ ತಲೆ ಅಲ್ಲಾಡಿಸಿ "ಹಾಗೇನು ಇರ್ಲಾರ್ದು. ಇದೇನು ಅಪರೂಪವಲ್ಲ. 'ಕಾಮ್ ಮೂಡ್' ಹೋಗಿ... ನೋಡಿ ಮೇಡಮ್‌ರನ್ನ," ತಮ್ಮ ಪಾಡಿಗೆ ತಾವು ಹೋದರು.

ಮೆಟ್ಟಿಲುಗಳನ್ನೇರಿ ಮೇಲೆ ಬಂದಾಗ ನಾಲ್ಕು ಕಂಠಗಳ ಜೋರು ನಗೆಯೊಂದಿಗೆ ಸಿಗರೇಟು ವಾಸನೆ ಕೂಡ ಅಲ್ಲೆಲ್ಲ ಆವರಿಸಿದಂತೆ ಕಂಡಿತು. ಇಲ್ಲಿನ ಜನ ಬಿಟ್ಟು ಬೇರೆಯ ಅತಿಥಿಗಳು ಕೂಡ ಬಂದಿದ್ದಾರೆನಿಸಿತ್ತು ಅವಳಿಗೆ. ಯಾರು, ಏನು ಎಂದು ತಿಳಿಯುವ ಕುತೂಹಲ ಅನಗತ್ಯ. ಮೆಲ್ಲಗೆ ತೀರಾ ಮೆಲುವಾಗಿ ಬಾಗಿಲ ಮೇಲೆ ಸದ್ದು ಮಾಡಿದಳು. ಐದು... ಹತ್ತು ನಿಮಿಷಗಳು ಕಳೆದಿರಬಹುದು. ಆ ಕಡೆ ಹಾದು ಬಂದ ಹೇಮಂತ್, ಗಮನಿಸಿದವಳಂತೆ ಬೆನ್ನು ಹಾಕಿ ನಿಂತಿದ್ದಳು.

"ಹಲೋ, ಯಂಗ್ ಲೇಡಿ..." ಎಂದ ಆರಾಮದ ನೋಟ ಚೆಲ್ಲುತ್ತ. ಅದರಲ್ಲಿ ಚೇಷ್ಟೆಯಿತ್ತೆನಿಸಿತು. "ಮೇಡಮ್‌ನ ನೋಡೋ ಸಲುವಾಗಿ" ಎಂದಳು ಮೆಲುವಾಗಿ. "ಹೇಮಂತ್... ಕ್ವಿಕ್" ಕೂಗು ಕೇಳಿ ಬರದಿದ್ದರೇ ಅವನಿಗೆ ಇನ್ನಷ್ಟು ಮಾತಾಡುವ, ಚುಚ್ಚು ನುಡಿಯುವ ಬಯಕೆ ಇತ್ತೆಂದು ಕಣ್ಣುಗಳು ಸಾರುತ್ತಿತ್ತು.

ಮತ್ತೊಮ್ಮೆ ಬಾಗಿಲ ಮೇಲೆ ಸದ್ದು ಮಾಡಿದಳು. ಎರಡು ನಿಮಿಷದ ನಂತರ ಬಾಗಿಲು ತೆರೆಯಿತು. "ವರ್ಷ, ಬಾ.... ಒಳ್ಗೇ" ಕರೆದರು ಆಕೆ. ತೀರಾ ಮೌನವದನರಾಗಿದ್ದರು.

ಸೋಫಾ ಮೇಲೆ ಕೂತವರು ತಲೆಯನ್ನು ಹಿಂದಕ್ಕೆ ವಾಲಿಸಿದರು. 'ತಮಗೆ ಸಿಕ್ಕೇಬಿಟ್ಟ' ಎನ್ನುವ ಭ್ರಮೆಯಲ್ಲಿದ್ದಾಗ ನರೋನಾ ಕುಟುಂಬ ಆಗಮಿಸಿತ್ತು. ಬೆರೆತುಹೋಗಿದ್ದ ಹೇಮಂತ್ ಅವರುಗಳೊಂದಿಗೆ.

"ಮೇಡಮ್. ಹುಷಾರಿಲ್ವಾ?" ಕೇಳಿದಳು ನವಿರಾಗಿ.

ಐದು ನಿಮಿಷದ ನಂತರವೇ ಉತ್ತರ. "ಹುಷಾರಾಗಿದ್ದೀನಿ. ಬ್ರೇಕ್ ಫಾಸ್ಟ್ ಮುಗೀತಾ?" ಕೇಳಿದರು. ಅವಳ ಊಟ, ತಿಂಡಿಗಳು ನೇರವಾಗಿ ಅವಳ ರೂಮಿಗೆ ಹೋಗುತ್ತಿತ್ತು ಸಮಯ ಸಮಯಕ್ಕೆ. ಒಂದೆರಡು ಸಲ ಹೈಮಾವತಿ ತಮ್ಮೊಂದಿಗೆ ಕೂಡಿಸಿಕೊಂಡಿದ್ದರು.

"ನಿಮ್ಮನ್ನ ನೋಡಿ ಆಮೇಲೆ ತಗೋಳೋಣಾಂತ. ಕೆಲವು ಡೈರಿಗಳ್ನ ಕೊಡ್ತೀನೀಂತ ಹೇಳಿದ್ರಿ." ನೆನಪುಗಳು. ಇಲ್ಲಿಗೆ ಬರುವ ಮುನ್ನ ಅವಳು ತಿಳಿದಿದ್ದು ಬೇರೆ ರೀತಿಯಲ್ಲಿ. ಅವರು ಡಿಕ್‌ಟೇಷನ್ ಅಥವಾ ಹೇಳುತ್ತಾ ಹೋಗಬಹುದು, ತಾನು ಬರೆದುಕೊಳ್ಳುವುದು ಎಂದು ತಿಳಿದಿದ್ದಳು. ಆದರೆ ಕೆಲವು ವ್ಯಕ್ತಿಗಳ ಜೊತೆ, ಮುಖ್ಯವಾದ ವಿಷಯಗಳನ್ನು ತಿಳಿಸಿ ಕಾದಂಬರಿ ಸಿದ್ಧಮಾಡಬೇಕೆಂದು ಹೇಳಿದಾಗ ಕ್ಷಣ ಬೆಚ್ಚಿದಳು. ಆಮೇಲೆ ಛಾಲೆಂಜ್ ಎನಿಸಿತು.

ಬಿರುಗಾಳಿಯಂತೆ ಧಾವಿಸಿದ ಹೇಮಂತ್. "ಬ್ರೇಕ್‌ಫಾಸ್ಟ್ ತಗೋಳೋಣಾ ಬನ್ನಿ. ವೈಯ್‌ಟಿಂಗ್ ಫಾರ್ ಆಲ್." ಬಲವಂತಪಡಿಸಿದ. "ನರೋನಾ ಫ್ಯಾಮಿಲಿ, ಹೊರ್ಗೇ ಕಾಯ್ತಾ ಇದ್ದಾರೆ. ಎದ್ದು ಬಾ ಹೊರ್ಗೇ" ಗಂಡನ ಜೋರು ಮಾತುಗಳು ನೆನಪಾದವು ಆಕೆಗೆ. ಅದೇ ಮಾತುಗಳು. ಹೈಮಾವತಿ ತಲೆ 'ಧೀಂ' ಎಂದಿತು.

"ಒಂದಿಷ್ಟು ತಲೆ ನೋವಿದೆ. ಆಮೇಲೆ ಬರ್ತೀನಿ. ಡೋಂಟ್ ಡಿಸ್ಟರ್ಬ್ ಮೀ" ಎಂದರು. ಆ ದಿನಗಳಲ್ಲಿ ಒಬ್ಬ ವಿಧೇಯ ಹೆಂಡತಿಯಾಗಿ ಗಂಡ ಹೇಳಿದಂತೆ ನಡೆದುಕೊಳ್ಳುತ್ತಿದ್ದರು. ಇಲ್ಲಿ ವಿಧೇಯತೆ ಅಗತ್ಯವಿರಲಿಲ್ಲ. "ಡಾಕ್ಟ್ರುಗೆ ಫೋನ್ ಮಾಡ್ಲಾ?" ಫೋನೆತ್ತಿಕೊಂಡಾಗ ಕಿತ್ತುಕೊಂಡು "ಡಾಕ್ಟ್ರು ಬರೋಂಥದ್ದೇನಾಗಿಲ್ಲ. ಅಂಕಲ್, ಆಂಟೀಗೆ ಹೇಳು" ಕಳುಹಿಸಿದರು.

ವರ್ಷಳ ಅಗಲ ಕಪ್ಪು ಕಣ್ಣು ಕಿರಿದಾಗಿ ಹೈಮಾವತಿಯನ್ನು ದಿಟ್ಟಿಸಿದವು. ಇಂದು ಬಹಳ ಸೋತಂತೆ ಕಂಡರು. ಗೆಸ್ಟ್‌ಗಳು ಬಂದ ನಂತರ ಅಂತರ್ಮುಖಿಯಾಗಿದ್ದಾರೆನಿಸಿತು. ನೋವು, ತಳಮಳದ ಹಿಂದೆ ಅಪಾರವಾದ ಭಯ ಅಡಕವಾಗಿದೆ ಎನಿಸಿದಾಗ ಇವರ ಜೀವನ ಪುಟದಲ್ಲಿ ಬಂದಿರುವ ವ್ಯಕ್ತಿಗಳು ಪ್ರಮುಖ ಪಾತ್ರವಹಿಸಿರಬೇಕೆಂಬ ಅನುಮಾನ.

"ಮೇಡಮ್, ಎಕ್ಸ್‌ಕ್ಯೂಸ್ ಮಿ. ಮಾತು ಜಾಸ್ತಿ ಆಯೀತೂಂತ ತಿಳ್ಕೋಬೇಡಿ. ನೈಟ್ ಡಿನ್ನರ್ ಕೂಡ ತಗೊಳ್ಳಿಲ್ಲಾಂತ ಕುಕ್ ಹೇಳಿದ್ರು. ದೇವರ ಮನೆ ನೋಡ್ಬಂದೆ. ಪೂಜೆಯಾಗಿದೆ, ಬ್ರೇಕ್‌ಫಾಸ್ಟ್ ತಗೋಬಹುದಲ್ಲ." ವಿನಂತಿಸಿದಳು. ಅದರಲ್ಲಿ ವಿಪರೀತವಾದ ನಮ್ರತೆಯೇನು ಇರಲಿಲ್ಲ. ಅಲ್ಲಿ ಇದ್ದಿದ್ದು ಬರೀ ಆತ್ಮೀಯತೆ.

"ಈಗೇನು ಬೇಡಾಂತ ಅನ್ನಿಸಿದೆ. ನೀನ್ಹೋಗಿ... ತಗೋ. ಯಾಕೋ ನನ್ನ ಮನಸ್ಸು ಸರಿಯಿಲ್ಲ, ವರ್ಷ" ಅತ್ತುಬಿಟ್ಟರು. ಒಂಟಿಯಾಗಿ ಕಣ್ಣೀರು ಸುರಿಸಿ ಅಭ್ಯಾಸವಿದ್ದ ಆಕೆ ಮೊದಲ ಸಲ ವರ್ಷ ಎದುರು ಕಣ್ಣೀರು ಸುರಿಸಿದ್ದೊಂದು ದಾಖಲೆಯ ವಿಷಯ.

ಮನೆಯಲ್ಲಿ ತೀರಾ ಚಿಕ್ಕವಳಾಗಿ ಎಲ್ಲರಿಂದ ಹೇಳಿಸಿಕೊಳ್ಳುತ್ತಿದ್ದ ವರ್ಷಳ ಮನದಾಳದಲ್ಲಿ ನೋವಿನ ಅಲೆಗಳಿದ್ದವು. ಹೇಗೆ ಸಂತೈಸುವುದು? ಅವರ ಬಗ್ಗೆ ಹೆಚ್ಚು ಹೆಚ್ಚು ತಿಳಿದಾಗಲೇ ಚಿತ್ರಿಸುವ ಪಾತ್ರಕ್ಕೂ ಹೆಚ್ಚು ಜೀವಂತಿಕೆ ಬರುವುದು. ಹೆಚ್ಚು ಹೆಚ್ಚು ಕತೆ ಕಾದಂಬರಿಗಳನ್ನು ಓದುತ್ತಿದ್ದರಿಂದ ಮಾನಸಿಕವಾಗಿ ಇಷ್ಟು ಬೆಳೆಯಲು ಅವಳಿಗೆ ಸಾಧ್ಯವಾಗಿತ್ತು.

"ಮೇಡಮ್, ಅಳು ಮನಸ್ಸಿನಾಳದ ನೋವನ್ನು ಸ್ವಲ್ಪಮಟ್ಟಿಗೆ ಕಡ್ಮೇ ಮಾಡ್ಬಹ್ದು. ಅದ್ರಿಂದ ಮತ್ತೇನು ಪ್ರಯೋಜನವಿಲ್ಲ. ಕಾರಣ ಹುಡ್ಕಿ.... ಮನೋಬಲದಿಂದ ಅದ್ನ ಎದುರಿಸೋ ಸಿದ್ಧತೆ ಮಾಡ್ಕೋಬೇಕು. ನಾನು ಚಿಕ್ಕವಳು. ಇಷ್ಟು ಹೇಳಿದಕ್ಕೆ ಕ್ಷಮ್ಸಿ" ಎಂದಳು. ತಾನು ಹೇಳುವುದು ಎಷ್ಟರಮಟ್ಟಿಗೆ ಸರಿಯೆಂದು ಯೋಚಿಸದೆ ನುಡಿದಿದ್ದಳು.

ಮೆಲ್ಲಗೆ ಮೇಲೆದ್ದು ಮತ್ತೊಮ್ಮೆ ಕ್ಷಮೆಯಾಚಿಸಿದಳು. "ಸಾರಿ, ಮೇಡಮ್.... ಮತ್ತೆ ಬಂದು ಭೇಟಿ ಆಗ್ತೀನಿ." ಮೇಲೆದ್ದಳು. ಅವಳು ಬಂದಿದ್ದು ಡೈರಿಗಳ ಬಗ್ಗೆ ವಿಚಾರಿಸಲು.

ಹೊರಗೆ ಬಂದವಳು ಅತ್ತಿತ್ತ ನೋಡಿದಳು. ಹೇಮಂತ್ ಜೊತೆ ಹೈಹೀಲ್ಡ್ ಚಪ್ಪಲಿ ಧರಿಸಿ ರಷ್ಯದ ಬ್ಯಾಲೆಯ ಕಲಾವಿದೆಯಂತೆ ಕಂಡ ಒಬ್ಬ ಯುವತಿ ಬರುತ್ತಿದ್ದಳು. ಈರುಳ್ಳಿ ಪೊರೆಯಂಥ ನವಿರಾದ ಹಾಲು ಬಿಳುಪಿನ ಅತ್ಯಂತ ನೂತನ ಡಿಜೈನಿಂಗ್ ಎನ್ನುವಂಥ ಗೌನ್ ಧರಿಸಿದ್ದಳು.

ಹೈಮಾವತಿ ಪ್ಯಾಲೆಸ್ ಅವಳಿಗೆ ಅಪರೂಪದ ತಾಣವೇನಲ್ಲ. ಹೆಚ್ಚಿನ ಒಡನಾಟ ಇಲ್ಲಿಯದೇ. ಪ್ರತಾಪ್ ಬಹುಶಃ ಸ್ವಂತಃ ಮಗಳಿಗಿಂತ ಹೆಚ್ಚಿಗೆ ಇಷ್ಟಪಡುತ್ತಿದ್ದರು ಅವಳನ್ನು.

ತಿದ್ದಿದ ಹುಬ್ಬುಗಳನ್ನು ನಿಧಾನವಾಗಿ ಎತ್ತಿದವಳು "ಹೂ ಈಸ್ ಶೀ?" ಕೇಳಿದಳು ಲಿಪ್ಸ್ಟಿಕ್ ಹಚ್ಚಿದ ತುಟಿಗಳನ್ನು ಕೊಂಕಿಸುತ್ತ. ಅತ್ತ ಗಮನಕೊಡದವಳಂತೆ ಉತ್ಪ್ರೇಕ್ಷಿಸಿ ಸರಸರ ಕೆಳಗಿಳಿದು ಹೋದಳು ವರ್ಷ. ಅನಗತ್ಯ ಮರ್ಯಾದೆ ಮತ್ತು ಮಾತು ಬೇಕಿಲ್ಲ ಅವಳಿಗೆ.

ನಿಧಾನವಾಗಿ ಹರಿದು ಬಂದ ನಗು ಅಪ್ಪಳಿಸಿತು ವರ್ಷಳ ಕಿವಿಗಳನ್ನು. ಕೊನೆಯ ಮೆಟ್ಟಿಲು ಇಳಿದವಳು ತಲೆ ಹಿಂದಕ್ಕೆ ತಿರುಗಿಸಿ ನೋಡಿದಳು ಅವರಿಬ್ಬರನ್ನು. 'ಹೈಮಾವತಿ'ಯ ಸುತ್ತಲ ಪಾತ್ರಗಳ ಪೋಷಣೆಗೆ ಯಾರ ಯಾರ ಅಗತ್ಯಗಳು ಎಷ್ಟೆಷ್ಟು ಎನ್ನುವುದರ ಜೊತೆಗೆ ಒಂದು ರೀತಿಯ ಕುತೂಹಲ ಕೂಡ.

ರೂಮಿಗೆ ಬರುವ ವೇಳೆಗೆ ಬ್ರೇಕ್‌ಫಾಸ್ಟ್ ಇವಳಿಗಾಗಿ ಕಾಯುತ್ತಿತ್ತು. ಊಟ, ತಿಂಡಿಯಲ್ಲಿ ತುಂಬ ಶ್ರದ್ಧೆ. ಬಿಸಿಯ ಜೊತೆಗೆ ರುಚಿಕಟ್ಟಾಗಿರಬೇಕು. ಹೊಟ್ಟೆ ಹಸಿವು ತಡೆಯಲಾರಳು. ಯಾಕೋ ಇಂದು ಬೇಡವೆನಿಸಿತು ಅವಳಿಗೆ. ಹೈಮಾವತಿ ಈಗ ಸುಖಿಯೋ, ಅಸುಖಿಯೋ, ಆದರೆ ಹಿಂದಿನ ದಿನಗಳಲ್ಲಿ ಕೂಡ ತುಂಬ ನೊಂದಂತೆ ಕಂಡರು.

"ಈಗೇನು ತಿನ್ನಬೇಕೂಂತ ಅನ್ನಿಸೋಲ್ಲ! ಊಟ ಮಾಡ್ತೀನಿ" ಉಪಹಾರವನ್ನು ಹಿಂದಕ್ಕೆ ಕಳಿಸಿ ಬರೀ ಹಾರ್ಲಿಕ್ಸ್ ಕುಡಿದಳು.

ಕೊನೆಯ ಮೆಟ್ಟಿಲು ಇಳಿಯುತ್ತಿದ್ದ ಹೇಮಂತ್ ಕೈ ಮಾಡಿ ಕುಕ್ಕಿಂಗ್ ಸೆಕ್ಷನ್‌ನ ವ್ಹೆಯಟರ್‌ನ ಕರೆದು ಕಣ್ಣಲ್ಲಿ ಏನೂಂತ ವಿಚಾರಿಸಿದ್ದ.

"ಬ್ರೇಕ್‌ಫಾಸ್ಟ್ ತಗೊಂಡ್ಹೋಗಿದ್ದೆ. ಬೇಡಾಂದ್ರು" ಹೇಳಿದ. ಹೋಗುವಂತೆ ಸನ್ನೆ ಮಾಡಿದ. ವರ್ಷ ಸ್ವಲ್ಪ ಡಿಫರೆಂಟಾಗಿ ಛಾಲೆಂಜಾಗಿ ಕಂಡಳು. ಸದಾ ಬಾಯಾಡಿಸುವ ಸುಶ್ಮಿತಾಳತ್ತ ನೋಡಿದ. ಈಗಲೂ ಚಾಕಲೇಟು ಕಚ್ಚುತ್ತಿದ್ದಳು. ನರೋನಾ ದಂಪತಿಗಳ ಅಕ್ಕರೆಯ ಮಗಳು ಇವಳೊಬ್ಬಳಾದರೂ, ಅಪಾರವಾದ ಬಂಧುಬಳಗವಿದ್ದ ಜನ-ಅಲ್ಲಿ ಹೆಣ್ಣು ಮಕ್ಕಳದೇ ಮೆಜಾರಿಟಿ. ಸದ್ಯಕ್ಕೆ ವಿವಿಧ ಹಂತದಲ್ಲಿ ಶಿಕ್ಷಣ ಪಡೆಯುತ್ತಿದ್ದ ಮದುವೆಗೆ ನಿಂತವರ ಸಂಖ್ಯೆಯೇ ಇಪ್ಪತ್ತೊಂದು ಇತ್ತು.

ಒಂದು ಸಣ್ಣ ಫಂಕ್ಷನ್ನಾದರೂ ಇಡೀ ಹಾಲ್ ತುಂಬ ಆವರಿಸಿಕೊಳ್ಳುವ ಹುಡುಗಿಯರ ದಂಡು ಸಮಾರಂಭಕ್ಕೆ ಮೆರಗನ್ನು ಕೊಡುತ್ತಿದ್ದರು.

"ಸ್ವಯಂವರ ಏರ್ಪಾಡಿಸ್ಬೇಕಾಗುತ್ತೆ" ನರೋನಾ ಪೈಪ್ ಎಳೆಯುತ್ತ ಜೋಕ್ ಮಾಡಿದಾಗ, ಅವರ ದೊಡ್ಡ ಗೆಳೆಯರ ಹಿಂಡು "ಮಹಾರಾಜ, ಇಷ್ಟು ಜನರ ಸ್ವಯಂವರ ಮಾಡಿದ ದಾಖಲೆ ಖಂಡಿತ ನಿನ್ಹೆಸರಿನಲ್ಲೇ ಉಳಿಯುತ್ತೆ. ಬಹುಶಃ ಒಬ್ಬೊಬ್ಬ ಮಗಳನ್ನ ಇಟ್ಕೊಂಡ್ ಅನೇಕ ರಾಜಕುಮಾರನ್ನ ಕರ್‍ಸಿ ಸ್ವಯಂವರ ಏರ್ಪಡಿಸುತ್ತಿದ್ದರು. ಆಯ್ಕೆಯ ಹಕ್ಕು ಹೆಣ್ಣಿಂದು ಆಗ್ತಾ ಇತ್ತು. ವಾಟ್ ಅಟಾಚ್ ಯು?" ನಗಾಡುತ್ತಿದ್ದರು. ಇದಕ್ಕೆ ಇಡೀ ಗುಂಪು ಮಾರ್ದನಿಸುತ್ತಿತ್ತು. "ಆಗ ಟರ್ಮ್ಸ್ ಅಂಡ್ ಕಂಡೀಷನ್ಸ್ ಬೇರೆ ಆಗ್ತಾ ಇತ್ತಾ?" ಇನ್ನೊಬ್ಬರ ಮಾತು.

ಏನೇ ಇಂಥ ಮಾತುಗಳು ನಡೆಯಲಿ ಸುಶ್ಮಿತಾಳ ವರ ಹೇಮಂತ್. ಬಹುಶಃ ಪ್ರತ್ಯಕ್ಷವಾಗಿ ಅವರಿಬ್ಬರ ಒಪ್ಪಿಗೆ ಕೇಳಿದ್ದರೋ ಇಲ್ವೋ. ಇದು ಸೆಂಟ್ರಲ್ ನಿರ್ಧಾರ.

ಅರ್ಧ ಗಂಟೆಯಲ್ಲಿಯೇ ಮ್ಯಾನೇಜರ್ ಅರಸಿಕೊಂಡು ಕೋಣೆಗೆ ಬಂದರು. "ಮೇಡಮ್, ನೀವು ಬ್ರೇಕ್‌ಫಾಸ್ಟ್ ತಗೊಳ್ಳಿಲಾಂತ ಗೊತ್ತಾಯ್ತು. ಸದ್ಯಕ್ಕೆ ನಿಮ್ಮನ್ನ ಸರ್ಯಾಗಿ ನೋಡಿಕೊಳ್ಳೋದು, ನನ್ನ ಜವಾಬ್ದಾರಿ" ವಿಚಾರಿಸಿದಾಗ, ಹಣೆಗೆ ಕೈಯೊತ್ತಿದವಳು, ಮ್ಯಾಗಝೀನ್‌ನಲ್ಲಿ ಮಡಚಿಟ್ಟ ಒಂದು ಹಾಳೆಯನ್ನು ತೆಗೆದು ರಾಮನಾಥ್ ಮುಂದಿಡಿದಳು. "ಸ್ವಲ್ಪ ನೋಡಿ. ನಾನು ಈ ತರಹ ಕಾಣ್ತೀನಾ? ನೀವು ಇನ್ನೊಮ್ಮೆ 'ಮೇಡಮ್' ಅಂದ್ರೆ ಈ ವೇಷ ಧರಿಸಿ ನಿಮ್ಮ ಮುಂದೆ ನಿಂತ್ಬಿಡ್ತೀನಿ" ಎಂದಳು.

ಮೈ ತುಂಬ ಸೆರಗೊದ್ದು, ಕೂದಲು ಎಲ್ಲಾ ಸೇರಿಸಿ ಗಂಟು ಹಾಕಿಕೊಂಡ ಹೆಣ್ಣಿನ ಚಿತ್ರಕ್ಕೆ ಕನ್ನಡಕದ ಅಲಂಕಾರ - ನಕ್ಕುಬಿಟ್ಟರು ರಾಮನಾಥ್.

"ಗುಡ್, ಬಹಳ ಚೆನ್ನಾಗಿದೆ. ಪ್ರಯತ್ನಪಟ್ರೆ ಒಳ್ಳೆ ಕಾರ್ಟೂನಿಸ್ಟ್ ಆಗ್ಬಹುದು. ಇದು ನನ್ಹತ್ರ ಇದ್ರೆ ಅಭ್ಯಂತರ ಇಲ್ಲ ತಾನೇ?"

ಅದನ್ನೇ ಮಡಚಿ ಜೇಬಿನಲ್ಲಿಟ್ಟುಕೊಂಡು ಅವಳತ್ತ ನೋಡಿದರು. 'ಏನೂಂತ ಕರೆಯಲಿ?' ಎನ್ನುವ ಪ್ರಶ್ನೆ ಇತ್ತು ಅವರ ಕಣ್ಣುಗಳಲ್ಲಿ. ಅದಕ್ಕೆ ಒಂದು ಕಹಿ ಅನುಭವ ಕೂಡ ಕಾರಣ.

"ನರೋನಾ ಸಾಹೇಬ್ರ ಕಡೆಯ ಒಬ್ಬ ಟೈಪಿಸ್ಟ್ ಅಪಾಯಿಂಟ್ ಆಗಿದ್ರು.... ಗೆಸ್ಟ್ ಹೌಸ್‌ಗೆ ಆಗೆಲ್ಲ....ತುಂಬ ತುಂಬ ಗೆಸ್ಟ್‌ಗಳು ಬರ್ತಾ ಇದ್ರು. ನಾನು 'ಮೇಡಮ್' ಅನ್ನೋ ಮರ್ಯಾದೆಯ ಪದ ಸೇರಿಸಲಿಲ್ಲಾಂತ ಎಷ್ಟೊಂದು ದೊಡ್ಡ ಗಲಾಟೆ ಆಗಿಹೋಯ್ತು. ನನ್ನ ಬಗ್ಗೆ ದೊಡ್ಡ ರಾಜಾಸಾಹೇಬರಿಗೆ ಒಂದಿಷ್ಟು ವಿಶ್ವಾಸ ಇತ್ತು. ಅದ್ಕೇ ಕ್ಷಮಾಪಣೆ ಸಿಕ್ತು. ಇಲ್ಲದಿದ್ರೆ, ಇಷ್ಟೊತ್ಗೆ ಮನೆಯಲ್ಲಿದ್ದು ವಿಶ್ರಾಂತಿ ಪಡ್ಕೋಬೇಕಿತ್ತು." ನೆನಪು ಮಾಡಿಕೊಂಡರು. ಇಲ್ಲೂ ಕೂಡ ನರೋನಾ ಹೆಸರು ಬಂದಿದ್ದು ಕುತೂಹಲವೆನಿಸಿ ಹೈಮಾವತಿಯ ಬದುಕಿನ ಕಾದಂಬರಿಯಲ್ಲಿ ಸ್ವಲ್ಪ ದೊಡ್ಡ ಪಾತ್ರವೆ ಅನಿಸಿತು ವರ್ಷಗೆ.

"ನನ್ನಕಡೆಯಿಂದ ಅಂಥ ಕಂಪ್ಲೇಂಟ್ ಹೋಗೋಲ್ಲ. ಇಲ್ಲಿ ನನ್ನ ಅಪಾಯಿಂಟ್ ಮಾಡಿರೋರು ಹೈಮಾವತಿ ಮೇಡಮ್. ಇಲ್ಲಿ ನರೋನಾ ಪ್ರವೇಶ ಅನಗತ್ಯ" ಸ್ಪಷ್ಟವಾಗಿ ನುಡಿದಾಗ ರಾಮನಾಥನ್ ಅತ್ತಿತ್ತ ನೋಡಿದರು. ನರೋನಾ ಅವರಿಂದ ವರ್ಷಳ ಉದ್ಯೋಗ ಉಳಿದೀತಾ ಎನ್ನುವ ಭಯ ಅವರದು.

ಸ್ವಲ್ಪ ಬಗ್ಗಿ ಪಿಸುದನಿಯಲ್ಲಿ "ನರೋನಾ ಸಾಹೇಬ್ರು ಕೆಲಸವನ್ನು ಮಾತ್ರವಲ್ಲ, ಯಾವುದನ್ನೂ ಸಹಿಸೋಲ್ಲ. ರಾಣಿಸಾಹೇಬ ಜೀವ್ನದಲ್ಲಿ ಮೊದಲ ಸಲ ಪ್ರಕಟಣೆ ಕೊಟ್ಟು ಇಂಟರ್‌ವ್ಯೂ ಮಾಡಿ ನಿಮ್ಮನ್ನ ಸೆಲೆಕ್ಟ್ ಮಾಡ್ಕೊಂಡಿದ್ದು. ಈಗ ಅವ್ರ ನೋಟೀಸ್‌ಗೆ ಹೋದ್ರೆ, ಹೇಗೆ ತಗೋತಾರೋ" ಜೀವ ಮುಷ್ಟಿಯಲ್ಲಿ ಹಿಡಿದುಕೊಂಡಂತೆ ನುಡಿದರು.

"ಹಾಗೇನು ಆಗೋಲ್ಲ. ಅಕಸ್ಮಾತ್ ಮತ್ತೇನು ಮಾಡ್ಬಹುದು. ನನ್ನ ಕೆಲ್ಸದಿಂದ ತೆಗ್ದುಹಾಕ್ಬಹುದು. ಅಂಥ ತಪ್ಪು ಖಂಡಿತ ಮಾಡಲಾರರು" ಖಚಿತವಾಗಿ ವರ್ಷ ಹೇಳಿದಾಗ, ಅವರಿಗೆ ಗಲಿಬಿಲಿ. 'ಎಷ್ಟೊಂದು ಧೈರ್ಯದ ಹುಡುಗಿ!' ಎಂದುಕೊಂಡರು. ರಾಮನಾಥನ್ ಹೋದಮೇಲೆ ಕುಸಿದು ಕೂತಳು. ಪರೀಕ್ಷೆಗೆ ಸಂಬಂಧಪಟ್ಟ ವಿಷಯಗಳನ್ನು ವರ್ಣ ವ್ಯಾಸಂಗ ಮಾಡಿ ರ್‍ಯಾಂಕ್‌ಗಳನ್ನು ಪಡೆದಿದ್ದರೆ, ವರ್ಷ ಸಾಹಿತ್ಯ, ಸಂಸ್ಕೃತಿ, ವಿಜ್ಞಾನ ಭೌಗೋಳೀಕಕ್ಕೆ ಸಂಬಂಧಪಟ್ಟ ಪುಸ್ತಕಗಳನ್ನು ಓದಿ ಅರಗಿಸಿಕೊಂಡು ಜ್ಞಾನ ಸಂಪಾದಿಸಿಕೊಂಡಿದ್ದಳು. ಅದು ಅವಳ ಮನೋಧೈರ್ಯವನ್ನು ಹೆಚ್ಚಿಸಿತ್ತು.

ಇಂಟರ್‌ಕಾಮ್ ಸದ್ದು ಮಾಡಿತು. "ನಿಮ್ಮನ್ನ ಸಾಹೇಬ್ರು ನೋಡ್ಬೇಕಂತೆ." ಅರಮನೆಯ ಮೇಲ್ವಿಚಾರಕನ ಅಹವಾಲು. ಅವಳಿಗೆ ನೆನಪಿಗೆ ಬಂದಿದ್ದು ಹೈಮಾವತಿ ಪ್ಯಾಲೆಸ್‌ನ ಏಕೈಕ ರಾಜಕುಮಾರ ಹೇಮಂತ್. ಆದರೂ ಅನುಮಾನಿಸುತ್ತ "ಯಾರು?" ಎಂದಳು. ಆ ವ್ಯಕ್ತಿಗೆ ಶಾಕಾಯಿತೇನೋ ಗಡಬಡಿಸಿಕೊಂಡು "ದೊಡ್ಡ ಸಾಹೇಬ್ರು..." ಮೆಲ್ಲಗೆ ಫೋನ್ ಬಟನ್ ಅದುಮಿ ಇಟ್ಟಳು.

ಹೈಮಾವತಿಯನ್ನು ಬಿಟ್ಟು ಅವಳ 'ಜಾಬ್' ಯಾರಿಗೂ ಸಂಬಂಧಿಸಿದ್ದಿಲ್ಲ. ಇದು ಅನಗತ್ಯ ಪ್ರವೇಶ ನರೋನಾ ಅವರದು. ರಾಮನಾಥ್ ಹೇಳಿದ ನರೋನಾ ಸ್ವಭಾವವನ್ನು ತರ್ಕಿಸತೊಡಗಿದಳು. 'ಯಾವುದನ್ನೂ ಸಹಿಸೋಲ್ಲ' ಏನಿದರ ಅರ್ಥ? ಹೈಮಾವತಿಯವರದು ಏಕಸ್ವಾಮ್ಯ. ಅವರು ಯಾರ ಅಧೀನದಲ್ಲೂ ಇಲ್ಲ. ಆದರೂ ಇಂಥ ನಿಬಂಧನೆಗಳಿಗೆ ಅರ್ಥವೇನು?

ತನ್ನ ಅನುಮಾನಗಳನ್ನು ಡೈರಿಯಲ್ಲಿ ಗುರುತು ಹಾಕಿಕೊಂಡು ಅದಕ್ಕೊಂದು 'ಕೋಡ್ ನಂಬರ್' ಕೊಟ್ಟಳು. ವೆರಿ ಇಂಪಾರ್ಟೆಂಟ್ ಎಂದು ನಮೂದಿಸಿದಳು ಅದರ ಕೆಳಗೆ.

ಮತ್ತೊಮ್ಮೆ ಫೋನ್ ಸದ್ದು ಮಾಡುವ ಮುನ್ನ ಡಿಸ್‌ಕನೆಕ್ಟ್ ಮಾಡಿಟ್ಟಳು. ನರೋನಾನ ಇನ್ನಷ್ಟು ನಿಧಾನವಾಗಿ ಭೇಟಿ ಮಾಡುವ ಉದ್ದೇಶ. ಆದರೆ ಆ ಮನುಷ್ಯ ವಿಪರೀತ ಚುರುಕು. ಒಬ್ಬ ಸರ್ವೆಂಟ್‌ನ ಅಟ್ಟಿದರು ಕರೆತರಲು.

ಬಾಗಿಲ ಮೇಲೆ ಸದ್ದಾದಾಗ ಆ ರೂಮಿನ ಇನ್ನೊಂದು ಕಡೆಯ ಬಾಗಿಲ ಮುಖಾಂತರ ಹೊರಗೆ ಹೋಗಿ ಗೆಸ್ಟ್ ಹೌಸ್‌ನಲ್ಲಿದ್ದ ರಾಮನಾಥ್ ಬಳಿಗೆ ಹೋದಳು.

"ಆರ್ ಯು ಫ್ರೀ ಸರ್, ನಿಮ್ಹತ್ರ ಒಂದಿಷ್ಟು ಮಾತಾಡೋದಿದೆ" ಎಂದು ಅವರ ಎದುರಿಗಿದ್ದ ಛೇರ್ ಮೇಲೆ ಕೂತಳು. "ದೊಡ್ಡ ಸಾಹೇಬ್ರು. ಅಂದ್ರೆ ಯಾರು?" ಕೇಳಿದಳು. ಅತ್ತಿತ್ತ ನೋಡಿದ ರಾಮನಾಥನ್, ಏನೋ ಬರೆಯುತ್ತಿದ್ದ ಗುಮಾಸ್ತನ ಹೊರಗೆ ಕಳಿಸಿ. "ನರೋನಾ ಅವ್ರನ್ನ ದೊಡ್ಡ ಸಾಹೇಬ್ರು ಅಂತಾರೆ. ಇದೆಲ್ಲ ನಿಂಗ್ಯಾಕೆ ಬೇಕು? ತುಂಬ.... ತುಂಬ ಸಮಸ್ಯೆಗಳಿವೆ.... ಇಲ್ಲಿ." ಪೂರ್ತಿ ದನಿ ತಗ್ಗಿಸಿ ಉಸುರಿದರು. ಇಲ್ಲಿ ಪ್ರತಿಯೊಬ್ಬರು ನರೋನಾ ಹಿಡಿತದಲ್ಲಿದ್ದಾರೆಂದುಕೊಳ್ಳಲು ಇಷ್ಟು ಸಾಕಾಯಿತು.

"ಈ ನೀರು ಕುಡಿಬಹುದಾ?" ಬಾಟಲಿನಲ್ಲಿದ್ದ ನೀರನ್ನು ಗ್ಲಾಸ್‌ಗೆ ಬಗ್ಗಿಸಿಕೊಂಡು ಕುಡಿದು "ಥ್ಯಾಂಕ್ಯೂ... ಥ್ಯಾಂಕ್ಯೂ ವೆರಿ ಮಚ್..." ಎಂದವಳು ಬಗ್ಗಿ "ಕಂಟಿನ್ಯೂ... ರಾಮನಾಥ್ ಅಂಕಲ್" ಎಂದು ಹೇಳಿ ಸರಿದುಹೋದಳು. ಅವರಿಗೆ ಇಷ್ಟವಾದಳು.

ಎದುರಾದ ಅರಮನೆಯ ಹೊರಬಾಗಿಲಿನ ವಾಚ್‌ಮನ್ "ಮೇಡಮ್, ನಿಮ್ಮನ್ನ ಹುಡುಕಿಸ್ತಾ ಇದ್ದಾರೆ" ಹೇಳಿದ. ಅದನ್ನು ಅಲಕ್ಷಿಸುವಂತೆ ತನ್ನ ರೂಮಿಗೆ ಹೊರಡುತ್ತಿದ್ದಾಗ ಸರ್ವೆಂಟ್ ಬಂದು "ಸಾಹೇಬ್ರು ಕರೀತಾ ಇದ್ದಾರೆ" ವಿಷಯ ಮುಟ್ಟಿಸಿ ತನ್ನ ಪಾಡಿಗೆ ತಾನು ಹೋಗದೇ ಅಲ್ಲೇ ನಿಂತ.

"ನಂಗೆ ಇಲ್ಲಿ ಯಾವ ಸಾಹೇಬ್ರು ಗೊತ್ತಿಲ್ಲ. ಅವ್ರು ಯಾರು?" ಕೇಳಿದಳು. ಅವನು ಉಗುಳು ನುಂಗಿದ. "ಮೇಲಿದ್ದಾರೆ, ಬನ್ನಿ" ಮಿಡುಕಿ ಹೇಳಿದ.

ಅವನು ಮೆಟ್ಟಿಲು ಹತ್ತಿದಾಗ ಹಿಂಬಾಲಿಸಿದಳು. ಹೈಮಾವತಿ ಕೋಣೆ ಬಲಭಾಗಕ್ಕೆ ಬಂದರೆ ಎಡಭಾಗಕ್ಕೆ ಕರೆದೊಯ್ದು ಸಾಲಾಗಿದ್ದ ಮೂರು ಕೋಣೆಗಳ ನಂತರ ನಾಲ್ಕನೆ ರೂಮಿನಿಂದ ಕೆಳಭಾಗಕ್ಕೆ ನಾಲ್ಕು ಮೆಟ್ಟಿಲುಗಳನ್ನು ಇಳಿದ ನಂತರ ದೊಡ್ಡ ಹಾಲ್. ಅತ್ಯಂತ ಪ್ರಶಾಂತವಾಗಿ ತಣ್ಣಗಿತ್ತು. 'ಮೆಡಿಟೇಷನ್' ಸಲುವಾಗಿ ಈ

ಸುಂದರ ಹಾಲ್ ನಿರ್ಮಾಣವಾಗಿರಬೇಕು. ಈಗ ಅದೊಂದು ಸೊಫಿಸ್ಟಿಕೇಟೆಡ್ ಬಾರ್ ಆಗಿ ಮಾರ್ಪಟ್ಟಿತ್ತು. ವಿದೇಶೀ ಮದ್ಯದ ಬಾಟಲುಗಳ ಪ್ರದರ್ಶನವಿದ್ದಂಗೆ ಕಂಡಿತು.

ಸಿಗರೇಟು ಸೇದುತ್ತ ಸುತ್ತಲೂ ಗಾಳಿಯಲ್ಲಿ ಧೂಮವನ್ನೇ ತುಂಬಿಕೊಂಡ ವ್ಯಕ್ತಿಯೇ ನರೋನಾ ಎನಿಸಿತು. ಮುಜುಗರದ ಜೊತೆ ಒಂದಿಷ್ಟು ಭಯ - ಅದನ್ನ ತೋರ್ಪಡಿಸಿಕೊಳ್ಳಲಿಲ್ಲ.

ಕನ್ನಡಕದೊಳಗಿನ ಕಣ್ಣುಗಳಲ್ಲಿ ನೋಡಿದ ನರೋನಾ ತೋರುಬೆರಳಿನಿಂದ ಬರುವಂತೆ ಸನ್ನೆ ಮಾಡಿದಾಗ, ಅವಳಿಗೆ ಕೆಟ್ಟ ಕೋಪ ಬಂತು. ಬಾಟಲಿನಲ್ಲಿದ್ದ ದ್ರವವನ್ನು ಗ್ಲಾಸ್‌ಗೆ ಸುರಿಯುತ್ತಿದ್ದ ಹೆಣ್ಣೇ ಮಿಸಸ್ ನರೋನಾ ಇರಬಹುದೆಂದುಕೊಂಡಳು.

ಹರಟುತ್ತಿದ್ದ ಹೇಮಂತ್ ಇತ್ತ ನೋಟ ಹರಿಸಿದ. ವರ್ಷನ ಕರೆ ಕಳಿಸಿದ್ದಾಗಲೀ, ಅಥವಾ ಅದರ ಹಿಂದೆ ಇದ್ದ ಕಾರಣವಾಗಲೀ ಅವನಿಗೆ ಗೊತ್ತಿರಲಿಲ್ಲ.

ನೇರವಾಗಿ ಹೋಗಿ ಅವನ ಮುಂದೆ ನಿಂತ ವರ್ಷ "ಸರ್, ಕರೆ ಕಳ್ಸಿದ್ದೇಕೆ?" ಅವನನ್ನು ಕೇಳಿದಳು. ಅವನು ಎಲ್ಲಾ ಕಡೆ ನೋಟ ಹರಿಸಿ, "ಈಡಿಯಟ್, ಯಾರು ನಿಂಗೆ ಹೇಳಿದ್ದು? ನಾನು ನಿಂಗೆ ಹೇಳಿಕಳಿಸಿಲ್ಲ!" ಅಷ್ಟು ಸಾಕಾಗಿತ್ತು. ನರೋನಾ ನೋಡುತ್ತಿದ್ದಂತೆ ಹಾರಿ ಹೋಗಿದ್ದಳು. ಕರೆದೊಯ್ದಿದ್ದ ಸರ್ವೆಂಟ್‌ಗೆ ಮಾತ್ರ ಕಪಾಳಮೋಕ್ಷವಾಗಿತ್ತು.

"ಇನೊಸೆಂಟ್ ಪೂರ್ ಗರ್ಲ್! ಮುಖದ ಮೇಲಿನ ಗಾಬ್ರಿ ನೋಡಿದ್ರೆ ಗೊತ್ತಾಗ್ಲಿಲ್ವ. ಮೊದ್ಲಿನಿಂದ ಹೈಮಾಗೆ ಬರವಣಿಗೆ ಹುಚ್ಚು. ಇವ್ರು ಹೇಳೋದು... ಅವ್ರು ಬರ್ದುಕೊಳ್ಳೋದು. ಇಬ್ಬರು ದಡ್ಡರು ಒಂದೇ ಕಡೆ ಸೇರಿದ್ರೆ... ಹೇಗಿರುತ್ತೆ ಹಾಗೆ ಇರುತ್ತೆ. ನೀವ್ಯಾಕೆ ಆ ಪಾಪದ ಹುಡ್ಗೀ ಬಗ್ಗೆ ತಲೆ ಕೆಡಿಸ್ಕೋತೀರಾ! ಲೀವ್ ಇಟ್. ಅದ್ನೇ ಮಾಡಿಕೊಳ್ಳಿ ಬಿಡಿ. ರೂಮಿನಲ್ಲಿ ಕೂತು." ಮಿಸೆಸ್ ನರೋನಾ ತಾತ್ಸಾರದಿಂದ ಹೇಳಿದರು, ಜಾರಿದ ಸೆರಗನ್ನು ಸರಿಪಡಿಸಿಕೊಳ್ಳುತ್ತ.

ಇದು ನಿಜವೇ ಅಂದುಕೊಂಡರೂ, ತನ್ನನ್ನು ಒಂದು ಮಾತು ಕೇಳಬೇಕಿತ್ತು ಹೈಮಾವತಿ ಎಂದುಕೊಂಡರು ನರೋನಾ. ಪ್ರತಾಪ್ ಕಾಲದಲ್ಲಿ ಆಕೆ ಹೇಗಿದ್ದಾರೋ ಮುಂದೆ ಕೂಡ ಹಾಗೆಯೇ ಇರಬೇಕೆನ್ನುವುದು ಅವರ ಇಚ್ಛೆ.

ಸಿಗರೇಟನ್ನು ಆಷ್‌ಟ್ರೇನೊಳಗೆ ಅದುಮಿ, ಅದನ್ನೇ ನಿಟ್ಟಿಸಿದರು. ಮತ್ತೆ ಹೊಗೆಯಾಡೀತಾ ಎಂದು! ಚಾಲೂಕಿ ಮನುಷ್ಯ. ಸೋಲನ್ನು ಸದಾ ದ್ವೇಷಿಸುವ ವ್ಯಕ್ತಿ.

"ಹೈಮಾ ಇಷ್ಟೊಂದು ಕೆಟ್ಟ ಧೈರ್ಯ ಮಾಡ್ಬಾರ್ದಿತ್ತು. ನನ್ನ ಕೇಳಿದ್ರೆ... ಒಬ್ರನ್ನ ಅಪಾಯಿಂಟ್ ಮಾಡಿ ಕೊಡ್ತಾ ಇದ್ದೆ" ಎಂದರು. ಅವರ ಪ್ರಕಾರ ಇಷ್ಟೊಂದು ಸ್ವಾತಂತ್ರ್ಯವಹಿಸಿದ್ದು ಹೈಮಾವತಿದು ತಪ್ಪು.

"ನನ್ನ ಈಗ ಸುಮ್ನೆ ಇರೂಂತೀಯಾ! ಅವಳೊಬ್ಬ ಹುಚ್ಚಿ. ಮ್ಯಾಡ್ ವಿಮನ್. ಏನು ಕಥೆ ಬರುಸ್ತಾಳಂತೆ, ಈ ಡಾಲ್ ಕೈಯಲ್ಲಿ?" ತಿರಸ್ಕಾರವಿತ್ತು ನರೋನಾ ಸ್ವರದಲ್ಲಿ. 'ಎಟುಕಲಾರದ ದ್ರಾಕ್ಷಿ ಯಾವಾಗಲೂ ಹುಳಿ.'

ಮಿಸೆಸ್ ಲಕ್ಷ್ಮಿನರೋನಾ ಜೋರಾಗಿ ನಕ್ಕುಬಿಟ್ಟರು.

"ಮ್ಯಾಡ್ ವಿಮನ್, ಅಂದ್ಮೇಲೆ ಬಿಟ್ಟುಬಿಡಿ. ಸುಮ್ನೇ ತಲೆಕೆಡ್ಸಿಕೊಳ್ಳೋದ್ಬೇಡ. ಈಗಂತೂ ಹೊರ್ಗಡೆ ಮುಖದರ್ಶನವಿಲ್ಲ. ನಾನೇ ಹುಡ್ಕಿಕೊಂಡ್ಹೋಗಿ ಮಾತಾಡ್ಸಿಕೊಂಡ್ಬಂದೆ" ಹೇಳಿದರು ಅನುತಾಪದ ಸ್ವರದಲ್ಲಿ.

ಆದರೂ ನರೋನಾ ಹೈಮಾವತಿ ಕತೆ ಬರೆಯಲು ನೇಮಿಸಿಕೊಂಡಿದ್ದ ಹುಡುಗಿಯ ಬಗ್ಗೆ ಯೋಚಿಸುತ್ತಿದ್ದರು. ಆ ಬಗ್ಗೆ ಖಂಡಿತ ಪ್ರಶ್ನಿಸದೇ ಬಿಡಲಾರರು.

"ಲೆಟ್ ಮೀ ಸೀ, ಎನಿವೇ... ಪ್ರತಾಪ್ ಹೋಗಿದ್ದು ನಮ್ಮ ಪಾಲಿಗೆ ಕೂಡ ಗ್ರೇಟ್ ಲಾಸ್. ಮಹಾ ರಸಿಕ. ನಂಗೆ ಎಷ್ಟೋ ವಿಷ್ಯಗಳಲ್ಲಿ ಉತ್ಸಾಹ ತುಂಬಿಕೊಡುತ್ತಿದ್ದ." ಗೆಳೆಯನನ್ನು ನೆನೆಸಿಕೊಂಡರು. ಲಕ್ಷ್ಮಿ ನರೋನಾ ಮುಖವನ್ನು ಕೂಡ ಖಿನ್ನತೆ ಆವರಿಸಿತು. 'ಮಹಾರಸಿಕ' ಆಕೆಯ ಮನ ಕೂಡ ಒಪ್ಪಿತು.

ಹರಟೆ, ಜಗಳವಾಡಿ ಸಾಕಾದ ಸುಶ್ಮಿತಾ, ಹೇಮಂತ್ ಎದ್ದು ಬಂದು ಇವರುಗಳ ಅಕ್ಕಪಕ್ಕ ಕೂತರು.

"ಈಡಿಯಟ್ಸ್. ವರ್ಷನ ನಾನು ಇಲ್ಲಿಗೆ ಬರ್‍ಬೇಳಿದ್ದೀನಿ. ಹೋಗಿ ಬಗುಳಿದ್ದಾನೆ." ಕೋಪ ಕಾರಿದ ಹೇಮಂತ್ "ಮಮ್ಮಿಗ್ಗೆ ಈ ಹುಡ್ಗೀಯಂದ್ರೆ ಮಹಾನ್ ಇಷ್ಟದಂತೆ ಕಾಣುತ್ತೆ" ನಕ್ಕ, ಅವರುಗಳು ಕೂಡ ನಕ್ಕರು.

"ಬೋರಾಯ್ತು, ಡ್ಯಾಡಿ.... ನೀವಂತೂ ಡ್ರಿಂಕ್ಸ್ ತಗೋತಾ ಕೂತ್ಕೊತೀರಾ, ನಮ್ಗಂತು ತಲೆ ಚಿಟ್ಟು, ಹೋಗೋಣಾ ಹೇಮಂತ್." ಮೇಲೆದ್ದಳು ಸುಶ್ಮಿತಾ.

ತಂದೆ ಇವರೊಡನೆ ಹೆಚ್ಚು ಸಮಯ ಕಳೆಯುತ್ತಿದ್ದುದು ಇಲ್ಲೆಂದು ಹೇಮಂತ್‌ಗೆ ಗೊತ್ತು. ಆದರೆ ಮಗ ಇಲ್ಲಿ ಬರುವುದು ಅವರಿಗೆ ಇಷ್ಟವಿಲ್ಲ. ಕೆಲವು 'ಪರ್ಸನಲ್'ಗಳಿಂದ ಕೆಲವರನ್ನು ದೂರ ಇಟ್ಟಿದ್ದರು. ಮೊದಲನೆಯ ವ್ಯಕ್ತಿಯೇ ಕೈಹಿಡಿದ ಹೆಂಡತಿ ಹೈಮಾವತಿ.

ಅಂತು ಎಷ್ಟು ತಪ್ಪಿಸಿಕೊಂಡರೂ ರಾತ್ರಿಯ ಡಿನ್ನರ್‌ನಲ್ಲಿ ಹೈಮಾವತಿ ನರೋನಾ ದಂಪತಿಗಳಿಗೆ ಮುಖಾಮುಖಿಯಾಗುವ ಸಂದರ್ಭ ಬಂತು. ಎಂದಾದರೊಮ್ಮೆ ಇದು ಅಗತ್ಯವಿತ್ತು.

"ಹೇಗಿದೆ ಆರೋಗ್ಯ ಹೈಮಾ?" ಸಾಸ್‌ನ ಚಪ್ಪರಿಸುತ್ತ ನರೋನಾ ಕೇಳಿದಾಗ, ತಲೆಯ ಮೇಲೊಡೆದಂತಾಯಿತು ಹೇಮಂತ್‌ಗೆ. ಎಂದೂ ಗಮನಕ್ಕೆ ಬರದ ವಿಷಯ ಇಂದು ಗಮನಕ್ಕೆ ಬಂತು. "ಏನಿಲ್ಲ..." ಆಕೆ ಸೂಪ್‌ನ ಪ್ಲೇಟನ್ನು ಪಕ್ಕಕ್ಕೆ ಸರಿಸಿದರು.

ಎಲ್ಲಾ ಮಾತುಗಳ ನಡುವೆಯೂ ಹೈಮಾವತಿ ಮೌನವನ್ನು ಆಶ್ರಯಿಸಿದ್ದರು. ಪ್ರತಾಪ್ ಬದುಕಿದ್ದಾಗಲೂ ಇವರುಗಳ ನಡುವೆ ಒಂದು ಜೀವಂತ ಗೊಂಬೆ. ಅದಕ್ಕೆ ಜೀವವಿದೆಯೆಂದು ಕೈ ಹಿಡಿದವರೇ ಲಕ್ಷಿಸಿರಲಿಲ್ಲ.

"ಯಾರು ಆ ಹುಡ್ಗೀ?" ಕೇಳಿದರು ನರೋನಾ ಪೂರಿಯ ಸವಿಯನ್ನು ಆಸ್ವಾದಿಸುತ್ತ. "ವರ್ಷಾಂತ, ನಾನು ಹೇಳಿದ್ನಲ್ಲ. ಅಂಕಲ್" ಹೇಮಂತ್ ಮಧ್ಯೆ ಪ್ರವೇಸಿಸಿದ್ದರಿಂದ ಹೇಮಾವತಿ ಎದ್ದು ಹೋದರು. ಇವರ ಊಟ ನಿಧಾನವಾಗಿ ಸಾಗಿತು.

ಗಂಡನಿಗಿಂತ ಬುದ್ಧಿವಂತೆಯಾದ ಲಕ್ಷ್ಮಿ ಮಾತುಗಳ ಸಂದರ್ಭದಲ್ಲಿ ಕೂಡ ಹೈಮಾವತಿಯನ್ನು ದೂರದೂರವೇ ಇಟ್ಟಿದ್ದರು. 'ಡರ್ಟಿ ಫೆಲೋ' ಗಂಡನನ್ನು ಬಯ್ದುಕೊಂಡರು ಮನದಲ್ಲಿ ಇಂದು.

ರೂಮಿಗೆ ಬಂದ ಕೂಡಲೇ ತರಾಟೆಗೆ ತಗೊಂಡರು ಕೂಡ. "ಯೂಸ್‌ಲೆಸ್ ಫೆಲೋ... ಸ್ವಲ್ಪವಾದ್ರೂ ಕಾಮನ್‌ಸೆನ್ಸ್ ಬೇಡ್ವಾ! ಅವ್ಳ ಹೆಸರು.... ಅವಳೊಂದಿಗೆ ಮಾತು ಯಾವ್ದೂ ಬೇಡ. ನಾವು ಪ್ರತಾಪ್‌ನ ಹಾಗೇ ಜೋಪಾನ ಮಾಡಿದ್ದು. ಈಗ ಹೇಮಂತ್‌ನ ಹಿಂದಿನ ಹಾಗೇ ನಾವೇ ಉಳ್ಸಿಕೊಳ್ಳಬೇಕಾದ್ರೆ.... ಇದೇ ಸೂತ್ರವನ್ನು ಅನುಸರಿಸ್ಬೇಕು. ಕೀಪ್ ಯುವರ್ ಮೈಂಡ್" ತಲೆಯ ಮೇಲೊಡೆದಂತೆ ಹೇಳಿದರು. ಲಕ್ಷ್ಮಿ ಏಕಾಂತದಲ್ಲಿ ಗಂಡ ಎನ್ನುವ ಎಗ್ಗು ಇಲ್ಲದೆ ಮಾತಾಡುತ್ತಿದ್ದರು. ನರೋನಾ ತೇಲುಗಣ್ಣುಗಳಿಂದ ಹೆಂಡತಿಯನ್ನು ನೋಡಿದರು. ಹುಚ್ಚು ಹಿಡಿಸುವಂಥ ರೂಪವಿಲ್ಲದಿದ್ದರೂ, ವೈಯ್ಯಾರದಿಂದ ಮೈ ಬಿಸಿಗೆ ಲಗ್ಗೆ ಹಾಕುವ ಮಾದಕತೆ ಇದೆಯೆನಿಸಿತು.

ಆರಾಮವಾಗಿ ಮಂಚದ ಮೇಲೆ ಉರುಳಿ ಕೈ ಚಾಚಿದಾಗ, ಕಂಬನಿಯುರುಳಿತು ಲಕ್ಷ್ಮಿಯ ಕಣ್ಣಲ್ಲಿ ಪ್ರತಾಪ್‌ನ ನೆನಪಿನಿಂದ.

ಎಷ್ಟೋ ಹೊತ್ತು ಅದೇ ಗುಂಗಿನಲ್ಲಿ ಕಳೆದರು ಆಕೆ.

* * * *

ಚಲಪತಿಗಳನ್ನು 'ಹೈಮಾವತಿ ಪ್ಯಾಲೆಸ್'ನ ಮುಂದೆ ಇಳಿಸಿದ ಬಸ್ಸು ಮುಂದಕ್ಕೆ ಹೋದಾಗ, ನಿಂತು ಸುತ್ತಲೂ ನೋಟವರಿಸಿದರು. ಕೆಲವು ಪಳೆಯುಳಿಕೆಗಳಂತೆ ಅರೆ ಕೆಡವಿದಂತಿರುವ ಕಲ್ಲಿನ ಗೋಡೆಗಳು, ಗೋಪುರಗಳು ಅಲ್ಲಲ್ಲಿ ದೂರದೂರದಲ್ಲಿ ಕಾಣುತ್ತಿದ್ದವು. ಹಿಂದೆ ಇದೊಂದು ರಾಜ ಸಂಸ್ಥಾನವಾಗಿತ್ತಾ? ಯೋಚಿಸುತ್ತ ನಿಲ್ಲಲು ಸಮಯವಿರಲಿಲ್ಲ. ದೀರ್ಘ ಪಯಣ ಮಾಡಿ ಮಗಳನ್ನು ನೋಡಲು ಧಾವಿಸಿದ್ದರು.

ಗೇಟಿನಲ್ಲಿ ವಾಚ್‌ಮನ್ ಸ್ವಲ್ಪ ಪಂಚಾಯಿತಿಯ ನಂತರವೇ ಬಿಟ್ಟಿದ್ದು. ಎರಡನೇ ಸಲ ಬಂದ ಅವರಿಗೆ 'ಹೇಗಿದ್ದಾಳೆ, ವರ್ಷ?' ಎಂದು ಚಿಂತಿಸುವಂತಾಯಿತು.

ಪ್ಯಾಲೆಸ್‌ನ ಮುಂಭಾಗದಲ್ಲಿಯೇ ಮ್ಯಾನೇಜರ್ ರಾಮನಾಥ್ ಸಿಕ್ಕಿದ್ದರಿಂದ ಒಂದಿಷ್ಟು ಪ್ರಯಾಸ ತಪ್ಪಿತೆನಿಸಿತು.

"ಹೇಗಿದ್ದಾಳೆ, ವರ್ಷ?" ಆವೇಗವಿತ್ತು ಸ್ವರದಲ್ಲಿ.

"ತೊಂದರೆ ಇಲ್ಲ, ಚೆನ್ನಾಗಿದ್ದಾಳೆ. ದಿವಾನ್‌ಖಾನೆಯಲ್ಲಿ ಕೂತಿರಿ. ಕರೆ ಕಳುಸ್ತೀನಿ." ಅವರನ್ನು ಕೂಡಿಸಿ ಅಲ್ಲಿಂದಲೇ ಇಂಟರ್‌ಕಾಮ್‌ನಲ್ಲಿ ವರ್ಷಗೆ ಸುದ್ದಿ ಮುಟ್ಟಿಸಿ "ದಿವಾನ್‌ಖಾನೆಯಲ್ಲಿದ್ದಾರೆ" ಹೇಳಿ ಫೋನಿಟ್ಟವರು ಚಲಪತಿಯವರತ್ತ ನೋಡಿ "ಬರ್ತಾಳೆ, ಬಹಳ ಬ್ರಿಲಿಯೆಂಟ್ ಹುಡ್ಗಿ. ಬಹುಶಃ ಇಂಥ ಬುದ್ಧಿವಂತಕೆಯನ್ನು ನಾನು ಕಂಡೇ ಇಲ್ಲ. ಮಹಾನ್ ಚುರುಕು. ಅಷ್ಟೇ ಸರಳ. ಬರ್ತಾಳೆ... ಕೂತಿರಿ" ಹೊರಗೆ ಹೋದರು.

ಬಂದ ವರ್ಷ ತಂದೆಯನ್ನು ತಬ್ಬಿಕೊಂಡು ಕಣ್ಣೀರು ಸುರಿಸಿದಳು. "ಅಮ್ಮ ಹೇಗಿದ್ದಾಳೆ?" ಮಗಳ ಬೆನ್ನನ್ನು ಸವರುತ್ತ "ಪರ್ವಾಗಿಲ್ಲ, ಅಲ್ಲಿನ ಚಿಕಿತ್ಸೆಗಿಂತ... ಪರಿಶುದ್ಧ ವಾತಾವರಣದಲ್ಲಿ ಸ್ವಲ್ಪ ಗೆಲುವಾಗಿ ಕಾಣ್ತಾಳೆ. ಅಲ್ಲಿರೋರೆಲ್ಲ ಒಂದೇ ದೋಣಿಯ ಪ್ರಯಾಣಿಕರಂತೆ."

ಅಲ್ಲಿನದೆಲ್ಲ ವಿಚಾರಿಸುತ್ತಲೇ ಇದ್ದಾಗ ಚಲಪತಿ ನಕ್ಕರು. "ಸ್ಟಾಪ್, ಈಗ ನಿನ್ನದೇನು?" ಅನ್ನುವ ವೇಳೆಗೆ ಲಘುವಾದ ಉಪಹಾರ, ಕಾಫೀ ಬಂತು. "ತಗೋಪ್ಪ, ಆಮೇಲೆ ಮಾತಾಡ್ಬಹ್ದು" ಬಲವಂತ ಮಾಡಿದಳು. ಚಲಪತಿಗಳು ಮಗಳನ್ನು ಹೊರಗೆ ಕರೆದೊಯ್ದರು. ದೊಡ್ಡ ಜನರ ಮನೆಯ ಬಾಗಿಲು, ಕಿಟಕಿಗಳಿಗೂ ಕೂಡ ಕಿವಿಗಳು ಇರುತ್ತೆ ಎನ್ನುವುದನ್ನು ಕೇಳಿದ್ದರು, ಯಾರ ಬಾಯಿಂದಲೋ.

"ಹೇಗಿದ್ದೀಯಾ?" ಕೇಳಿದರು.

"ಫೈನ್ ಡ್ಯಾಡಿ, ಇಲ್ಲಿ ನಂಗೇನು ತೊಂದರೆ ಇಲ್ಲ. ಮೇಡಮ್ ಚೆನ್ನಾಗಿ ನೋಡ್ಕೋತಾರೆ" ಎಂದಳು ಮುಕ್ತವಾಗಿ.

ನಿಂತ ಚಲಪತಿಗಳು ಸುತ್ತಲೂ ನೋಡಿದರು. ಪರಿಶುದ್ಧವಾದ ಪರಿಸರ, ಶುದ್ಧವಾದ ಗಾಳಿ. ಸುತ್ತಲೂ ಕಣ್ ಮನ ತಣಿಸುವಂಥ ವನರಾಸಿ - ಎಲ್ಲವು ಹಿತವೇ.

"ಏನು ನಿನ್ನ ಜಾಬ್, ಒಂದಿಷ್ಟು ಡಿಟೈಲ್ಲಾಗಿ ಹೇಳು. ನಿಮ್ಮಮ್ಮನ ಕೆಲವು ಪ್ರಶ್ನೆಗಳಿಗಾದ್ರೂ ಉತ್ತರಿಸದಿದ್ರೆ ಅವ್ಳ ಮನಸ್ಸಿಗೆ ಶಾಂತಿ ಇರೋಲ್ಲ. ಎಲ್ಲಿವರ್ಗೂ ಬಂದಿದೆ, ನಿನ್ನ ಬರವಣಿಗೆ?" ಅವರಿಗೆ ಸರಿಯಾಗಿ ಏನೇನೂ ಅರ್ಥವಾಗಿರಲಿಲ್ಲ.

ಸುತ್ತಲೂ ನೋಟವರಿಸಿ ತಂದೆಯ ಸನಿಹಕ್ಕೆ ಬಗ್ಗಿ "ನನ್ನ ಒಬ್ಬ ರೈಟರ್ ಆಗಿ ಅಪಾಯಿಂಟ್ ಮಾಡ್ಕೊಂಡಿದ್ದಾರೆ. ನನ್ನ ನಿರೀಕ್ಷೆಗಿಂತ ಜಾಸ್ತಿಯಾಗೇ ಸಂಬ್ಳ ಕೊಟ್ಟಿದ್ದಾರೆ. ಆದರೆ, ಇನ್ನು ನನ್ನ ಬರವಣಿಗೇನೇ ಶುರುವಾಗಿಲ್ಲ" ಪಕ್ಕನೆ ನಕ್ಕುಬಿಟ್ಟಳು. ಇದು ಸರಿಯೆನಿಸಲಿಲ್ಲ ಚಲಪತಿಗೆ. ತಲೆ ಕೊಡವಿದರು ಬೇಸರದಿಂದ.

"ವರ್ಷ, ಬರವಣಿಗೆ ಅಷ್ಟು ಸುಲಭವಲ್ಲ. ಸ್ವಲ್ಪ ಎಕ್ಸ್‌ಪೀರಿಯನ್ಸ್ ಇರೋ ಜನಾನೇ ತಗೊಳ್ಳೋದು! ಅಂಥದ್ದರಲ್ಲಿ ನಿನ್ನ ಹೇಗೆ ಅಪಾಯಿಂಟ್ ಮಾಡ್ಕೊಂಡ್ರು? ಸುಮ್ನೆ ಯಾಕೆ ಈ ಗೊಂದಲಗಳು? ಅವ್ರ ನಿರೀಕ್ಷೆಯ ಮಟ್ಟಕ್ಕೆ ನೀನು

ಬರೀಲಿಲ್ಲಾಂದ್ರೆ.... ನೋ ಬೇಡ. ನನ್ನೊತೆ ಹೊರಟ್ಬಿಡು. ಮುಂದೇನು ಮಾಡೋದೂಂತ ಯೋಚ್ಸೋಣ" ತಮ್ಮ ನಿರ್ಧಾರ ಪ್ರಕಟಿಸಿದರು.

ಬಹುಶಃ ಕಳುಹಿಸಿದ್ದರೆ ವರ್ಷ ತಲೆ ಕೆಡಿಸಿಕೊಳ್ಳುತ್ತಿರಲಿಲ್ಲ. ಈಗ ಬರೆಯಬೇಕೆನ್ನುವ ಒತ್ತಡ ಅವಳ ತಲೆಯಲ್ಲಿತ್ತು. ಆಳಕ್ಕೆ ಇಳಿದಂತೆಲ್ಲ ವಸ್ತುವಿನಲ್ಲಿ ವೈವಿಧ್ಯತೆ ಇರುವುದನ್ನು ಅರಿತ ಮೇಲೆ ಅವಳಲ್ಲಿ ಇನ್ನಷ್ಟು ಉತ್ಸಾಹ ಮೂಡಿತ್ತು.

"ಏನಮ್ಮ.... ವರ್ಷ?" ಮೌನವಾಗಿದ್ದವಳನ್ನು ಎಚ್ಚರಿಸಿದರು. "ಇದೇನು ಪರ್ಮನೆಂಟ್ ಜಾಬ್ ಅಲ್ಲಪ್ಪ. ಹೇಗೋ ಬರೀತೀನಿ. ಅವ್ರಿಗೆ ಇಷ್ಟವಾಗ್ಲಿಲ್ಲಾಂದ್ರೆ... ಅವ್ರ ಸಂಬಳದ ಹಣ ಹಿಂದಿರುಗಿಸಿ ಬಂದ್ಬಿಡ್ತೀನಿ." ಸುಲಭವಾಗಿ ಹೇಳಿದಳು. ಆದರೆ ಚಲಪತಿ ಒಮ್ಮೆ ಹೈಮಾವತಿಯನ್ನು ಭೇಟಿ ಮಾಡಿ ಮಾತಾಡುವುದೆಂದುಕೊಂಡರು.

"ಒಂದ್ಸಲ ನಿಮ್ಮ ಮೇಡಮ್ ಹತ್ರ ಮಾತಾಡ್ಬೇಕಲ್ಲ" ಎಂದರು ಆಸಕ್ತಿಯಿಂದ ತಟ್ಟನೇ. "ಓಕೇ ಮಾತಾಡ್ಬಹುದು!" ಎಂದಳು. ಹೈಮಾವತಿ ಹೊರಗಿನ ಜನರನ್ನು ಭೇಟಿ ಮಾಡುತ್ತಿರಲಿಲ್ಲ. ಮ್ಯಾನೇಜರ್ ರಾಮನಾಥ್‌ಗೆ ನರೋನಾ ಅವರಿಂದಲೇ ಹುಕುಂ ಆದೇಶಗಳು ಬರುತ್ತಿದ್ದವು. "ಸಹಿ' ಬೇಕಾದಾಗ ಫೈಲ್, ಚೆಕ್ ಮಾತ್ರ ಅವರ ಮುಂದೆ ಹೋಗುತ್ತಿತ್ತು. ಇದು ಪ್ರತಾಪ ಸತ್ತನಂತರ ನಡೆಯುತ್ತಿದ್ದುದು. ಇಂಥ ಮುಗ್ಧತೆಯ ಬಗ್ಗೆ ಅವಳಿಗೆ ಅಚ್ಚರಿ.

"ಯಾಕೆ ಸುಮ್ಮನಾದೆ. ಮೊದ್ಲೇ ಏನಾದ್ರೂ ಅಪಾಯಿಂಟ್‌ಮೆಂಟ್ ತಗೋಬೇಕಾ?" ಕೇಳಿದರು. ಅವರನ್ನು ನೋಡಿಯೇ ಹಿಂದಿರುಗಬೇಕಿತ್ತು. "ಅಂಥದೇನಿಲ್ಲ, ನೀವು ದಿವಾನ್‌ಖಾನೆಯಲ್ಲಿ ಕೂತಿರಿ. ನಾನ್ಹೋಗಿ ಕರ್ಕೊಂಡ್ಬರ್ತೀನಿ" ಎಂದಳು.

ಚಲಪತಿಯವರನ್ನು ದಿವಾನ್‌ಖಾನೆಯಲ್ಲಿ ಕೂಡಿಸಿ ಹೈಮಾವತಿಯ ಕೋಣೆಗೆ ಹೋದಳು. ಕಿಟಕಿಯ ಬಳಿ ನಿಂತು ಹೊರಗೆ ನೋಡುತ್ತಿದ್ದರು.

"ಮೇಡಮ್, ಸಾರಿ ಮೇಡಂ.... ನನ್ತಂದೆ ಬಂದಿದ್ದಾರೆ. ನಿಮ್ಮನ್ನ ಭೇಟಿ ಮಾಡಿ ಐದ್ನಿಮ್ಷ ಮಾತಾಡ್ಬೇಕೂಂತ ಇದ್ದಾರೆ." ಸೂಚಿಸಿದಳು.

ಕಿರುನಗೆ ಬೀರಿದರು "ಆಯ್ತು..." ಅವಳೊಂದಿಗೆ ಕೆಳಗಿಳಿದು ದಿವಾನ್‌ಖಾನೆಗೆ ಬಂದಾಗ ಕೂತಿದ್ದ ಚಲಪತಿ ಎದ್ದು ನಿಂತರು.

"ಕೂತ್ಕೊಳ್ಳಿ. ಯಾವಾಗ್ಬಂದಿದ್ದು?" ವಿಚಾರಿಸಿದರು, ವಿಶ್ವಾಸದಿಂದ.

"ಬಹುಶಃ ಒಂದೆರಡು ಗಂಟೆಗಳು ಆಯ್ತೇನೋ, ರಾತ್ರಿಗೆ ಹೊರಡ್ಬೇಕು. ತೊಂದರೆ ಕೊಟ್ಟಿದ್ದಕ್ಕೆ ಕ್ಷಮ್ಸಿ. ನೀವು ನಮ್ಮ ವರ್ಷ ಮೇಲೆ ದೊಡ್ಡ ಜವಾಬ್ದಾರಿ ಹಾಕಿದ್ದೀರಿ. ಅವ್ಳಿನ್ನೂ ತುಂಬ ಚಿಕ್ಕವಳು. ಬರಹಕ್ಕೆ ಹೇಗೆ ಸ್ಪಂದಿಸುತ್ತಾಳೋ ಗೊತ್ತಿಲ್ಲ. ನೀವು ಕಳ್ಸಿಕೊಟ್ರೆ, ಕರ್ಕೊಂಡ್ಹೋಗ್ತೀನಿ" ಬಂದ ವಿಷಯವನ್ನು ವಿನಂತಿಸಿಕೊಂಡರು.

ಹೈಮಾವತಿಗೆ ಒಳಗೊಳಗೇ ಗಾಬರಿ. ವರ್ಷ ಬಂದ ಮೇಲೆ ಏನೋ ಪಡೆದುಕೊಂಡಿದ್ದೇನೆ ಎನ್ನುವ ತೃಪ್ತಿ ಅವರದಾಗಿತ್ತು. ಅದನ್ನು ಕಳೆದುಕೊಳ್ಳುವ

ಇಷ್ಟವಿಲ್ಲ. ಜೊತೆಗೆ ಅವರ ಬದುಕಿನ ವಿಶಿಷ್ಟತೆಗಳ ರೂಪದ ಕಾದಂಬರಿ ಸಿದ್ಧವಾಗಬೇಕಿತ್ತು.

"ಏನಿಲ್ಲ, ಬಂದ ಕೆಲ್ಸ ವರ್ಷ ಪೂರ್ತಿ ಮಾಡಿದ ನಂತರವೇ ಬರೋದು. ಅವ್ಳ ಬಗ್ಗೆ ನಂಗೆ ಭರವಸೆ ಇದೆ. ನಿಶ್ಚಿಂತರಾಗಿರಿ" ತಮ್ಮ ಸ್ಥಾನವನ್ನು ಅರಿತು ಮಾತಾಡಿದರು, ಆ ಸಮಯದಲ್ಲಿ.

'ಒಂದೆರಡು ದಿನ ಉಳಿದು ಹೋಗಿ' ಎಂದರೂ ಕೇಳದೇ ಹೊರಟರು. ಮೈನ್ ಗೇಟಿನವರೆಗೂ ಬಂದ ಮಗಳ ಎರಡು ಕೈಗಳನ್ನು ಹಿಡಿದುಕೊಂಡು ಅಕ್ಕರೆಯಿಂದ ನೋಡಿದರು ಚಲಪತಿಗಳು.

"ನಂಗಿಂತ ನಿನ್ನ ಪ್ರತಿಭೆಯ ಬಗ್ಗೆ ಅಪ್ಪಿಗಿದೆ ವಿಶ್ವಾಸ. ವಿಶ್ ಯೂ ಆಲ್ ದಿ ಬೆಸ್ಟ್... ವರ್ಣ ನೋಡ್ಕೊಂಡ್ಬಂದೆ" ಎಂದರು. ಅವರ ಸ್ವರದಲ್ಲಿ ಯಾವ ಏರಿಳಿತಗಳು ಇರಲಿಲ್ಲ.

ರೋಮಾಂಚನವಾಯಿತು ವರ್ಷಗೆ. "ಹೇಗಿದ್ದಾಳೆ, ವರ್ಣಕ್ಕ?" ಆತುರವಿತ್ತು ವಿಚಾರಿಸುವಲ್ಲಿ. "ಹೇಗೆ.... ಹೇಳ್ಲಿ? ಹೆತ್ತವರ ವಾತ್ಸಲ್ಯದ ಕಣ್ಣುಗಳಲ್ಲಿ ಮಬ್ಬು ಆವರಿಸಿರುವುದರಿಂದ ಸತ್ಯ ಎಲ್ಲೋ ಹುದುಗಿಹೋಗಿರುತ್ತೆ. ಮಾಮೂಲಾಗಿ ಕಂಡಳು. ಬಹುಶಃ ಗಂಡ, ಹೆಂಡ್ತಿ ಹ್ಯಾಪಿಯಾಗಿರ್ಬೇಕು. ಏನೇನೋ ಯೋಜನೆಗಳು ಅವ್ರ ಮುಂದೆ. ನಂಗೂ ಹೆಚ್ಚು ಮಾತಾಡೋಕ್ಕಾಗ್ಲಿಲ್ಲ" ಎಂದರು. ಅವಳ ಬಗ್ಗೆ ಅವರಿಗೆ ಕೂಡ ಏನೂ ಅನ್ನಿಸದ್ದರಿಂದ ಯಾವುದೇ ನಿರ್ಣಯಕ್ಕೆ ಬರಲಾರದೆ ಹೋಗಿದ್ದರು. ತಮ್ಮ ಗ್ರಹಿಕೆ ತಪ್ಪಾಯಿತೇನೋ, ಎನ್ನುವ ಅನುಮಾನ ಕೂಡ.

ಕತ್ತಲೆಯ ನಡುವೆ ಬಂದ ಬಸ್ಸು ಹತ್ತಿ ತಂದೆ ಕಣ್ಮರೆಯಾದಾಗ, ಮನಃಪೂರ್ತಿ ಅಳಬೇಕೆನಿಸಿತು ವರ್ಷಗೆ. ಬಂದ ಕಾರಿನ ಹೆಡ್‌ಲೈಟ್‌ನ ಪ್ರಖರತೆ ಅವಳ ಮೇಲೆ ಬಿದ್ದಾಗಲೇ, ಚೇತರಿಸಿಕೊಂಡು ಪಕ್ಕಕ್ಕೆ ಸರಿದಿದ್ದು. ಬಹುಶಃ ಅದರಲ್ಲಿ ಹೇಮಂತ್ ಇದ್ದನೆಂದು ಗಮನಿಸಲಿಲ್ಲ. ಕಾರೇನೋ ಮುಂದೆ ಸಾಗಿಹೋಯಿತು.

"ಹಲೋ..." ಅತ್ಯಂತ ಸನಿಹದಲ್ಲಿನ ದನಿಗೆ ಬೆಚ್ಚಿದಳು. ಹಿಂದ ಬೆದರು ನೋಟ ಹರಿಸಿದವಳೇ ಹುಲಿಯನ್ನು ನೋಡಿದ ಹುಲ್ಲೆಯಂತೆ ಒಂದೇ ಸಮನೆ ಓಡಿ, ಪ್ಯಾಲೆಸ್‌ನ ಬಾಲ್ಕನಿ ತಲುಪಿದಾಗಲೇ ಉಸಿರು ಹಿಡಿದುಕೊಂಡಂತೆ ಮುಂಭಾಗದ ಕಂಬಕ್ಕೊರಗಿ ಉಸಿರೆಳೆದುಕೊಂಡಳು.

ಸ್ವಲ್ಪ ಸುಧಾರಿಸಿಕೊಂಡು ಉದ್ದಕ್ಕೆ ನೋಟ ಹರಿಸಿದಾಗ ಕಾರು ಬಂದು ನಿಂತಿತ್ತು. ಹೇಮಂತ್ ಒಂಟಿಯಾಗಿ ಬರುತ್ತಿದ್ದುದು ಸಾಲು ಮರ್ಕ್ಯುರಿ ದೀಪದ ಬೆಳಕಿನಲ್ಲಿ ಕಂಡಿತು. ಎಷ್ಟೇ ಧೈರ್ಯ ತಂದುಕೊಂಡರೂ ಒಂಟಿಯಾಗಿ ಕಂಡಾಗ ಅಂಜುತ್ತಿದ್ದಳು. ಅದಕ್ಕೆ ಕಾರಣ ಅಂದಿನ ಪ್ರಕರಣವಿರಬಹುದು.

ರೂಮಿಗೆ ಹೋಗಿ ಕುಸಿದಂತೆ ಸೋಫಾದಲ್ಲಿ ಬಿದ್ದುಕೊಂಡಳು. ಯಾವುದೋ ಭಯ ಆವರಿಸಿಕೊಂಡಿತು ಪೂರ್ತಿಯಾಗಿ ಅವಳನ್ನು. 'ತಂದೆಯ ಜೊತೆ ತಾನು ಹೊರಟುಬಿಟ್ಟಿದ್ದರೆ ಚೆನ್ನಿತ್ತೆನಿಸಿತು.' ಈಗ ಎಷ್ಟೋ ಹೊತ್ತು ಹಾಗೆಯೇ ಕೂತಿದ್ದಳು.

ಇಂಟರ್‌ಕಾಮ್ ಸದ್ದು ಮಾಡಿತು. ಬಹುಶಃ ಹೇಮಂತ್ ಇರಬಹುದೆ? ಎಂದೂ ಫೋನ್ ಮಾಡುವ ಪ್ರಯತ್ನ ಮಾಡಿರಲಿಲ್ಲ. ಬೆದರಿಕೆಯಿಂದಲೇ ರಿಸೀವರ್ ಎತ್ತಿಕೊಂಡಳು.

"ಹಲೋ, ವರ್ಷ.... ನಿಮ್ತಂದೆ ಹೋದ್ರಾ?" ವಿಚಾರಿಸಿದ್ದು ಹೈಮಾವತಿ. ಸ್ವಲ್ಪ ಜೀವ ಬಂದಂತಾಯಿತು. "ಹಾ... ಹ್ಞೂ... ಹೋದ್ರು. ಅವ್ರನ್ನ ಬೀಳ್ಕೊಟ್ಟೆ ರೂಮಿಗೆ ಬಂದಿದ್ದು. ಇನ್ನು ನಿದ್ರಿಸಿಲ್ವಾ, ಮೇಡಮ್?" ಕೇಳಿದಳು. ಈ ನಡುವಿನ ಒಡನಾಟದಿಂದ ಸಲಿಗೆ ಹೆಚ್ಚಿ ಅಂತರ ಕಡಿಮೆ ಆಗಿತ್ತು.

"ಮಲಗೇ ಓದ್ತಾ ಇದ್ದೆ. ಸ್ವರ್ಗ, ಮರ್ತ್ಯ, ನರಕಗಳ ಬಗ್ಗೆ ಜಿಜ್ಞಾಸೆ. ಯಾವ್ದೂ ಸ್ಪಷ್ಟವಾಗಲೊಲ್ಲದು. ಗುಡ್ ನೈಟ್.... ಸ್ವೀಟ್ ಡ್ರೀಮ್... ಹೇಮಂತ್ ಬಂದಾಂತ ಕಾಣಿಸುತ್ತೆ. ನಂಗೆ ಅವ್ನ ಬರುವು ಆಶ್ಚರ್ಯವೇ." ಫೋನಿಟ್ಟರು. ಯಾಕೆ ಆಶ್ಚರ್ಯ? ಈ ಪ್ರಶ್ನೆ ಮೇಲ್ಪದರದಲ್ಲಿ ನಿಂತಿತೇ ವಿನಃ ತೀರಾ ಆಳಕ್ಕೆ ಇಳಿಯಲಿಲ್ಲ ಭಾವುಕವಾಗಿ. ಮನಃಶಾಸ್ತ್ರ, ಸಮಾಜಶಾಸ್ತ್ರ, ಭೌತಶಾಸ್ತ್ರದ ಅಭ್ಯಾಸ ಬೇಕೆನಿಸುತ್ತಿತ್ತು ಅವರುಗಳನ್ನು ಸಂಪೂರ್ಣವಾಗಿ ಅರ್ಥ ಮಾಡಿಕೊಳ್ಳುವುದಕ್ಕೆ.

ಹಿಂದೆ ಕೆಲವೊಮ್ಮೆ ಹೇಮಂತ್ ಬಂದಿರುವುದು ಅವನನ್ನು ನೋಡಿದಾಗಲೇ ತಿಳಿಯಬೇಕಿತ್ತು. ಬಹುಶಃ ಯಾವಾಗ ಬಂದ? ಯಾವಾಗ ಹೋಗ್ತಾನೆ? ಇಂಥ ಸಾಧಾರಣ ವಿಷಯಗಳಿಂದಲೂ ಪ್ರತಾಪ್ ಹೆಂಡತಿಯನ್ನು ದೂರ ಇಟ್ಟಿದ್ದರು.

"ಈಗ್ಬಂದ್ರು, ಚಿಕ್ಕ ಸಾಹೇಬ್ರು" ಇಂಟರ್‌ಕಾಮ್‌ನಲ್ಲಿ ಸುದ್ದಿ ಮುಟ್ಟಿಸಿದಾಗ ಕೂಡ ಆಕೆ ಜಡವಾಗಿದ್ದರು. ಸ್ವಲ್ಪ ಹತ್ತಿರ ಸರಿದಂತೆ ಕಂಡ ಅವನನ್ನು ತಮ್ಮ ಸಂಕೋಲೆಯಿಂದ ಬಂಧಿಸಿ ನರೋನಾ ಎಳೆದೊಯ್ದಿದ್ದರು. ಆಗಲೇ ಒಂದು ನಿರ್ಧಾರಕ್ಕೆ ಬಂದರು ಹೈಮಾವತಿ. ಬದುಕಿನಲ್ಲಿ ನನ್ನ ಕನಸುಗಳು ಯಾವಾಗಲೂ ನನಸ್ಸಾಗೋಲ್ಲ. ತೀರಾ ಅರ್ಥಹೀನ.

"ಮಮ್ಮಿ...." ಹೇಮಂತ್ ಒಳಗೆ ಗೂಳಿಯಂತೆ ನುಗ್ಗಿ ಬಂದಾಗ ಮಾತು ಹೊರಡಲಿಲ್ಲ ಹೈಮಾವತಿ ಬಾಯಿಂದ. "ಅದೇ. ಆ ಹುಡ್ಗೀ ವರ್ಷಗೆ ಏನಾದ್ರೂ.... ಹುಚ್ಚಾ! ಏನೇ ಸೇಫ್ಟಿಯಿದೆಯೆಂದ್ರೆ, ಕತ್ತಲೆಯಲ್ಲಿ ಒಬ್ಳೇ ಬರ್‍ತಾ ಇದ್ಲು. ನೀವು ಸ್ವಲ್ಪ ರಿಸ್ಟ್ರಿಕ್ಷನ್ ಮಾಡ್ಬೇಕು" ಭಾವೋದ್ವೇಗದಿಂದ ಹೇಳಿದ.

ಚೇತರಿಸಿಕೊಳ್ಳಲು ಹೈಮಾವತಿಗೆ ಕ್ಷಣಗಳು ಬೇಕಾಯಿತು. ನರೋನಾ ಕರೆದೊಯ್ದಾಗ ಮಗನನ್ನು ಇಷ್ಟು ಬೇಗ ಬರಬಹುದೆಂದು ನಿರೀಕ್ಷೆ ಇರಲಿಲ್ಲ. ಕೋರ್ಸ್, ಹೆಚ್ಚಿನ ವಿದ್ಯಾಭ್ಯಾಸದ ಅಗತ್ಯವಿದೆಯೆಂದು ಮತ್ತೆರಡು ವರ್ಷ ಲಂಡನ್‌ಗೆ ಅಟ್ಟಬಹುದು - ಅಂತು ತನ್ನಿಂದ ಮಾತ್ರ ದೂರ... ಬಹುದೂರ ಹೇಮಂತ್.

ಸಂತೋಷವನ್ನು ಅರಗಿಸಿಕೊಳ್ಳುತ್ತ "ಹಗಲು ಹೊತ್ತಿನಲ್ಲೇ ಅವ್ಳ ಓಡಾಟ ಅಷ್ಟೆ. ವರ್ಷ ತಂದೆ ಬಂದು ಹೊರಟಿದ್ರು. ಬೀಳ್ಕೊಡೋಕೆ ಹೋಗಿರಬೇಕಷ್ಟೆ. ಈಗ ತಾನೇ ಫೋನ್‌ನಲ್ಲಿ ವಿಚಾರಿಸ್ಕೊಂಡೇ" ಕಾರಣ ಹೇಳಿದರು.

ಹೇಮಂತ್ ತುಂಬಾ ಚಿಂತಿತನಾಗಿದ್ದ. ಡಿನ್ನರ್ ಸಂದರ್ಭದಲ್ಲಿ ನರೋನಾ ಸ್ವಲ್ಪ ಹಗುರವಾಗಿ 'ಹೈಮಾ' ಅಂದಿದ್ದು ಇಷ್ಟವಾಗಿರಲಿಲ್ಲ. ಅದು ಮಿದುಳನ್ನು ಹೊಕ್ಕು ಮನಸ್ಸಿಗೆ ಇಳಿದು ಹೃದಯವನ್ನು ನೋಯಿಸಿತ್ತು. 'ಸತ್ಯ ಬೀಜ ರೂಪದಲ್ಲಿ ಅಡಗಿಹೋಗಿದೆ. ಏನದು?' ಸುಮ್ಮನೆ ಅವನನ್ನು ಕೊರೆದಿತ್ತು. ನರೋನಾ ಕುಟುಂಬದೊಂದಿಗೆ ಹೋದರೂ ಮನಃಶ್ಯಾಂತಿ ಸಿಕ್ಕದೆ ಹಿಂದಿರುಗಿದ್ದು ದೇವರ ಒಂದು ದೊಡ್ಡ ಕೃಪೆ.

"ಡಿನ್ನರ್ ತಗೋತೀಯಾ?" ಕೇಳಿದರು ಅನುಮಾನಿಸುತ್ತ ಹೈಮಾವತಿ

"ಬೇಡ ಮಮ್ಮಿ, ಒಂದಿಷ್ಟು ಹಾರ್ಲಿಕ್ಸ್ ತಗೋತೀನಿ" ಅಲ್ಲೇ ಕೂತ. ಆಗ ದಿಂಬಿನ ಮೇಲಿದ್ದ ಒಂದು ಸಾಧಾರಣ ಡೈರಿ ಅವನನ್ನು ಸೆಳೆಯಿತು. ಕೈಚಾಚಿದಾಗ ಆಕೆ ತೆಗೆದುಕೊಂಡರು. "ಆಗಾಗ ಪದ್ಯಗಳ್ನ ಗೀಚಿದ್ದೀನಿ. ನೀನು ನೋಡಿದ್ರೆ... ನಗ್ತೀಯಾ!" ದಿಂಬಿನ ಕೆಳಗಿಟ್ಟರು.

ಹಿಂದೆ ಇಂಥ ಪ್ರಸಂಗಗಳು ಎದುರಾಗುತ್ತಿರಲಿಲ್ಲ. ಸುಶ್ಮಿತಾ, ಲಕ್ಷ್ಮಿಯ ಮಧ್ಯದ ವಾತ್ಸಲ್ಯಮಯವಾದ ಭಾವನೆಗಳಿಗೂ, ತನ್ನ ಮತ್ತು ಹೈಮಾವತಿಯವರ ಮಧ್ಯದ ರೇಖೆಯ ಬಗ್ಗೆ ಯೋಚಿಸಿದ.

"ಒಂದ್ಮಾತು ಕೇಳ್ಲಾ, ಮಮ್ಮಿ. ನಿಮ್ಮಿಂದ ನನ್ನ ದೂರ ಇಟ್ಟರೋ ಅಥ್ವಾ ನಾನೇ ನಿಮ್ಮಿಂದ ದೂರ ಉಳಿದೆನೋ, ಇಲ್ಲ ಅದ್ಕೇ ಬೇರೆಯವ್ರು ಕಾರಣರೋ! ಆದ್ರೂ ಪ್ರಶ್ನೆ ನಿಮಗೇನೆ" ಎಂದ.

ತಲೆಯೆತ್ತಿ ಮಗನ ಕಣ್ಣುಗಳನ್ನು ನೋಡಿದರು. ಅಲ್ಲಿ ಪ್ರತಾಪ್ ಅವರ ನಗೆಯ ಜೊತೆ ನರೋನಾ ಕುಟುಂಬದವರ ಅಟ್ಟಹಾಸ. ಹಣೆಯಂಚಿನಲ್ಲಿ ಮೂಡಿದ ಬೆವರಿನ ಸೆಲೆಯನ್ನು ಕೂಡ ಒರೆಸಿಕೊಳ್ಳಲಾರದಷ್ಟು ನಿಶ್ಶಕ್ತರಾದರು. ಬಹಳ ಸೂಕ್ಷ್ಮವಾಗಿ ಗಮನಿಸಿದ.

ಚೇತರಿಸಿಕೊಂಡರು ಪ್ರಯತ್ನಪೂರ್ವಕವಾಗಿ ಹೈಮಾವತಿ. "ಅಂಥದ್ದೆಲ್ಲ ಏನಿಲ್ಲ! ನಿನ್ನ ತಾತ, ನಿನ್ನ ಡ್ಯಾಡಿನ ಲಂಡನ್‌ನಲ್ಲಿ ಓದಿಸಿದ್ರು. ಅವ್ರು ಕೂಡ ನಿನ್ನ ಚಿಕ್ಕವನಾಗಿದ್ದಾಗ್ಲೇ ಲಂಡನ್‌ನಲ್ಲಿ ಬೋರ್ಡಿಂಗ್‌ನಲ್ಲಿ ಬಿಟ್ರು. ಹೆಚ್ಚೆಚ್ಚು ನಿನ್ನ ಬಳಿಗೆ ಡ್ಯಾಡಿ ಬರ್ತಾ ಇದ್ದಿದ್ದರಿಂದ ಅವ್ರಿಗೆ ಅಂಟಿಕೊಂಡು ಸ್ವಲ್ಪ ನನ್ನಿಂದ ದೂರ ಉಳಿದೆ" ಕಷ್ಟದಿಂದ ಹೇಳಿಕೊಂಡರು. ಯಾಕೋ ಆಕೆಗೂ ಈ ಪ್ರಶ್ನೆಗಳು, ಉತ್ತರಗಳು ಒಂದೂ ಬೇಕಿರಲಿಲ್ಲ.

ಅದೇ ರೂಪ ಅದೇ ಗುಣದ ಮಗ! ಪ್ರತಾಪ್ ಮತ್ತು ಹೇಮಂತ್‌ನ ನಡುವೆ ಯಾವ ವ್ಯತ್ಯಾಸವು ಇಲ್ಲ. ಇಬ್ಬರಿಗೂ ನರೋನಾ ಕುಟುಂಬದ ಜನ ಆತ್ಮೀಯರು.

"ಅಷ್ಟೇನಾ..." ಕೇಳಿದ ಒತ್ತಾಯಪೂರ್ವಕವಾಗಿ. ಆಕೆ ಬಲವಂತದ ನಗೆ ನಕ್ಕರು. "ಮತ್ತೇನಿರುತ್ತೆ... ಹೇಮಂತ್!" ತೇಲಿಸಿದರು.

ಅಲ್ಲೇ ಕೂತು ಹಾರ್ಲಿಕ್ಸ್ ಕುಡಿದು ಹೇಮಂತ್ ಏನೇನೋ ಹೇಳುತ್ತಿದ್ದ - ಅದರಲ್ಲಿ ಹೆಚ್ಚು ಶಾಲಾ ಕಾಲೇಜಿನ ವಿಷಯಗಳೇ. ಆಕೆ 'ಹ್ಞೂ' ಗುಟ್ಟುತ್ತಿದ್ದರು. ಇದನ್ನು ಪ್ರತಾಪ್ ಒತ್ತಾಯಪೂರ್ವಕವಾಗಿ ಕಲಿಸಿದ್ದರು ಮಡದಿಗೆ. ರೂಮಿಗೆ ಬಂದವನು ಹಾಸಿಗೆಯ ಮೇಲೆ ಉರುಳಿಕೊಂಡ. ಹುಡುಗುತನದ ಮುಗ್ಧತೆ, ಟೀನೇಜ್‌ನ ಭಾವುಕತೆ ಮೀರಿ ಇಪ್ಪತ್ತುನಾಲ್ಕರ ಯುವಕನಾಗಿದ್ದ ಹೇಮಂತ್‌ಗೆ ಹಿಂದೆ ಎಲ್ಲಾ ಸಹಜವಾಗಿ, ಸ್ವಾಭಾವಿಕವಾಗಿ ಕಾಣುತ್ತಿದ್ದುದು ಈಗ ಅದರಲ್ಲಿ ಗೂಢವಿದೆಯೆನಿಸತೊಡಗಿತ್ತು.

'ಅಲ್ಲೇ ಉಳ್ದು ಮಾಸ್ಟರ್ ಡಿಗ್ರಿ ಮಾಡು.' ನರೋನಾ ಸಜೆಷನ್ ಅವನಿಗೆ. 'ಇದನ್ನೆಲ್ಲ ನೀನೇ ನೋಡ್ಕೋಬೇಕು' ತಾಯಿ ಅಂದ ಮಾತು. ವ್ಯಾಸಂಗ, ಅಲ್ಲಿನ ಜೀವನದ ಬಗೆಗಿನ ಆಸಕ್ತಿ ಕಡಿಮೆಯಾಗಿ, ಇಲ್ಲಿಯೇ ಉಳಿಯಬೇಕೆಂದು ಲಗ್ಗೇಜ್‌ನೊಂದಿಗೆ ಬಂದುಬಿಟ್ಟಿದ್ದ. ಆದರೆ ಲಕ್ಷ್ಮಿ ನರೋನಾ ಕೂಡ "ಇಲ್ಬಂದ್ ಮಾಡೋದೇನಿದೆ! ಕೆಲವು ಕಂಪನಿಗಳಲ್ಲಿ ಪ್ರತಾಪ್ ಬದ್ಕಿದ್ದಾಗ್ಲೇ ಷೇರು ತಗೊಂಡಿದ್ರು. ಅದ್ರ ಜೊತೆ ಬೇರೇನಾದ್ರೂ ಮಾಡ್ಬಹ್ದು. ಇಲ್ಲಿನ ಜೀವನದ ರೀತಿ, ನೀತಿಗಳು ನಂಗೆ ಒಗ್ಗೋಲ್ಲ. ನಾನು, ಸುಶ್ಮಿತಾ ಅಲ್ಲಿ ಉಳಿದ್ಮೇಲೆ... ನಮ್ಗೇ ಇಲ್ಲಿರೋ ಹಣೆಬರಹ ಯಾಕೆ? ನಾವು ಕೂಡ ಅಲ್ಲೇ ಬಂದು ಸೆಟಲ್ ಆಗ್ತೀವಿ." ಹೈಮಾವತಿಯನ್ನು ಹೊರಗೆ ಇಟ್ಟೇ ಮಾತನಾಡಿದ್ದರು.

ಇವೆಲ್ಲ ತೀರಾ ವಿಚಿತ್ರವಾಗಿ ಕಂಡಿತು ಈಗ ಹೇಮಂತ್‌ಗೆ. ಎದ್ದು ಕೂತ. ಗೋಡೆಯೊಳಗೆ ಹುದುಗಿಸಿದಂತೆ ಮಾಡಿದ್ದ ವಿಶಾಲವಾದ ಲಾಕರ್ ತರಹವಿದ್ದ ಬೀರುವಿನ ಕೀಗಾಗಿ ಹುಡುಕಾಡಿದ. ಎಲ್ಲೂ ಸಿಗದಿದ್ದಾಗ ತಾಯಿಯ ಕೋಣೆಗೆ ಬಂದು ಬಾಗಿಲು ತಟ್ಟಿದ.

"ಸಾರಿ ಫಾರ್ ದಿ ಡಿಸ್ಟರ್ಬ್, ಮಮ್ಮಿ, ಯಾಕೋ ನಿದ್ದೆ ಬರಲಿಲ್ಲ. ನನ್ನ ಚಿಕ್ಕಂದಿನ ಫೋಟೋ ಆಲ್ಬಮ್ ಅದ್ರಲ್ಲಿ ಇತ್ತಲ್ಲ. ಡ್ಯಾಡಿ ಒಂದೆರಡು ಸಲ ತೆಗ್ದು ತೋರಿಸಿದ್ರು."

ಅರ್ಥವಾಗದವರಂತೆ ಮಗನ ಮುಖ ನೋಡಿದರು. "ನಂಗೇನು.... ಅರ್ಥವಾಗ್ಲಿಲ್ಲ!" ಸತ್ಯ ನುಡಿದರು. ತಾಯಿಯ ಕೈ ಹಿಡಿದು ತನ್ನ ರೂಮಿಗೆ ಕರೆದೊಯ್ದು ವಿವರಿಸಿದ. ಅಲ್ಲಿ ಲಾಕರ್ ಇರುವ ಸಂಗತಿಯೇ ಗೊತ್ತಿರಲಿಲ್ಲ ಹೈಮಾವತಿಗೆ. "ಗೊತ್ತಿಲ್ಲ ಹೇಮಂತ್, ನಂಗೇನು ಗೊತ್ತಿಲ್ಲ"

ಎಂದಕೂಡಲೇ ತಾಯಿಯ ಕೈ ಬಿಟ್ಟ. ಸಿಗರೇಟ್ ಕೇಸ್, ಲೈಟರ್‌ನಿಂದ ಹಿಡಿದು ಬ್ಯಾಂಕ್ ಲಾಕರ್, ಆಫೀಸ್‌ವರೆಗೂ ತಿಳಿದಿದ್ದಿದ್ದು ಲಕ್ಷ್ಮಿ ನರೋನಾಗೆ. ಕನಿಷ್ಠ ಹೋಲಿಕೆಯು ಇಲ್ಲದ ತಾಯಿಯ ಬಗ್ಗೆ ಕರುಣೆಯುಂಟಾಯಿತು. "ಮೈ ಗಾಡ್. ನೀವು ಇಷ್ಟೊಂದು ಇನ್ನೋಸೆಂಟಾ.... ಮಮ್ಮಿ?" ಕಸಿವಿಸಿ ವ್ಯಕ್ತಪಡಿಸಿದ.

ಆಮೇಲೆ ತಾನೇ ತಾಯಿಯನ್ನು ಸಮಾಧಾನಪಡಿಸಿದ. "ದಟ್ಸ್ ಓಕೇ, ಸಾರಿ ಮಮ್ಮಿ... ಯಾಕೆ ಡ್ಯಾಡಿ ನಿಮ್ಗೆ ಇದೆಲ್ಲ ಹೇಳ್ಲಿಲ್ಲ. ನನ್ಮುಂದೇನೇ ಎಷ್ಟೊ ಸಲ ಇದ್ನ

ಓಪನ್ ಮಾಡಿದ್ರು" ಎಂದಾಗ ಆಕೆ ಸುಮ್ಮನೆ ಕೂತು ಬಿಕ್ಕಿಬಿಕ್ಕಿ ಅತ್ತರೇ ವಿನಃ ಮತ್ತೇನು ಹೇಳಲಿಲ್ಲ.

"ನೀವ್ಹೋಗಿ ಮಲ್ಗಿಕೊಳ್ಳಿ ಮಮ್ಮಿ." ತಾಯಿಯನ್ನು ಕಳುಹಿಸಿ ಕೂತು ಹಿಂದಕ್ಕೆ ಒರಗಿದ. "ನರೋನಾ ಕರ್ಸ್ಸು. ಲಕ್ಷ್ಮೀ ಬರ್ಲ್ಲೀ" ತಂದೆಯ ಕೊನೆಯ ಗಳಿಗೆಯ ಕನವರಿಕೆ ನೆನಪಾಯಿತು. ಆಗ ಅವರ ಪಕ್ಕದಲ್ಲಿಯೇ ಇದ್ದ. ಕೈ ಹಿಡಿದ ಹೆಂಡತಿಗಿಂತ ನರೋನಾ, ಲಕ್ಷ್ಮಿಯವರ ಮೇಲೇನೇ ಅತಿಯಾದ ಪ್ರೀತಿ, ವಿಶ್ವಾಸ, ನಂಬಿಕೆ ಪ್ರತಾಪ್‌ಗೆ ಎಂದು ಈಗ ಹೇಮಂತ್‌ಗೆ ಅರ್ಥವಾಯಿತು.

ಫೋನ್‌ನ ಬಟನ್ ಒತ್ತಿದವನು ಲಕ್ಷ್ಮಿ ನರೋನಾ ಅಮಲಿನ ಸ್ವರ ಕೇಳಿ ಹಾಗೆಯೇ ಇಟ್ಟ. ಡೈರಿಯಲ್ಲಿ ಬರೀ ಪದ್ಯಗಳು ಇದೆಯಾ, ಅಥವಾ ಬೇರೇನಾದರೂ ಬರೆದಿಟ್ಟಿದ್ದಾರ? ಅದನ್ನು ಒಮ್ಮೆ ತಿರುವಿ ಹಾಕಿದ ನಂತರ ಮಿಕ್ಕಿದ್ದು, ಎಂದುಕೊಂಡು ಮಲಗಿದ.

ಆದರೆ ಬೆಳಿಗ್ಗೆ ಇವನು ಜಾಗಿಂಗ್‌ಗೆ ಹೊರಡುವ ವೇಳೆಗೆ ಎದುರಾದ ವರ್ಷಳ ಕೈಯಲ್ಲಿತ್ತು, ಕಾಫೀ ಕಲರ್‌ನ ಡೈರಿ.

"ಹಾಯ್... ಹಲೋ... ಹಲೋ..." ಇವನೇ ಮಾತಾಡಿದ.

"ಗುಡ್ ಮಾರ್ನಿಂಗ್, ಸರ್" ಎಂದಳು ತುಸು ಪಕ್ಕಕ್ಕೆ ಸರಿಯುತ್ತ. ಬಲಗೈನಲ್ಲಿದ್ದ ಡೈರಿ ಎಡಗೈ ಸೇರಿ ತುಸು ಹಿಂದಕ್ಕೆ ಸರಿದಾಗ, ಚುರುಕಾಗಿದ್ದಾಳೆ ಎಂದುಕೊಂಡ. "ನೀನು ಬೆಳಗಿನ ವೇಳೆ ಜಾಗಿಂಗ್ ಮಾಡಬಹುದಲ್ಲ" ಒಂದು ಸಲಹೆ. ತಬ್ಬಿಬ್ಬಾದಳು ಅವಳು. "ನಂಗೆ ಅಂಥ ಅಭ್ಯಾಸವೇನು ಇಲ್ಲ."

ಹೊರಗೆ ಸಿಕ್ಕರೇ ಓಡಿ ಮಾಯವಾಗುತ್ತಾಳೆಂದು ಅವನಿಗೆ ಗೊತ್ತು. ಇನ್ನೊಂದಿಷ್ಟು ಮಾತಾಡಿಸುವ ಕಾತರ.

"ಯಾಕಿಲ್ಲ, ಅಂಥ ಅಭ್ಯಾಸ! ಹೆಲ್ತ್ ದೃಷ್ಟಿಯಲ್ಲಿ ಅಲ್ಲದಿದ್ರೂ ತಮ್ಮ ಫಿಗರ್ ಕಾಪಾಡಿಕೊಳ್ಳಲು ಜಾಗಿಂಗ್ ಮಾಡ್ತಾರಲ್ಲ" ಎಂದ ಸೀರಿಯಸ್ಸಾಗಿ. ಸ್ವಲ್ಪ ಹೆಜ್ಜೆಗಳನ್ನು ನಿಧಾನಿಸಿದಳು. ಮಾತಾಡಿಸುತ್ತಿರುವಾಗ ಮುಂದೆ ಹೋಗಿಬಿಡುವುದು ಉದ್ಧಟತನ. ಆದ್ದರಿಂದ ಹಿಂದೆ ಉಳಿಯುವುದು ಆರೋಗ್ಯಕರವೆನಿಸಿತು.

ಇದನ್ನು ಗಮನಿಸಿದ ಹೇಮಂತ್ ತನ್ನ ಹೆಜ್ಜೆಯ ವೇಗವನ್ನು ಅವಳದಕ್ಕಿಂತ ನಿಧಾನಿಸಿದ. ಪೇಚಾಟಕ್ಕೆ ಇಟ್ಟುಕೊಂಡಿತು ವರ್ಷಗೆ. ಈ 'ಹೈಮಾವತಿ ಪ್ಯಾಲೆಸ್'ನ ರಾಜಕುಮಾರ ಕಾದಂಬರಿಯಲ್ಲಿನ ಒಂದು ಮುಖ್ಯ ಪಾತ್ರ ಕೂಡ - ಆ ಬಗ್ಗೆ ಯೋಚಿಸತೊಡಗಿದಾಗ ಹೆಗಲ ಮೇಲೆ ಕೈ ಸ್ಪರ್ಶ.

"ಮೆ ಐ ಹ್ಯಾವ್ ಯುವರ್ ಅಟೆನ್ಷನ್? ಈ ಕಡೆ ಗಮನಕೊಟ್ಟು ನನ್ಮಾತುಗಳ್ನ ಕೇಳಿ. ನನ್ನ ಪ್ರಶ್ನೆಗೆ ಉತ್ತರ ಹೇಳಿ. ನನ್ನ ಮಾತಿನಿಂದ ನಿಮ್ಗೆ ಎಚ್ಚರವಾಗಿದ್ರೆ.... ಮುಟ್ಟಿಯೇ ಎಚ್ಚರಿಸ್ಬೇಕು. ಬೇರೆ ದಾರಿ ಇಲ್ಲ." ತಾನು ಅವಳ ಭುಜವನ್ನು ಸ್ಪರ್ಶಿಸಿದಕ್ಕೆ ಕಾರಣ ಹೇಳಿದ.

ಹಣೆಯೊತ್ತಿಕೊಂಡಳು. 'ಇದು ಯಾವ ಸೀಮೆಯ ಅಭ್ಯಾಸ?' ಸುಶ್ಮಿತಾ, ಹೇಮಂತ್ ಕೈ ಕೈ ಹಿಡಿದೇ ಓಡಾಡುವುದು. ಒಬ್ಬರ ಕೈ ಇನ್ನೊಬ್ಬರ ಬೆನ್ನನ್ನ ಬಳಸಿರುತ್ತಿತ್ತು. ಅದನ್ನು ನೋಡಿದ್ದಳು. ಅದನ್ನು ನನ್ನ ಜೊತೆ ಮಾತ್ರ ಮುಂದುವರಿಸುವುದು ಬೇಕಿರಲಿಲ್ಲ.

"ಸಾರಿ ಸರ್.... ಒಂದಿಷ್ಟು ಮರತೇ" ಹಿಂದಕ್ಕೆ ಹೋಗಿ ಹೈಮಾವತಿಯ ರೂಮಿನ ಬಳಿ ಮಾಯವಾದಳು. "ನನ್ನ ನಂತರ ಈ ಡೈರಿ ಸೇರಿರೋದು ನಿನ್ನ ಕೈಗೆ. ನಿನ್ನ ಬರಹಕ್ಕೆ ನಾನು ಒದಗಿಸೋ ಸಾಮಗ್ರಿ. ಅನುಮಾನ ಬಂದಾಗ ನನ್ನ ಪ್ರಶ್ನಿಸು. ಆದಷ್ಟು ಜೋಪಾನ. ಬೇರೆ ಯಾರ ಕೈಗೂ ಸಿಗ್ಬಾರ್ದು" ಎಚ್ಚರಿಸಿದ್ದರು.

ಆದರೆ ಆ ಡೈರಿಯನ್ನು ನೋಡಿದ್ದ ಹೇಮಂತ್. 'ಯಾರ ಕೈಗೂ...' ಅಂದರೆ ಅದು ಹೇಮಂತ್‌ಗೂ ಕೂಡ ಸಿಗಬಾರದು.

ಕೋಣೆಯೊಳಗೆ ಮೆಲ್ಲಗೆ ಕಾಲಿಟ್ಟವಳು ನಿಂತಾಗ ಹೈಮಾವತಿ ಬರುವಂತೆ ಸನ್ನೆ ಮಾಡಿದರು. "ನಿನ್ಹತ್ರ ಇನ್ನು ಸ್ವಲ್ಪ ಹೊತ್ತು ಮಾತಾಡ್ಬೇಕೂಂತ ಅನ್ನಿಸ್ತು. ಕಮಾನ್..." ಎಂದರು ಸ್ವಲ್ಪ ಹಸನ್ಮುಖರಾಗಿ. ಡೈರಿ ಅವಳಿಗೆ ತಲುಪಿಸಿ ಎದೆಯ ಮೇಲಿನ ಭಾರವನ್ನು ಇಳಿಸಿಕೊಂಡ ಅನುಭವದ ಜೊತೆ ನರೋನಾ ಸುತ್ತಲು ಹಾಕಿದ್ದ ಮುಳ್ಳುತಂತಿಯನ್ನು ದಾಟಿ ಒಂದು ಹೆಜ್ಜೆಯಾದರೂ, ಹೊರಗಿಟ್ಟನೆಂಬ ಸಮಾಧಾನ. ಅಲ್ಲಿಂದ ಮುಂದಕ್ಕೆ ವರ್ಷಳ ನೆರವು ಸಿಗುತ್ತಿತ್ತು ಮಾನಸಿಕವಾಗಿ.

"ಹೊರಗಡೆ ತುಂಬ ಹಿತಕರವಾದ ವಾತಾವರಣ ಇತ್ತು. ಬೆಳಗಿನ ವಾಕ್... ಆರೋಗ್ಯಕ್ಕೆ ಮಾತ್ರವಲ್ಲ, ಮನಸ್ಸಿಗೂ ಕೂಡ ಆಹ್ಲಾದಕರ" ಎಂದವಳು, ಮಾತಾಡಿದ್ದು ಜಾಸ್ತಿ ಆಯಿತೇನೋ ಎಂದು ನಾಲಿಗೆ ಕಚ್ಚಿಕೊಂಡಳು.

ಆ ಸಲಹೆ ಹೈಮಾವತಿಗೂ ಇಷ್ಟವಾಯಿತು. ಆಕೆಯ ಎಲ್ಲಾ ಕೆಲಸಕ್ಕೂ ಒಬ್ಬ ಹೆಣ್ಣು ಇದ್ದಳು, ರಾಣಿಯ ವಾಸದ ಊಳಿಗಕ್ಕೆ ಎನ್ನುವಂತೆ. ಅವಳಮ್ಮ ಕೂಡ ಪ್ರತಾಪ್‌ರ ತಾಯಿಯ ಬಳಿಯಲ್ಲಿ ಇದ್ದರಂತೆ. ವಂಶಪಾರಂಪರ್ಯವೆನ್ನುವಂತೆ ಇವಳು ನೇಮಕವಾಗಿದ್ದಳು. ಆದರೆ ಮಾತು ಬಾರದ ಮೂಗಿ. ಸದಾ ಇವರ ನೆರವಿಗೆಂದು ಇರುತ್ತಿದ್ದಳು.

ಇಂದು ವರ್ಷನೇ ಆಕೆಗೆ ಶಾಲು ಹೊದ್ದಿಸಿದಳು. ಇಬ್ಬರು ಹೊರಗೆ ಬಂದಾಗ ಮಣಿಯಮ್ಮ ದಡಬಡಿಸಿಕೊಂಡು ಬಂದಾಗ 'ನಾನು ರಾಣಿ ಸಾಹೇಬರ ಜೊತೆ ಹೋಗುತ್ತೇನೆ. ನೀನು ಬೇರೆ ಕೆಲಸ ಮಾಡು' ಎಂದು ಅವಳಿಗೆ ಸನ್ನೆ ಮಾಡಿದಳು ವರ್ಷ.

ಮುಂಬಾಗಿಲಿನ ಘೂರ್ಖ ಕೂಡ ನಮ್ರತೆಯಿಂದ ಸಲಾಂ ಮಾಡಿದ. ಆದರೂ ಅವನಿಗೆ ಆಶ್ಚರ್ಯ. ಪ್ರತಾಪ್ ಸತ್ತನಂತರ ಅರಮನೆಯ ಮುಂಬಾಗಿಲು ದಾಟಿ ಹೈಮಾವತಿ ಹೊರಗೆ ಬರುತ್ತಿದ್ದುದು ಅಪರೂಪ.

ಇಬ್ಬರೂ ಅರಮನೆಯ ಆವರಣ ಮುಂಬಾಗಿಲಿನವರೆಗೂ ಹೋಗಿ ಪಕ್ಕಕ್ಕೆ ತಿರುಗಿಕೊಂಡು ಪುಷ್ಪೋದ್ಯಾನದ ಬಳಿಗೆ ಬಂದಾಗ ಕೊಳಗಳಾಯಿತು ಹೈಮಾವತಿಯ ಕಣ್ಣುಗಳು. ತುಟಿ ಕಚ್ಚಿ ಅಳುವನ್ನು ನುಂಗಿದರು.

"ಬಹಳ ಚೆನ್ನಾಗಿದೆ. ಎಕ್ಸಲೆಂಟ್, ಕಲೆಕ್ಷನ್. ಒಂದು ಹೂವಿಗಿಂತ ಒಂದು ಹೂ ಡಿಫರೆಂಟ್. ಕಲರ್ಸ್ ಕೂಡ ಅಷ್ಟೇ" ವರ್ಷಳ ಉದ್ಗಾರಕ್ಕೆ ಅವರ ಪ್ರತಿಕ್ರಿಯೆಯೇ ಇಲ್ಲ.

ಬಹುಶಃ ಹೇಮಂತ್ ಬರದಿದ್ದರೆ ಆಕೆ ಮೌನದಲ್ಲಿ ಮುಳುಗಿ ಹೋಗುತ್ತಿದ್ದರೇನೋ, "ಹಾಯ್ ಮಮ್ಮಿ..." ಮುಖ ಮೇಲೆತ್ತಿ ಗಾಳಿಯನ್ನೂದು "ಡೈಲಿ ವಾಕ್ ಬರ್ತೀರಾ?" ಕೇಳಿದ ಕಿಡಿಗಣ್ಣು ಹಾರಿಸುತ್ತ ವರ್ಷಳತ್ತ.

"ಇಲ್ಲ, ನಿಮ್ಮ ಡ್ಯಾಡಿ ಕರೆದಾಗ ಬರ್ತಾ ಇದ್ದೆ. ನಂತರ ನಂಗೇನು ಆಸಕ್ತಿಯೆನಿಸಲಿಲ್ಲ. ಇಂದು ವರ್ಷಳ ಬಲವಂತ! ಈ ಛೇಂಜ್ ಕೂಡ ಇಷ್ಟವೆನಿಸಲಿಲ್ಲ" ಎಂದರು. ವಿಷಾದದಲ್ಲಿ ಮುಳುಗಿ ಎದ್ದಂತಿತ್ತು ಹೈಮಾವತಿ ಸ್ವರ.

ವರ್ಷ ಮೌನವನ್ನು ಆಶ್ರಯಿಸಿದಳು. ಹೇಮಂತ್ ದೃಷ್ಟಿ ಅವಳತ್ತ ಹರಿದಾಗ ನೋಟ ತಪ್ಪಿಸಿ ಬೇರೆಡೆ ಹರಿಸುತ್ತಿದ್ದಳು. ಲಂಡನ್‌ನಲ್ಲಿ ನಡೆದ ಒಂದು ಘಟನೆಯನ್ನು ವಿವರಿಸುತ್ತ ತಾಯಿಯೊಂದಿಗೆ ಹೆಜ್ಜೆ ಹಾಕಿ ಗೆಸ್ಟ್ ಹೌಸ್‌ಗೆ ಬಂದರು.

ಎಲ್ಲರಿಗೂ ಆಶ್ಚರ್ಯ. ಗೆಸ್ಟ್‌ಹೌಸ್‌ನ ಇನ್‌ಛಾರ್ಜ್ ಕಪಿನೀ ಓಡಿ ಬಂದು ಸ್ವಾಗತಿಸಿದರು. "ಈಗ ದೊಡ್ಡ ಸಾಹೇಬ್ರು ಫೋನ್ ಮಾಡಿ ಎಲ್ಲಾ ವಿಚಾರಿಸ್ಕೊಂಡ್ರು" ಹೇಳಿದರು ರಾಗವಾಗಿ.

"ಮೇಡಮ್, ದೊಡ್ಡ ಸಾಹೇಬ್ರು ಅಂದ್ರೆ ಯಾರು? ನನ್ನ ಒಂದ್ಸಲ ದೊಡ್ಡ ಸಾಹೇಬ್ರು ಕರೀತಾರೇಂತ ಸರ್ವೆಂಟ್... ಒಂದು, ಎರಡು, ಮೂರು.... ನಾಲ್ಕರ ನಂತರ ಒಂಬತ್ತು ಮೆಟ್ಟಲು ಕೆಳಗಿನ ಸಿಟ್ಟಿಂಗ್ - ಕಮ್ - ಬಾರ್‌ಗೆ ಕರೆದೊಯ್ದರು." ಅಂದಿನದನ್ನು ತಾಯಿ, ಮಗನ ಮುಂದೆ ಬಿಡಿಸಿಟ್ಟಳು.

ಸತ್ಯ ಬಂದು ಎದೆಗೆ ಬಡಿದಂತಾಯಿತು ಹೈಮಾವತಿಗೆ. ಕಹಿಯಾಡಿತು ಮೈಯಲ್ಲಿ. ರಾಜವಂಶದ ರಕ್ತ - ಅದಕ್ಕೆ ವಿಶೇಷವಾದ ಬಿಸುಪು.

ಹುಬ್ಬೆತ್ತಿ ಕಪಿನೀಯವರನ್ನು ನೇರವಾಗಿ ನೋಡಿದ ಹೇಮಂತ್.

"ಯಾರು. ಆ ದೊಡ್ಡ ಸಾಹೇಬ್ರು?" ಅವನ ಕಂಠಕ್ಕೆ ಆವೇಶ ನುಗ್ಗಿ ಬಂದಿತ್ತು. ನೋಡಿದ ಬಳಿಕ ಬಿಳಿ ಪೈಂಟ್‌ನಂತೆ ಬಿಳಿಚಿಕೊಂಡಿತು ಕಪಿನೀಯವರ ಮುಖ. ಇದರಲ್ಲಿ ಅವರದೇನು ತಪ್ಪಿಲ್ಲ. "ಅದೇ... ದೊಡ್ಡವ್ರು ನರೋನಾ ಸಾಹೇಬ್ರು" ಉಸುರಿದರು ಒಣಗಿದ ಸ್ವರದಲ್ಲಿ.

ಸರಿಯಾಗಿ ಅರ್ಥವಾಯಿತು ಹೇಮಂತ್‌ಗೆ. "ದೊಡ್ಡ ಸಾಹೇಬರು" ನರೋನಾ. ಎಷ್ಟೇ ವಿಶ್ವಾಸ, ಆತ್ಮೀಯತೆ ಇದ್ದರೂ ಇಷ್ಟವೆನಿಸಲಿಲ್ಲ. ತಾಯಿಯ ಕಡೆ ತಿರುಗಿದ.

ಇದೆಲ್ಲ ಅರಗಿಸಿಕೊಂಡು ಸ್ಥಿತಪ್ರಜ್ಞರಾಗಿದ್ದ ಆಕೆಯ ಮುಖದಲ್ಲಿ ಭಾವನೆಗಳ ಹೋರಾಟವಿರಲಿಲ್ಲ.

ಈ ಅವಮಾನ ತಾಳಲಾರದ ಸ್ಥಿತಿಯಲ್ಲಿದ್ದ ಹೇಮಂತ್. "ನಮ್ಮ ಡ್ಯಾಡಿ ಮಾತ್ರ ದೊಡ್ಡ ಸಾಹೇಬ್ರು. ರಾಜಾ ಸಾಹೇಬ್ರು. ಬೇರೆಯವ್ರಿಗೆ ಆ ಸಂಬೋಧನೆ ಬೇಡ. ಹೈಮಾವತಿ ಪ್ಯಾಲೆಸ್‌ನಿಂದ ನಿಮ್ಗೆ ಸಂಬಳ ಸಾರಿಗೆ ಕೊಡ್ತಾ ಇರೋದು, ಮೈಂಡ್ ಇಟ್." ಮೊದಲ ಸಲ ತನ್ನ ಅಧಿಕಾರ ಚಲಾಯಿಸಿದ್ದ. ಅಂದು ವರ್ಷನ ಕರೆಸಿದ್ದು ಕೂಡ 'ನರೋನಾ' ಅಂದುಕೊಂಡಾಗ, ಅವನ ಮೈ ಬೆಂಕಿಯಾಯಿತು. 'ದೊಡ್ಡ ಸಾಹೇಬ್ರು' ಸಹಿಸುವುದು ಕಷ್ಟವೆನಿಸಿತು.

ಮೂವರು ಕೂತು ಕಾಫಿ ಕುಡಿದ ನಂತರ, ಅಲ್ಲಿನ ನೌಕರರ ಚಟುವಟಿಕೆ ಗಮನಿಸಿದ ಹೇಮಂತ್. ತಂದೆಯ ಕಾಲದಲ್ಲಿ ದೊಡ್ಡ ದೊಡ್ಡ ವ್ಯಕ್ತಿಗಳು, ರಾಜಕಾರಣಿಗಳು, ಕೆಲವು ವಿದೇಶೀಯರು ಕೂಡ ಗೆಸ್ಟ್‌ಗಳಾಗಿ ಬಂದು ಇಳಿದುಕೊಳ್ಳುತ್ತಿದ್ದರು. ಆಮೇಲೆ.... ಆ ಬಗ್ಗೆ ಏನೇನು ಗೊತ್ತಿಲ್ಲ. ಅದರ ಯಾಜಮಾನ್ಯವನ್ನೆಲ್ಲ ನರೋನಾ ನಿರ್ವಹಿಸುತ್ತಿದ್ದರು.

ಹೊರಬರುವ ವೇಳೆಗೆ ಅರಮನೆಯ ಮುಂದಿನ ದೊಡ್ಡ ಕಂಬಗಳ ಗೇಟು ಬಳಿ ಇದ್ದ ಗಿಡಗಳನ್ನು ಇಲ್ಲಿಗೆ ತಂದಿಡುತ್ತಿದ್ದರು. ತಾಯಿಯ ಕಡೆ ನೋಡಿದ ಹೇಮಂತ್. ಆಕೆಯ ನೋಟ ಶೂನ್ಯದಲ್ಲಿತ್ತು ಅಷ್ಟೆ.

ಕೈ ಸನ್ನೆಯಿಂದ ಒಬ್ಬ ಸರ್ವೆಂಟ್‌ನ ಕರೆದು "ಏನಿದೆಲ್ಲ?" ಕೇಳಿದ. ಅವನು ಕೈ ಕಟ್ಟಿ ವಿನಯದಿಂದ "ದೊಡ್ಡ ಸಾಹೇಬರ ಆರ್ಡರ್, ಯಾರೋ ಗೆಸ್ಟ್‌ಗಳು ಬರ್ತಾ ಇದ್ದಾರಂತೆ. ಒಳಗೂ, ಹೊರಗು ಫರ್ನಿಷ್ ಮಾಡೋಕ್ಹೇಳಿದ್ದಾರೆ" ನುಡಿದ.

ಹೇಮಂತ್‌ಗೆ ಅಯೋಮಯವೆನಿಸಿತು. ಇದು ದಬ್ಬಾಳಿಕೆಯೆನಿಸಿತು. "ಎಲ್ಲಾ ಮೊದ್ಲಿನ ಜಾಗಕ್ಕೆ ರವಾನಿಸಿ, ಈಡಿಯಟ್ಸ್" ರೇಗಿದ. ಆಕೆಯ ಕಿರಿದಾದ ಕಣ್ಣುಗಳು ಅಗಲವಾಗಿ ಮಗನನ್ನು ನೋಡಿದವು. 'ಇದು ಕನಸೋ, ವಾಸ್ತವವೋ' ಹಿಂದೆ ಪ್ರತಾಪ್ ಬದುಕಿದ್ದಾಗ ನರೋನಾ ಫ್ಯಾಮಿಲಿಗೆ ಸಮಾನ ಗೌರವ ಸಂದಾಯವಾಗುತ್ತಿತ್ತು. ಪ್ಯಾಲೆಸ್‌ಗೆ ಹಿಂದಿರುಗಿದ ಹೇಮಂತ್ ಸ್ನಾನ ಮುಗಿಸಿ ತಾಯಿಯೊಂದಿಗೆ ಬ್ರೇಕ್‌ಫಾಸ್ಟ್ ತಗೋಳ್ಳೋವಾಗ ತನ್ನ ನಿರ್ಧಾರ ಪ್ರಕಟಿಸಿದ. "ಮಮ್ಮಿ, ಇನ್ನು ಎಜುಕೇಶನ್ ಸಾಕೂಂತ ಅನ್ನಿಸಿದೆ. ನೀವೇನು... ಹೇಳ್ತೀರಾ?" ಜೊತೆಗೆ ಒಂದು ಪ್ರಶ್ನೆಯನ್ನು ಕೂಡ ಆಕೆಯ ಮುಂದಿಟ್ಟ.

ಇಂಥ ಒಂದು ಪ್ರಶ್ನೆಗೆ ಪುಳಕಿತರಾದರು ಹೈಮಾವತಿ. ಯಾವುದೇ ಮುಖ್ಯವಾದ ನಿರ್ಧಾರಗಳು ತಗೊಳ್ಳೊವಾಗ ಕೂಡ ಪ್ರತಾಪ್ ಆಕೆಯನ್ನು ಪಕ್ಕಕ್ಕೆ ಇರಿಸಿಬಿಡುತ್ತಿದ್ದರು ಮುಲಾಜಿಲ್ಲದೆ.

ತಕ್ಷಣ ಏನು ಹೇಳಲೂ ತೋಚಲಿಲ್ಲ. ಇಲ್ಲು ಕೂಡ ನರೋನಾ ನೆರಳು ಕಾಡಿತು.

"ಪ್ಲೀಸ್, ನಂಗೇನು ಗೊತ್ತಾಗೋಲ್ಲ ಹೇಮಂತ್." ಭಾವೋದ್ವೇಗಕ್ಕೆ ಒಳಗಾದರು ಹೈಮಾವತಿ. "ಅರೆ, ಯಾಕೆ ಮಮ್ಮಿ ಎಕ್ಸೈಟ್ ಆಗ್ತೀರಾ! ಸರಳವಾದ ಪ್ರಶ್ನೆ ಅಲ್ವಾ!" ಮಗನ ಈ ಮಾತಿಗೂ ಪ್ರತಿಕ್ರಿಯಿಸಲಿಲ್ಲ.

ಮೇಲ್ನುಖಕ್ಕೆ ಎಲ್ಲಾ ಸಾಮಾನ್ಯವಾಗಿ ಕಾಣುವ ಇಲ್ಲಿ ಯಾವುದೋ ನೆರಳು - ಬೆಳಕಿನ ಆಟವಿದೆಯೆನಿಸಿತು. ವಿದ್ಯಾಭ್ಯಾಸ, ಓಡಾಟಗಳ ನಡುವೆ ಇದ್ದ ಅವನಿಗೆ ಆಳ, ಅಗಲ, ವಿಸ್ತಾರಗಳನ್ನು ಅಳೆದು ನೋಡಲು ಒಂದಿಷ್ಟು ಸಮಯ ಬೇಕೆನಿಸಿತು.

ಹೇಮಂತ್‌ನ ಎಷ್ಟೋ ಮಾತುಗಳಿಗೆ ಆಕೆಯ ಮೌನವೇ ಉತ್ತರ. ವರ್ಷಳ ಕೈಯಲ್ಲಿದ್ದ ಡೈರಿಯ ನೆನಪಾಯಿತು. ಅದರ ಮುಖಾಂತರವೇ ಅನ್ವೇಷಣೆ ಪ್ರಾರಂಭಿಸಬೇಕೆಂದುಕೊಂಡ. ನರೋನಾ ಅವರೊಂದಿಗೆ ಮಾತಾಡಿದರೆ, ಅವರು 'ದೊಡ್ಡ ಸಾಹೇಬರು' ಆಗಿ ಉಳಿಯುವ ಭಯವಿತ್ತು.

ಅರ್ಧ ಗಂಟೆಯೊಳಗೆ ಹೇಮಂತ್‌ಗೆ ಫೋನ್ ಬಂತು. "ಸ್ವಲ್ಪ ಕೂಡ ವಿಧೇಯತೆ ಇಲ್ಲ, ನಿಮ್ಮ ಪ್ಯಾಲೆಸ್‌ನ ವರ್ಕರ್ಸ್‌ಗೆ. ಕೆಲವು ಇಂಪಾರ್ಟೆಂಟ್ ಗೆಸ್ಟ್‌ಗಳು ಬರ್ತಾರೇಂತ ತಿಳಿಸಿದ್ದೆ. ಈಗ ಫೋನಾಯಿಸಿದ್ರೆ ಏನೇನೋ.... ಹೇಳ್ತಾರೇ." ಅಂತು ಹೇಮಂತ್‌ನೊಂದಿಗೆ ಮಾತನಾಡಬೇಕಾದ ಸಂದರ್ಭ ಬಂತು. ತಂದೆಯಷ್ಟೇ ಅವರೊಡನೆ ಒಡನಾಡಿದ್ದ, 'ಎಲ್ಲಿ ನೊಂದುಕೊಳ್ಳುತ್ತಾರೋ' ಎನ್ನುವ ಕಾಂಪ್ಲೆಕ್ಸ್ ಮೂಡಿದಾಗ ಮೌನವಾಗಿಟ್ಟ ಫೋನ್.

ಮತ್ತೆ ಮತ್ತೆ ಸದ್ದು ಮಾಡಿತು. ಆಪರೇಟರ್ ತಾನೇ ರಾಮನಾಥನ್‌ರೊಂದಿಗೆ ತೋಡಿಕೊಂಡ. "ದೊಡ್ಡ ಸಾಹೇಬ್ರ ಫೋನ್, ಯಾಕೋ ಹೇಮಂತ್ ಸರ್.... ರಿಸೀವ್ ಮಾಡಿಕೋತಾ ಇಲ್ಲ. ಈಗ ಅವ್ರಿಗೇನು ಹೇಳೋದು?" ಬಂದ ವರ್ಷ "ಯಾವ್ದೂ ಫೋನ್‌ಗಳು ಕೆಲ್ಸ ಮಾಡ್ತಾ ಇಲ್ಲ, ಕಂಪ್ಲೆಂಟ್‌ನ ಲಾಡ್ಜ್ ಮಾಡ್ಬೇಕೇನೋ" ಅಮಾಯಕಳಂತೆ ನುಡಿದಳು. ಹೊಸ ಟೆಕ್ನಾಲಜಿಯ ಫೋನ್‌ನ ವ್ಯವಸ್ಥೆ ಇತ್ತು ಅರಮನೆಗೆ. ಈಗ ಪೇಜರ್ ಆವಿರ್ಭವಿಸಿ ಕೆಲವು ಪ್ರಾಬ್ಲಮ್‌ಗಳನ್ನು ಸಾಲ್ವ್ ಮಾಡಿತ್ತು.

ಸಂಜೆ ಹೇಮಂತ್ ರಾಮನಾಥನ್‌ರನ್ನ ಕರೆಸಿಕೊಂಡು ಒಂದು ತರಹ ನೋಡಿದ. 'ಸರಿ, ತಪ್ಪು'ಗಳ ಲಾಜಿಕ್ ಪಕ್ಕಕ್ಕಿಟ್ಟು ಒಂದಿಷ್ಟು ಮಾತನಾಡಲು ಇಚ್ಛಿಸಿದ.

"ಪ್ಲೀಸ್ ಕೂತ್ಕೊಳ್ಳಿ. ನಂಗೆ ಸ್ವಲ್ಪ ಕನ್‌ಫ್ಯೂಷನ್. ಡ್ಯಾಡಿ ಇರೋವರ್ಗೂ ಏನೂ ತಿಳ್ಕೊಳ್ಳಿಲ್ಲ. ಈಗ ಇಲ್ಲೇ ಇರೋ ನಿರ್ಧಾರ ಮಾಡಿರೋದ್ರಿಂದ ಒಂದಿಷ್ಟು ತಿಳ್ಕೋಬೇಕಾಗಿದೆ. ಒಂದಿಷ್ಟು ಡೀಟೈಲ್ಸ್ ಕೊಡಿ."

ಅವನ ಮಾತುಗಳೇ ತಮಗೆ ಕೇಳಿಸಲಿಲ್ಲ ಎನ್ನುವಂತೆ ಕೂತುಬಿಟ್ಟರು ರಾಮನಾಥನ್. ಸರ್ವಾಧಿಕಾರಿಯಂತೆ ಎಲ್ಲವನ್ನು ನಿರ್ವಹಿಸುತ್ತಿದ್ದ ನರೋನಾ ಅಪ್ಪಿತಪ್ಪಿ ಹೈಮಾವತಿ ಸುದ್ದಿಯೊಂದಿಗೆ ಹೇಮಂತ್‌ನ ವಿಚಾರವನ್ನು ಕೂಡ ಎತ್ತುತ್ತಿರಲಿಲ್ಲ.

"ಕಿವಿಗಳಿಗೆ ಏನಾದ್ರೂ ಪ್ರಾಬ್ಲಮ್ ಇದ್ಯಾ?" ಕೇಳಿದ ಹೇಮಂತ್ ಮೂಗು ಕೋಪದಿಂದ ಕೆಂಪಾಯಿತು. "ಗೊತ್ತಿರೋದು ತೀರಾ ಕಡ್ಮೆನೇ. ದೊಡ್ಡ ಸಾಹೇಬ್ರುನ ಕೇಳಿದ್ರೆ... ಎಲ್ಲಾ ಅವ್ರೇ ಹೇಳ್ತಾರೆ" ನುಣುಚಿಕೊಂಡರು.

ಹೇಮಂತ್‌ನ ಪ್ರಯತ್ನಗಳು ಬರೀ ಪ್ರಯತ್ನಗಳೇ. ಯಾರೂ ಏನನ್ನು ಹೇಳಲೂ ಇಚ್ಛಿಸಲಿಲ್ಲ.

* * * *

ದಿನಾಂಕ, ಸಮಯವನ್ನು ತನ್ನ ಡೈರಿಯಲ್ಲಿ ಗುರುತು ಹಾಕಿಕೊಂಡು 'ದೇವರೇ, ದೇವರೇ, ದೇವರೇ, ಕಾಪಾಡಪ್ಪ' ಎನ್ನುತ್ತ ಡೈರಿಯ ಮೊದಲ ಪುಟ ತೆಗೆದಳು. ಇಸವಿಯನ್ನು ಗಮನಿಸಿದಳು.

1974ನೇ ಇಸವಿ. ಬಿ.ಡಿ.ಎಸ್. ಇಲೆಕ್ಟ್ರಾನಿಕ್ ಕಂಪನಿಯ ಡೈರಿ. ಅದೇನು ಅಂಥ ಹೆಸರಾಂತ ಕಂಪನಿಯಲ್ಲ. ಟಿ.ವಿ., ವಿ.ಸಿ.ಆರ್.ಗಳ ಸಣ್ಣಪುಟ ಕಾಂಪೊನೆಂಟ್‌ಗಳ ತಯಾರಿಕೆಯಲ್ಲಿ ತನ್ನನ್ನು ತೊಡಗಿಸಿಕೊಂಡಿರಬೇಕು. ಎರಡು ಮೂರು ಸಲ ತಿರುಗಿಸಿ ತಿರುಗಿಸಿ ನೋಡಿದಳು.

ತಾನು ಚಿಕ್ಕವಳು, ಅನುಭವ ಸಾಲದು ಎನ್ನುವ ಅಂಶ ಅವಳಿಗೆ ಹೊಳೆದರೂ, ಬೇರೆಯವರ ಅನುಭವವನ್ನು ತನ್ನದಾಗಿಸಿಕೊಂಡು ಬರೆಯುವುದರಲ್ಲಿ 'ಥ್ರಿಲ್' ಇರುತ್ತದೆಯೆನಿಸಿತು.

ಮೊದಲ ಪುಟದಲ್ಲಿ 'ಹೈಮಾವತಿ ನಂ ನಮಃ' ಎನ್ನುವುದನ್ನ ಬಿಟ್ಟು ಬೇರೇನು ಇರಲಿಲ್ಲ. ಎರಡು, ಮೂರು ಪುಟಗಳು ಖಾಲಿ. ನಾಲ್ಕನೇ ಪುಟ ತೆಗೆದಳು. 'ಗೌತಮ್ ತುಂಬ ಸ್ನೇಹಮಯಿ. ಒಳ್ಳೆಯವ. ಎಷ್ಟೆಷ್ಟೋ ಓದಿಕೊಂಡಿದ್ದಾನೆ' ಎಂದು ಮಾತ್ರ ಗುರುತು ಹಾಕಲ್ಪಟ್ಟಿತ್ತು.

ಗೌತಮ್‌ನ ಪರಿಚಯವಾದಾಗ ಹೈಮಾವತಿಗೆ ಬರೀ ಹದಿನಾಲ್ಕು ವರ್ಷ. ಕಿಶೋರಾವಸ್ಥೆಯ ಬಣ್ಣದ ಕನಸುಗಳ ದಿನಗಳು. ಅವನ ತಂದೆ ಟ್ರಾನ್ಸ್‌ಫರ್ ಆಗಿ ಈ ಊರಿಗೆ ಬಂದು ಇವರ ಎದುರು ಮನೆಯನ್ನು ಬಾಡಿಗೆಗೆ ಹಿಡಿದಿದ್ದರು. ಒಳ್ಳೆಯ ಜನ. ಆ ಮನೆಯ ಪ್ರತಿಯೊಬ್ಬರಿಗೂ ಓದಿನ ಮೇಲೆ ಆಸಕ್ತಿ. ಸದಾ ಸಾಹಿತಿಗಳ ಮತ್ತು ಅವರ ಕೃತಿಗಳ ಬಗೆಗಿನ ಮಾತುಗಳು.

ಹೈಮಾವತಿಗೆ ಆ ಮನೆಯವರೆಲ್ಲ ಇಷ್ಟವಾಗಲು ಇದು ಒಂದು ಕಾರಣ. ಎಲ್ಲಕ್ಕಿಂತ ಗೌತಮ್‌ನ ಸ್ನೇಹಮಯ ವ್ಯಕ್ತಿತ್ವ, ಕವಿಗಳ ಮೇಲಿನ ಅವನ ಪ್ರೇಮ ಮೆಚ್ಚಿಕೆಯಾಗಿತ್ತು. ಬಹುಶಃ ಅವನಲ್ಲಿನ ಈ ಗುಣಕ್ಕೆ ಅವನ ತಂದೆಯ ಸಾಹಿತ್ಯ ಪ್ರೇಮ ಒಂದು ಮುಖ್ಯ ಕಾರಣ. ಬೇಂದ್ರೆ, ಕುವೆಂಪು ಅವರ ಜೊತೆಯಲ್ಲಿಯೇ ವರ್ಡ್ಸ್‌ವರ್ತ್, ಕೋಲ್‌ರಿಜ್ ಮುಂತಾದವರ ಸಾಹಿತ್ಯ ಸೃಷ್ಟಿಯನ್ನು ಓದಿ ಸುಖಿಸಿದ್ದರು.

ನಾಲ್ಕನೇ ಪುಟದಲ್ಲಿ ಪಿನ್ ಮಾಡಿದ ಚೀಟಿ ಅವಳನ್ನು ಸೆಳೆಯಿತು.

ಜ್ಞಾನ-ವಿಜ್ಞಾನ

‘ಬಯಲರಿಪ ವಿಜ್ಞಾನವನ್ನು ಕಂಡು ಅಚ್ಚರದಿ
ಆದಷ್ಟು ಕಲಿಯಲು ತಪಿಸಿದ್ದೆ
ಆಳ ಆಳಕ್ಕೆ ಹೋಗಿ ಮನನ ಮಾಡಿದಾಗ
ಭಯದಿ ಮನ ಕೇಳಿತು “ಅರಿವಿಗಿದು ಸಾಕೆ”?

ರಾ.ಶಿ.’

ರಾ.ಶಿ.ಯವರ ಪದ್ಯವಿದ್ದ ಚೀಟಿ. ಅದನ್ನು ನಾನು ಗೌತಮ್ ಮನೆಯಿಂದ ಹೆಕ್ಕಿಕೊಂಡು ಬಂದಿದ್ದೆ. ಇದು ಗೌತಮನ ತಂದೆಯ ಕೈ ಬರಹ.

ಇಷ್ಟು ವರ್ಷ ಅದನ್ನು ಡೈರಿಯಲ್ಲಿ ಜೋಪಾನ ಮಾಡಿದ್ದರಿಂದ ಅವರ ಬಗ್ಗೆ ಎಷ್ಟೊಂದು ಅಕ್ಕರೆ ಇದೆಯೆನಿಸಿತು ಹೈಮಾವತಿಗೆ.

ತಾನು ತುಂಬ ತುಂಟ ಹುಡುಗಿ, ವಿಪರೀತ ಮಾತೆಂದು ಬರೆದುಕೊಂಡಿದ್ದ ಹೈಮಾವತಿ ತಮ್ಮ ಮನೆಯ ವಾತಾವರಣ, ತಾಯಿ ಇಲ್ಲದ ನೋವನ್ನು ಎರಡು ಪುಟಗಳಲ್ಲಿ ತೋಡಿಕೊಂಡಿದ್ದರೆ ನಂತರದ ನಾಲ್ಕಾರು ಪುಟಗಳಲ್ಲಿ ಗೌತಮನ ವಿಷಯವೆ.

‘ಗೌತಮ್ ತಂದೆಗೆ ರಿಟೈರ್ಡ್ ಆಯಿತು. ಇಲ್ಲೇ ಉಳಿಯುತ್ತಾರೆ’ ಎನ್ನುವ ವಾಕ್ಯವನ್ನು ಹತ್ತನೇ ಪುಟದಲ್ಲಿ ಮೂರು ಸಲ ಬರೆದಿದ್ದು ಒಂದು ವಿಶೇಷ. ಆಮೇಲಿನ ಕೆಲವು ಪುಟಗಳಲ್ಲಿ ಗೌತಮ್‌ನೊಂದಿಗೆ ಜಗಳ ಆಡಿದ್ದು, ತನ್ನ ಕಲಿಕೆಯಲ್ಲಿ ಅವನ ಸಹಾಯ ಮುಂತಾದವುಗಳ ಬಗೆಗಿನ ಒಕ್ಕಣೆ.

ಹದಿನಾಲ್ಕನೇ ವಯಸ್ಸಿನಿಂದ ಹದಿನೇಳರ ವೇಳೆಗೆ ಮೂರು ವರ್ಷಗಳಲ್ಲಿ ಬರೆದಿದ್ದು ಬರೀ ಇಪ್ಪತ್ತು ಪುಟಗಳು ಮಾತ್ರ.ಇಪ್ಪತ್ತೊಂದನೇ ಪುಟದಲ್ಲಿ ಪ್ರತಾಪ್ ಮತ್ತು ಅವರ ಮನೆಯವರು ಬಂದ ವಿವರಗಳು.

ಮದುವೆ ಇಷ್ಟವಿಲ್ಲದ್ದಕ್ಕೆ ಕಾರಣ ಶ್ರೀಮಂತ ಬದುಕು ಮತ್ತು ರಾಜಮನೆತನದವರ ಸಂಬಂಧ ಬೇಡವೆಂದು-ಅದಕ್ಕೂ ಮೀರಿದ ಕಾರಣವೊಂದಿತ್ತೇನೊ, ಎದೆಯಾಳದಲ್ಲಿ ಮಧುರವಾದ ತಂತಿ ಮಿಡಿಯುತ್ತ.

1976ರಲ್ಲಿ ಪ್ರತಾಪ್ ಮತ್ತು ಹೈಮಾವತಿಯ ಮದುವೆ ಮುಗಿಯಿತು. ಈ ಶ್ರೀಮಂತಿಕೆಯ ಮದುವೆಗೆ ಗೌತಮನ ಮನೆಯವರೆಲ್ಲ ಬಂದರೂ, ಗೌತಮ್ ಮಾತ್ರ ಬರಲಿಲ್ಲ! ಕೀಟ್ಸ್‌ನ ಒಂದು ಕವನ ಸಂಗ್ರಹದ ಜೊತೆಗೆ ಕೆ.ಎಸ್. ನರಸಿಂಹಸ್ವಾಮಿ ಅವರ ‘ಮೈಸೂರು ಮಲ್ಲಿಗೆ’ಯನ್ನು ಮದುವೆಯ ಉಡುಗೊರೆಯಾಗಿ ಕಳಿಸಿದ್ದ.

‘ಆ ಪುಸ್ತಕಗಳು ನನಗೆ ಪ್ರಾಣಕ್ಕಿಂತ ಪ್ರಿಯವಾಗಿದ್ದವು’ ಮನದ ಮಾತನ್ನು ಹೈಮಾವತಿ ಒಂದು ಪುಟದಲ್ಲಿ ದಾಖಲಿಸಿದ್ದರು.

ಪ್ರೇಮವನ್ನು ಅರಸಿ ಬಂದ ಹೈಮಾವತಿಗೆ ಸಿಕ್ಕಿದ್ದು ಕಾಮದ ರಸದೌತಣ. ರಸಪೂರ್ಣವಾಗಿ ಒಗ್ಗಿಸಿಕೊಳ್ಳುವ ದಾರಿ ಬಿಟ್ಟ ಪ್ರತಾಪ್‌ರ ಪ್ರತಿ ಸನಿಹವು ಅತ್ಯಾಚಾರದಂತೆ ಮಾರ್ಪಡುತ್ತಿತ್ತು.

ಮೂರು ವರ್ಷ ಮಕ್ಕಳಾಗದಿದ್ದಾಗ ಕೊಟ್ಟ ಹಿಂಸೆಯ ಜೊತೆ ನೂರನೇ ಪುಟದಲ್ಲಿ ಕೆಲವು ಮಾತುಗಳು ಇತ್ತು ನರೋನಾ ದಂಪತಿಗಳ ಬಗ್ಗೆ. ಅವರ ನಡುವೆ ಗೆಳೆತನಕ್ಕಿಂತ ಮತ್ತೆ ಯಾವುದೋ ಸಂಬಂಧವಿದೆಯೆಂದು ತೋಡಿಕೊಂಡಿದ್ದ ಹೈಮಾವತಿ, ತನ್ನ ಎದುರೇ ಲಕ್ಷ್ಮಿನರೋನಾ ಜೊತೆಯಲ್ಲಿ ನಡೆಸುತ್ತಿದ್ದ ರಾಸಲೀಲೆಯನ್ನು ನೋಡುವಂತೆ ಬಲವಂತಪಡಿಸುತ್ತಿದ್ದ ಕೆಲವು ಪ್ರಸಂಗಗಳನ್ನು ದಾಖಲಿಸಿದ್ದರು.

ನೂರು ಪುಟ ಓದುವ ವೇಳೆಗೆ ವರ್ಷಳ ಕಣ್ಣುಗಳು ಕೊಳಗಳಾದವು. ಹೆಂಡತಿಯೆನ್ನುವ ಪಟ್ಟ ಸಮಾಜಕ್ಕೆ ಮಾತ್ರ.

1978. ಶುಕ್ರವಾರದ ದಿನ ವಿಪರೀತ ಮಳೆಯ ಸೂಚನೆ. ಗೌತಮ್ ಆತಂಕದಿಂದ ಧಾವಿಸಿದ್ದ. "ನಿನ್ತಂದೆಗೆ ಹುಷಾರಿಲ್ಲ. ಈಗ್ಲೇ ಕರ್ಕೊಂಡ್ಬರೋಕೆ ಹೇಳಿದ್ದಾರೆ." ಆ ದಿನ ಪ್ರತಾಪ್ ಊರಿನಲ್ಲಿರಲಿಲ್ಲ. ಹೋಗುವುದು ಅನಿವಾರ್ಯವಾಗಿತ್ತು. 'ರಾಜ್ ಸಾಹೇಬರಿಗೆ ನಾನು ತಿಳಿಸ್ತೀನಿ' ರಾಮನಾಥ್ ಹೊಣೆ ಹೊತ್ತುಕೊಂಡು ಕಳಿಸಿದ್ದರು. ಬಂದಾಗ ಇಡೀ ಚಿತ್ರವೇ ಬದಲಾಗಿತ್ತು.

'ನೀನು ಗೌತಮನ ಸೂಳೆ' ಇಂಥ ಒಂದು ಮಾತು ಆತ್ಮವಿಶ್ವಾಸ ಕುಗ್ಗಿಸಿ ಹೈಮಾವತಿಯನ್ನು ಮೌನಿಯಾಗಿಸಿತ್ತು. ಅದರ ಕೆಳಗೆ 'ನನ್ನ ಪ್ರೀತಿ ಯಾವುದೇ ಸಂಬಂಧಕ್ಕೆ ಮೀರಿದ ಆರಾಧನಾ ಭಾವ' ಎಂದು ಬರೆಯುವುದರೊಂದಿಗೆ ಆ ಪುಟ ಮುಗಿದಿತ್ತು.

ಡೈರಿಯನ್ನು ತೆಗೆದಿಟ್ಟು ಸುಮ್ಮನೆ ಕೂತಳು ವರ್ಷ. ಪ್ರತಾಪ್‌ನ ಆಳೆತ್ತರ ವರ್ಣ ಚಿತ್ರವಿತ್ತು ಹಾಲ್‌ನಲ್ಲಿ. ಶರೀರದ ಸೊಂಪು, ಮುಖದಲ್ಲಿನ ಗಾಂಭೀರ್ಯ ನೋಡಿ ಎತ್ತರದ ವ್ಯಕ್ತಿ ಎಂದುಕೊಂಡಿದ್ದಳು.

ಬಾಗಿಲ ಸದ್ದಿನೊಂದಿಗೆ ಹೊರ ಬಂದ ರಾಮನಾಥ್ "ಯಾಕೆ, ಒಂದು ಘಳಿಗೆ ನಿನ್ಹತ್ರ ಮಾತಾಡ್ಬಾರ್ದು ಅನ್ನಿಸ್ತು. ಅದ್ಕೇ ಬಂದೆ" ಹೇಳಿ ಕೂತಾಗ ಅವಳಿಗೆ ಸ್ವಲ್ಪ ಗುಮಾನಿ. ತಾನಾಗಿ ಅವರನ್ನು ಭೇಟಿ ಮಾಡುತ್ತಿದ್ದಳು. ತಾವಾಯಿತು, ತಮ್ಮ ಕೆಲಸವಾಯಿತು. ಉಳಿದ ಸಮಯದಲ್ಲಿ ಭಗವದ್ಗೀತೆಯ ಒಂದು ಚಿಕ್ಕ ಪುಸ್ತಕವನ್ನು ತಮ್ಮ ಕೋಟಿನ ದೊಡ್ಡ ಪ್ಯಾಕೆಟ್‌ನಲ್ಲಿ ಇಟ್ಟುಕೊಂಡವರು ಅದನ್ನು ತೆಗೆದು ಓದುತ್ತಿದ್ದರಷ್ಟೆ.

"ಕೂತ್ಕೊಳ್ಳಿ.... ಏನು ವಿಷ್ಯ? ನಿಮ್ಮ ಎಲ್ಲಾ ಹುಡ್ಕಾಟಗಳು ಭಗವದ್ಗೀತೆಯಿಂದಲೇ ಶುರು, ಅಲ್ಲೇ ಮುಕ್ತಾಯ." ನಕ್ಕು ಸರಿಯಾಗಿ ಕೂತಳು. 'ಇದೇ ರಾಮನಾಥ್ ಅಂದು ಗೌತಮ್ ಅವರೊಂದಿಗೆ ಹೈಮಾವತಿಯನ್ನು ತಂದೆಯ ಮನೆಗೆ ಕಳಿಸಿದ್ದು.'

ಅವಳ ಸುತ್ತಮುತ್ತಲು ದಿಟ್ಟಿಸಿದರು. "ಬರವಣಿಗೆ ಶುರುವಾಗಿದ್ಯಾ?" ಆ ಪ್ರಶ್ನೆಗೆ ಅವಳ ಕಣ್ಣುಗಳು ಚುರುಕು ನೋಟ ಹರಿಸಿದವು. ಇದಕ್ಕೆ ಹಿನ್ನೆಲೆ ಏನಾದರೂ ಇದೆಯಾ ಎಂದು ಯೋಚಿಸುವಂತಾಯಿತು.

"ಹೆಚ್ಚು ಕಡ್ಮೆ ಅರ್ಧ ಮುಗಿದಂಗೆ" ಎಂದಳು ಉಲ್ಲಾಸವಾಗಿ. ಅವರ ಕಣ್ಣುಗಳು ಹುಡುಕಾಟ ನಡೆಸಿದಂತೆ ಕಂಡಿತು. "ಏನೂ ಕಾಣ್ಲೇ ಇಲ್ಲ" ಎಂದವರು ತಮ್ಮ ರುಮಾಲು ತೆಗೆದು ಕೂದಲಿಲ್ಲದ ತಲೆಯ ಮೇಲೆ ಕೈಯಾಡಿಸಿದರು; ಸ್ವಲ್ಪ ಜಿಜ್ಞಾಸೆಯಲ್ಲಿದ್ದರು. ಈ ವಿಷಯವನ್ನು ತಗೊಂಡಿರಲಿಲ್ಲ ರಾಮನಾಥನ್.

ಬೆಳಿಗ್ಗೆ ಫೋನ್ ಮಾಡಿದ ನರೋನಾ "ಏನು ವಿಷ್ಯ? ಬರವಣಿಗೆ... ಆ ಹುಡ್ಗೀ ಬಗ್ಗೆ ಒಂದಿಷ್ಟು ಡಿಟೈಲ್ ಕಲೆಕ್ಟ್ ಮಾಡ್ಕೋ" ಆಜ್ಞಾಪಿಸಿದ್ದರು. ಸದ್ಯಕ್ಕೆ ಯಜಮಾನನ ಸ್ಥಾನದಲ್ಲಿದ್ದ ಅವರ ಮಾತನ್ನು ಮನ್ನಿಸಲೇಬೇಕಿತ್ತು.

ಏನೇನೋ ಮಾತಾಡಿದರು. ಅಷ್ಟಿಷ್ಟು ವಿಷಯ ತಿಳಿಯಲು ರಾಮನಾಥನ್. ಹೇಳುವ ಬದಲು ವರ್ಷ ಕೇಳಿ ಕೇಳಿ ವಿಷಯ ಸಂಗ್ರಹಿಸುತ್ತಿದ್ದಳು, ಬುದ್ಧಿವಂತಿಕೆಯಿಂದ.

"ಬರ್ತೀನಮ್ಮ, ನಿಂಗೆ ಬೇಜಾರಾಯಿತೇನೋ" ಎದ್ದರು. ಮತ್ತೆ ಅವರ ನೋಟ ಟೇಬಲ್ಲು ಮೇಲೆ ತಡಕಾಡಿತು. ಒಂದು ಹೂದಾನಿಯನನು ಬಿಟ್ಟರೆ ಬೇರೇನಿಲ್ಲ.

ದಿವಾನ್ ಖಾನೆಗೆ ಬಂದವರು ಪ್ರಕಟಣೆ ಕೊಡುವಾಗ ಹೈಮಾವತಿ ಏನು ಹೇಳಿದರೆಂದು ಜ್ಞಾಪಿಸಿಕೊಂಡರು. ಆದರೆ ಇಂಟರ್‌ವ್ಯೂ ಮಾಡಿದ್ದು ಮಾತ್ರ ಅವರೊಬ್ಬರೇ, ಆಯ್ದುಕೊಂಡ ವರ್ಷ ಕೂಡ ಅವರ ಇಷ್ಟ ಪ್ರಕಾರವೇ.

"ನಿಮ್ಗೆ ಫೋನಿದೆ... ದೊಡ್ಡ ಸಾಹೇಬರದು"

ತಕ್ಷಣ ಫೋನೆತ್ತಿಕೊಂಡ ಅವರ ಕೈ ಬೆವತಿತು. "ಎಲ್ಲಾ ಕಂಪ್ಲೀಟ್ ಆಯ್ತಾ? ಆ ಹುಡ್ಗಿನ್ನೇ ನೇರವಾಗಿ ಕೇಳಿ." ಆ ಕಡೆಯಿಂದ ಅಸಹನೆಯ ಕಿಡಿಗಳು ಹಾರಿದುವು. 'ಈ ವಯಸ್ಸಿನಲ್ಲಿ ಇಂಥ ಮಾತು ಕೇಳುವ ಅಗತ್ಯವಿಲ್ಲ' ಎಂದುಕೊಂಡರು. ಎಷ್ಟೋ ಸಲ ಕೆಲಸ ಬಿಟ್ಟು ಸ್ವಂಯ ನಿವೃತ್ತಿ ಘೋಷಿಸಲು ಯೋಚಿಸಿ, ನಂತರ ಕೈಬಿಡುತ್ತಿದ್ದರು ಆ ತೀರ್ಮಾನವನ್ನು. "ಕೇಳ್ದೆ, ಇನ್ನು ಬರವಣಿಗೇನೇ ಶುರು ಮಾಡಿಲ್ವಂತೆ."

"ಏನು ಮಹಾನ್ ಕೃತಿ ರಚನೆ ಮಾಡ್ತಾಳಂತೆ ಈ ಡಾಲ್! ಅದೇನು ಬರೀತಾಳಂತ ಕೇಳ್ಬೇಕಿತ್ತು. ಆ ಇನೋಸೆಂಟ್ ಲೇಡಿ ಹೇಳೋಕೂ, ಇವ್ರು ಕೇಳಿ ಬರ್ರ್ಯೋಕು ಸರ್ರ್ಯೋಗುತ್ತೆ. ಇದೇನು ಹೈಮಾವತಿ ಟೈಂಪಾಸ್‌ಗೆ ಮಾಡ್ಕೊಂಡ ವ್ಯವಸ್ಥೆನಾ?" ಗುರುಗುಟ್ಟಿದರು. ಈ ಕಡೆಯಿಂದ ಸದ್ದೇ ಇಲ್ಲ. ಯಜಮಾನಿಕೆಯ ಬಗ್ಗೆ ಗೌರವವಿತ್ತು ರಾಮನಾಥ್‌ಗೆ. ಹಾಗೆಂದೇ ನರೋನಾ ವಿರೋಧವಾಗಿ ಮಾತಾಡಲು, ಯಃಕಶ್ಚಿತ್ ಸಾಮಾನ್ಯ ನೌಕರರಿಂದ ಸಾಧ್ಯವೇ?

"ಏನ್ರೀ, ನಿಮ್ಮ ಬಾಯಿಗೇನಾದ್ರು ಗರ ಬಡಿದಿದ್ಯಾ?" ಮಾತಾಡಿ ಜಾಡಿಸಿ ಒದ್ದಂತೆ ಹೇಳಿದಾಗ, ಪೂರ್ತಿ ರಾಮನಾಥ್‌ನ ಗಂಟಲೊಣಗಿದಂತಾಯಿತು. "ಆಯ್ತು, ಸರ್!" ಎಂದರು ಕ್ಷೀಣ ದನಿಯಲ್ಲಿ.

"ಏನು ಆಯ್ತು ರ್ರೀ.... ನಿಮ್ಮ ತಲೆ! ಮುದಿ ಗೂಬೆಗಳ್ನ ಇಟ್ಕೊಂಡ್ರೆ... ಹೀಗೇನೇ! ಮಿಸ್ಟರ್ ರಾಮನಾಥ್, ನಾನು ಬರೋ ವೇಳೆಗೆ ಫುಲ್ ಡೀಟೈಲ್ಸ್ ಕಲೆಕ್ಟ್ ಮಾಡಿಡಿ" ನರೋನಾ ಆಜ್ಞೆ.

ಫೋನ್ ಕುಕ್ಕಿದ ಸದ್ದು ರಾಮನಾಥನ್ ಕಿವಿಗೆ ಬಂದು ಅಪ್ಪಳಿಸಿದಂತಾಯಿತು. ಈ ತಲೆನೋವಿಂದ ತಪ್ಪಿಸಿಕೊಳ್ಳಲು ಕೆಲಸ ಬಿಡುವುದೇ ಸೂಕ್ತ ಎನ್ನುವ ನಿರ್ಧಾರಕ್ಕೆ ಬಂದರು.

ಇವರು ತಲೆ ಎತ್ತುವ ವೇಳೆಗೆ ಎದುರಿಗೆ ಹೇಮಂತ್ ಇದ್ದ. ಕಂಗೆಟ್ಟ ಮುಖ, ಏರಿಳಿತಗಳನ್ನು ನಮೂದಿಸುವ ಸುಕ್ಕುಗಳ ಆಳ-ರಾಮನಾಥ್ ಯಾವುದೋ ದೊಡ್ಡ ತೊಂದರೆಯಲ್ಲಿ ಸಿಕ್ಕಿಕೊಂಡಂತೆ ಕಾಣುತ್ತಿದ್ದರು.

"ಏನು ವಿಷ್ಯ? ವಾಟ್ ಹ್ಯಾಸ್ ಹ್ಯಾಪೆನ್ನಡ್?" ಎಂದ ಹೇಮಂತ್‌ನ ಮುಖ ಅರಿವಿಲ್ಲದಂತೆ ಬಿಗಿದುಕೊಂಡಿತು. ಫೋನ್ ಕಡೆ ನೋಟ ಹರಿಸಿದರು ರಾಮನಾಥ್. ಕಸಿವಿಸಿಯ ಜೊತೆ ನರೋನಾ ಮುಖ ನೆನಪಾಗಿ ಹೆದರಿಸುತ್ತಿತ್ತು. "ರಾಮನಾಥನ್ ಕಿವಿಗಳಿಗೇನಾದರೂ ಪ್ರಾಬ್ಲಮ್ ಇದ್ಯಾ?" ಹೇಮಂತ್ ಮಾತು ಚುರುಕಾಗಿತ್ತು. 'ಹಿಂದೆ ಎಂದಾದರೂ ಈ ರೀತಿ ಪ್ರಶ್ನಿಸಿದ್ದುಂಟಾ?' ಅವರೇ ಕೇಳಿಕೊಂಡರು. ಬರೀ ಬಂದು ಹೋಗುವ ಅತಿಥಿ ಮಾತ್ರ ಆಗಿದ್ದ, ಈ ಹೈಮಾವತಿ ಪ್ಯಾಲೆಸ್‌ನ ರಾಜಕುಮಾರ.

ಅಲ್ಲೇ ಬೆಪ್ಪಾಗಿ ನಿಂತಿದ್ದ ಗುಮಾಸ್ತನಿಗೆ ನೀರು ಕೊಡುವಂತೆ ಸನ್ನೆ ಮಾಡಿ "ನೀವು ಸ್ವಲ್ಪ ಹೊರ್ಗಡೆ ಹೋಗಿ" ಹೇಳಿದ ಸೀರಿಯಸ್ಸಾಗಿ. ಎಲ್ಲಕ್ಕಿಂತ ಇಲ್ಲಿನ ನೌಕರರು, ಚಾಕರರು 'ದೊಡ್ಡ ಸಾಹೇಬರು' ಎಂದು ಸಂಬೋಧಿಸಿದರೆ ಮಾತ್ರ ಅವನ ಮೈಮೇಲೆ ಮುಳ್ಳುಗಳೇಳುತ್ತಿದ್ದವು.

ಇಡೀ ದಿವಾನ್‌ಖಾನೆ ಇವರಿಬ್ಬರನ್ನು ಬಿಟ್ಟು ನಿರ್ಜನವಾಯಿತು. ತಂದೆ ಕೂಡುತ್ತಿದ್ದ ಕಡೆ ತಾನು ಕೂತು ರಾಮನಾಥನ್‌ರನ್ನ ಕೂಡ ಕೂಡುವಂತೆ ಸನ್ನೆ ಮಾಡಿದ.

"ಏನು ವಿಷ್ಯಾ? ಯಾವ್ದು ಫೋನ್?" ಕೇಳಿದ ತೀಕ್ಷ್ಣವಾಗಿ.

ಮೂರು ಸಲ ಉಗುಳು ನುಂಗಿದರು. ಹಿಂದೆ ಇಂಥ ಪರಿಸ್ಥಿತಿ ಎದುರಾಗಿರಲಿಲ್ಲ. ಹೇಳಿದರೆ ನರೋನಾ ಅವರಿಂದ ಏನಾದರೂ ತಕರಾರು ಬರಬಹುದೇ.

"ಮಿಸ್ಟರ್ ರಾಮನಾಥನ್. ನಿಮ್ಮನ್ನ ಹೆದರಿಸೋ ಅಂಥವ್ರು ಯಾರು?" ಈ ಸಲ ಸ್ವರವೇರಿಸಿದ. ಬಹುಶಃ ಪ್ರತಾಪ್ ತಂದೆಯ ಗತ್ತೇನೋ, ಅವರನ್ನು ರಾಮನಾಥ ತಮ್ಮ

ಚಿಕ್ಕ ವಯಸ್ಸಿನಲ್ಲಿ ನೋಡಿದ್ದರು. ತಂದೆಯ ಜೊತೆ ಅರಮನೆಗೆ ಬರುತ್ತಿದ್ದರು. ಇನ್ನಷ್ಟು ಭವ್ಯವಾಗಿತ್ತು ಅಂದಿನ ದಿನಗಳು.

"ರಾಮನಾಥನ್..." ಎನ್ನುವ ವೇಳೆಗೆ ಎಚ್ಚೆತ್ತುಕೊಂಡರು. "ದೊಡ್ಡ ಸಾಹೇಬ್ರು..." ಅನ್ನುವ ವೇಳೆಗೆ ಸಿಡಿದು ಬಿದ್ದ.

"ಡ್ಯಾಡಿ, ಸತ್ತಾಗ್ಲೇ.... ದೊಡ್ಡ ಸಾಹೇಬರ ಸ್ಥಾನ ಕೂಡ ಹೋಯ್ತು. ಇಲ್ಲಿ ಯಾವ ದೊಡ್ಡ ಸಾಹೇಬ್ರೂ ಇಲ್ಲ. ನಿಮ್ಗೆ ಫೋನ್ ಮಾಡಿದವರಾರು?" ಅಸಹನೆಯ ಕಿಡಿಗಳು ರಾಮನಾಥನ್‌ನ ಬಂದು ಅಪ್ಪಳಿಸಿತು.

ವಿಷಯನ ಸ್ಪಷ್ಟವಾಗಿ ಹೇಮಂತ್ ಮುಂದಿಟ್ಟರು.

ನರೋನಾ ಕೈಗಳು ಬಹಳ ಉದ್ದವೆನಿಸಿತು. ಇಡೀ ಹೈಮಾವತಿ ಪ್ಯಾಲೆಸ್ ಅವರ ಕಂಬಧ ಬಾಹುಗಳಲ್ಲಿ. ಇದನ್ನು ತಾಯಿ ಹೇಗೆ ಸಹಿಸಿಕೊಂಡಿದ್ದಾರೆ?

"ನರೋನಾ ಅವ್ರವರ್‍ಗೆ ವಿಷ್ಯ ಹೋದ್ರೆ.... ನನ್ನ ಮನೆಗೆ ಕಳಿಸ್ತಾರೆ. ಕೆಲ್ಸಗಾರರಲ್ಲಿ ಅವ್ರು ಅಪೇಕ್ಷಿಸೋದು ವಿಪರೀತ ವಿಧೇಯತೆಯನ್ನು. ಹೇಗೂ ನಂಗೂ ವಯಸ್ಸಾಯ್ತು? ಆದ್ರೂ ಈ ಅರಮನೆಯೊಂದಿಗೆ ಭಾವನಾತ್ಮಕ ಸಂಬಂಧ ಬೆಳ್ದುಹೋಗಿದೆ. ನಂತರದ ಬದ್ಕಿನ ಬಗ್ಗೆ ಯೋಚ್ಸಿದ್ರೆ - ತುಂಬ ಕಷ್ಟವಾಗುತ್ತೆ" ಹೇಳಿಕೊಂಡರು. ಅಂದರೆ ಈ ಪ್ಯಾಲೆಸ್‌ನ ಪ್ರತಿಯೊಬ್ಬರೂ ನರೋನಾಗೆ ಹೆದರುತ್ತಾರೆ ಮತ್ತು ಅವರನ್ನೇ ಯಜಮಾನರೆಂದು ಭಾವಿಸುತ್ತಾರೆ.

ಇಂಥ ಒಂದು ಸತ್ಯ ತಿಳಿದಾಗ ಹೇಮಂತ್ ಮೈನ ರಕ್ತ ಬಿಸಿಯಾಯಿತು. 'ನಿನ್ನ ಸೀಟು ರಿಸರ್ವ್ ಆಗಿದೆ. ಹೋಗೋದ್ಬಿಟ್ಟು ಪ್ಯಾಲೆಸ್‌ನಲ್ಲಿ ಏನ್ಮಾಡ್ತೀಯಾ?' ಎರಡು ಸಲ ಹೇಳಿ ನಂತರ ಟಿಕೆಟ್ ಕ್ಯಾನ್ಸಲ್ಲಾಗಿತ್ತು.

ಮೇಲೆದ್ದ ಹೇಮಂತ್ ರಾಮನಾಥನ್ ಭುಜದ ಮೇಲೆ ಕೈ ಇಟ್ಟು "ನೀವು ಇಲ್ಲೇ ಇರ್ಬಹ್ದು. ಅಕಸ್ಮಾತ್ ಕೆಲ್ಸದಿಂದ ವಜಾ ಮಾಡಿದ್ರೆ... ಗೆಸ್ಟ್ ಅಂತ ಟ್ರೀಟ್ ಮಾಡಿ ಗೆಸ್ಟ್‌ಹೌಸ್‌ನ ಒಂದು ಕೋಣೆ ನಿಮಗಾಗಿ ರಿಸರ್ವ್ ಆಗುತ್ತೆ. ವರೀ ಮಾಡ್ಕೋಬೇಡಿ." ಆತ್ಮೀಯತೆಯಿಂದ ನುಡಿದಾಗ ಸಾಗರದ ಮಧ್ಯೆ ತೇಲಿ ಹೋದಂತಾಯಿತು. ಹೊಸ ಹೇಮಂತ್‌ನ ಸ್ವಭಾವದ ದರ್ಶನ.

ಅವನ ಎರಡೂ ಕೈಗಳನ್ನು ಹಿಡಿದು ಕಣ್ಣಿಗೊತ್ತಿಕೊಂಡಾಗ ಅವು ಒದ್ದೆಯಾದುವು. ಪ್ರತಾಪ್ ಸತ್ತರೂ ಆ ಛಾಪನ್ನ ಮುಂದುವರಿಸಿದ್ದ ನರೋನಾ ದಾರಿಗೆ ಒಂದು ಅಡ್ಡ ಕಲ್ಲು. ಆದರೂ ಭಯ ರಾಮನಾಥನ್‌ಗೆ.

ಅತ್ತಿತ್ತ ನೋಡಿ ಭಯದ ನೋಟವರಿಸಿದರು. "ಏನು ತಿಳ್ಕೋಬೇಡಿ. ನಾನು ಹೇಳಿದ್ದು ನಿಮ್ಮ ಮನಸ್ಸಿಗೆ ಹಿಡಿಸ್ಲಿಲ್ಲಾಂದ್ರೆ... ಕ್ಷಮ್ಸಿಬಿಡಿ" ಎಂದಾಗ, ಅವರ ಎದೆಯ ಬಡಿತ ಹೇಮಂತ್‌ಗೆ ಕೇಳಿಸುತ್ತಿತ್ತು. "ದಯವಿಟ್ಟು, ದಯವಿಟ್ಟು,.... ಕೈ ಮುಗ್ದು ಕೇಳ್ಕೋತೀನಿ. ತಕ್ಷಣಕ್ಕೆ ನರೋನಾ ಸಾಹೇಬ್ರ ನಿಷ್ಠುರ ಕಟ್ಟಿಕೊಳ್ಳೋಕೆ ಹೋಗ್ಬೇಡಿ" ಎಂದು ಪಿಸುಗುಟ್ಟಿದವರು ಎದೆಯ ಮೇಲೆ ಕೈ ಇಟ್ಟುಕೊಂಡು ಉಸಿರು ದಬ್ಬಿದರು.

ಸ್ವಲ್ಪ ಕಷ್ಟವೆನಿಸಿತು ಅವನಿಗೆ. ಆದರೂ ನಸುನಕ್ಕು "ಅವ್ರು ನನ್ನ ಅಂಕಲ್ ಅಲ್ವಾ. ಸ್ವಂತದವರಷ್ಟ್ರ ನಿಷ್ಠುರ ಕಟ್ಟಿಕೊಳ್ಳೋದಾ. ಹಾಗೇನಿಲ್ಲ. ನಿಮ್ಮ ಮಾತುಗಳು ನನ್ನಲ್ಲೇ ಇರುತ್ತೆ. ಭಯ ಬೇಡ" ಸಮಾಧಾನಿಸಿದ ಹೇಮಂತ್.

ಅವನಿಗೆ ಒಂದು ವಿಷಯ ಅರ್ಥವಾಗಲಿಲ್ಲ. ಅವನ ಬಳಿ ಮಾತಾಡುತ್ತಿದ್ದುದು ಬರೀ ಅವನ ವಿಷಯ, ತೀರಾ ವೈಯಕ್ತಿಕವಾದದ್ದು. ನಡುನಡುವೆ ಸುಶ್ಮಿತಾಳ ವಿಷಯದ ಸೇರ್ಪಡೆ. ತಾವು ಕೂಡ ಅವನೊಂದಿಗೆ ಲಂಡನ್‌ನಲ್ಲಿ ಉಳಿಯುವ ಮಾತುಗಳನ್ನಾಡುವ ನರೋನಾ ವಿಶಿಷ್ಟವಾದ ಗೂಢವಾದ ವ್ಯಕ್ತಿಯ ಹಾಗೆ ಕಂಡರು.

ತಕ್ಷಣ ತಾಯಿಯನ್ನರಿಸಿಕೊಂಡು ಅವರ ರೂಮಿಗೆ ನುಗ್ಗಿದ. ವರ್ಷ ಬಹಳ ಗಂಭೀರವಾಗಿ ಉಪನ್ಯಾಸ ಕೊಡುತ್ತಿರುವಂತೆ ಕಂಡಳು. ಈಗ ಹೈಮಾವತಿಯ ಮುಖ ಸ್ವಚ್ಛವಾದ ನೀಲಾಕಾಶದಂತೆ ಕಂಡಿತು.

ತನ್ನ ಹ್ಯಾಂಡ್‌ಬ್ಯಾಗ್ ಎತ್ತಿಕೊಂಡು ಮೇಲೆದ್ದ ವರ್ಷ "ಆಮೇಲೆ ಬಂದು ಮೀಟ್ ಮಾಡ್ತೀನಿ" ಮೇಲೆದ್ದಳು.

ಬಾಗಿಲ ಬಳಿಯಲ್ಲಿಯೇ ನಿಂತ ಹೇಮಂತ್ "ಯಾಕೆ, ನಾನು ಬಂದಿದ್ರಿಂದ ಡಿಸ್ಟರ್ಬ್ ಆಯ್ತು? ನೀವು ಮುಂದುವರಿಸಿದ್ರೆ ನನ್ನದೇನು ಅಡ್ಡಿಯಿಲ್ಲ" ಎಂದ ಸೊಂಟದ ಮೇಲೆ ಕೈಯಿಟ್ಟುಕೊಂಡು. ಇದು ರಾಜಮನೆತನದ ಠೀವಿನಾ, ಅನಿಸಿತು.

ಅಪರೂಪವಾಗಿ ಇಂದು ಮನಃಪೂರ್ವಕವಾಗಿ ನಕ್ಕರು ಹೈಮಾವತಿ. ಮದುವೆಗೆ ಮುನ್ನ ಇಂಥ ಮುಕ್ತ ನಗೆ ಸಾಧ್ಯವಾಗಿತ್ತೇನೋ. ನಂತರ ಅವರ ತುಟಿಗಳ ಮೇಲೆ ವಿಷಾದ ನಗೆ, ಭಯ ಮಿಶ್ರಿತ ನಗೆ, ಗೊಂದಲದ ನಗೆ, ಅಮಾಯಕ ನಗೆಯೇ ಮೂಡುತ್ತಿದ್ದುದು.

"ವರ್ಷ... ಕೂತ್ಕೋ" ಎಂದ ಅಧಿಕಾರದಿಂದ. ಅವಳು ಹೈಮಾವತಿ ಮುಖ ನೋಡಿದಳು. "ಕೂತ್ಕೋ. ಬಹುಶಃ ಅವ್ನಿಗೆ ತುಂಬ ಮಾತು ಇಷ್ಟವೇನೋ!" ಎಂದರು. ಆಕೆಗೆ ಮಗನ ಸ್ವಭಾವದ ಬಗ್ಗೆ ಕೂಡ ಸ್ಪಷ್ಟವಾಗಿ ಗೊತ್ತಿಲ್ಲ.

ಆದರೂ ತಾಯಿ, ಮಗನನ್ನು ಬಿಟ್ಟು ವರ್ಷ ಹೊರಬಂದಳು ಉಪಾಯವಾಗಿ. ಹಿಂದಿನ ರಾತ್ರಿ ಇಡೀ ಕೂತು ಡೈರಿಯನ್ನು ಓದಿ ಮುಗಿಸಿದ್ದಳು.

'ಷಹಜಹಾನ್ ಹೆಂಡತಿ ಮಮ್ತಾಜಾಳ ಜ್ಞಾಪಕಾರ್ಥ ತಾಜ್‌ಮಹಲ್ ಕಟ್ಟಿಸಿದನಂತೆ. ಆದರೆ 'ಹೈಮಾವತಿ ಪ್ಯಾಲೆಸ್' ಎನ್ನುವ ಈ ಹೆಸರನ್ನು ಹಳೆ ಮನೆ ನವೀಕರಿಸಿದಾಗ ಪ್ರತಾಪ್ ತಂದೆ ಹೆಸರಿಸಿದ್ದು!' ನೂರ ಹನ್ನೊಂದನೆ ಪುಟದಲ್ಲಿ ಹೆಸರಿನ ಬಗ್ಗೆ ಕಾರಣವನ್ನು ಗುರುತು ಹಾಕಿದ್ದಳು ಹೈಮಾವತಿ.

ಅಂದರೆ ಪ್ರತಾಪ್ ಹೆಂಡತಿಗೆ ನೀಡಿದ ಪ್ರೀತಿಯ ಉಡುಗೊರೆ ಈ ಅರಮನೆಯಲ್ಲವೆಂದುಕೊಂಡಾಗ ವರ್ಷ ಮನಸ್ಸಿಗೆ ನೋವಾಯಿತು. ದಾಂಪತ್ಯದ ಸೊಗಸು, ಭವಿಷ್ಯದ ಹೊಣೆಯ ಬಗ್ಗೆ 'ಸಖೀಗೀತ' ರಚಿಸಿದ ಬೇಂದ್ರೆಯವರ ನೆನಪಾಯಿತು. ಎಂಥ ಉದಾತ್ತಭಾವದ ಆದರ್ಶದ ಸಮ್ಮಿಲನ.

"ಮೇಡಮ್...." ಪ್ಯಾಲೆಸ್‌ನ ಆಡಳಿತಗಾರ ಕಪಿನೀ ನಿಂತಿದ್ದರು. "ನಿಮ್ಗೆ ಫೋನಿದೆ. ಲೈನ್‌ನಲ್ಲಿ ಇರಲು ಹೇಳಿದೆ" ಹೋದರು.

ಅವಳೆದೆ ಢವಗುಟ್ಟಿತು. ಹಿಂದಿನ ದಿನ ತಂದೆಯಿಂದ ಫೋನ್ ಬಂದಿತ್ತು. ಮತ್ತೆ ಅವರು ಫೋನಾಯಿಸಬೇಕಾದರೆ, ಅವಳಿಗೆ ನೆನಪಾದದ್ದು ತಾಯಿ. 'ದೇವರೇ, ದೇವರೇ. ಅವರಿಗೆ ಏನು ಆಗದೇ ಇರ್ಲಿ. ನಂಗೆ ಖಂಡಿತ ಏನೂ ತಡೆದುಕೊಳ್ಳೋಕ್ಕಾಗೋಲ್ಲ' ಎಂದು ದೇವರ ಮನೆಯ ಕಡೆ ಓಡಿ ಹೋಗಿ ಬಾಗಿಲಲ್ಲಿ ಕೈ ಮುಗಿದು ಕಣ್ಮುಚ್ಚಿ ನಿಂತಳು. ಈಗ ಹದಿನೇಳು ತುಂಬಿದ ವರ್ಷ ಅಲ್ಲ, ಏಳರ ಮುಗ್ಧಬಾಲೆ. ತನ್ನ ವಯಸ್ಸಿನಲ್ಲಿ ಹತ್ತು ವರ್ಷ ಕಳೆದುಕೊಂಡು ದೇವರ ಮುಂದೆ ನಿಂತಿದ್ದಳು.

ಬಂದು ಕಂಪಿಸುವ ಕೈಯಿಂದ ಫೋನ್ ತಗೊಂಡಾಗ "ಏನು ವರ್ಷ, ಎಷ್ಟೊತ್ತು ಕಾಯೋದು, ಹೇಗಿದ್ದೀ?" ಮೊದಲಿಗಿಂತ ಅವಳ ಸ್ವರ ಮತ್ತಷ್ಟು ಸಣ್ಣದಾಗಿ ಬಾಯಿಯ ಆಳದಿಂದ ಬಂದಂತಿತ್ತು.

"ಏಯ್... ಏಯ್ ವರ್ಣಕ್ಕ. ಫೋನ್ ಇಡ್ಬೇಡ. ನಾನು ಇಲ್ಲಿಂದ್ಲೇ ಬೇಕಾದ್ರೆ ಕಾಯಿನ್ಗಳ್ನ ತುಂಬುತೀನಿ. ಐ ಯಾಮ್ ಓಕೇ.... ನೀನು ಹೇಗಿದ್ದೀ? ಅದೇನು ಅಪರೂಪಕ್ಕೆ ಫೋನ್ ಮಾಡಿದ್ದು?" ಹೇಳುವ ಮೊದಲೇ ಫೋನ್ ಕಟ್ಟಾಗಿತ್ತು. ಯಾಕೆ? ಭಯದಿಂದ ಒದ್ದಾಡಿಹೋದಳು.

ಅಂದು ಇಡೀ ದಿನದಲ್ಲಿ ಪಬ್ಲಿಕ್ ಫೋನ್ ಬೂತ್‌ನಿಂದ ಐದಾರು ಸಲ ಫೋನ್ ಮಾಡಿದಳು. ಕನೆಕ್ಟ್ ಆದುದ್ದೆಲ್ಲ ರಾಂಗ್ ನಂಬರ್, ಇಲ್ಲ ಎಂಗೇಜ್ ಸೌಂಡ್. ಅಂತು ನಿರಾಶೆಯಿಂದ ಹಿಂದಿರುಗಿದಾಗ ತೀರಾ ನಿಸ್ತೇಜಳಾಗಿದ್ದಳು. ವರ್ಣ ಫೋನ್ ಮಾಡಿದ್ದು ಯಾಕೆ?

ಪ್ಯಾಲೆಸ್‌ನ ಹಿಂಭಾಗಕ್ಕೆ ಬರುವ ಉದ್ದನೆಯ ಹಚ್ಚ ಹಸುರು ಲಾನ್ ಮೇಲೆ ಕೂತಳು ಕಾಲುಗಳನ್ನು ಮುಂದಕ್ಕೆ ಚಾಚಿ ಮೊಣಕಾಲುಗಳ ಮೇಲೆ ಗದ್ದವನ್ನೂರಿ. ವಸಿಷ್ಠ ಫ್ಯಾಮಿಲಿಯ ಚಿತ್ರ ಅವಳ ಕಣ್ಮುಂದೆ ಹರಡಿಕೊಂಡಾಗ, ಬರೀ ಗೊಂದಲ. 'ಹಣದ ಜನ, ಅಗತ್ಯಕ್ಕಿಂತ ಹೆಚ್ಚಿಗೆ ಹಣಕ್ಕೆ ಮಹತ್ವ ಕೊಡುತ್ತಿರುವ ಜನ. ಇಲ್ಲಿ ನಷ್ಟವಾಗುವವರು ಅವರೇ.' ಸದ್ಯಕ್ಕೆ ಅಷ್ಟಕ್ಕಿಂತ ಅವರ ಬಗ್ಗೆ ಯೋಚಿಸಲು ಏನೂ ಸಿಗಲಿಲ್ಲ.

ಚಲಪತಿ, ಪ್ರತಾಪ್, ನರೋನಾ, ಹೇಮಂತ್‌ರ ನಡುವಿನ ಸ್ವಭಾವಗಳನ್ನು ಮನದಲ್ಲಿಯೇ ವಿಶ್ಲೇಷಿಸತೊಡಗಿದಳು. ಒಬ್ಬರಿಗಿಂತ ಒಬ್ಬರು ತೀರಾ ಭಿನ್ನ.

"ಹಲೋ..." ಸ್ವರ ಅವಳನ್ನು ಎಚ್ಚರಿಸಿದಾಗ ವರ್ಷಳ ಹ್ಯಾಂಡ್ ಬ್ಯಾಗ್ ಹೇಮಂತ್‌ನ ಕೈಯಲ್ಲಿತ್ತು. "ಈಗ ಓಡೋಲ್ಲಾಂತ ಅನ್ನಿಸುತ್ತೆ. ಪ್ಲೀಸ್, ನಾನು ಹೇಳೋದು ಕೇಳಿ" ಅವನು ಶುರು ಮಾಡಿದ ಕೂಡಲೇ ಸ್ವಲ್ಪ ಸ್ವಲ್ಪ ಹಿಂದಕ್ಕೆ ಸರಿದವಳು "ನಾನು ಮೇಡಮ್‌ಗೆ ಹೇಳ್ಬಿಡ್ತೀನಿ."

ಹೇಮಂತ್ ಒಂದು ತರಹ ನೋಡಿ ನಕ್ಕ. "ದಟ್ಸ್ ರೈಟ್, ನಾನು ನಿಮ್ಜೊತೆ ಬರ್ತೀನಿ. ಅಪರಾಧದ ಆರೋಪದ ಜೊತೆ ರೆಡ್‌ಹ್ಯಾಂಡಾಗಿ ಅಪರಾಧಿಯನ್ನು ಕೂಡ ಒಪ್ಪಿಸ್ಬಹ್ದು. ವಾದ, ವಿವಾದಗಳ ನಂತರ ತಾನೇ ಶಿಕ್ಷೆ. ಯಾವಾಗ್ಲೂ ನ್ಯಾಯಾಲಯಕ್ಕೆ ಎವಿಡೆನ್ಸ್ ಮುಖ್ಯವಾಗುತ್ತೆ. ಇಲ್ನೋಡಿ" ಮುಂಗೈ ಹಿಡಿದ ಮುಂದೆ. ಇನ್ನೂ ಎರಡು ಹಲ್ಲಿನ ಗುರುತು ಉಳಿದು ಅವಳೆದೆಯ ಬಡಿತವನ್ನೇರಿಸಿತು.

"ತಪ್ಪು ಯಾರ್ದು? ಪರಿಚಯವಿಲ್ದ ಹುಡ್ಗಿಯ ಜೊತೆ ಅಷ್ಟೊಂದು ಅನಾಗರಿಕವಾಗಿ ವರ್ತಿಸಿದ್ದು ಮಹಾನ್ ತಪ್ಪು. ಬಹುಶಃ ನನ್ಕೈಲಿ ಪಿಸ್ತೂಲ್ ಇದ್ದಿದ್ರೆ... ಷೂಟ್ ಮಾಡಿಬಿಡ್ತಾ ಇದ್ದೆ." ಹಲ್ಮುಡಿ ಕಚ್ಚಿ ಉದ್ವಿಗ್ನಳಾದಳು.

ಕಣ್ಣರಳಿಸಿದವನು ಬಲಗೈನಲ್ಲಿದ್ದ ಹ್ಯಾಂಡ್ ಬ್ಯಾಗನ್ನು ಎಡಗೈಗೆ ಬದಲಾಯಿಸಿಕೊಂಡು ಬೆರಳುಗಳಿಂದ ಅದರ ನುಣುಪನ್ನು ಪರೀಕ್ಷಿಸುತ್ತ, "ಇಂಪಾಜಿಬಲ್, ಇದು ಯಾವ ದೇಶದ ಕಾನೂನಿನಲ್ಲಿದೆ. ಅಪರಾಧ ಆಗ್ಬಹ್ದು. ಅದ್ಕೇ ಅಗತ್ಯವಾದ ಎವಿಡೆನ್ಸ್ ಸಿಗ್ಬೇಕು. ಸಾಕ್ಷ್ಯಾಧಾರಗಳನ್ನು ಕೋರ್ಟ್ ಮುಂದೆ ಇಡ್ಬೇಕು. ಪ್ರತಿಯೊಬ್ಬ ವ್ಯಕ್ತಿ ಅನ್ಯಾಯವಾದ ಕೂಡ್ಲೆ ಸೇಡು ತೀರ್ಸಿಕೊಳ್ಳೋಕೆ.... ಇದೇನು ಕಮರ್ಷಿಯಲ್ ಸಿನಿಮಾನಾ?" ವಿಷಯವನ್ನ ತೀರಾ ಪ್ರೊಲಾಂಗ್ ಮಾಡಿದಾಗ ಅವಳಿಗೆ ತಲೆ ಕೆಟ್ಟಂತಾಯಿತು.

ಎರಡು ಕೈಗಳನ್ನು ಜೋಡಿಸಿದಳು "ಆ ಬಗ್ಗೆ ನಿಧಾನವಾಗಿ ಯೋಚಿಸ್ತೀನಿ. ಲಾ ತಿಳ್ಯೋದು ಅಷ್ಟೆ ಅಗತ್ಯ ಅನಿಸಿದೆ. ನನ್ನ ಪರ್ಸ್‌ನ ಕೊಡಿ. ಅದು ಮತ್ತೊಂದು ರಾಬರಿ ಕೇಸ್ ಆಗ್ಬಾರ್ದು" ಎಂದಳು.

ಸ್ವಲ್ಪ ರಾಜಿಯ ಸೂತ್ರವನ್ನು ಅನುಸರಿಸಲು ಹೇಮಂತ್ ಯೋಚಿಸಿದ. ಅವನ ಪ್ರತಿಜ್ಞೆ, ಛಾಲೆಂಜ್‌ನ ನೆನಪಾಯಿತು.

"ಸಾಹೇಬ್ರೆ, ಕರೀತಾ ಇದ್ದಾರೆ" ಏದುಸಿರು ಬಿಡುತ್ತ ಬಂದ ಸರ್ವೆಂಟ್. "ದೊಡ್ಡ...." ಎಂದವ ತಿದ್ದಿಕೊಂಡು "ನರೋನಾ ಸಾಹೇಬ್ರು ನಿಮ್ಮನ್ನ ಕರೀಂದ್ರು" ಎಂದು ವಿಷಯ ಮುಟ್ಟಿಸಿದ.

ಪರ್ಸ್‌ನ ಅವಳತ್ತ ಎಸೆದು ಹೇಮಂತ್ ಅಷ್ಟು ದೂರ ಹೋದವನು ಒಮ್ಮೆ ಹಿಂದಿರುಗಿ ನೋಡಿದ. 'ವರ್ಷ ಡಿಫರೆಂಟ್ ಸ್ವಭಾವದ ಹುಡ್ಗಿ. ವಯಸ್ಸು, ಸೌಂದರ್ಯನ ದುರುಪಯೋಗಪಡಿಸಿಕೊಳ್ಳಲಾರಳು" ಸ್ವಲ್ಪ ಹಿರಿಯನಂತೆ ಯೋಚಿಸಿದವನು ಮನದಲ್ಲಿ ನಕ್ಕ.

ಪರ್ಸ್ ಮಾದರಿಯ ಹ್ಯಾಂಡ್‌ಬ್ಯಾಗ್ ಹಿಡಿದುಕೊಂಡು ಬಂದಳು ಅರಮನೆಯೊಳಗೆ. ರಾಮನಾಥನ್ ಹತ್ತಿರ ಬಂದು ವಿಚಾರಿಸಿದರು.

"ಯಾಕೆ, ಒಂದು ತರಹ ಇದ್ದೀಯಾ?"

ಏನೂ ಹೇಳಬೇಕೆನಿಸಲಿಲ್ಲ. ರೂಮಿಗೆ ಬಂದು ಬಾಗಿಲು ಹಾಕಿಕೊಂಡು ಮಂಡಿಯೊಳಗೆ ತಲೆ ಹುದುಗಿಸಿ ಅತ್ತಳು. 'ವರ್ಣ ಚೆನ್ನಾಗಿದ್ದಾಳೆ. ಹೆಚ್ಚು

ಮಾತಾಡೋಕಾಗ್ಲಿಲ್ಲ' ಅವಳ ತಂದೆ ಮುಟ್ಟಿಸಿದ್ದ ಸುದ್ದಿ. ವಸಿಷ್ಠ ಬಂಗ್ಲೆಯ ಮಬ್ಬಿನ ಪರಿಸರದಲ್ಲಿ ಉಸಿರಾಡುವುದು ಪ್ರಯಾಸವೆನಿಸಿತ್ತು. ಅಲ್ಲಿ ವರ್ಣ ಹೇಗಿದ್ದಾಳೆ? ಬಹುಶಃ ಅದನ್ನೆಲ್ಲ ಮರೆಸುವಂಥ ಪ್ರೀತಿ ನೀಡಿರಬೇಕು ಅಭಿಷೇಕ್ ವಸಿಷ್ಠ.

ಡೈರಿ ತೆಗೆದು ಒಂದೊಂದೇ ಪುಟವನ್ನು ತಿರುವತೊಡಗಿದಳು. ಪುಟದಲ್ಲಿದ್ದ ಗೌತಮ್ ವ್ಯಕ್ತಿತ್ವದ ಚಿತ್ರಣಕ್ಕೆ ಒಂದು ಕಲ್ಪನೆಯ ಚೌಕಟ್ಟು ಹಾಕಿದಳು. ಪ್ರತಿಭೆ ಮುಕ್ಕಳಿಸುವ ಮುಖ, ಸಾಧಾರಣ ಮೈಕಟ್ಟು, ಮಿಂಚುವ ಕಣ್ಣುಗಳು, ಗಂಭೀರ ಮುಖ - ಆ ವ್ಯಕ್ತಿ ಈಗ ಹೇಗಿರಬಹುದು?

ಮತ್ತೆ ಓದಿ ಮುಗಿಸಿದವಳು ಒಂದು ಕಡೆ ಇಟ್ಟಳು. ಒಂದೆರಡೇನು ಸಾಕಷ್ಟು ಕವನಗಳನ್ನು ತನ್ನ ನೋಟ್ ಪುಸ್ತಕಗಳಲ್ಲಿ ಗೀಚಿದ್ದರೆ, ಒಂದೆರಡು ಕಥೆಗಳನ್ನು ಬರೆದು ಮೂಲೆಗೆ ಸೇರಿಸಿದ್ದಳು. ಇಷ್ಟೇ ಇವಳ ಬರಹದ ಪ್ರೌಢಿಮೆ.

ಬಹುಶಃ ಹೈಮಾವತಿ ಕೂಡ ತಾವು ಹೇಳಿ ಬರೆಸಬಹುದೆಂದು ಕೊಂಡಿದ್ದರೇನೋ, ಆದರೆ ಅವರ ಮನಸ್ಥಿತಿ ವಿರೋಧವಾಗಿತ್ತು. ಅದಕ್ಕೇ ಪೂರ್ತಿ ಜವಾಬ್ದಾರಿಯನ್ನು ವರ್ಷಗೆ ಬಿಟ್ಟಿದ್ದರು.

ಎಲ್ಲಿಂದ, ಹೇಗೆ ಶುರು ಮಾಡುವುದೆಂದು ಚಿಂತಿಸಿದಳು. ಹೈಮಾವತಿಯದು ಪ್ರಧಾನ ಪಾತ್ರವಾದರೂ ಸುತ್ತಲಿನ ಪಾತ್ರಗಳೂ ಅಷ್ಟೇ ಮುಖ್ಯವಾಗಿದ್ದವು. ಆಕೆಯ ಬಾಳ ಪುಟಗಳು ದಾಖಲಾಗಬೇಕಿತ್ತು. ಪದಗಳನ್ನು ತುಂಬಿಕೊಂಡ ಹತ್ತಾರು ಪುಟಗಳು ಚಿಂದಿಯಾಗಿ ಕಸದ ಬುಟ್ಟಿ ಸೇರಿತು. ಕೆಲವೊಮ್ಮೆ ಅಳಬೇಕೆನಿಸುತ್ತಿತ್ತು ವರ್ಷಗೆ.

ಸ್ವತಃ ರಾಮನಾಥನ್ ಬಂದು "ಮೇಡಮ್, ಡಿನ್ನರ್‌ಗೆ ಕರೀತಾರೆ" ಜೊತೆಯಲ್ಲಿಯೇ ಕರೆದೊಯ್ದರು. ಕೆಲವು ಸಲ ಆಕೆಯೊಂದಿಗೆ ಬ್ರೇಕ್‌ಫಾಸ್ಟ್, ಡಿನ್ನರ್ ತೆಗೆದುಕೊಂಡಿದ್ದರು. ಇಂದು ಹೇಮಂತ್ ಕೂಡ ಇದ್ದ.

"ಬಾ, ವರ್ಷ.... ಇಡೀ ದಿನ ನಿನ್ಮುಖ ಹೊರ್ಗೆ ಕಾಣ್ಲೆಲ್ಲ. ರಾಮನಾಥ್ ಹೇಳಿದ್ರು." ಅರ್ಥಗರ್ಭಿತವಾಗಿ ಕೇಳಿದಾಗ ನಸುನಕ್ಕಳು. ಮಾತಾಡುವುದು ಕಷ್ಟವೆನಿಸಿತು. ಅವಳು ಇಂದು ಪೂರ್ತಿ ಮೌನವನ್ನು ಆಶ್ರಯಿಸಿಬಿಟ್ಟಳು.

ಅರ್ಧದಲ್ಲಿಯೇ ಎದ್ದು ಹೋದ ಹೇಮಂತ್. ಯಾಕೋ, ಕೆಲವು ವಿದ್ಯಮಾನಗಳು ಸಂದೇಹಿಸುವಂತೆ ಮಾಡಿತ್ತು ಇಡೀ ಹೈಮಾವತಿ ಪ್ಯಾಲೆಸ್‌ನ ಜನರ ಜೊತೆ ನರೋನಾ ಫ್ಯಾಮಿಲಿಯವರನ್ನು ಕೂಡ. ಒಂದೊಂದು ಸಣ್ಣಪುಟ್ಟ ಪ್ರಕರಣಗಳೂ ಕೆಲವು ನೂರು ಪ್ರಶ್ನೆಗಳಾಗಿ ಕಾಡುತ್ತಿದ್ದವು ಅವನನ್ನು.

ಸ್ವತಃ ವರ್ಷಳ ಕೋಣೆಯನ್ನು ತಾನೇ ತಲಾಷೆ ಮಾಡಿದ. ಡೈರಿ ಸಿಗಲಿಲ್ಲ. ಬಟ್ಟೆಬರೆಗಳ ಜೊತೆ ಅವಳ ಫ್ಯಾಮಿಲಿಯ ಫೋಟೋ ಒಂದಿದ್ದು. ಹತ್ತಿರವಿಡಿದು ನೋಡಿದ. ವರ್ಷಳ ಮುಖದ ಮುಗ್ಧತೆಯ ನಡುವೆ ಇದ್ದ ತುಂಟತನ ಆಕರ್ಷಕವಾಗಿತ್ತು.

ಇನ್ನೊಂದು ಬಾಗಿಲ ಮೂಲಕ ಹೊರಹೋದ. ಅರಮನೆಯ ಕೆಲವು ಗುಪ್ತ ಬಾಗಿಲುಗಳ ಬಗ್ಗೆ ಯಾರಿಗೂ ತಿಳಿಯದು.

ಜೊತೆಯಲ್ಲಿ ಕರೆದೊಯ್ದ ಹೈಮಾವತಿ ಅವಳ ಮ್ಲಾನತೆಗೆ ಕಾರಣವನ್ನು ವಿಚಾರಿಸಿದರು. "ನಿನ್ತಂದೆಯಿಂದ ಏನಾದ್ರೂ ಫೋನ್ ಬಂತಾ?" ಇಲ್ಲವೆಂದು ತಲೆಯಾಡಿಸಿದಳು. ಸ್ವಂತ ವಿಷಯಗಳು ಹೇಳಿಕೊಳ್ಳಲು ಹಿಂದೆಗೆಯುತ್ತಿದ್ದಳು.

'ಒಂದ್ಮಾತು... ಕೇಳ್ಲಾ? ನೀವ್ಯಾಕೆ ಇಷ್ಟವಿಲ್ಲದ ಮದ್ವೆನಾ ನಿರಾಕರಿಸ್ಲಿಲ್ಲ' ಎಂದು ಕೇಳಬೇಕೆನಿಸಿದರೂ ಕೇಳಲಿಲ್ಲ. ಕೆಲವಕ್ಕೆ ಕಾರಣಗಳು ಹುಡುಕುವುದು ಮೂರ್ಖತನವೆನಿಸಿತ್ತು.

"ಮೇಡಮ್. ಒಂದು ನಾಲ್ಕು ದಿನ ಹೊರ್ಗಡೆ ಹೋಗ್ಬೋಕೆ ಪರ್ಮಿಷನ್ ಕೊಡಿ. ನಂಗೆ ಒಮ್ಮೆ ಗೌತಮ್‌ನ ನೋಡ್ಬೋ ಇಚ್ಛೆ ಇದೆ" ಎಂದಳು ಬಹಳ ಮೆಲ್ಲಗೆ. ಬೆಚ್ಚಿಬಿದ್ದರು ಹೈಮಾವತಿ. ಇಪ್ಪತ್ತೈದು ವರ್ಷಗಳ ಹಿಂದೆ ನೋಡಿದ್ದು. ತಂದೆ ಸತ್ತಾಗ ಸಂತೈಸಿದ್ದು ಗೌತಮ್ಮೇ. "ಬೇಡ, ವರ್ಷ... ಆಮೇಲೆ ನಾನೆಂದೂ ಭೇಟಿ ಮಾಡ್ಬೇಕೂಂತ ಕೂಡ ಅಂದುಕೊಳ್ಳಿಲ್ಲ. ಲೌಕಿಕವಾದ ಸಂಬಂಧಗಳ್ನ ಮೀರಿದ ಪವಿತ್ರ ಸ್ನೇಹ ನಮ್ದು. ಕಳಂಕದ ರೂಪದಲ್ಲಿ ನೋಡಿದ ಪ್ರತಾಪ್‌ನ ನಾನೆಂದೂ ಕ್ಷಮಿಸ್ಲಿಲ್ಲ." ಒತ್ತಿಕೊಂಡು ಬಂದ ಕಣ್ಣೀರನ್ನು ಅಲ್ಲೇ ತಡೆಯಲಾರದೆ ಹೋದರು.

"ಸಾರಿ, ಮೇಡಮ್.... ನಿಮ್ಮ ಮನಸ್ಸನ್ನು ನೋಯಿಸೋ ಇಚ್ಛೆ ಇಲ್ಲ. ನನ್ನ ಪ್ರೇಮ, ಪ್ರೀತಿಯ ಕಲ್ಪನೆ ಚಿಕ್ಕದೇನೋ ಅನ್ನಿಸುತ್ತೆ. ಜಸ್ಟ್ ಕ್ಯೂರಿಯಾಸಿಟಿ. ಅವ್ರ ವ್ಯಕ್ತಿತ್ವ ಅಷ್ಟೇ ಮುಖ್ಯ ಕೂಡ." ಮನವೊಲಿಸಿದಳು. ಸ್ವಲ್ಪ ಬದಲಾವಣೆ ಅವಳಿಗೂ ಬೇಕೆನಿಸುತ್ತಿತ್ತು.

ಇಂಥ ಪ್ರಯತ್ನದಲ್ಲಿ ಇರುವಾಗಲೇ ನರೋನಾ ಫ್ಯಾಮಿಲಿ ಬಂದು ಇಳಿಯಿತು. ಸ್ವಲ್ಪ ನಿಧಾನಿಸಿದ್ದು ಬರಹದ ಪ್ರಾರಂಭಕ್ಕಾಗಿ. ಈಗ ಕಾದಂಬರಿಯಲ್ಲಿ ಹೈಮಾವತಿ ಕಿಶೋರಾವಸ್ಥೆ ದಾಟಿದ ಸಮಯ. ಅಂದಿನ ಆಸೆ, ಆಕಾಂಕ್ಷೆ, ಮುಗ್ಧತೆ ಪುಟಗಳನ್ನು ತುಂಬಿಸಿತ್ತು.

ಬಂದ ರಾಮನಾಥನ್ ಮತ್ತೊಮ್ಮೆ ಕಣ್ಣಾಡಿಸಿದರು ರೂಮಿನಲ್ಲೆಲ್ಲ. ಸುತ್ತಲೂ ನೋಡಿಕೊಂಡ ವರ್ಷ ನಕ್ಕಳು. "ಪತ್ತೆದಾರಿ ಆರಂಭಿಸಿದ್ದೀರಾ? ಈ ರೂಮಿನ ಪೂರ್ತಿ ತಲಾಶ್ ಮಾಡಿದ್ರು. ಯಾರೋ" ಅಂದಿನ ಪ್ರಸಂಗ ಜ್ಞಾಪಿಸಿಕೊಂಡಳು.

ಒಂದೇ ಸಮನೆ ಅವಳನ್ನು ನೋಡಿದರು. ಇದು ನಿಜನಾ? ಅವರ ಮಿದುಳಲ್ಲಿ ಹರಿದಾಡಿದ್ದು ಚೂಪು ಮೂಗಿನ ನರೋನಾ. ನೋಡಿದಾಗಲೆಲ್ಲ ಹದ್ದಿನ ನೆನಪಾಗುತ್ತಿತ್ತು.

ಬರೀ ಗಲಿಬಿಲಿ ರಾಮನಾಥ್‌ಗೆ. ರೂಮು ತಲಾಶ್ ಮಾಡುವಂಥವರು ಯಾರು? ಇಲ್ಲಿನ ಪ್ರತಿಯೊಬ್ಬರ ಮೇಲೂ ಕಂಟ್ರೋಲ್ ಹೊಂದಿರುವ ನರೋನಾದೇ ಈ ಕೆಲಸ ಅಂದುಕೊಂಡಿದ್ದರು. ಕೆಲಸದ ಭರವಸೆ ಕೊಟ್ಟಿದ್ದ ಹೇಮಂತ್. ಆದರೆ ಬದುಕಿನ ಭರವಸೆ... ಸ್ವಲ್ಪ ನರೋನಾನ ಕಂಡ್ರೆ ಭಯವೇ.

"ಯಾಕೆ ಸುಮ್ನಾದ್ರಿ! ಏನೋ ಹುಡುಕಾಡಿದ್ದಾರೆ. ಸಿಕ್ತೋ ಇಲ್ವೋ ಗೊತ್ತಿಲ್ಲ. ಮತ್ತೆ ಇಂಥ ಪ್ರಯತ್ನ ಮಾಡ್ಬಹುದ್ದು." ಸಹಜವಾಗಿ ಹೇಳಿದಳು.

"ವರ್ಷ, ಒಂದ್ನೆಲ್ಸ ಮಾಡಮ್ಮ. ನಾನು ಅಶೋಕ ಮರದ ಬಳಿ ನಿಂಗಾಗಿ ಕಾಯ್ತ ಇರ್ತೀನಿ. ಸ್ವಲ್ಪ ಬೇಗ್ಬಾ" ಆತುರದಿಂದ ಹೊರಗೆ ಹೋಗಿಬಿಟ್ಟರು.

ತನ್ನ ಹ್ಯಾಂಡ್‌ಬ್ಯಾಗ್‌ನ ಎತ್ತಿಕೊಂಡು ಹೊರಬರುವ ವೇಳೆಗೆ, ಕಾಲಿಗೆ ಸ್ಕೇಟಿಂಗ್ ಹಾಕಿಕೊಂಡು ಹರಿದಾಡುತ್ತಿದ್ದ ಸುಶ್ಮಿತಾ ಡಿಕ್ಕಿ ಹೊಡೆಯುವ ಫೋರ್ಸ್‌ನಲ್ಲಿ ಬಂದಾಗ ಪಕ್ಕಕ್ಕೆ ಸರಿದು ಏನೂ ನಡೆಯಲೇ ಇಲ್ಲವೆನ್ನುವಂತೆ ಹೆಜ್ಜೆ ಹಾಕಿದಾಗ ಕೂಗಿದಳು. "ಏಯ್, ನಿಂತ್ಕೋ" ಅಲ್ಲೇ ನಿಂತಳೇ ವಿನಃ ವರ್ಷ ಒಂದು ಹೆಜ್ಜೆ ಮುಂದಕ್ಕೆ ಇಡಲಿಲ್ಲ. ಸುಶ್ಮಿತಾಳ ಚೂಪು ನೋಟ ಅವಳತ್ತ ಹರಿಯಿತು.

"ಏನು ಅನ್ನಿಸ್ತು?" ಕೇಳಿದಳು. ಯಾವ ಬಗ್ಗೆ, ಏನೂ ಅಂತ ತಿಳಿಯದೇ ಹೇಗೆ ಪ್ರತಿಕ್ರಿಯಿಸುವುದು. ವರ್ಷ ಅವಳನ್ನೇ ನೋಡಿದಳು. ಸ್ವಲ್ಪ ಇವಳಿಗಿಂತ ಒಂದೆರಡು ವರ್ಷ ದೊಡ್ಡವಳು ಇರಬಹುದು. "ನಂಗೇನು ಅರ್ಥವಾಗ್ಲಿಲ್ಲ! ನಂಗೆ ತುಂಬ ಅರ್ಜೆಂಟ್ ಕೆಲ್ಸವಿದೆ. ಎಕ್ಸ್‌ಕ್ಯೂಸ್ ಮಿ" ತನ್ನ ಪಾಡಿಗೆ ತಾನು ಮುಂಬಾಗಿಲು ದಾಟಿ ಪೋರ್ಟಿಕೋನೊಳಗಿಳಿದು ಮರೆಯಾದಳು.

ಸುಶ್ಮಿತಾಗೆ ದಿಗ್ಭ್ರಮೆ. ಒಂದು ರೀತಿಯ ಅವಮಾನ ಕೂಡ. 'ಹೈಮಾವತಿ ಪ್ಯಾಲೆಸ್' ಆಳುಕಾಳುಗಳೆಲ್ಲ ಅವಳ ಅಪ್ಪಣೆಗಾಗಿ ಕಾದು ಸುತ್ತಲು ನಿಲ್ಲುತ್ತಿದ್ದರು. ಮ್ಯಾನೇಜರ್, ಅಕೌಂಟೆಂಟ್ ಜೊತೆ ಉಳಿದವರನ್ನು ಕೂಡ ನಿಲ್ಲಿಸಿ ಮಾತನಾಡಬಲ್ಲಳು.

ತಂದೆಯನ್ನು ಅರಸಿಕೊಂಡು ಮಾಮೂಲಿ ಜಾಗಕ್ಕೆ ಹೋದಳು. ಬಹುಶಃ ಹಿಂದಿನ ತಂಪಾದ, ಪ್ರಶಾಂತವಾದ ಮೆಡಿಟೇಷನ್ ಹಾಲ್‌ನ ಬಾರ್ ಆಗಿ ಪರಿವರ್ತಿಸಿದ್ದರು ಪ್ರತಾಪ್. ಅದರ ಹೆಚ್ಚು ಉಪಯೋಗ ನರೋನಾ ಫ್ಯಾಮಿಲಿಗೆ, ಬಂದರೇ ಗೆಳೆಯನ ಜೊತೆ ಕೂತು ಗುಂಡು ಹಾಕುತ್ತಿದ್ದ ನರೋನಾ ಈಗ ಹೆಂಡತಿಯ ಸರ್ವ್‌ನಿಂದ ರಂಗಾಗುತ್ತಿದ್ದರು.

ಮೆಟ್ಟಲೇರಿ ಮೇಲೆ ಹೋದವಳು ಬಿರುಗಾಳಿಯಂತೆ ಎದುರಿಗೆ ಬರುತ್ತಿದ್ದ ಹೇಮಂತ್‌ಗೆ ಡಿಕ್ಕಿಯೊಡೆದಾಗ ಹಿಡಿದು ನಿಲ್ಲಿಸಿದ. "ವಾಟ್ ಈಸ್ ದಿಸ್. ನೀನು ಬಂದು ಡಿಕ್ಕಿಯೊಡೆದ ಫೋರ್ಸ್‌ಗೆ... ಇಬ್ಬರ ಸ್ಥಿತೀನು ಚಿಂತಾಜನಕವಾಗ್ತಾ ಇತ್ತು." ಇನ್ನೂ ಅವನ ಕೈಗಳು ಸುಶ್ಮಿತಾಳ ತೋಳುಗಳನ್ನು ಹಿಡಿದೇ ಇತ್ತು.

"ಆ ಈಡಿಯಟ್, ವರ್ಷ ಯಾರು?" ಉದ್ವಿಗ್ನಳಾದಳು.

"ನಿಂಗೇನಾದ್ರೂ ಕಂಪ್ಲೀಟ್ ಡೀಟೈಲ್ಸ್ ಬೇಕಾ? ಶಿ ಈಸ್ ವೆರಿ ಬ್ರಿಲಿಯೆಂಟ್. ಬೀ ಕೇರ್‌ಫುಲ್" ನಗುವಿನೊಂದಿಗೆ ಹೇಮಂತ್ ನುಡಿದಾಗ ಅವಳಿಗೆ ರೇಗಿಹೋಯಿತು. "ಡ್ಯಾಡಿಗೆ ಹೇಳಿ, ಇಂದೇ ಅವಳ್ನ ಹೊರ್ಗೆ ಹಾಕ್ಸಲಿಲ್ಲಾಂದ್ರೆ.... ನಾನು ಸುಶ್ಮಿತಾನೇ ಅಲ್ಲ." ಚಪ್ಪಲಿಗಳನ್ನು ಅಪ್ಪಳಿಸುತ್ತ ಹೋದಳು.

ವಾಮನ ತ್ರಿವಿಕ್ರಮನಾಗಿ ಇವನ ತಲೆಯ ಮೇಲೆ ಪಾದವನ್ನೂರಿ ಪಾತಾಳಕ್ಕೆ ತಳ್ಳಿದಂತಾಯಿತು. ಆದರೆ ಇವನು ಬಲಿ ಚಕ್ರವರ್ತಿಯಾಗಲಾರ! ಅಲ್ಲಿ ಲೋಕದ ಕ್ಷೇಮಕ್ಕೆ ಬಲಿಚಕ್ರವರ್ತಿಯನ್ನು ಪಾತಾಳಕ್ಕೆ ತುಳಿದಿದ್ದು. ಇಲ್ಲಿ ನರೋನ, ತನ್ನ ಸಂಸಾರದ ಸ್ವಾರ್ಥಕ್ಕೆ.... ವೈಯಕ್ತಿಕ ಮಹತ್ವಾಕಾಂಕ್ಷೆಗಾಗಿ. ನಡೆಯಹೋಗುವ ಘಟನೆ ಒಂದು ತಿರುವಿಗೆ ನಾಂದಿಯಾಗಬಹುದು. ಈಗ ತಾಯಿಯ ವರ್ತನೆ ಹೇಗಿರುತ್ತದೆಯೆಂದು ಕಾದು ನೋಡಬೇಕಿತ್ತು.

ನರೋನಾ ಬರೀ ಒಂದೆರಡು ಪೆಗ್‌ಗಳನ್ನು ಮಾತ್ರ ಮುಗಿಸಿದ್ದರು. ಮಗಳ ಮಾತುಗಳನ್ನು ಕೇಳಿ ಕಿಡಿಕಿಡಿಯಾದರು. "ಅಳ್ಬೇಡ, ರಿಲ್ಯಾಕ್ಸ್ ಮಾಡ್ಕೋ. ನಾಳೆ ಅವ್ನು ಹೈಮಾವತಿ ಪ್ಯಾಲೆಸ್‌ನಲ್ಲಿ ಸೂರ್ಯೋದಯ ನೋಡ್ಲೋಲ್ಲ. ನೋಡಕೂಡ್ದು". ಹಲ್ಲುಗಳನ್ನು ಕಚ್ಚಿಡಿದರು ಕೋಪದಿಂದ. ಇದು ಅವರ ವೈಯಕ್ತಿಕ ಪ್ರತಿಷ್ಠೆಗೆ ಕುಂದು.

ಕಾದಿದ್ದ ರಾಮನಾಥನ್ ಕೆಲವು ಮುಖ್ಯ ವಿಷಯಗಳನ್ನು ಹೇಳುತ್ತಿದ್ದರು. "ಹಿಂದೆ ದೊಡ್ಡ ಯಜಮಾನ್ರು ಇದ್ದಾಗ್ಲೂ ಕೂಡ ನರೋನಾ ಸಾಹೇಬರ ಮಾತೇ ನಡೀತಾ ಇತ್ತು. ಬಹುಶಃ ಅವ್ರ ಸಲಹೆ ಪಡೆಯದೇ ದೊಡ್ಡವ್ರು ಒಂದು ಸಣ್ಣ ನಿರ್ಧಾರ ಕೂಡ ತಗೋತಾ ಇರ್ಲಿಲ್ಲ."

ಡೈರಿಯಲ್ಲಿ ದಾಖಲಾದ ವಿಷಯಗಳಿಗಿಂತ ಎಷ್ಟೋ ಸೂಕ್ಷ್ಮ ವಿಚಾರಗಳು ಹೈಮಾವತಿ ಪ್ಯಾಲೆಸ್‌ನಲ್ಲಿ ಅಡಗಿಹೋಗಿದೆಯೆನಿಸಿತು ಅವಳಿಗೆ. ವಿಪರೀತ ಸನ್ನಿವೇಶಗಳು, ವಿಚಿತ್ರವಾದ ತಿರುವುಗಳು, ವಸ್ತುವಿಸ್ತಾರ ಕಾದಂಬರಿಗೆ ಸರಿಯಾದ ವಿಸ್ತಾರವೆನಿಸಿತು.

ಯೂನಿಫಾರಂ ತೊಟ್ಟ ಸರ್ವೆಂಟ್ ಓಡೋಡಿ ಬಂದವನು ಎದೆಯ ಮೇಲೆ ಕೈಯಿಟ್ಟುಕೊಂಡ. "ದೊಡ್ಡ..." ಎಂದವನು ನಿಲ್ಲಿಸಿ "ನರೋನಾ ಸಾಹೇಬ್ರು.... ನಿಮ್ಮನ್ನು ತಕ್ಷಣ ಕರ್ಕೊಂಡ್ಬಾ ಅಂದಿದ್ದಾರೆ" ಹೇಳಿದ.

ವರ್ಷಳ ಕಣ್ಣುಗಳು ಕಿರಿದಾದವು. 'ಮುದ್ದು ಮಗಳು ಫಿರ್ಯಾದು ಒಯ್ದಿರಬೇಕು. ಒಯ್ದರೆ... ಒಯ್ಯಲಿ ನನಗೇನು!' ಇವಳು ಉದಾಸೀನ ಮಾಡಿದಷ್ಟು, ಅದನ್ನು ಪ್ರತಿಷ್ಠೆಯಾಗಿ ಸ್ವೀಕರಿಸಬಹುದು. ಅದಕ್ಕೆ ಅವಳಿಗೆ ಅಂಜಿಕೆ ಇಲ್ಲ. ಚಲಪತಿ ತಾನು ಹೆಣ್ಣೆಂಬ ದುರ್ಬಲತೆ ಮಕ್ಕಳಲ್ಲಿ ಬರದಂತೆ ಬೆಳೆಸಿದ್ದರು. ಬಹುಶಃ ವರ್ಣಳ ನಿರ್ಧಾರಕ್ಕೆ ಅವಳು ಮಾತ್ರ ಕಾರಣವಷ್ಟೆ "ಯಾವ ನರೋನಾ ಸಾಹೇಬ್ರು?" ಕೇಳಿದಳು ದಿಟ್ಟವಾಗಿ. ಸರ್ವೆಂಟ್, ಮ್ಯಾನೇಜರ್ ಮುಖಮುಖ ನೋಡಿಕೊಂಡರು.

"ವರ್ಷ, ಇದೆಲ್ಲ ಬೇಡಮ್ಮ. ಹೇಳಿ ಕಳ್ಸಿದಾಗ ಹೋಗಿ ಭೇಟಿ ಮಾಡಿ ಬಿಡುವುದು ಒಳ್ಳೆಯದು. ದಯವಿಟ್ಟು ಹೋಗಮ್ಮ." ರಾಮನಾಥನ್ ಒತ್ತಾಯಿಸಿದರು.

ಈ ಹೈಮಾವತಿ ಪ್ಯಾಲೆಸ್‌ನ ಪ್ರತಿಯೊಬ್ಬರೂ ಅಂದರೆ ಹೈಮಾವತಿಯಿಂದ ಹಿಡಿದು ಗೆಸ್ಟ್‌ಹೌಸ್‌ನಲ್ಲಿ ಕೆಲಸ ಮಾಡುವ ನೌಕರರ ಸಹಿತ ಲೀಗಲ್ ಅಡ್ವೈಸರ್, ಫ್ಯಾಮಿಲಿ ಡಾಕ್ಟರ್ ಕೂಡ ಹೆದರುತ್ತಿದ್ದರು. ಅವರನ್ನೆ ಯಜಮಾನರೆಂದು ಭಾವಿಸಿ ವರ್ತಿಸುತ್ತಿದ್ದರು!

"ವಾಟ್ ಈಸ್ ದಿಸ್ ನಾನ್ಸೆನ್ಸ್! ನಂಗೆ ಕರೆ ಕಳಿಸೋಕೆ ಅವ್ರು ಯಾರು! ನಂಗೆ ಹೈಮಾವತಿ ಮೇಡಮ್‌ನ ಬಿಟ್ಟು ಬೇರೆಯವರೊಂದಿಗೆ ಸಂಬಂಧವಿಲ್ಲ" ಖಚಿತವಾಗಿ ಹೇಳಿದಳು. ಈ ಮಾತುಗಳು ನರೋನಾ ಅವರನ್ನು ತಲುಪಲಿ ಎನ್ನುವುದರ ಜೊತೆಗೆ ಇವರಿಬ್ಬರಲ್ಲಿ 'ಮೇಡಮ್' ಬಗ್ಗೆ ಎಷ್ಟು ಪ್ರಾಮಾಣಿಕತೆ ಇದೆಯೆನ್ನುವ ಪರೀಕ್ಷೆ ಕೂಡ.

ಪ್ಯಾಲೆಸ್ ಸಮೀಪಿಸುತ್ತಿದ್ದಂತೆ ಸಣ್ಣಗೆ ವರ್ಷಳ ಕಾಲುಗಳಲ್ಲಿ ನಡುಕ ಶುರುವಾಯಿತು. ಅದು ಅದೆಷ್ಟು ವೇಗವಾಗಿ ವ್ಯಾಪಕವಾಗಿ ಅವಳ ಮೈಯೆಲ್ಲಲ್ಲಾ ವ್ಯಾಪಿಸಿತೆಂದರೆ ಮಲೇರಿಯಾ ಬಂದಂತೆ ನಡುಗಿಬಿಟ್ಟಳು. 'ದುರ್ಬಲರನ್ನ ಮಾತ್ರ ನಾಶ ಮಾಡುತ್ತಾರೆ. ಬಲಿಷ್ಠರನ್ನಲ್ಲ' ಕೃಷ್ಣ ಅರ್ಜುನನಿಗೆ ಬೋಧಿಸಿದ ಮಾತು. ಮೇಕೆಯೊಂದು ಆಕ್ರಂದನ ಮಾಡಿದಂತಾಯಿತು ಅವಳ ಮುಂದೆ. ಬಲಾಢ್ಯವಾದ ಆನೆಯನ್ನಾಗಲೀ, ಕ್ರೂರ ಮೃಗವಾದ ಹುಲಿ, ಸಿಂಹ, ಚಿರತೆಯನ್ನಾಗಲೀ ಜನ ಬಲಿ ಕೊಡುವುದಿಲ್ಲ. ಮೇಕೆಯಂಥ ದುರ್ಬಲ, ಮೃದು ಪ್ರಾಣಿಯನ್ನು ಆಯ್ಕೆ ಮಾಡಿಕೊಳ್ಳುತ್ತಾರೆ ಬಲಿ ಕೊಡಲು. ಯಾಕೆ?...

ನಿಧಾನವಾಗಿ ಸ್ವಲ್ಪ ಸ್ವಲ್ಪವಾಗಿ ಭಯವನ್ನು ಮೆಟ್ಟಿದಾಗ, ಆತ್ಮವಿಶ್ವಾಸ ತುಂಬಿಕೊಂಡು ನರೋನಾನ ಎದುರಿಸುವುದು ಕಷ್ಟವಾಗಿ ಕಾಣಲಿಲ್ಲ. ದೃಢವಾಗಿ ಹೆಜ್ಜೆಗಳನ್ನಿಟ್ಟಳು ಮುಂದಕ್ಕೆ.

ತನ್ನ ರೂಮಿಗೆ ಹೋಗಿ ಹಿಂದಿರುಗುವ ವೇಳೆಗೆ ಇಡೀ ಫ್ಯಾಮಿಲಿ ಅಂದರೆ ನರೋನಾ ಹೆಂಡತಿ, ಮಗಳು ಕೂಡ ದಿವಾನ್‌ಖಾನೆಯಲ್ಲಿ ಸೇರಿದ್ದರು. ರಾಮನಾಥ್, ಪ್ಯಾಲೆಸ್‌ನ ಆಡಳಿತಗಾರ ಮಿಕ್ಕವರೆಲ್ಲ ನಿಂತಿದ್ದರು. ಒಂದು ಕುರಿಮರಿಯನ್ನು ದೇವರಿಗೆ ಬಲಿ ಕೊಡುವಾಗ ಸೇರುವ ಭಕ್ತವೃಂದ, ಬರೀ ಪ್ರೇಕ್ಷಕರು!

ಒಳಗೆ ಬಂದ ವರ್ಷಳ ಮೇಲೆ ಮೂವರ ಉರಿಗಣ್ಣುಗಳು. ಅವಳೇನು ಲೆಕ್ಕಕ್ಕಿಡಲಿಲ್ಲ. ಎಲ್ಲರನ್ನು ಒಮ್ಮೆ ನೋಡಿ ತನಗೆ ಇಲ್ಲಿ ಕೆಲಸವಿಲ್ಲ ಎನ್ನುವಂತೆ ಹಿಂದಕ್ಕೆ ತಿರುಗಿಕೊಂಡಳು, ಉತ್ಪ್ರೇಕ್ಷೆಯಿಂದ.

"ಏಯ್... ವರ್ಷ..." ಸಿಂಹ ಘರ್ಜನೆಯಂತೆ ಧ್ವನಿಸಿತು. ಮೆಲ್ಲಗೆ ಹಿಂದಕ್ಕೆ ತಿರುಗಿ "ಹಲೋ ಸರ್. ನನ್ನ ಜಾಬ್ ಬರೀ ಹೈಮಾವತಿ ಮೇಡಮ್‌ಗೆ ಸಂಬಂಧಪಟ್ಟಿದ್ದು. ನಂಗೆ ಬೇರೆಯವರ್ಹತ್ರ ಯಾವ ಲೇನಾದೇನಾ ಇಲ್ಲ. ನಂಗೆ ನೀವುಗಳು ಏನಾದ್ರೂ... ಹೇಳ್ಬೇಕಿಂದೇ ಅವ್ರ ಮೂಲಕವೇ ಬರ್ಬೇಕು. ಎಕ್ಸ್‌ಕ್ಯೂಸ್ ಮಿ" ಹೊರಟೇಬಿಟ್ಟಳು.

ನರೋನಾಗೆ ಸಿಟ್ಟು ನೆತ್ತಿಗೇರಿತು. ಹೈಮಾವತಿ ಪ್ಯಾಲೆಸ್‌ನಲ್ಲಿ ಇಂಥ ಅವಮಾನ. "ನಾಳೆ ಬೆಳಗಿನ ಹೊತ್ಗೆ ಈ ಹುಡ್ಗೀ ಪ್ಯಾಲೆಸ್ ಖಾಲಿ ಮಾಡ್ಬೇಕು. ರಾತ್ರಿಗೆ ಹೊರದಬ್ಬಿಬಿಡಿ" ಆಜ್ಞಾಪಿಸಿದರು ರಾಮನಾಥ್‌ಗೆ.

ಇದು ಹತ್ತು ನಿಮಿಷದೊಳಗೆ ಹೇಮಂತ್‌ನ ಮುಟ್ಟಿತು. 'ವಾಹ್!' ತನ್ನನ್ನ ರಕ್ಷಿಸಿಕೊಂಡ ವರ್ಷಳ ಬಗ್ಗೆ ಮೆಚ್ಚಿಗೆಯುಂಟಾಯಿತು. ಆ ಬಗ್ಗೆ ತಾಯಿಯ ಪ್ರತಿಕ್ರಿಯೆ ಹೇಗಾಗಬಹುದೆಂದು ಕಾದು ನೋಡಬೇಕಾಗಿತ್ತು ಅವನು.

"ಈಗೇನ್ಮಾಡ್ಬೇಕು?" ರಾಮನಾಥನ್ ಭಯವಿಹ್ವಲರಾದರು. "ಮಮ್ಮಿಗ್ಗೆ ಮುಟ್ಸಿ. ಮುಂದಿನದು ನಾನು ನೋಡ್ಕೋತೀನಿ" ಹೇಳಿ ಕಳುಹಿಸಿದ. ಅವನನ್ನು ಇಲ್ಲಿ ಸ್ಥಾಪಿಸಿಕೊಂಡು ನರೋನನ ಸ್ಥಾನಪಲ್ಲಟಗೊಳಿಸುವುದಕ್ಕೆ ಇದೊಂದು ಉತ್ತಮ ಅವಕಾಶ ಒದಗಿ ಬಂದಿತ್ತು. ಅದನ್ನು ಸರಿಯಾಗಿ ಬಳಸಿಕೊಳ್ಳಬೇಕಿತ್ತು.

ಅಂತು ಹೈಮಾವತಿಗೆ ವಿಷಯ ಮುಟ್ಟಿತು. ದಾಂಪತ್ಯ ಬದುಕಿಗೆ ಕಾಲಿಟ್ಟನಂತರ ಕೈಗೊಂಡ ಒಂದೇ ಒಂದು ನಿರ್ಧಾರವನ್ನು ಜಾರಿಗೆ ತಂದಿದ್ದರು. ಅದಕ್ಕೂ ನರೋನಾ ಅಡ್ಡಗಾಲು. ತನ್ನ ಬದುಕಿನ ಸಮಸ್ತ ದಾಖಲೆಗಳನ್ನು ಅವಳಿಗೊಪ್ಪಿಸುವಂತೆ ಡೈರಿಯೊಂದಿಗೆ ಎಷ್ಟೋ ಹೇಳಿಕೊಂಡಿದ್ದರು. ಬಿಕ್ಕಿ ಬಿಕ್ಕಿ ಅತ್ತರು ನಿಸ್ಸಹಾಯಕತೆಯಿಂದ. ಅಂದು ಪ್ರಕಟಣೆ ಕೊಟ್ಟ ದಿನ ಇದ್ದ ಧೈರ್ಯ ಇಂದು ಇರಲಿಲ್ಲ.

ವಿಷಯ ರಾಣಿ ಸಾಹೇಬರ ಸಹಿ ಇಲ್ಲದೇನೇ ಇವಳಿಗೆ ಬಂತು.

"ಈಗೀಂದೀಗ್ಲೇ ಹೈಮಾವತಿ ಪ್ಯಾಲೆಸ್ ಬಿಟ್ಹೋಗ್ಬೇಕು" ಅದನ್ನು ತಿಳಿಸಿದವನು ಗುಮಾಸ್ತ. ಬರೀ 'ಹ್ಞೂ'ಗುಟ್ಟಿದಳು. ತನ್ನ ಲಗೇಜ್ ರೆಡಿ ಮಾಡಿಟ್ಟಳು ಕೂಡ. ಅದಕ್ಕೆ ಕಾದಂಬರಿ ರೂಪ ಕೊಡಲು ಇಲ್ಲಿಯೇ ಇರಬೇಕಾದ ಅವಶ್ಯಕತೆ ಕೂಡ ಇರಲಿಲ್ಲ.

'ಗಂಡ, ಮಗ ಒಂದು ನಾಣ್ಯದ ಎರಡು ಮುಖಗಳು' ನಾಲ್ಕು ಕಡೆಯಾದರೂ ಡೈರಿಯಲ್ಲಿ ಗುರುತು ಹಾಕಿ ನಿಬ್ಬೆರಗಾಗಿಸಿದ್ದರು. ಹೇಮಂತ್‌ನ್ನ ವಿಶ್ವಾಸಕ್ಕೆ ತೆಗೆದುಕೊಳ್ಳಲಾರರು ಎಂಬುದೇ ಅರ್ಥ.

ಮುಂದೇನು? ಬರೀ ಅಸಹಾಯಕತೆಯನ್ನು ನಮೂದಿಸಿದ್ದ ಹೈಮಾವತಿ ಪಾತ್ರ ಬರೀ ಸಹಾನುಭೂತಿಗೆ ಪಾತ್ರವಾಗುತ್ತಿತ್ತೇ ವಿನಃ ಓದುಗರ ಅಭಿಮಾನ ಪಡೆದುಕೊಳ್ಳಲು ಸಾಧ್ಯವಿರಲಿಲ್ಲ. ಹೆಣ್ಣು ಎನ್ನುವ ಒಂದೇ ಕಾರಣಕ್ಕೆ ತನ್ನ ವ್ಯಕ್ತಿತ್ವವನ್ನು ಬೇರೆಯವರ ಕಾಲಡಿಯಲ್ಲಿ ಹಾಕಬಾರದೆಂಬುದೇ ಅವಳ ಅನಿಸಿಕೆ.

ಹೈಮಾವತಿ ರೂಮಿಗೆ ಹೋಗುವಾಗ ಹೊರಗಡೆ ಇದ್ದ ಸರ್ವೆಂಟ್ ತಡೆದಾಗ ಆಶ್ಚರ್ಯ. "ನೀವು ರಾಣಿ ಸಾಹೇಬ್ರನ್ನು ಭೇಟಿ ಮಾಡ್ಬಾರ್ದೂಂತ ಹೇಳಿದ್ದಾರೆ" ಒಂದು ತರಹ ಮುಖ ಮಾಡಿದ.

ಅಂತಿಮ ತೀರ್ಮಾನಗಳನ್ನು ಸ್ವತಃ ನರೋನಾ ಅವರು ತೆಗೆದುಕೊಳ್ಳುತ್ತಿರುವುದು ಹೊಸದಲ್ಲದಿದ್ದರೂ, ವರ್ಷಳ ವಿಷಯದಲ್ಲಿ ಮಾತ್ರ ಈ ತರಹ ನಡೆದಿದ್ದು ಸರಿಯೆನಿಸಲಿಲ್ಲ.

ವಿಶಾಲವಾದ ಮೈದಾನದಲ್ಲಿ ಹಾಯಾಗಿ ಹುಲ್ಲು ಮೇದು ತಿರುಗಾಡಿಕೊಂಡಿರುವಷ್ಟು ಉದ್ದ ಹಗ್ಗವಿದ್ದರೂ, ಹಸು ಗೂಟಕ್ಕೆ ಹಗ್ಗ ಸುತ್ತಿಕೊಂಡು ಒಂದು ಸಣ್ಣ ಪರಿಧಿಯಲ್ಲಿಯೇ ಇರುತ್ತದೆ. ಹಾಗೆಯೇ ಕೆಲವರು ತಮ್ಮ ಬದುಕಿನ ಆಳ ವಿಸ್ತಾರವನ್ನು ಅರಿಯದೆ ಮಿತಿಯಲ್ಲಿಯೇ ಬದುಕನ್ನು ನಿರ್ವಹಿಸುತ್ತಾರೆ. ಇದೊಂದು ದೊಡ್ಡ ದುರಂತ. ಅವಳ ಮಟ್ಟದಲ್ಲಿಯೇ ವರ್ಷ ಕಂಡುಕೊಂಡ ಸತ್ಯವಿದು.

ರೂಮಿಗೆ ಹಿಂತಿರುಗಿದವಳು ಇಂಟರ್‌ಕಾಮ್‌ನಲ್ಲಿ ಹೈಮಾವತಿಯನ್ನು ಸಂಪರ್ಕಿಸಲು ನೋಡಿದಳು. ಆ ಮಾರ್ಗವನ್ನು ಬಂದ್ ಮಾಡಿದ್ದರು ವ್ಯವಸ್ಥಿತವಾಗಿ. ನರೋನಾ ರೆಕ್ಕೆಗಳನ್ನು ಕತ್ತರಿಸುವ ಪರಿ. ಅವಳು ತಿಳಿದಿದ್ದಕ್ಕಿಂತ ಹೆಚ್ಚು ಬುದ್ಧಿವಂತರು ನರೋನಾ ಎನ್ನುವುದು ಅಭಿಪ್ರಾಯವಲ್ಲವಾದರೂ ಹಾಗೆಂದು ತಿಳಿದುಕೊಂಡಿದ್ದಾರೆನ್ನುವ ತಿಳುವಳಿಕೆ.

ದಿಢೀರೆಂದು ಹೇಮಂತ್ ಅವಳ ರೂಮಿಗೆ ಬಂದಾಗ ಅಚ್ಚರಿಯ ಜೊತೆ ಆತಂಕ. ಆದರೂ ಒಂದು ರೀತಿಯ ಉತ್ಪ್ರೇಕ್ಷೆ. ಕೈ ಹಿಡಿದ ಹೆಂಡತಿಯನ್ನು ಜೀವ ಭಾವವಿರುವ ಮನುಷ್ಯಳೆಂದು ಭಾವಿಸದ ಪ್ರತಾಪ್‌ನ ತದ್ರೂಪ ಮಗ.

"ಹಲೋ..." ಸ್ನೇಹದಿಂದ ಹೇಳಿದ.

"ಹಲೋ ಸರ್..." ಎಂದಳು ಮೃದುವಾಗಿಯೇ.

ಕೂತ ಹೇಮಂತ್ ದೀರ್ಘವಾಗಿ ಅವಳನ್ನು ನೋಡಿದ "ಮಮ್ಮಿನ ಮೀಟ್ ಮಾಡಿಲ್ವಾ? ನನ್ನ ಸ್ವಭಾವ ಕಂಪ್ಲೀಟ್ ಪರಿಚಯ ಮಾಡಿಕೊಳ್ದೇ ಕಾದಂಬರಿಯನ್ನು ಮಧ್ಯಂತರಕ್ಕೆ ಒಯ್ಯಬೇಡ. ಪ್ರತಾಪ್, ಹೈಮಾವತಿಯ ಮಧ್ವೆ ದಾಂಪತ್ಯ ಪೂರ್ವಾರ್ಧವಾದ್ರೂ, ವರ್ತಮಾನದಲ್ಲಿ ಬದುಕ್ತಾ ಇರೋನು ನಾನೇ, ಉತ್ತರಾರ್ಧದಲ್ಲಿ ನಂಗೆ ಹೆಚ್ಚಿನ ಪ್ರಿಯಾರಿಟಿ ಸಿಗ್ಬೇಕು. ಏನಂತೀರಾ?" ಒಂದೊಂದು ಪದವನ್ನು ಬಳಸುವಾಗಲೂ ತೀರಾ ಎಚ್ಚರವಹಿಸಿದ. ವರ್ಷ ಇಲ್ಲಿಂದ ಹೊರಟುಹೋದರೇ, ಮೊದಲ ಪ್ರಯತ್ನವೇ ಸೋಲಾಗುತ್ತಿತ್ತು.

"ಖಂಡಿತ ಸರ್..." ಎಂದಳು ಬುದ್ಧಿವಂತಿಕೆಯಿಂದ.

ಷರಟಿನ ಜೇಬಿನಲ್ಲಿ ಮಡಚಿಟ್ಟ ಒಂದು ಮಡಿಕೆಯ ಪೇಪರನ್ನು ತೆಗೆದು ಅವಳ ಮುಂದೆ ಬಿಡಿಸಿಟ್ಟ. 'ಮೇಡಮ್' ಎನ್ನುವ ಶಿರೋನಾಮ ಹೊತ್ತ ಅದನ್ನು ವರ್ಷನೆ ಬಿಡಿಸಿ ರಾಮನಾಥನ್ ಕೊಟ್ಟ ಚಿತ್ರ.

"ಕೈಯಲ್ಲಿ ಬೆತ್ತವೊಂದಿದ್ರೆ ಚೆನ್ನಾಗಿತ್ತೂಂತ ನನ್ನ ಅಭಿಪ್ರಾಯ. ನೀವು ಪರ್ಮಿಷನ್ ಕೊಟ್ರೆ.... ಒಂದಿಷ್ಟು ಬದಲಾವಣೆ ಮಾಡ್ಬಿಡ್ತೀನಿ" ಕೇಳಿದ. ಅವಳಿಗೆ ನಗು ಬಂತು. ನಕ್ಕೇಬಿಟ್ಟಳು. ವಯ್ಯಾರ, ನಾಟಕೀಯವಿಲ್ಲದ ಮುಗ್ಧ ನಗು. "ಬರೀ ನಕ್ಕರಲ್ಲ. ನಿಮ್ಗಿಂತ ನಾನೇನು ಐವತ್ತು ವರ್ಷ ದೊಡ್ಡೋನಾ? ಈಸಿಯಾಗಿ ಹೇಮಂತ್ ಅನ್ನಿ. ಹೈಮಾವತಿ ಪ್ಯಾಲೆಸ್‌ನಲ್ಲಿದ್ದ ಮಾತ್ರಕ್ಕೇ ನಾನೇನು ಪ್ರಿನ್ಸ್ ಅಲ್ಲ" ಎಂದ. ಸದ್ಯಕ್ಕೆ ಅಂತರ ಕಡಿಮೆ ಮಾಡಿಕೊಳ್ಳುವುದು ಅವನ ಇಚ್ಛೆ. ಒಂದಿಷ್ಟು ಸ್ನೇಹವಿಲ್ಲದಿದ್ದರೇ ವರ್ಷಳಿಂದ ಏನನ್ನೂ ನಿರೀಕ್ಷಿಸುವುದು ಸಾಧ್ಯವಿಲ್ಲವೆನ್ನುವ ಅರಿವು ಅವನಿಗಾಗಿತ್ತು.

ವರ್ಷಳ ತಲೆ ತಗ್ಗಿತು. ಕಣ್ಣಲ್ಲಿಯೇ ಫೋನ್‌ನತ್ತ ನೋಡಿ "ನನ್ನ ಫೋನ್ ಕೆಲ್ಸ ಮಾಡ್ತಾ ಇಲ್ಲ" ಹೇಳಲೋ ಬೇಡವೋಂತ ಹೇಳಿದಾಗ ಸರಳವಾಗಿ ನಕ್ಕನಂತರ ಗಂಭೀರವಾದ. "ನೀವು ಕಂಪ್ಲೇಂಟ್ ಮಾಡ್ಬೇಕಿತ್ತು. ಇಷ್ಟೆಲ್ಲ ಸಹಿಸಿಕೊಳ್ಳೋ ಅಗತ್ಯವಿರ್ಲಿಲ್ಲ" ಕೋಪದಿಂದ ಹೊರಗೆ ಹೋದ.

ಹತ್ತೇ ನಿಮಿಷದಲ್ಲಿ ಹಾಜರಾದರು ರಾಮನಾಥನ್. "ಈಗ ನಿಮ್ಮ ಫೋನ್ ಸರ್ಯಾಗಿದೆ. ಒಂದಿಷ್ಟು ಬದಲಾವಣೆಯ ಸೂಚನೆ ಕಾಣ್ತಾ ಇದೆ." ಎರಡನೇ ವಾಕ್ಯವನ್ನು ಅವಳಿಗೆ ಮಾತ್ರ ಕೇಳಿಸುವಂತೆ ಹೇಳಿದರು.

ಮತ್ತೆ ಮೊದಲ ಸ್ಥಿತಿಗೆ ಬರುವ ಮುನ್ನ ಮಾತಾಡಬೇಕಿತ್ತು. ಎರಡು ನಿಮಿಷಗಳ ಮೌನದ ನಂತರ ಫೋನೆತ್ತಿದಾಗ ಮೊದಲ ಸ್ಥಿತಿಗೆ ಮರಳಿತ್ತು. ಅಷ್ಟರಲ್ಲಿ ಬಂದ ಯೂನಿಫಾರಂನ ಸರ್ವೆಂಟ್ ಒಂದು ಕಾರ್ಡ್‌ಲೆಸ್ ಫೋನಿಟ್ಟು ಹೋದ.

ರಾಮನಾಥನ್ ಮುಖದಲ್ಲಿ ಹೊಸಬೆಳಕು ಮೂಡಿತು. ಹೈಮಾವತಿ ಪ್ಯಾಲೆಸ್‌ಗೆ ಒಂದು ಶುಭ ಸೂಚನೆಯೆನಿಸಿತು. ಬಹುಶಃ ಬಂಗಾರದ ಹೊಳಪಿಗೆ ಮಂಕು ಹಿಡಿದಿದ್ದು ಪ್ರತಾಪ್ ಕಾಲದಲ್ಲಿಯೇ. ದಿನದಿಂದ ದಿನಕ್ಕೆ ಅದು ಮಸುಕಾಗಿ ಪೂರ್ತಿ ಬೇರೆ ಬಣ್ಣ ತಾಳಿ ಕಡೆಗೆ ಸ್ವಂತ ಅಸ್ತಿತ್ವ ಕಳೆದುಕೊಂಡು ವಿರೂಪಗೊಂಡಿತ್ತು.

"ನಂಗೆ ಅರ್ಥವಾಗ್ಲಿಲ್ಲ" ಎಂದಳು.

ಅತ್ತಿತ್ತ ನೋಡಿದವರು "ನೀವ್ಹೋಗಿ, ರಾಣಿ ಸಾಹೇಬರ ಭೇಟಿ ಮಾಡ್ಬಹ್ದು. ನರೋನಾ ಸಾಹೇಬ್ರು ವಿಧಿಸಿದ ದಿಗ್ಬಂಧನ ಕಿತ್ತು ಹಾಕಿದ್ದಾರೆ, ಚಿಕ್ಕರಾಜ ಸಾಹೇಬ್ರು" ಎಂದರು. ಅವರ ಮುಖದಲ್ಲಿ ಸಂತೋಷ ಕುಣಿಯುತ್ತಿತ್ತು. ಆದರೆ ಅದರ ಹಿಂದಿನ ಭಯ ಕೂಡ ಸ್ಪಷ್ಟವಾಗಿತ್ತು.

ಸದ್ಯಕ್ಕೆ ಅವಳಿಗೆ ಅಷ್ಟು ಸಾಕಿತ್ತು. "ಥ್ಯಾಂಕ್ಯೂ ಥ್ಯಾಂಕ್ಯೂ... ಅಂಕಲ್" ಎಂದುಕೊಂಡು ಮುಂದಿನ ಮಾತಿಗೂ ಕೂಡ ಕಾಯದೇ ರೂಮಿನಿಂದ ಹಾರಿ ಹತ್ತು ಮೆಟ್ಟಲು ಮೇಲೇರುವ ವೇಳೆಗೆ ಎದುರಾದದ್ದು ಸುಶ್ಮಿತಾ. "ಗೆಟ್ ಔಟ್. ನಿನ್ನ ಕೆಲ್ಸದಿಂದ ತೆಗ್ದು ಹಾಕಿದೆ. ನನ್ನ ಬಗ್ಗೆ ನಿಂಗೇನು ಗೊತ್ತಿಲ್ಲ. ನಾನು ಹೇಮಂತ್‌ನ ವುಡ್ ಬೀ. ನರೋನಾ ಮಗ್ಳು" ಬಡಬಡಿಸಿದವಳ ಮುಖ ಕೆಂಪೇರಿತ್ತು. ವರ್ಷ ಅದಕ್ಕೆ ಗಮನ ಕೊಡದಂತೆ ಮೆಟ್ಟಿಲುಗಳನ್ನು ಹಾರುವಂತೆ ಮೇಲೇರಿದಾಗ "ರಾಮನಾಥನ್..." ಅರಚಿದಳು. 'ಓ' ಗೊಟ್ಟು ಬಂದು ನಿಲ್ಲಲು ರಾಮನಾಥನ್ ಇರಲಿಲ್ಲ ಅಲ್ಲಿ. ಅವರು ಆಗಲೇ ಗೆಸ್ಟ್ ಹೌಸ್ ದಾರಿ ಹಿಡಿದಿದ್ದರು.

ವಿಷಯ ನರೋನಾಗೆ ತಲುಪಿ ಅವರು ಕೂಗಾಡುವ ವೇಳೆಗೆ ಅವಳು ಹೈಮಾವತಿ ರೂಮು ತಲುಪಿ ಆಗಿತ್ತು. ಅಕಸ್ಮಾತ್ ಒಂದೆರಡು ಕ್ಷಣಗಳು ತಡವಾಗಿದ್ದರೇ, ಅವರ ಕೋಪಕ್ಕೆ ಗುರಿಯಾಗಿ ಕೂದಲು ಜಗ್ಗಾಡಿ ಮೆಟ್ಟಿಲಿನಿಂದ ತಳ್ಳಿಬಿಡುವಷ್ಟು ರೌದ್ರಾವೇಶ ತಾಳಿದ್ದರು.

"ಡೋಂಟ್ ಬಿ ಎಕ್ಸೈಟೆಡ್, ಬಿಕಾಮ್..." ರಟ್ಟೆ ಹಿಡಿದು ತಡೆಯುತ್ತಲೇ ಧಾವಿಸಿದ ಲಕ್ಷ್ಮಿ ನರೋನಾ "ಮೂರ್ಖರಾಗೋದ್ಬೇಡ. ಇಲ್ಲಿ ಅಗತ್ಯವಾಗಿರೋದು ಕೋಪಾವೇಶವಲ್ಲ, ಬುದ್ಧಿವಂತಿಕೆ. ಸ್ವಲ್ಪ ಎಚ್ಚರ ತಪ್ಪಿದ್ರೂ ಹೈಮಾವತಿ ಪ್ಯಾಲೆಸ್ ನಮ್ಮಿಂದ ದೂರವಾಗಿಬಿಡುತ್ತೆ" ಲಕ್ಷ್ಮಿ ನರೋನಾ ಸಂತೈಸಿದರು ಗಂಡ, ಮಗಳನ್ನು. ವರ್ಷ ದಿಗ್ಭ್ರಮೆಗೊಂಡಳು. ಅತ್ತು ಅತ್ತು ಕೆಂಪಾಗಿತ್ತು, ಹೈಮಾವತಿಯವರ ಕಣ್ಣುಗಳು. ಇದೊಂದು ದುರಂತವೆನಿಸಿತು.

ಡೈರಿಯಲ್ಲಿನ ಅಕ್ಷರಗಳು ನಿರೂಪಿಸಿದ್ದಕ್ಕಿಂತ ಹೈಮಾವತಿ ತೀರಾ ದುರ್ಬಲ ಹೆಣ್ಣಾಗಿ ಕಂಡರು. ಮತ್ತೇನಾದರೂ ಇದೆಯಾ?

"ಮೇಡಮ್, ಯಾಕೆ... ಇಷ್ಟೊಂದು ಅತ್ತಿದ್ದೀರಾ? ನಾನು ಈ ಸಮಯದಲ್ಲಿ ಬಂದಿದ್ದು ತಪ್ಪಾಯಿತೇನೋ, ಎಕ್ಸ್‌ಕ್ಯೂಸ್ ಮಿ." ಹಿಂದಿರುಗಲು ಹೊರಟಳು. ಹೈಮಾವತಿ "ನಿಂತ್ಕೋ ವರ್ಷ..." ಎಂದರು. ಸ್ವರ ಪೂರ್ತಿ ನಿತ್ರಾಣವಾಗಿತ್ತು.

ತುಂಬು ಬೆಳದಿಂಗಳಲ್ಲಿ ಕಣ್ಣುಚ್ಚಿ ಕುಳಿತ ವ್ಯಕ್ತಿಯಂತೆ ಹೈಮಾವತಿ ಇಷ್ಟೆಲ್ಲ ಐಶ್ವರ್ಯ, ಅಂತಸ್ತು, ಅಧಿಕಾರವಿದ್ದರೂ ಯಾವುದನ್ನೂ ಹಕ್ಕೆಂದು ಪರಿಗಣಿಸಿ ನಡೆದುಕೊಳ್ಳಲಾರದ ತೀರಾ ಸಾಮಾನ್ಯ.... ಸಾಮಾನ್ಯ ಮೂರ್ಖ ಹೆಣ್ಣಾಗಿ ಕಂಡರು.

ಅವರೆದುರಿಗೆ ಕೂತುಬಿಟ್ಟಳು.

"ನರೋನಾ ಅವ್ರಿಗೆ ತುಂಬ ಹೆದರ್ತೀರಾ. ಬಹುಶಃ ನೀವು ನಮೂದಿಸಿದ ಎರಡು ಕಾರಣಗಳಿಗಿಂತ ಬೇರೇನೊ ಇದೆ ಅನ್ನಿಸುತ್ತೆ. ಗಂಡ, ಮಗ ಈ ಎರಡು ಸಂಬಂಧಗಳು ತೀರಾ ಬೇರೆ ಬೇರೆ. ಸಮಪಾಲು, ಸಮಬಾಳು, ಸಮರಸ ಜೀವನದ ಸಂಗಾತಿ ನಿಮ್ಮ ಮೇಲೆ ಕೆಲವು ಅಧಿಕಾರವನ್ನು ಪಡೆದುಕೊಂಡಿರ್ಬಹ್ದು. ಆದ್ರೆ ನಿಮ್ಮ ಮಗ್ನ ವಿಷ್ಯವೇ ಬೇರೆ. ನಿಮ್ಮ ಮಮತೆಯಷ್ಟೆ ಅಧಿಕಾರಕ್ಕೆ ಕೂಡ ಅಧೀನ. ಇವೆಲ್ಲ ಸರಳ ವಿಷ್ಯಗಳು." ಹಿರಿಯಳಂತೆ ಹೇಳಿದಳು. ಈ ಅನುಭವ, ಜ್ಞಾನ ಸಂಪಾದಿಸಿದ್ದು ಪುಸ್ತಕಗಳಿಂದಲೇ.

ಮತ್ತಷ್ಟು ಅತ್ತರು ಆಕೆ. ಭಾರತದ ಹೆಣ್ಣುಗಳ ದುರ್ಬಲತೆಯನ್ನೆಲ್ಲ ಧಾರೆಯೆರೆಸಿಕೊಂಡಂತೆ ಅಳುತ್ತಿದ್ದರು.

"ಮೇಡಮ್. ನಾನು ಹೋಗ್ಲಾ ಅಥ್ವಾ ಕೂತು ಸಮಾಧಾನ ಮಾಡ್ಲಾ?" ಕೇಳಿದಳು. ತಾಯಿ ರೋಹಿಣಿ. ಅಕ್ಕ ವರ್ಣ, ಹೈಮಾವತಿಯರಲ್ಲಿ ದೊಡ್ಡ ಸಾಮ್ಯ ಕಾಣುತ್ತಿತ್ತು ಅವಳಿಗೆ.

ಪ್ರೇಕ್ಷಕರಾಗಿ ಸುಮ್ಮನೆ ಕೂತಿದ್ದರು. ನರೋನಾ ಫೋನ್‌ನಲ್ಲಿಯೇ ತರಾಟೆಗೆ ತಗೊಂಡಿದ್ದರು. "ಏನು ನೀನು ವರ್ಷನೆ ನೇಮ್ಸಿಕೊಂಡಿದ್ದರ ಹಿಂದಿನ ಉದ್ದೇಶ! ದಯವಿಟ್ಟು ಪ್ರತಾಪ ಬದ್ಕಿದ್ದಾಗಿನ ನಿಮ್ಮ ಪೊಜಿಷನ್ ನಂಗೆ ಗೊತ್ತು. ಈಗ್ಲೂ ಹಾಗೇ ಇದ್ಬಿಡಿ" ಎಚ್ಚರಿಕೆ ಕೂಡ ಇತ್ತು.

ಸ್ವಲ್ಪ ಸಮಾಧಾನಕ್ಕೆ ಬಂದ ನಂತರ "ನರೋನಾ, ನನ್ನ ಬಹುಶಃ ಈಗ್ಲೇ ಈ ಪ್ಯಾಲೆಸ್ ಬಿಟ್ಹೋಗೋಕೆ ಹೇಳಿದ್ದಾರೆ. ನಂಗೆ ಜಾಬ್ ಕೊಡೋವಾಗ ಕಂಡಿಷನ್ಸ್, ಫಾರ್ಮಾಲಿಟೀಸ್ ಬಗ್ಗೆ ಹೇಳ್ಲಿಲ್ಲ. ನಾನು ಕೇಳ್ಲಿಲ್ಲ. ಈಗ ನೀವ್ಹೇಳಿದ್ರೆ.... ನಾನು ಹೊರಟ್ಹೋಗ್ತೀನಿ. ಆದರೆ ನರೋನಾ ಅವ್ರ ಮಾತನ್ನ ಮಾತ್ರ ಒಬೇ ಮಾಡೋಲ್ಲ" ಎಂದಳು ದನಿಯೆತ್ತರಿಸದೆಯೆ!

ಕಂಬನಿ ತುಂಬಿದ ಕಣ್ಣುಗಳಿಂದ ಆಕೆ ಅವಳನ್ನು ನೋಡಿದರು. "ಆ ಡೈರಿನ ನಾನು ಖಂಡಿತ ರಕ್ಷಿಸ್ತಾರೆ. ಖಂಡಿತ ಪ್ಲೀಸ್ ಅದ್ನ ಸುಟ್ಟುಬಿಡು, ವರ್ಷ. ನಂಗೆ ಆ ಬಗ್ಗೆ ನಿನ್ನ ಪ್ರಾಮಿಸ್ ಬೇಕು" ಕೈಯೊಡ್ಡಿದರು.

ಎಲ್ಲಾ ವಿಚಿತ್ರವಾಗಿ ಕಂಡಿತು. ಆಕೆಯ ತೆರೆದ ಅಂಗೈ ಮತ್ತು ಮುಖವನ್ನು ಬದಲಿಸಿ ಬದಲಿಸಿ ನೋಡಿದಳು. ಅವೆರಡರ ಮಧ್ಯೆ ಸತ್ಯ ಬೀಜದ ರೂಪದಲ್ಲಿ ಉಳಿದುಹೋಗಿದೆಯೆನಿಸಿತು.

"ನಿಮ್ಗೆ ಖಂಡಿತ ಡೈರಿ ಬಗ್ಗೆ ಚಿಂತೆ ಬೇಡ. ಅದು ನಿಮ್ಮ ಪರ್ಸನಲ್ ಡೈರಿ. ವೈಯಕ್ತಿಕ ಬದ್ಕಿನ ಕೈಗನ್ನಡಿ. ನಿಮ್ಗೆ ಇಷ್ಟವಿಲ್ದೇ ಬೇರೆಯವ್ರು ಹೇಗೆ ಓದ್ತಾರೆ?" ಎಂದಳು. ಎಷ್ಟರಮಟ್ಟಿಗೆ ಕುಸಿದ್ಹಿದ್ದಾರೆಂದು ತಿಳಿಯುವ ಕುತೂಹಲ. ಗೌತಮ್ ಬಗ್ಗೆ ಏನಾದರೂ ಹೇಳಬಹುದೆಂಬ ಕಾತರ.

ಅಂತು ಆಕೆಯ ಮುಖದ ಮೇಲೆ ಒಂದಿಷ್ಟು ನಿಶ್ಚಿಂತೆ ಮಿನುಗಿತು. ಘಟಸ್ಫೋಟವನ್ನು ನಿರೀಕ್ಷಿಸಿದವರಿಗೆ ಬಿರುಗಾಳಿಯ ಅನುಭವ.

"ನನ್ನ ನರೋನಾ ಅವ್ರು ಪ್ಯಾಲೆಸ್ ಬಿಟ್ಟು ಹೋಗೋಕೆ ಹೇಳಿದ್ದಾರೆ. ನೀವೇನು... ಹೇಳ್ತೀರಾ?" ಕೇಳಿದಳು.

ಹೈಮಾವತಿಯ ಮುಖದ ಮೇಲೆ ಮಿನುಗಿದ್ದು ನಿಸ್ಸಹಾಯಕತೆ. ಅರ್ಥವಾಯಿತು ವರ್ಷಗೆ. ಆತನ ಸಾರ್ವಭೌಮತ್ವದ ಬಗ್ಗೆ ಚಕಾರವೆತ್ತಲಾರರು.

"ಬರ್ತೀನಿ ಮೇಡಮ್. ನಾನು ಇಲ್ಲಿಂದ ಹೊರಟ್ಹೋದ್ರು ಕಾದಂಬರಿ ಮುಗ್ಸಿಕೊಂಡ್ಬಂದು ಸಾಧ್ಯವಾದ್ರೆ ನಿಮ್ಮನ್ನ ಮೀಟ್ ಮಾಡ್ತೀನಿ. ಇದ್ವಗ್ರೂ ನಂಗೆ ಯಾವುದೇ ದೊಡ್ಡ ಆಕಾಂಕ್ಷೆ ಇರ್ಲಿಲ್ಲ. ನಿಮ್ಮ ಬದ್ಕಿನ ನಿಸ್ಸಹಾಯಕತೆಗೆ ಅಕ್ಷರದಲ್ಲಿ ರೂಪ ಕೊಟ್ಟು ಓದುಗರು ಓದುವಂತೆ ಮಾಡ್ತೀನಿ. ಬರ್ತೀನಿ." ಎರಡು ಕೈಗಳನ್ನು ಜೋಡಿಸಿದಳು. ವರ್ಷಗೂ ಆಕೆಯ ಸ್ಥಿತಿ ನೋಡಿ ಕರುಳು ಕತ್ತರಿಸಿದಂತಾಗುತ್ತಿತ್ತು. ಅಷ್ಟೇ ಕೋಪ ಕೂಡ.

ಜೋಡಿಸಿದ ಎರಡು ಕೈಗಳನ್ನು ಹಿಡಿದು ಕಣ್ಣೀರು ಸುರಿಸಿದರು ಹೈಮಾವತಿ.

"ನಿಮ್ಮ ಡೈರಿಯಲ್ಲಿ ಕೂಡ ಬರೆಯಲಾಗದಂಥ ಮುಖ್ಯವಾದ ವಿಷಯವನ್ನು ನೀವು ಹೃದಯದಲ್ಲಿ ಅಡಗಿಸಿಕೊಂಡಿದ್ದೀರಿ" ಖಚಿತವಾಗಿ ಹೇಳಿದಳು. ಇಲ್ಲಿ ಅಳುಕು, ಅಂಜಿಕೆಯೇನು ಇರಲಿಲ್ಲ.

ವರ್ಷಳ ಕಣ್ಣುಗಳು ಕೂಡ ಒದ್ದೆಯಾದುವು. 'ಹೈಮಾವತಿ ಪ್ಯಾಲೆಸ್' ಎಂದರೆ ಹೆದರಿದ್ದ ಅವಳಿಗೆ ಹೈಮಾವತಿಯ ಸರಳ ನಡತೆ ಆತ್ಮೀಯತೆಯ ಮೂಡಿಸಿ ವಯಸ್ಸಿಗೆ ಮೀರಿದ ಪ್ರೌಢಿಮೆಯನ್ನು ಅವಳದಾಗಿ ಮಾಡಿತ್ತು. ಮೆಟ್ಟಲು ಇಳಿದು ಬರುತ್ತಿದ್ದಂತೆ ತೋಳಗಳಂತೆ ಕಾದಿದ್ದವು, ನರೋನಾ ಸಂಸಾರ. ಲಕ್ಷಿಸದೇ ಮುಂದಡಿಯಿಟ್ಟಾಗ ಗರ್ಜಿಸಿದರು ನರೋನಾ. "ಬಾ.... ಇಲ್ಲಿ" ಕೇಳಿಸದವಳಂತೆ ತನ್ನ ಪಾಡಿಗೆ ತಾನು ರೂಮಿಗೆ ಹೋದವಳು ಎರಡೇ ನಿಮಿಷಗಳಲ್ಲಿ ಲಗ್ಗೇಜ್‌ನ ರೆಡಿ ಮಾಡಿಕೊಳ್ಳುವ

ವೇಳೆಗೆ ಬಂದ ರಾಮನಾಥನ್‌ಗೆ "ನಾನ್ಹೋಗ್ತಾ ಇದ್ದೀನಿ. ಆ ನರೋನಾ ಹತ್ರ ಮಾತಾಡೋದೇನಿಲ್ಲ. ಅಷ್ಟೇ ಹೇಳಿ" ತನ್ನ ಹ್ಯಾಂಡ್‌ಬ್ಯಾಗ್‌ಗೆ ತನ್ನ ಸಣ್ಣಪುಟ್ಟ ವಸ್ತುಗಳನ್ನು ತುಂಬಿಕೊಂಡು, ಸಂಬಳದ ಹಣವನ್ನು ಕವರ್ ಸಮೇತ ಅವರ ಕೈಗೆ ಕೊಟ್ಟು "ಇದ್ನ ಮೇಡಮ್‌ಗೆ ಮಾತ್ರ ಕೊಡಿ" ಎಂದು ಒಂದು ಸ್ಲಿಪ್ ಬರೆದು ಅದನ್ನ ಪ್ರತ್ಯೇಕವಾಗಿಯೇ ಕೊಟ್ಟಳು.

ಹಿಂಬಾಗಿಲಿನಿಂದ ಹೋಗಲಾಗಲಿಲ್ಲ. ಎಡಗಡೆಗೆ ಪುಷ್ಪೋದ್ಯಾನದ ಕಡೆಗಿದ್ದ ಬಾಗಿಲಿನಿಂದಾಗಲೀ ಹೋಗಲು ಇಚ್ಛಿಸದೆ ಮುಂದಿನ ದೊಡ್ಡ ಹಾಲ್‌ಗೆ ಬಂದಳು. ನರೋನಾ ಫ್ಯಾಮಿಲಿಯ ಜೊತೆ ಅಷ್ಟು ದೂರದಲ್ಲಿ ಕೆಲವು ನೌಕರರು ಕೆಲಸಗಳಲ್ಲಿ ಮಗ್ನವಾಗಿದ್ದಂತೆ, ಮುಂದಿನ ಸೀನ್‌ಗಾಗಿ ಕಾಯುತ್ತಿದ್ದರು.

"ಏಯ್ ವರ್ಷ..." ದೊಡ್ಡ ದನಿ ಅಪ್ಪಳಿಸಿತು ಎಲ್ಲೆಡೆ. ರಭಸದಿಂದ ಹಿಂದಿರುಗಿದ ವೇಗಕ್ಕೆ ಎರಡು ಉದ್ದನೆಯ ಜಡೆಗಳು ಬೀಸಿ ಬಂದು ಹೆಗಲಿನಿಂದ ತೂಗಿ ಬಿತ್ತು, ಮುಂದಕ್ಕೆ. "ಬಾ.... ಇಲ್ಲಿ" ಕೂಗಿದರು.

"ಸೌಜನ್ಯದ ಕೂಗಿಗೆ ಮಾತ್ರ ಬೆಲೆ." ಅವಳ ಮಾತು ಹೋಗಿ ಅಪ್ಪಳಿಸಿದಂತಾಯಿತು ನರೋನಾಗೆ. ನಾಲಿಗೆಯ ತುದಿಗೆ ಬಂದ ಬೈಗಳು ನಿಂತವು ಅಲ್ಲಿಯೇ. "ವಾಟ್ ಈಸ್ ದಿಸ್. ಇದೆಲ್ಲ... ಏನು ವರ್ಷ?" ಅವಳ ಕೈಯಲ್ಲಿನ ಲಗ್ಗೇಜ್ ನೋಡಿ ಕೇಳಿದ ಪ್ರಶ್ನಾರ್ಥಕ ನೋಟ ಬೀರುತ್ತ ಹೇಮಂತ್.

"ನಂಗೆ... ಹೋಗೋದಿದೆ. ಸರ್" ಎಂದಳು.

"ನಿಮ್ಮ ಕೆಲ್ಸ ಪ್ರಾರಂಭದ ಹಂತದಲ್ಲೇ ಇದೆ. ಅಷ್ಟರಲ್ಲಿ ಹೋಗೋ ಮಾತು. ರಾಮನಾಥನ್ ಇವ್ರ ಲಗ್ಗೇಜ್‌ನ ಮಮ್ಮಿ ಪಕ್ಕದ ರೂಮಿಗೆ ಸಾಗ್ಸಿ. ಅಲ್ಲೇ ಇಡೀ. ಇವ್ರ ಕನ್ವಿನೆನ್ಸ್‌ಗೆ ಅನುಗುಣವಾಗಿ ಏನೇನು ಬೇಕೋ ಮಾಡ್ಕೊಡಿ. ಹೋಗೋ ಮಾತ್ಬೇಡಿ ವರ್ಷ. ಪ್ಲೀಸ್" ಅತ್ಯಂತ ಗೌರವದಿಂದ ಧೈರ್ಯವಾಗಿ ಹೇಳಿದಾಗ, ಧಿಕ್ಕರಿಸಲಿಲ್ಲ. ನರೋನಾ ಮಾತಿಗೆ ತಲೆಬಾಗಿ ಸುತಾರಂ ಹೋಗೋ ಇಷ್ಟವಿರಲಿಲ್ಲ ಅವಳಿಗೆ. "ಥ್ಯಾಂಕ್ಯೂ ಸರ್..." ಎಂದು ಹೇಳಿ ಮೆಟ್ಟಿಲೇರಿ ಮೇಲೆ ಹೊರಟಾಗ ನರೋನಾ "ಹೇಮಂತ ನಿನ್ನ ನಿರ್ಣಯ ಸರಿಯಿಲ್ಲ" ಪ್ರತಿಭಟಿಸಿದರು. ಬಹುಶಃ ಜೀವನದಲ್ಲಿ ಮೊದಲ ಸಲ ಅವಮಾನ ಅನುಭವಿಸಿದಂತೆ ಕುದಿದು ಹೋದರು.

ಏನು ಎನ್ನುವಂತೆ ತಣ್ಣಗೆ ಅವರ ಮಧ್ಯೆ ಬಂದು ಕೂತ. "ಏನು ಅಂಕಲ್, ಈಗ ವರ್ಷ ಇಲ್ಲಿರೋದ್ರಿಂದ ಬಂದ ಸಮಸ್ಯೆಯಾದ್ರೂ ಏನು?" ಮೊದಲ ಸಲ ಅಧಿಕಾರದ ದನಿಯಲ್ಲಿ ಮಾತಾಡಿದ.

"ತುಂಬ ಅಹಂಕಾರದ ಹುಡ್ಗಿ. ಸುಶ್ಮಿತಾಗೆ ಸ್ವಲ್ಪನೂ ಇಷ್ಟವಾಗ್ಲಿಲ್ಲ. ಅಪಾಯಿಂಟ್‌ಮೆಂಟ್ ಇಲ್ದೇ ಅಲೆದಾಡೋ ಎರಡೆರಡು ಡಿಗ್ರಿಗಳು ಇರೋ ಹುಡ್ಗೀರು ಬೇಕಾದಷ್ಟು ಜನ ಸಿಕ್ತಾರೆ. ಇವಳ್ಯಾಕೆ.... ಬೇಕು?" ಲಕ್ಷ್ಮಿ ನರೋನಾ ಸಂಯಮದಿಂದ ಪರಿಸ್ಥಿತಿಯನ್ನು ಸುಧಾರಿಸುವುದರ ಜೊತೆಗೆ ವರ್ಷನ ಹೊರಹಾಕಲು ಮೊದಲ ಹೆಜ್ಜೆ ಇಟ್ಟರು.

ಯಾಕೋ ಈ ಮಾತು ಹೇಮಂತ್‌ಗೆ ಇಷ್ಟವಾಗಲಿಲ್ಲವೆಂದು ಮುಖವೇ ಸಾರಿತು.

"ವರ್ಷ ಮಮ್ಮಿಯ ಛಾಯ್ಸ್. ಅವ್ರು ಹೈಮಾವತಿ ಪ್ಯಾಲೆಸ್‌ನಲ್ಲಿದ್ರೂ.... ಬರೀ ಮಮ್ಮಿಯ ಸುಪರ್ದಿಗೆ ಒಳಪಟ್ಟೋಳು. ಬೇರೆಯವ್ರು ಆ ಬಗ್ಗೆ ತಲೆ ಕೆಡ್ಸಿಕೊಳ್ಳೋದು ಯಾಕೆ?" ಎಂದ ಸ್ಪಷ್ಟವಾಗಿ. ಇದು ಸೂಕ್ಷ್ಮವಾಗಿ ನೇರವಾಗಿ ತಾಕೀತು. ತಟ್ಟನೆ ಎದ್ದವಳು "ಐ ಹೇಟ್ ಯು" ಎಂದವಳು ಮೇಲೇರಿ ಹೋಗಿ ಬಿಟ್ಟಳು ಸುಶ್ಮಿತಾ.

ಸ್ವಲ್ಪ ಚಿಂತಿತರಾದರು ನರೋನಾ. ಇದು ಅವರ ಪ್ರತಿಷ್ಠೆಯ ಪ್ರಶ್ನೆಯಾಗಿತ್ತು. ಈ ಸೋಲು 'ಹೇಮಾವತಿ ಪ್ಯಾಲೆಸ್'ನಲ್ಲಿನ ಅವರ ಅಸ್ತಿತ್ವವನ್ನು ಹಿಡಿದು ಅಲ್ಲಾಡಿಸಬಹುದು.

ಎದ್ದ ನರೋನಾ ಒಂದು ಮಾತು ಕೂಡ ಆಡದೇ ದಢ ದಢ ಮೇಲೇರಿ ಹೋದರು.

ಲಕ್ಷ್ಮಿ ನರೋನಾ ಹೇಮಂತ್‌ನ ಭುಜದ ಮೇಲೆ ಕೈಯಿಟ್ಟು "ಅಂಕಲ್‌ಗೆ ಕೋಪ ಬಂದಿದೆ. ವರ್ಷನ ಕಳ್ಸಿಬಿಡು. ನಿನ್ನ ಮಮ್ಮಿ ಇಷ್ಟಪಡೋಂಥ ಬೇರೆಯವ್ರನ್ನ ಸೆಲೆಕ್ಟ್ ಮಾಡಿಕೊಳ್ಳೋಣ. ಇವ್ರಿಗೆ ಕೊಡೋ ಅರ್ಧ ಸಂಬಳಕ್ಕೇನೆ ವಿನಯ ವಿಧೇಯತೆಯಿಂದ ಕೆಲ್ಸ ಮಾಡೋರು ಸಾಕಷ್ಟು ಸಿಗ್ತಾರೆ" ಎಂದವರು ಹೂದಾನಿಯಲ್ಲಿ ಹೂಗಳನ್ನು ಜೋಡಿಸುತ್ತಿದ್ದ ಸರ್ವೆಂಟ್‌ನ ಕರೆದರು. "ಲಗೇಜ್‌ನೊಂದಿಗೆ ವರ್ಷನ ಹೊರ್ಗೆ ಹೋಗೋಕ್ಹೇಳು" ಸುಪ್ರೀಮ್ ಕೋರ್ಟ್ ಆಜ್ಞೆ ಎನ್ನುವಂತೆ ಹೇಳಿದರು.

ಬಂದ ಸರ್ವೆಂಟ್‌ನ ಹೋಗುವಂತೆ ಸನ್ನೆ ಮಾಡಿದ. "ನೋ ಆಂಟೀ, ವರ್ಷಳ ವಿಷ್ಯ ಮಮ್ಮಿಗ್ರೆ ಸಂಬಂಧಪಟ್ಟಿದ್ದು. ಬೇರೆಯವ್ರು ಕೈ ಹಾಕೋದ್ಬೇಡ. ಸುಶ್ಮಿತಾ ತಾನೇ ಯಾಕೆ ಅವಳೊಂದಿಗೆ ಮಾತಾಡೋಕೆ ಹೋಗ್ಬೇಕು?" ನಯವಾಗಿಯೇ ಹೇಳಿದ. ತಮ್ಮ ಮಡಿಲಲ್ಲಿ, ತಮ್ಮ ಎದುರಿನಲ್ಲಿ ಬೆಳೆದ ಪ್ರತಾಪ್ ಮಗ ಆಕಾಶದೆತ್ತರಕ್ಕೆ ಬೆಳೆದು ನಿಂತಂತಾಯಿತು. ಇದು ಹೇಗೆ ಸಾಧ್ಯ?

"ಸರಿಹೋಗ್ಲಿಲ್ಲ ಹೇಮಂತ್. ನಿಮ್ತಂದೆ ಪ್ರತಾಪ್ ಕೂಡ ನಿಮ್ಮ ನರೋನಾ ಅಂಕಲ್ ಮಾತು ತೆಗ್ದು ಹಾಕಿದ್ದಿಲ್ಲ. ಈಗ್ಲೇ ನಿನ್ನ ತಪ್ಪನ್ನ ತಿದ್ಕೊ. ಮುಂದೆ ಪಶ್ಚಾತ್ತಾಪಪಡ್ತೀಯಾ!" ಎಚ್ಚರಿಸಿದರು ಮೃದುವಾಗಿಯೇ!

ಈ ಮಾತುಗಳು ಕೇಳಲೇ ಇಲ್ಲವೆನ್ನುವಂತೆ ಹೋದ ಹೇಮಂತ್. ಜಗತ್ತಿನ ಎಂಟನೇ ಅದ್ಭುತ ಕಂಡಂತೆ ಕಣ್ಣರಳಿಸಿದರು. ಇನ್ನು ತಡ ಮಾಡುವುದು ಸರಿಯೆನಿಸಲಿಲ್ಲ.

ಲಕ್ಷ್ಮಿ ಬರೋ ವೇಳೆಗೆ ಮೂರು ನಾಲ್ಕು ಪೆಗ್ ಏರಿಸಿ ಎಗರಾಡುತ್ತಿದ್ದರು ನರೋನಾ. ತಲೆ ಚಚ್ಚಿಕೊಂಡರು ಇಂಥ ಗಂಡನನ್ನು ಪಡೆದುಕೊಂಡಿದ್ದಕ್ಕೆ ಆಕೆ.

"ಪೆಗ್ ಮೇಲೆ ಪೆಗ್ ಹಾಕೊಂಡ್ಬಿಟ್ರಿ. ಯೋಚ್ಸಿ. ಹೇಮಂತ್‌ನಲ್ಲಿನ ಈ ಬೆಳವಣಿಗೆ ಅಪಾಯದ ಸೂಚನೆ. ಹೈಮಾವತಿಯಿಂದ ದೂರ ದೂರವೆ ಇದ್ದ ಅವ್ನು,

'ಮಮ್ಮಿ ಮಮ್ಮಿ' ಅಂತ ಕನವರಿಸೋಕೆ ಶುರುಮಾಡಿದ್ದಾನೆ. ಇವೆಲ್ಲ ಖಂಡಿತ ವಿಪರೀತಗಳೇ. ಸುಮ್ನೆ ಮದ್ವೆ ಮಾತುಕತೆ ಮುಗ್ಸಿ! ಆಮೇಲೆ ಮಿಕ್ಕಿದ್ದು ಸುಶ್ಮಿತಾ ನೋಡ್ಕೋತಾಳೆ" ವಿವೇಕ ಬೋಧಿಸಿದರು. ಆದರೆ ಆ ಸಮಯದಲ್ಲಿ ನರೋನಾ ತಲೆಗೆ ಇವೆಲ್ಲ ಹೋಗುವಂತಿರಲಿಲ್ಲ. "ಸ್ಟಾಪ್ ಇಟ್, ಮೊದ್ಲು ಮೊದ್ಲು ವರ್ಷ ಇಲ್ಲಿಂದ್ಹೋಗ್ಬೇಕು. ನಂತರವೆ ಮಿಕ್ಕಿದ್ದು" ಪಟ್ಟು ಹಿಡಿದಂತೆ ತೊದಲಿದರು.

ಅಂತು ಒಂದು ಸಣ್ಣ ಕ್ಲೈಮ್ಯಾಕ್ಸ್ ನಡೆಯುವುದು ಅನಿವಾರ್ಯವಾಗಿತ್ತು. ಅದಕ್ಕಾಗಿ ಒಂದಿಷ್ಟು ಪೂರ್ವಸಿದ್ಧತೆ ನಡೆಸಿದರು. ಹೇಮಂತ್‌ನಂತೆಯೇ ಸುಶ್ಮಿತಾ ಎಂದರೆ ಪ್ರತಾಪ್‌ಗೆ ಪಂಚಪ್ರಾಣ. ಇದಕ್ಕೆ ಸರಳವಾದ ಕಾರಣವೊಂದಿದ್ದರೂ, ಅತ್ಯಂತ ಮುಖ್ಯವಾದ ಕಾರಣವೊಂದಿತ್ತು. ಅದು ಅಂತರಂಗಕ್ಕೆ ಸಂಬಂಧಪಟ್ಟ ವೈಯಕ್ತಿಕ ವಿಷಯ.

ಸುಶ್ಮಿತಾ ತಂದೆಗೆ ಘೇರಾವ್ ಮಾಡಿಕೊಂಡು ಕೂತಳು. "ನಂಗೆ ಖಂಡಿತ ಸಹಿಸೋಕ್ಕಾಗಲ್ಲ. ವರ್ಷ ಈ ಮನೆಯಿಂದ ಹೋಗ್ಬೇಕು. ಬೇಕಾದ್ರೆ ಅವ್ಳ ಕೆಲ್ಸ ನಾನಾಡ್ತೀನಿ" ಪಟ್ಟುಹಿಡಿದಳು. ಅವಳೂ ಬುದ್ಧಿವಂತಳೇ. ಅಂಥ ಕೆಡುಕಿನ ಸ್ವಭಾವದವಳಲ್ಲ. ತಾಯಿಗೆ ಹೋಲಿಸಿದರೆ ಮಗಳು ತೀರಾ ಮುಗ್ಧೆ.

"ಷ್ಯೂರ್, ಡೆಫೆನೆಟ್ಲಿ.... ಖಂಡಿತ ಹೋಗ್ತಾಳೆ. ವರ್ಷನ ಹೊರ್ಗೆ ಕಳುಹಿಸಲೇಬೇಕು. ಇಂಥ ಆತ್ಮವಿಶ್ವಾಸ ಬೇರೆಯವ್ರನ್ನ ಕುಗ್ಗಿಸುತ್ತೆ" ಎಂದರು ಅವುಡುಗಳನ್ನು ಬಿಗಿದು. ಬಹುಶಃ ಪ್ರತಾಪ್ ಬದುಕಿದ್ದರೇ ತಕ್ಷಣ ಕಾರ್ಯಗತವಾಗಿಬಿಡುತ್ತಿತ್ತು.

ರಾತ್ರಿಯ ಡಿನ್ನರ್‌ಗೆ ಹೈಮಾವತಿಗೂ ಕರೆ ಹೋಯಿತು. ಪ್ರತಾಪ್ ಬದುಕಿದ್ದಾಗ ಒಟ್ಟಿಗೆ ಡಿನ್ನರ್‌ಗೆ ಕೂತರೂ ಒಂದೂ ಮಾತಾಡುತ್ತಿರಲಿಲ್ಲ. ಉದಾಸೀನ ಅವಮಾನಗಳ ಮಧ್ಯೆ ಊಟ ಪ್ರಯಾಸವೆನಿಸುತ್ತಿತ್ತು.

ಇಂದು ಡೈನಿಂಗ್ ಹಾಲ್‌ನಲ್ಲಿ ಅರ್ಧ ಗಂಟೆ ಹೇಮಂತ್‌ಗಾಗಿ ಡಿನ್ನರ್‌ಗೆ ಕಾದಿದ್ದು ನರೋನಾ ಡೈರಿಯಲ್ಲಿ ಮುಖ್ಯಾಂಶಗಳು ಎನ್ನುವ ಕಾಲಂನಲ್ಲಿ ಬರೆದಿಡಬೇಕಾದುದ್ದೆ. ಕ್ಷಣಕ್ಷಣಕ್ಕೂ ಅವರ ನರಗಳು ಬಿಗಿಯುತ್ತಿದ್ದವು.

"ಸಾರಿ ಅಂಕಲ್, ನೀವು ತಗೋಬೇಕಿತ್ತು. ತುಂಬ ಇಂಟರೆಸ್ಟಾಗಿರೋ ಒಂದು ನಾವೆಲ್ ಓದ್ತಾ ಇದ್ದೆ. ಮಧ್ಯೆ ಎದ್ದು ಬರೋಕೆ ಮನಸ್ಸಾಗಲಿಲ್ಲ." ಅವನು ತಡವಾದುದಕ್ಕೆ ನೀಡಿದ ಕಾರಣ. ಕೆನ್ನೆಗೆ ಅಪ್ಪಳಿಸುವಷ್ಟು ಸಿಟ್ಟು ನರೋನಾಗೆ. ಆದರೆ.... ಅವನೀಗ ಯಂಗ್, ಬಿಸಿರಕ್ತದ ಯುವಕ. ಹೈಮಾವತಿ ಪ್ಯಾಲೆಸ್‌ನ ರಾಜಕುಮಾರ. "ದಟ್ಸ್ ಆಲ್ ರೈಟ್... ಪ್ರತಾಪ್ ಇದ್ದಾಗ ಜೊತೆಯಲ್ಲೇ ಬ್ರೇಕ್‌ಫಾಸ್ಟ್‌ನಿಂದ ಹಿಡಿದು ಡಿನ್ನರ್‌ವರ್‍ಗೂ" ಎಂದರು ನಗುತ್ತ.

ಸೂಪ್‌ನಲ್ಲಿ ಸ್ಪೂನಾಡಿಸುತ್ತಿದ್ದವನು ತಾಯಿಯತ್ತ ತಿರುಗಿದ.

ಆಕೆ ಉಸಿರು ಬಿಗಿ ಹಿಡಿದು ಡಿನ್ನರ್ ತಗೊಳ್ಳುವಂತೆ ಕಂಡರು. ತಂದೆ ಇದ್ದಾಗಿನ ದಿನಗಳನ್ನು ನೆನೆಸಿಕೊಂಡ. ಅಂದು ಕೂಡ ಯಾರೊಂದಿಗೂ ಬೆರೆಯದೆ, ಇದೇ ಅನುಸರಣೆ. ಹಲ್ಲಿನಡಿಯಲ್ಲಿ ಸೇರಿದ ತುಟಿಗೆ ಮೃದುವಾಗಿ ನೋವಾಯಿತು.

"ಹೈಮಾ, ವರ್ಷ ಬೇಡ. ಸ್ವಲ್ಪ ಕೂಡ ಸಿನ್ಸಿಯಾರಿಟಿ ಇಲ್ಲ, ಆ ಹುಡ್ಗಿಯಲ್ಲಿ. ನನ್ನ ಫ್ರೆಂಡ್ ಆಫೀಸ್‌ನಲ್ಲಿ ಕೆಲ್ಸ ಮಾಡೋ ಅಕೌಂಟೆಂಟ್ ಮಗ್ಳು ಇದ್ದಾಳೆ. ಇಂಗ್ಲೀಷ್ ಲಿಟರೇಚರ್‌ನಲ್ಲಿ ಎಂ.ಎ. ಮಾಡಿರೋದು. ಒಂದಿಷ್ಟು ಬರೆದಿದ್ದಾಳೆ. ಆ ಎಕ್ಸ್‌ಪೀರಿಯನ್ಸ್ ಇಲ್ಲಿಗೆ ಅನ್ಕೂಲವಾಗುತ್ತೆ. ಅವ್ಳನ ಕಳ್ಸಿಕೊಡೋಕೆ ಫೋನ್ ಮಾಡಿ ತಿಳ್ಸಿದ್ದೀನಿ." ಬಹಳ ನಿಧಾನವಾಗಿ ಒಂದೊಂದೇ ಪದವನ್ನು ಬಿಡಿಸುವಂತೆ ಹೇಳಿದರು. ಶತಾಯ ಗತಾಯ ವರ್ಷನ ಹೊರಗೆ ಹಾಕಬೇಕೆನ್ನುವುದು ಅವರ ಉದ್ದೇಶ. ನರೋನಾ ಮಾತಿಗೆ ತಲೆಯೆತ್ತಲಿಲ್ಲ ಹೈಮಾವತಿ.

ಏನಾದರೂ ಹೇಳಬಹುದು. ವಿರೋಧ ವ್ಯಕ್ತಪಡಿಸಬಹುದೆಂದು ನಿಧಾನವಾಗಿ ಒಂದರಿಂದ ಇಪ್ಪತ್ತೈದರವರೆಗೂ ಎಣಿಸಿದ ನಿಶ್ಯಬ್ದದ ಗುಹೆ ಹೊಕ್ಕಂತಿದ್ದರು. ಹೈಮಾವತಿ ಸುಮ್ಮನಿದ್ರೆ ಅದೇ ರಾಷ್ಟ್ರಪತಿ ಆಜ್ಞೆಯಾಗಿ ಹೊರಬೀಳುತ್ತದೆಯೆಂಬ ಅರಿವಾದ ಕೂಡಲೇ ಎಚ್ಚೆತ್ತ ಹೇಮಂತ್.

"ಅಂಕಲ್, ಅದು ಆಲ್‌ರೆಡಿ ಕ್ಲೋಸಾದ ಟಾಪಿಕ್. ಮತ್ತೆ ಅದ್ನ ರೈಸ್ ಮಾಡೋದ್ಬೇಡ. ವರ್ಷ ಪ್ರಾರಂಭ ಮಾಡಿದ ಕೆಲ್ಸ ಅವ್ಳೇ ಮುಗ್ಸಿ ಹೋಗ್ಲಿ. ಅದ್ನ ಯಾಕೆ ಅಷ್ಟೊಂದು ಸೀರಿಯಸ್ಸಾಗಿ ತಗೊಂಡ್ರಿ?" ಒಂದಿಷ್ಟು ಬೇಸರವನ್ನು ವ್ಯಕ್ತಪಡಿಸಿದ ಮಾತುಗಳಲ್ಲಿ.

ಗಂಡನ ಸೊಂಟ ತಿವಿದ ಲಕ್ಷ್ಮಿ ಸುಮ್ಮನಿರುವಂತೆ ಸನ್ನೆ ಮಾಡಿದರು. ನರೋನಾ ಉದ್ವೇಗಗೊಂಡರು. ಸಹಿಸುವುದು ಅವರಿಂದಾಗಲಿಲ್ಲ.

"ವರ್ಷ ಹೈಮಾವತಿ ಪ್ಯಾಲೆಸ್‌ನಲ್ಲಿ ಇರಕೂಡ್ದು ಅಷ್ಟೆ. ಅದ್ಕೆ ಯಾವ್ದೇ ರೀಸನ್‌ಗಳು ಬೇಡ." ಎದ್ದು ಹೋದರು ದಢಾರನೆ. ಹೈಮಾವತಿಗೆ ಗಾಬರಿಯೋ ಗಾಬರಿ. "ಪ್ಲೀಸ್. ನೀವು ಸ್ವಲ್ಪ ಹೇಳಿ ಲಕ್ಷ್ಮಿ." ರಿಕ್ವೆಸ್ಟ್ ಮಾಡಿಕೊಂಡರು ನರೋನಾ ಅವರ ಶ್ರೀಮತಿಯವರನ್ನ.

ಎದ್ದ ಹೇಮಂತ್ "ಆಂಟೀ, ಅಂಕಲ್ ಕುಡ್ದು ಕುಡ್ದು ಮನಸ್ಸಿನ ಸ್ಥಿತಿಯನ್ನೇ ಹಾಳು ಮಾಡ್ಕೊಂಡಿದ್ದಾರೆ. ಅವ್ರ ಮಾತುಗಳ್ನ ಸೀರಿಯಸ್ಸಾಗೇನು ತಗೋಳಲ್ಲ. ಅವ್ರು ಡ್ರಿಂಕ್ಸ್ ತಗೋಳೋದು ಕಡ್ಮೆ ಮಾಡದಿದ್ರೆ, ಒಂದಲ್ಲ ಒಂದು ದಿನ ನಿಮ್ಮನ್ನ ಹೊರ್ಗೆ ಕಳ್ಸಿ ಡೈವೋರ್ಸ್ ಕೊಟ್ಟು ಅವ್ರ ಪಿ.ಎ. ಮೇನಕಾನ ಮದ್ವೆಯಾಗ್ಬಿಡ್ತಾರೆ. ಬೀ ಕೇರ್‌ಫುಲ್" ಆಕೆಯ ಹಿಂಬದಿಯಲ್ಲಿ ನಿಂತು ಹಾಸ್ಯದಿಂದ ಹೇಳಿದ.

ತಾಯಿಗೆ ಹೋಗುವಂತೆ ಕಣ್ಣಲ್ಲಿಯೇ ಸನ್ನೆ ಮಾಡಿದ. ಬೆರಗುಗಣ್ಣಿಂದ ನೋಡಿದರು ಹೈಮಾವತಿ. "ವರ್ಷ ಇಲ್ಲೇ ಇರ್ತಾಳೆ, ಅವ್ಳು ಬಂದ ಕೆಲ್ಸ ಮುಗ್ಸ್ಯೋವರ್ಗೂ. ಬೇರೆ ಯಾರನ್ನೂ ಕರೆಸೋದ್ಬೇಡಾಂತ ಅಂಕಲ್‌ಗೆ ಹೇಳಿ, ಸ್ವಲ್ಪ

ನಾರ್ಮಲ್ಲಾಗಿರೋವಾಗ ಮಾತಾಡಿ" ಹೇಳಿದವನು ತನ್ನ ಪಾಡಿಗೆ ತಾನು ಹೋದವನು ಮತ್ತೆ ಹಿಂದಕ್ಕೆ ಬಂದ.

ಸುಶ್ಮಿತಾ ಸುಮ್ಮನೆ ಕೂತಿದ್ದಳು ಗೊಂಬೆಯಂತೆ. ಸ್ವಲ್ಪ ಅವಳ ಕೆನ್ನೆಯ ಬಳಿ ಬಗ್ಗಿ "ಸುಮ್ನೆ ಹೋಗಿ ಅಂಕಲ್ ತಲೆ ಕೆಡಿಸ್ಬೇಡ. ವರ್ಷ ವಿಷ್ಯ ನಿಂಗೆ ಸಂಬಂಧ ಪಡದೆ ಇರೋದು" ಅರ್ಥವಾಗುವಂತೆ ಬಿಡಿಸಿಟ್ಟ.

ಎರಡು ಕೈಯಲ್ಲಿ ಮುಖ ಮುಚ್ಚಿಕೊಂಡು ಸುಶ್ಮಿತಾ ಅಳಲು ಶುರು ಮಾಡಿದಾಗ, ತನಗೆ ಸಂಬಂಧವೇ ಇಲ್ಲವೆನ್ನುವಂತೆ ಹೋದ.

ಇಂಥ ದೊಡ್ಡ ಬದಲಾವಣೆ! ಲಕ್ಷ್ಮಿ ಕಂಗೆಟ್ಟರು. ಇಲ್ಲಿ ಹೈಮಾವತಿಯನ್ನು ಮೂಲೆಗೆ ಕೂಡಿಸಿ ಮಕುಟವಿಲ್ಲದ ಮಹಾರಾಣಿಯಂತೆ ಮೆರೆದ ಹೆಣ್ಣು. ಆಕಾಶದಿಂದ ಭೂಮಿಗೆ ದೂಡಿದಂತಾಯಿತು.

"ವಾಟ್ ಈಸ್ ದಿಸ್. ಇದು ಯಾವ ದೊಡ್ಡ ವಿಷ್ಯಾಂತ ತಲೆ ಕೆಡ್ಸಿಕೊಳ್ಳೋಕೆ ಹೋಗ್ತೀಯಾ! ಟೇಕ್ ಇಟ್ ಈಸೀ. ನಮ್ಗೆ ಹೇಮಂತ್, ನೀನೂ, ಬೇರೆ ಬೇರೆಯಲ್ಲ" ಸಂತೈಸಿ ಮಗಳನ್ನು ಕರೆದೊಯ್ದರು.

ಬಾಲ್ಕನಿಯಲ್ಲಿ ಕೂತು ತಂಗಾಳಿಗೆ ಮೈಯೊಡ್ಡಿ ಸುಂದರ ಕತ್ತಲೆಯೊಳಗಿನ ಪ್ರಪಂಚವನ್ನು ವೀಕ್ಷಿಸುತ್ತಿದ್ದ ನರೋನಾಗೆ ಕೆಲವು ವಿಷಯಗಳನ್ನು ಪಿಸುದನಿಯಲ್ಲಿ ವಿವರಿಸಿದರು.

"ಆ ಮುದ್ಕ ಮ್ಯಾನೇಜರ್ ರಾಮನಾಥನ್ ಸಾಮಾನ್ಯದವನಲ್ಲ. ಹೈಮಾವತಿಗಂತು ವಿವೇಕ, ಧೈರ್ಯ ಎರಡ್ಡೂ ಇಲ್ಲ. ಹೇಮಂತ್ ಹಿಂದೆ ಇರೋದು ಅವಳಲ್ಲ, ರಾಮನಾಥ್. ಮೊದ್ಲು ಅವನನ್ನು ತೊಲಗ್ಸಿ." ಒಂದು ಮುಖ್ಯವಾದ ಸಲಹೆಯನ್ನು ಕೊಟ್ಟರು.

ಮುಖ ಕಹಿ ಮಾಡಿ ತಲೆ ಕೊಡವಿದರು ನರೋನಾ. "ಇದು ನನ್ನ ಪ್ರತಿಷ್ಠೆಯ ಪ್ರಶ್ನೆ. ವರ್ಷ ಹೈಮಾವತಿ ಪ್ಯಾಲೆಸ್‌ನಿಂದ ಹೋಗ್ಬೇಕು ಮೊದ್ಲು. ಆಮೇಲೆ ಮಿಕ್ಕ ವಿಷ್ಯ" ಅಬ್ಬರಿಸಿದರು.

"ರಿಲ್ಯಾಕ್ಸ್ ನರೋನಾ... ರಿಲ್ಯಾಕ್ಸ್. ನೀನು ನೇಣು ಹಾಕ್ಕೊಂಡ್ರೂ ವರ್ಷನ ಹೊರ್ಗೆ ಕಳ್ಸೋಕ್ಕಾಗಲ್ಲ. ಹೇಮಂತ್ ಅವ್ಳ ಪರ ನಿಂತಿದ್ದಾನೆ. ತೆಪ್ಪಗಿದ್ರೆ ಮರ್ಯಾದೆ" ಕಟುವಾಗಿ ಹೇಳಿದರು ಲಕ್ಷ್ಮಿ. ಒಂದಿಷ್ಟು ಬೇಸರವು ಕೂಡ ಗಂಡನ ಮೇಲೆ.

ಹಣದ ಲೆಕ್ಕ ಹಾಕಿ ಅಲ್ಲಿ ಕುಡಿಯುವ ನರೋನಾ ಇಲ್ಲಿಗೆ ಬಂದರೆ ಬಾಟಲು, ಗ್ಲಾಸ್ ಮುಂದೆಯೇ ಇರಬೇಕು. ಪ್ರತಾಪ್ ಶೇಖರಿಸಿಟ್ಟಿದ್ದ ವಿದೇಶಿ ಮದ್ಯ ಬಹುಶಃ ಇನ್ನೊಂದು ವರ್ಷಕ್ಕೆ ಆಗುವಷ್ಟು ಇತ್ತು.

ನರೋನಾ ಕೂದಲಲ್ಲಿ ಕೈಹಾಕಿ ಕಿತ್ತು, ಇನ್ನಷ್ಟು ಗ್ಲಾಸ್‌ಗೆ ಬಗ್ಗಿಸಿಕೊಂಡು ಒಂದೇ ಸಲ ನೀರಿನಂತೆ ಗಂಟಲಿಗೊಯ್ದುಕೊಂಡರು.

ರಾತ್ರಿಯೆಲ್ಲ ನರೋನಾ ಅಮಲಿನಲ್ಲಿಯೇ ಬಾಯಿಗೆ ಬಂದಂತೆ ಕೂಗಾಡಿದಾಗ ಬಂದ ಹೇಮಂತ್, "ಆಂಟೀ, ಇಷ್ಟೊಂದು ಕುಡ್ಯೋಕೆ ಯಾಕ್ಬಿಟ್ರಿ? ಅಂಕಲ್ ಆರೋಗ್ಯದ ಗತಿಯೇನು?" ಎನ್ನುತ್ತ ನರೋನಾನ ಬಲವಂತದಿಂದ ಎಳೆದೊಯ್ದು ಮಂಚದ ಮೇಲೆ ಮಲಗಿಸಿದ. ಅಸಂಬದ್ಧ ಮಾತುಗಳೇ. ಆ ಮೂಲಕ ಅಂತರಾಳದಲ್ಲಿ ಹುದುಗಿದ್ದ ಸತ್ಯ ಹೊರಬೀಳುವುದು.

ಹೇಮಂತ್‌ನ ತಬ್ಬಿಕೊಂಡು ಅತ್ತರು ಆಕೆ. ಅದು ಮುಂದಿನ ಒಂದು ದೊಡ್ಡ ಬದಲಾವಣೆಗೆ ಮೂಲವಾಗಬಹುದೆಂಬ ಅರಿವು ಇರಲಿಲ್ಲ ಲಕ್ಷ್ಮಿಗೆ.

ಹೊರಬಂದ ಹೇಮಂತ್ ಪ್ಯಾಲೆಸ್ ಉಸ್ತುವಾರಿನ ಕರೆಸಿದವನು "ತಕ್ಷಣ, ಈಗಿಂದೀಗ್ಲೇ ಬೆಳಗಿನ ವೇಳೆಗೆ ಬಾರ್ ಪೂರ್ತಿ ಬದಲಾಗಿ ಮೆಡಿಟೇಷನ್ ಹಾಲ್ ಆಗ್ಬೇಕು ಹಿಂದಿನಂತೆ. ರಾಮನಾಥನ್‌ರನ್ನ ಕರ್ಸಿಕೊಳ್ಳಿ ನಿಮ್ಮ ಸಹಾಯಕ್ಕೆ ಕ್ವಿಕ್..." ಅವಸರಿಸಿದ.

ನೌಕರರೆಲ್ಲ ಹತ್ತು ನಿಮಿಷದಲ್ಲಿ ಹಾಜರಾದರು. ಗೆಸ್ಟ್ ಹೌಸ್‌ನಲ್ಲಿದ್ದ ರಾಮನಾಥನ್ ಓಡೋಡಿ ಬಂದರು. ಅವರಿಂದ ಒಂದಿಷ್ಟು ಸಲಹೆಗಳನ್ನು ಪಡೆದ ಕೂಡ.

"ಅಂಕಲ್ ಆರೋಗ್ಯ ತೀರಾ ಹಾಳು. ಒಂದಿಷ್ಟು ಯೋಗ ಧ್ಯಾನ ಮಾಡಿದ್ರೆ... ಮೈಂಡ್ ಸರ್‍ಯೋಗುತ್ತೆ. ಈಗ ಅವ್ರಿಗೆ ಅಗತ್ಯವಾಗಿರೋದು ಪೀಸ್. ಡ್ಯಾಡಿನ್ನಂತು ಕಳ್ಕೊಂಡೆ. ಇವ್ರನ್ನೂ ಕಳ್ದುಕೊಳ್ಳೋಕೆ ನಾನು ಸಿದ್ಧವಿಲ್ಲ" ಈ ಮಾತುಗಳು ಕೆಲವರ ಕಿವಿಗಳಿಗೆ ಬೀಳುವಂತೆ ಜೋರಾಗಿ ಹೇಳಿದ ಹೇಮಂತ್. ಕೆಲವು ನೌಕರರ ನಿಷ್ಠೆ ನರೋನಾಗೆ ಎನ್ನುವ ಅನುಮಾನ ಅವನಿಗೆ.

ಅಂತು ಹೈಮಾವತಿ ಪ್ಯಾಲೆಸ್‌ನಲ್ಲಿ ಹೊರಗಿನ ಪ್ರಪಂಚಕ್ಕೆ ಗೊತ್ತಾಗದಂತೆ ಒಂದು ಬದಲಾವಣೆಯಾಗಿ ಹೋಯಿತು ರಾತ್ರೋ... ರಾತ್ರಿ.... ಮೂಲೆ ಸೇರಿದ್ದ ರಾಮಸೀತೆಯ ಲೈಫ್ ಸೈಜಿನ ಫೋಟೋ, ಹಿಂದಿನಂತೆಯೇ ಅದೇ ಸ್ಥಾನದಲ್ಲಿ ಪ್ರತಿಷ್ಠಾಪನಗೊಂಡಿತು. ಕೆಳಗೆ ಧ್ಯಾನಮಗ್ನನಾದ ಹನುಮಂತ!

ಆ ದೊಡ್ಡ ಹಾಲ್ ಪ್ರಶಾಂತವೆನಿಸಿತು. ಪ್ರತಾಪ್ ಕಾಲದಲ್ಲಿನ ಬದಲಾವಣೆ ಹೇಮಂತ್ ಕಾಲಕ್ಕೆ ಸರಿಹೋಯಿತು. ಇದನ್ನು ನೋಡಿ ಹರ್ಷಿಸಿದವರು ರಾಮನಾಥನ್.

"ನೀವೂ ಬಂದು ಧ್ಯಾನ ಮಾಡ್ಬಹುದು, ಬೇಕೆನಿಸಿದ್ರೆ" ಹೇಳಿದ ಹೇಮಂತ್. ಅವರು ಕೆನ್ನೆಗಳಿಗೆ ಹಾಕಿಕೊಂಡರು. "ಎಲ್ಲಾದ್ರೂಂಟಾ! ಹಿರಿಯ ಸಾಹೇಬ್ರು ಧ್ಯಾನ ಮಾಡ್ತಾ ಇದ್ದಿದ್ದು ಒಂದೆರಡು ಸಲ ನೋಡಿದ್ದೆ. ಏನು ತೇಜಸ್ಸು ಅವ್ರ ಮುಖದಲ್ಲಿ" ಅವರ ನೆನಪುಗಳು ಹರಡಿಕೊಂಡವು.

"ಹೋಗಿ, ರೆಸ್ಟ್ ತಗೊಳ್ಳಿ" ಹೇಮಂತ್ ತನ್ನ ರೂಮಿಗೆ ಹೋಗುವ ಮುನ್ನ ತಾಯಿಯ ಕೋಣೆಯ ಬಾಗಿಲು ತಟ್ಟಿದ. ಹೊರಗೆ ಮಲಗಿದ್ದ ಮಣೆಯಮ್ಮ

ದಡಬಡಿಸಿಕೊಂಡು ಎದ್ದಾಗ ಮಲಗುವಂತೆ ಸನ್ನೆ ಮಾಡಿದ ಹೇಮಂತ್ "ಮಮ್ಮಿ ಹತ್ರ ಮಾತಾಡೋದಿದೆ" ಎಂದ.

ಐದು ನಿಮಿಷದ ನಂತರವೆ ಬಾಗಿಲು ತೆರೆದಿದ್ದು.

"ನಾನು ಮಮ್ಮಿ, ನಿದ್ದೆ ಬರ್ಲಿಲ್ಲ. ಒಂದಿಷ್ಟು ಹರಟೆನಾದ್ರೂ ಹೊಡ್ಯೋಣಾಂತ್ಬಂದೆ. ನಿಮ್ಗೆ ಡಿಸ್ಟರ್ಬ್ ಆಗ್ಲಿಲ್ಲಾ.... ತಾನೇ?" ಎನ್ನುತ್ತಲೇ ಒಳಗೆ ಬಂದು ಕೂತ. ರಾಜವೈಭವ, ಶ್ರೀಮಂತಿಕೆಯನ್ನು ನೆನಪಿಸುತ್ತಿತ್ತು ಚಿತ್ತಾರ ಬಿಡಿಸಿದ್ದ ತುಂಬ ವಿಶಾಲವಾದ ಮಂಚ, ಆಸನಗಳು. "ಹೊಸ ಗಾಳಿಯ ಪ್ರವೇಶವಿಲ್ಲ ಇಲ್ಲಿಗೆ!" ಅರ್ಥಗರ್ಭಿತವಾಗಿ ನಕ್ಕ. ಬಹುಶಃ ಆಕೆಗೆ ಅರ್ಥವಾಗಲಿಲ್ಲ. ಅಥವಾ ತಟ್ಟನೆ ಅರ್ಥೈಸಿಕೊಳ್ಳುವಂಥ ಕ್ರಿಯಾಶಕ್ತಿಯನ್ನು ಮಿದುಳು ಕಳೆದುಕೊಂಡಿತ್ತು.

ಮಗನ ನೋಟ ತಪ್ಪಿಸುತ್ತಿದ್ದರೂ, ಮಗ ತನ್ನ ಪರವಾಗಿ ನಿಂತು ವರ್ಷನ ಉಳಿಸಿಕೊಂಡಿದ್ದು ಅತ್ಯಂತ ಸಂತೋಷ ತಂದಿತ್ತು. ಅದರ ಹಿಂದೆಯೇ ಒಂದು ಭಯ, ಎಂದಿನಿಂದಲೂ ಬೆನ್ನಟ್ಟಿಕೊಂಡು ಬಂದಿತ್ತು.

"ನರೋನಾ ಅಂಕಲ್, ಬೇಜಾರು ಮಾಡ್ಕೊಂಡ್ರೇನೋ!" ಅವರ ಬಗ್ಗೆಯೇ ಆಕೆ ಯೋಚಿಸಿದಾಗ ಬೇಜಾರಾಯಿತು ಹೇಮಂತ್‌ಗೆ.

"ದಿಸ್ ಈಸ್ ಟೂ ಮಚ್, ಮಮ್ಮಿ! ನೀನು ಅವ್ರ ಬಗ್ಗೆ ಯೋಚ್ಸೋ ಬದ್ಲು ನಿನ್ನ ವಿಷ್ಯ ಚಿಂತಿಸು. ನೀನೇನಾಗ್ತೀಯಾ ವರ್ಷ ಮುಂದೆ, ಅಂದು ಪ್ರಕಟಣೆ ಕೊಡೋ ಮುಂದು ಯೋಚ್ಸಬೇಕಿತ್ತು. ಆಮೇಲಾದ್ರೂ ನಿಮ್ಮನ್ನ ನೀವು ಸಮರ್ಥಿಸ್ಕೋಬೇಕಿತ್ತು. ಜಗತ್ತಿನಲ್ಲಿ ಧೈರ್ಯಶಾಲಿ ಮಾತ್ರ ಸಲ್ಲೋದು. ದುರ್ಬಲರು ಯಾರ್ಗೂ ಇಷ್ಟವಾಗೋಲ್ಲ. ಗುಡ್‌ನೈಟ್" ಮುಖ ದಪ್ಪಗೆ ಮಾಡಿಕೊಂಡು ಹೊರಬಂದ.

ತನ್ನ ಕೋಣೆಗೆ ಹೋಗಿ ಮಲಗಿದ. ಹೈಮಾವತಿಯ ಬಗ್ಗೆ ಕರುಣೆಗಿಂತ ಕೋಪವೇ ಹೆಚ್ಚಾಯಿತು. ಆಕೆ ತೀರಾ ಮೂಲೆಗುಂಪಾಗುವುದಕ್ಕೆ ತಂದೆಯಷ್ಟೇ ಆಕೆಯೂ ಕಾರಣವೆನಿಸಿತು. ಇಷ್ಟು ವರ್ಷಗಳ ಆರಾಮದ ಬದುಕು ಕೊನೆಗೊಂಡಿತ್ತು. ಈಗ ಬದುಕು ಯುದ್ಧರಂಗವೆನಿಸಿತ್ತು. ಮಿದುಳು, ಎದೆ ಗಟ್ಟಿಯಾಗಿರುವವರು ಮಾತ್ರ ಉಳಿತಾರೆ. ಉಳಿದವರ ಬದುಕು ಕ್ರಿಮಿಕೀಟಗಳಂತೆ.

ಉಳಿದ ಒಂದೆರಡು ಗಂಟೆಗಳು ನಿಶ್ಚಿಂತೆಯಿಂದ ನಿದ್ರಿಸಲು ಸಾಧ್ಯವಿರಲಿಲ್ಲ ಅವನಿಗೆ. ಮರುದಿನದ ಬೆಳಗು ಕೋಲಾಹಲವನ್ನೇ ಹೊತ್ತು ತರಬಹುದು. ಇಲ್ಲಿಗೆ ಬಂದರೆ ಮುಕ್ಕಾಲು ವೇಳೆ ಕುಡಿದು ಕಳೆಯುತ್ತಿದ್ದ ನೆಲಮಾಳಿಗೆಯ ಬಾರ್‌ನ ಬದಲಾವಣೆಯಿಂದ ಹುಚ್ಚಿಗೇಳಬಹುದು. ಮತ್ತೇನು ಮಾಡಲು ಸಾಧ್ಯ?

ಬೆಳಿಗ್ಗೆ ಜಾಗಿಂಗ್‌ಗೆ ಹೋದಾಗ ಮರದಡಿಯಲ್ಲಿ ನಿಂತು ದೂರಕ್ಕೆ ದೃಷ್ಟಿ ನೆಟ್ಟ ವರ್ಷ ಕಾಣ ಸಿಕ್ಕಳು. "ಹಾಯ್, ವರ್ಷ..." ಕೂಗಿದ ಓಟವನ್ನು ನಿಧಾನಿಸುತ್ತ.

"ಗುಡ್ ಮಾರ್ನಿಂಗ್, ಸರ್" ಎಂದಳು ನಯವಾಗಿ.

ಪೂರ್ತಿ ನಿಂತು ಸ್ಟೇಟ್ಸ್ ಬನೀನಿನೊಳಗೆ ಹಾಕಿಕೊಂಡಿದ್ದ ಒಂದು ಚಿತ್ರವನ್ನು ಅವಳ ಮುಂದಿಡಿದ. ಮುಂದೆ ಬೆಳ್ಳಗಾದ ಕ್ರಾಪ್, ಸ್ವಲ್ಪ ದಪ್ಪ ಮೀಸೆ, ಮುಖದಲ್ಲಿ ವಯಸ್ಸಿಗೆ ಅನುಗುಣವಾದ ಗಾಂಭೀರ್ಯ, ಹಣೆಯಲ್ಲಿ ಗೆರೆಗಳು, ವಾಸ್‌ಕೋಟು, ಪ್ಯಾಂಟ್ ಧರಿಸಿದ್ದ ವ್ಯಕ್ತಿಯ ಚಿತ್ರ.

ಆ ಚಿತ್ರವನ್ನು, ಹೇಮಂತನ ಬದಲಿಸಿ ನೋಡಿದವಳು ನಕ್ಕುಬಿಟ್ಟವಳು "ನೀವು, ಒಂದು ಇಪ್ಪತ್ತೈದು ವರ್ಷಗಳ ನಂತರ ಹೀಗೇ ಇರ್ತೀರಾಂತಾನಾ?" ಹ್ಞೂಗುಟ್ಟಿದವನ ಮುಖ ಹಸನ್ಮುಖವಾಯಿತು.

ಬಗ್ಗಿ ಬಿಚ್ಚಿದ್ದ ಷೂಲೇಸ್‌ಗಳನ್ನು ಕಟ್ಟಿಕೊಳ್ಳುತ್ತ "ಬೆಳೆದಿದ್ದ ಲಂಡನ್‌ನಲ್ಲಿ ಬೋರ್ಡಿಂಗ್ ವಾಸ. ಅಲ್ಲಿನ ವಾರ್ಡನ್ ಫ್ರೆಂಡ್ಸ್ ಜೊತೆ ದಿನಗಳು ಕಳ್ದುಹೋಯ್ತು. ಈಗ .... ನಂದು ಅನಾಥ ಬದುಕಾಯ್ತು. ಯಾಕೆ, ಏನು.... ಇಂಥ ಪ್ರಶ್ನೆಗಳು ಮೂಡೋಕೆ ಶುರುವಾಗಿದ್ದು ಕೆಲವು ದಿನಗಳಿಂದ. ಎಲ್ಲಾ ಸರ್ಯಾಗಿ ಕಾಣ್ತಾ ಇದ್ದಿದ್ದು, ಈಗ ಏನೇನು ಸರಿಯಿಲ್ಲಾಂತ ಅನ್ನಿಸ್ತಾ ಇದೆ. ಪ್ಲೀಸ್, ನಂಗೆ ಸ್ವಲ್ಪ ಹೆಲ್ಪ್ ಮಾಡಿ" ಎಂದಾಗ, ಇವನು ಹೇಮಂತನ - ಎಂದು ಯೋಚಿಸುವಂತಾಯಿತು ಅವಳಿಗೆ.

ಜಗ್ಗುವ ಸ್ವಭಾವ ಅವನದಲ್ಲವೆನಿಸಿದರೂ ಸತ್ಯ ಬಿಚ್ಚಿಡದಿದ್ದರೆ ವರ್ಷ ಸ್ನೇಹ ಹಸ್ತ ಚಾಚಲಾರಳು ಎನಿಸಿದ್ದರಿಂದ ನವಿರಾಗಿ ನುಡಿದಿದ್ದ.

"ಬೈ ಮಿಸ್ಟೇಕ್, ನಾನು ನಿಮ್ಮನ್ನ ಸುಶ್ಮಿತಾ ಅಂತ ತಿಳಿದಿದ್ದೇ. ಅದ್ಕೇ ಸರ್ಯಾದ ಪನಿಷ್‌ಮೆಂಟ್ ಸಿಕ್ತು." ಅಂದಿನ ವಿಷಯವನ್ನು ಎಳೆದುಕೊಂಡಾಗ ಜಗಳವಾಡಿಬಿಡುವ ಹುಮ್ಮಸ್ಸು ಅವಳದು. "ಆದ್ರೂ, ಅದು ದೊಡ್ಡ ತಪ್ಪೇ" ಎಂದಳು ಹೆಜ್ಜೆಯ ವೇಗ ಹೆಚ್ಚಿಸುತ್ತ.

"ಸ್ಟಾಪ್ ಇಟ್, ಇದು ತೀರ್ಮಾನವಾಗಿಬಿಡ್ಲಿ." ಕೈ ಚಾಚಿದ. ಇಂದಿಗೂ ಎರಡು ಹಲ್ಲುಗಳ ಗುರುತು ಇದ್ದಿದ್ದು ಆಶ್ಚರ್ಯ ತರಿಸಿತು. "ನೋಡಿ, ನನ್ನ ತಪ್ಪಿಗೆ ನಿಮ್ಮಲ್ಲಿ ದಾಖಲೆಗಳಿಲ್ಲ. ನೀವು ಕೊಟ್ಟ ಶಿಕ್ಷೆಗೆ ಇದ್ಕಿಂತ ಪ್ರಬಲವಾದ ಸಾಕ್ಷಿ ಬೇಕಾ?" ಪಾಟೀ ಸವಾಲ್‌ಗೆ ನಿಂತ.

"ಈಗೇನ್ಮಾಡ್ಬೇಕು?" ಎಂದಳು ಪ್ರತಿವಾದಿಯಂತೆ.

"ನಂಗೆ ಇದಕ್ಕಿಂತ ಬಲವಾದ ಶಿಕ್ಷೆ ಆಗ್ಬೇಕೂಂತ ಅಂದ್ಕೊಂಡ್ರೆ... ಒಬ್ಬ ಫೋಟೋಗ್ರಾಫರ್, ವಿಡಿಯೋಗ್ರಾಫರ್‌ನ ಕರಿಸ್ತೀನಿ. ಅದೇ ಸ್ಥಳದಲ್ಲಿ, ಅಂದಿನ ಭಂಗಿಯಲ್ಲೇ ನಿಲ್ಲಿ. ನಾನು ಕೂಡ ಅಂದಿನ ಹಾಗೆ ಹಿಂದಿನಿಂದ ಬಂದು ಸ್ವಲ್ಪ ಬಗ್ಗಿ" ನಿಲ್ಲಿಸಿದ.

ಅರಿವಾಗದಂತೆ ಅವಳ ಕದಪುಗಳು ರಾಗ ರಂಜಿತವಾದವು. ಎರಡು ಕೈಗಳನ್ನು ಜೋಡಿಸಿದಳು. "ದಯವಿಟ್ಟು, ಬೇಡ ಬಿಡಿ, ನನ್ನಿಂದ ನಿಮ್ಗೇನು ಹೆಲ್ಪ್ ಆಗ್ಬೇಕು?" ಸ್ವಲ್ಪ ಮೃದುವಾದಳು.

ವಾರೆ ನೋಟ ಹರಿಸಿದ ಹೇಮಂತ್ ಒಳಗೊಳಗೇ ನಕ್ಕ. ಧೈರ್ಯದ ಹುಡುಗಿಯಾಗಿ ಕಂಡರೂ 'ಬೋಲ್ಡ್' ಅಲ್ಲವೆಂದುಕೊಂಡ. 'ನವಿರಾದ ಭಾವನೆಗಳ ಕೋಮಲೆ' ಎನ್ನುವ ಅಭಿಪ್ರಾಯಕ್ಕೆ ಬಂದ.

"ಆ ಬಗ್ಗೆ ಆಮೇಲೆ ಮಾತನಾಡೋಣ. ಮೊದ್ಲು ಈ ವಿಷ್ಯ ತೀರ್ಮಾನವಾಗ್ದೇ ನಾನು ನಿಮ್ಮನ್ನ ಪೂರ್ತಿ ನಂಬಕ್ಕಾಗೋಲ್ಲ. ನಂಗೆ ಬೇಕಾಗಿರೋದು ನಿಮ್ಮ ಪ್ರಾಮಾಣಿಕತೆಯ ಸಹಾಯ."

ತಟ್ಟನೆ ಹೇಮಂತ್‌ನ ಮುಖ ನೋಡಿದ ವರ್ಷ "ಬೇಡ ಬಿಡಿ...." ಎಂದು ಮುಂದಕ್ಕೆ ಹೊರಟಾಗ ಕೈ ಹಿಡಿದು ನಿಲ್ಲಿಸಿದವನು "ಮತ್ತೆ ಕಚ್ಚೋ ಪ್ರಯತ್ನ ಮಾಡ್ಬೇಡಿ. ಮಾತಿಗೆ ಜಗ್ಗದವ್ರಿಗೆ ಬಲ ಪ್ರಯೋಗ ಮಾಡ್ಬೇಕಾಗುತ್ತೆ. ಆ ವಿಷ್ಯದ ಬಗ್ಗೆ ನಿಮ್ಮ ಅಭಿಪ್ರಾಯವೇನು?" ಮೊಂಡಿಗೆ ಬಿದ್ದವನಂತೆ ಹೇಳಿದ.

ವರ್ಷಳಿಗೆ ತಲೆ ಚಿಟ್ಟೆನಿಸಿತು. ಈಗ ಹೇಮಂತ್‌ನ ಕಂಡರೆ ಅವಳಿಗೇನು ಭಯವೆನಿಸಲಿಲ್ಲ. ಸುತ್ತಮುತ್ತಲು ನೋಡಿದಳು.

"ಓಡೋ ಪ್ರಯತ್ನ ಮಾಡ್ಬೇಡಿ, ನಾನು ಬೆಸ್ಟ್ ಅಥ್ಲೀಟ್" ಎಂದ ಮುಖ ಉಮ್ಮಿಸಿ.

"ಈಗ ನಾನೇನ್ಮಾಡ್ಬೇಕು?" ಎರಡು ಮರಗಳ ನೆರಳಿನ ನಡುವೆ ಹಾಸಿದ್ದ ಕಮಾನಿದ್ದ ಕಲ್ಲು ಹಾಸಿನ ಮೇಲೆ ಕೂತುಬಿಟ್ಟಳು. ಹೇಮಂತ್ ಕೂಡ ಅವಳ ಪಕ್ಕ ಕೂತವನು ಎದ್ದುನಿಂತು "ಸನ್ನಿವೇಶ ವಿವರಿಸೋಕೆ ನಿಲ್ಲೋದೇ ಸರಿಯೇನೋ. ಅದೇ ಜಾಗ, ಅದೇ ವೇಳೇ, ಅದೇ ಭಂಗಿ....ನಾನು ಮೊದ್ಲಿನ ಹಾಗೇ ಹಿಂದಿನಿಂದ ಬಂದು ಬಳಸುವುದು, ನೀವು ನನ್ನ ಮುಂಗೈ ಮೇಲೆ ನಿಮ್ಮ ದಂತಪಂಕ್ತಿಯೂರೋದು. ಇದ್ನ ಸಾಕ್ಷಿ ಆಧಾರಗಳೊಂದಿಗೆ ಷೂಟು ಮಾಡಿಟ್ಕೊಂಡರೆಯೂ.... ನಿಮ್ಗೆ ಅನ್ಕೂಲವಾಗುತ್ತೆ. ನ್ಯಾಯ ಸಿಗುತ್ತೆ. ನಂಗೆ ಶಿಕ್ಷೆ ಆಗುತ್ತೆ. ಅದ್ಕೆ ನನ್ನ ಫುಲ್ ಕೋ-ಆಪರೇಷನ್ ಇರುತ್ತೆ. ಯಾವ ಅಪರಾಧೀನು ಇಂಥ ಅವಕಾಶ ಕಲ್ಪಿಸಿಕೊಡ್ತಾರ, ಯೋಚ್ಸಿ." ನವಿರಾಗಿ ನಗುವಿನೊಂದಿಗೆ ಹೇಳಿದಾಗ, ತಲೆಯೊತ್ತಿಕೊಂಡು ಕೂತುಬಿಟ್ಟಳು ವರ್ಷ. ಹೇಗೆ ಹೇಮಂತ್‌ನಿಂದ ಬಿಡುಗಡೆ ಎಂದು ಯೋಚಿಸುವಂತಾಯಿತು ಅವಳಿಗೆ.

ಎರಡು ಕೈಯಲ್ಲು ತಲೆ ಹಿಡಿದುಕೊಂಡು ಕೂತುಬಿಟ್ಟಳು ವರ್ಷ. ಹೇಮಂತ್‌ನ ಇನ್ನೊಂದು ಸ್ವಭಾವದ ಪರಿಚಯ ಕೂಡ ಆಯಿತು ಅವಳಿಗೆ.

"ಕ್ವಿಕ್ ವರ್ಷ, ಏನಾದ್ರೂ ಬೇಗ್ಹೇಳಿ. ನಿಮ್ಮ ಅಮೂಲ್ಯ ಸಮಯದ ಜೊತೆ ನನ್ನ ಟೈಮ್ ಕೂಡ ವೇಸ್ಟ್. ಅದ್ಕೇ ಒಂದು ದಿನ ಫಿಕ್ಸ್ ಮಾಡಿ ಹೇಳಿ. ಕ್ಯಾಮರಾಮೆನ್, ವಿಡಿಯೋಗ್ರಾಫರ್ ಜೊತೆ ಜಡ್ಜ್‌ಗಳಾಗಿ ಹೈಮಾವತಿ, ನರೋನಾ, ರಾಮನಾಥ್ ಮುಂತಾದವ್ರನ್ನ ನೇಮ್ಸಿಕೊಂಡ್ರೆ್ಹೇಗೇ? ಅವುಗಳೆಲ್ಲ ನಮ್ಕಡೆಯವ್ರು ಅನ್ನೋ ತಕರಾರು ನಿಮ್ಮದಾದ್ರೆ, ನಿಮ್ತಂದೆ, ತಾಯಿನ ಕರ್ಸಿಕೊಳ್ಳಿ. ಆಗ ಸರ್ಯಾಗಿ ತೀರ್ಪು ಬೀಳುತ್ತೆ. ನಾನು ಎಲ್ಲಾ ಪನೀಷ್‌ಮೆಂಟ್‌ಗೂ ರೆಡಿ" ಮತ್ತಷ್ಟು ಎಳೆತಾ.

"ದಯವಿಟ್ಟು ಒಂದ್ಕೆಲ್ಸ ಮಾಡಿ. ತಿಳಿದೇ ಮಾಡ್ದ ತಪ್ಪಿಗೂ ಕೂಡ ಶಿಕ್ಷೆ ಅನುಭವಿಸಿದ್ದೀರಿ. ಅಷ್ಟು ಸಾಕು. ದಯವಿಟ್ಟು ಆ ಚಾಪ್ಟರ್ ಕ್ಲೋಸ್ ಮಾಡ್ಬಿಡಿ" ಸಹನೆಗೆಟ್ಟು ವಿನಂತಿಸಿಕೊಂಡಳು.

ಅವಳ ಮುಖದ ಮೇಲೆ ಉದಯಿಸುತ್ತಿರುವ ಸೂರ್ಯನ ರಶ್ಮಿ ಬಿದ್ದು ಹೊಂಬಣ್ಣಕ್ಕೆ ತಿರುಗಿದ ಅದು ಅತ್ಯಂತ ಪ್ರಕಾಶಮಾನವಾಗಿ ಬೆಳಗುತ್ತಿದ್ದುದನ್ನು ಎವೆಯಿಕ್ಕದೆ ನೋಡಿದ. ಕೆಲವೇ ಕೆಲವು ಕ್ಷಣಗಳು ಅವಳ ಕೆನ್ನೆಗಳು ಅವನ ತುಟಿಗಳಿಗೆ ಹತ್ತಿರವಾಗಿತ್ತು. ಆ ನೆನಪು ಹೆಚ್ಚು ಹಿತವೆನಿಸಿತು. ಆ ಸಮಯದಲ್ಲಿ "ಆದ್ರೂ ನನ್ನಲ್ಲಿನ ಅಪರಾಧ ಪ್ರಜ್ಞೆಯನ್ನು ನೆನಪಿಸುತ್ತೆ. ಈ ಗುರುತುಗಳು" ಮತ್ತೆ ಮುಂಗೈ ನೀಡಿದಾಗ ತಲೆಯೊತ್ತಿಕೊಂಡಳು. "ಪ್ಲೀಸ್... ಪ್ಲೀಸ್... ಕೈಯನ್ನು ಹಿಂದಕ್ಕೆ ತಗೊಂಡ್, ನನ್ನಿಂದ ನಿಮ್ಗೇನು ಹೆಲ್ಪ್ ಆಗ್ಬೇಕು ತಿಳ್ಸಿ" ರಾಜಿಯಾಗಿಬಿಟ್ಟಳು. ಮತ್ತೆ ಮತ್ತೆ ಈ ವಿಷಯ ಕೆದಕುವುದು ಬೇಡವಾಗಿತ್ತು.

ಕೈಯನ್ನ ಹಿಂದಕ್ಕೆಳೆದುಕೊಂಡವನು ಎರಡು ಅಂಗೈಗಳನ್ನು ಉಜ್ಜತೊಡಗಿದಾಗ, ಆ ಗುರುತನ್ನು ಬೆನ್ನಟ್ಟಿದ್ದ ನೋಟವನ್ನು ಹಿಂದಕ್ಕೆ ತರಲು ಪ್ರಯಾಸಪಡಬೇಕಾಯಿತು ವರ್ಷ.

"ಓಕೆ, ಸದ್ಯಕ್ಕೆ ಸ್ಟಾಪ್ ಅಷ್ಟೇ. ಮುಂದೊಂದಿನ ಆ ವಿಷ್ಯನ ತೀವ್ರವಾಗಿ ಗಣನೆಗೆ ತಂದ್ಕೊಳ್ಳೋಣ. ನಂಗೆ ಪ್ರಾಂಪ್ಟ್ ಆಗಿ ನೀವು ಹೆಲ್ಪ್ ಮಾಡ್ಬೇಕು" ಕೈ ಮುಂದಕ್ಕೆ ನೀಡಿದ.

ಅವಳಿಗೆ ಆಶ್ಚರ್ಯ. ತನ್ನಿಂದ ಆಗಬೇಕಾದ ಸಹಾಯವೇನು? ಬಹುಶಃ ಚೀಟ್ ಮಾಡಬಹುದು? ಕೆಲವು ತಿಂಗಳುಗಳಷ್ಟೆ. ಆಮೇಲೆ ಹೊರಟರೆ ಮುಗಿಯಿತು ಇಲ್ಲಿಗದೆಲ್ಲ - ಯಾಕೆ ಹೆದರಿಕೆ?

"ಇದೆಲ್ಲ ಯಾಕೆ? ಮಾತಿನಲ್ಲಿ ಪ್ರಾಮಿಸ್ ಮಾಡಿದ್ರೆ ಸಾಲ್ದಾ?" ಕಷ್ಟದಿಂದ ಕೇಳಿದಳು. ತಲೆಯಾಡಿಸಿಬಿಟ್ಟ. "ಖಂಡಿತ ಸಾಲ್ದು, ನಿಮ್ಗೆ ಕೈಮೇಲೆ ಕೈ ಇಡುವುದು, ಕುಲುಕುವುದರ ಮಹತ್ವ ಗೊತ್ತಿಲ್ಲಾಂತ ಕಾಣಿಸುತ್ತೆ. ಕೈನ ಟೆಂಪರೇಚರ್.... ನಿಮ್ಮ ಪ್ರಾಂಪ್ಟ್‌ನೆಸ್‌ನ ಒತ್ತಿ ಹೇಳುತ್ತೆ" ಗಂಭೀರವಾಗಿ ಹೇಳಿದ.

ಅವಳಿಗೆ ಪೂರ್ತಿ ತಲೆ ಕೆಟ್ಟಂತಾಯಿತು. ಅವನ ಅಂಗೈಯಲ್ಲಿ ತನ್ನ ಕೈಯಿಟ್ಟಳು. ತಕ್ಷಣ ಹಿಂದಕ್ಕೆ ತಗೊಂಡಳು. "ನೀವು ನಂಬಿದ್ರೆ.... ನಂಬಿ... ಬಿಟ್ರೆ... ಬಿಡಿ" ಮುಂದಕ್ಕೆ ಹೊರಟಾಗ ಸತಾಯಿಸುವುದು ಬೇಡವೆನಿಸಿತು ಹೇಮಂತ್‌ಗೆ.

"ಐ ಬಿಲೀವ್ ಯು ವರ್ಷ. ದಯವಿಟ್ಟು ಯಾವ ಕಾರಣಕ್ಕೂ ಹೈಮಾವತಿ ಪ್ಯಾಲೆಸ್ ಬಿಟ್ಹೋಗ್ಬಾರ್ದು. ನಂಗೆ ಗೊತ್ತಾಗದ ಎಷ್ಟೋ ವಿಷ್ಯಗಳು ಮುಚ್ಚಿಹೋಗಿವೆ. ಅದ್ನ ತಿಳ್ಕೋ ಕುತೂಹಲ ಮಾತ್ರವಲ್ಲ.... ನಾನು ಇಡಬೇಕಾದ ಹೆಜ್ಜೆಗಳ ಬಗ್ಗೆ ಎಚ್ಚರವಹಿಸ್ಬಹುದು. ಮಮ್ಮಿ ಕೂಡ ನಂಗೆ ಹೆಲ್ಪ್ ಮಾಡಲಾರರು. ನಾನು ಈ ವಿಷ್ಯದಲ್ಲಿ ಒಂಟಿ. ನಿಮ್ಮ ಸಹಕಾರ ಅತ್ಯಗತ್ಯ." ಮನಬಿಚ್ಚಿ ತೋಡಿಕೊಂಡ ಹೇಮಂತ್. ವರ್ಷ ಅವನಿಗಿಂತ ಹೆಚ್ಚು ಚಿಂತೆಗೊಳಗಾದಳು. ಡೈರಿಯ ಒಂದೊಂದು ಪುಟಗಳು

ತೆರೆದುಕೊಂಡವು. ಹೇಮಂತ್‌ಗೆ ಗೊತ್ತಿಲ್ಲದ ಎಷ್ಟೋ ವಿಷಯಗಳು ಗೊತ್ತಿತ್ತು ಅವಳಿಗೆ!

"ಸಾರಿ, ನಾನು ನಿಮ್ಗೆ ಎಷ್ಟರಮಟ್ಟಿಗೆ ಸಹಾಯ ಮಾಡಬಲ್ಲೆನೋ, ಗೊತ್ತಿಲ್ಲ. ಐ ಬಿಲೀವ್ ಯು ಅಂದ್ರಿ. ಆದರೆ ನಂಗೆ ನಿಮ್ಮ ಮೇಲೆ ನಂಬ್ಕೆ ಬರ್ಬೇಕು" ಸ್ಪಷ್ಟವಾಗಿ ಹೇಳಿದಳು. ಅತಿ ವಿನಯ, ವಿಪರೀತ ಕೀಳರಿಮೆ ಇಲ್ಲದ ಸಹಜವಾದ ನಡವಳಿಕೆ ಇಷ್ಟವಾಯಿತು ಅವನಿಗೆ.

ಕ್ರಾಪ್‌ನ ಹಿಂದಕ್ಕೆ ತಳ್ಳಿ ಮುಖ ಮೇಲೆತ್ತಿ 'ಉಫ್' ಅಂದವನು "ನಿಮ್ಗೆ ನಂಬ್ಕೆ ಬರೋಕೆ ನಾನೇನು ಮಾಡ್ಬೇಕ್ಹೇಳಿ. ಜಾನಪದ ಕತೆಗಳಲ್ಲಿ ಬರೋ ಹಾಗೇ ಏಳು ಸಮುದ್ರಗಳನ್ನು ದಾಟಿ ಗುಹೆಯಲ್ಲಿರುವ ರಾಕ್ಷಸನನ್ನು ಕೊಂದು ಅವನಲ್ಲಿರೋ ಮಾತಾಡೋ ಗಿಣಿಯನ್ನೋ ಅಥವಾ ಸರ್ವರೋಗಗಳನ್ನು ನಿವಾರಣೆ ಮಾಡೋ ಸ್ಫಟಿಕ ಮಣೀನೋ.... ತರ್ಲಾ? ಖಂಡಿತ ಅಷ್ಟೊಂದು ಶಕ್ತಿಸಾಮರ್ಥ್ಯಗಳು ನನ್ನಲ್ಲಿ ಇಲ್ಲ" ಎಂದ ಸಪ್ಪಗೆ ಮುಖ ಮಾಡುತ್ತ.

ಜೋರಾಗಿ ನಕ್ಕುಬಿಟ್ಟಳು ವರ್ಷ.

"ಬಹಳ ಚೆನ್ನಾಗಿ ಮಾತಾಡ್ತೀರಾ, ಗುಡ್ ಜೋಕ್" ಹೊಗಳಿದಳು. "ಥ್ಯಾಂಕ್ಯೂ ಫಾರ್ ಯುವರ್ ಕಾಂಪ್ಲಿಮೆಂಟ್ಸ್. ಸಿ ಯೂ ಎಗೇನ್" ನಡಿಗೆ ಓಟವಾಗಿ ಕಣ್ಮರೆಯಾದ. ಹೋದತ್ತಲೇ ನೋಡಿದಳು. 'ಪ್ರತಾಪ್, ಹೇಮಂತ್ ಒಂದೇ ನಾಣ್ಯದ ಎರಡು ಮುಖಗಳು. ತಂದೆಯ ಹಾಗೇ ಮಗ ಕೂಡ ನರೋನಾ ಕೈಯಲ್ಲಿ'. ಹೈಮಾವತಿ ಡೈರಿಯಲ್ಲಿ ಬರೆದುಕೊಂಡ ಮಾತು.

ವರ್ಷ ಅರಮನೆಗೆ ಹಿಂದಿರುಗುವಾಗ ಬಿರುಗಾಳಿಯ ನಂತರದ ಸ್ಥಿತಿ ಇತ್ತು, ಎಂದಿನ ನಿಶ್ಯಬ್ದತೆಯಲ್ಲಿ. ಇಂದಿನ ನಿಶ್ಯಬ್ದತೆಯಲ್ಲಿ ಬಿಗುವಿದೆಯೆನಿಸಿತು. ಯಾಕೆ? ಅವಳ ಹುಬ್ಬುಗಳೇರಿ ನಿಧಾನವಾಗಿ ಕೆಳಗಿಳಿದವು.

ಅವಳ ವಾಸ್ತವ್ಯ ಈಗ ಬದಲಾಗಿದ್ದರಿಂದ ಮೆಟ್ಟಲೇರುತ್ತಿದ್ದಾಗ ಎದುರಾದದ್ದು ಲಕ್ಷ್ಮಿ ನರೋನಾ. ಸ್ಲಿಮ್ಮಾಗ್ರಿ, ಫ್ರೆಶ್ಶಾಗಿ ಯುವತಿಯಂತೆ ಕಾಣುತ್ತಿದ್ದ ಆಕೆಯ ಮುಖ ಮೇಕಪ್ ಇಲ್ಲದೇ ಬಿಳಿಚಿಕೊಂಡಿತ್ತು. ತುಟಿಗಳ ಬಣ್ಣ ಕೂಡ ಮಾಸಿತ್ತು.

"ಗುಡ್ ಮಾರ್ನಿಂಗ್, ಮೇಡಮ್" ಎಂದಳು, ಸಹಜವಾಗಿ. ಗೌರವ ತೋರುವುದು ವರ್ಷಳ ಉದ್ದೇಶವಲ್ಲದಿದ್ದರೂ, ಅವಳಿಗೆ ರೋಹಿಣಿಯ ನೆನಪಾಗಿತ್ತು. 'ಅಮ್ಮ ಹೇಗಿದ್ದಾರೆ?' ಇಲ್ಲಿಂದ ರೆಕ್ಕೆಗಳನ್ನು ಕಟ್ಟಿಕೊಂಡು ಅವರ ಬಳಿ ಹಾರಿ ಬಿಡಬೇಕೆನಿಸಿತು. ಸಾಧ್ಯವಿದ್ದಿದ್ದರೇ? ಅಳಬೇಕೆನಿಸಿತಷ್ಟೆ.

ಆಕೆ ಮುಖ ತಿರುಗಿಸಿಕೊಂಡು ಹೋದರು. ಲಕ್ಷ್ಮಿ ನರೋನಾರ ಕಣ್ಣಿನ ರೆಪ್ಪೆಗಳ ಕೆಳಗಿನ ಪ್ರದೇಶದಲ್ಲಿ ಊದಿಕೊಂಡಿದ್ದು ಗಮನಿಸಿದ್ದಳು.

ಸ್ನಾನ ಮುಗಿಸಿ ಹಿಂದಿನ ದಿನದ ಹತ್ತು ಪುಟಗಳಿಗೆ ಮತ್ತೆ ಐದು ಪುಟಗಳು ಸೇರಿಸಿದಳು. ಪ್ರಾರಂಭದ ಬಗ್ಗೆ ಒಂದಿಷ್ಟು ಗೊಂದಲವಿತ್ತು. ಈಗ ಹೈಮಾವತಿಯ

ಮುಗ್ಧ ಬಾಲ್ಯದಿಂದಲೇ ಶುರು ಮಾಡಿದ್ದಳು. ಗೊಂದಲದ ನಡುವೆ ತಲೆಕೆಟ್ಟಾಗ ತಂದೆ ಹೇಳಿದ್ದ ಮಾತುಗಳು ಅವಳಲ್ಲಿ ಉತ್ಸಾಹ ತುಂಬಿತ್ತು. 'ನಿನಗೆ ಬೇಕಾಗಿದ್ದು ಸಿಗದಿದ್ದಾಗ, ಇನ್ನಷ್ಟು ಶ್ರದ್ಧೆ, ಶ್ರಮ, ಸಹನೆ ಅಗತ್ಯ' ಚಲಪತಿಗಳು ಆಗಾಗ ಈ ಮಾತುಗಳನ್ನು ಒತ್ತಿ ಹೇಳುತ್ತಿದ್ದರು, ಮಕ್ಕಳಿಗೆ.

ಹೈಮಾವತಿಯಿಂದ ಅವಳಿಗೆ ಬುಲಾವ್ ಬಂದಾಗ ಆಶ್ಚರ್ಯವೆನಿಸಲಿಲ್ಲ. ಬಹುಶಃ ಹೇಮಂತ್ ಪ್ರತಿರೋಧ ಸೂಚಿಸಿದಿದ್ದರೆ ಇಂದಿನ ಬೆಳಗನ್ನ ಹೈಮಾವತಿ ಪ್ಯಾಲೆಸ್‌ನಲ್ಲಿ ಕಾಣಲಾಗುತ್ತಿರಲಿಲ್ಲ.

"ಮಾರ್ನಿಂಗ್... ಮೇಡಮ್" ಒಳಗಡಿ ಇಟ್ಟಳು.

"ಬಾ ಕೂತ್ಕೋ..." ಎಂದರು.

ವಿಪರೀತವೆನಿಸುವಂಥ ದೊಡ್ಡ ಕೋಣೆ. ಬಹುಶಃ ಶಯ್ಯಾಗಾರ (ಬೆಡ್ ರೂಂ) ನವೀಕರಿಸಿದಾಗ ಹೆಸರು ಬದಲಾಗಿತ್ತು. ಈ ಅರಮನೆ ಈ ವಂಶಸ್ಥರಿಗೆ ಪೂರ್ವಿಕರ ಕೊಡುಗೆ. ಹೆಣ್ಣು ಮಕ್ಕಳ ಪಾಲಿಗೆ ಇದು ಬಂಧನವಾಗಿತ್ತೋ ಅಥವಾ ಸ್ವರ್ಗತುಲ್ಯವಾದ ಸುಖವನ್ನು ಸೂರೆಗೊಳ್ಳುವ ಅರಗಿನ ಮನೆಯಾಗಿತ್ತೋ - ಅಂತು ಅವಳಿಗೆ ಇಷ್ಟವಾಗಲಿಲ್ಲ. ಭಯವೆನಿಸುತ್ತಿತ್ತು, ಬಂದಾಗಲೆಲ್ಲ.

"ನನ್ನ ಬಗ್ಗೆ ಬೇಜಾರಾಯ್ತ?" ಆಕೆಯ ಪ್ರಶ್ನೆಗೆ ಉತ್ತರ ಇದ್ದರೂ ಹೇಳುವುದು ಬೇಡವೆನಿಸಿ ಮೌನವಹಿಸಿದಳು. "ಐಯಾಮ್ ಹೆಲ್ಪ್‌ಲೆಸ್ ವರ್ಷ. ಆದ್ರೆ ಹೇಮಂತ್ ನನ್ನ ನೆರವಿಗೆ ಬಂದಿದ್ದು ಮಾತ್ರ ಆಶ್ಚರ್ಯ. ಇದ್ರ ಹಿಂದೆ ಮತ್ತೇನಿದೆಯೋ" ಆಕೆಗೆ ಈಗಲೂ ಅನುಮಾನ. ಆದರೆ ನರೋನಾ ಹೆಸರು ಸೂಚಿಸುವಷ್ಟು ಧೈರ್ಯವಿಲ್ಲ. ಮಗನ ಬಗ್ಗೆ ಪೂರ್ತಿ ನಂಬಿಕೆ ಇಲ್ಲ.

ತೀರಾ ಅವಳ ಸನಿಹ ಬಂದು ಕೂತರು. ಕೈಗಳನ್ನು ಹಿಡಿದುಕೊಂಡವರ ಕಣ್ಣುಗಳಲ್ಲಿ ವಿಪರೀತ ಭಯದ ಛಾಯೆ. "ವರ್ಷ ನೀನು...." ಎಂದವರು ಸುಮ್ಮನಾದರು ಹೊರಗಿನ ಸದ್ದಿಗೆ. ಹೊರಗಿನ ಪ್ರಪಂಚದ ಎಲ್ಲಾ ಸಂಬಂಧಗಳನ್ನು ಕಡಿದುಹಾಕಿದ್ದ ಪ್ರತಾಪ್ ಸರ್ಪಗಾವಲಿನಲ್ಲಿಟ್ಟಿದ್ದರು. ಅದು ಅವರ ಮರಣಾನಂತರವೂ ಮುಂದುವರಿದಿದೆಯೆಂದು ಆಕೆಗೆ ಗೊತ್ತು.

ವರ್ಷ ನಿಧಾನವಾಗಿ ಬರವಣಿಗೆಯ ಪ್ರೋಗ್ರೆಸ್ ಬಗ್ಗೆ ಮಾತ್ರ ಹೇಳಿದಳು. ಬರೀ ಆತಂಕ, ಭೀತಿ, ದುರ್ಬಲತೆಯ ಸಂಗಮವೆನಿಸಿದರು ಹೈಮಾವತಿ ಅವಳ ಪಾಲಿಗೆ. ಮೆಚ್ಚಿಗೆಯಾಗುವ, ಅಭಿಮಾನಿಸುವ ಕೆಲವು ಅಂಶಗಳಾದರೂ ಅವರಲ್ಲಿ ಹುಡುಕಬೇಕೆನಿಸಿತು.

"ಮೇಡಮ್. ನಿಮ್ಜೊತೆಯಲ್ಲಿ ಬ್ರೇಕ್ ಫಾಸ್ಟ್ ತಗೋಬೇಕೆನಿಸಿದೆ. ನೀವು ಇಷ್ಟಪಟ್ರೆ... ಮಾತ್ರ" ನವಿರಾಗಿ ವಿನಂತಿಸಿದಳು.

ಆಕೆಗೆ ಏನನ್ನಿಸಿತೋ 'ಹ್ಲೂಂ' ಎಂದರು. ಒಂದು ಸಣ್ಣ ಕೋಲಾಹಲ ಎದುರಾಯಿತು. ಹಳೆಯ ಸರ್ವೆಂಟ್ ಕೆನ್ನೆಯ ಮೇಲೆ ಕೈಯಿಟ್ಟುಕೊಂಡು ಕಣ್ತುಂಬಿ

ಎದುರಾದವನು ಸುಮ್ಮನೆ ಹೋಗಿಬಿಟ್ಟ. ಅವನಿಗೆ ತನ್ನ ಕಷ್ಟ ಹೈಮಾವತಿಗೆ ನಿವೇದಿಸುವುದರಿಂದ ಯಾವುದೇ ಪ್ರಯೋಜನವಿಲ್ಲವೆನಿಸಿರಬೇಕು.

ಬಾರ್‌ನ ಬದಲಾದ ಸ್ವರೂಪ ನೋಡಿದ ನರೋನಾ ಅರಚಾಡಿದ್ದರು, ಇಡೀ ಹೈಮಾವತಿ ಪ್ಯಾಲೆಸ್ ಅಲ್ಲಾಡುವಂತೆ. ಹಿಂದೆ ಎಂದೂ ಈ ಅರಮನೆ ಇಂಥ ಕಿರುಚಾಟವನ್ನು ಅರಗಿಸಿಕೊಂಡಿರಲಿಲ್ಲ ತನ್ನಲ್ಲಿ.

ಬಂದ ನರೋನಾ ಕೆಂಗಣ್ಣು ಬಿಟ್ಟವರು ಹೈಮಾವತಿಯ ಕೈ ಹಿಡಿದು ಎಳೆದೊಯ್ದಾಗ, ವರ್ಷಗೆ ಏನೂ ಅರ್ಥವಾಗಲಿಲ್ಲ. ಆಳುಕಾಳು ಪ್ರತಿಯೊಬ್ಬರು ಪ್ರೇಕ್ಷಕರು.

"ಮಿಸ್ಟರ್ ನರೋನಾ, ಮೇಡಮ್ ಕೈ ಬಿಡಿ. ಇದು ಯಾವ ರೀತಿಯ ಕಲ್ಚರ್? ಅವ್ರೇ.... ಬರ್ತಾರೆ." ಅವಳ ಮಾತುಗಳು ಹೋಗಿ ನರೋನಾ ಮುಖಕ್ಕೆ ಅಪ್ಪಳಿಸಿದಂತಾಯಿತು. ಅವರ ಮಿದುಳು ಪೂರ್ತಿ ಸ್ತಬ್ಧವಾಗಿ ಅಂಗಾಂಗಗಳ ಮೇಲಿನ ಹತೋಟಿಯನ್ನೇ ಕಳೆದುಕೊಂಡಿತು. ಒಬ್ಬ ಸಾಮಾನ್ಯ ಹುಡುಗಿಯ ಮಾತಿಗೆ ನರೋನಾ ಅಂಥವರು ಈ ರೀತಿ ಮೆಂಟಲ್ ಬ್ಯಾಲೆನ್ಸ್ ತಪ್ಪಲು ಸಾಧ್ಯವೇ?

ಈ ಹಾರಾಟ ದಿವಾನ್ ಖಾನೆಯಲ್ಲಿದ್ದ ಹೇಮಂತ್‌ಗೆ ಮುಟ್ಟಿ ದಿಢೀರೆಂದು ಎದ್ದು ಬಂದ. ಬಂದ ರಾಮನಾಥ್ ಅಷ್ಟು ದೂರದಲ್ಲಿ ನಿಂತರು. ಅರಮನೆಯ ಒಳಗಿನ ಹಗರಣವಾದ್ದರಿಂದ ಸೆಕ್ಯೂರಿಟಿಯವರು ಮಧ್ಯೆ ಪ್ರವೇಶಿಸುವಂತಿರಲಿಲ್ಲ.

ಸ್ತಬ್ಧ ಚಿತ್ರದಂತೆ ನಿಂತ ಮೂವರನ್ನು ನೋಡಿದ. "ಇದೇನು ಮಮ್ಮಿ. ನೀವು ರೂಮಿಗೆ ಹೋಗಿ" ಹೇಳಿದವನು ನರೋನಾನ ಕಡೆ ತಿರುಗಿ ಕಣ್ಣುಗಳನ್ನು ಕಿರಿದುಗೊಳಿಸಿ "ಏನು, ಅಂಕಲ್... ದಿವಾನ್‌ಖಾನೆಯವರೂಗ್ಗ ಸುದ್ದಿ ಮುಟ್ಟೋಂಥ ಗಲಾಟೆಯೇನು? ಪ್ಲೀಸ್.... ಬನ್ನಿ" ಅವರೊಂದಿಗೆ ರೂಮಿಗೆ ಹೋದಾಗ, ತಾಯಿ ಮಗಳು ಎದುರುಬದುರು ಕೂತಿದ್ದರು.

"ಏನು ವಿಷ್ಯ, ಆಂಟೀ?" ಸುಶ್ಮಿತಾ ಪಕ್ಕ ಕೂತ. ಬಹಳ ಕೆಟ್ಟದಾಗಿ ಅವನತ್ತ ನೋಡಿದರು. "ಏನು ಹುಡ್ಗಾಟ ಹೇಮಂತ್! ಏನೇನು ಬೆಳ್ದಿಲ್ಲ! ಹಿರಿಯರ ಗೈಡೆನ್ಸ್ ಇಲ್ದೇ ಏನೂ ಮಾಡ್ಬಾರ್ದೂಂತ ಗೊತ್ತಿಲ್ವ" ರಾಗವಾಗಿ ನುಡಿದರು. ತುಟಿಯನ್ನು ಸ್ವಲ್ಪ ಓರೆ ಮಾಡಿದವನು "ನಂಗೇನು ಅರ್ಥವಾಗ್ಲಿಲ್ಲ. ನನ್ನ ವಿಷ್ಯ ಬಿಡಿ. ಅಂಕಲ್ ಹಾರಾಟಕ್ಕೆ ಕಾರಣವೇನು? ಮದ್ದಾನೆ ನುಗ್ಗಿ ಬೀದಿಯ ಜನ ಚಲ್ಲಾಪಿಲ್ಲಿಯಾದಂತೆ, ನೌಕರರ ಓಟ. ಮೊದ್ಲು ಅದ್ಕೆ ಕಾರಣ ಕೊಡಿ" ಕೋರ್ಟಿನಲ್ಲಿ ನ್ಯಾಯಾಧೀಶರು ಪ್ರಶ್ನಿಸುವ ವೈಖರಿಯಲ್ಲಿತ್ತು ಅವನ ಮಾತಿನ ಧಾಟಿ.

"ಹೇಮಂತ್..." ಅಬ್ಬರಿಸಿದರು ನರೋನಾ.

ಅವರ ಕಡೆ ನೇರವಾಗಿ ನೋಡಿದವನು ಸುಶ್ಮಿತಾಗೆ "ನನ್ನ ಡ್ಯಾಡಿ ಕೂಡ ಎಂದೂ ಜೋರು ಮಾಡ್ಲಿಲ್ಲ. ಈಗ ಬೇರೆಯವ್ರ ಅಬ್ಬರವನ್ನು ನಾನು ಲೆಕ್ಕ ಮಾಡೋಲ್ಲ. ಅದ್ನ ನಿನ್ನ ಡ್ಯಾಡಿಗೆ ಹೇಳು" ಹೊರಗೆ ಬಂದ ನೇರವಾಗಿ.

ಈ ಮುಖಭಂಗಕ್ಕೆ ನರೋನಾ ಫ್ಯಾಮಿಲಿ ಬೆವೆತುಹೋದರು. ಹೇಮಂತ್ ಕಣ್ಣಲ್ಲಿ ಕಂಡಿದ್ದು ಪ್ರತಾಪ್‌ನಲ್ಲ, ಅವರ ತಂದೆಯನ್ನು.

* * * *

ಬಸ್ಸು ಇಳಿದ ವರ್ಷ ಬೊಕೆಗಳನ್ನು ಖರೀದಿಸಿ ಸ್ವೀಟ್ಸ್‌ನೊಂದಿಗೆ ವಸಿಷ್ಠಗೆ ಕೊಡಲು ಹೋದಾಗ ಯಾವುದೇ ಬದಲಾವಣೆ ಇಲ್ಲ. ಅಂದಿನ ಸ್ಥಿತಿಯೇ. ಅದಕ್ಕಿಂತ ಸ್ವಲ್ಪ ಮಂಕಾಗಿದೆಯೆನಿಸಿತು ಅವಳಿಗೆ.

ಬಂದ ಕಾಮಿನಿ ವಸಿಷ್ಠರ ಕನ್ನಡಕದ ಹಿಂದಿನ ಕಣ್ಣುಗಳು ಪ್ರಶ್ನಾರ್ಥಕವಾಗಿ ನೋಡಿದಾಗ ಸಂಕೋಚವೆನಿಸಿತು. ಬಂಧುತ್ವ ಬೇಡ, ಪರಿಚಿತರಂತೆ ಮಾತನಾಡಿಸಿದ್ದರೇ ಸಾಕಿತ್ತು.

"ನಿಮ್ಮನ್ನೆಲ್ಲ ನೋಡ್ಕೊಂಡ್ಹೋಗೋಣಾಂತ್ಬಂದೆ" ಹೇಳಿದಳು.

"ಅವ್ರು ಹೊರ್ಗಡೆ ಹೋಗಿದ್ದಾರೆ. ಅಲೋಕ್, ಅಂಬರೀಶ್ ಪಾರ್ಟಿಯ ಸಲುವಾಗಿ ಹೋಗಿದ್ದಾರೆ. ಅಭಿಷೇಕ್, ವರ್ಣ ಆಫೀಸ್, ಸದ್ಯಕ್ಕೆ ಮನೆಯಲ್ಲಿರೋಳು ನಾನು ಮಾತ್ರ."

ತಿಳಿಸಿ ದೊಡ್ಡ ಉಪಕಾರ ಮಾಡಿದಂತೆ ಕಂಡರು. ಬೆವರೊರೆಸಿಕೊಂಡಳು ವರ್ಷ. ಏನು ಮಾತಾಡುವುದು? ಕಲ್ಲಾದರೆ ಪ್ರತಿಕ್ರಿಯಿಸಿದ್ದರೂ ಆ ರೀತಿಯ ಭಾವನೆಗಳೊಂದಿಗೆ ಮಾತಾಡಬಹುದು. ಆದರೆ... ಇವರು...

"ಮೂಗ..." ಎಂದು ಕೂಗಿಕೊಂಡು ಒಳಗೆ ಹೋಗಿಬಿಟ್ಟರು.

ವರ್ಷ ಮತ್ತೊಮ್ಮೆ ಮುಖದ ಬೆವರನ್ನೊರೆಸಿಕೊಂಡು ಸರಿಯಾಗಿ ಕೂತಳು. ಸದ್ಯಕ್ಕೆ 'ಹೊರಗೆ ಹೋಗು' ಎನ್ನದಿದ್ದಕ್ಕೆ 'ಥ್ಯಾಂಕ್ ಗಾಡ್' ಎಂದುಕೊಂಡಳು. ಗೇಟು ದಾಟುವಾಗಲೇ 'ದೇವರೇ, ದೇವರೇ, ದೇವರೇ...' ಎಂದು ನೂರು ಸಲವಾದರೂ ಜಪಿಸಿಬಿಟ್ಟಿದ್ದಳು.

ಎರಡು ದಿನದ ಹಿಂದೆ ಫೋನ್ ಮಾಡಿದ ಚಲಪತಿಗಳು ಪೇಪರಿನ ಪ್ರಕಟಣೆ ನೋಡಿ "ವಸಿಷ್ಠ ಕುಟುಂಬದವ್ರು ಮತ್ತೆ ಹೋಗಿ ನ್ಯೂಯಾರ್ಕ್‌ನಲ್ಲಿ ಸೆಟಲ್ ಆಗ್ತಾರಂತೆ. ವೈಯಕ್ತಿಕವಾಗಿ ಸಿಕ್ಕ ಇನ್‌ಫಾರ್ಮೇಷನ್ ಅಲ್ಲ. ಆದ್ರೂ ವರ್ಷನ ನೋಡಿ ಬೀಳ್ಕೊಡೋಣ ಅಂತ. ನೀನು ಬಂದಿರು. ನಾವುಗಳೂ ಬರ್ತೀವಿ. ಅವ್ರ ಮೂವಿಂಗ್ ಹೇಗಾದ್ರೂ ಇರ್ಲಿ. ಬೇಜಾರು ಮಾಡ್ಕೊಬೇಡಂತ" ಅಂತ ಹೇಳಿದ್ದರು. ಅದಕ್ಕಾಗಿ ಹಾರಿ ಬಂದಿದ್ದಳು.

ಇವಳನ್ನು ನೋಡಿದ ಮೂಗ ಕಣ್ಣರಳಿಸಿ ಸಂತೋಷ ವ್ಯಕ್ತಪಡಿಸಿದ. ತನ್ನದೇ ಆದ ಭಾಷೆಯನ್ನು ಸನ್ನೆಗಳ ಮೂಲಕ ವಿವರಿಸುತ್ತ ಪ್ರತಿಕ್ರಿಯಿಸುವ ವೇಳೆಗೆ ಒಳಗಿನಿಂದ 'ಕರೆ' ಅವನಿಗೆ.

'ಅಯ್ಯೋ ಪಾಪ' ಎಂದು ನೊಂದುಕೊಂಡಳು ವರ್ಷ. ಇವರೆಲ್ಲರೂ ಹೋಗಿಬಿಟ್ಟರೆ ಮೂಗನ ಗತಿಯೇನು? ಒಂದು ರೀತಿಯಲ್ಲಿ ಬಂಧವಿಮುಕ್ತಿ. ಹರ್ಷಿಸಬೇಕಾದ ಸಂಗತಿಯೇ.

ಎದ್ದವಳು ಹೆಜ್ಜೆಯ ಮೇಲೆ ಹೆಜ್ಜೆ ಇಡುತ್ತ ಕೋಣೆಗಳಲ್ಲಿ ಇಣಕಿ, ಅಡಿಗೆ ಮನೆ ಬಳಿ ನಿಂತಾಗ, ಏನೋ ಮಾಡುತ್ತಿದ್ದ ಕಾಮಿನಿ ವಸಿಷ್ಠ ಇತ್ತ ತಿರುಗಿದರು. ಇಲ್ಲಿಯವರೆಗೂ ಬಂದಿದ್ದು ಆಕೆಗೆ ಇಷ್ಟವಾಗಲಿಲ್ಲವೆಂದು ಮುಖದ ಗಂಟೇ ಹೇಳಿತು.

"ಸಾರಿ, ನನ್ನ ಫಾದರ್, ಮದರ್ ಬರ್ತೀನಿಂತ ಅಂದಿದ್ರು, ಅದ್ನ ವಿಚಾರಿಸೋಣಾಂತ." ತಡವರಿಸುತ್ತಲೇ ಉಲಿದಳು. ಫೋನ್ ಸದ್ದಿಗೆ ಎತ್ತಿದವರು "ವರಾಂಡ ಮೇಜಿನ ಮೇಲೆ ಒಂದು ಇನ್‌ಫರ್ಮೇಷನ್ ಬುಕ್ ಇದೆ. ಅದ್ರಲ್ಲಿ ನೋಡು" ಎನ್ನುತ್ತ ಹೇಳಿ ತಮ್ಮ ಪಾಡಿಗೆ ತಾವು ಹೋದರು.

ಆ ಪುಸ್ತಕದ ಮೊದಲ ಹಾಳೆಯಲ್ಲಿ ಬಂದ ಫೋನ್‌ಕಾಲ್‌ಗಳ ವಿವರದ ಜೊತೆ, ಅದನ್ನು ಮಾಡಿದ ವ್ಯಕ್ತಿ ಮತ್ತು ಕಾರಣವನ್ನು ಗುರುತು ಹಾಕುವುದರ ಜೊತೆಗೆ, ಆ ದಿನ ಬಂದವರ ಲಿಸ್ಟ್‌ನಲ್ಲಿ ತಂದೆಯ ಹೆಸರು ಇರೋದು ನೋಡಿ, ಅಲ್ಲೇ ವರಾಂಡದಲ್ಲಿದ್ದ ಬೆಂಚ್‌ನ ಮೇಲೆ ಕೂತಳು ಸುಸ್ತಾಗಿ.

ಎರಡು ಮೂರು ಸಲ ಮೂಗ ಅಡ್ಡಾಡಿದ. ಕಾಮಿನಿ ವಸಿಷ್ಠ ಹೊರಗೇನು ಬರಲಿಲ್ಲ. ಎಲ್ಲಾದರೂ ಜೀವ ಸಂಚಾರವಿದೆಯೇನೋಂತ ಹುಡುಕಾಡಿತು ಅವಳ ಮನಸ್ಸು.

ನಾಲ್ಕು ಗಂಟೆಗೆ ಹತ್ತು ನಿಮಿಷವಿತ್ತು. ಇಲ್ಲಿಗೆ ಬಂದು ಅರ್ಧ ಗಂಟೆ ಆಗಿತ್ತು. ಕನಿಷ್ಟ ಒಂದು ಲೋಟ ನೀರು - ಕಷ್ಟ ತೆಗೆದುಕೊಳ್ಳಲಿಲ್ಲ ಕಾಮಿನಿ ವಸಿಷ್ಠ.

ಆ ಕಡೆ ಬಂದ ಮೂಗನನ್ನು ಸನ್ನೆ ಮಾಡಿ ಕರೆದು ಕುಡಿಯರು ನೀರು ಬೇಕೆಂದು ಸೂಚಿಸಿದಾಗ, ಅವನು ಅತ್ತಿತ್ತ ನೋಡಿ ಒಳಗೆ ಹೋಗಿ ಬಂದ. ಅದೇ ದೊಗಳೆ ಷರಟು, ಪ್ಯಾಂಟು ತಂದೆಯದೆಂದು ಗುರುತಿಸಲು ಕಷ್ಟವಾಗಲಿಲ್ಲ ಅವಳಿಗೆ. ಅಂದು ಉರಿದ ಅವನ ಹಳೆಯ ಬಟ್ಟೆಗಳ ಹೊಗೆ ಈ ಮನೆಯನ್ನು ಸುತ್ತುವರಿದಿದೆಯೆನಿಸಿತು.

ಹತ್ತು ನಿಮಿಷಗಳ ನಂತರ ಒಂದು ಲೋಟ ನೀರಿಡಿದು ಬಂದು ಕೊಟ್ಟ. ಬಹುಶಃ ನೀರನ್ನು ಕೂಡ ಧೈರ್ಯದಿಂದ ಕದ್ದು ತಂದಿರಬೇಕು ಬಡಪಾಯಿ. ಮರುಕದಿಂದ ನೋಡಿದಳು.

ಆಮೇಲೆ ಹತ್ತು ನಿಮಿಷಕ್ಕೆ ಬಂದ ಚಲಪತಿ ಮಗಳನ್ನು ನೋಡಿ ಕಣ್ಣು ಒದ್ದೆ ಮಾಡಿಕೊಂಡರು. ಆ ಸ್ಥಳವನ್ನೇ ಮರೆತಂತೆ ತಬ್ಬಿಕೊಂಡುಬಿಟ್ಟಳು.

"ಹೇಗಿದ್ದೀಯಮ್ಮ?" ಅವರ ಕಂಠ ಗದ್ಗದಿತವಾಯಿತು. ಸಜಲನಯನಳಾದ ವರ್ಷ ಕಣ್ಣೊರೆಸಿಕೊಂಡು "ಚೆನ್ನಾಗಿದ್ದೀನಿ, ಒಬ್ರೇ... ಬಂದ್ರಾ?" ಕೇಳಿದಳು ನಿರಾಶೆಯಿಂದ.

"ಬಂದಿದ್ದೇ ಅವ್ವಿಗೋಸ್ಕರ, ಲಾಡ್ಜ್‌ನಲ್ಲಿದ್ದಾಳೆ. ಸಮಯ ಸಂದರ್ಭ ನೋಡಿನೇ ಕರ್ಕೊಂಡ್‌ಬರ್ಬೇಕು" ಅರ್ಥಗರ್ಭಿತವಾಗಿ ಹೇಳಿದರು.

ಅರ್ಧ ಗಂಟೆ ಕೂತರು. ನಾಲ್ಕು ಐದು ಸಲ ಫೋನ್ ಸದ್ದಾಯಿತು. ಕಾಮಿನಿ ವಸಿಷ್ಠ ಮಾತಾಡಿದರು. ಕೆಲವರು ಬಂದು ಹೋದರು. ಪ್ರತಿಯೊಂದನ್ನು ಅವರೇ ಅಟೆಂಡ್ ಮಾಡುತ್ತಿದ್ದರು. ಆದರೆ ಬಂದ ಬೀಗರನ್ನು ವಿಚಾರಿಸಲು ಮಾತ್ರ ಪುರುಸೊತ್ತು ಸಿಗಲಿಲ್ಲ ಆಕೆಗೆ. ಅಪ್ಪ, ಮಗಳು ಕಾದು ಕಾದು ಬೇಸತ್ತರು.

"ಅಪ್ಪ, ನಾನೇ ವಿಚಾರಿಸ್ತೀನಿ. ಆಗ್ಲೇ ಆಂಟೀ ಹತ್ರ ಮಾತಾಡಿದ್ದೀನಿ" ಎಂದಾಗ, ಅವರೇ ಎದ್ದರು. "ತುಂಬ ಬಿಜಿಯಾಗಿದ್ದಾರೆ. ನಾವೇ ಮಾತಾಡಿಸಿದ್ರಾಯ್ತು" ವರಾಂಡದಿಂದ ಹಾಲ್‌ನ ಪ್ರವೇಶಿಸಿದರು. ಕಂಪ್ಯೂಟರ್ ಮುಂದೆ ಕೂತು ವರ್ಕ್ ಮಾಡುತ್ತಿದ್ದ ಕಾಮಿನಿ ವಸಿಷ್ಠ ಇವರತ್ತ ಗಮನ ಹರಿಸಲಿಲ್ಲ.

ಆಕೆಯ ಕ್ರಿಯಾಶೀಲತೆಗೆ ತಂದೆ, ಮಗಳು ಬೆರಗಾದರು. ತೀರಾ ಸಾದಾಬಣ್ಣದ ಸಾಮಾನ್ಯ ರೂಪಿನ ಹೆಣ್ಣು. ಉಟ್ಟಿದ್ದು ಕೂಡ ಸಾಧಾರಣ ಸೀರೆಯೇ. ಎಣ್ಣೆ ಹಚ್ಚಿ ಬಾಚಿದ ಕೂದಲು ಜಡೆಯಾಗಿ ಬೆನ್ನನ್ನು ಅಲಂಕರಿಸಿತ್ತು. ಕಿವಿಯಲ್ಲಿ ವಜ್ರದ ಬೆಂಡೋಲೆ ಬಿಟ್ಟರೆ, ಕುತ್ತಿಗೆಯಲ್ಲಿ ದಪ್ಪನೆಯ ಒಂದೆಳೆಯ ಮಾಂಗಲ್ಯದ ಸರ. ಎರಡು ಮಾಸ್ಟರ್ ಡಿಗ್ರಿಗಳನ್ನು ಡಿಸ್ಟಿಂಕ್ಷನ್‌ನಲ್ಲಿ ಪಾಸು ಮಾಡಿದ ಹೆಂಗಸು. ಹಮ್ಮು ಬಿಮ್ಮು ಅಹಂಕಾರ, ಪ್ರತಿಭೆ ಏನೂ ಕಾಣಿಸದು ಕಾಮಿನಿ ವಸಿಷ್ಠ ಅವರಲ್ಲಿ.

"ಎಕ್ಸ್‌ಕ್ಯೂಸ್ ಮಿ" ಆಕೆಯ ಗಮನವನ್ನು ಸೆಳೆಯಲು ಪ್ರಯತ್ನಿಸಿದ ಕಾಲುಗಂಟೆಯ ತರುವಾಯ ಇತ್ತ ತಿರುಗಿದರು ಬೇಸರದಿಂದ. "ಏನಾಗ್ಬೇಕಿತ್ತು?" ತಪ್ಪು ಮಾಡಿದವರನ್ನು ಪ್ರಶ್ನಿಸುವಂತಿತ್ತು.

ಎರಡೇ ಮಾತಿನಲ್ಲಿ ವಿವರಿಸಿದ ವರ್ಷ "ಅಮ್ಮ, ಅಪ್ಪ ಕೊಟ್ಟಾಯಂನಿಂದ ಬಂದಿದ್ದಾರೆ ವರ್ಣನ ನೋಡೋಕೆ. ಯಾವ ಸಮಯದಲ್ಲಿ ಸಿಕ್ತಾಳೆ?" ಕೇಳಿದಳು.

ಆಕೆ ಕಂಪ್ಯೂಟರ್ ಬಟನ್ ಒತ್ತಿ ಅಂದಿನ ಪ್ರೋಗ್ರಾಂ ಲಿಸ್ಟ್ ನೋಡಿ "ಹತ್ರ ನಂತರವೇ ಬರೋದು. ದಯವಿಟ್ಟು ಡಿಸ್ಟರ್ಬ್ ಮಾಡ್ಬೇಡಿ" ತಮ್ಮ ಕೆಲಸದಲ್ಲಿ ಮಗ್ನರಾದಾಗ ತಂದೆ ಮಗಳು ಹೊರಗೆ ಬಂದರು.

"ಅಪ್ಪ, ಹೇಗೂ ಮೂರ್ನಾಲ್ಕು ಗಂಟೆಗಳ ಸಮಯವಿದೆ. ಮೊದ್ಲು ಅಮ್ಮನ್ನ ನೋಡ್ಬೇಕು" ಎಂದಳು ವರ್ಷ. ಅವರೂ ಹೂಗುಟ್ಟಿದರು.

ತಂದೆ, ಮಗಳು ಲಾಡ್ಜ್‌ಗೆ ಬಂದಾಗ ರೋಹಿಣಿ ನೂರು ಕಣ್ಣಿಂದ ಕಾಯುತ್ತಿದ್ದರು ತಮ್ಮ ಕರುಳಿನ ಕುಡಿಗಳಿಗಾಗಿ, ಮೇಲ್ನೋಟಕ್ಕೆ ಆರೋಗ್ಯದ ನಟನೆ ಮಾಡಿದರೂ ಆಕೆ ಹಳೆಯ ಸವೆದ ಬಟ್ಟೆಯಂತಾಗಿದ್ದರು.

ತಾಯಿಯ ಮಡಿಲಲ್ಲಿ ತಲೆ ಇಟ್ಟು ಕುಸಿದಳು ವರ್ಷ. ಅವಳ ಕಣ್ಣಿಂದ ಕಂಬನಿಯ ಧಾರೆ, ಇದು ಆನಂದಾಶ್ರುಗಳೋ, ದುಃಖದ ಕಣ್ಣೀರೋ - ಅವಳಿಗೂ ಕೂಡ ಆ ಸಮಯದಲ್ಲಿ ಅರ್ಥವಾಗದು. ಅರ್ಥಪೂರ್ಣ ರೋಮಾಂಚನದ ದೃಶ್ಯ.

"ರಿಲ್ಯಾಕ್ಸ್... ರಿಲ್ಯಾಕ್ಸ್... ತಾಯಿ ಮಗ್ಳು ಇಬ್ರೂನು ಕೂತು ನಿಧಾನವಾಗಿ ಮಾತಾಡಿ" ಎಚ್ಚರಿಸಿದರು ಚಲಪತಿಗಳು ನಗುತ್ತ. ಬದುಕಿನಲ್ಲಿ ನೂರೆಂಟು ಸಮಸ್ಯೆಗಳು ಬರಬಹುದು, ಇರಬಹುದು. ಅವುಗಳಿಗೆ ಅಂಜದೆ ಜೀವನಾನ ಸಮನಾಗಿ ಕಾಯ್ದುಕೊಳ್ಳುವುದೇ ಜೀವನದ ಅರ್ಥ, ಹುಟ್ಟಿದ್ದಕ್ಕೆ ಸಾಫಲ್ಯತೆ. ಇಂಥ ನಂಬಿಕೆಯ ಮೇಲೆ ನಡೆದವರಿಗೆ ಮಕ್ಕಳ ಬಗ್ಗೆ ಸರಿಯಾಗಿ ನಡೆದುಕೊಳ್ಳಲಿಲ್ಲ ಎನ್ನುವ ಅಪರಾಧ ಭಾವ ಹಿಂಸಿಸುತ್ತಿತ್ತು ಆಗಾಗ.

ರೂಮಿಗೆ ತಿಂಡಿ, ಕಾಫೀ ತರಿಸಿದರು. ರೋಹಿಣಿ ಹೈಮಾವತಿ ಪ್ಯಾಲೆಸ್‌ನ ಬಗ್ಗೆ ವಿಚಾರಿಸಿಕೊಂಡರು.

"ತುಂಬ ಒಳ್ಳೆ ಹೆಂಗ್ಸು. ಉತ್ತಮವಾದ ಪರಿಸರ ಅಂದ್ರು. ಅವ್ರು ಹೇಳಿ ನಿನ್ನಿಂದ ಬರುಸ್ತಾರೇಂತ ಕೇಳ್ದೆ. ವಿಜ್ಞಾನದ ಬೆಳವಣಿಗೆ ಹೊಸ ಹೊಸ ಆವಿಷ್ಕಾರಗಳ ಹುಡುಕಿದೆ. ನಮ್ಮ ವರ್ಣ ಕಂಪ್ಯೂಟರ್‌ನಲ್ಲಿ ಇಂಜಿನಿಯರಿಂಗ್ ಮಾಡಿದಳಲ್ವಾ!" ಕಣ್ತುಂಬಿ ತೊದಲಿದಾಗ ಪೂರ್ತಿ ಮಾಡಿದಳು ವರ್ಷ. "ಶಿ ಈಸ್ ವೆರಿ ಇಂಟಲಿಜೆಂಟ್. ಬ್ಯೂಟಿ, ಬ್ರೈನ್ ಎರಡೂ ಸೇರಿದೆ. ಇದು ಎಲ್ಲರ ಮಾತು" ತಾಯಿಯನ್ನು ಹರ್ಷಗೊಳಿಸಲು ನುಡಿದಳು.

ಎಷ್ಟೋ ಹೇಳಿದರು. ಕೇಳಿದರು. ಬಹಳ ಹೇಳುವಂಥದೇನಿರಲಿಲ್ಲ ವರ್ಷಗೆ. ತಾಯಿಯ ಸವೆದ ಕೈಯನ್ನು ತನ್ನ ಕೈಯೊಳಗೆ ತಗೊಂಡಳು. ಒಂದು ರೀತಿಯ ಶೀತಲ ಸ್ಪರ್ಶ.

"ಅಪ್ಪ, ಅಮ್ಮನಿಗೆ ಬೇರೆ ಕಡೆ ಟ್ರೀಟ್‌ಮೆಂಟ್ ಕೊಡ್ಸಿದ್ರೆ ಹೇಗೆ?" ಕೇಳಿದಳು. ಅದಕ್ಕೆ ಉತ್ತರಿಸಿದವರು ರೋಹಿಣಿ. "ಈಗ ಎಷ್ಟೋ ಸುಧಾರಿಸಿದೆ. ಧೈರ್ಯ ಕೂಡ ಬಂದಿದೆ. ಮೊದ್ಲಿನ ಹಾಗೆ ಸಾವಿನ ಬಗ್ಗೆ ನಂಗೆ ಭಯವಿಲ್ಲ" ಧೈರ್ಯದಿಂದ ನುಡಿದರು. ಹಿಂದಿನ ಹಾಗೆ ವ್ಯಾಕುಲಚಿತ್ತರಾಗಿರಲಿಲ್ಲ.

ತುಟಿಕಚ್ಚಿ ತಂದೆಯ ಕಡೆ ನೋಡಿದಾಗ ಸಹಜ ನಗೆ ಬೀರಿ "ಹುಟ್ಟನ್ನು ಹಿಂಬಾಲಿಸಿಯೇ ಇರುತ್ತೆ ಸಾವು. ಆ ಬಗ್ಗೆ ಮಾತು ಬಂದಕೂಡ್ಲೆ ಹೆದರೋದೇಕೆ? ನಿಮ್ಮಮ್ಮನ ಆರೋಗ್ಯ ಎಷ್ಟೋ ಸುಧಾರಿಸಿದೆ ಅಲ್ಲಿನ ವಾತಾವರಣದಲ್ಲಿ. ಅಲ್ಲಿ ವರ್ಗ ಬೇಧ, ಸಂಘರ್ಷ ಅಂಥದೇನಿಲ್ಲ. ಒಂದಲ್ಲ.... ಒಂದನ್ನು ಅರಸಿಕೊಂಡ್ಬಂದ ಜನ ಅಲ್ಲಿ ಸೇರಿದ್ದಾರೆ." ಫಿಲಾಸಫಿಯ ಧಾಟಿಯಲ್ಲಿ ನುಡಿದರು.

ವರ್ಷಳ ಕಂಠ ಬಿಗಿಯಿತು. ನಾಲಿಗೆ ಒಣಗಿತು. ಸ್ವರ ಹೊರಡಲಿಲ್ಲ. ಚಲಪತಿ ಮಾತು ಮರೆಸಿ 'ಹೈಮಾವತಿ ಪ್ಯಾಲೆಸ್'ನ ಬಗ್ಗೆ ವಿಚಾರಿಸತೊಡಗಿದರು.

"ನಿನ್ನ ಬರವಣಿಗೆ ಶುರುವಾಗಿದ್ಯ? ಎಂದು ಮುಗಿಯೋದು? ಮುಂದಿನ್ವರ್ಷವಾದ್ರೂ.... ನಿನ್ನ ಎಜುಕೇಷನ್ ಕಂಟಿನ್ಯೂ ಆಗ್ಬೇಕು. ಮೆಡಿಸಿನ್ ಅಂತ ಒತ್ತಾಯಗಳೇನಿಲ್ಲ. ನಿಂಗೆ ಇಷ್ಟ ಬಂದಿದ್ದು ಓದ್ಕೋ" ಎಂದರು. ಅನುಭವ ಕಲಿಸಿದ ಮಾತುಗಳು.

ಮೂವರ ಊಟ ಮುಗಿಯುವ ವೇಳೆಗೆ ಒಂಬತ್ತಾಯಿತು. ಆ ಲಾಡ್ಜ್‌ನಿಂದ ವಸಿಷ್ಠಗೆ ಆಟೋ, ಟ್ಯಾಕ್ಸಿ ಯಾವುದರಲ್ಲಾದರೂ ಅರ್ಧಗಂಟೆಯೊಳಗಿನ ಜರ್‍ನಿ. ಮಗಳ ಕಡೆ ನೋಡಿದರು. "ಒಂದ್ಸಲ ಫೋನ್ ಮಾಡಿ ವಿಚಾರಿಸಿದ್ನೇಗೇ?" ಕೇಳಿದಾಗ ಅವಳಲ್ಲಿ ಉತ್ಸಾಹವೇನು ಮೂಡಲಿಲ್ಲ.

"ಬೇಡ ಅಪ್ಪ, ಬೇಜಾರು ಮಾಡ್ಕೊತಾರೆ ಆ ಜನ. ನಾವೇ ಹೋಗೋಣ" ಸೂಚಿಸಿದಳು. ಸರಿಯೆನಿಸಿತು ಅವರಿಗೂ ಕೂಡ.

ಬರೋವಾಗ ತೊಂದರೆಯಾಗಬಾರದೆಂದು ಟ್ಯಾಕ್ಸಿಯೇ ಮಾಡಿಕೊಂಡು ಹೊರಡುವಾಗ ರೋಹಿಣಿ "ಅಷ್ಟೋ ಇಷ್ಟೋ ತೊಂದರೆ ಆಗ್ಬಹ್ದು. ಅಲ್ಲೇ ಇದ್ಬಿಡೋಣ ಈ ರಾತ್ರಿ ಮನಃಪೂರ್ತಿಯಾಗಿ ಮಾತಾಡ್ಬಹ್ದು ವರ್ಣ ಬಳಿ" ತಾಯ ಕರುಳಿನ ಆಶೆ ಆಕಾಂಕ್ಷೆ. ಹೊಟ್ಟೆಯಲ್ಲೆಲ್ಲ ಕಿವಿಚಿದಂತಾಯಿತು ಚಲಪತಿಗೆ. ಏನು ಹೇಳಿಯಾರು? ಬರೀ ಮುಗುಳ್ನಕ್ಕರು. ಆ ನಗೆಯಲ್ಲಿನ ಅರ್ಥ ಗ್ರಹಿಸಿದವಳು ವರ್ಷ ಮಾತ್ರ.

"ಅದ್ರ ಬದ್ಲು ವರ್ಣನ ಕಳ್ಸಿಕೊಟ್ರೆ.... ಇಲ್ಲಿಗೆ ಕರ್ಕೊಂಡ್ಬರೋಣ. ಇಡೀ ರಾತ್ರಿ ಮಾತಾಡ್ಬಹ್ದು." ಮಗಳ ಸೂಚನೆ ಅವರಿಗೆ ಒಪ್ಪಿಗೆಯೇ.

ಸಂಜೆ ಅವರ ಮನೆಯಲ್ಲಿ ಕಳೆದ ಕ್ಷಣಗಳನ್ನು ನೆನೆಸಿಕೊಂಡಾಗ, ಈಗ ಕೂಡ ವಿಭಿನ್ನವಾಗಿ ವರ್ತಿಸಲಾರರು. ವರ್ಣಳಿಂದ ಕೂಡ ಅಂಥ ನಿರೀಕ್ಷೆಯೇನು ಇರಲಿಲ್ಲ.

ಒಂದೆರಡು ಬುಟ್ಟಿ, ಹೂ ಹಣ್ಣುಗಳಿಂದ ಇಳಿದರು. ಚಲಪತಿ ಹೆಂಡತಿ, ಮಗಳನ್ನು ಗೇಟಿನಿಂದ ಒಳಕ್ಕೆ ಕಳಿಸಿ ಹಿಂದಕ್ಕೆ ಬಂದವರು "ವೆಯಿಟಿಂಗ್ ಛಾರ್ಜ್ ಕೊಡ್ತೀವಿ. ಬಹುಶಃ ಅರ್ಧ ಗಂಟೆ ಒಳ್ಗೇ ಹಿಂದಿರುಗ್ಬಹ್ದು" ಅವನನ್ನು ಒಪ್ಪಿಸಿಯೇ ಒಳಗೆ ಹೋದರು.

ವಸಿಷ್ಠರ ಮಗಳು ಬಂದವಳೇ ಅಪರಿಚಿತರನ್ನು ನೋಡುವಂತೆ ನೋಡಿದಾಗ ಮುಜುಗರವೆನಿಸಿತು. ವರ್ಷ ನಗೆ ಚೆಲ್ಲಿದಳು ಪ್ರಯತ್ನಪೂರ್ವಕವಾಗಿ. "ನಾನು ನಿಮ್ಮ ಅಣ್ಣ ಅಭಿಷೇಕ್ ವಸಿಷ್ಠ ಅವರ ಮಡದಿಯ, ಅದೇ ನಿಮ್ಮ ಅತ್ತಿಗೆ ವರ್ಣ ತಂಗಿ, ಇವ್ರು ನಮ್ಮಪ್ಪ, ಅಮ್ಮ" ಹೇಳಿದಳು ನಿಧಾನವಾಗಿ.

"ಅದ್ಕೆ ನಾವೇನು ಮಾಡ್ಬೇಕು?" ಕೇಳಿದಳು ತೀಕ್ಷ್ಣವಾಗಿ. ಮೈ ಪರಚಿಕೊಳ್ಳುವಂತಾಯಿತು ವರ್ಷಗೆ. ಈ ಜನಕ್ಕೆ ಯಾವುದೇ ಸಂಬಂಧಗಳ ಬಗ್ಗೆ ಗೊತ್ತಿಲ್ಲವಾ, ಅಥವಾ ಗೊತ್ತಿದ್ದು ಈ ತರಹ ನಟನೆ ಮಾಡುತ್ತಾರಾ? ಅಥವಾ ಅದನ್ನೆಲ್ಲ ಮೀರಿ ಬೆಳೆದುಬಿಟ್ಟಿದ್ದಾರ? ಜಿಜ್ಞಾಸೆ ಶುರುವಾಯಿತು ಮೂವರಲ್ಲಿ.

"ಅಂಥದೇನಿಲ್ಲ. ಸ್ವಲ್ಪ ವರ್ಣನ ಕರೆದ್ರೆ ಮಾತಾಡ್ಸಿ ಹೋಗ್ತೀವಿ. ಅಷ್ಟು ಸಾಕು" ಚಲಪತಿಗಳು ಮೃದುವಾದರು ಮತ್ತಷ್ಟು. ಆದರೂ ನೂರು ಆಸೆಗಳನ್ನು ಇಟ್ಟುಕೊಂಡು ಮಗಳನ್ನು ನೋಡಲು ಬಂದ ವ್ಯಕ್ತಿ ತತ್ತರಿಸಿಹೋಗಿದ್ದರು. ವಾಚ್ ಕಡೆ ನೋಡಿದ ಅಚಲಾ ವಸಿಷ್ಠ "ಇನ್ನೂ ಬಂದಿಲ್ಲ. ಕೂತಿರಿ" ಹೇಳಿ ಹೋದಳು. ಅವಳ ದೃಷ್ಟಿಯಲ್ಲಿ ಇವರೇನು?

ಮುಂದಿನ ವಿಸಿಟಿಂಗ್ ರೂಮಿಗೆ ಹೋದಾಗ, ಮೂವರು ಕೂತಿದ್ದರು. ಮುಂದೆ ಹೊರಗಡೆ ನಿಂತಿದ್ದ ವಿದೇಶಿ ಕಾರನ್ನೇ ಗಮನಿಸಿದ್ದಳು ವರ್ಷ. ಅಂದರೆ ಶ್ರೀಮಂತ ಸಮಾಜದ ಪ್ರತಿಷ್ಠಿತ ಜನ. ಅವರಿಗೂ ಅಂಥ ವಿಜೃಂಭಣೆಯ ಸತ್ಕಾರವೇನಿಲ್ಲ.

"ಹಲೋ..." ವರ್ಷನೇ ಆ ಯುವತಿಯನ್ನು ಮಾತಾಡಿಸಿ ಪರಿಚಯ ಮಾಡಿಕೊಂಡಳು. ಎರಡು ನಿಮಿಷದ ಮಾತುಕತೆಯಲ್ಲಿ ತಿಳಿಯಿತು, ಎಂ.ಬಿ.ಎ.ನಲ್ಲಿ ರ್‍ಯಾಂಕ್ ಪಡೆದ ವಸಿಷ್ಠ ಅವರ ಕಡೆಯ ಮಗನೊಂದಿಗೆ ಸಂಬಂಧ ಕುದುರಿಸಲು ಮಗಳೊಂದಿಗೆ ಬಂದಿದ್ದರು.

ಆ ಮನುಷ್ಯ ಕೂಡ ಚಲಪತಿಯೊಂದಿಗೆ ಮಾತಾಡಿದ.

"ಎಂಥ ಪ್ರತಿಭಾವಂತ ಜನ! ಆಡಂಬರವಿಲ್ಲದ ಜೀವ್ನ" ಬಾಯಿ ತುಂಬ ಹೊಗಳಿದರು ವಸಿಷ್ಠ ಫ್ಯಾಮಿಲಿಯನ್ನು, ಮೂವರೂ ಮೌನ ವಹಿಸಬೇಕಾಯಿತು.

ಅರ್ಧ ಗಂಟೆಯ ನಂತರ ಮೂಗ ಕಾಫೀ ಕಪ್‌ಗಳನ್ನು ತಂದಿಟ್ಟ ಟೀಪಾಯಿ ಮೇಲೆ. ಕರಿ ಡಿಕಾಕ್ಷನ್‌ಗೆ ಅರ್ಧ ಸ್ಪೂನ್ ಸಕ್ಕರೆ ಮಾತ್ರ ಬೆರೆಸಿರಬೇಕು. ಅವರುಗಳು ಮುಖ ನೋಡಿಕೊಂಡಾಗ ವರ್ಷ ಹಾರ್ದಿಕ ನಗೆ ಬೀರಿದಳು.

"ಜೀನಿಯಸ್ ದೇವರಿಂದ ಬಂದ ಕೊಡುಗೆಯಾದ್ರೆ ಸಿಂಪ್ಲಿಸಿಟಿ ಇವ್ರು ರೂಢಿಸಿಕೊಂಡಿರೋದು. ಅದ್ಕೇ ಅವ್ರುಗಳಿಗೆ ಸಪರೇಟಾಗಿ, ಅದ್ಭುತವಾದ ಬದ್ಕು ಸಿಕ್ಕಿದೆ" ಎಂದಳು.

ಅವರುಗಳಿಗೆ ಏನೇನೂ ಅರ್ಥವಾಗಲಿಲ್ಲ.

"ಇದ್ನ... ಕುಡ್ಯೋದಾ?" ತುಟಿಯವರೆಗೂ ಒಯ್ದ ಆಕೆ "ನನ್ನ ಕೈಯಲ್ಲಾಗೋಲ್ಲ, ಅವ್ರೇನಾದ್ರೂ ತಪ್ಪು ತಿಳ್ಕೊಂಡ್ರೆ" ಆ ಯುವತಿಯ ತಾಯಿ ಹಲುಬಿದಾಗ ವರ್ಷ "ಪರ್ವಾಗಿಲ್ಲ ಬಿಡಿ, ಅವ್ರೇನು ಅಂದ್ಕೊಳ್ಳಲ್ಲ."

ಅವರ ಮಗಳು ರಶ್ಮಿ ಮೇಲೆದ್ದು "ಕೂತು ಕೂತು ಸಾಕಾಯ್ತು. ಸ್ವಲ್ಪ ಹೊರ್ಗಡೆ ಅಡ್ಡಾಡ್ತೀನಿ" ವರ್ಷಳೊಂದಿಗೆ ಹೊರಗೆ ಹೋದಳು.

ರಶ್ಮಿಯ ತಾಯಿತಂದೆಯರ ಅಪೇಕ್ಷೆ ವಿದೇಶವಾಸಿಯಾಗಬಹುದಾದ ದೊಡ್ಡ ಓದಿನ ಗಂಡೇ ಬೇಕು ಎನ್ನುವುದು. ಅದಕ್ಕಾಗಿ ಎಷ್ಟು ಹಣ ಬೇಕಾದರೂ ಸುರಿಯಲು ಸಿದ್ಧ - ಇದನ್ನು ಫ್ರಾಂಕಾಗಿ ತೋಡಿಕೊಂಡಳು.

"ನಂಗೇನು ಅಂಥ ಅಪೇಕ್ಷೆ ಇಲ್ಲ. ನಮ್ಮ ದೂರದ ಸಂಬಂಧದಲ್ಲಿ ತಾಯಿ ಕಡೆಯಲ್ಲಿ ಒಂದು ಗಂಡು ಇದೆ. ಪಾರ್ಥ, ಲೆಕ್ಚರರ್. ನನ್ಕಂಡ್ರೆ ಇಷ್ಟ. ಇವ್ರಿಗೆ ಒಪ್ಗೆ ಇಲ್ಲ. ಮಹತ್ವಾಕಾಂಕ್ಷಿಗಳು. ಗೋ ಟು ಹೆಲ್.... ಹಾಳಾಗಿ ಹೋಗ್ಲಿ. ಈ ವಸಿಷ್ಠ ಫ್ಯಾಮಿಲಿ ಜನರ ಹಿಂದೆ ಮುಂದೆಲ್ಲ ಸುತ್ತಾಡಿ ಸೋತಿದ್ದಾರೆ. ಮಾತುಕತೆಗೆ ಬಹುಶಃ ಇದು ಕಡೆಯ ಪ್ರಯತ್ನವೇನೋ, ಇನ್ನು ಕೆಲವರು ಕೂಡ ಇದೇ ಪ್ರಯತ್ನದಲ್ಲಿದ್ದಾರೆ" ಫ್ರಾಂಕಾಗಿ ಎಲ್ಲಾ ಬಿಡಿಸಿಟ್ಟಳು.

ಆ ವೇಳೆಗೆ ಕಾರು ಬಂದು ನಿಂತಿತು. ವರ್ಣ ಮತ್ತು ಅಭಿಷೇಕ್ ವಸಿಷ್ಠ ಇಳಿದರು, ಎರಡು ಗುಲಾಬಿ ಬೊಕ್ಕೆಗಳೊಂದಿಗೆ. ಕಾರು ಹಿಂದಕ್ಕೆ ಹೋದಾಗ ಸ್ವಂತದ್ದಲ್ಲವೆನಿಸಿತು. "ಬುದ್ಧಿ, ಹಣವಿದ್ದವರದೆಲ್ಲ ಧೀಮಂತಿಕೆಯ ಬದುಕಲ್ಲ" ಎಂದಳು.

ಗಮನಿಸಿದಂತೆ ಹೋಗುತ್ತಿದ್ದ ವರ್ಣಳ ಕೈಗಳನ್ನು ಹಿಡಿದುಕೊಂಡಳು ಸಂತೋಷದಿಂದ. "ಯಾವಾಗ್ಬಂದಿದ್ದು?" ಕೇಳಿದಾಗ ಮುಖದ ತುಂಬ ನಗು ತುಂಬಿಕೊಂಡ ವರ್ಷ "ಹ್ಯಾಟ್ಸಾಫ್, ನಿನ್ನ ಮೆಮರಿ ಪವರ್‌ಗೆ, ಹೇಗಿದ್ದೀರಾ ಭಾವ?" ಅಭಿಷೇಕ್‌ನ ಆ ಸ್ವರ ಹಿಡಿದು ನಿಲ್ಲಿಸಲು ಶಕ್ಯವಾಗಲಿಲ್ಲ. "ತುಂಬ ಬಿಜಿಯಲ್ಲಿದ್ದಾರೆ" ಕಾರಣ ಹೇಳಿದಳು ತಂಗಿಗೆ.

"ಅಮ್ಮ ಕೂಡ ನಿನ್ನ ನೋಡೋಕೆ ಬಂದಿದ್ದಾರೆ. ಮೈ ಗಾಡ್, ಎಷ್ಟೊತ್ತಿನಿಂದ ಕಾದೆವು, ಗೊತ್ತಾ!" ವರ್ಷ ಇನ್ನ ಅವಳ ಕೈಗಳನ್ನು ಹಿಡಿದೇ ಇದ್ದಳು. "ಹೌದಾ, ಈಗ ಆರೋಗ್ಯವಾಗಿದ್ದಾರ? ಒಂದಿಷ್ಟು ಡ್ಯಾಡಿನ ಭೇಟಿ... ಮಾಡ್ಬರ್ತೀನಿ" ಒಳಗೆ ಹೋದಳು.

ಸಮೀಪಕ್ಕೆ ಬಂದ ರಶ್ಮಿ "ಅವ್ರು ನಿಮ್ಗೇನಾಗ್ಬೇಕು?" ಕೇಳಿದಳು. "ಅಕ್ಕ ಆಗಿದ್ಲು. ಈ ಜನ್ಮದಲ್ಲಿ ಅಲ್ಲ, ಹಿಂದಿನ ಜನ್ಮದಲ್ಲಿ. ಈಗ ಈ ಮನೆಗೆ ಸೊಸೆ, ಅಭಿಷೇಕ್ ವಸಿಷ್ಠ ಅವ್ರ ಪ್ರೀತಿಯ ಮಡದಿ. ಅರೇಂಜ್ಡ್ ಮ್ಯಾರೇಜ್ ಅಲ್ಲ. ಲವ್ ಮ್ಯಾರೇಜ್" ಒಂದೇ ಸಲ ಉಸುರಿದವಳು, "ನಮ್ಮ ಕೇಸು ಒಂದಿದೆ. ನೀವಿನ್ನು ಕಾಯ್ಬೇಕಾಗುತ್ತೇನೋ! ಕೋರ್ಟಿನ ಸಮಯದ ಬಗ್ಗೆ ಹೇಳೋಕಾಗುತ್ತ?" ಒಂದು ತರಹ ನಕ್ಕ ವರ್ಷ ಒಳಗೆ ಹೋದಳು.

ವರ್ಣ, ಅಭಿಷೇಕ್ ವಸಿಷ್ಠ ಬಂದ ಸುದ್ದಿ ಮುಟ್ಟಿಸಿದ ಹತ್ತು ನಿಮಿಷಗಳ ನಂತರ ಬುಲಾವ್ ಬಂದಿದ್ದು, ಮೊದಲೇ ಅಪಾಯಿಂಟ್‌ಮೆಂಟ್ ಪಡೆದಿದ್ದ ರಶ್ಮಿಯ ತಾಯ್ತಂದೆಯರಿಗೆ.

ರೋಹಿಣಿ ಗಂಡನ ಕಡೆ ಮಗಳ ಕಡೆ ನೋಟ ಬೀರಿದರು. ವಿಚಲಿತರಾಗದೇ ಕೂತಿದ್ದರು ಅವರಿಬ್ಬರು. "ವರ್ಣಗೆ, ವಿಷ್ಯ ಗೊತ್ತಾಯಿತೋ, ಇಲ್ವೋ" ಹೇಳಿದರು. ವರ್ಷ ಬಾಯಿಕಟ್ಟಿತು. ವಿಷಯ ತಿಳಿದ ಕೂಡಲೇ ವರ್ಣ ಹಾರಿ ಬರುತ್ತಾಳೆಂದು ತಿಳಿದುಕೊಂಡಿದ್ದು ತಪ್ಪಾಯಿತು. ತನ್ನ ನಿರೀಕ್ಷೆಗೆ ಮೀರಿ ಬದಲಾಗಿದ್ದಾಳೆಂದುಕೊಂಡಳು.

ರೋಹಿಣಿ ಕಂಗಳು ತುಂಬಿದವು. ಗಂಡನ ಕಡೆ ನೋಡಿದರು. ಕಲ್ಲಿನಂತೆ ಕೂತಿದ್ದರು. ಅವಳು ಓದುವ ಸಮಯದಲ್ಲಿ ರಾತ್ರಿಯಿಡೀ ಎದ್ದಿದ್ದು ಹಾರ್ಲಿಕ್ಸ್, ಬೂಸ್ಟ್ ಇಂಥದನ್ನ ಕೊಟ್ಟಿದ್ದರು ಮಗಳು ಕಂಗೆಡದಿರಲಿಯೆಂದು.

"ರೋಹಿ, ಸಮಾಧಾನ ಮಾಡ್ಕೋ. ತಾಯ್ತಂದೆಗಳು ಸ್ವಾರ್ಥಿಗಳಾಗ್ಬಾರ್ದು. ಅವ್ಳ ಅಗತ್ಯಗಳ್ನ ಪೂರೈಸಿದ ನಾವುಗಳು ವರ್ಣಗೆ ಅನಗತ್ಯ. ತಪ್ಪು ಅವಳದಲ್ಲ. ಸಾಕಷ್ಟು ಕಾರಣಗಳು ಇರುತ್ತೆ." ಸಾಂತ್ವನಿಸಿದರು ಚಲಪತಿಗಳು.

ಅರ್ಧ ಗಂಟೆಯ ನಂತರ ಬಂದ ವರ್ಣ ನೈಟ್‌ಗೌನ್ ತೊಟ್ಟಿದ್ದಳು. ರೋಹಿಣಿ, ಚಲಪತಿಯರ ನಡುವೆ ಕೂತಳು. ರೋಹಿಣಿ ಅತ್ತರು ಮತ್ತಷ್ಟು, ಮುಗುಳ್ನಗೆಯೊಂದಿಗೆ ಚಲಪತಿ ಮಾತಾಡಿಸಿದರು.

“ಹೇಗಿದ್ದೀಯಾ? ಅಳಿಯಂದಿರು, ಮನೆಯವರೆಲ್ಲ ಕ್ಷೇಮನಾ?” ಚೆನ್ನಾಗಿದ್ದಾರೆಂದು ತಲೆ ಕುಣಿಸಿದಳು. “ಅಮ್ಮ, ಹೇಗಿದ್ದಾರೆ?” ಒಂದೇ ಪ್ರಶ್ನೆ. ರೋಹಿಣಿ ಬಾಯಿಗೆ ಕೈ ಅಡ್ಡ ಹಿಡಿದು ಬಿಕ್ಕಿದಾಗ ಚಲಪತಿ ಹತ್ತಿರಕ್ಕೆ ಸರಿದು ಸಮಾಧಾನ ಮಾಡಿದರು.

“ಏನಿದೆಲ್ಲ, ರೋಹಿಣಿ! ಅತ್ತು ಕರ್ದು ಮಾಡೋಕೆ ನಾವೇನು ಚಿಕ್ಕಪುಟ್ಟ ವಯಸ್ಸಿನವರೇ. ನಗುನಗುತ್ತ ಮಗಳೊಂದಿಗೆ ಮಾತಾಡು, ಸಮಯನ ವ್ಯರ್ಥ ಮಾಡ್ಕೋಬೇಡ” ವಿವೇಕದ ಮಾತುಗಳನ್ನು ಹೇಳಿದರು.

ಮಧ್ಯೆ ಬಂದು ಕಾಫಿಯ ಟ್ರೇಯನ್ನು ಹೊತ್ತು ಒಯ್ದ ಮೂಗ, ಒಂದೆರಡು ಸಲ ವರ್ಷಳತ್ತ ಕೃತಜ್ಞತೆ ಬೆರೆತ ಅಸಹಾಯಕ ನೋಟ ಬೀರಿದ. ತಕ್ಷಣ ಅವಳ ಮಿದುಳಲ್ಲಿ ಫ್ಲಾಷ್ ಆಯಿತು. ಇವರುಗಳೆಲ್ಲ ವಿದೇಶಕ್ಕೆ ಪ್ರಯಾಣ ಮಾಡಿದರೆ, ಇವನ ಗತಿಯೇನು? ಅವನ ಭವಿಷ್ಯದ ಬಗ್ಗೆ ವಸಿಷ್ಠ ಫ್ಯಾಮಿಲಿಯವರು ಚಿಂತಿಸಲಾರರು.

ಕೆಲವೇ ಕೆಲವು ಮಾತುಗಳಿಂದ ತಿಳಿದಿದ್ದು ಇಷ್ಟು, ಇಡೀ ಕುಟುಂಬ ನ್ಯೂಯಾರ್ಕ್‌ನಲ್ಲಿ ನೆಲೆಸುವವರಿದ್ದರು, ಅದಾಗಲೇ ಅಲ್ಲಿ ಫ್ಲಾಟ್ ಮತ್ತು ಕಾರನ್ನು ಖರೀದಿಸಿದ್ದರೆಂದು. ಅಂತೂ ಎಲ್ಲಾ ಸಂತೋಷದ ಸುದ್ದಿಗಳೇ.

ಎರಡು ಸಲ ಇಂಟರ್‌ಕಾಮ್ ಸದ್ದು ಮಾಡಿದಾಗ ಎಚ್ಚರಿಕೆಯ ಬೆಲ್ ಎನಿಸಿತು. ಚಲಪತಿ ಅರ್ಥ ಮಾಡಿಕೊಂಡು ಮೇಲಕ್ಕೆದ್ದರು.

“ಯಾವಾಗ ಹೊರಡೋದು?” ಕೇಳಿದರು ದಿನಾಂಕ ಗೊತ್ತಿದ್ದರೂ. “ನಾಳಿದ್ದು ಸಂಜೆ ಫ್ಲೈಟ್‌ಗೆ ದೆಹಲಿಗೆ ಹೋಗಿ, ಅಲ್ಲಿಂದ ಹೋಗೋದೂಂತ.” ಹೇಳಿದಳು ನವಿರಾಗಿ. ಬಹುಶಃ ಈ ಜನ ಸ್ವಲ್ಪ ವಿಶ್ವಾಸ ತೋರಿಸಿದ್ದರೂ ಅಲ್ಲಿಯವರೆಗೂ ಇದ್ದು ಬೀಳ್ಕೊಟ್ಟು ಹೋಗುವ ಉದ್ದೇಶವಿತ್ತು. ಈಗ ಅಗತ್ಯವಿಲ್ಲ ಅನ್ನಿಸುತ್ತೆ. “ಹೋಗ್ಬರ್ತೀನಿ...” ಹೇಳಿದರು ವ್ಯಥೆಯನ್ನು ನುಂಗಿಕೊಂಡು.

ಬೊಕೆಗಳನ್ನೆಲ್ಲ ಎತ್ತಿ ಅಕ್ಕನ ಮೇಲೆ ಪೇರಿಸಿದ ವರ್ಷ “ಆಲ್ ದಿ ಬೆಸ್ಟ್, ಅದು ಚುಟುಕಿನ ಶುಭಾಶಯವಾದ್ರೂ ಅಷ್ಟೆ ಸಾಕು. ನೀನೇ ದೂರ ನಿಂತಾಗ.... ಅವುಗಳತ್ತ ಕೈ ಚಾಚೋದು ಮೂರ್ಖತನ, ಬರ್ತೀನಿ” ಎಂದು ಕಂಬನಿಯ ಸೆಲೆಯನ್ನು ರೆಪ್ಪೆಗಳ ನಡುವೆಯೇ ಅಡಗಿಸಿಟ್ಟಳು.

ಮೂವರು ಹೊರಗೆ ಬಂದರು. ಅವರ ಜೊತೆ ಹೊರಗೆ ಬಂದ ವರ್ಣ ಬಾಗಿಲಲ್ಲಿಯೇ ನಿಂತಳು. ಬರೀ ಗೊಂಬೆ. ಜೀವಂತ ಗೊಂಬೆಯಾದರೂ ಭಾವ ಸ್ಪಂದನವಿಲ್ಲ.

ಗೇಟುವರೆಗೂ ಬಂದವಳು ಹಿಂದಕ್ಕೆ ತಿರುಗಿ ನೋಡಿದಳು. ವರ್ಣ ಅಲ್ಲಿಯೇ ನಿಂತಿದ್ದಳು. ಅತಿ ದೂರದ ಕತ್ತಲಲ್ಲಿ ಮೂಗ ನಿಂತಿದ್ದ ಪರದೇಶಿಯಂತೆ.

"ಒಂದ್ನಿಮ್ಷ.... ಅಪ್ಪ" ಹಿಂದಕ್ಕೆ ಓಡಿದ ವರ್ಷ ಅಕ್ಕನ ಕೈ ಹಿಡಿದುಕೊಂಡು "ಮೂಗನ್ನ ಕೂಡ ಕರ್ಕೊಂಡ್ಹೋಗ್ತೀರಾ ನಿಮ್ಜೊತೆ?" ಕೇಳಿದಳು. ಇಲ್ಲವೆಂದು ತಲೆಯಾಡಿಸಿದಾಗ "ಬೀದಿಯಲ್ಲಿ ತಿರ್ಕ್ಕೊಂಡು ತಿಂದ್ರೂ.... ಇಲ್ಲಿಗಿಂತ ಚೆನ್ನಾಗಿ ಇರ್ತಾನೆ. ಸ್ವಲ್ಪನಾದ್ರೂ ಕರುಣೆ ಬೇಡ್ವಾ! ಎಲ್ಲಾ ದೊಡ್ಡ ದೊಡ್ಡ ಸ್ಥಾನಗಳಲ್ಲಿರೋ ಜನಗಳೇ. ಅವ್ನಿಗೊಂದು ಪರ್ಯಾಯ ವ್ಯವಸ್ಥೆ ಮಾಡ್ಬೇಡ್ವಾ! ಜಗತ್ತಿನ ಅದ್ಭುತಗಳು" ಕುಟುಕಿ ನಂತರ ನೊಂದಳು. "ಸಾರಿ. ವರ್ಣಕ್ಕ... ಪಾಪ ಅವನನ್ನ ನೋಡಿ ಮನಸ್ಸಿಗೆ ನೋವಾಯ್ತು." ಕೈಬಿಟ್ಟವಳು ಕತ್ತಲಲ್ಲಿ ನಿಂತಿದ್ದ ಮೂಗನ ಬಳಿಗೆ ಹೋಗಿ ಹೋಟೆಲ್‌ನ ವಿಳಾಸದ ಕಾರ್ಡ್ ಕೊಟ್ಟು "ನಾಳೆ ಬಂದುನೋಡು" ಸನ್ನೆಯಿಂದ ತಿಳಿಸಿದಳು.

ಇವಳಿಗಾಗಿ ಕಾದಿದ್ದ ತಾಯಿತಂದೆಯನ್ನು ಹೋಗಿ ಸೇರಿಕೊಂಡು ಒಮ್ಮೆ ಹಿಂದಿರುಗಿ ನೋಡಿದಳು. ಅಲ್ಲೇ ನಿಂತಿದ್ದಳು ವರ್ಣ. ಬಹುಶಃ ಚಲನೆಯಿಲ್ಲದ ಗೊಂಬೆಯಂತೆ ಕಂಡಳು.

ಟ್ಯಾಕ್ಸಿ ಹತ್ತಿದಾಗ ಮೂವರ ಕಣ್ಣಲ್ಲು ನೀರಿತ್ತು. ರೋಹಿಣಿಯಂತು ಪೂರ್ತಿ ಅಪ್‌ಸೆಟ್.

ಲಾಡ್ಜ ಬಳಿ ಇಳಿದಾಗ ಆಕೆಯನ್ನು ತಂದೆ, ಮಗಳು ಇಳಿಸಿಕೊಂಡರು ಪ್ರಯಾಸದಿಂದ. ಮೆಟ್ಟಲೇರುವುದು ಕೂಡ ಕಷ್ಟವಾಯಿತು. ಮಂಚದ ಮೇಲೊರಗಿದ ರೋಹಿಣಿ ಕಣ್ಮುಚ್ಚಿದರು.

"ಅಪ್ಪ, ಯಾವುದಾದ್ರೂ ನರ್ಸಿಂಗ್ ಹೋಂಗೆ ಕರ್ಕೊಂಡ್ಹೋದ್ರೇಗೆ?" ವರ್ಷ ಚಲಪತಿಯತ್ತ ನೋಡಿದಾಗ, ಅವರಿಗೂ ಕೂಡ ಸರಿಯೆನಿಸಿತು. "ಬೇಡ. ನನ್ನ ಆರಾಮಾಗಿರೋಕೆ ಬಿಡಿ. ಒಂದಿಷ್ಟು ಸುಸ್ತು ಇದೆ." ಆಕೆಯ ನಿರಾಕರಣೆ ಬಲವಾಗಿತ್ತು.

ರಾತ್ರಿ ಸ್ವಲ್ಪ ಆತಂಕದ ಕ್ಷಣಗಳಿತ್ತಾದರೂ ಮಾರನೆ ದಿನ ಅಲ್ಪಮಟ್ಟಿನ ಚೇತರಿಕೆ ಆಕೆಯಲ್ಲಿ. ತಂದೆ, ಮಗಳು ನಿಶ್ಚಿಂತೆಯಿಂದ ಉಸಿರಾಡಿದರು. ಬರುವಾಗ ಮಾರನೆಯದಿನ ಹಿಂದಿರುಗಿ ಬರುವುದಾಗಿ ಹೇಳಿ ಬಂದಿದ್ದಳು ವರ್ಷ. ಆದರೆ ತಾಯಿ ಇರೋ ಸ್ಥಿತಿಯಲ್ಲಿ ಹೋಗಲು ಇಚ್ಛಿಸಲಿಲ್ಲ.

ಹೈಮಾವತಿ ಪ್ಯಾಲೆಸ್‌ಗೆ ಫೋನಾಯಿಸಿದವಳು "ಮೇಡಮ್ ಹತ್ರ ಮಾತಾಡ್ಬೇಕು" ಅಂದಾಗ ಲೈನ್‌ನಲ್ಲಿ ಕೇಳಿಸಿದ್ದು ಹೇಮಂತ್ ದನಿ. "ಸಾರ್ ಸರ್, ಇಂದು ಮೇಡಮ್‌ಗೆ ಬರ್ತೀನೀಂತ ಹೇಳಿದ್ದೆ. ನನ್ನ ಮದರ್ ಹೆಲ್ತ್ ಸರಿಯಿಲ್ಲ. ದಯವಿಟ್ಟು ತಿಳಿಸ್ಬೇಕು" ವಿನಂತಿಸಿಕೊಂಡಳು.

ಹೇಮಂತ್ ಲಾಡ್ಜ ವಿಳಾಸ, ಅಲ್ಲಿನ ಫೋನ್ ನಂಬರ್ ಎಲ್ಲಾ ವಿಚಾರಿಸಿಕೊಂಡು ಗುರುತು ಹಾಕಿಕೊಂಡ. "ಡೋಂಟ್ ವರಿ, ಅಮ್ಮ ಪೂಜೆಯಲ್ಲಿದ್ದಾರೆ. ಅವ್ರೇ ಫೋನ್ ಮಾಡ್ತಾರೆ." ಕಟ್ ಮಾಡಿದ ಸದ್ದು ಕೇಳಿಸಿತಷ್ಟೆ.

ಅಂದಿನ ರಾತ್ರಿ ರೋಹಿಣಿಗೆ ಪ್ರಜ್ಞೆ ತಪ್ಪಿತು. ನರ್ಸಿಂಗ್ ಹೋಂಗೆ ಒಯ್ದು ಅಡ್ಮಿಟ್ ಮಾಡಿದರು. ಕೋಮಾಗೆ ಹೋದಾಗ ಚಲಪತಿಗಳು ಮಗಳಿಗೆ ಹೇಳಿದರು. "ಸ್ವಲ್ಪ ವರ್ಣಗೆ ವಿಷ್ಯ ಮುಟ್ಟಿಸಿದ್ದೇಗೆ!" ಅವಳು ಅನುಮಾನಿಸಿದಳು. "ನಂಗೇನು ಅರ್ಥವಾಗೋಲ್ಲ. ಬಹುಶಃ ಇದ್ನ ಅವ್ರು ಹೇಗೆ ತಗೋತಾರೋ!"

ಚಲಪತಿಗಳು ಒಂದೇ ಸಮನೆ ಹತ್ತಾರು ಸಲ ನರ್ಸಿಂಗ್ ಹೋಂನಿಂದ ಫೋನ್ ಮಾಡಿ ಸೋತರಷ್ಟೆ. ಆ ಕಡೆ ರಿಂಗ್ ಆಗುತ್ತಿದ್ದರೂ ಯಾರೂ ಎತ್ತಲಿಲ್ಲ. ದಿಕ್ಕೆಟ್ಟರು ಚಲಪತಿಗಳು. ಡಾಕ್ಟರ್ ಯಾವುದೇ ಭರವಸೆ ಕೊಡಲಿಲ್ಲ.

"ನಾನೇ ಹೋಗ್ಬರ್ತೀನಿ ಅಪ್ಪ." ತಂದೆಯ ಎರಡು ಕೈಗಳನ್ನು ಹಿಡಿದುಕೊಂಡಳು. ಬೆಳಗಿನ ಜಾವ, "ಅವ್ರು ಇಂದೇ ದೆಹಲಿಗೆ ಹೋಗೋದು. ಇನ್‌ಫರ್ಮೇಷನ್ ಕೊಟ್ಬಾ?" ಕಳಿಸಿದರು. ಅವರು ಹೆಂಡತಿಯ ಸನಿಹ ಬಿಟ್ಟು ಹೊರಡಲು ಒಪ್ಪಲಿಲ್ಲ.

ಅರ್ಜೆಂಟಾಗಿ ಒಂದು ಆಟೋ ಹಿಡಿದಾಗ ಮೇಲುಸಿರು ದಬ್ಬುತ್ತಿದ್ದಳು ವರ್ಷ. ದುಃಖದ ಆವೇಗದಿಂದ ಅವಳ ಮೈ ಕಂಪಿಸುತ್ತಿತ್ತು. "ಅಮ್ಮ..." ಕಣ್ಣಂಚಿನ ನೀರು ಕೆನ್ನೆಯ ಮೇಲೆ ಚಿಮ್ಮಿತು. ಬಾಯಿಗೆ ಅಡ್ಡ ಹಿಡಿದಳು ಕರ್ಚೀಫ್‌ನ. ಆ ಕ್ಷಣ ಬದುಕಿಗೆ ಯಾವುದೇ ಅರ್ಥವಿಲ್ಲವೆನಿಸಿತು!.

"ಸ್ವಲ್ಪ ಬೇಗ ನಡಿಯಪ್ಪಯ್ಯ...." ಅವಸರಿಸಿದಳು.

ಅಲ್ಲಿನ ಸಂಪೂರ್ಣ ಚಿತ್ರವೇ ಬೇರೆಯಾಗಿತ್ತು. ಮುಚ್ಚಿದ ಗೇಟು ಮುಂಭಾಗದಲ್ಲಿ ನಿಂತಿದ್ದ ವ್ಯಕ್ತಿ, ಮೂಗನಿಗೆ ಹೊಡೆದು ದೂಡುತ್ತಿದ್ದರು.

ತಟ್ಟನೆ ಇಳಿದು ಧಾವಿಸಿದವಳು ತಡೆದಳು. "ಯಾಕೆ, ಅವನನ್ನು ಹೊಡಿತಾ ಇದೀರಾ?" ಅವನು ಮುಖವನ್ನು ವಕ್ರಮಾಡಿ "ಬದ್ಮಾಷ್, ಮಾದರ್ ಚೋದ್..... ಈ ಬೋಳಿಮಗ್ನಿಗಾಗಿ ಐದು ನೂರು ರೂಪಾಯಿ ಕೊಟ್ಟೆ!" ಅವನು ಇನ್ನೊಂದು ತಟ್ಟಿದಾಗ ಮೂಗ ಕೂತುಬಿಟ್ಟ. ಅವನನ್ನು ಹಿಂದಕ್ಕೆಳೆದುಕೊಂಡಾಗ ಸ್ಪಷ್ಟ ಚಿತ್ರ ಸಿಕ್ಕಿತು. ಹಿಂದಿನ ದಿನವೇ ವಸಿಷ್ಠ ಫ್ಯಾಮಿಲಿಯವರು ಮನೆ ಖಾಲಿ ಮಾಡಿಬಿಟ್ಟಿದ್ದರಿಂದ, ಅದು ಮಾರಾಟವಾದವರ ವಶವಾಗಿತ್ತು. ಇವನಿಗಾಗಿ ಸಾವಿರ ರೂಪಾಯಿ ಮೂಗನ ಅಪ್ಪನಿಗೆ ಕೊಟ್ಟಿದ್ದೀವೆಂದು ಐದು ನೂರು ರೂಪಾಯಿ ಪಡೆದಿದ್ದರು ಹಣದ ಬಗ್ಗೆ ಕಾಳಜಿ ಇದ್ದ ಜನ, ಈ ವ್ಯಕ್ತಿಯಿಂದ. ಆದರೆ ಅವನು ಈ ಜಾಗ ಬಿಟ್ಟು ಹೋಗಲಾರ. ಹೊಡೆದು ಬಡಿದು ಎಳೆದೊಯ್ದರೂ ವಾಪಸ್ಸು ಬಂದು ಗೇಟಿನ ಬಳಿ ಕೂತಿದ್ದ.

ಕುಕ್ಕರುಗಾಲಿನಲ್ಲಿ ಕೂತ ಮೂಗ ಅಳುತ್ತಿದ್ದ ಚಿತ್ರ ಎಂಥವರನ್ನಾದರೂ ಕಂಗೆಡಿಸುತ್ತಿತ್ತು. ಆದರೆ ವಸಿಷ್ಠ ಫ್ಯಾಮಿಲಿಯ ಜನಕ್ಕೆ ಬರೀ ಮಿದುಳಿನತ್ತೇ ವಿನಃ ಹೃದಯವಿರಲಿಲ್ಲವಾದ್ದರಿಂದ ಅವರಿಗೇನು ಅನ್ನಿಸಿರಲಿಲ್ಲ.

"ಬೇಡ ಬಿಡಿ. ಆ ಹಣ ನಾನು ನಿಮ್ಗೇ ಕೊಡ್ತೀನಿ" ಒಪ್ಪಿಸಲು ಪ್ರಯತ್ನಪಟ್ಟಾಗ ಕೂಗಾಡಿದ. "ನಾವು, ಹಣ ಕೊಟ್ಟಿದ್ದು ಹೋದ ತಿಂಗ್ಳು. ಅಂದರೆ, ತಿಂಗ್ಳು ಮೇಲೆ ಎರ್ಡು ದಿನವಾಯ್ತು. ಅದ್ಕೇ ಬಡ್ಡಿ ಯಾರು ಕೊಡ್ತಾರೆ?"

ಇದಕ್ಕೆ ಮಿಗಿಲಾದ ವಸಿಷ್ಠ ಫ್ಯಾಮಿಲಿಯವರನ್ನು ಕಂಡಿದ್ದರಿಂದ, ಅವಳಿಗೇನು ಆಶ್ಚರ್ಯವೆನಿಸಲಿಲ್ಲ. "ಬಡ್ಡಿನು ಕೊಡ್ಪೋಣ" ಪರ್ಸ್ ತೆಗೆದು ನೋಡಿದಳು. ಬರೀ ಮೂರು ನೂರರ ಚಿಲ್ಲರೆ ಮಾತ್ರ ಇತ್ತು. "ಪ್ಲೀಸ್, ಒಂದ್ಕೆಲ್ಸ ಮಾಡಿ. ಇಲ್ಲೇ ನರ್ಸಿಂಗ್ ಹೋಂನಲ್ಲಿ ನಮ್ಮ ತಂದೆ ಇದ್ದಾರೆ. ಅಲ್ಲಿ ಕೊಡ್ತೀನಿ ಬಡ್ಡಿನು ಸೇರ್ಸಿ." ರಿಕ್ವೆಸ್ಟ್ ಮಾಡಿಕೊಂಡಳು. ಅವನು ಗೊಣಗಿದ, ಕೆಕ್ಕರಿಸಿಕೊಂಡು ನೋಡಿದ ಮೂಗನತ್ತ. ಅವನಿದ್ದ ವೇಷ, ಮಂಕುತನದೊಂದಿಗಿನ ಹಟಮಾರಿತನ ಬೇಸರವೆನಿಸಿದ್ದರಿಂದ ಅರೆ ಮನಸ್ಸಿನಿಂದ "ಆಯ್ತು, ನೀವುಗಳು ನನ್ನ ಕಾರು ಹತ್ಕೊಳ್ಳಿ. ಆಟೋ ಛಾರ್ಜ್ ಅಲ್ಲ, ಲಗ್ಷುರಿ ಟ್ಯಾಕ್ಸಿ ಛಾರ್ಜ್ ಕೊಡ್ಬೇಕಾಗುತ್ತೆ" ಕಂಡಿಷನ್ ಹಾಕಿ ಅಲ್ಲಿ ನಿಂತಿದ್ದ ತನ್ನ ಅಂಬ್ಯಾಸಿಡರ್ ಕಾರ್‌ನ ಹಿಂದಿನ ಡೋರ್‌ನ ತೆಗೆದು ಅವರು ಹತ್ತಿದ ನಂತರ ತಾನೇ ಹುಷಾರಾಗಿ ಬಾಗಿಲು ಹಾಕಿ ಹತ್ತಿ ಕೂತ.

ನರ್ಸಿಂಗ್ ಹೋಂ ಬಳಿ ನಿಂತಾಗ ತಂದೆಯ ಬಳಿಗೆ ಧಾವಿಸಿದಳು. ನಿಶ್ಚಲವಾಗಿ ನಿಂತಿದ್ದ ಚಲಪತಿಗಳ ನೋಟ ಅವರ ಹಿಂದೆ ಅಕ್ಕಪಕ್ಕ ಹರಿದಾಡಿ ಮೂಗನ ಮೇಲೆ ನಿಂತಿತು.

"ಅಪ್ಪ, ಅವ್ರುಗಳು ನೆನ್ನೆ ಸಂಜೆನೇ ಮನೆ ಖಾಲಿ ಮಾಡಿದ್ರಂತೆ. ಸದ್ಯಕ್ಕೆ 'ಕಂಪ್ಯೂಟರ್ ಸಾಫ್ಟ್‌ವೇರ್ ಟ್ರೈನಿಂಗ್ ಅಂಡ್ ಡೆವಲಪ್‌ಮೆಂಟ್ ಕಾರ್ಪೊರೇಷನ್'ಗೆ ಹೋಗಿ ವಿಚಾರಿಸಿದ್ರೆ ಏನಾದ್ರೂ ತಿಳೀಬಹುದೇನೋ. ಸದ್ಯಕ್ಕೆ ಒಂದಿನ್ನೂರು ರೂಪಾಯಿಗಳ್ನ ಕೊಡಿ." ತಂದೆಯೊಂದಿಗೆ ಹಣವನ್ನು ಪಡೆದು ಬಡ್ಡಿ, ಬಂದ ಛಾರ್ಜ್, ಅಸಲಿನೊಂದಿಗೆ ಸಲ್ಲಿಸಿದಾಗ, ಮನದಲ್ಲಿಯೇ ಲೆಕ್ಕ ಹಾಕಿದ ಆ ಮನುಷ್ಯ "ಇನ್ನು ಮೂರು ರೂಪಾಯಿ ಎಪ್ಪತ್ತೈದು ಪೈಸಾ ಕೊಡ್ಬೇಕು." ಹೇಳಿದ. ಪರ್ಸ್‌ನಲ್ಲಿದ್ದ ಐದರ ಕಡೆಯ ನೋಟನ್ನ ತೆಗೆದು ಅವನ ಕೈಗಿಟ್ಟಳು. ಅವಳಲ್ಲಿನ ಚಲನೆ ಸತ್ತಿತ್ತು. 'ಹಣವಿಲ್ಲದೆ ಬದುಕಿಲ್ಲ. ಅದೇ ಪೂರ್ತಿಯಾಗಿ ಮನುಷ್ಯನ ಬದುಕನ್ನ ಆವರಿಸಿಬಿಟ್ಟರೆ, ಮಿಕ್ಕ ಯಾವ ಮೌಲ್ಯಗಳಿಗೂ ಅರ್ಥವಿಲ್ಲ."

ಮೂಗನ್ನ ಸನ್ನೆ ಮಾಡಿ ಒಂದು ಪಕ್ಕಕ್ಕೆ ನಿಲ್ಲಿಸಿ ತಂದೆಯ ಬಳಿಗೆ ಅವಸರದಿಂದ ಹೋಗಿ "ನಾನು ಒಂದಿಷ್ಟು ಹೋಗ್ಬರ್ತೀನಿ. ಅಮ್ಮ ಹೇಗಿದ್ದಾಳೆ? ಮೂಗ ಇಲ್ಲೇ ಇರ್ತಾನೆ ಅಪ್ಪ" ಅವಸರದಿಂದ ನುಡಿದಾಗ ಜೇಬಿನಿಂದ ಕೆಲವು ನೋಟುಗಳನ್ನು ತೆಗೆದು ಮಗಳ ಕೈಯಲ್ಲಿಟ್ಟ ಚಲಪತಿ, "ಬೇಗ, ಬಂದ್ಬಿಡು.... ಹೈಮಾವತಿ ಪ್ಯಾಲೆಸ್‌ನ ಹೇಮಂತ್ ಇಲ್ಲಿಗೆ ಫೋನ್ ಮಾಡಿ ಡಾಕ್ಟರೊಂದಿಗೆ ಮಾತಾಡಿ ಒಳ್ಳೆ ಟ್ರೀಟ್‌ಮೆಂಟ್ ಅರೇಂಜ್ ಮಾಡೀಂತ ಹೇಳಿದ್ರಂತೆ" ಎಂದರು.

ವಿಸ್ಮಿತಳಾದಳು ವರ್ಷ. ಆದರೂ ಆ ಕ್ಷಣ ಅದನ್ನೆಲ್ಲ ಯೋಚಿಸುವಷ್ಟು ಪುರಸತ್ತು ಇರಲಿಲ್ಲ.

ವಸಿಷ್ಠ ಕಂಪ್ಯೂಟರ್ ಸಾಫ್ಟ್‌ವೇರ್ ಟ್ರೈನಿಂಗ್ ಅಂಡ್ ಡೆವಲಪ್‌ಮೆಂಟ್ ಕಾರ್ಪೊರೇಷನ್ ಬೀಗ ಹಾಕಿದ್ದರು. ಎದುರಿನಲ್ಲಿ ವಿಚಾರಿಸಿದಾಗ ಇಡೀ ಬಿಲ್ಡಿಂಗ್ ಒಬ್ಬ ಸೇಠ್‌ಗೆ ಮಾರಿ ಹೋಗಿದ್ದಾರೆಂದೂ ಅವರು ಎಕ್ಸ್‌ಕ್ಲೂಸಿವ್ ಗಾರ್ಮೆಂಟ್ಸ್

ಓಪನ್ ಮಾಡುವ ಬಗ್ಗೆ ಮಾತ್ರ ತಿಳಿಯಿತು. ನಿರಾಶಳಾಗದೇ ಕೆಲವು ಕಡೆಯಲ್ಲಿ ಓಡಾಡಿ ದಣಿದಳು.

ಮೂರು ಗಂಟೆಯ ಫ್ಲೈಟ್‌ನಲ್ಲಿ ವಸಿಷ್ಠ ಕುಟುಂಬ ದೆಹಲಿಗೆ ಹಾರಿದಾಗ, ರೋಹಿಣಿ ದೇಹ ಪೂರ್ತಿ ನಿಶ್ಚಲವಾಯಿತು. ಬಹುಶಃ ವರ್ಣಗೆ ತಾಯಿಯ ಕಡೆಯ ಮುಖದರ್ಶನ ಕೂಡ ಲಭ್ಯವಿರಲಿಲ್ಲ.

ಚಲಪತಿಗಳು ಮಗುವಿನಂತೆ ಅತ್ತರು. ಚೇತರಿಸಿಕೊಂಡರು ಬೇಗ. ಆಕಸ್ಮಿಕವೆನ್ನುವಂತೆ ಬಂದಿದ್ದ ಹೇಮಂತ್ ಒಂದು ಕಡೆ ನಿಂತುಬಿಟ್ಟ. ಧಾವಿಸಿ ಬಂದಿದ್ದ ಅವರುಗಳ ಸಹಾಯಕ್ಕಾಗಿ. ಆದರೆ ಬೇರೆ ರೀತಿಯಲ್ಲಿ ಸಹಾಯ ಮಾಡಿದ.

ಅಂತು ರೋಹಿಣಿಯವರು ಜನರ ರೀತಿ ನೀತಿಗೆ ಬೇಸತ್ತವರಂತೆ ಪರಲೋಕಕ್ಕೆ ಪಯಣ ಬೆಳೆಸಿಬಿಟ್ಟರು.

* * * *

ಹೈಮಾವತಿ ಪ್ಯಾಲೆಸ್‌ಗೆ ಬಂದ ವರ್ಷ ಎರಡು ದಿನ ವಿಮುಖಳಾಗಿದ್ದಳು. ಮೂರನೆಯ ದಿನದಿಂದ ಬರವಣಿಗೆ ಶುರು ಮಾಡಿದಳು. ಹೈಮಾವತಿ ಬಾಲ್ಯದ ಸ್ನೇಹಿತ ಗೌತಮನ ನೆನಪಾಗುತ್ತಿತ್ತು. ಒಮ್ಮೆ ಹೋಗಿ ನೋಡಿ ಬಂದರೆ ಹೇಗೆ? ಮೃದು ಸ್ವಭಾವದ ಕಾವ್ಯಪ್ರೇಮಿ.

ಸಂಜೆ ಹೈಮಾವತಿ ಪ್ಯಾಲೆಸ್‌ನಿಂದ ಹೊರಗೆ ಬಂದಾಗ ಗೆಸ್ಟ್ ಹೌಸ್ ಕಡೆಯಿಂದ ಬರುತ್ತಿದ್ದ ರಾಮನಾಥನ್ "ಐ ಯಾಮ್ ವೆರಿ ಸಾರಿ, ವಿಷ್ಯ ಕೇಳಿ ಬಹಳ ನೋವಾಯಿತು. ಸಾವು ಅನಿವಾರ್ಯ. ಇಲ್ಲಿ ಇರೋರು ತಾನೇ ಯಾರು? ರೈಲು ಹತ್ತಿದವನು ತಮ್ಮ ತಮ್ಮ ಸ್ಟೇಷನ್ ಬಂದ ಕೂಡ್ಲೇ ಇಳ್ದು ಹೋಗ್ಬೇಕು." ವೇದಾಂತದ ಮಾತುಗಳನ್ನಾಡಿದರು.

ಆ ಕ್ಷಣ ವರ್ಷಳ ಗಂಟಲು ಕಟ್ಟಿತು. ಮಾತುಗಳೇ ಹೊರಬರಲಿಲ್ಲ. ಮುಖವನ್ನು ಪಕ್ಕಕ್ಕೆ ತಿರುಗಿಸಿ ಕಣ್ಣೀರು ತೊಡೆದುಕೊಂಡು ಚೇತರಿಸಿಕೊಂಡಳು.

"ಎರ್ಡು ದಿನದಿಂದ ಕಾಣಸಿಗ್ಲಿಲ್ಲ" ಕೇಳಿದಳು.

ರಾಮನಾಥನ್ ನಿಟ್ಟುಸಿರು ಚೆಲ್ಲಿದರು. "ನಂಗೆ ಕೆಲ್ಸದಿಂದ ನಿವೃತ್ತಿ ಮಾಡಿದ್ದಾರೆ. ಹಾಗೇ ಗೆಸ್ಟ್ ಆಗಿ ಗೆಸ್ಟ್‌ಹೌಸ್‌ನಲ್ಲಿ ಒಂದು ರೂಮಿನ ಜೊತೆ ನನ್ನ ಜೀವನ ನಿರ್ವಹಣೆಯ ಪೂರ್ತಿ ಖರ್ಚನ್ನ ಹೈಮಾವತಿ ಪ್ಯಾಲೆಸ್‌ನ ಕುಟುಂಬ ವರ್ಗ ವಹಿಸಿಕೊಂಡಿದೆ." ಹೇಳಿದರು. ಹೊಸ ವಿಷಯವೇ. ಆದರೆ ಅವಳಲ್ಲಿದ್ದ ಮನಸ್ಥಿತಿಯಲ್ಲಿ ಯಾವ ಪ್ರತಿಕ್ರಿಯೆಯೂ ಮೂಡಿಬರಲಿಲ್ಲ.

ಆಮೇಲೆ ರಾಮನಾಥನ್ ಇಲ್ಲಿನ ಕೆಲವು ವಿಷಯಗಳನ್ನು ಹೇಳಿದರು. "ನರೋನಾ ಅವ್ರು ತೀರಾ ಅಪ್‌ಸೆಟ್ ಆಗಿ ನೌಕರರ ಜೊತೆ ಹೆಂಡ್ತಿ, ಮಗ್ಳು ಮೇಲೂ ಕೈ ಮಾಡಿದ್ರು. ಕೆಳ ಅಂತಸ್ತಿನ ಬಾರ್ ಈಗ ಮೆಡಿಟೇಷನ್ ಹಾಲ್ ಆಗಿ ಪರಿವರ್ತನೆಗೊಂಡಿದೆ. ಹಿಂದಿನ ರಾಜಾ ಸಾಹೇಬರು, ಅವ್ರ ತಂದೆಯವರು ಕೂಡ

ಯೋಗ, ವ್ಯಾಯಾಮಕ್ಕೆ ಬಳಸುತ್ತಿದ್ದರು ಅದನ್ನೆ. ಈಗ ಅದ್ಕೆ ಮೊದ್ಲಿನ ರೂಪವೇ. ಅದ್ಕೆ ನರೋನಾ ಅವ್ರ ಕೋಪ."

ಶಾಂತಳಾಗಿದ್ದಳು ವರ್ಷ. ಮಾತೇ ಬೇಡವೆನಿಸುತ್ತಿತ್ತು.

"ಸಾರಿ, ಅಂಕಲ್.... ನನ್ನ ಮನಸ್ಸು ಯಾಕೋ ಚೆನ್ನಾಗಿಲ್ಲ"

ಎಂದಾಗ ಅರ್ಥ ಮಾಡಿಕೊಂಡ ರಾಮನಾಥನ್ "ಆಯ್ತು. ನಿಮ್ಮಮ್ಮನ ಮರಳಿ ನೀನು ಪಡ್ಯೋಕ್ಕಾಗಲ್ಲ. ಹಾಗಂತ ನಿನ್ನ ಬದ್ಕಿನ ಅಮೂಲ್ಯ ಸಮಯವನ್ನು ಹಾಳು ಮಾಡ್ಕೊಬೇಡ" ಎಚ್ಚರಿಸುವಂತಿತ್ತು ಅವರ ಮಾತುಗಳು. ವಾಸ್ತವ ಸತ್ಯಕ್ಕೆ ಹಿಡಿದ ಕೈಗನ್ನಡಿ.

ಪ್ರಶಾಂತವಾದ ಒಂದು ಕಡೆ ಕೂತು ನೋಟ ಮೇಲೆತ್ತಿದ್ದಳು. ಆಕಾಶದಲ್ಲಿ ಕಪ್ಪು ಮೋಡಗಳು ಆವರಿಸಿ ವಾತಾವರಣವನ್ನು ಮಂಕು ಮಾಡುವುದರ ಜೊತೆಗೆ ತಂಪಾದ ಹವಾಮಾನ. ಕೂತಳು ಒಂದು ಕಡೆ ಮೌನವಾಗಿ.

ತೀರಾ ಒಂಟಿಯೆನಿಸಿತು. ವರ್ಣ, ಅಮ್ಮ ಮತ್ತು ಚಲಪತಿಗಳು ಜೊತೆಯಲ್ಲಿದ್ದ ದಿನಗಳು ಎಷ್ಟೊಂದು ಅಮೂಲ್ಯ. ಆಗ ಯಾವುದೇ ಜವಾಬ್ದಾರಿಗಳು ಇಲ್ಲದ ವರ್ಷ ಮುಗ್ಧೆ. ಸಮಯಕ್ಕಿರುವ ಬೆಲೆ ಕೂಡ ಗೊತ್ತಾಗದ ಹುಡುಗಿ.

ಸ್ವಲ್ಪ ತಣ್ಣನೆಯ ಗಾಳಿ ಹೆಚ್ಚಾಗಿ ಯಾವುದೋ ಮರದಿಂದ ಉದುರಿದ ಎಲೆಗಳು ಹಾರಿ ಬಂದವು. ಇವುಗಳನ್ನ ಅಲಂಕರಿಸಲು, ಅವನ್ನೆಲ್ಲ ಹೆಕ್ಕಿಕೊಂಡು ಒಂದೊಂದಾಗಿ ಎಣಿಸಿದ ನಂತರ ಮತ್ತೆ ಒಂದು ಕಮ್ಮಿ ಬಂದಾಗ 'ದೇವರೇ, ದೇವರೇ, ದೇವರೇ' ಕಣ್ಮುಚ್ಚಿಕೊಂಡು ಮತ್ತೆ ಎಣಿಸಿದಾಗ ಸರಿಯಾಗಿತ್ತು. ಕುಣಿದಾಡುವಷ್ಟು ಸಂತೋಷ. ಸಣ್ಣ ಪುಟ್ಟದಕ್ಕೆಲ್ಲ ಸಂತೋಷಿಸುವ ಮನುಷ್ಯ ದಿನ ಕಳೆದಂತೆ, ದೇಹ ಬುದ್ಧಿ ಬೆಳೆದಂತೆ ಕಳೆದುಕೊಳ್ಳುವುದೆಷ್ಟು, ಪಡೆಯುವುದೆಷ್ಟು. ಅಂಗೈನಲ್ಲಿ ತುಂಬಿಕೊಂಡ ಎಲೆಗಳನ್ನು ಮತ್ತೆ ಬೀಸಿ ಬಂದ ಜೋರಾದ ಗಾಳಿಗೆ ಹಿಡಿದು ಎಲ್ಲಾ ತೂರಿ ಒಂದೇ ಉಳಿದಾಗ, ಅದನ್ನೇ ನೋಡುತ್ತ ಕೂತಳು, ಸಮಯದ ಪರಿವೆ ಇಲ್ಲದಂತೆ. ಅಂಗೈಯಲ್ಲಿ ಒಂಟಿ ಎಲೆ, ತಂದೆಯನ್ನು ಬಿಟ್ಟು, ಮಿಕ್ಕವರು ತೂರಿ ಹೋಗಿದ್ದರು.

"ವರ್ಷ..." ಹೇಮಂತನ ಸ್ವರ ಸನಿಹದಲ್ಲಿ. ತಟ್ಟನೇ ಎದ್ದು ನಿಂತಳು. ಅಂದು ರೋಹಿಣಿ ಸತ್ತದಿನ ಅವನು ಮಾಡಿದ ಸಹಾಯ, ಚಲಪತಿ, ಅವಳನ್ನ ಸಾಂತ್ವನಿಸಿದ ರೀತಿಗೆ ಇಡೀ ಜೀವನ ಪೂರ್ತಿ ಅವನಿಗೆ ಕೃತಜ್ಞಳಾಗಿರಬೇಕಿತ್ತು. ತಡಕಾಡಿದಳು ಪದಗಳಿಗಾಗಿ, ತಲೆ ತಗ್ಗಿತು.

"ಸರ್, ನಿಮ್ಗೆ ಹೇಗೆ ಕೃತಜ್ಞತೆ ಸೂಚಿಸ್ಬೇಕೋ ಗೊತ್ತಿಲ್ಲ." ತುಟಿ ಕಚ್ಚಿ ಅಳು ನುಂಗಿದಾಗ "ಮೈ ಗಾಡ್..." ಪೇಪರ್‌ನ ಅವಳ ಮುಂದಿಡಿದ. ಇಪ್ಪತ್ತೈದು ವರ್ಷಗಳನಂತರ ಹೇಗಿರಬಹುದೆಂಬ ಚಿತ್ರ. ತಟ್ಟನೇ ನಕ್ಕುಬಿಟ್ಟಳು. ಅಶ್ರುಬಿಂದುಗಳು ಚಿಮ್ಮಿದವು.

"ಪ್ಲೀಸ್... ವರ್ಷ... ಅಳ್ಬೇಡಿ. ನಿಮ್ಮ ಕಣ್ಣೀರು ನೋಡೋಕೆ ಆಗ್ದೇನೆ, ಎರಡು ದಿನದಿಂದ ನಿಮ್ಮನ್ನ ಭೇಟಿ ಆಗ್ಲಿಲ್ಲ. ಸ್ವಲ್ಪ ಸಮಾಧಾನ ಮಾಡ್ಕೊಳ್ಳಿ. ದುಃಖವಾಗ್ಲಿ, ಸಂತೋಷವಾಗ್ಲಿ ನಿರಂತರವಲ್ಲ. ಇವೆಲ್ಲ ನನ್ನ ಮಟ್ಟಿಗೆ ದೊಡ್ಡ ಮಾತುಗಳೇ. ಓದಿಕೊಂಡ ಪದ ಪಂಕ್ತಿಗಳ ಚೆಲ್ಲಾಟವಷ್ಟೆ" ಎಂದು ಅವಳನ್ನು ವಿಸ್ಮಿತವಾಗಿಸಿದ. ಸದ್ಯಕ್ಕೆ ಅವಳನ್ನು ಆ ಗುಂಗಿನಿಂದ ಹೊರ ತರಬೇಕಿತ್ತು. ಬಹಳ ಹುಡುಕಿದ್ದ ಡೈರಿಗಾಗಿ. ಹೈಮಾವತಿ ಪ್ಯಾಲೆಸ್‌ನ ಹಿಂದಿನ ಪುಟಗಳನ್ನು ತಿಳಿಯದೆ ಮುಂದಿನ ಹೆಜ್ಜೆಗಳನ್ನು ಇಡುವಂತಿರಲಿಲ್ಲ.

"ಮಮ್ಮಿನ ಭೇಟಿ ಮಾಡಿದ್ರಾ?" ವಿಚಾರಿಸಿದ.

ಮತ್ತಷ್ಟು ತಲೆ ತಗ್ಗಿ ಮಂಜಿನ ನಡುವೆ ಹುಡುಕಾಟ ನಡೆಸಿತು ವರ್ಷಳ ನೋಟ. "ಬಂದ ಕೂಡ್ಲೇ ಭೇಟಿ ಮಾಡ್ದೇ. ಮತ್ತೆ ಹೋಗಿ ಕಾಣ್ಲಿಲ್ಲ. ಒಂದೆರಡು ಸಲ ಅವ್ರೆ ಫೋನ್ ಮಾಡಿದ್ರು." ಪದಗಳು ಡೊಂಕು ಡೊಂಕಾಗಿ ಉರುಳಿತು ನೋವಿನೊಳಗಿಂದ ಮಿಂದಂತೆ.

"ನಿಮ್ಗೆ ಒಂದ್ಕೆಲ್ಸ ವಹಿಸ್ಲಾ. ವರ್ಷ?" ಮಾತನ್ನು ಬೇರೆಡೆ ಹೊರಳಿಸಿದ. "ನಾಳೆ ಗೆಸ್ಟ್ ಹೌಸ್‌ಗೆ ಯಾರೋ ನಮ್ಮಂದೆ ಫ್ರೆಂಡ್ಸ್ ಬರ್ತಾ ಇದ್ದಾರೆ. ನಂಗೂ ಅಷ್ಟೇನು ಗೊತ್ತಿಲ್ಲ. ಅವ್ರು ತೀರಾ ಟ್ರೆಡಿಷನಲ್ ಜನವಂತೆ..." ಅವನು ಪೂರ್ತಿ ಮಾಡುವ ಮುನ್ನವೇ ಎರಡು ಕೈಯಲ್ಲು ಮುಖವನ್ನು ಮುಚ್ಚಿಕೊಂಡು ಬಿಕ್ಕಳಿಸಿದಳು. ದ್ರವಿಸಿಹೋದ. ಇಂಥದೆಲ್ಲ ಅವನಿಗೆ ಹೊಸ ಅನುಭವಗಳೇ. ತಂದೆಯ ಸಾವಿನ ಸಮಯದ ನಂತರ ಅವನು ತೀರಾ ಹತ್ತಿರವಾಗಿ ನೋಡಿದ್ದು ರೋಹಿಣಿಯವರ ಮೃತ್ಯು. ಅಂದು ಚಲಪತಿಯ ಕುಸಿತ ನೋಡಿ ಹೆಂಡತಿಯ ಜೊತೆಗೂಡುತ್ತಾರೆಂದುಕೊಂಡಿದ್ದ.

"ವರ್ಷ, ಮಾತುಗಳಿಂದ ನಿಮ್ಮ ಸಾಂತ್ವನಿಸಲು ಸಾಧ್ಯವಾಗದಿದ್ರೆ. ಬೇರೆಯ ರೀತಿಯ ಪ್ರಯೋಗ ಅನಿವಾರ್ಯ. ಇನ್ನೊಮ್ಮೆ ಕಚ್ಚಿದ್ರೂ ಪರವಾಗಿಲ್ಲಾಂತ ಅಂದ್ಕೋಬೇಕು" ಎಂದ ನವಿರಾಗಿ. ಕಣ್ಣೀರಿನ ಧಾರೆ ಕಡಿಮೆಯಾಗಿ ಚೇತರಿಸಿಕೊಂಡವಳಂತೆ ಮುಖವನ್ನೊರೆಸಿಕಂಡಳು.

"ಸಾರಿ ಸ...." ಎಂದವಳು ನಿಲ್ಲಿಸಿದಳು.

ಅಂತು ಸ್ವಲ್ಪ ಹಗುರವಾಯಿತು. ಬೇರೇನೋ ಮಾತಾಡಿಕೊಂಡು ಇಬ್ಬರು ಅರಮನೆ ಪ್ರವೇಶಿಸುವ ವೇಳೆಗೆ ಪುರೋಹಿತರ ಆಗಮನವಾಗಿತ್ತು ನರೋನಾ ಅವರ ಆಣತಿಯಂತೆ.

"ಕಾದಂಬರಿಗೆ ಉತ್ತಮ ಮುಕ್ತಾಯದ ಅಗತ್ಯವು ಕೂಡ ಇರುತ್ತೆ. ನೀವು ಬರ್ಯೋ ಕಾದಂಬರಿಯ ಮುಕ್ತಾಯ" ನೆನಪಿಸಿಕೊಂಡಂಗೆ ಕೇಳಿದಾಗ ನಕ್ಕುಬಿಟ್ಟಳು. "ಇಡೀ ಕಾದಂಬರಿ ಒಂದು ಹೃದಯಕ್ಕಿಂತ ಹೆಣ್ಣಿನ ದೌರ್ಬಲ್ಯಗಳ ಚಿತ್ರಣವಾದರೂ ಕಡೆಗೆ.... ಇನ್ನೊಂದು ಹೆಣ್ಣಿನ ಪ್ರವೇಶದೊಂದಿಗೆ ಮುಕ್ತಾಯವಾಗ್ಬೇಕು. ಸರಿಯೆನಿಸುತ್ತ?"

ಗೊತ್ತಾಗಲಿಲ್ಲವೆಂದು ತಲೆ ಕುಣಿಸಿದ ಹೇಮಂತ್.

"ಪುರೋಹಿತರ ಆಗಮನವಾಗಿದೆ. ಮುಂದಿನದು ರಸಘಟ್ಟ" ಮನಃಪೂರ್ವಕವಾಗಿ ನಕ್ಕಳು. ಬಹುಶಃ ಇಂಥ ನಗು ನಕ್ಕು ತಿಂಗಳಾಗಿಹೋಯಿತು. ಅವಳಮ್ಮನ ಮಾಸಿಕ ಮುಗಿಸಿಕೊಂಡೇ ಹಿಂದಿರುಗಿದ್ದು.

ಹೇಮಂತ್ ಹುಬ್ಬು ಕುಣಿಸಿದ. ಅವಳೇನು ಹೇಳಲಿಲ್ಲ. ರೂಮಿಗೆ ಹೋದಳು. ರಾಮನಾಥನ್ ಮಾತಿನ ಮಧ್ಯೆ ಹೇಮಂತ್ ಮತ್ತು ಸುಶ್ಮಿತಾ ಮದ್ವೆಯ ನಿಶ್ಚಯದ ಸುದ್ದಿ ತಿಳಿಸಿದ್ದರು. ನರೋನಾ ಎಚ್ಚೆತ್ತು ಬಹಳ ಬುದ್ಧಿವಂತಿಕೆಯಿಂದ ಒಂದು ಹೊಸ 'ಪ್ಲಾನ್' ಮಾಡಿದ್ದರು. ಅದಕ್ಕೆ ಲಕ್ಷ್ಮಿ ನರೋನಾ ಅವ್ರ ಬುದ್ಧಿವಂತಿಕೆ ಹೆಚ್ಚು ಕೆಲಸ ಮಾಡಿತ್ತು ಇಲ್ಲಿ.

ಒಂದು ಕಡೆ ಕುಸಿದ ವರ್ಷ ಮೊಣಕಾಲುಗಳ ಮೇಲೆ ಗದ್ದವನ್ನೂರಿದಳು. "ವರ್ಷ, ಎಲ್ಲಾದ್ರೂ ಕೆಲ್ಸದ ಪ್ರಯತ್ನ ಮಾಡ್ಬೇಕು. ಅದ್ಕೆ ಮೊದ್ಲು ಒಂದಿಷ್ಟು ಮನಸ್ಸಿಗೆ ಶಾಂತಿ, ಆತ್ಮವಿಶ್ವಾಸ ಬೇಕು. ಕೆಲವು ತಿಂಗ್ಳು ಕೊಟ್ಟಾಯಂನಲ್ಲೇ ಸ್ವಾಮೀಜಿಯವ್ರ ಸನ್ನಿಧಿಯಲ್ಲಿ ಇರ್ತೀನಿ. ಹಾಗಂತ ವೈರಾಗ್ಯ, ಕಾವಿ ಅಂತೇನು ತಿಳ್ಕೋಬೇಡ. ನಿನ್ನ ಬರವಣಿಗೆ ಮುಗ್ಧ ಕೂಡ್ಲೇ... ಒಂದ್ಮನೆ ಮಾಡ್ತೀನಿ. ನೀನು ವಿದ್ಯಾಭ್ಯಾಸ ಕಂಟಿನ್ಯೂ ಮಾಡ್ಬಹ್ದು. ಇನ್ನು ವರಗಳ ತಲಾಶೆ, ನಿಂಗೊಂದು ಮದ್ವೆ ಮಾಡಿ, ನಿನ್ಜೊತೆನೆ ಇರ್ತೀನಿ ಅವ್ರುಗಳು ಒಪ್ಪಿದ್ರೆ. ಅಂತು ಮತ್ತೊಂದು ವಸಿಷ್ಠ ಫ್ಯಾಮಿಲಿಯಂತು ಸಿಗೋಲ್ಲ." ಚಲಪತಿ ನಗುವಿನಲ್ಲಿ ತೇಲಿಸಿದರು. ದೀರ್ಘ ಬದುಕು ಮುಂದೆ ಬಿದ್ದಿರೋ ಹುಡುಗಿಯ ಮುಂದೆ ವೈರಾಗ್ಯದ ಮಾತಾಡುವುದು ಬೇಕಿಲ್ಲ ಚಲಪತಿಯವರಿಗೆ.

ತಂದೆಯ ಎದೆಯ ಮೇಲೆ ತಲೆ ಇಟ್ಟು ಬಿಕ್ಕಿಬಿಕ್ಕಿ ಅತ್ತ ಮಗಳನ್ನು ಕಣ್ತುಂಬಿ ಸಂತೈಯಿಸಿ ಕಳುಹಿಸಿಕೊಟ್ಟಿದ್ದರು. "ಈ ಅಳು ಸಾಕು. ನಿಮ್ಮಮ್ಮ ನಿನ್ನ ಅಳುನಾ ಎಂದಾದ್ರೂ ಇಷ್ಟಪಟ್ಟಿದ್ಲಾ? ಖಂಡಿತ ಇಲ್ಲ. ಬಂದ ಹಾಗೇ ಸಮಸ್ಯೆಗಳನ್ನೆದುರಿಸ್ಬೇಕು. ಬೀ ಡೇರ್ ಮೈ ಚೈಲ್ಡ್. ಬದುಕೊಂದು ರೀತಿ ಯುದ್ಧವಾದಾಗ, ನಮ್ಮ ಬಲಹೀನತೆಗಳೇ ನಮ್ಮನ್ನ ಸೋಲಿಸಿ ಪಲಾಯನವಾಗುವಂತೆ ಮಾಡುತ್ತೆ. ಅದ್ಕೇ ಅವಕಾಶ ಕೊಡ್ಬಾರ್ದು."

ಧೈರ್ಯ ತುಂಬಿದ ಚಲಪತಿ ವಿಶಿಷ್ಟ ವ್ಯಕ್ತಿಗಳಾಗಿ ಕಂಡಿದ್ದರು ವರ್ಷಗೆ. ರಾಜವಂಶದಲ್ಲಿ ಜನಿಸಿದ ಪ್ರತಾಪ್, ಹುಟ್ಟು ಶ್ರೀಮಂತ ನರೋನಾ. ಅಪಾರ ಪ್ರತಿಭಾವಂತ ಅಜೇಯ ವಸಿಷ್ಠ - ಇವರೆಲ್ಲರಿಗಿಂತ ತಂದೆ ಮೇರುಸದೃಶ ವ್ಯಕ್ತಿಯಾಗಿ ಕಂಡಿದ್ದರು. ಅನಾರೋಗ್ಯ ಕಾಡಿದ್ದ ಪತ್ನಿಯನ್ನು ಬರೀ ಕರ್ತವ್ಯದಿಂದ ನೋಡಿರಲಿಲ್ಲ. ಅಪಾರವಾದ ಪ್ರೇಮ, ಪ್ರೀತಿಗಳನ್ನು ನೀಡಿದ್ದರು ಆಕೆಯ ಕೊನೆಯ ಗಳಿಗೆಯವರೆಗೆ. ಮಿದುಳು, ಮನಸ್ಸು, ಹೃದಯ ಮೂರರಲ್ಲಿ ಒಂದರ ಕೊರತೆಯಾದರೂ ಸೃಷ್ಟಿಯ ಮೂಲಕ್ಕೇನೇ ಕೊಡಲಿಯ ಪೆಟ್ಟು.

ಬಾಗಿಲ ಸದ್ದು. ನಂತರವೇ ಸರ್ವೆಂಟ್ ಒಳಗಿ ಇಣಕಿದ್ದು. "ಮೇಡಮ್, ಬರ್ತೀಳಿದ್ದಾರೆ" ಸರಿಯೆನ್ನುವಂತೆ ತಲೆಯಾಡಿಸಿ ಬಾತ್‌ರೂಮ್‌ನ ಸಿಂಕ್‌ನಲ್ಲಿ ಮುಖ ತೊಳೆದು, ಒಂದಿಷ್ಟು ಮುಖದ ಮೇಕಪ್ ಸರಿಮಾಡಿಕೊಂಡು ಹೊರಗೆ ಬಂದಳು.

ಒಂದು ರೀತಿಯ ಸಂಭ್ರಮದ ವಾತಾವರಣ. ಗಂಟೆಯ ಮೊದಲು ನಿಶ್ಶಬ್ದವಾಗಿದ್ದ ಹಾಲ್‌ನಲ್ಲಿ ಅದ್ಭುತ ಬದಲಾವಣೆ. ನಾಲ್ಕು ಅಡಿಯ ಬೆಳ್ಳಿಯ ದೀಪಸ್ತಂಭಗಳ ನಡುವೆ ಹಣ್ಣು, ಹೂಗಳ ತಟ್ಟೆಗಳು. ಚಮಕಿಸುವ ಬೆಳ್ಳಿಯ ಪಾತ್ರೆಗಳ ಹೊಳಪು ಕಣ್ಣರಳಿಸುವಂತೆ ಮಾಡಿತ್ತು. ಮೆಟ್ಟಿಲುಗಳ ಮೇಲಿನ ಕಾರ್ಪೆಟ್ ಬದಲಾಗಿತ್ತು. ಬೆಳ್ಳಿಯ ಮಣೆಯ ಮೇಲೆ ಕೂತ ಪುರೋಹಿತರು ಜರಿಯ ಶಾಲನ್ನು ಹೊದ್ದು ಏನೇನೊ ಆದೇಶಿಸುತ್ತಿದ್ದರು, ಲಕ್ಷ್ಮಿನರೋನಾ ಅವರಿಗೆ. ಇಡೀ ಶರೀರವನ್ನು ಆವರಿಸುವಂಥ ಜರಿ ಸೀರೆಯುಟ್ಟ ಆಕೆಯ ಮೈ ತುಂಬ ಚಿನ್ನಾಭರಣಗಳು. ಬಹುಶಃ ಇಂದು ನಿಶ್ಚಿತಾರ್ಥ ಎಂದುಕೊಂಡಳು.

ಹೈಮಾವತಿಯ ಕೋಣೆಯ ಬಾಗಿಲನ್ನು ತಳ್ಳಿದಾಗ ತೆರೆದುಕೊಂಡಿತು. ಇಬ್ಬರು ವಯಸ್ಸಿನ ಮಹಿಳೆಯರು ಏನೋ ಹೇಳುತ್ತಿದ್ದರು. ಲಕ್ಷ್ಮಿ ನರೋನಾ ಅವರ ಪಡಿಯಚ್ಚು, ಬಹುಶಃ ಇವರಿಬ್ಬರು ಆಕೆಯ ಅಕ್ಕತಂಗಿಯರೆಂದುಕೊಂಡಳು. ವರ್ಷಳತ್ತ ಬೀರಿದ್ದು ತಾತ್ಸಾರದ ನೋಟ. ಅವಳೇನು ಲೆಕ್ಕ ಮಾಡಲಿಲ್ಲ.

"ಬೇಗ ಸಿದ್ಧವಾಗ್ಬನ್ನಿ." ಸ್ವಲ್ಪ ನೋವಾಗುವಂತೆಯೇ ಹಿಡಿದು ಅವಳ ಭುಜಕ್ಕೆ ತಲೆಯಾನಿಸಿ ಕಣ್ಣೀರು ಸುರಿಸಿದರು. "ನರೋನಾ... ನರೋನಾ" ಹೇಳಲು ಕಷ್ಟಪಡಬೇಕಾಯಿತು ಆಕೆ.

"ಒಂದ್ಮಾತು ಹೇಳ್ಲಾ?" ಕೇಳಿದಾಗ, ಬೇಡವೆಂದು ಅವಳ ಬಾಯಿ ಮುಚ್ಚಿದರು.

"ನೀನು ಖಂಡಿತ ತೊಂದರೆ ಅನುಭವಿಸ್ಬೇಕಾಗುತ್ತೆ." ಆಕೆಯ ವೇಗದ ಎದೆಯ ಬಡಿತ ವರ್ಷಳ ಕಿವಿಗೆ ಅಪ್ಪಳಿಸಿದಂತಾಗಿ ಕೈ ಹಿಡಿದೇ ನೆಲಕ್ಕೆ ಕುಸಿದರು. ವರ್ಷಗಂತು ಗಾಬರಿಯೋ ಗಾಬರಿ. ತಾಯಿಯನ್ನು ಕಳೆದುಕೊಂಡು ತಿಂಗಳ ಮೇಲೆ ಒಂದೆರಡು ದಿನಗಳಾಗಿತ್ತು.

ಎರಡು ನಿಮಿಷದಲ್ಲಿ ಪ್ಯಾಲೆಸ್‌ನಲ್ಲಿನವರೆಲ್ಲ ಧಾವಿಸಿದರು. ಫ್ಯಾಮಿಲಿ ಡಾಕ್ಟರ್ ಬಂದು ಚೆಕ್‌ಅಪ್ ನಂತರ ಬಿ.ಪಿ. ಜಾಸ್ತಿಯಾಗಿದೆಯೆಂದು ಪೂರ್ತಿ ರೆಸ್ಟ್ ವಿಧಿಸಿದರು.

ಹೈಮಾವತಿ ಕೈಸನ್ನೆ ಮಾಡಿ ಡಾಕ್ಟರನ್ನು ಹತ್ತಿರಕ್ಕೆ ಕರೆದು ಕ್ಷೀಣವಾಗಿ ಹೇಳಿದರು. "ಒಂದಿಷ್ಟು ದಿನ ನರ್ಸಿಂಗ್ ಹೋಂನಲ್ಲಿ ಇರ್ತೀನಿ" ಅರ್ಥ ಮಾಡಿಕೊಂಡರು. ಸದ್ಯಕ್ಕೆ ಆಕೆಗೆ ಹೈಮಾವತಿ ಪ್ಯಾಲೆಸ್‌ನಲ್ಲಿರಲು ಇಷ್ಟವಿಲ್ಲ. "ಬೆಸ್ಟ್, ಹೇಮಂತ್‌ಗೆ ಹೇಳ್ತೀನಿ."

ಹತ್ತು ನಿಮಿಷದಲ್ಲಿ ಹೈಮಾವತಿ ನರ್ಸಿಂಗ್ ಹೋಂಗೆ ಷಿಫ್ಟ್ ಆದರು. ಕೆಲವು ಮಾತುಗಳನ್ನು ವರ್ಷಳಿಗೆ ಹೇಳಬೇಕಿತ್ತು ಹೈಮಾವತಿ. ಬಹುಶಃ ಅದು ಹೈಮಾವತಿ ಪ್ಯಾಲೆಸ್‌ನಲ್ಲಿ ಸಾಧ್ಯವಿರಲಿಲ್ಲ. ಆಕೆಗೆ ನೌಕರರ ಮೇಲೆ ನಂಬಿಕೆ ಇರಲಿಲ್ಲ. ಅವರೆಲ್ಲ ನರೋನಾ ಕಣ್ಸನ್ನೆ ಅರಿತು ಕೆಲಸ ಮಾಡುವ ಜನ.

ಇದೊಂದು ರೀತಿಯ ಷಾಕ್ ನರೋನಾಗೆ! ಹಿಂದಿನ ಹೆಜ್ಜೆಗಳೆಲ್ಲ ಸರಾಗವಾಗಿತ್ತು. ಕಷ್ಟ ಅಡ್ಡಿಆತಂಕಗಳು ಇರಲಿಲ್ಲ ಪ್ರತಾಪ್ ಇದ್ದ ದಿನಗಳಲ್ಲಿ, ಮತ್ತು ನಂತರ. ಈಗ ಅವರ ಕಣ್ಮುಂದೆ ನಿಂತಿದ್ದು ವರ್ಷಳ ರೂಪ. ಹಲ್ಲು ಕಡಿದರು.

"ಈಗೇನ್ಮಾಡೋದು?" ಕೇಳಿದರು ಲಕ್ಷ್ಮಿ ನರೋನಾ ಕಂಗೆಟ್ಟಂತೆ. "ಡೋಂಟ್ ವರೀ. ಒಂದೆರಡು ಗಂಟೆಗಳು ತಡವಾಗ್ಬಹುದಷ್ಟೆ. ಹೈಮಾ ಇಲ್ಲದಿದ್ರೂ ನಿಶ್ಚಿತಾರ್ಥ ನಡೆಯುತ್ತೆ" ಖಡಾಖಂಡಿತವಾಗಿ ನರೋನಾ ನುಡಿದರು. ಬೆಲೆ ಇಲ್ಲದೆ ಬದುಕುತ್ತಿದ್ದ ಹೈಮಾವತಿ ಪ್ರತಿಯೊಂದಕ್ಕೂ ಅನರ್ಹಳು. ಅಲ್ಲಿಯೇ ಉಳಿಸಬೇಕು ಅವಳನ್ನು.

"ಅವ್ಳ ಸುದ್ದಿ ಬಿಡಿ. ಅದ್ಕೆ ಹೇಮಂತ್ ಒಪ್ಪಬೇಕಲ್ಲ. ಅವ್ನು ಮೊದ್ಲಿನ ಹಾಗಲ್ಲ. ಸಾಕಷ್ಟು ಬೆಳೆದಿದ್ದಾನೆ" ಎಂದರು. ಲಕ್ಷ್ಮಿ ನರೋನಾ ಚಡಪಡಿಸುತ್ತಿದ್ದರು. ಈ ವಿವಾಹವಾಗದಿದ್ದರೆ ಹೇಮಂತ್ ಸಂಪೂರ್ಣವಾಗಿ ತಮ್ಮ ಕೈ ಬಿಟ್ಟುಹೋಗುತ್ತಾನೆ. ಆಮೇಲೆ ಹೈಮಾವತಿ ಪ್ಯಾಲೆಸ್ ಮೇಲಿನ ತಮ್ಮ ಸ್ವಾಮ್ಯ ಕಡಿಮೆಯಾಗಿಹೋಗಿ ಒಮ್ಮೆ ಇಲ್ಲವಾಗಿಬಿಡುತ್ತದೆ. ಅದನ್ನು ಮಾತ್ರ ಸಹಿಸಲಾರರು ಆಕೆ.

ಹೆಂಡತಿಯ ಮಾತುಗಳಿಗೆ ಸಹನೆ ಕಳೆದುಕೊಂಡರು.

"ಅವನೊಬ್ಬ ಬಚ್ಚಾ, ಹೇಳಿದ್ದು ಕೇಳ್ಕೊಂಡ್ ಬಿದ್ದಿರ್ತಾನೆ. ಅವನಪ್ಪ ಬದ್ಕಿದ್ದ ಕಾಲದಲ್ಲೂ ನನ್ಮಾತ್ರೇ ನಡೀತಾ ಇದ್ದಿದ್ದು. ಈಗ್ಲೂ... ಅಷ್ಟೆ. ಮುಂದು ಕೂಡ ಅಷ್ಟೆ. ಶೌರ್ಯವಂತ ಪರಂಪರೆ ಪ್ರತಾಪ್‌ನ ಅಪ್ಪನ ಕಾಲಕ್ಕೆ ಕೊನೆ ಆಯ್ತು" ಎಂದರು. ಆ ವೇಳೆಗೆ ಈ ಮಾತುಗಳ ಪ್ರತಿಯೊಂದು ಪದವೂ ಯಥಾವತ್ತಾಗಿ ಹೇಮಂತನ ಕಿವಿ ಸೇರಿ ಆಗಿತ್ತು. ಅವನ ಮೈನ ರಕ್ತವೆಲ್ಲ ಬಿಸಿಯಾಗಿ ಮುಖಕ್ಕೆ ನುಗ್ಗಿ ಅವುಡುಗಳು ಬಿಗಿದುಕೊಂಡವು. ಮುಷ್ಠಿ ಬಿಗಿಯಾಯಿತು. ವಿವೇಕ ಎಚ್ಚರಿಸಿ ಮುಂದೆ ಆಗುವ ಅನಾಹುತವನ್ನು ತಪ್ಪಿಸಿತು. ಎಲ್ಲೋ ಹುದುಗಿಹೋಗಿದ್ದ ಸತ್ಯ ತಿಳಿಯಬೇಕಿತ್ತು. ಸಂಜೆಯ ಕೆಂಪು ಮಾಸಿ ಎಲ್ಲೆಡೆ ಕತ್ತಲಾವರಿಸಿತ್ತು.

ಮುಂದಕ್ಕೆ ಹೆಜ್ಜೆ ಇಡದೇ ಹಾಗೆಯೇ ಹಿಂದಿರುಗಿದ. ನೇರವಾಗಿ ಬಂದಿದ್ದ ಗೆಸ್ಟ್‌ಹೌಸ್‌ಗೆ. ಅಲ್ಲಿಯೇ ಇದ್ದ ವರ್ಷ ಸ್ವಲ್ಪ ಗಾಬರಿಯಾಗಿದ್ದಳು.

"ಮೇಡಮ್. ಹೇಗಿದ್ದಾರೆ?" ಕೇಳಿದಳು.

ಹಿಂದೆ ನಿಂತಿದ್ದ ರಾಮನಾಥನ್ ಕಡೆ ನೋಡಿದ. "ಶೀ ಈಸ್ ಆಲ್ ರೈಟ್, ನಿನ್ನ ನೋಡ್ಬೇಕೂಂತಿದ್ದಾರೆ. ಬೀ ಕ್ವಿಕ್" ಅವಸರಿಸಿದ. ರೆಟ್ಟೆ ಹಿಡಿದೇ ಎಳೆದೊಯ್ದ ಎಂದರೆ ತಪ್ಪಲ್ಲ.

ಡ್ರೈವರ್ ಸೀಟಿನಲ್ಲಿ ಅವನೇ ಕೂತ. ವಿದೇಶೀ ಕಾರು ಬಾಣದಂತೆ ನುಗ್ಗಿತು ಕೆಲವು ಕಿಲೋಮೀಟರ್‌ಗಳು. ನಂತರ ಒಂದು ಕಡೆ ನಿಂತಾಗ ಚಲಿಸಿಹೋದಳು ವರ್ಷ. ಏನು ಹೇಮಂತ್‌ನ ಉದ್ದೇಶ? ಅಂದಿನ ನೆನಪು ಮೈಯಲ್ಲಿ ಚಳಿ ತರಿಸಿತು. ಹೈಮಾವತಿ ನರ್ಸಿಂಗ್ ಹೋಂನಲ್ಲಿ... ಇಂಥ ಸಂದರ್ಭಗಳಲ್ಲಿ ಇವನ ವರ್ತನೆ."ಛೆ..." ಕೆಟ್ಟ ವ್ಯಕ್ತಿಗಳ ಸಾಲಿನಲ್ಲಿ ನಿಲ್ಲಿಸಿದಳು ಅನಾಮತ್ತಾಗಿ.

ಕಾರಿನಿಂದ ಇಳಿದವಳೇ ಕತ್ತಲೆಯಲ್ಲಿಯೇ ಓಡಲು ಶುರುವಾದಾಗ ಹೋಗಿ ಹಿಡಿದು ನಿಲ್ಲಿಸಿದ. "ನಿಂಗೇನು ತಲೆ ಕೆಟ್ಟಿದ್ಯಾ ವರ್ಷ. ಯಾಕೆ ಓಡ್ತಾ ಇದ್ದೀಯಾ?" ಕೈಯಲ್ಲಿನ ಟಾರ್ಚನ್ನು ಮುಖದ ಮೇಲೆ ಬಿಟ್ಟವನು ಹಣೆಯಂಚಿನಲ್ಲಿದ್ದ ಬೆವರಿನ ಸೆಲೆಯನ್ನು ನೋಡಿ "ಏನಾಗಿದೆ, ನಿಂಗೆ ಓಡೋಕೆ? ಹೀರೋ ಯಾವಾಗ್ಲೂ ಯಾರ್ರೂ

ವಿಲ್ಲನ್ ಆಗೋಲ್ಲ. ನಿನ್ನತ್ರ ಸ್ವಲ್ಪ ಮಾತಾಡೋದಿದೆ. ಪ್ಲೀಸ್ ಕೋ-ಆಪರೇಟ್ ವಿತ್ ಮಿ." ಕೈ ಹಿಡಿದು ಎಳೆದೊಯ್ದು ಒಂದು ಕಡೆ ನಿಲ್ಲಿಸಿದ.

ನಿಧಾನವಾಗಿ ಚೇತರಿಸಿಕೊಂಡಳು. ಕೈ ಬಿಟ್ಟ ಹೇಮಂತ್ ತಲೆಯೆತ್ತಿ ಆಕಾಶದ ಕಡೆ ನೋಡಿದ. ನೀಲಾಕಾಶದಲ್ಲಿ ನಕ್ಷತ್ರಗಳ ಗುಂಪು, ವಿರಳವಾಗಿ ಕಂಡರೂ ತೇಜೋಪುಂಜವಾಗಿತ್ತು.

"ನಾನು ಹೈಮಾವತಿ ಪ್ಯಾಲೆಸ್‌ನ ಉತ್ತರಾಧಿಕಾರಿಯಾದರೂ ನಂಗೆ ಗೊತ್ತಿಲ್ಲದ ಎಷ್ಟೋ ನಿಗೂಢಗಳು ನಿಂಗೆ ಗೊತ್ತಿವೆ. ಅವ್ರ ಬದ್ಕಿನ ಡೈರಿಯನ್ನು ಮಮ್ಮಿ ನಿಂಗೆ ಕೊಟ್ಟಿದ್ದಾರೆ. ಅದ್ನ ಓದ್ರೋಕೆ ನಿಂಗೆ ಒಬ್ಬಿಗೇ ಅವ್ರು ಪರ್ಮಿಷನ್ ಕೊಟ್ಟಿರ್ಬಹುದು. ಮಮ್ಮಿ ಕೂಡ ನಂಗೆ ಅರ್ಥವಾಗ್ದ ಕಗ್ಗಂಟು. ನನ್ತಂದೆ ಫ್ರೆಂಡ್ ಇರ್ಬಹುದು. ಆದರೆ ನರೋನಾಗೆ ಅಗತ್ಯಕ್ಕಿಂತ ಹೆಚ್ಚಿನ ಮರ್ಯಾದೆ ಮತ್ತು ಅಧಿಕಾರ ಸಿಕ್ಕಿದೆ ಇಲ್ಲಿ. ಯಾಕೆ? ಈ ಎಲ್ಲಾ ಪ್ರಶ್ನೆಗಳಿಗೂ ಡೈರಿಯಲ್ಲಿ ಉತ್ತರ ಸಿಗ್ಬಹುದು. ಪ್ಲೀಸ್... ವರ್ಷ" ರಿಕ್ವೆಸ್ಟ್ ಮಾಡಿಕೊಂಡ.

ಸುತ್ತಲ ಪ್ರಕೃತಿ, ಕತ್ತಲೆಯ ನಡುವೆ ಕೂತು ಚಿಂತಿಸಿದಳು - ಇದೆಷ್ಟು ಸರಿ? ಪ್ರತಾಪ್ ಅವರ ಪ್ರತಿರೂಪವೆಂದು ನಂಬಿದ್ದ ಆಕೆ ನರೋನಾ ನೆರಳಿನಲ್ಲೇ ಇದ್ದ ಹೇಮಂತ್‌ನ ನಂಬುತ್ತಿರಲಿಲ್ಲ.

"ಡೈರಿ ಕೊಡೋ ಅಧಿಕಾರ ನಂಗಿಲ್ಲ. ಅವ್ರ ಬದುಕಿನ ಮುಖ್ಯ ಪುಟಗಳ ಕಾದಂಬರಿ ಸಿದ್ಧವಾದಾಗ ನೀವು ಓದಬಹುದು. ಅದನ್ನೆಲ್ಲ ಗುಟ್ಟಾಗಿ ಕಾಯ್ದಿಡಬೇಕೆಂದುಕೊಂಡಿದ್ರೆ.... ನನ್ನ ಅಪಾಯಿಂಟ್ ಮಾಡ್ಕೋತಾ ಇರ್ಲಿಲ್ಲ. ಅವ್ರ ಬದ್ಕು ಎಲ್ಲಾ, ಮುಖ್ಯವಾಗಿ ನೀವು ಓದಿ ತಿಳಿಯಬೇಕೆಂಬುದೇ ಮೇಡಮ್‌ನ ಉದ್ದೇಶ" ಎಂದು ಹೇಳಿದಳು.

ಕಡೆಯ ವಾಕ್ಯ ಅವನ ಮೇಲೆ ವಿಚಿತ್ರವಾದ ಪರಿಣಾಮ ಬೀರಿತು. ನೇರವಾಗಿ ಹೇಳಿಕೊಳ್ಳಲಾರದ ವ್ಯಕ್ತಿ ವಿಶೇಷಣಗಳು, ಘಟನೆಗಳನ್ನು ತಿಳಿಸಬೇಕೆನ್ನುವ ಆಶಯ ಅವನನ್ನೇ ಎಲ್ಲಿಂದ ಎಲ್ಲಿಗೋ ಒಯ್ದುಬಿಟ್ಟಿತು.

ಕೂತು ಮನವೊಲಿಸಿದ. ವಿಚಾರ ವಿನಿಮಯ ಮಾಡಿದರು. ಹೇಮಂತ್‌ಗಿಂತ ಚಿಕ್ಕವಳು, ಎಷ್ಟೋ ವಿಷಯಗಳನ್ನು ಮುಕ್ತವಾಗಿ ಮಾತಾಡಲು ಒಪ್ಪಲಿಲ್ಲ. ನೂರು ಭರವಸೆಗಳ ನಂತರ ಡೈರಿ ಕೊಡಲು ಒಪ್ಪಿದಳು.

"ಪ್ರಜ್ಞೆ ತಪ್ಪುವ ಮುನ್ನ ಮೇಡಮ್ ತುಂಬ ಅತ್ತಾ ಇದ್ರು. ಬಹುಶಃ ನಿಮ್ಮ ಸುಶ್ಮಿತಾ ನಿಶ್ಚಿತಾರ್ಥ ಇಷ್ಟವಿಲ್ಲವೇನೋ, ಇನ್ನೊಂದು...." ಸುಮ್ಮನಾದಳು. ಆ ವಿಷಯದ ಬಗ್ಗೆ ಅವಳಿಗೆ ಅನುಮಾನವಿತ್ತು.

ಕಾರು ಬಂದು ಬಾಲ್ಕನಿಯಲ್ಲಿ ನಿಂತಾಗ ನರೋನಾ ಹೆಂಡತಿಯೊಂದಿಗೆ ಬಾಲ ಸುಟ್ಟ ನರಿಯಂತೆ ಅಡ್ಡಾಡುತ್ತಿದ್ದರು. ಈಗಾಗಲೇ ನರ್ಸಿಂಗ್ ಹೋಂಗೆ ಫೋನಾಯಿಸಿ ವಿಚಾರಿಸಿಕೊಂಡಿದ್ದರು. ಅಲ್ಲಿ ಹೇಮಂತ್ ಇಲ್ಲದೇ ಇರುವುದು, ಈಗ ವರ್ಷ-ಅವನು ಕಾರಿನಿಂದ ಇಳಿದಾಗ ಅವರ ಮುಖ ವಿಕಾರವಾಯಿತು.

"ಮೈ ಗಾಡ್, ಜೊತೆಯಲ್ಲಿ ಬಾಡಿ ಗಾರ್ಡ್ಸ್ ಇಲ್ಲ. ಒಂಟೊಂಟಿ ತಿರ್ಗಾಟ ಒಳ್ಳೆಯದಲ್ಲ..." ಆತಂಕಗೊಂಡವರಂತೆ ಹೇಳಿದಾಗ, "ಸ್ವಲ್ಪ ಬೇಕಾಬಿಟ್ಟಿ, ನರ್ಸಿಂಗ್‌ಹೋಂನಿಂದ ಬರೋವಾಗ ಇಂಜಿನ್‌ನಲ್ಲಿ ಟ್ರಬಲ್ ಆಗಿ ಕಾರು ನಿಂತಿತು" ಸಬೂಬು ಹೇಳಿದ. ಅವರು ನಂಬಲೀ ಎನ್ನುವ ಉದ್ದೇಶ ಕೂಡ ಇರಲಿಲ್ಲ ಹೇಮಂತ್‌ಗೆ.

ನೇರವಾಗಿ ಮಾತಿಗೆ ನಿಲ್ಲದೆ ರೂಮಿಗೆ ಹೋಗಿಬಿಟ್ಟ. ತೀರಾ ಸಮೀಪದ ನೆಂಟರನ್ನು ಕರೆತಂದಿದ್ದರು 'ಅಹಂ'ನಿಂದ. ಈಗ ಅವರಿಗೇನು ಉತ್ತರಿಸುವುದು? ಇಂದು ತಪ್ಪಿತು. ನಾಳೆಗೆ ಮುಂದೆ ಹೋಗಬಹುದಷ್ಟೆ. ನಾಳೆ ಮುಗಿಸುವುದು ಅವರ ತೀರ್ಮಾನ.

"ಈಗೇನ್ಮಾಡ್ತೀಯ?" ಕೇಳಿದರು ಲಕ್ಷ್ಮಿ.

"ಪುರೋಹಿತರು ಕೂಡ ಇಲ್ಲೇ ಇರ್ಲಿ. ಮುಗ್ಸಿಕೊಂಡೇ ಹೋಗೋದು. ಈ ತಿಂಗ್ಳ ಇಪ್ಪತ್ತೈದನೇ ತಾರೀಖು. ಇದೇ ಹೈಮಾವತಿ ಮೊದ್ಲಿನ ಹಾಗೇ ರೂಮಿನಲ್ಲಿ ಬಂಧಿ. ಇದ್ನ ಛಾಲೆಂಜಾಗಿ ಸ್ವೀಕರಿಸಿದ್ದೀನಿ" ಪ್ರತಿಜ್ಞೆ ತೊಟ್ಟಂತೆ ಹೇಳಿದರು. ಆಮೇಲೆ ಇನ್ನೊಂದು ಕೆಲಸ ಬಾಕಿ ಇತ್ತು. 'ವರ್ಷಳಿಂದ ಬರೆಸುತ್ತಿರುವುದೇನು? ಬಹುಶಃ ಹೈಮಾವತಿಯ ಆತ್ಮಚರಿತ್ರೆ. ಅದರಲ್ಲಿ ತಮ್ಮದು ಕೂಡ ಮುಖ್ಯ ಪಾತ್ರಗಳೇ. ಪ್ರಕಟವಾದರೇ?' ನಿರ್ಲಕ್ಷಿಸಿದ ವಿಷಯ ಆರ್.ಡಿ.ಎಕ್ಸ್.ನಂತೆ ಪಕ್ಕದಲ್ಲಿ ಬಂದು ಕುಳಿತಿತ್ತು ಸಿಡಿಯಲು.

ದಿವಾನ್‌ಖಾನೆಯಲ್ಲಿ ಕೂತವರು ವರ್ಷನ ಹೇಗೆ ಕರೆಸುವುದೆಂದು ಯೋಚಿಸಿ, ಕೈಬಿಟ್ಟರು. ಅಂದೇ ಸ್ಪಷ್ಟವಾಗಿ ಹೇಳಿ ಸಡ್ಡು ಹೊಡೆದವಳು, ಇಂದು ಅವರ ಮಾತನ್ನು ಮನ್ನಿಸುವ ಸ್ಥಿತಿಯಲ್ಲಿರಲಿಲ್ಲ. ಅದಕ್ಕಾಗಿ ಒಂದು ಪ್ಲಾನ್ ಸಿದ್ಧಪಡಿಸಿದರು.

ಮರುದಿನ ಅವಳು ನರ್ಸಿಂಗ್ ಹೋಂಗೆ ಹೋದಾಗ ಇಡೀ ಅವಳ ಕೋಣೆಯನ್ನು ತಲಾಷೆಗೆ ತಗೊಂಡರು. ಸಾಹಿತ್ಯಕ್ಕೆ ಸಂಬಂಧಪಟ್ಟ ಒಂದು ಪುಟ್ಟ ಅತ್ಯುತ್ತಮ ಕೃತಿಗಳ ಸಂಗ್ರಹವೇ ಇತ್ತು. ಅವೆಲ್ಲವನ್ನು ಹೈಮಾವತಿಯವರ ಅಮೂಲ್ಯ ಪುಸ್ತಕ ಸಂಗ್ರಹಗಳಿಂದ ತಂದಿಟ್ಟುಕೊಂಡವಳು; ಓದನ್ನು ಸಂಗಾತಿಯಾಗಿ ಮಾಡಿಕೊಂಡು, ಅದರಲ್ಲಿಯೇ ತನ್ನ ಹುಡುಕಾಟವನ್ನು ಶುರು ಮಾಡಿಕೊಂಡವಳು ಸ್ವತಃ.

ಹತ್ತಾರು ಪುಟಗಳ ಬರವಣಿಗೆಯಲ್ಲಿ ಬರೀ ಪ್ರಕೃತಿ ಸಂಬಂಧವಾದ ಪುಟ್ಟ ಪುಟ್ಟ ಕವನಗಳು, ಚುಟುಕುಗಳು ಮಾತ್ರ ಇದ್ದವೇ ಹೊರತು ಮತ್ತೇನು ಇರಲಿಲ್ಲ. ಓದುವವದರ ಜೊತೆಗೆ ಹೈಮಾವತಿಗೆ ಬರವಣಿಗೆಯ ಗೀಳು ಕೂಡ ಇತ್ತೆಂದು ಗೊತ್ತು ಅವರಿಗೆ. ಅಂದರೆ ಈ ಪುಟ್ಟ ಪುಟ್ಟ ಪದ್ಯಗಳನ್ನು ಬರೆಯಲು ಅಪಾಯಿಂಟ್ ಮಾಡಿಕೊಂಡಳೇ ಈ ವರ್ಗದ ಹುಡುಗಿಯನ್ನು ಎಂದುಕೊಂಡವರಿಗೆ ಒಂದು ಬಿಳಿ ಹಾಳೆಯಲ್ಲಿ ಬರೆದ ವಿಷಯ ಅವರನ್ನು ಸೆಳೆಯಿತು.

ಪ್ರಸಿದ್ಧ ನಟ, ನಿರ್ದೇಶಕ, ನಿರ್ಮಾಪಕ ಚಾರ್ಲಿ ಚಾಪ್ಲಿನ್ ಒಮ್ಮೆ ಚಿತ್ರ ತಯಾರಿಕಾ ಸಮಯದಲ್ಲಿ ದೀರ್ಘ ಚರ್ಚೆಗೆ ತೊಡಗಿದಾಗ ಒಂದು ನೊಣ ಪದೇ ಪದೇ ಪೀಡಿಸುತ್ತಿದ್ದು ಸಮಾಲೋಚನೆಯನ್ನು ಬೇಸರದಿಂದ ಮುಂದಕ್ಕೆ ಹಾಕಿದ. ನಂತರ ಸ್ವಲ್ಪ ಸಮಯವಾದ ಮೇಲೆ ಮತ್ತೆ ಸಮಾಲೋಚನೆಗೆ ಸೇರಿದಾಗ ಮತ್ತೆ ನೊಣದ ಕಾಟ ಪೀಡೆಯಾಗಿ ರೊಚ್ಚಿಗೆದ್ದು ಸಣ್ಣ ಕೋಲು ಹಿಡಿದ ಚಾಪ್ಲಿನ್ ನೊಣದತ್ತ ಕೋಲನ್ನೆತ್ತಿದ. ಇನ್ನೇನು ಚಾಪ್ಲಿನ್ ಕೋಲು ನೊಣವನ್ನು ಚಚ್ಚಬೇಕಿತ್ತು. ಆದರೆ ಕೋಲನ್ನು ಹಿಂದಕ್ಕೆ ತಗೊಂಡ ಚಾಪ್ಲಿನ್ 'ಇದು ಬೆಳಗಿನಿಂದ ಪೀಡಿಸುತ್ತಿದ್ದ ನೊಣವಲ್ಲ' ಎಂದು ಕೋಲು ಬಿಸುಟ.

ಅಷ್ಟನ್ನು ಎರಡು ಸಲ ಓದಿದ್ದರು, ಏನೇನು ಅರ್ಥವಾಗಲಿಲ್ಲ ನರೋನಾಗೆ. ಅವರು ಅದನ್ನೇ ಓದಿಕೊಳ್ಳಲಿದೆಯೆಂದೇ ಇರಿಸಿದ್ದಳು ವರ್ಷ. ಪೀಡಿಸುವುದು ನೊಣವಾದುದ್ದರಿಂದ ಶಿಕ್ಷೆಗೆ ಅರ್ಹವಾಗಿತ್ತು ಎನ್ನುವುದು ಅವಳ ಅಭಿಪ್ರಾಯವಾಗಿತ್ತು. ಮತ್ತು ನರೋನಾನ ಪರೀಕ್ಷಿಸುವ ಮಾರ್ಗ ಕೂಡ.

ವಿಜಯದ ನಗೆಯೊಂದಿಗೆ ಬಂದ ನರೋನಾ ನಕ್ಕರು. "ಪದ್ಯಗಳ್ನ ಬರ್ದು ಇಟ್ಟಿದ್ದಾಳೆ. ಅದೊಂದು ಎಳಸು ಹುಡ್ಗೀ. ಇವಳೊಬ್ಬ ಮ್ಯಾಡ್ ವಿಮನ್. ನಮ್ಗೇನು ತೊಂದರೆ ಇಲ್ಲ." ನಿರ್ಧಾರ ಪ್ರಕಟಿಸಿದರು. ಲಕ್ಷ್ಮಿ ನರೋನಾ ಮುಖ ಗಂಭೀರವಾಯಿತು. ಬುದ್ಧಿವಂತಿಕೆಯಿಂದ ಹೊಳೆಯುವ ವರ್ಷಳ ಕಣ್ಣುಗಳ ನೆನಪಾಯಿತು. "ಆದರೆ ವರ್ಷಳನ್ನ ಹಗುರವಾಗಿ ನೋಡೋದು ಅಪಾಯ. ಹೇಮಂತ್ ಯೌವನದ ಹುಮ್ಮಸ್ಸು, ಫ್ರಾಯ್ಡ್‌ನ 'Charting of the Inner Sea' ಓದಿದ್ದೆಯಲ್ಲ... ಎಲ್ಲಾ ಮನೋರೋಗಗಳಿಗೂ ಕಾಮವೇ ಮೂಲ, ಕಾಮವೇ ಜಗತ್ತನ್ನು ಆಳುತ್ತೆಂತ ನಾನು ತೋರಿಸ್ಕೊಟ್ಟೆ. ನಾನು ಪ್ರತಾಪ್‌ನ ಕಟ್ಟಿ ಹಾಕಿದ್ದು ಕಾಮದಿಂದಲೇ. ಅದಕ್ಕೆ ಪ್ರೇಮದ ಚೌಕಟ್ಟು ಅಷ್ಟೆ. ಅವ್ಳು ಮತ್ತೊಬ್ಬ ಲಕ್ಷ್ಮಿಯಾದರೆ ನಿಮ್ಮ ಮಗ್ಳು ಹೈಮಾವತಿಯಂತೆ ರೂಮು ಸೇರ್ಬೇಕಾಗುತ್ತೆ" ಎಂದರು. ಸ್ವಂತ ಅನುಭವ ಈ ಮಾತುಗಳನ್ನಾಡಿಸಿತು.

ಒಂದು ಕಡೆ ನರೋನಾ ಸುಮ್ಮನೆ ಕೂತುಬಿಟ್ಟರು. ಆ ವಿಷಯದಲ್ಲಿ ಹೆಂಡತಿಗೆ ಪೂರ್ಣವಾಗಿ ಸಹಕಾರ ನೀಡಿದ ವ್ಯಕ್ತಿ. 'ಹೈಮಾವತಿ ಪ್ಯಾಲೆಸ್'ನಂಥ ಸಾಮ್ರಾಜ್ಯವನ್ನು ತನ್ನ ಕೈಯಲ್ಲಿಟ್ಟುಕೊಳ್ಳಲು ಹೆಂಡತಿಯನ್ನು ಪ್ರತಾಪ್‌ಗೆ ಒಪ್ಪಿಸಿ ಅಪರೂಪದ ಗಂಡನಾಗಿದ್ದರು.

ಮೇಲೆದ್ದು ಫೋನ್ ಬಟನೊತ್ತಿದರು, ಹೈಮಾವತಿಯ ಆರೋಗ್ಯ ತಿಳಿಯಲು. "ಶಿ ಈಸ್ ಆಲ್‌ರೈಟ್, ಆದ್ರೂ ಕಂಪ್ಲೀಟ್ ರೆಸ್ಟ್ ಬೇಕು. ಡಿಸ್ಟರ್ಬ್ ಮಾಡೋದ್ಬೇಡಾಂತ ಡಾ॥ ವರ್ಮ ಹೇಳಿದ್ದಾರೆ." ಫೋನಿಟ್ಟರು.

ಆಗ ವರ್ಷ ನರ್ಸಿಂಗ್ ಹೋಂನಲ್ಲಿಯೇ ಇದ್ದಳು. ಕೆಲವು ಪ್ರಶ್ನೆಗಳಿಗೆ ಉತ್ತರ ಬೇಕಿದ್ದರೆ ಅವಳಿಗೆ, ಕೆಲವನ್ನು ಹೇಳಿಕೊಳ್ಳಲೆಂದೇ ನರ್ಸಿಂಗ್ ಹೋಂಗೆ ಬಂದಿದ್ದರು ಹೈಮಾವತಿ.

"ಡಾಕ್ಟ್ರು ರೆಸ್ಟ್ ಬೇಕೂಂತ ಅಂದಿದ್ದಾರೆ, ಮೇಡಮ್". ಮಾತು ಬೇಡವೆಂದು ಪರೋಕ್ಷವಾಗಿ ಸೂಚಿಸಿದಳು. "ಇಲ್ಲ ವರ್ಷ, ನನ್ನದೇ ಭಾರ ಕಮ್ಮಿಯಾಗ್ಬೇಕು. ಎದೆಯಲ್ಲಿ ಗೂಡು ಕಟ್ಟಿದ ವಿಷ್ಯಗಳು ಹೊರಬೀಳ್ಬೇಕು" ಎಂದರು ಕಣ್ಣೀರಿಡುತ್ತ.

ಪ್ರತಾಪ್ ಲಕ್ಷ್ಮಿಯ ಮಧ್ಯೆ ಎಲ್ಲಾ ರೀತಿಯ ಸಂಬಂಧಗಳು ಇತ್ತೆಂದು ಪರೋಕ್ಷವಾಗಿ ನಮೂದಿಸಿದ ವಿಷಯ ವಿವರಗಳೊಂದಿಗೆ ಬಹಿರಂಗಪಡಿಸಿದ್ದರು. ಗೆಳೆಯರಿಬ್ಬರು ಬೆದರಿಕೆಯೊಡ್ಡಿದರು 'ಬಾಯಿತೆರೆಯದೆ ತೆಪ್ಪಗಿದ್ದರೇ ಸರಿ. ಇಲ್ಲ ಗೌತಮ್ ಈ ಭೂಮಿಯ ಮೇಲೆ ಇರೋಲ್ಲ' ತೀರಾ ಸಜ್ಜನ ನಿರಪರಾಧಿ ಸ್ನೇಹಮಯಿ ಗೌತಮ್‌ನ ಎಂದೂ ಬಲಿಗೊಡಲು ಒಪ್ಪಿರಲಿಲ್ಲ. ಇಂದು ಕೂಡ ಅದೇ ಸ್ಥಿತಿ. ಎಷ್ಟೋ ವರ್ಷಗಳ ಹಿಂದಿನ ಗೌತಮ್‌ನ ಇಂದಿಗೂ ಎಳೆದು ತರುತ್ತಿದ್ದರು ಹೈಮಾವತಿಯನ್ನು ಅಂಕೆಯಲ್ಲಿ ಇಡಲು.

"ಯಾವುದೇ ಅಂತಸ್ತು, ಸಂಬಂಧಗಳೊಂದಿಗೆ ಮೀರಿದ್ದು ನಮ್ಮಿಬ್ಬರ ಮೂಕ ಸ್ನೇಹ, ಪ್ರೇಮ. ಪ್ರೇಮ, ಪ್ರೀತಿಯ ಬಗ್ಗೆ ಮಾತಾಡುವ ಮುನ್ನವೇ ನನ್ನ ಮದ್ವೆ ಪ್ರತಾಪ್‌ನೊಂದಿಗಾಯ್ತು. ಆಮೇಲೆ ಗೌತಮ್‌ನ ನೆನಪುಗಳನ್ನು ಎದೆಯಾಳದಲ್ಲಿ ಮುಳುಗಿಸಿ ಪ್ರತಾಪ್ ಸೌಧ ನಿರ್ಮಿಸ್ಕೊಂಡೇ, ಸಿಕ್ಕಿದ್ದು ಮಾತ್ರ ಕಣ್ಣೀರು." ಉಸುರಿದ ನಂತರ ಹೈಮಾವತಿ ಆರಾಮಾಗಿ ಕಣ್ಣುಚ್ಚಿದರು.

ಭಯಕ್ಕೆ, ಹಿಂಜರಿಕೆಗೆ ನಿಜವಾದ ಕಾರಣ ಗೊತ್ತಾಗಿತ್ತು. ಸಹಾನುಭೂತಿಯಿಂದ ಅವರೆಡೆ ನೋಡಿದಳು. ಚಿಕ್ಕ ಪಾತ್ರವಾಗಿ ಪ್ರವೇಶಿಸಿ ಹಿಂದಕ್ಕೆ ಸರಿದು ಹೋಗಿದ್ದ ಗೌತಮ್ ಪ್ರಧಾನ ಪಾತ್ರವಾದಂತೆ ಗೋಚರಿಸಿದ.

"ತುಂಬ ಒಳ್ಳೆ ಜನ, ಪ್ರಭಾವಶಾಲಿಗಳಲ್ಲಿ ನರೋನಾ ಮನಸ್ಸು ಮಾಡಿದ್ರೆ.... ಖಂಡಿತ ಇಲ್ಲವಾಗ್ಬಿಡ್ತಾರೆ. ಆ ಭಯವೇ ನನ್ನ ಮೂರ್ಖಳನ್ನಾಗಿ ಮಾಡಿದೆ. ಈ ಕೆಟ್ಟ ಮನುಷ್ಯನ ಬಗ್ಗೆ ಎಚ್ಚರಿಕೆ ಕೊಡ್ಬೇಕು ಗೌತಮ್‌ಗೆ" ಎಂದರು. ಆ ದಿನಗಳಲ್ಲಿನ ಗೌತಮ್ ಆಕೆಯ ಕಣ್ಮುಂದೆ ತೇಲಿದಂತಾಯಿತು.

"ರಿಲ್ಯಾಕ್ಸ್ ಮೇಡಮ್, ಆ ಕೆಲ್ಸ ನಾನ್ಮಾಡ್ತೀನಿ. ಗೌತಮ್ ಪಾತ್ರದ ವಿಶ್ಲೇಷಣೆಗೆ ಒಮ್ಮೆ ಅವ್ರನ್ನ ನೋಡ್ತೀನಿ ನನ್ನ ಕಣ್ಣುಗಳಿಂದ" ಭರವಸೆ ಕೊಟ್ಟಳು.

ನರ್ಸಿಂಗ್ ಹೋಂ ಹೊರವಲಯದಲ್ಲಿ ಸಿಕ್ಕ ರಾಮನಾಥನ್ ಒಂದು ಮೂಲೆಗೆ ಕರೆದೊಯ್ದು ಎಚ್ಚರಿಸಿದರು. "ವರ್ಷ. ನಿಂಗೆ ಅಪಾಯವಿದೆ. ನಿನ್ನ ರೂಮೆಲ್ಲ ಚೆಕ್ ಮಾಡಿದ್ರಂತೆ ನರೋನಾ ಸಾಹೇಬ್ರು. ರಾಣಿ ಸಾಹೇಬರು ತಮ್ಮ ಬದುಕಿನ ವಾಸ್ತವಿಕತೆಗೆ ಎಲ್ಲಿ ಕನ್ನಡಿ ಹಿಡಿಯುತ್ತಾರೆ ಅನ್ನೋ ಭಯ ಬಂದ್ಬಿಟ್ಟಿದೆ. ನೀನೂ ಹುಷಾರಾಗಿರೋದು ಒಳ್ಳೇದು."

ಈಗಾಗಲೇ ಅವಳ ಅರಿವಿಗೆ ಬಂದಿತ್ತು ಆ ವಿಷಯ.

"ಖಂಡಿತ ಹುಷಾರಾಗಿರ್ತೀನಿ. ನಿಮ್ಗೆ ಭಯ ಬೇಡ. ಈಗ ಮೇಡಮ್ ಹುಷಾರಾಗಿದ್ರೂ ಅವ್ರನ್ನ ನೋಡ್ಲೋಕೆ ಯಾರನ್ನೂ ಬಿಡ್ತಾ ಇಲ್ಲ" ಎಂದು ಉಸುರಿದಳು. ಸಂಪೂರ್ಣವಾಗಿ ಎಚ್ಚರವಹಿಸಬೇಕಾಗಿತ್ತು ಅವಳು.

ನರ್ಸಿಂಗ್ ಹೋಂನಿಂದ ಹೊರಬರುವ ವೇಳೆಗೆ ಹೇಮಂತ್‌ನ ಮರ್ಸಿಡಿಸ್ ಬಂದು ನಿಂತಿತು. ಕೂಲಿಂಗ್ ಗ್ಲಾಸ್ ತೆಗೆಯುತ್ತ ಇಳಿದು ಬಂದ. ಸಣ್ಣ ವಿಪ್ಲವವನ್ನೆದುರಿಸಿಕೊಂಡೇ ಬಂದಿದ್ದ.

"ಹಲೋ ವರ್ಷ... ಮಮ್ಮಿ ಹೇಗಿದ್ದಾರೆ?" ಕೇಳಿದ. ಗೌತಮ್‌ನ ಬಗ್ಗೆ ಯೋಚಿಸುತ್ತಿದ್ದವಳು ಬೆಚ್ಚಿದಂತೆ ನಿಂತಳು. "ಪರ್ವಾಗಿಲ್ಲಾಂತ ಅನ್ನಿಸ್ತು ಸರ್" ಅಂದಳು.

ಅವಳ ಮುಖವನ್ನೇ ವೀಕ್ಷಿಸಿದ. ಕೆಲವು ಮುಖ್ಯ ವಿಷಯಗಳನ್ನು ತಾಯಿ ಅವಳಿಗೆ ಈ ಸಮಯದಲ್ಲಿ ಹೇಳಿರಬೇಕೆಂದುಕೊಂಡ. 'ನಿಮ್ಮ ಮದರ್ ಇಲ್ಲೇ ರೆಸ್ಟ್ ತಗೋಬಹುದಿತ್ತು. ಆದರೆ, ಕೆಲವು ದಿನ ಈ ಹೈಮಾವತಿ ಪ್ಯಾಲೆಸ್‌ನಿಂದ ಹೊರ್ಗೆ ಉಳಿಯೋ ನಿಶ್ಚಯ ಅವ್ರದ್ದು' ಇದು ಡಾಕ್ಟರ್ ತಿಳಿಸಿದ್ದು.

"ಒಂದಿಷ್ಟು ಮಾತಾಡೋದಿದೆ, ವರ್ಷ ಕಮಾನ್"... ಕಾರು ಹತ್ತಿ ಡೋರ್ ತೆಗೆದು ಆಹ್ವಾನಿಸಿದ. ಸ್ವಲ್ಪ ಹಿಂಜರಿಕೆಯೊಂದಿಗೆ ಹತ್ತಿ ಕೂತಳು. "ನಿನ್ನ ಮೀಟ್ ಮಾಡಿದ ಪ್ರತಿ ಸಲವು ನಂಗೆ ಜ್ಞಾಪ್ಕ ಬರೋದು ಆ ಕ್ಷಣಗಳೇ. ಅವು ಎಲ್ಲಿ ಮರುಕಳಿಸಿಬಿಡುತ್ತದೆಯೋ ಅನ್ನೋ ಭಯ" ಎಂದ ಕಾರನ್ನು ರಿವರ್ಸ್ ತೆಗೆದುಕೊಳ್ಳುತ್ತ. ವರ್ಷ ಮಾತಾಡಲಿಲ್ಲ.

ಎರಡು ಕುಟುಂಬಗಳ ಪ್ರೋತ್ಸಾಹ. ಅವರುಗಳ ಮುಂದಿನ ಬದುಕಿನ ನಿರ್ಧಾರ ಅರಿತ ಮೇಲೆ ಲಂಡನ್‌ನಲ್ಲಿ ವಿದ್ಯಾಭ್ಯಾಸ ಪಡೆದ ಹೇಮಂತ್ ಸಲಿಗೆಯಿಂದ ಸುಶ್ಮಿತಾಳೊಂದಿಗೆ ವರ್ತಿಸುವುದು ತೀರಾ ಸಹಜವೆನಿಸಿತ್ತು.

ಒಂದು ಪ್ರೆಸ್ಟೀಜಿಯಸ್ ಹೋಟೆಲ್ ಮುಂದೆ ಕಾರು ನಿಲ್ಲಿಸಿದಾಗ ಹಿಂದೆ ಒಂದು ದಿನ ಇಂಥ ಹೋಟೆಲ್‌ನಲ್ಲಿ ದಿಢೀರೆಂದು ರಿಸಿಪ್ಷನಿಸ್ಟ್ ಆಗಿ ಕೆಲಸ ಮಾಡಿದ್ದು ನೆನೆಪಿಸಿಕೊಂಡಳು. ನಗು ಬಂತು ಕೂಡ.

"ವೆಲ್ ಕಮ್ ಸರ್" ಎಂದು ಬರಮಾಡಿಕೊಂಡ ಸುಂದರ ರಿಸೆಪ್ಷನಿಸ್ಟ್ ಕರೆದೊಯ್ದು ಕಿಟಕಿಯ ಮಗ್ಗುಲಲ್ಲಿದ್ದ ಟೇಬಲ್ಲು ಬಳಿ ಕೂಡಿಸಿ ಮೆನು ಕಾರ್ಡ್ ಕೊಟ್ಟು, "ಈ ಟೇಬಲ್ಲು ನ್ಯೂ ಪೇರ್‌ಗೆಂದೇ ರಿಸರ್ವ್" ಎಂದು ನಗುವಿನೊಂದಿಗೆ ವಿನಂತಿಸಿದಾಗ ಮುಖ ತಿರುವಿದಳು ವರ್ಷ.

ಎದುರು ಬದುರಾಗಿ ಕೂತಾಗ ಮೆನು ಕಾರ್ಡ್‌ನ ಅವಳತ್ತ ತಳ್ಳೀ "ನೀನೇ ಏನ್ಬೇಕೋ ಆರ್ಡರ್ ಮಾಡು" ಅತ್ತಿತ್ತ ನೋಡಿದ.

"ನಂಗೇನು ಇಷ್ಟವಾಗೋಲ್ಲ. ಏನೂ ತಿನ್ನಬೇಕೂಂತ ಅನ್ನಿಸಲ್ಲ" ಎಂದಳು ಸ್ವಲ್ಪ ಆವೇಗದಿಂದ. ತಕ್ಷಣವೇ. "ಏನೋ ಮಾತಾಡ್ಬೇಕಂದ್ರಲ್ಲ. ಸ್ವಲ್ಪ ಮುಗಿದ್ರೆ ಒಳ್ಳೇದು. ಮೇಡಮ್ ನಿಮ್ಮನ್ನ ನೋಡ್ಬೇಕೂಂದ್ರು" ನುಡಿದಳು.

"ಖಂಡಿತ ಸುಳ್ಳು. ಇಂದು ಪೂರ್ತಿ ಮಮ್ಮಿ ನಿನ್ನ ಬಿಟ್ಟು ಯಾರನ್ನೂ ನೋಡೋಕೆ ಇಷ್ಟಪಡೋಲ್ಲಾಂತ ಡಾಕ್ಟ್ರು ಹೇಳಿದ್ದಾರೆ. ಫೇಸ್ ಮಿ. ಟೆಲ್ ಮಿ ದಿ ಟ್ರೂತ್. ಅವ್ರು

ಹೇಳ್ದ ವಿಷ್ಯ ನಂಬಬೇಕು ವರ್ಷ" ಸ್ನೇಹದಿಂದ ಅಂತರವನ್ನು ಕುಗ್ಗಿಸಿ ಆತ್ಮೀಯತೆ ಬೆರೆಸಿದ ದನಿಗೆ.

ಉಗುಳು ನುಂಗಿದಳು. ವಿಶಾಲ ಬದುಕಿನ ಸೂಕ್ಷ್ಮಗಳನ್ನು ಅವಲೋಕಿಸುವಷ್ಟು ತಾನು ಚಿಕ್ಕವಳೇನೋ. ತಾಯಿ, ಮಗನ ಮಧ್ಯದ ಅಂತರ ಕಡಿಮೆಯಾಗಬೇಕಾದರೆ, ಒಂದಿಷ್ಟು ವಿವರಗಳು ಹೇಮಂತ್‌ಗೆ ತಿಳಿದಾಗ ಸಹಾನುಭೂತಿಯ ನಡುವೆ ತಾಯಿಯ ಮೇಲೆ ಪ್ರೀತಿಯ ಪುಷ್ಪ ವೃಷ್ಟಿ ಸುರಿಸಬಹುದು.

ಅವಳ ಅಂಗೈ ತೆಗೆದು ತನ್ನ ಕೈಯಿಟ್ಟು ಆವೇಶದಿಂದ ಹೇಮಂತ್, "ಟ್ರಸ್ಟ್ ಮಿ. ಪ್ಲೀಸ್ ನಂಬು ವರ್ಷ. ಬರೀ ಕನ್‌ಫ್ಯೂಷನ್ ಮಧ್ಯೆ ದಿನಗಳು ದೂಡೋದು ಕಷ್ಟ. ಈಗ ಏನ್ಹೇಳಿದ್ರು... ನರ್ಸಿಂಗ್ ಹೋಂನಲ್ಲಿ?" ಆತುರಪಡಿಸಿದ.

ಒಂದು ಕಡೆ ಹರಿದ ವರ್ಷಳ ನೋಟ ಅಲ್ಲಿಯೇ ನಿಂತಿತು. ಸ್ಪೂನ್‌ನಿಂದ ಸದ್ದು ಮಾಡಿ ಹೇಮಂತ್‌ನ ಗಮನ ತನ್ನೆಡೆಗೆ ಸೆಳೆದುಕೊಂಡು, ಕಣ್ಣಲ್ಲಿಯೇ ಸನ್ನೆ ಮಾಡಿದಳು. ಇವರ ಮನೆಯ ಸರ್ವೆಂಟ್, ಅವನನ್ನು ಬಹುಶಃ ಸಿ.ಐ.ಡಿ.ಯಾಗಿ ಉಪಯೋಗಿಸಿರಬೇಕು ತಮ್ಮ ಮೇಲೆ ಎಂದುಕೊಂಡ.

"ಬರೀ ಕಾಫೀ ಸಾಕು" ಎಂದಳು.

ಎರಡು ಕಾಫೀ ಬಂತು. ಕುಡಿದು ಮೇಲೆದ್ದವರು ಹೊರಗೆ ಬಂದಾಗ ಅತ್ತಿತ್ತ ಗಮನಿಸಿದ ಹೇಮಂತ್ ಅತ್ತ ಹೋಗುತ್ತಿದ್ದ ಟ್ಯಾಕ್ಸಿಯನ್ನು ನಿಲ್ಲಿಸಿಕೊಂಡ ಇಬ್ಬರೂ ಹತ್ತಿ ಕುಳಿತರು.

"ಹಿಂದಿನ ವಿಷ್ಯ ತಿಳಿದೇ, ಮೇಡಮ್ ತಿಳಿಸಿದ್ದನ್ನ ನಿಮ್ಗೆ ತಿಳ್ಸಿದ್ರು ಪ್ರಯೋಜನವಾಗೋಲ್ಲ. ಒಂದ್ಕಡೆ ಟ್ಯಾಕ್ಸಿ ನಿಲ್ಸಿಬಿಡಿ" ಮೆಲುಮಾತಲ್ಲಿ ಹೇಳಿದಳು.

ಸ್ವಲ್ಪ ನಿರ್ಜನವೆನಿಸುವ ಕಡೆ ಟ್ಯಾಕ್ಸಿ ನಿಂತಿತು. ಹತ್ತು ನಿಮಿಷದಲ್ಲಿ ಡೈರಿಯನ್ನೋದಿ ಅವಳಿಗೆ ಹಿಂದಿರುಗಿಸಿದ. "ಥ್ಯಾಂಕ್ಯೂ, ಥ್ಯಾಂಕ್ಯೂ ವೆರಿಮಚ್ ವರ್ಷ. ಐ ಯಾಮ್ ಎವರ್ ಗ್ರೇಟ್‌ಫುಲ್ ಟು ಯು. ನಿನ್ನ ಈ ಸಹಾಯನ ನಾನು ಬದ್ಕಿನುದ್ದಕ್ಕೂ ಮರ್ಯೋಲ್ಲ. ನಂಗೆ ಮಮ್ಮಿ ಇಷ್ಟೆಲ್ಲ ತಿಳಿಸ್ಬಹುದೆಂಬ ಕಲ್ಪನೆ ಕೂಡ ಮಾಡಿಕೊಳ್ಳೋಕ್ಕಾಗೋಲ್ಲ. ನನ್ತಂದೆ ಜೀವ್ನದಲ್ಲಿ ಇನ್ನೊಂದು ಹೆಣ್ಣು ಲಕ್ಷ್ಮೀನರೋನ... ಛೆ, ನಾನು ಮಮ್ಮಿಗಿಂತ ಅವ್ರನ್ನೇ ಹೆಚ್ಚಿಗೆ ಪ್ರೀತಿಸ್ತಾ ಇದ್ದಿದ್ದು..." ಮುಖ ಹಿಂಡಿದ. ಮುಂದೆ ತಾನು ಹೇಗೆ ನಡೆದುಕೊಂಡರೇ, ಸರಿಯೆನ್ನುವ ಬಗ್ಗೆ ಚಿಂತಿಸತೊಡಗಿದ. ಬಹಳಷ್ಟು ಬೆಳೆದಿದ್ದ ನರೋನಾ ಫ್ಯಾಮಿಲಿಯನ್ನು ಏಕಾಏಕಿ ಕಿತ್ತು ಎಸೆಯುವುದು ಸಾಧ್ಯವಿಲ್ಲವಾದರೂ ನೆಲದ ಮಟ್ಟಿಗೆ ಕುಗ್ಗಿಸಬೇಕು. ಅದಕ್ಕೆ ಮೊದಲು ಎಲ್ಲಾ ಕಾರುಬಾರುಗಳು ಅವನ ವಶವಾಗಬೇಕು.

ಸಿಟಿಯಾಚೆಯ ಪುಟ್ಟ ಗಾರ್ಡನ್ ಹೋಟೆಲ್‌ನಲ್ಲಿ ತಿಂಡಿ ತಿಂದು ಕಾಫೀ ಕುಡಿದು ಮೇಲೆದ್ದರು ಇಬ್ಬರು.

"ಮೇಡಮ್ ಯಾವ್ದೋ ಅಪಾಯ ಅರಿತೇ ಈ ಡೈರಿನ ಸುಟ್ಟು ಬಿಡ್ಸೋಕೇಳಿದ್ರು. ಇಂದು ಅವ್ರು ಹೇಳಿದ್ದು ಬಾಲ್ಯದ ಒಡನಾಡಿ ಗೌತಮ್ ಬಗ್ಗೆ. ನಿಮ್ತಂದೆ ಸ್ವಲ್ಪ ವಿರುದ್ಧವಾಗಿ ವರ್ತಿಸಿದ್ರೂ ಗೌತಮ್‌ನ ಮುಗ್ಸಿಬಿಡೋ ಬೆದರಿಕೆಯೊಡ್ಡಿದ್ರು. ಅದ್ನೇ ಮುಂದುವರ್ಸಿದ್ದಾರೆ ನರೋನಾ. ಗೌತಮ್‌ಗೆ ಯಾವ್ದೇ ಅಪಾಯವಾಗೋದು ಮೇಡಮ್‌ಗೆ ಇಷ್ಟವಿಲ್ಲ. ಇಲ್ಲಿ ಪ್ರೀತಿ ಅಂತರ್ಜಲವಾಗಿದೆ. ಯಾವ್ದೇ ಸಂಬಂಧಗಳ್ನ ಮೀರಿ ಆರಾಧನೆಯಾಗಿದೆ" ಎಂದಾಗ ಅವಳನ್ನೇ ನೋಡಿದ ಮೊದಲ ಸಲ ನೋಡಿದಂತೆ. ದುಂಡು ದುಂಡಗಿನ ವರ್ಷ ತೀರಾ ಮುದ್ದಾಗಿ, ಮುಗ್ಧವಾಗಿ ಆಕರ್ಷಕವಾಗಿ ಕಂಡಳು.

"ಪ್ರೇಮದ ಬಗ್ಗೆ ಒಳ್ಳೆ ಪೊಯಮ್ ಬರೆಯಬಲ್ಲೆ! ವರ್ಷ ನೀನು ಯಾರನ್ನಾದ್ರೂ ಪ್ರೀತಿಸ್ತಾ ಇದ್ದೀಯಾ?" ಕೇಳಿದ ನಗುತ್ತ.

ತಟ್ಟನೆ ಚಲಿಸಿ ಹೋದರೂ ಆರಾಮಾಗಿ ನುಡಿದಳು "ನೀವು ಯಾವ ಅರ್ಥದಲ್ಲಿ ಕೇಳಿದ್ರೋ ಗೊತ್ತಿಲ್ಲ. ಪ್ರೀತಿ ಪ್ರೇಮದ ಶುರು ತಾಯಿಯ ಮಡಿಲಿನಲ್ಲೇ. ಅಮ್ಮನ ಮೇಲಿನ ಪ್ರೀತಿ, ಅಪ್ಪನ ಮೇಲಿನ ಪ್ರೇಮ ಅಮೂಲ್ಯವೆನಿಸಿದರೆ, ಮರ, ಗಿಡ, ಪುಸ್ತಕಗಳು ಕೂಡ ಪ್ರೀತಿಯ ವಸ್ತುಗಳೇ. ಈಗ ಮೇಡಮ್‌ನ ಕಂಡ್ರೆ ಇಷ್ಟ, ಹಾಗೇ ಬರವಣಿಗೆ ಕೂಡ ಪ್ರಿಯವಾಗಿದೆ. ನನ್ನಕ್ಕ ವರ್ಣನ ಕಂಡ್ರೆ ತುಂಬ ಪ್ರೀತಿ" ಅವಳ ಕಣ್ತುಂಬಿದವು. ಭಾವುಕಳಾದಳು. ವರ್ಣ ಸಾವಿರ ಮೈಲಿಗಳಾಚೆ. ಅಳು ತಡೆಯಲಾಗದೆ ಕೆಳತುಟಿಯನ್ನು ಹಲ್ಲಿನಡಿಯಲ್ಲಿ ಕಚ್ಚಿಡಿದಳು.

ಸದ್ಯಕ್ಕೆ ಅಳು, ದುಃಖ ತರುವಂಥ ವಿಷಯದ ಪ್ರಸ್ತಾಪ ಅವನಿಗೆ ಬೇಕಿರಲಿಲ್ಲ. "ರಿಲ್ಯಾಕ್ಸ್ ಯಂಗ್ ಲೇಡಿ, ಕಮ್ ಟು ದಿ ಪಾಯಿಂಟ್, ಲವ್ ಅಫೇರ್ಸ್ ಬಗ್ಗೆ." ಮೋಹಕವಾಗಿ ಹೇಳಿದ. ಅವಳಿಗೆ ನಗು ಬಂತು. ಕಾಲೇಜಿನಲ್ಲಿ ಜೊತೆಜೊತೆಯಾಗಿ ಓಡಾಡುತ್ತಿದ್ದ ವಿದ್ಯಾರ್ಥಿ, ವಿದ್ಯಾರ್ಥಿನಿಯರನ್ನು ನೋಡಿದ್ದಳು. ಪ್ರೇಮ ಪತ್ರಗಳ ಹಗರಣ, ಪ್ರೇಮಕ್ಕಾಗಿ ರಿವೆಂಜ್ ಸಿನಿಮಾ ಮಾದರಿಯ ಪ್ರಕರಣಗಳನ್ನು ಕಂಡಿದ್ದಳು.

"ನನ್ನ ಪ್ರಶ್ನೆನ ಸ್ವಲ್ಪ ಸೀರಿಯಸ್ಸಾಗಿ ತಗೊಂಡ್ ಹೇಳು. ನೀನು ಆರಾಧನೆ ಮಟ್ಟದ ದುರಂತ ಪ್ರೇಮದ ಕಾದಂಬರಿ ರಚಿಸುತ್ತಿರುವಾಗ, ಒಂದಿಷ್ಟು ಅನುಭವ ಕೂಡ ಅಗತ್ಯ ಅನ್ನಿಸೋಲ್ವೆ." ಎಂದ, ಸ್ವಲ್ಪ ಛೇಡಿಸುವಿಕೆ ಇತ್ತು ಅವನ ದನಿಯಲ್ಲಿ.

ತಲೆತಗ್ಗಿತು. ನೋಟ ಮೇಲೇರಲು ಮುಷ್ಕರ ಹೂಡಿತು. ತುಂಬ ಹಿರಿಯರೋ, ಇಲ್ಲ ಸ್ವಲ್ಪ ಹಿರಿಯರೋ ಅಥವಾ ಮದುವೆಯಾದವರೋ ಕೇಳಿದ್ದರೆ ಉತ್ತರಿಸುವುದು ಕಷ್ಟವಾಗುತ್ತಿರಲಿಲ್ಲ ಅವಳಿಗೆ. ಆದರೆ ಪ್ರಶ್ನಿಸುತ್ತಿರುವುದು ಯುವಕ ಹೇಮಂತ್.

"ಈ ಪ್ರಶ್ನೆಗೆ ಉತ್ತರ ಹೇಳೋಕೆ ಇಷ್ಟೊಂದು ಕಷ್ಟಾನಾ?" ಚುಡಾಯಿಸಿದ. ಚುಚ್ಚಿದಂತಾಯಿತು ತಟ್ಟನೆ ನೋಟವೆತ್ತಿದಳು. "ಇಲ್ಲ, ನಾನು ಬರ್ಯೋದು ಕಾದಂಬರಿ. ಬೇರೆಯವ್ರ ಅನುಭವವನ್ನೇ ನಮ್ಮದಾಗಿಸ್ಕೊಂಡ್ ಬರೀಬಹ್ದು. ಖೈದಿಯ ಬಗ್ಗೆ ಬರೆಯಲು ಲೇಖಕ ಕೂಡ ಖೈದಿಯಾಗ್ಬೇಕಿಲ್ಲ. ಕೊಲೆಗಾರನ ಬಗ್ಗೆ ಬರೆದೋರೆಲ್ಲ

ಕೊಲೆಗಾರರಲ್ಲ. ಆ ಬಗ್ಗೆ ನಿಮ್ಗೆ ಆತಂಕ ಬೇಡ" ನೇರವಾಗಿ ಸ್ವಲ್ಪ ಮುಖ ಗಂಟಿಕ್ಕಿಯೇ ಹೇಳಿದಳು.

"ಓಕೇ. ಓಕೇ... ಕೋಪ ಬೇಡ. ಮಮ್ಮಿ ಎಷ್ಟು ದಿನ ನರ್ಸಿಂಗ್ ಹೋಂನಲ್ಲಿ ಇರೋಕೆ ಇಷ್ಟಪಡ್ತಾ ಇದ್ದಾರೆ?" ಕೇಳಿದ.

ಗೊತ್ತಿಲ್ಲವೆಂದು ತಲೆಯಾಡಿಸಿದಳು. "ಬೇರೆ ಬೇರೆ ಹೋಗೋದು ಒಳ್ಳೇದು ವರ್ಷ. ಬೀ ಕೇರ್‌ಫುಲ್, ನರೋನಾ ಬಗ್ಗೆ ಬಹಳ ಎಚ್ಚರದಿಂದಿರ್ಬೇಕು. ಒಬ್ಬೊಬ್ಬೇ ಒಂಟೊಂಟಿಯಾಗಿ ತಿರ್ಗಾಡೋದು ಬಂದ್ ಮಾಡು. ಹೊರ್ಗೆ ಹೋಗೋವಾಗ ನಾನು ಬಾಡಿಗಾರ್ಡ್ ಆಗಿರ್ತೀನಿ" ಎಂದಾಗ ಪಕ್ಕನೆ ನಕ್ಕುಬಿಟ್ಟ. ಅವನ ಸುರಕ್ಷತೆಯ ದೃಷ್ಟಿಯಿಂದಲೂ ಇಬ್ಬರು ಸೆಕ್ಯುರಿಟಿಯವರು ಇರುತ್ತಿದ್ದರು. ಆದರೆ ಅದು ಇಷ್ಟವಾಗುತ್ತಿರಲಿಲ್ಲ ಹೇಮಂತ್‌ಗೆ.

"ಒಂದ್ಸಲ ಗೌತಮ್ ಅವ್ರನ್ನ ನೋಡ್ಬರ್ತೀನಿ. ಅವ್ರ ಪಾತ್ರಕ್ಕೆ ಅನ್ಯಾಯವಾಗ್ಬಾರ್ದು. ಬಹುಶಃ ಹೈಮಾವತಿ ಮೇಡಮ್ ಕಂಡಿದ್ದು ಹದಿನೆಂಟರ ಒಳಗಿನ ಗೌತಮ್‌ನ. ನಿಮ್ತಂದೆ ಒಂದು ಡೆಡ್ ಲೈನ್ ಎಳೆದ ನಂತರ ಎಂದೂ ನೋಡೇ ಇಲ್ಲ. ಆ ವ್ಯಕ್ತಿ ಈಗ ಹೇಗಿರ್ಬಹುದ್ದು? ನರೋನಾಗೆ ಹೆದರೋಂಥ ಪುಕ್ಕಲಾ? ಮೇಡಮ್ ನೆನಪು ಇನ್ನೂ ಅವ್ರಿಗಿದೆಯಾ? ಇವೆಲ್ಲ ಕುತೂಹಲಗಳು" ಹೇಳಿದಳು. ಅವಳ ಪ್ರೌಢ ಯೋಚನೆ ಮತ್ತು ಆಸಕ್ತಿಯನ್ನು ಮೆಚ್ಚಿಕೊಂಡ.

ಹೇಮಂತ್ ಟ್ಯಾಕ್ಸಿ ಹತ್ತಿ ಕಾರನ್ನ ತಗೊಂಡು ನರ್ಸಿಂಗ್ ಹೋಂಗೆ ಹೋದರೇ, ಅವಳು ಬಂದಿದ್ದು ಹೈಮಾವತಿ ಪ್ಯಾಲೆಸ್‌ಗೆ. ಬಂದ ಜನರೆಲ್ಲ ಉಳಿದುಕೊಂಡಿದ್ದರಿಂದ ನೀರವತೆಯೇನು ಇರಲಿಲ್ಲ.

ಆದರೆ ಸುಶ್ಮಿತಾ ಅವಳ ರೂಮಿಗೆ ಬಂದಾಗ ಮಾತ್ರ ಆಶ್ಚರ್ಯ. "ನಿಮ್ಗೇನು ಡಿಸ್ಟರ್ಬ್ ಆಗ್ಲಿಲ್ವಾ! ನಂಗೆ ಸ್ವಲ್ಪ ಕೋಪ ಜಾಸ್ತಿ." ಅವಳೇ ಹೇಳಿಕೊಂಡು ಕೂತಳು. ಈ ಹೈಮಾವತಿ ಪ್ಯಾಲೆಸ್‌ನ ಭಾವಿ ಯಜಮಾನಿಯೇನು, ಈಗಲೂ ಇಲ್ಲಿನ ಯುವರಾಣಿಯೇ. ವಿಷಯ ಗೊತ್ತಿದ್ದರಿಂದ ಎಲ್ಲರೂ ಹೆಚ್ಚಿನ ಗೌರವ ತೋರುತ್ತಿದ್ದರು.

"ಖಂಡಿತ ಇಲ್ಲ" ಅಷ್ಟೇ ಹೇಳಿದ್ದು. ನಿನ್ನ ಕೋಪ ನನ್ನನ್ನೇನು ಡ್ಯಾಮೇಜ್ ಮಾಡದು ಎನ್ನುವ ಉತ್ಪ್ರೇಕ್ಷೆ ಅವಳದು. ಅದೇನು ಅರ್ಥವಾಗಲಿಲ್ಲ ಸುಶ್ಮಿತಾಗೆ. "ಎಷ್ಟು ದಿನದಲ್ಲಿ ನಿಮ್ಮ ವರ್ಕ್ ಮುಗಿಯಬಹುದ್ದು. ಅಥ್ವಾ ಪರ್ಮನೆಂಟಾಗಿ ಅಪಾಯಿಂಟ್‌ಮೆಂಟ್ ಮಾಡ್ಕೊಂಡಿದ್ದಾರ ಆಂಟೀ? ಯಾಕೆಂದರೆ ಮ್ಯಾರೇಜ್ ಆದ್ಮೇಲೆ ನಿಮ್ಮನ್ನ ಅಸಿಸ್ಟೆಂಟಾಗಿ ನೇಮ್ಸಿಕೊಳ್ಳೋಣಾಂತ" ಹೇಳಿದಳು. ಹೇಳಿಕೊಟ್ಟ ಗಿಣಿಪಾಠವನ್ನು ಒಪ್ಪಿಸಿದಂತಿತ್ತು.

"ಸಾರಿ, ಸದ್ಯಕ್ಕೆ ಒಂದೆರಡು ತಿಂಗ್ಳು ಇರಬಹುದಷ್ಟೇ ಇಲ್ಲಿ. ಟೆಂಪರರಿ ಜಾಬ್. ನಂಗೂ ಇಷ್ಟರ ನಡ್ವೇ ದಿನಗಳ್ನ ಕಳ್ಯೋದು ಕಷ್ಟ. ಎರ್ಡು ತಿಂಗ್ಳ ಅಂದಾಜು ಅಷ್ಟೆ. ಆದ್ರೂ ಅದ್ಕೆ ಮುನ್ನವೇ ಹೊರಡುವ ತರಾತುರಿ ಇದೆ. ನಿಮ್ಮ ಮದ್ವೆ ಮುಗಿದ್ರೆ, ನಂಗೆ

ಸ್ವಲ್ಪ ಅನ್ಕೂಲನೇ" ಹೇಳಿದಳು ದೂರದ ಯೋಚನೆಯಿಂದ. ಕಾದಂಬರಿಯ ಮುಕ್ತಾಯ ಸುಶ್ಮಿತಾ ಮತ್ತು ಹೇಮಂತರ ವಿವಾಹದೊಂದಿಗೆ.

"ರಿಯಲೀ, ಫಂಟಾಸ್ಟಿಕ್, ನಮ್ಮ ಮ್ಯಾರೇಜ್‌ಗೂ ನೀವು ಹೊರಡೋಕು ಏನಾದ್ರೂ ಸಂಬಂಧವಿದ್ಯಾ?" ಕೇಳಿದಾಗ ಹೌದೆಂದು ತಲೆಯಾಡಿಸಿದಳು. "ಖಂಡಿತ ಇದೆ. ಮಗ, ಸೊಸೆಯ ಮಾತು, ಮಮತೆಯೆಲ್ಲ ಕವನ, ಕಾದಂಬರಿಯ ಪುಟಗಳೇ ಮೇಡಮ್ ಪಾಲಿಗೆ" ನಕ್ಕಳು.

ಸುಶ್ಮಿತಾ ಒಂದರ್ಧ ಗಂಟೆ ಕೂತು ಕೊರೆದಳು. ಬರೀ ಸುಖ, ಸಂತೋಷ ಬಾಚಿಕೊಂಡ ಹೆಣ್ಣಿನ ತಲೆಯ ತುಂಬೆಲ್ಲ ಸುಂದರ ಕನಸುಗಳೇ. ಅಂತು ಇಲ್ಲಿ ನರೋನಾ ಅನುಸರಿಸಿದ್ದು ರಾಜಿ ಸೂತ್ರವೇ.

''Marriages are made in heaven ಅಂತಾರೆ, ಆ ಬಗ್ಗೆ ನಿನ್ನ ಅಭಿಪ್ರಾಯ?" ಏಕವಚನ ಪ್ರಯೋಗಕ್ಕೆ ಇಳಿದ ಸುಶ್ಮಿತಾ. ಈ ಪ್ರಶ್ನೆ ತನಗೇಕೆ ಹಾಕುತ್ತಿದ್ದಾಳೆಂದು ವರ್ಷಳಿಗೆ ಗೊತ್ತಿಲ್ಲ. "ಇಲ್ಲಿ ನನ್ನ ಅಭಿಪ್ರಾಯಕ್ಕಿಂತ ಒಂದು ಸಣ್ಣ ಘಟನೆ ಹೇಳಿಬಿಡ್ತೀನಿ. ನಮ್ಮ ತಂದೆ ಫ್ರೆಂಡ್ ಮಗ್ಳು ಸದಾ Marriages are made in heaven ಅನ್ನೋಳು. ಅವ್ಳು ಮದ್ವೆಯಾದ ವರ್ಷಕ್ಕೆ ಡೈವೋರ್ಸ್ ಸಿಕ್ಕಿತು. ಆಗ ನಮ್ಮಪ್ಪ ಒಂದ್ಮಾತು ಅಂದಿದ್ದು ಮಾತ್ರ ನೆನಪಿನಲ್ಲಿದೆ. Divorces are made in heaven ಅಂದ್ರು. ನೀವು ಹೇಗೆ ಬೇಕಾದ್ರೂ.... ಅರ್ಥೈಸಿಕೊಳ್ಳಿ..." ನಗುವಿನೊಂದಿಗೆ ಹೇಳಿದಳು. ಅವನ್ನೆಲ್ಲ ತಗೊಂಡು ಸೀರಿಯಸ್ಸಾಗಿ ವರ್ಷ ತಲೆ ಕೆಡಿಸಿಕೊಳ್ಳಲು ಇಷ್ಟಪಡಲಿಲ್ಲ.

ಅಂತೂ ಈ ಮಾತುಗಳನ್ನು ತಂದೆ, ತಾಯಿಗೆ ಬಿತ್ತರಿಸಿದ ನಂತರ ನಿಶ್ಚಿಂತರಾದರು.

* * * *

ವರ್ಷ ಬಸ್ಸು ಇಳಿದು ಊರಿನೊಳಕ್ಕೆ ಪ್ರವೇಶಿಸಿದಾಗ ಒಂದು ದೊಡ್ಡ ದೇವಸ್ಥಾನದ ಗೋಪುರ ಕಂಡಿತು. ಊರಿನ ಮಧ್ಯದಲ್ಲಿದ್ದ ದೇವಸ್ಥಾನಕ್ಕೆ ದೊಡ್ಡ ಪ್ರಾಂಗಣ ಕೂಡ ಇತ್ತು. ಅದನ್ನೇ ಹೈಮಾವತಿ ತಮ್ಮ ಡೈರಿಯ ಮೊದಲ ಪುಟಗಳಲ್ಲಿಯೇ ಬಹಳ ಆಪ್ತವಾಗಿ ಬಣ್ಣಿಸಿದ್ದರು. ಅದು ಹೈಮಾವತಿ ಟೆಂಪಲ್. ಅತ್ತ ಹೆಜ್ಜೆ ಹಾಕುವ ಮುನ್ನ ಗೌತಮ್ ಮತ್ತು ಹೈಮಾವತಿ ಹುಟ್ಟಿ ಬೆಳೆದ ಮನೆ, ಅಲ್ಲಿ ಇರಬಹುದಾದ ಜನರನ್ನು ಕಾಣಬೇಕಿತ್ತು.

ಮಾರ್ಗ ಮಧ್ಯದಲ್ಲಿಯೇ ವಿಚಾರಿಸಿದಾಗ ಹಿರಿಯರೊಬ್ಬರು "ಆ ಕುಟುಂಬದ ಜನ ಮನೆ, ಮಠಗಳನ್ನು ಮಾರಿಕೊಂಡು ಎಲ್ಲೆಲ್ಲೋ ಹೋಗ್ಬಿಟ್ರು. ಅಲ್ಲೇ ಎದುರುಗಡೆ ಮನೆಯಲ್ಲಿದ್ದವರು ಅದ್ನ ಕೊಂಡ್ಕೊಂಡ್ರು." ಏನೋ ಒಂದು ರೀತಿಯಾಗಿ ಹೇಳಿದರು. ಆ ಹೇಳಿಕೆಯಲ್ಲಿ ಅಂತಹ ಉತ್ಸಾಹವೇನು ಇರಲಿಲ್ಲ.

ಹೈಮಾವತಿಯ ತಂದೆಯ ಹೆಸರಿನ ಅಡ್ರೆಸ್ ಹುಡುಕಿದಾಗ ಒಂದು ಮನೆಯತ್ತ ಕೈ ತೋರಿಸಿದರು. "ಅವ್ರು ತೀರಿಕೊಂಡ್ರು. ಮಗ್ಳಿಗೆ ಮದ್ವೆಯಾಯ್ತು. ಓದಿದ ಜನ ಕೆಲ್ಸ ಅರಸ್ಕಂಡ್ಹೋಗೋವಾಗ ಮನೆನ ಮಾರ್ಬಿಟ್ರು" ಅದೇ ವಿಷಯದ ಪುನರಾವರ್ತನೆ.

ಎತ್ತರವಾದ, ವಿಶಾಲವಾದ, ಬಾಚಿ ತಬ್ಬಿಕೊಳ್ಳುವಂಥ ಕಂಬಗಳುಳ್ಳ ಮನೆಯ ಮುಂದೆ ಹೋಗಿ ನಿಂತು ಎದುರುಗಡೆ ನೋಡಿದಳು. ಅಲ್ಲಿ ಮೂರು ಅಂತಸ್ತಿನ ಒಂದು ನವೀನ ಕಟ್ಟಡ ತಲೆಯೆತ್ತಿ ಹಳೆಯ ನೆನಪುಗಳ ಮೇಲೆ ಬಂಡೆ ಹಾಸಿತ್ತು.

ಅಲ್ಲೇ ಪಕ್ಕದಲ್ಲಿ ಕೂತಿದ್ದ ಹಿರಿಯರೊಂದಿಗೆ ವಿಶ್ವಾಸವಾಗಿ ಮಾತಾಡಿ ವಿಚಾರಿಸಿದಾಗ "ಅವ್ರು ಯಾವ್ದೋ ಊರಿಗೆ ಹೋದ್ರು. ಈಚೆಗೆ ಈ ಮನೆಯನ್ನು ಒಬ್ಬ ಮಿಲಿಟರಿಯವ್ರು ಕೊಂಡ್ಕೊಂಡಿದ್ದಾರೆ. ವರ್ಷಕ್ಕೊಮ್ಮೆ ಬಂದು ಒಂದ್ತಿಂಗ್ಳು ಉಳೀತಾರೆ. ಮಿಕ್ಕ ಸಮಯದಲ್ಲಿ ಅದ್ರ ಉಸ್ತುವಾರಿಯನ್ನು ತಹಶೀಲ್ದಾರರ ಮನೆಯವ್ರು ನೋಡ್ಕೋತಾರೆ" ಕ್ಲೂ ಕೊಟ್ಟರು.

ರೋಡಿನ ಮಧ್ಯೆ ನಿಂತು ಎರಡು ಮನೆಗಳ ಕಡೆಯೂ ನೋಡಿದಳು. ಗೌತಮ್ ಇದ್ದ ಮನೆ ಈಗ ಮೂರು ಅಂತಸ್ತಿನ ಮಹಡಿ ಮನೆ. ಹೈಮಾವತಿ ಬದುಕಿನ ಪುಟಗಳಲ್ಲಿ ಮಹತ್ತರ ಸ್ಥಾನ ಪಡೆದ ಅವರು ಹುಟ್ಟಿದ ಮನೆ ಮಾತ್ರ ಅದೇ ಸ್ಥಿತಿಯಲ್ಲಿತ್ತು. ತುಂಬ ಅಗಲ ಮತ್ತು ಎತ್ತರವಿದ್ದು ನಾಲ್ಕು ಹಿತ್ತಾಳೆ ಗೊಮ್ಮಟಗಳಿಂದ ಅಲಂಕರಿಸಲ್ಪಟ್ಟ ಬಾಗಿಲಿಗೆ ದೊಡ್ಡ ಬೀಗ ಹಾಕಿತ್ತು.

ಅದರ ಪಕ್ಕದಲ್ಲಿದ್ದ ಒಂದು ಹಾಲಿನ ಡೈರಿಗೆ ಹೋದಳು ಪಕ್ಕದ ಮನೆಯೊಡೆಯ ಮಿಲಟರಿಯನವರನ್ನು ವಿಚಾರಿಸಲು. 'Drink a pint of milk a day.' 'ದಿನಕ್ಕೆ ಒಂದು ಬಾಟಲಾದರೂ ಹಾಲು ಕುಡಿಯಿರಿ' ಎನ್ನುವ ಕನ್ನಡ-ಆಂಗ್ಲ ಅಭಿಮಾನದ ಬೋರ್ಡ್ ಹಾಕಿದ್ದರು ಗೋಡೆಗೆ. ಒಂದು ಟೇಬಲ್ಲು, ಕುರ್ಚಿ ಬಿಟ್ಟರೇ ಎರಡು ಉದ್ದನೆಯ ಬೆಂಚುಗಳು ಇದ್ದವು.

ಮೆಲ್ಲಗೆ ಮೃದುವಾಗಿ ಬಡಿದು ಸದ್ದು ಮಾಡಿದಾಗ ಒಬ್ಬ ವ್ಯಕ್ತಿ ಬಂದ. "ಈಗ ಇಲ್ಲಿ ಹಾಲು ಸಿಗೋಲ್ಲ" ಕೇಳುವ ಮೊದಲೇ ಉತ್ತರಿಸಿದ. ಅವನನ್ನು ಹಿಡಿದು ನಿಲ್ಲಿಸಿ ವಿಚಾರಿಸಿ ಒಂದಿಷ್ಟು ವಿಷಯ ತಿಳಿಯುವುದೇ ಪ್ರಯಾಸವಾಯಿತು ಅವಳಿಗೆ. ಈ ಮಿಲಿಟರಿಯ ವ್ಯಕ್ತಿ ಬಂದಿದ್ದ - ಇದೊಂದು ಸಂತೋಷದ ವಿಷಯ.

"ಹೊರ್ಗಡೆ ಹೋಗಿರ್ಬಹ್ದು. ಒಂದಿಷ್ಟು ಕಾಯ್ತ ಕೂತಿರಿ ಬರ್ತಾರೆ. ಮನೆ ಕೊಳ್ಳೋ ಇರಾದೆಯಿಂದ ಬಂದಿದ್ರೆ.... ಖಂಡಿತ ನಿರಾಶೆ ಕಟ್ಟಿಟ್ಟ ಬುತ್ತಿ" ಹೇಳಿದ. ತಾನೇ ಅದರ ಮಾಲೀಕನೆನ್ನುವಂತೆ.

ಬೆಂಚಿನ ಒಂದು ಮೂಲೆಗೆ ಕೂತು ಅಂದಿನ ಪೇಪರ್ ಎತ್ತಿಕೊಂಡಳು. 'ಹವಾಲ ಹಗರಣಕ್ಕೆ ಸಂಬಂಧಿಸಿದಂತೆ ಇನ್ನಷ್ಟು ಕೇಂದ್ರ ಸಚಿವರ ರಾಜಿನಾಮೆ ಇಲ್ಲ' ಹೈಡ್‌ಲೈನ್‌ನಲ್ಲಿ ಪ್ರಕಟವಾದ ಅಕ್ಷರಗಳು.

"ಬಂದ್ರೂ.... ನೋಡಿ" ಸೊಂಟಕ್ಕೆ ಒಂದು ತುಂಡನ್ನು ಸುತ್ತಿ ಜನಿವಾರವನ್ನು ತೀಡುತ್ತ ಬಂದ ವ್ಯಕ್ತಿ ತಿಳಿಸಿದಾಗ ಪೇಪರ್ ಇಟ್ಟು ಮೇಲೆದ್ದಳು. ಆರು ಅಡಿಗೆ ಮಿಕ್ಕ

ಎತ್ತರವಿದ್ದ, ದಪ್ಪ ಮೀಸೆಯ, ಎತ್ತಿ ಬಾಚಿದ ಕ್ರಾಪ್‌ನ ವ್ಯಕ್ತಿ. ಒಂದು ರೀತಿಯ ಠೀವಿಯಲ್ಲಿಯೇ ಬರುತ್ತಿದ್ದುದನ್ನು ಗಮನಿಸಿದಳು.

ಜನಿವಾರ ತೀಡುತ್ತಿದ್ದ ವ್ಯಕ್ತಿ ಅವಳಿಗಿಂತ ಮುಂಚೆ ಹೊರಗೆ ಹೋಗಿ "ಇವ್ರು, ನಿಮ್ಮನ್ನ ಹುಡ್ಕಿಕೊಂಡು ಬಂದಿದ್ದಾರೆ." ಇನ್‌ಫರ್ಮೇಷನ್ ಕೊಟ್ಟಾಗ ಹುಬ್ಬೆತ್ತಿ 'ಯಾರು?' ಎನ್ನುವಂತೆ ಕಣ್ಣಲ್ಲಿಯೇ ಕೇಳಿದ. "ಈ ಮನೆ ನೋಡ್ಬೇಕಿತ್ತು" ಎಂದಳು. ತುಂಬು ನಗೆ ನಕ್ಕ. ಆ ನಗು ಎಷ್ಟು ಆಕರ್ಷಣೀಯವಾಗಿತ್ತೆಂದರೇ, ಅಂಥ ಆತ್ಮವಿಶ್ವಾಸದ ನಗುವನ್ನು ಕಂಡೇ ಇಲ್ಲವೆನಿಸಿತು ಅವಳಿಗೆ. "ಅಚ್ಛಾ...." ಎಂದವನು "ಬೈ ಆಲ್ ಮೀನ್ಸ್..." ಎಂದವ ಅಡಿಯಿಂದ ಮುಡಿಯವರೆಗೂ ಸಂದೇಹದ ಕಣ್ಣುಗಳಲ್ಲಿ ನೋಡಿದ. ಕಡೆಗೆ ತಲೆ ಕುಣಿಸಿ "ಕಮಾನ್, ನಂಗೆ ಹೆಚ್ಚು ಮಾತು ಇಷ್ಟವಾಗೋಲ್ಲ. ನೀವು ನೋಡ್ಕೊಂಡ್ಹೋಗ್ಬಹುದ್ದು." ಅಪ್ಪಣೆ ಇತ್ತವನಂತೆ ಹೋಗಿ ಬೀಗ ತೆಗೆದವನು 'ಏ ಮಾಲಿಕ್ ತೆರೇ ಬಂದೆ ಹಮ್, ಐಸೇ ಹೋ ಹಮಾರೇ ಕರಮ್' ಎಂದು ಶಿಳ್ಳೆ ಹಾಕುತ್ತ ಷೂ ಕಳಚಿ ಕಣ್ಣಲ್ಲಿಯೇ ಬಂದು ನೋಡಬಹುದೆಂದು ಅಣತಿ ಇತ್ತ.

ಹಳೆಯದೆನಿಸಿದರೂ ಅತ್ಯಂತ ಪುರಾತನ ಮನೆ. ಹಳೆಯ ಗಟ್ಟಿಮುಟ್ಟಾದ ಆಸನಗಳು. ಮೊದಲ ಹದಿನೈದು ಪುಟಗಳಲ್ಲಿ ಮನೆಯ ಮಾಹಿತಿ ಜೊತೆಗೆ ತಂದೆ, ಸೋದರ ಜೊತೆಗೆ ಗೌತಮ್ ಮನೆಯವರ ಪ್ರಸ್ತಾಪ ಕೂಡ ಇತ್ತು.

ದೊಡ್ಡ ನಡುಮನೆಯಲ್ಲಿ ಕಣ್ಣರಳಿಸುತ್ತ ನಿಂತವಳನ್ನು ಸದ್ದು ಮಾಡಿ "ನೋಡಿದ್ದಾಯಿತಲ್ಲ, ಕೂತ್ಕೊಂಡ್ ಟೀ ಕುಡ್ದು ಹೋಗ್ಬಹುದ್ದು" ಹೇಳಿದ. ಆ ವಾಯ್ಸ್‌ನಲ್ಲಿ ಅಂಜಿಕೆ, ಸಂಕೋಚವೆನ್ನುವುದೇನು ಇರಲಿಲ್ಲ. ಅತ್ಯಂತ ನೇರವಾಗಿ ಸಂಭಾಷಿಸಬಲ್ಲವನಾಗಿದ್ದ.

ಮುಂದಿನ ಕ್ರಾಪ್‌ನ ಕೆಲವು ಕೂದಲು ನರೆತು ವಯಸ್ಸನ್ನು ಗುರುತಿಸುವಂತಿದ್ದರೂ, ತೀರಾ ಸಣ್ಣ ಪ್ರಾಯದ ಯುವಕರನ್ನೂ ನಾಚಿಸುವಂಥ ಕಟ್ಟುಮಸ್ತಾದ ಶರೀರ, ಮುಖದಲ್ಲಿ ಕೂಡ ಅದೇ ವರ್ಚಸ್ಸು. ಆದರೆ ಕಂಠದಲ್ಲಿ ಒರಟುತನವಿದೆಯೆನಿಸಿತು.

ಪಿಂಗಾಣಿ ಕಪ್ ಸಾಸರ್‌ನಲ್ಲಿದ್ದ ಟೀಯನ್ನು ತುಟಿಯ ಬಳಿಗೆ ಒಯ್ದು ನಿಧಾನವಾಗಿ ಗುಟುಕರಿಸುವಾಗ ಒಂದು ಫೋಟೋ ಅವಳ ಗಮನ ಸೆಳೆಯಿತು. ಭಯದ ನೋಟ ಆ ವ್ಯಕ್ತಿಯತ್ತ ಹರಿಸುತ್ತಲೇ ಟೀಯನ್ನು ಗುಟುಕರಿಸಿ ಕಪ್‌ನ ಕೆಳಗಿಳಿಸಿ ಮೇಲೆದ್ದಳು.

"ಥ್ಯಾಂಕ್ಯೂ ಸರ್, ಥ್ಯಾಂಕ್ಸ್ ಫಾರ್ ಯುವರ್ ಹಾಸ್ಪಿಟಾಲೀಟೀಸ್" ಎಂದಳು ಮಧುರವಾದ ದನಿಯಲ್ಲಿ. 'ಸ್ವೀಟ್ ವಾಯ್ಸ್' ಎಂದುಕೊಂಡವನು ಸ್ವಲ್ಪ ತಲೆಯೆತ್ತಿ ತುಟಿ ಕೊಂಕಿಸಿ "ವೆಲ್ ಕಮ್...." ಗುಣಿಗುಣಿಸಿದ.

ಬಾಗಿಲವರೆಗೂ ಹೋಗಿ ಎರಡೆಜ್ಜೆ ಹಿಂದಕ್ಕೆ ಬಂದಾಗ ಕ್ಯಾಸೆಟ್ ಹಾಕುತ್ತಿದ್ದವನು ಕಣ್ಣುಗಳನ್ನು ಕಿರಿದಾಗಿಸಿ ಏನು ಎನ್ನುವಂತೆ ನೋಡಿದ. 'ತಕ್ಷಣ ಹೊರಡು' ಎನ್ನುವ ಎಚ್ಚರಿಕೆ ಕೂಡ ಕಣ್ಣುಗಳಲ್ಲಿ.

"ಎಕ್ಸ್‌ಕ್ಯೂಸ್ ಮೀ, ಸರ್. ಆ ಫೋಟೋನ ಒಂದ್ಸಲ ನೋಡ್ತೀನಿ" ಏನನ್ನಿಸಿತೋ, "ಮತ್ತೆ ಇನ್ನೊಂದ್ವೇಡಿಕೆ ಬೇಡ" ಮಾತಿನಲ್ಲೇ ಗೆರೆ ಎಳೆದ.

ಹಳೆಯ ಫೋಟೋ.... ಅದು ಗ್ರೂಪ್ ಫೋಟೋ - ಹೈಮಾವತಿಯ ಗುರುತು ಹತ್ತಿತು. ಮಂದಸ್ಮಿತಳಾದಳು. ಹೇಗಾದರೂ ಒಂದಿಷ್ಟು ವಿಷಯ ಕಲೆಕ್ಟ್ ಮಾಡಿಕೊಳ್ಳಬೇಕೆನಿಸಿತು. ಕೊಂಡ ಯಾರೂ ಆಸಕ್ತಿ ಇಲ್ಲದಿದ್ದರೆ ಈ ಫೋಟಾನ ಉಳಿಸಿಕೊಳ್ಳಲಾರರು. ಈ ಉರಿ ಉರಿಯ ಮನುಷ್ಯನನ್ನು ಹೇಗೆ ಮಾತಾಡಿಸುವುದು?

"ಥ್ಯಾಂಕ್ಯೂ ಸರ್. ಒಂದೆರಡು ಮಾತು ಆಡೋಕೆ ಅವಕಾಶ ಕೊಟ್ರಿ. ಈ ಮನೆನ ನೋಡೋಕೆ ಅವಕಾಶ ಮಾಡ್ಕೊಟ್ರಿ. ಟೀ ಕೊಟ್ರಿ. ಕನಿಷ್ಟ ನಿಮ್ಮ ಹೆಸರಾದ್ರೂ ತಿಳ್ಕೋಬೇಕೂಂತ ಅನ್ನಿಸುತ್ತೆ. ವಾಟ್ ಈಸ್ ಯುವರ್ ಗುಡ್ ನೇಮ್, ಪ್ಲೀಸ್ ಸರ್?" ವಿನಂತಿ ಮಾಡಿಕೊಂಡಳು.

"ನೆಸೆಸಿಟಿ ಇಲ್ಲ. ಹೋಗ್ಬನ್ನಿ." ಎದ್ದು ಹೋದ ಒಳಕ್ಕೆ. ತನ್ನ ಹ್ಯಾಂಡ್ ಬ್ಯಾಗ್‌ನಲ್ಲಿದ್ದ ಒಂದು ನೋಟ್ ಬುಕ್‌ನ ಅಲ್ಲಿಯೇ ಮರೆತವಳಂತೆ ಹೋದವಳು ಹತ್ತು ನಿಮಿಷ ಬಿಟ್ಟುಬಂದಾಗ ಕಾಯುತ್ತಿದ್ದ ಗೌತಮ್.

"ಬೇಕಾಗಿ ಬಿಟ್ಟು ಹೋಗಿದ್ದು. ನೀನು ಹಿಂದಕ್ಕೆ ಬರ್ತೀಯಾಂತ ಗೊತ್ತಿತ್ತು ವರ್ಷ. ಗುಡ್ ಅಂಡ್ ಸ್ವೀಟ್ ನೇಮ್. ವಾಟ್ ಕ್ಯಾನ್ ಐ ಡೂ ಫಾರ್ ಯು. ಯಾತಕ್ಕೋಸ್ಕರ ಇಲ್ಲಿಗೆ ಬಂದಿದ್ದು?" ಕೇಳಿ ಕೂಡುವಂತೆ ಸನ್ನೆ ಮಾಡಿದ.

ಬಂದ ವಿಷಯವನ್ನು ಎಲ್ಲರ ಮುಂದು ಹೇಳುವಂತಿರಲಿಲ್ಲ. ಆದರೂ ಏನಾದರೂ ಹೇಳಬೇಕಿತ್ತು. ತುಂಬ ಸ್ಟ್ರಿಕ್ಟಾಗಿ ಕಾಣೋ ವ್ಯಕ್ತಿಯಿಂದ ವಿಷಯ ತಿಳಿಯುವುದು ಸುಲಭವೆನಿಸಲಿಲ್ಲ.

"ಸರ್, ಒಂದು ಚಿಕ್ಕ ಇನ್‌ಫರ್ಮೇಷನ್ ಬೇಕು. ಆಪೋಜಿಟ್ ಹೌಸ್‌ನಲ್ಲಿ.... ಅಂದರೆ ಇಪ್ಪತ್ತಾರು ವರ್ಷಗಳ ಹಿಂದೆ ಒಂದು ಫ್ಯಾಮಿಲಿ ವಾಸವಾಗಿದ್ರು. ಅವ್ರು ನಮ್ಗೆ ದೂರದ ರಿಲೇಟಿವ್ಸ್. ಈಗ ಅವರು..." ವರ್ಷಗಳ ಮಾತು ಪೋಣಿಸುವಿಕೆಗೆ ಜೋರಾಗಿ ನಕ್ಕುಬಿಟ್ಟ. ಆ ಸಂದರ್ಭದಲ್ಲಿ ಮೀಸೆ ಬಹಳ ಚೆನ್ನಾಗಿ ಕಂಡಿತು. ಕೆಲವರ ಮುಖಕ್ಕೆ ಮೀಸೆ ಭೂಷಣವೆನಿಸಿದರೇ, ಕೆಲವು ಮುಖಗಳ ವರ್ಚಸ್ಸಿನಿಂದ ಮೀಸೆಯ ಘನತೆ, ಸೌಂದರ್ಯ ಹೆಚ್ಚುತ್ತದೆಯೆಂದುಕೊಂಡಳು.

"ಮೈ ಗಾಡ್... ಯು" ಎದೆಯ ಮೇಲೆ ಕೈಯಿಟ್ಟುಕೊಂಡಾಗ ನೇರವಾಗಿ ನೋಡಿದ ಗೌತಮ್ "ನಿನ್ನ ವಯಸ್ಸೆಷ್ಟು ಈಗ? ಇಪ್ಪತ್ತಾರು ವರ್ಷಗಳ ಹಿಂದಿನ ಬಾದರಾಯಣ ಸಂಬಂಧ ಹುಡ್ಕಿಕೊಂಡು ಬಂದಿದ್ದೀಯ. ಇವೆಲ್ಲ ಬೇಡ. ಈ ಗೌತಮ್ ಹತ್ರ" ಎಂದಕೂಡಲೇ ವರ್ಷ ವಿಗ್ರಹವಾದಳು. ಹುಡುಕಿಕೊಂಡ ಬಳ್ಳಿ ಕಾಲುಗಳಿಗೆ ತೊಡರಿತ್ತು. ಅವಳ ಸಂತೋಷ ವರ್ಣಿಸಲಸಾಧ್ಯವಾಯಿತು.

ಗೌತಮ್‌ನ ಪ್ರಾಮಾಣಿಕ ಕಣ್ಣುಗಳನ್ನು ನೋಡಿಯೇ ವಿಷಯವನ್ನು ಸಂಕ್ಷಿಪ್ತವಾಗಿ ಅವನ ಮುಂದಿಟ್ಟಳು. ಗೌತಮ್ ಜೋರಾಗಿ ನಕ್ಕ. "ನಾಯಕನಲ್ಲದ.... ನಾಯಕನ್ನ ಹುಡ್ಕಿಕೊಂಡು ಬಂದಿದ್ದೀಯಾ. ಐ ಲೈಕ್ ಯು, ವರ್ಷ. ನನ್ನೆದೆಯಾಳದ ನೆನಪಿನಲ್ಲಿ ಉಳಿದಿರೋ ಹೈಮಾನ ಬಿಟ್ಟು, ಪ್ರತಾಪ್ ಹೆಂಡತಿಯ ಬಗ್ಗೆ ಯೋಚಿಸಲಾರ ಈ ಬ್ರಹ್ಮಚಾರಿ. ಪೂರ್ ಕ್ರೀಚರ್... ಆ ನರೋನಾ ನನ್ನನ್ನೇನು ಮಾಡ್ತಾನೆ? ಇನ್ನಾದ್ರೂ ಸರ್ಯಾಗಿ ಬದುಕೋಕೆ ಹೈಮಾವತಿಗೆ ಹೇಳು. ವರ್ಷ ಭಯ ಅನ್ನೋದೇ ಇಲ್ಲ ಈ ಗೌತಮ್ ಎದೆಯಲ್ಲಿ" ಎಂದ ದೃಢವಾಗಿ.

ಕ್ಯಾರಿಯರ್‌ನಲ್ಲಿ ಬಂದ ಊಟವನ್ನು ಅವಳಿಗೂ ಬಡಿಸಿ ತಾನು ಮಾಡಿದ. ತೀರಾ ವೀಕಾದ ಪರ್ಸನಾಲಿಟಿಯ ಗೌತಮ್ ಅಲ್ಲ ಈಗ. ಭಾರತೀಯ ಕಮಾಂಡೋ ಪಡೆಯ ಶಿಷ್ಟಯೋಧನೆಂದು ಹೆಸರು ಪಡೆದ ಗೌತಮ್ ಶಾಸ್ತ್ರಿ.

ಬಸ್ ಸ್ಟಾಂಡ್‌ವರೆಗೂ, ಬಂದು ಹತ್ತಿಸಿದ ಗೌತಮ್ ಕೈ ಬೀಸಿದಾಗ ಇಳಿದ ವರ್ಷ "ಒಂದೇ, ಒಂದು ಪ್ರಶ್ನೆ, ನಿಮ್ಗೆ ಮೇಡಮ್‌ನ ನೋಡ್ಬೇಕೂಂತ ಅನ್ನಿಸಿಲ್ವಾ?" ತಲೆ ಮೇಲಕ್ಕೆತ್ತಿ ಸುತ್ತಮುತ್ತಲಿನ ಜನರ ಗಮನ ಸೆಳೆಯುವಂತೆ ಜೋರಾಗಿ ನಕ್ಕ. "ನಿಮ್ಮ ಮೇಡಮ್ ಬಗ್ಗೆ ನಾನೆಂದೂ ತಲೆ ಕೆಡ್ಸಿಕೊಂಡಿಲ್ಲ. ನನ್ನ ಹೈಮಾ.... ಇಲ್ಲಿದ್ದಾಳೆ" ಎದೆಯ ಮೇಲೆ ಕೈಯಿಟ್ಟ ಗೌತಮ್ ಕಣ್ಣುಗಳಲ್ಲಿ ಹುಡುಕಿದರೆ ಎಲ್ಲೋ ವಿಷಾದಗಾಥೆ ಅಡಗಿದೆಯೆನಿಸಿತು.

ಸ್ನೇಹದಿಂದ ವರ್ಷಳ ಭುಜದ ಮೇಲೆ ಕೈಯಿಟ್ಟು "ನಿನ್ನ ಕಾದಂಬರಿ ಓದೋ ಕುತೂಹಲವಿದೆ. ಕಳ್ಸೋದು ಮರೀಬೇಡ" ಎಂದು ತನ್ನ ವಿಳಾಸದ ಕಾರ್ಡನ್ನು ಅವಳಿಗೆ ಕೊಟ್ಟ. "ಆಗಾಗ ಪತ್ರ ಬರ್ಯೋದು ಮರೀಬೇಡ. ಹುಡ್ಗೀ" ಕೆನ್ನೆ ಸವರಿದ. ಅದರಲ್ಲಿ ಅಪಾರವಾದ ಆತ್ಮೀಯತೆ ಇತ್ತು. ಅವನೆದೆಯ ಪ್ರೇಮದ ನೆನಪುಗಳಿಗೆ ಲಗ್ಗೆ ಹಾಕಿ ಒಂದೆರಡು ಗಂಟೆಯಾದರೂ ಆ ಲೋಕದಲ್ಲಿ ವಿಹರಿಸುವಂತೆ ಮಾಡಿದ ವರ್ಷ ಅವನಿಗೆ ಪ್ರಿಯವಾಗಿದ್ದಳು. ಪ್ರತಾಪ್‌ನಿಂದ ಅವಮಾನ ಹೊಂದಿದ ಮೇಲೆ ಎಂದೂ ಹೈಮಾವತಿಯನ್ನು ನೋಡಬೇಕೆಂದುಕೊಳ್ಳಲಿಲ್ಲ.

ವರ್ಷ ಹೈಮಾವತಿಯ ಪ್ಯಾಲೆಸ್ ಮುಂದೆ ಬಂದು ಇಳಿದಾಗ ಗೌತಮ್‌ನ ಸಂಪೂರ್ಣ ವ್ಯಕ್ತಿತ್ವವೇ ಅವಳ ಕಣ್ಮುಂದೆ. ಹೈಮಾವತಿಯ ನೆನಪಿನ ತೀರಾ ಸೌಮ್ಯ, ಮೃದು ಭಾಷಿ, ಕವಿ ಹೃದಯದ ಗೌತಮ್‌ಗಿಂತ ತೀರಾ ಭಿನ್ನವಾಗಿ ಬಹು ಎತ್ತರಕ್ಕೆ ಬೆಳೆದಿದ್ದ.

ಹೊರಗಡೆಯೇ ಅಡ್ಡಾಡುತ್ತಿದ್ದ ನರೋನಾ ನೋಟಕ್ಕೂ ತನಗೂ ಏನೂ ಸಂಬಂಧವಿಲ್ಲವೆನ್ನುವಂತೆ ಪಕ್ಕಕ್ಕೆ ಸರಿದು ತನ್ನ ಪಾಡಿಗೆ ತಾನು ಹೋದಳು.

ಹೇಮಂತ್‌ನ ನೆರವಾದ ಹೇಳಿಕೆ ತಿಳಿದ ಮೇಲೆ ಭುಸುಗುಟ್ಟುತ್ತಿದ್ದರು ನರೋನಾ. "ಮಮ್ಮಿ ನರ್ಸಿಂಗ್ ಹೋಂನಲ್ಲಿ. ಇಂಥ ಸ್ಥಿತಿಯಲ್ಲಿ ನಿಶ್ಚಿತಾರ್ಥ. ಏನು ಅಂಕಲ್ ಇದೆಲ್ಲ. ಈಗ ತಾನೇ ಇಲ್ಲಿ ಉಳಿದಿದ್ದೀನಿ. ಸದ್ಯಕ್ಕೆ ನಂಗೆ ಒಂದೆರಡು ವರ್ಷವಾದ್ರೂ ಮದ್ವೆ ಬೇಡ" ಅವನು ದೂಡಿದ್ದು ದಿನಗಳಲ್ಲ, ವರ್ಷಗಳು.

ದಾಪುಗಾಲು ಹಾಕುತ್ತ ರೂಮಿಗೆ ಬಂದ ನರೋನಾ. ಒಂದೆರಡು ವರ್ಷಗಳ ಮಾತು - ತಮ್ಮ ಅಸ್ತಿತ್ವ ಈಗ ಇರುವಂತೆ ಇರಲು ಸಾಧ್ಯವೇ? ಮೈ ಕೈಯೆಲ್ಲ ಪರಚಿಕೊಳ್ಳುವಂತಾಯಿತು.

ಎರಡು ದಿನದ ನಂತರ ಹೈಮಾವತಿಗೆ ಮನೆಗೆ ಹೋಗಬಹುದೆಂದು ಡಾಕ್ಟರ್ ಸಲಹೆ ಇತ್ತರು. ನರ್ಸಿಂಗ್ ಹೋಂ ತಾಯಿ, ಮಗನ ಮಧ್ಯದ ಅಂತರವನ್ನು ಒಂದಿಷ್ಟು ಕಡಿಮೆ ಮಾಡಿದ್ದು ಒಂದು ವಿಶೇಷವಾದರೂ ಅದಕ್ಕೆ ಸ್ವಲ್ಪಮಟ್ಟಿನ ಕಾರಣ ವರ್ಷ ಎನ್ನಬಹುದು.

* * * *

ಹಿಂದಿನ ದಿನ ಚಲಪತಿಗಳು ಫೋನ್ ಮಾಡಿ ಅವಳ ಬರವಣಿಗೆಯ ಪ್ರೋಗ್ರೆಸ್ ಬಗ್ಗೆ ವಿಚಾರಿಸಿದ್ದರು 'ಬೇಗ ಮುಗೀಬೇಕು. ನಿಂಗೆ ಬರವಣಿಗೆಯ ಫೀಲ್ಡ್‌ನಲ್ಲಿ ಆಸಕ್ತಿ ಇದೆಯೆಂದಾದರೆ, ಅಲ್ಲಿಯೇ ಏನಾದರೂ ಮಾಡಲು ಸಾಧ್ಯವೇ' ಎಂದು! 'ನಿಮ್ಮಮ್ಮ ನನ್ನ ನೆರಳಾಗಿದ್ಲು ಅನ್ನೋ ಬದ್ಲು ನಾನೇ ಅವ್ಳ ನೆರಳಾಗಿದ್ದೇನೋ' ಆ ಸಮಯದಲ್ಲಿ ಬೇಂದ್ರೆಯವರ 'ಸಖೀಗೀತ' ದಲ್ಲಿನ ಸಾಲಿನ ನೆನಪು. 'ನನಗೂ ನಿನಗೂ ಅಂಟಿದ ನಂಟಿನ ಕೊನೆಬಲ್ಲವರಾರು, ಕಾಮಾಕ್ಷಿಯೇ' ಹೃದಯ ಭಾರವಾಗಿದ್ದು ಅವಳ ಗಮನಕ್ಕೆ ಬಂದಿತ್ತು. ಗೌತಮರನ್ನು ನೋಡಿ ಬಂದಮೇಲೆ ಅವಳ ಬರಹಕ್ಕೆ ಬಿರುಸು, ವೇಗ ಬಂದಿತ್ತು. ಮೊದಲ ಪುಟಗಳಲ್ಲಿ ಗೌತಮ್ ಮತ್ತು ಹೈಮಾವತಿ ತಂದೆ ತಾಯಿ ಮಿಕ್ಕವರು ತುಂಬಿಕೊಂಡಿದ್ದರೆ, ಮಧ್ಯದ ಪುಟಗಳಲ್ಲಿ ಪುಟ್ಟ ಹೇಮಂತ್, ನರೋನಾ ಫ್ಯಾಮಿಲಿಯವರೊಂದಿಗಿನ ಪ್ರತಾಪ್ ಸಂಬಂಧ - ವಾಸ್ತವಿಕ ಘಟನೆಗಳಿಗೆ ಕಲ್ಪನೆಯ ಮೆರಗು ತುಂಬಿಕೊಂಡಿದ್ದು, ಎಲ್ಲೋ ಸುಳಿದು ಮಾಯವಾಗಬಹುದಾದ ಗೌತಮ್ ಪಾತ್ರ ಪ್ರಾಮುಖ್ಯತೆ ಪಡೆದುಕೊಂಡಿದ್ದೊಂದು ವಿಶೇಷ.

ಸಂಜೆಯ ಮುಂದು ಪುಷ್ಪೋದ್ಯಾನದ ಸಮೀಪದ ಬಂದ ವರ್ಷ ಹೊರಗಡೆ ಇದ್ದ ಆಸನದಲ್ಲಿಯೇ ಕೂತಳು. ಅಂದು ಹೇಮಂತ್ ಹೇಳಿದ್ದನ್ನು ಇಂದಿನವರೆಗೂ ಪಾಲಿಸಿದ್ದಳು. ಪರಿಚಯ, ಸ್ನೇಹ ಅಂತರ ಕಡಿಮೆ ಮಾಡಿದ್ದರೂ ಒಂದು ರೇಖೆಯೆಳೆದುಕೊಂಡು ಅದರ ಸಮೀಪ ಕೂಡ ಹೋಗಲು ಇಚ್ಛಿಸಲಿಲ್ಲ.

ಕೂತು ಜೊತೆಯಲ್ಲಿ ತಂದಿದ್ದ ಪತ್ರಿಕೆಯನ್ನು ತಿರುವುತ್ತಿದ್ದಾಗ ಹತ್ತಿರದಲ್ಲಿ ನೆರಳು. ಗಮನಿಸದವಳಂತೆ ಡಾಟ್ ಪೆನ್‌ನಿಂದ ಆ ಪತ್ರಿಕೆಯ ಮೇಲೆ 'ಎವ್ವೆರಿಥಿಂಗ್ ಈಸ್ ಮಿಸ್ಟೀರಿಯಸ್' ಎಂದು ಗುರುತು ಹಾಕಿದಳು.

"ಯಂಗ್ ಲೇಡಿ..." ನರೋನಾ ದನಿ. ಅವಳೆದೆ ಹಾರಿತು, ಎಷ್ಟೇ ಧೈರ್ಯ ತಂದುಕೊಂಡರೂ. ಆದರೆ ಅದು ಹೊರಬಿದ್ದರೆ ದುರ್ಬಲತೆಯ ಅರಿವಾಗಿ ಪ್ರತಿಸ್ಪರ್ಧಿ ಎದುರಿನ ವ್ಯಕ್ತಿಯ ಶಕ್ತಿಯನ್ನು ತಾನೇ ಪಡೆದು ವಿಜೃಂಭಿಸುತ್ತಾನಾ - ಎಲ್ಲೋ ಓದಿದ್ದು. ಓದುತ್ತಿದ್ದ ಪುಟದಲ್ಲಿ ತೋರು ಬೆರಳಿಟ್ಟು "ಗುಡ್ ಇವ್ನಿಂಗ್ ಸರ್" ಎಂದಳು. ಅದರಲ್ಲಿ ಅಪರೂಪವಾದ ಮರ್ಯಾದೆಯಾಗಲೀ, ಅಥವಾ ನಿರ್ಲಕ್ಷ್ಯವಾಗಲೀ ಇರಲಿಲ್ಲ.

"ಏನು ಒಂಟಿಯಾಗಿ ಕೂತಿದ್ದೀಯಾ?" ಧಿಮಾಕಿನ ಪ್ರಶ್ನೆ. "ಈ ಪ್ರಶ್ನೆಗೆ ಉತ್ತರ ಹೇಳೋಕ್ಕೇನಿಲ್ಲ. ಇಲ್ಲಿ ಸ್ವಂತದವ್ರು ಅಂದರೇ ರಕ್ತ ಸಂಬಂಧಿಗಳು. ಫ್ರೆಂಡ್ಸ್ ಸಹಪಾಠಿಗಳು, ಸಹೋದ್ಯೋಗಿಗಳು ಯಾರಿಲ್ಲದಿದ್ದಾಗ 'ಒಂಟಿ'ಯೇ." ಸಹಜವಾದ ಉತ್ತರವಾದರೂ ಸ್ವಲ್ಪ ಬಿರುಸಿನಿಂದಲೇ ಕೂಡಿತ್ತು.

ಸಿಗರೇಟಿಗೆ ಲೈಟರ್ ತಾಕಿಸಿದ ನರೋನಾ ಮೂಗು ಬಾಯಿನಲ್ಲಿ ಸ್ಟೈಲಾಗಿ ಬಿಡುತ್ತ "ವರ್ಷ, ನೀನು ಒಂದಿಷ್ಟು ವಿಷ್ಯ ತಿಳ್ಕೊಳ್ಳೋ ಅಗತ್ಯವಿದೆ. ಹೈಮಾವತಿ ಪ್ಯಾಲೆಸ್..." ಮತ್ತೇನು ಹೇಳುವವರಿದ್ದರೋ, ಕೆಮ್ಮು ಬಂದು ತಡೆಯಿತು ಮಧ್ಯದಲ್ಲಿಯೇ.

ಮ್ಯಾಗಝೀನ್‌ನಲ್ಲಿ ಗುರುತು ಹಾಕಿದ್ದನ್ನ ಅವರ ಮುಖದ ಮುಂದಿಡಿದಳು. 'ಎವ್ವೆರಿಥಿಂಗ್ ಈಸ್ ಮಿಸ್ಟೀರಿಯಸ್' ಓದಿದವರ ಮುಖ ನೆರಿಗೆಗಟ್ಟಿತು. ಸಿಗರೇಟನ್ನ ಕೆಳಗೆಸೆದರಷ್ಟೆ. ಬೂದಿ ಮುಚ್ಚಿದ ಸಿಗರೇಟಿನಲ್ಲಿ ಬೆಂಕಿ ಇತ್ತು. ತನ್ನ ಚಪ್ಪಲಿಯ ಪಾದವನ್ನು ಅದರ ಮೇಲಿಟ್ಟಳು.

"ನಾನು ಅಪಾಯಿಂಟ್‌ಮೆಂಟ್ ಒಪ್ಪಿಕೊಳ್ಳೋ ಮೊದ್ಲು ಕಮೀಷನರ್‌ಗೆ ಒಂದು ವಿನಂತಿ ಪತ್ರ ತಲುಪಿಸಿ ಬಂದಿದ್ದೀನಿ. ಹೈಮಾವತಿ ಪ್ಯಾಲೆಸ್‌ನಲ್ಲಿ ನಂಗೇನಾದ್ರೂ ಪ್ರಾಣಾಪಾಯವಾದ್ರೆ, ಇಲ್ಲ ಕಾಣೆಯಾದ್ರೆ ಅದ್ಕೆಲ್ಲ ಒಂದು ವ್ಯಕ್ತಿ ಹೊಣೆಯಾಗ್ತಾರೇಂತ ಅದ್ರಲ್ಲಿ ತಿಳ್ಸಿದ್ದೀನಿ. ಅವ್ರು ನೀವೇ. ಯಾಕೆಂದರೆ ಹೈಮಾವತಿ ಅಮಾಯಕರು, ಅವ್ರ ಮಿದುಳು ಕೂಡ ಸ್ವಸ್ಥವಾಗಿಲ್ಲ. ರಾಜಾ ಸಾಹೇಬ್ರ ಮರಣಾನಂತರ ಎಲ್ಲಾ ಉಸ್ತುವಾರಿ ನಿಮ್ದೇಂತ ತಿಳಿದ್ಮೇಲೆ, ನೀವೇ ವ್ಯಕ್ತಿ ಅಂತ ತಿಳಿಸೋದು ಅನಿವಾರ್ಯವಾಯ್ತು." ಕರಾರುವಾಕ್ಕಾಗಿ ನುಡಿದಳು. ಇಂಥ ಸ್ಫೋಟ ನರೋನಾ ನಿರೀಕ್ಷೆಯಲ್ಲಿರಲಿಲ್ಲ.

ಬೆಂಕಿ ಉಗುಳುತ್ತಿದ್ದ ಸಿಗರೇಟು ಪಾದವೂರಿದಾಗ ಹೇಗೆ ಭೂಗತವಾಗಿ ಹೋಯಿತೋ, ಹಾಗೇ ತಟಸ್ಥರಾದರು ಕೆಲವು ಕ್ಷಣಗಳು ನರೋನಾ. ಚೇತರಿಸಿಕೊಳ್ಳುವಷ್ಟರಲ್ಲಿ ಮಾಯವಾಗಿದ್ದಳು ವರ್ಷ.

ಒಂದು ಕಡೆ ಕೂತ ನರೋನಾ ಇಡೀ ಸಿಗರೇಟು ಪ್ಯಾಕ್ ಖಾಲಿ ಮಾಡಿದರು. ಹೆಚ್ಚು ಕಷ್ಟಪಡದೇ ಜಾಲಿಯಾಗಿರುವುದು ಅವರಿಗೆ ಇಷ್ಟ. ಪ್ರತಾಪ್ ಸ್ನೇಹ ಕಾಮಧೇನುವಾಗಿತ್ತು. ಎರಡು ಗ್ಲಾಸ್‌ಗೆ ವಿಸ್ಕಿ ಬಗ್ಗಿಸಿದರೆ ಬಾಟಲುವೊಂದೇ. ಅದರಿಂದ ಹೆಂಡತಿಯನ್ನು ಸ್ನೇಹಿತನೊಂದಿಗೆ ಹಂಚಿಕೊಳ್ಳುವುದು ಅಸಹನೀಯವಾಗಿಯೇನು ಕಾಣಲಿಲ್ಲ. ಅದರಿಂದ ಹೆಚ್ಚೆಚ್ಚು ಅನುಕೂಲವಾಯಿತು. ಹೆಂಡತಿಯ ಬಗ್ಗೆ ಸ್ವಲ್ಪ ಅಸಹನೆಗೊಂಡ ಪ್ರತಾಪ್, ಗೌತಮ್ ಹೆಸರು ಹೇಳಿ ಹೆದರಿಸತೊಡಗಿದಾಗ, ಇವರು ತುಂಬ ಸಹಕಾರ ನೀಡಿ ಪೂರ್ತಿ ವಿಮುಖವಾಗಿಸುವಲ್ಲಿ ಸಫಲರಾಗಿದ್ದು ಮಾತ್ರವಲ್ಲ, ಹೇಮಂತ್‌ನ ಹೈಮಾವತಿಯಿಂದ ದೂರವಿಟ್ಟು ತಮ್ಮ ಕೈಯೊಳಗೆ ಉಳಿಸಿಕೊಳ್ಳಲು ನೋಡಿದ್ದರಷ್ಟೆ. ಆದರೆ ಪ್ರತಾಪ್ ಆಗಲೀ ನರೋನಾ ಆಗಲೀ, ಗೌತಮ್ ಹತ್ಯೆಯ ಪ್ರಯತ್ನ ಮಾಡಿರಲಿಲ್ಲ. ಅಂಥ

ಭಯದ ಭೂತವನ್ನು ಮಾತ್ರ ಹೈಮಾವತಿಯ ಎದೆಯಾಳದಲ್ಲಿ ನೆಟ್ಟು ದೊಡ್ಡ ಗಿಡವಾಗುವಂತೆ ಪೋಷಿಸಿದ್ದರು.

ಲಕ್ಷ್ಮಿ ನರೋನಾ ಪ್ರಕಾರ ಗಂಡ 'ಧೈರ್ಯಸ್ಥನೂ ಅಲ್ಲ, ಅಂಥ ಬುದ್ಧಿವಂತನು ಅಲ್ಲ. ಶುದ್ಧ ಕುಡುಕ' ಆಕೆ ತನ್ನ ಅಂಗುಲ ಅಂಗುಲವನ್ನು ಪ್ರತಾಪ್‌ಗೆ ಅರ್ಪಿಸಿದಷ್ಟು ಗಂಡನೊಂದಿಗೆ ಒಂದಾಗಿರಲಿಲ್ಲ.

ಬಂದ ನರೋನಾ ಬಾಟಲು ಹಿಡಿದು ಕೂತವರು ಎರಡು ಪೆಗ್ ಏರಿಸಿದ ನಂತರವೇ ತೊದಲಿದ್ದು. "ನನ್ನ ಹೆದರಿಸ್ತಾಳೆ ಆ ಹುಡ್ಗೀ. ಹೇಮಂತ್ ಮದ್ವೆ ಆಗೋಕೆ ಎರಡ್ವರ್ಷ ಬೇಕಂತೆ."

ಒಂಟಿಯಾಗಿ ತಾವೊಬ್ಬರೇ ಆಡುತ್ತಿದ್ದ ಕಾರ್ಡ್ಸ್‌ಗಳನ್ನು ರಪ್ಪೆಂದು ಎಸೆದು "ಸ್ಟಾಪ್ ಇಟ್, ಕುಡ್ದು ಕುಡ್ದು ಆರೋಗ್ಯ ಯಾಕೆ ಹಾಳು ಮಾಡ್ಕೋತೀರಾ" ಜೋರು ಮಾಡಿದರು. ಗಂಡನೆಂದರೆ ಹೆದರಿ ನಡುಗುತ್ತಿದ್ದ ಲಕ್ಷ್ಮಿ ಪ್ರತಾಪ್‌ನೊಂದಿಗೆ ಬೆರೆತ ದಿನದಿಂದಲೇ 'ಗಂಡ' ಎನ್ನುವ ಅಧಿಕಾರದಿಂದ ಡಿಸ್‌ಮಿಸ್ ಮಾಡಿದ್ದಳು ಅವನನ್ನು. ಅಗ್ನಿ ಸಮಕ್ಷಮ ಗಂಡ ಕೊಟ್ಟ ವಚನಗಳನ್ನು ಎಂದು ಪೂರೈಸಲಾರದಾದನೋ. ಅಂದಿನಿಂದಲೇ ಅಧಿಕಾರದಿಂದ ಅವನ ಸ್ಥಾನಪಲ್ಲಟವಾಯಿತು. ಇಂಥ ಭಯಂಕರ ಸತ್ಯದ ನಡುವೆ ಸೂಕ್ಷ್ಮವಾದ ದಾಂಪತ್ಯ ಸಂಬಂಧ.

"ಹೇಮಂತ್ ಎರಡ್ವರ್ಷ ಮದ್ವೆ ಆಗೋಲ್ವಂತೆ" ಮತ್ತೆ ಅದೇ ಪಲ್ಲವಿ ಅವರದು. "ನಾನು ಇಂದು ತೀರ್ಮಾನ ಮಾಡೋದು, ಹೈಮಾವತಿಯ ಮುಂದೇನೇ. ಆ ಹುಚ್ಚು ಹೆಂಗ್ಸುಗೆ ಅಂಥ ಧೈರ್ಯವೇನಿಲ್ಲ. ಬೇಕಾದ್ರೆ... ಮಗ್ನ ಕಾಲಿಗೆ ಬಿದ್ದು ಒಪ್ಪಿಸ್ತಾಳೆ," ಎಂದರು. ಆಕೆಗೆ ಅಷ್ಟರಮಟ್ಟಿಗೆ ವಿಶ್ವಾಸ. ಗಂಡ ಹೈಮಾವತಿಯ ಮುಂದೆಯೇ ಲಕ್ಷ್ಮಿಯನ್ನು ಬಾಹುಗಳಲ್ಲಿ ತಗೊಂಡಾಗ ಕೂಡ ಪ್ರತಿಭಟಿಸದ ತೀರಾ ದುರ್ಬಲ ಹೆಣ್ಣು. ಅಂಥವಳನ್ನು ಕಾಣುತ್ತಿದ್ದದ್ದು ಕಸದಂತೆಯೇ.

"ಏನಾದ್ರೂ, ಮಾಡ್ಕೊಂಡ್... ಹಾಳಾಗಿ ಹೋಗು. ನನ್ನ ಮಾತ್ರ ಡಿಸ್ಟರ್ಬ್ ಮಾಡ್ಬೇಡ" ಬಾಟಲಿನಲ್ಲಿದ್ದ ವಿಸ್ಕಿಯನ್ನು ಮತ್ತಷ್ಟು ಗ್ಲಾಸ್‌ಗೆ ಬಗ್ಗಿಸಿಕೊಂಡರು ನರೋನಾ. "ಥೂ..." ಉಗಿದು ಹೊರಹೋದರು ಲಕ್ಷ್ಮಿ.

ಹಿಂದೆ ತಮ್ಮ ಬಿಸಿನೆಸ್‌ನಲ್ಲಿ ಮಗ್ನವಾಗಿದ್ದ ನರೋನಾ ಸ್ವಲ್ಪ ಕೆಲಸಗೇಡಿಯಾದರೂ ಪ್ರತಾಪ್‌ನ ಸ್ನೇಹ ಸೋಮಾರಿಯನ್ನಾಗಿಸಿದರೇ, ಹೆಂಡತಿ ಪ್ರತಾಪ್ ಮೇಲಿನ ಮೋಹದಿಂದ ಪೂರ್ತಿ ಕುಡುಕನಾಗಲು ಬಿಟ್ಟಿದ್ದರು. ಈ ಕುಡಿತ ಬರೀ ಆರ್ಭಟವೊಂದನ್ನು ಉಳಿಸಿ ಮಿಕ್ಕದನ್ನು ಕಸಿದುಕೊಂಡಿತ್ತು ಅವರಿಂದ.

ಲಕ್ಷ್ಮಿ ಬಿರುಗಾಳಿಯಂತೆ ಹೈಮಾವತಿ ಕೋಣೆ ಪ್ರವೇಶಿಸಿದಾಗ ವರ್ಷ ಅಲ್ಲಿಯೇ ಇದ್ದಳು.

"ಮಾತಾಡೋದಿದೆ, ಹೊರ್ಗೆ ಹೋಗು." ಕೋಪದಿಂದ ಸಿಡಿದಾಗ ತಣ್ಣಗೆ ಎದ್ದು ಹೊರಗೆ ಹೋಗುವ ಮುನ್ನ ಹೈಮಾವತಿಯನ್ನು ಒಂದು ಸಲ ನೋಡಿದಳಷ್ಟೆ. 'ನಿಮ್ಮ ಚಿಕ್ಕಂದಿನ ಒಡನಾಡಿ ಗೌತಮ್ ಅವ್ರ ಒಂದು ಕೂದಲನ್ನು ಕೂಡ ಈ ಜನ ಕೊಂಕಿಸಲು

ಸಾಧ್ಯವಿಲ್ಲ. ಆ ಭಯ ಬಿಟ್ಟು ಫೇಸ್ ಮಾಡಿ, ನಿಮ್ಮ ಮುಂದಿನ ದಿನಗಳನ್ನು ಹಸನು ಮಾಡ್ಕೊಳ್ಳಿ. ಇದು ನಿಮ್ಗೆ ಒಂದು ಸಂದೇಶ.' ಕೆಲವು ನಿಮಿಷಗಳ ಹಿಂದೆ ವರ್ಷ ಹೇಳಿದ್ದಳು ಇದನ್ನೆ. ಅಸ್ತಿತ್ವವಿಲ್ಲದ ದಿನಗಳು ಜಾರಿ ಹೋಗಿದ್ದವು. ಪ್ರತಾಪ್ ಪತ್ನಿಯಾಗಿ, ಹೈಮಾವತಿ ಪ್ಯಾಲೆಸ್‌ನ ಒಡತಿಯಾಗಿದ್ದರೂ ಬದುಕಿದ್ದು ಮಾತ್ರ ನಿಕೃಷ್ಟವಾಗಿ.

ಲಕ್ಷ್ಮಿ ನರೋನಾ ಕೂತು ನೇರವಾಗಿ ನೋಡಿದರು. "ಈ ಹುಡ್ಗಿಯಂದ್ರೆ ನಿಮ್ಗೆ ವಿಶೇಷವಾದ ಮಮತೇನಾ? ಅದೆಲ್ಲಾದ್ರೂ... ಹಾಳಾಗ್ಲಿ. ತಾಯಿಯಾಗಿ ನಿಮ್ಮ ಕರ್ತವ್ಯ ಸರ್‍ಯಾಗಿ ನಿರ್ವಹಿಸಿ. ಇಲ್ಲದಿದ್ರೆ ಹಿಂದಿನದು ಮತ್ತೆ ಪುನರಾವರ್ತನೆ ಆಗುತ್ತೆ. 25 ಕ್ಕೆ ಮದ್ವೆ. ಹೇಮಂತ್‌ಗೆ ನೀವ್ಹೇಳ್ಬೇಕು. ದಟ್ಸ್ ಆಲ್" ಜೋರಾಗಿ ಆರ್ಡರ್ ಮಾಡಿದರು.

ಮಾತುಗಳು, ಭಾವನೆಗಳು, ಸಂವೇದನೆಗಳನ್ನೆಲ್ಲ ಸಾಯಿಸಿ ದಿನಗಳನ್ನು ಕಳೆದ ಹೈಮಾವತಿಯಲ್ಲಿ ಚೇತರಿಕೆ ಬರಲು ಕ್ಷಣಗಳು ಬೇಕು.

ವಿಷಯ ಮುಟ್ಟಿದ್ದ ಹೇಮಂತ್ ಅವರಿಬ್ಬರ ನಡುವೆ ಬಂದ. "ಆಂಟೀ, ಹತ್ತಿರದ ಸಂಬಂಧಗಳಲ್ಲಿನ ಮದ್ವೆಗಳನ್ನು ವೈಜ್ಞಾನಿಕವಾಗಿ ನಿಷೇಧಿಸುತ್ತಾರೆ. ಇನ್ನು ಒಂದೇ ರಕ್ತಸಂಬಂಧಿಗಳಲ್ಲಿ ವಿವಾಹ. ನಾನು ಪ್ರತಾಪ್ ಮಗ, ಸುಶ್ಮಿತಾ ನಿಮ್ಮ ಮಗ್ಳು. ಲಕ್ಷ್ಮಿ ನರೋನಾ, ಪ್ರತಾಪ್‌ರ ಮಧ್ಯದ ಸಂಬಂಧದ ಮೇಲೇನೆ ಈ ಮ್ಯಾರೇಜ್ ನಿರ್ಧಾರವಾಗ್ಬೇಕು" ಎಂದು ನುಡಿದ.

ಬರೀ ಲಕ್ಷ್ಮಿ ಮಾತ್ರ ದಿಗ್ಭ್ರಾಂತರಾಗಲಿಲ್ಲ, ಹೈಮಾವತಿ ಕೂಡ ಅವಾಕ್ಕಾದರು. "ಅಣ್ಣ, ತಂಗಿ ಮದ್ವೆ ಮಾಡೋಷ್ಟು ನೀವು ನೀತಿಭ್ರಷ್ಟರಲ್ಲ ಅಂತ ನಾನು ಅಂದ್ಕೊತೀನಿ. ಹೈಮಾವತಿಗೆ ಮಾತ್ರ ನಾನು ಮಗನಲ್ಲ. ನಿಮ್ಗೂ ಮಗನೇ." ಹೇಮಂತ್ ನಿಧಾನವಾಗಿ ಪದಗಳನ್ನು ಪೋಣಿಸಿ ವಾಕ್ಯಗಳನ್ನಾಗಿ ಮಾಡಿದ. ಆದರೆ ಒಂದೊಂದು ಅಕ್ಷರವೂ ಭರ್ಜಿಯಾಗಿ ತಿವಿಯಿತು ಆಕೆಗೆ. ಗುಂಡುಸೂಜಿಗಳಲ್ಲಿ ಚುಚ್ಚಿದ ಅನುಭವ. ಎಲ್ಲೆಡೆ ರಕ್ತ ಒಸರಿದಂತಾಯಿತು.

ಒಮ್ಮೆ ತಲೆಯೆತ್ತಿ ಹೇಮಂತ್ ಕಡೆ ನೋಡಲು ಲಕ್ಷ್ಮಿ ನರೋನಾ ಪ್ರಯತ್ನಿಸಿದರಷ್ಟೆ. ನೋಡಲಾಗಲಿಲ್ಲ. ತುಟಿಯನ್ನು ಕಚ್ಚಿಹಿಡಿದು ಹೊರಹೋದರು.

ಪಕ್ಕದಲ್ಲಿಯೇ ಇದ್ದ ಪ್ರತಾಪ್ ರೂಮಿಗೆ ಹೋಗಿ ಕುಸಿದರು. ಆಳೆತ್ತರದ ರಾಜ ಠೀವಿಯ ವರ್ಣ ಚಿತ್ರ. ಹತ್ತಿರಕ್ಕೆ ಹೋಗಿ ಅದರ ಮೇಲೆಲ್ಲ ಕೈಯಾಡಿಸಿದರು.

"ಪ್ರತಾಪ್, ಸುಶ್ಮಿತಾ ನಿಮ್ಮ ಮಗ್ಳು ಅಲ್ಲ. ಆದ್ರೂ ನಾನು ಹೇಮಂತ್‌ನ ತಾಯಿಯ ಸ್ಥಾನದಲ್ಲಿ ಗುರ್ತಿಸಲ್ಪಟ್ಟೆ. ಸುಖದ ಅಮಲು ಎಲ್ಲಿಂದ ಎಲ್ಲಿಗೋ ಒಯ್ಯಬಹುದು. ಆಗ ಯಾವ್ದು ತಪ್ಪು ಅನ್ನಿಸೋಲ್ವಾ? ಮಕ್ಳೇ ನಿಂತು ಪ್ರಶ್ನಿಸಿದಾಗ..." ಆಕೆಯ ಕಣ್ಣಂಚಿನಲ್ಲಿ ತುಂಬಿದ ಕಂಬನಿ ಕೆನ್ನೆಯ ಮೇಲೆ ಉರುಳಿತು.

ಎಷ್ಟೋ ಹೊತ್ತು ಕೂತು ಅತ್ತರು ಲಕ್ಷ್ಮಿ ನರೋನಾ. ಇಲ್ಲಿಗೆ ಬಂದಾಗ ಅದು ಅವರ ಶಯ್ಯಾಗಾರವಾಗಿತ್ತು. ಪ್ರತಾಪ್ ತೋಳುಗಳಲ್ಲಿ ಮೈ ಮರೆಯುವುದೆಂದರೆ, ಸ್ವರ್ಗ ಕೂಡ ಬೇಡವೆನಿಸುತ್ತಿತ್ತು ಆ ಕ್ಷಣಗಳಲ್ಲಿ.

ಅಲ್ಲಿಂದ ಬರಲು ಮನಸ್ಸಾಗಲಿಲ್ಲ ಲಕ್ಷ್ಮಿ ನರೋನಾಗೆ. ಆಳುಕಾಳುಗಳೊಂದಿಗೆ ನರೋನಾ ಹುಡುಕಾಡಿ ಸುಸ್ತಾಗಿ ಕುಸಿದಾಗ ಆಕೆ ಗಂಡನ ಸಮೀಪಕ್ಕೆ ಹೋದರು.

"ನಾವು ಬೆಳಿಗ್ಗೆ ಹೊರಟ್ಬಿಡೋಣ. ಮುಂದೆಂದೂ ಹೈಮಾವತಿ ಪ್ಯಾಲೆಸ್‌ಗೆ ಬರೋದ್ಬೇಡ. ಎಲ್ಲಾ ಸವಿಯನ್ನು ಒಂದು ಕಹಿ ನುಂಗಿಹಾಕಿತು. ನಮ್ಮ ಬುದ್ಧಿ ಮಾತುಗಳಿಂದ ಬೆಳ್ದ ಹೇಮಂತ್ ಕೈಯಲ್ಲಿ ಬುದ್ಧಿ ಹೇಳಿಸಿಕೊಳ್ಳುವುದಕ್ಕಿಂತ ಆತ್ಮಹತ್ಯೆ ಮಾಡ್ಕೊಳೋದು ವಾಸಿ. ನಂಗೆ ಸಹಿಸೋಕ್ಕಾಗೋಲ್ಲ." ಅತ್ತರು. ಅತ್ತು ಅತ್ತು ಸಾಕಾದರು. ತಾವೇ ಸಮಾಧಾನ ಮಾಡಿಕೊಂಡರು.

ಲಕ್ಷ್ಮಿ ನರೋನಾ ಒಂದು ಕಡೆ ಕೂತರು. ಹೈಮಾವತಿ ಪ್ಯಾಲೆಸ್ ಅವರಿಗೆ ಅತ್ಯಂತ ಪ್ರಿಯ. ಕಳೆದ ಮಧುರ ಕ್ಷಣಗಳು ಆಹ್ಲಾದಕರ, ಬೇರೆಯೆಂದೇ ತಿಳಿದಿರಲಿಲ್ಲ. ತಮ್ಮ ದೇಹದ, ಹೃದಯದ, ಮನಸ್ಸಿನ ಒಂದು ಭಾಗವೆಂದು ತಿಳಿದಿದ್ದವರಿಗೆ ಆಘಾತವಾಗಿತ್ತು.

ದಿಂಬಿನಲ್ಲಿ ಮುಖ ಹುದುಗಿಸಿ ಬಿಕ್ಕಿ ಬಿಕ್ಕಿ ಅತ್ತಾಗ ನರೋನಾ ತಲೆಯ ನಶೆ ಇಳಿದುಹೋಯಿತು. "ಅಳ್ಬೇಡ ಲಕ್ಷ್ಮಿ. ನಿನ್ನ ನಗು, ಉಲ್ಲಾಸ ನೋಡಿ ಗೊತ್ತೇ ವಿನಃ ಕಣ್ಣೀರಲ್ಲ. ಈಗ ನೀನು ಅತ್ತರೆ ನಾನು ರಾಕ್ಷಸನಾಗ್ತೀನಿ, ಕೊಲೆಗಾರನಾಗ್ತೀನಿ. ಅವೇನು ಆಗ್ಲಿಲ್ಲಾಂದ್ರೆ ಆತ್ಮಹತ್ಯೆ ಮಾಡ್ಕೋತೀನಿ." ನರೋನಾ ತಲೆ ಕೆಟ್ಟು ಅಬ್ಬರಿಸಿದರು.

ಗಪ್ ಚಿಪ್ ಆದರು ಆಕೆ. ನಿಧಾನವಾಗಿ ಕಣ್ಣೀರು ತೊಡೆದುಕೊಂಡರು. ಕೆಲವು ಕ್ಷಣ ನರೋನಾ ತೀರಾ ಅಪರಿಚಿತರಂತೆ ಕಂಡಾಗ ಗಾಬರಿ. ಇಷ್ಟು ವರ್ಷದ ದಾಂಪತ್ಯ ಜೀವನಕ್ಕೆ ಅರ್ಥ ಅರ್ಥಗಳ ಹುಡುಗಾಟದಲ್ಲಿ ಸಿಕ್ಕುವುದು ಸೊನ್ನೆಯೆನಿಸಿತು.

ಎಷ್ಟೋ ಹೊತ್ತು ತಾರಸಿಯನ್ನು ನೋಡುತ್ತ ಲಕ್ಷ್ಮಿ ನರೋನಾ ಹೈಮಾವತಿಯನ್ನು ನೆನೆಸಿಕೊಂಡರು. "ಒಂದ್ಮಾತು ಕೇಳ್ಲಾ? ಇಲ್ಲಿ ಎರ್ಡು ವಿಪರ್ಯಾಸಗಳು, ನೀವು, ಹೈಮಾವತಿ ಒಂದೇ ದೋಣಿಯಲ್ಲಿದ್ರೂ... ವಿಭಿನ್ನ ಮುಖ. ಒಂದಿಷ್ಟು ಕಳ್ದುಕೊಂಡಿದ್ದಕ್ಕೆ, ಸಾಕಷ್ಟು ಪಡೆದುಕೊಂಡ್ರಿ. ಕಳ್ದುಕೊಂಡದ್ದರ ಬೆಲೆಯೇನು ಎಂದು ಯೋಚಿಸಲಿಲ್ಲ. ಆದರೇ ಹೈಮಾವತಿ ಕಳ್ದುಕೊಂಡಿದ್ದು ನಮ್ಮಿಂದ. ಆದ್ರೂ ನಮ್ಮ ನಿರಂತರ ಪ್ರಯತ್ನ ಕೂಡ ಅವಳ ಸ್ಥಾನವನ್ನು ಪಲ್ಲಟಗೊಳಿಸಲು ಸಾಧ್ಯವಾಗ್ಲಿಲ್ಲ. ಅದೆಲ್ಲ ಬರೀ ನನ್ನ ಭ್ರಮೆಯಾಗಿತ್ತು. ಪ್ರತಾಪ್ ನನ್ನ ಕೈಯಲ್ಲಿದ್ದ ಎಲ್ಲವನ್ನು ಹಂಚಿಕೊಂಡ. ಆದ್ರೆ ನಂಗೆ ಹೆಂಡ್ತಿಯ ಸ್ಥಾನ ಕೊಡೋಕ್ಕಾಗ್ಲಿಲ್ಲ. ಆ ಸ್ಥಾನ ಹೈಮಾದೇ ಆಗಿ ಉಳೀತು. ಈಗ ಅದೇ ಅವ್ಳ ಬೆಂಗಾವಲಿಗೆ ನಿಲ್ಲುತ್ತೆ" ನಿರಾಶೆಯಿಂದ ಹೊರಬಿದ್ದ ಮಾತುಗಳು.

ಸುಮ್ಮನೆ ಆಲಿಸಿದರು ನರೋನಾ. ಈ ಎಲ್ಲಾ ಮಾತುಗಳಿಂದಲೂ ಕೂಡ ಸರಿಯಾಗಿ ಏನೂ ಸ್ಪಷ್ಟವಾಗಿ ಅರ್ಥೈಸಿಕೊಳ್ಳಲಾಗಲಿಲ್ಲ ಅವರಿಂದ. ಮತ್ತೆರಡು ಪೆಗ್ ಹಾಕಿ ಮಲಗಿದರಷ್ಟೆ.

ವರ್ಷಾಳ ಬರವಣಿಗೆಗೆ ನರೋನಾ ಫ್ಯಾಮಿಲಿ ಹೊರಟುಹೋದ ಮೇಲೆ ಒಂದು ದಿಕ್ಕು ಸಿಕ್ಕಿತು. ಅವರ ನಿರ್ಗಮನದೊಂದಿಗೆ ಕಾದಂಬರಿಯ ಮುಕ್ತಾಯವೆನ್ನುವ ಊಹೆ ಅವಳದು. ಈಗ ನಿಶ್ಚಿಂತೆ, ನಿರಾತಂಕ.

ಬರೆದ ಕಾದಂಬರಿಯ ಪುಟಗಳನ್ನು ಒಯ್ದು ಹೈಮಾವತಿಯ ಮುಂದಿಟ್ಟಳು. "ಮೇಡಮ್, ಒಂದ್ಸಲ ಓದಿ, ನಿಮ್ಮ ಡೈರಿ ಒಂದಿಷ್ಟು ಮುಖ್ಯವಾದದ್ದು ತಿಳಿಸಿದೆ. ಆದರೆ ನನ್ನ ವೈಯಕ್ತಿಕ ಅವಗಾಹನೆಗೆ ಸಿಕ್ಕ ವ್ಯಕ್ತಿಗಳಿಗೆ ಒಂದಿಷ್ಟು ಕಲ್ಪನೆಯ ಮೆರಗಿನ ಅಲಂಕಾರವಿದ್ದರೂ, ವಸ್ತುನಿಷ್ಠವಾಗಿದೆ. ಇಲ್ಲಿ ನೀವು ಬರೀ ಓದುಗರಾಗಿ. ನೀವೇ ಎಂದುಕೊಂಡರೆ, ನಿಮ್ಮ ದೌರ್ಬಲ್ಯಗಳು ಹೊಗೆಯಾಡಿದಾಗ ಪುಟಗಳು ಛಿದ್ರವಾಗುವ ಅಪಾಯ." ಮಾತು ಮೃದುವೆನಿಸಿದರೂ ಆಕೆಯ ಅಂತರ್ಗತ ತಿಳುವಳಿಕೆಗೆ ಸ್ಪಷ್ಟವಾಗುವಂತಿತ್ತು ಉಚ್ಛಾರ.

ಹೈಮಾವತಿಯ ಕಣ್ತುಂಬಿತು. ಜನರಿಂದ ದೂರವಿದ್ದರೂ ಪುಸ್ತಕಗಳು ಬೆಳೆಸಿದ್ದವು. ಭಯದ ಒಂದು ಪೊರೆ ಕವಿದಿತ್ತು ಅದರ ಮೇಲೆ.

"ಖಂಡಿತ ಇಲ್ಲ ವರ್ಷ. ಮುದ್ರಣವಾದ್ಮೇಲೇನೆ ನಾನು ಓದೋದು. ನಿನ್ಮೇಲೆ ನಂಗೆ ವಿಪರೀತ ನಂಬಿಕೆ. ಅದ್ಕೆ ಮೀರಿದ ಯಾವುದೋ ಒಂದು ಭಾವ. ಬಹುಶಃ ಅದ್ನ ಸರ್‍ಯಾದ ರೀತಿಯಲ್ಲಿ ವ್ಯಕ್ತಪಡಿಸ್ಲಾರೆ" ಎಂದರು ಗದ್ಗದ ಕಂಠದಿಂದ. ತನ್ನಲ್ಲಿ ಅಂತರ್ಗತವಾಗಿ ಉಳಿದುಹೋದ ಕೆಲವು ಸತ್ಯಗಳನ್ನು ಬೇರೆ ಯಾರ ರೂಪದಲ್ಲಿಯಾದರೂ ಮಗನಿಗೆ ಉಳಿಯಬೇಕು ಎನ್ನುವ ಮಹತ್ವಾಕಾಂಕ್ಷೆ ಕೈಗೂಡಿದ್ದಕ್ಕೆ ಹರ್ಷಿತರಾಗಿದ್ದರು.

ತಕ್ಷಣವೇ ರಾಮನಾಥನ್‌ರನ್ನ ಕರೆಸಿ ಅದರ ಮುದ್ರಣದ ವ್ಯವಸ್ಥೆ ಮಾಡಲು ತಿಳಿಸಬೇಕೆಂದುಕೊಂಡರೂ ಕ್ಷಣ ಅನುಮಾನಿಸಿದರು ಹೈಮಾವತಿ.

"ಹೆಸರಿನ ನಿರ್ಧಾರ ನೀವೇ ಮಾಡ್ಬೇಕು. ಆ ಮೊದ್ಲು ಒಮ್ಮೆ ಓದಿ, ಮೇಡಮ್" ವಿನಂತಿಸಿಕೊಂಡಿದ್ದಳು. ಇಡೀ ರಾತ್ರಿ ಹಸ್ತಪ್ರತಿಯನ್ನು ಮುಂದಿಟ್ಟುಕೊಂಡು ಕೂತರೇ ವಿನಃ ಒಂದು ಪುಟ ಕೂಡ ಓದಲಿಲ್ಲ. ಆ ಧೈರ್ಯ ಆಕೆಗೆ ಇರಲಿಲ್ಲ.

ಬಂದ ಕೆಲಸ ಮುಗಿದಿತ್ತು. ಟೆಂಪರರಿ ಜಾಬ್. ಮುಂದೇನು? ತಂದೆಗೆ ಫೋನ್ ಮಾಡಿ ವಿಷಯ ತಿಳಿಸುವುದೆಂದುಕೊಂಡು ವರ್ಷ ಲಗ್ಗೇಜ್‌ನ ಪ್ಯಾಕ್ ಮಾಡಿ, ಒಮ್ಮೆ ರಾಮನಾಥನ್‌ರನ್ನ ನೋಡಬೇಕೆಂದು ಗೆಸ್ಟ್ ಹೌಸ್‌ಗೆ ಬಂದಳು. ಈಗ ಅಲ್ಲಿಯೇ ಅವರ ಬಿಡದಿ. ನರೋನಾ ದೆಸೆಯಿಂದ ಕೆಲಸ ಕಳೆದುಕೊಂಡರೂ ಗೆಸ್ಟ್‌ಹೌಸ್‌ನಲ್ಲಿ ಒಬ್ಬ ಕಾಯಂ ಗೆಸ್ಟ್ ಆಗಿ ಉಳಿದುಕೊಂಡಿದ್ದರು ಅವರು. ಈಗ ಇಂಥದ್ದೇ ಕೆಲಸವೆಂದೇನು ಇರಲಿಲ್ಲ. ಮೊದಲಿನ ಕೆಲಸಗಳ ಜೊತೆಗೆ ಹೇಮಂತ್‌ನ ಕೆಲವು ವಿಷಯಗಳಲ್ಲಿ ಸಲಹೆಗಾರರಿದ್ದರು ಕೂಡ.

ಗೆಸ್ಟ್‌ಹೌಸ್‌ಗೆ ಬರುವ ವೇಳೆಗೆ ಆಕಾಶದಲ್ಲಿ ಸಾಂದ್ರಗೊಂಡಿದ್ದ ಕಪ್ಪು ಮೋಡಗಳು ಒಂದೊಂದೇ ಹನಿಯನ್ನು ಭೂಮಿಗೆ ಎರಚತೊಡಗಿದವು. ಒಳಗಿನ ಬಾಲ್ಕನಿಯಲ್ಲಿ

ನಿಂತು ಆಕಾಶದತ್ತ ನೋಡಿದಳು. ಮಬ್ಬು ಕವಿದುಕೊಂಡಿತ್ತು. ಯಾವ ಕ್ಷಣದಲ್ಲಿಯಾದರೂ ಮಳೆ ಭಯಂಕರ ವರ್ಷವಾಗಿ ಮಾರ್ಪಡಬಹುದು.

"ಮೇಡಮ್, ಮಳೆ ಜೋರಾಗಿದೆ." ಔಟ್‌ಹೌಸ್‌ನ ಸರ್ವೆಂಟ್ ಹೇಳಿದ ಮೃದುವಾಗಿ. ಈ ಆರು ತಿಂಗಳು ಅವಳನ್ನು ತೀರಾ ಪರಿಚಿತಳನ್ನಾಗಿ ಮಾಡಿತ್ತು ಇಲ್ಲಿ. "ಹೌದು, ರಾಮನಾಥನ್ ಇಲ್ವಾ!" ಎಂದಳು. ಅವಳ ನೋಟ ಮಾತ್ರ ಅಲ್ಲಿಯೇ ಇತ್ತು.

ಚಿಕ್ಕಂದಿನ ನೆನಪುಗಳು ಕಾಡಿದವು. ತಂದೆಯ ಪ್ರೀತಿ, ತಾಯಿಯ ಮಮತೆಯಲ್ಲಿನ ಜೀವನ ಹೆಚ್ಚು ಸುಂದರ. ಒಮ್ಮೆ "ಅಮ್ಮ ನಂಗೆ ವರ್ಷಾಂತ ಯಾಕೆ ಹೆಸರಿಟ್ರಿ?" ತಾಯಿಯನ್ನು ಪ್ರಶ್ನಿಸಿದ್ದಳು.

ಆಕೆ ಗಂಭೀರವಾದರು. "ಎರಡನೇ ಮಗುನು ಹೆಣ್ಣು ಆಯಿತಲ್ಲ ಅಂತ ನಾನು ಪರಿತಾಪಪಟ್ಟಿರ್ಬಹ್ದು. ಆದರೆ ನಿಮ್ಮಪ್ಪ ಹೆಚ್ಚು ಸಂತೋಷವಾಗಿಯೇ ಎತ್ತಿ ಮುದ್ದಾಡಿದರು. ಎರ್ಡು ದಿನದಿಂದ ಸುರಿಯಲು ಶುರುವಾದ ಮಳೆ ಮೂರನೆ ದಿನಕ್ಕೂ ಮುಂದುವರಿದಿತ್ತು. ಹಿಂದಿನ ವರ್ಷ ಮಳೆ ಇಲ್ದೇ ಬೇಸತ್ತ ಜನರಿಗೆ ಆ ವರ್ಷದ ಮೊದಲ ಮಳೆ ಸಂತೋಷ ತಂದಿತ್ತು. ಆ ಹರ್ಷದಲ್ಲಿ 'ನರ್ಸಿಂಗ್ ಹೋಂ'ನಲ್ಲೇ ನಿಮ್ಮಪ್ಪ ವರ್ಷ ಅಂತ ನಾಮಕರಣ ಮಾಡಿದ್ರು." ಅಂದಿನ ದಿನವನ್ನು ನೆನಪು ಮಾಡಿಕೊಂಡಿದ್ದರು ರೋಹಿಣಿ.

ಪರಧ್ಯಾನದಲ್ಲಿದ್ದ ಅವಳಿಗೆ ಗೆಸ್ಟ್‌ಹೌಸ್ ಸರ್ವೆಂಟ್ ಏನು ಹೇಳಿದನೋ ಗೊತ್ತಾಗಲಿಲ್ಲ. ನಿಂತೇ ಇದ್ದಳು. ಹಿಂದಿರುಗಿದ ನಂತರ ಮುಂದೇನು? 'ಎಜುಕೇಷನ್ ಕಂಟಿನ್ಯೂ ಮಾಡು' ಚಲಪತಿ ಹೇಳಿದ್ದರು. ಅವಳಿಗೇನು ಆ ಬಗ್ಗೆ ಉತ್ಸಾಹವಿರಲಿಲ್ಲ. ಮತ್ತೆಲ್ಲಾದರೂ ತನಗೇ ಕೆಲಸ ಸಿಗಲು ಸಾಧ್ಯವೇ? ಅದೇ ಫೈವ್‌ಸ್ಟಾರ್ ಹೋಟೆಲ್‌ನಲ್ಲಿ ಯಾಕೆ ರಿಸೆಪ್ಷನಿಸ್ಟ್ ಜಾಬ್‌ಗೆ ಟ್ರೈ ಮಾಡಬಾರದು? ಅವಳಿಗೆ ನಗು ಬಂತು. ಅಂದಿನ ಎಂಟು ಗಂಟೆಯ ಅನುಭವ ಅದೃಷ್ಟದಿಂದ ಬಂದಿದ್ದು.

'ಸದ್ಯಕ್ಕೆ ಒಂದ್ಮನೆ ನೋಡೋಣ. ಇನ್ನೂ ಶಕ್ತಿ, ಉತ್ಸಾಹ ಇದೇ ಬದ್ಕಿನಲ್ಲಿ. ಎಲ್ಲಾದ್ರೂ ಕೆಲ್ಸಕ್ಕೆ ಟ್ರೈ ಮಾಡ್ತೀನಿ!' ತಂದೆ ಹೇಳಿದ ಮಾತುಗಳು. ಇದು ಮೇಲಿನ ಉತ್ಸಾಹದ ಮಾತುಗಳೆಂದು ಅವಳಿಗೆ ಗೊತ್ತು.

"ವರ್ಷ....." ಸನಿಹದಲ್ಲಿನ ದನಿಗೆ ಬೆಚ್ಚಿಬಿದ್ದಳು. ಅಲ್ಲೇ ನಿಂತ ರಾಮನಾಥನ್ ಆತ್ಮೀಯತೆಯಿಂದ ನೋಡುತ್ತಿದ್ದರು. "ಏನು ಅಂಕಲ್, ನೀವು ಒಂದ್ನಾಲ್ಕು ದಿನ ಊರಿಗೆ ಹೋಗ್ತೀರಾಂತ ತಿಳೀತು. ಅದ್ಕೇ... ಬಂದೇ" ಹೇಳಿದಳು.

ಮಳೆ ಜೋರಾಗಿ ಇರಚಲು ತೂರಿ ಬಂದಾಗ ಕರೆದೊಯ್ದರು ಒಳಕ್ಕೆ. ಅಷ್ಟು ದೊಡ್ಡ ಗೆಸ್ಟ್‌ಹೌಸ್ 'ಬಿಕೋ' ಎನ್ನುತ್ತಿತ್ತು. ಆಳುಕಾಳುಗಳು ಜೊತೆ ಕುಕ್ಕಿಂಗ್ ಸೆಕ್ಷನ್‌ನವರು ಕೂಡ ಕಮ್ಮಿ ಆಗಿದ್ದರು. ನರೋನಾಗೆ ತೀರಾ ಆಪ್ತರಾಗಿದ್ದ ಕೆಲವು ಜನರನ್ನು ಏನೇನೋ ಕಾರಣ ಹೇಳಿ, ಒಂದಿಷ್ಟು ಒಟ್ಟಾಗಿ ಕಾಂಪೆನ್‌ಸೇಷನ್ ಕೊಟ್ಟು

ಕಳುಹಿಸಿಬಿಟ್ಟಿದ್ದ ಹೇಮಂತ್, ಸದ್ಯಕ್ಕೆ ನ್ಯೂ ಅಪಾಯಿಂಟ್‌ನ ಅಗತ್ಯವಿರಲಿಲ್ಲ. ಇರುವ ಜನ ಸಾಕಿತ್ತು.

ಹಿಂದುಗಡೆಯ ದೊಡ್ಡ ಬಾಲ್ಕನಿಯಲ್ಲಿ ಬಂದು ಕೂತರು ರಾಮನಾಥನ್ ಮತ್ತು ವರ್ಷ. ಝುಗ್ಗನೇ ಹತ್ತಿಕೊಂಡ ವಿದ್ಯುಚ್ಛಕ್ತಿ ದೀಪಗಳು ತಟ್ಟನೆ ಆರಿ ಹೋದವು.

"ಬಂದ್ಕೆಲ್ಸ ಮುಗೀತು ರಾಮನಾಥನ್ ಅಂಕಲ್. ಒಂದೆರಡು ದಿನಗಳಲ್ಲಿ ಹೊರಡೋ ತೀರ್ಮಾನ. ನೀವು ಊರಿನಲ್ಲಿ ಇರೋಲ್ಲಾಂತ ತಿಳ್ದು ತಿಳಿಸೋಕೆ ಬಂದೇ" ಎಂದಳು.

ರಾಮನಾಥನ್ ಸಪ್ಪಗಾದರು. ವರ್ಷ ಬಂದನಂತರವೇ 'ಹೈಮಾವತಿ ಪ್ಯಾಲೆಸ್'ನಲ್ಲಿ ಅದ್ಭುತ ಬದಲಾವಣೆ ಆಗಿದ್ದು. ಅದಕ್ಕೆ ಇವಳೆಷ್ಟು ಕಾರಣವೋ ಗೊತ್ತಿರಲಿಲ್ಲ. ಅವರು ಮಾತ್ರ ವರ್ಷಳ ಬಗ್ಗೆ ಅಪಾರವಾದ ಮಮತೆಯನ್ನು ಹೊಂದಿದ್ದರು.

"ಇನ್ನೂ ಕೆಲವು ದಿನ ಇರಬಹುದಿತ್ತು. ಮೇಡಮ್ ಮನಸ್ಸು ಮಾಡಿದ್ರೆ.... ಬೇರೊಂದು ಪೋಸ್ಟ್ ಕ್ರಿಯೇಟ್ ಮಾಡಿ ಅಪಾಯಿಂಟ್ ಮಾಡ್ತಾರೆ" ಹೇಳಿದರು ನಿಧಾನವಾಗಿ. ಖಂಡಿತ ಅಂಥ ಮನಸ್ಸು ಹೈಮಾವತಿಯವರಿಗೆ ಇರಬಹುದು. ಆದರೆ ಅದು ಇಷ್ಟವಿಲ್ಲ ವರ್ಷಳಿಗೆ. "ಮೇಡಮ್‌ಗೆ ಅಂಥ ದೊಡ್ಡ ಮನಸ್ಸು ಇರ್ಬಹ್ದು. ನಂಗೆ ಅಂಥ ಅಪೇಕ್ಷೆ ಇಲ್ಲ. ನನ್ನ ತಾಯಿ ತೀರಿದ್ಮೇಲೆ ಅಪ್ಪ ಒಂಟಿಯಾಗ್ಬಿಟ್ರು. ನಂಗೆ ಅವರೊಂದಿಗೆ ಹೋಗಿ ಉಳ್ಯೋ ಇಚ್ಛೆ" ತನ್ನ ನಿರ್ಧಾರ ಸ್ಪಷ್ಟಪಡಿಸಿದಳು. ಕೆಲವನ್ನು ಕಾಲಕ್ಕೆ ಬಿಟ್ಟು ತಾನು ಹೋಗಿ ತಂದೆಯನ್ನು ತಲುಪುವ ನಿರ್ಧಾರ ಅವಳದು.

ಈ ವಿಷಯದಲ್ಲಿ ರಾಮನಾಥನ್ ಒತ್ತಾಯವೇರಲು ಇಚ್ಛಿಸಲಿಲ್ಲ. ವಯಸ್ಸಾದ ತಂದೆಯ ಬಳಿ ಮಗಳು ಇರುವುದು ಅಗತ್ಯ.

"ಕಳೆದ ಮುವತ್ತು ವರ್ಷಗಳಿಂದ ನರೋನಾ ಸಾಹೇಬ್ರು ಎರ್ಡು ತಿಂಗಳಷ್ಟು ದೀರ್ಘ ಕಾಲ ಪ್ಯಾಲೆಸ್‌ಗೆ ಬಂದಿಲ್ಲವೆನ್ನುವುದು ಆಶ್ಚರ್ಯದ ವಿಷಯ. ಎಲ್ಲಾದ್ರೂ ಹೋದ್ರು... ಒಟ್ಟಿಗೇನೇ. ಈ ಗೆಸ್ಟ್ ಹೌಸ್‌ಗೆ ಸದಾ ಅತಿಥಿಗಳಾಗಿರುತ್ತಿದ್ದವ್ರು ಅವ್ರುಗಳ ಬಂಧುಗಳ ಗೆಳೆಯರೇ ಹೆಚ್ಚು. ಇಲ್ಲಿನ ಮೇಜುವಾನಿಗೆ ರಾಜಾಸಾಹೇಬರ ಬೊಕ್ಕಸದಿಂದ ಹಣ ನೀರಿನಂತೆ ಹರಿಯುತ್ತಿತ್ತು." ಹೇಳಿದರು. ನೇರವಾಗಿ ಅವಳಿಗೆ ಇಂಥ ವಿವರಗಳನ್ನು ಯಾರು ಒದಗಿಸದಿದ್ದರೂ, ಕಲ್ಪನೆಯಲ್ಲಿ ಮೂಡಿ ಬಂದು ಅಕ್ಷರಗಳ ರೂಪದಲ್ಲಿ ಬರವಣಿಗೆಯಲ್ಲಿ ಸೇರಿ ಹೋಗಿತ್ತು.

"ಒಂದೇ, ಒಂದು ಪ್ರಶ್ನೆ ಕೇಳ್ಲಾ, ವರ್ಷ?" ಎಂದರು. ಅವಳು ಮುಗುಳ್ನಕ್ಕಳು. "ಖಂಡಿತ ಕೇಳಿ, ಹೇಳಬಹುದಾದ್ರೆ... ಮಾತ್ರ ಹೇಳೋದು. ನನ್ನ ಪ್ರಕಾರ ಅಂಥ ಸೀಕ್ರೆಟ್ಟಾಗಿ ಯಾವ್ದೂ ಉಳ್ದಿಲ್ಲ" ಅರ್ಥಗರ್ಭಿತವಾಗಿ ಹೇಳಿದಳು.

ರಾಮನಾಥನ್ ಅನುಮಾನಿಸುತ್ತಲೇ "ನರೋನಾ ಸಾಹೇಬ್ರು ಎರ್ಡು ತಿಂಗ್ಳಿಂದ ಯಾಕೆ ಬಂದಿಲ್ಲ?" ಕೇಳಿದರು. ನಕ್ಕುಬಿಟ್ಟಳು ವರ್ಷ. ಇಂಥ ಜಿಜ್ಞಾಸೆ ಸಹಜವೇ.

"ನಂಗೇನು ಗೊತ್ತು. ಅವ್ರಿಗೆ ಇಲ್ಲೇನು ಕೆಲ್ಸ ಇಲ್ಲಾಂತ ಅನಿಸಿರ್ಬೇಕಷ್ಟೆ. ಯಾಕೆ, ನಿಮ್ಗೇನಾದ್ರೂ ತೊಂದರೇನಾ?" ತಮಾಷೆಗಾಗಿ ಕೇಳಿದಾಗ ಅವರು ಎರಡು ಕೆನ್ನೆಗಳಿಗೂ ಪೆಟ್ಟು ಹಾಕಿಕೊಂಡರು. "ಸದ್ಯಕ್ಕೆ ನಿನ್ನ ಮಾತು ನಿಜವಾಗ್ಲಿ. ಇಪ್ಪತ್ತು ವರ್ಷದ ಹಿಂದೆ ಇಂಥ ಒಂದು ಹರಕೆಯೊತ್ತಿದ್ದೆ. ಮೂಕಾಂಬಿಕೆಗೆ ಆ ಹರಕೆ ಈಗ ಸಲ್ಲಿಸ್ಬಹ್ದು." ಎಂದರು. ವಿವರಿಸಬೇಕಿರಲಿಲ್ಲ ಅವಳಿಗೆ. ನರೋನಾ ಇಲ್ಲಿ ಪ್ರತಿಷ್ಠಾಪಿಸಲ್ಪಟ್ಟರೇ ಯಾವ ಕ್ಷಣದಲ್ಲಿಯಾದರೂ ರಾಮನಾಥನ್ ಎತ್ತಂಗಡಿಯಾಗಬಹುದು. ಅಂಥ ಸ್ಥಿತಿ ಬೇಡವಾಗಿತ್ತು. ದೂರದಲ್ಲಿರುವ ಮಕ್ಕಳ ಮನೆಗಳಲ್ಲಿ ನಿಲ್ಲುವ ಅತಂತ್ರದ ಜೀವನ ಬೇಡವಾಗಿತ್ತು.

ಬಂದ ಟೀಯನ್ನು ಖಾಲಿ ಮಾಡಿ ಎದ್ದ ವರ್ಷ "ನಾನು ಹೋದ್ಮೇಲೆ ವಿಳಾಸ ತಿಳ್ಸಿ ಪತ್ರ ಬರೀತೀನಿ. ನೀವು ಆಗಾಗ ಪತ್ರ ಬರೀಬೇಕು. ಇಲ್ಲಿನ ವಿಷ್ಯ ನಿಮ್ಮ ಮೂಲಕವೇ ತಿಳೀಬೇಕು." ಆತ್ಮೀಯತೆಯಿಂದ ಹೇಳಿದಾಗ ಯಾಕೋ ರಾಮನಾಥನ್ ಎದೆ ಭಾರವಾಯಿತು.

ಎದ್ದು ಹೋದವರು ತಮ್ಮ ಸೂಟ್‌ಕೇಸ್‌ನಲ್ಲಿ ಜೋಪಾನವಾಗಿಟ್ಟ 'ಮೇಡಂ' ಚಿತ್ರವನ್ನು ತಂದು ಅವಳ ಮುಂದಿಟ್ಟರು. "ಇದು ನನ್ಹತ್ರನೆ ಇರುತ್ತೆ. ನೆನಪಾದಾಗ್ಲೆಲ್ಲ ಮೇಡಮ್‌ನ ನೋಡ್ಬಹ್ದು." ಹೇಳಿದಾಗ ನಕ್ಕುಬಿಟ್ಟಳು.

ಪೂರ್ತಿ ಕತ್ತಲು, ಕ್ಷಣ ಕ್ಷಣಕ್ಕೂ ಮಳೆ ಜೋರಾಗತೊಡಗಿತು. ಪ್ಯಾಲೆಸ್‌ನ ಆವರಣದಲ್ಲಿಯೇ ಇದ್ದ ಗೆಸ್ಟ್‌ಹೌಸ್‌ಗೆ ಅಷ್ಟೇನು ದೂರದ ಹಾದಿಯಲ್ಲ. ಇಂಥ ರಭಸದ ಮಳೆಯಲ್ಲಿ ಮಾತ್ರ ತಲುಪುವುದು ಕಷ್ಟವಿತ್ತು.

ಮುಂಭಾಗಕ್ಕೆ ಬಂದು ನಿಂತ ವರ್ಷ ಸುರಿಯುತ್ತಿದ್ದ ಮಳೆಯನ್ನೇ ನೋಡತೊಡಗಿದಾಗ, ಬಂದು ನಿಂತಿತು ಹೇಮಂತ್‌ನ ಕಾರು. ಛತ್ರಿಯೊಂದಿಗೆ ಸರ್ವೆಂಟ್‌ನ ಹಿಂಡೇ ಧಾವಿಸಿತು ಅವನಲ್ಲಿಗೆ.

ಸ್ವಲ್ಪ ಹಿಂದಕ್ಕೆ ಸರಿದು ನಿಂತರೂ ಹೇಮಂತ್‌ನ ಕಣ್ಣುಗಳು ವರ್ಷಳನ್ನು ಗಮನಿಸಿ ನಕ್ಕವು. "ಗುಡ್ ಇವ್ನಿಂಗ್, ಸರ್" ಎಂದಳು ಮೆತ್ತಗೆ, ಅಂದಿನ ಚಿತ್ರವನ್ನು ನೆನಪು ಮಾಡಿಕೊಳ್ಳುತ್ತ.

"ಹಲೋ...." ಎಂದು ಒಳಗೆ ಹೋದವನು ಯಾರಿಗೋ ಫೋನ್ ಮಾಡುತ್ತಿದ್ದನು ಹೊರಗೆ ಬಂದ. "ಗೆಸ್ಟ್ ಹೌಸ್‌ನಲ್ಲೇ ಉಳ್ಕೊಂಡಿದ್ಯೇನಾ?" ಕೇಳಿದ ಮೋಹಕವಾಗಿ ನೋಡುತ್ತ.

"ಇಲ್ಲ ಸರ್. ಮ್ಯಾನೇಜರ್‌ನ ಮೀಟ್ ಮಾಡೋ ಸಲುವಾಗಿ ಬಂದೇ" ಎಂದ ಕೂಡಲೇ ಹೇಮಂತ್ "ವರ್ಷನ ಅಟ್ಟಿಸ್ಕೊಂಡ್ಬಂತು. ಕಮಾನ್, ಮಮ್ಮಿ ವಿಚಾರಿಸಿದ್ರೂ ಹೆಚ್ಚಲ್ಲ. ಸ್ವಲ್ಪ ಧೈರ್ಯ ತಂದ್ಕೊಂಡ್ ಇನ್ನೊಂದು ಪ್ರಕಟಣೆ ಕೊಟ್ರೆ... ಕಷ್ಟ" ಛತ್ರಿ ಅಡಿಯಲ್ಲಿ ಹೋದವನು ಕಾರಿನೊಳಕ್ಕೆ ಕೂತ. ಮುಂದೆ ಅಗಲವಾದ ಟೆರೇಸ್ ಇದ್ದರೂ, ಸುತ್ತಲೂ ಬರೋ ರಭಸದ ಎರಚಾಟ ಇಲ್ಲಿಯವರೆಗೂ ನುಗ್ಗುತ್ತಿತ್ತು.

ವರ್ಷ ಕೂತ ಮೇಲೆ ಕಾರು ಸ್ಟಾರ್ಟ್ ಆಯಿತು. ಕರೆಂಟ್ ಹೋಗಿ ವಿದ್ಯುತ್ ದೀಪಗಳು ಆರಿಹೋದವು. ಪ್ಯಾಲೆಸ್ ಗೆಸ್ಟ್‌ಹೌಸ್‌ನ ಮುಂದೆ ನಿಂತ ಕಾರಿನ ದೀಪಗಳು ಕೂಡ ಆರಿಹೋದವು.

ಪ್ರಯತ್ನಪಟ್ಟು ಸುಸ್ತಾದ ಹೇಮಂತ್ "ಬ್ಯಾಟರಿ ಕೆಲ್ಸ ಮಾಡ್ತಾ ಇಲ್ಲ. ಈಗೇನು.... ಮಾಡೋದು?" ವಿಂಡ್‌ನ ಕೆಳಗಿಳಿಸುತ್ತ ಹೇಳಿದಾಗ ಹೊರಗಿನ ಕತ್ತಲೆಯ ಜೊತೆ ಮಳೆಯ ಎರಚಲು ಕೂಡ ಗಾಳಿಯೊಂದಿಗೆ ನುಗ್ಗಿತು.

"ನಡೆದೇ ಹೋಗ್ಬಹ್ದು. ಮಳೆಯಾದ್ರೂ ಪರವಾಗಿಲ್ಲ. ಕತ್ತಲು ಹೆಜ್ಜೆ ತಪ್ಪಿಸೋ ಅಪಾಯ." ಅವಳ ದನಿ ಚಳಿಗೆ ನಡುಗಿತು. ಎಷ್ಟೋ ಸಲ ಹೇಮಂತ್ ಜೊತೆ ಏಕಾಂತದಲ್ಲಿ ಕೂತು ಚರ್ಚಿಸಿದ್ದರಿಂದ ಅಂಥ ಭಯವೇನು ಇರಲಿಲ್ಲ.

ಹೇಮಂತ್ ಅವಳ ಕಡೆಯ ಬಾಗಿಲ ಲಾಕ್ ಓಪನ್ ಮಾಡಿ ತಾನು ಇಳಿದ. ಕಾರನ್ನು ಸುತ್ತಿಕೊಂಡು ಬಂದ ವರ್ಷಳಿಗೆ ತಟ್ಟಾಡುವಂತಾಗುತ್ತಿತ್ತು.

"ಕೈ ಕೊಡ್ತೀಯಾ?" ಕೇಳಿದ ಹೇಮಂತ್.

"ಇಲ್ಲ. ನಾನು ನಡೀಬಲ್ಲೆ" ಎಂದಳು ನಡುಗುವ ಸ್ವರದಲ್ಲಿ. ಮಳೆಯ ರಭಸ ಎಷ್ಟು ಹೆಚ್ಚಾಗಿತ್ತೆಂದರೆ, ಅದು ಪ್ರವಾಹವಾಗಿ ತನ್ನನ್ನು ಎಲ್ಲಿಗೆ ಕೊಚ್ಚಿಕೊಂಡು ಹೋಗಿಬಿಡುತ್ತದೆಯೋ ಎಂದು ಹೆದರಿದಳು.

ಹರಿದು ಬರುತ್ತಿದ್ದ ನೀರಿನಲ್ಲಿ ಚಪ್ಪಲಿಯೊಂದಿಗೆ ಕಾಲುಗಳು ತಡವರಿಸಿದಾಗ, ಎರಡು ಚಪ್ಪಲಿಗಳನ್ನು ತೆಗೆದು ಬಲಗೈನಲ್ಲಿ ಹಿಡಿದಳು. ಹತ್ತು ಹೆಜ್ಜೆಗಳಷ್ಟೇ. ವಾಲಿದವಳು ಹೇಮಂತ್‌ನನ್ನು ಅನಾಮತ್ತಾಗಿ ಅಪ್ಪಿಕೊಂಡಳು.

"ವರ್ಷ ಖಂಡಿತ ನನ್ನ ತಪ್ಪಲ್ಲ, ನನ್ನೈಗಳು ನಿನ್ನನ್ನ ಮುಟ್ಟೇ ಇಲ್ಲ" ಎಂದ. ಆ ಮಳೆಯಲ್ಲಿ ಅದನ್ನ ಕೇಳುವ ಸ್ಥಿತಿಯಲ್ಲಿ ಅವಳಿರಲಿಲ್ಲ. ನಿಧಾನವಾಗಿ ಅವನ ನೀಳ ಬಾಹುಗಳು ಅವಳನ್ನು ಬಳಸಿ ನಡೆಸಿತು ಪ್ಯಾಲೆಸ್‌ವರೆಗೂ. ರೂಮಿನಲ್ಲಿ ದೊಡ್ಡ ಕ್ಯಾಂಡಲ್ ಉರಿಯುತ್ತಿದ್ದರಿಂದ ಬಟ್ಟೆ ಬದಲಾಯಿಸಿ ತಲೆಯೊರಿಸಿ ಒಂದು ಕಡೆ ಕೂತುಬಿಟ್ಟಳು. "ಅಂದಿನ ತಪ್ಪಿಗೆ ನೀನು ಕೊಟ್ಟ ಪನೀಷ್‌ಮೆಂಟ್ ನನ್ನ ಮುಂಗೈ ಮೇಲಿದೆ. ಇಂದಿನ ನಿನ್ನ ತಪ್ಪಿಗೆ ನವಿರಾದ ಶಿಕ್ಷೆ" ಎಂದ ಹೇಮಂತ್ ಮೃದುವಾಗಿ ತನ್ನ ಅಧರಗಳನ್ನು ಅವಳ ಕೆನ್ನೆಯ ಮೇಲೊತ್ತಿಬಿಟ್ಟಿದ್ದ. ಸೆಕೆಂಡ್‌ಗಳಲ್ಲಿ ನಡೆದುಹೋಗಿದ್ದು.

ಕೂದಲು ಭಾರವೆನಿಸಿದ್ದರಿಂದ ಟವಲಿನಿಂದೊರೆಸಿಕೊಂಡಳು. ಅವಳದು ತಪ್ಪಲ್ಲ, ಆಕಸ್ಮಿಕ ಅವನ ಶಿಕ್ಷೆ-ಟವಲನ್ನೆತ್ತಿ ಅಷ್ಟು ದೂರಕ್ಕೆಸೆದವಳು ಮತ್ತೆ ಬಂದು ಅದೇ ಜಾಗದಲ್ಲಿ ಕೂತಳು.

ಅವಳ ರೂಮಿನಲ್ಲಿದ್ದುದು ಇಂಟರ್‌ಕಾಮ್. ಹೊರಗೆ ಬಂದು ಕೊಟ್ಟಾಯಂ ಆಶ್ರಮದ ನಂಬರ್‌ಗೆ ಫೋನಿನ ಬಟನ್‌ಗಳನ್ನೊತ್ತಿ ಒತ್ತಿ ಸಾಕಾಗಿ ಇಟ್ಟಳು. ಡಯಲ್ ಟೋನ್ ಕಟ್ ಆಗಿರುತ್ತಿರಲಿಲ್ಲ. ಲೈನ್‌ನಲ್ಲಿ ಪ್ರಾಬ್ಲಮ್ ಇದೆಯೆನಿಸಿತು.

"ಮೇಡಮ್, ಡಿನ್ನರ್‌ಗೆ ಕರೀತಾರೆ" ಸರ್ವೆಂಟ್ ಬಂದು ವಿಷಯ ಮುಟ್ಟಿಸಿದ. 'ಹಸಿವಿಲ್ಲ' ಎನ್ನುವುದು ಉದ್ಧಟತನವೆನಿಸಿತು. ಸಂಕೋಚವನ್ನು ಮೆಟ್ಟಿ ಮೆಟ್ಟಿ ಹೆಜ್ಜೆ ಹಾಕುತ್ತಿದ್ದರೂ ಇಡೀ ಶರೀರದ ತೂಕವನ್ನು ಪಾದಗಳು ಹೊರಲಾರದಷ್ಟು ಭಾರವೆನಿಸಿ ಕ್ಷಣ ನಿಧಾನಿಸಿದಳು.

"ಮೇಡಮ್ ಕಾಯ್ತ ಇದ್ದಾರೆ." ಇನ್ನೊಬ್ಬ ಸುದ್ದಿ ಮುಟ್ಟಿಸಿದಾಗ ಓಡಿಯೇ ತಲುಪಿದ್ದು ಡೈನಿಂಗ್ ಹಾಲ್‌ಗೆ. ಉದ್ದನೆಯ ಹೌಸ್ ಕೋಟಿನಲ್ಲಿ ಕೂತಿದ್ದ ಹೇಮಂತ್ ಏನೋ ಹೇಳಿ ನಗುತ್ತಿದ್ದ. ಅವಳೆದೆ ಧಸ್ಸಕ್ಕೆಂದಿತು. ಧೈರ್ಯದ ಹುಡುಗಿ ವರ್ಷ ಇವಳೇನು? ಎಂದು ಅವಳನ್ನು ಅವಳೇ ಪ್ರಶ್ನಿಸಿಕೊಂಡಳು.

"ಬಾ ವರ್ಷ" ಕೂಗಿದರು.

ಅರೆ ಒದ್ದೆಯ ಕೂದಲನ್ನು ಹಿಂದಕ್ಕೆ ತಳ್ಳಿಕೊಳ್ಳುತ್ತ ಹೋಗಿ ವಿನಯದಿಂದ ಕೂತಳು. ಯಾಕೋ, ಏನೋ ಹೇಮಂತ್‌ನತ್ತ ನೋಡುವುದು ಅವಳಿಂದಾಗಲಿಲ್ಲ.

ಮೌನವಾಗಿ ಡಿನ್ನರ್ ತಗೊಂಡವಳು ಹೈಮಾವತಿಯ ಹಿಂದೆಯೇ ಹೊರಟಾಗ "ವರ್ಷ, ಇಂದು ಆದ ತಪ್ಪು ನಿಂದೇ. ಶಿಕ್ಷೆ, ಹೆಚ್ಚೂಂತ ಅನ್ನಿಸಿದ್ರೆ... ಮಮ್ಮಿಯತ್ರ ಫಿರ್ಯಾದು ಮಾಡ್ಬಹ್ದು."

ಸ್ಫೂನ್ ಸದ್ದಿನೊಂದಿಗೆ ಹೇಳಿದಾಗ ಅವಳು ಕತ್ತು ಕೂಡ ಹಿಂದಕ್ಕೆ ತಿರುಗಿಸಲಿಲ್ಲ. ನೇರವಾಗಿ ಹೈಮಾವತಿಯನ್ನು ಹಿಂಬಾಲಿಸಿದಳು. ಮರುದಿನವೇ ಹೊರಡುವ ತೀರ್ಮಾನ ಅವಳದು.

ಲೈಬ್ರರಿಗೆ ಕರೆದೊಯ್ದರು ಹೈಮಾವತಿ. "ಈ ಲೈಬ್ರರಿಯೆಂದ್ರೆ ನಂಗೆ ಪಂಚಪ್ರಾಣ. ಗಂಟೆ, ರಾತ್ರಿ, ದಿನಗಳ್ನ ಏಕಾಂತವಾಗಿ ಕಳೆದಿದ್ದೀನಿ ಒಂಟಿಯಾಗಿ. ಓದುವ ಹವ್ಯಾಸವೊಂದು ಇರದಿದ್ರೆ ನಾನು ಎಂದೋ ಖಂಡಿತವಾಗಿ ಆತ್ಮಹತ್ಯೆ ಮಾಡ್ಕೋತಾ ಇದ್ದೆ" ಹೇಳಿದರು. ಇದನ್ನು ಹಲವು ಸಲ ಹೇಳಿದ್ದರು.

ಲೈಬ್ರರಿಯಲ್ಲಿನ ಫೋನ್‌ಗೆ ಕನೆಕ್ಟ್ ಮಾಡಿದ್ದರು ವರ್ಷಳಿಗೆ ಬಂದ ಕರೆಯನ್ನು. "ಹಲೋ, ಅಪ್ಪ...." ಅಂದಾಗ ಆ ಕಡೆಯಿಂದ ನಗು. ಅವಳಿಗೆ ನೆನಪಾದದ್ದು ದಪ್ಪ ಮೀಸೆ, ಸದಾ ನಗುವ ತುಟಿಗಳ ಗೌತಮ್. "ನಾನು ಗೌತಮ್, ಹಲೋ ಮೈ ಯಂಗ್ ಫ್ರೆಂಡ್. ಎಲ್ಲಿವರ್‍ಗೂ ಬಂತು ನಿನ್ನ ಬರವಣಿಗೆ? ಒಂದೇ ಒಂದು ಸಜೆಷನ್, ಆ ನಾವೆಲ್‌ಗೆ 'ವರ್ಷಬಿಂದು' ಅಂತ ನಾಮಕರಣ ಮಾಡ್ಬೇಕು. ಕೀಪ್ ಇನ್ ಯುವರ್ ಮೈಂಡ್, ಥ್ಯಾಂಕ್ಯೂ ಗುಡ್ ನೈಟ್" ಫೋನಿಟ್ಟೇಬಿಟ್ಟರು.

ರೆಕಾರ್ಡರ್ ಅಳವಡಿಕೆಯ ಫೋನ್‌ನಲ್ಲಿ ಅದು ರೆಕಾರ್ಡ್ ಆಗಿತ್ತು. ಹೈಮಾವತಿ ಗತಕಾಲದ ಮೂಡ್‌ನಲ್ಲಿ ಇದ್ದುದ್ದರಿಂದ ಪ್ರಶ್ನಿಸಲು ಹೋಗಲಿಲ್ಲ.

"ಮೇಡಮ್, ನಾನು ಬೆಳಿಗ್ಗೆ ಹೊರಡೋದೂಂತ ತೀರ್ಮಾನ ಮಾಡಿದ್ದೀನಿ. ಮತ್ತೆ ಬೇಕಾದ್ರೆ ನೀವು ತಿಳ್ಸಿದ ಸಮಯಕ್ಕೆ ಬರ್ತೀನಿ" ಎಂದಳು. ಆಕೆಗೆ ಆಶ್ಚರ್ಯ.

ವಾರ, ಒಂದೆರಡು ದಿನಗಳು ಅಂದುಕೊಂಡರು. ಮರುದಿನ ಹೊರಡುವ ವಿಷಯ ಹೇಳಿದಾಗ ಆಕೆಗೆ ವಿಸ್ಮಯ. "ವಾಟ್ ಹ್ಯಾಸ್ ಹ್ಯಾಪನ್ಡ್? ಏನಾಯ್ತು ವರ್ಷ?"

"ಮತ್ತೇನಿಲ್ಲ. ಅಪ್ಪನ್ನ ನೋಡ್ಬೇಕೂಂತ ಅನ್ನಿಸಿದೆ." ಕಳಿಸಲು ಸಬೂಬು ಸರಿಯಾಗಿಯೇ ಇತ್ತು. ಆದರೆ ಸದ್ಯಕ್ಕೆ ಆಕೆಗೆ ಕಳಿಸಲು ಇಷ್ಟವೇನಿರಲಿಲ್ಲ. "ನಿನ್ನ ಕಾದಂಬರಿಗೆ ಇನ್ನ ಹೆಸರೇ ಇಲ್ಲ. ಅಚ್ಚಿನ ಮನೆಯಿಂದ ಹೊರಬರುವವರೆಗೂ ನೀನು ಇಲ್ಲೇ ಇರ್ಬೇಕು" ತಾಕೀತು ಮಾಡುವಂತೆ ಹೇಳಿದರು. ಮತ್ತಷ್ಟು ಸಪ್ಪಗೆ ಮುಖ ಮಾಡಿದಳು. "ಪ್ಲೀಸ್ ಮೇಡಮ್. ನಂಗೆ ಅಪ್ಪನ್ನ ನೋಡ್ಬೇಕೂಂತ ಅನ್ನಿಸಿದೆ. ನೀವು ಒಮ್ಮೆ ಓದಿ, ಅಥ್ವಾ ಯಾರಿಂದಲಾದ್ರೂ ಓದ್ಸಿ ನಾಮಕರಣ ಮಾಡಿ" ಎಂದಳು. ಗೌತಮ್ ಸೂಚನೆ ಮನಸ್ಸಿನಲ್ಲಿದ್ದರೂ ಹೊರಗೆಡವಲಿಲ್ಲ.

"ಕೆಲವು ದಿನ ಇರ್ಲೇಬೇಕೂಂತ ನಿರ್ಬಂಧವಿದೆ" ನಗುತ್ತ ಹೇಳಿದಾಗ ತಲೆಯಾಡಿಸಿದಳು. "ಇಲ್ಲ ಮೇಡಮ್, ನನ್ತಂದೆನ ಬಿಟ್ಟಿರೋದು ನಂಗೆ ಕಷ್ಟ. ನಾನು ಇಲ್ಲಿ ಇಂಟರ್‌ವ್ಯೂಗೆ ಬಂದಾಗ ನಗ್ತಾ ಇದ್ರು. ಈಗ ಅವ್ರಿಗೆ ನಾನು, ನಂಗೆ ಅವ್ರು, ದಯವಿಟ್ಟು ತಡೀಬೇಡಿ. ನಿಮ್ಮಿಂದ ಪಡೆದ ಎಲ್ಲಾ ಕ್ಯಾಶ್ ನನ್ಹತ್ರನೇ ಇದೆ. ಅದ್ನ ಇಲ್ಲೇ ಇರ್‍ಸಿ ಹೋಗ್ತೀನಿ. ನಂಗೆ ಆತ್ಮವಿಶ್ವಾಸ ಸಿಕ್ಕಿದೆ. ಕೆಲವು ವ್ಯಕ್ತಿಗಳ ಅಂತರಂಗದ ಪರಿಚಯವಾಗಿದೆ. ಈ ಅನುಭವಗಳೇ ಸಾಕು. ನಿಮ್ಗೆ ಈ ನಾವೆಲ್ ಇಷ್ಟವಿಲ್ಲವೆನಿಸಿದ್ರೆ, ನಿಮ್ಗೆ ಇಷ್ಟ ಬಂದಂಗೆ ಮಾಡ್ಬಹ್ದು. ವಸ್ತು, ವ್ಯಕ್ತಿಗಳು ಇಲ್ಲಿನವರೇ ಆದ್ರೂ, ಯಾರ ಹೆಸರುಗಳನ್ನು ಬಳಸಿಕೊಂಡಿಲ್ಲ" ಇನ್ನಷ್ಟು ವಿವರಗಳನ್ನು ಹೇಳಿದಳು.

ಅಷ್ಟರಲ್ಲಿ ರಾಮನಾಥನ್ ಕಾಯುತ್ತಿರುವುದು ತಿಳಿದು ಹೈಮಾವತಿ ದಿವಾನ್‌ಖಾನೆಗೆ ಹೋದಾಗ ರೂಮಿಗೆ ಮರಳಿದ ವರ್ಷ ಸೂಟ್‌ಕೇಸ್‌ನಲ್ಲಿ ಸಣ್ಣ ಲಾಕರ್‌ನಲ್ಲಿದ್ದ ಹಣವನ್ನೆಲ್ಲ ತೆಗೆದು ಹೊರಗಿಟ್ಟಳು.

ಇಡೀ ರಾತ್ರಿ ಮಳೆ ಸುರಿಯುತ್ತಲೇ ಇತ್ತು. ವರ್ಣ ಮತ್ತು ಅಭಿಷೇಕ್ ವಸಿಷ್ಠ ಅವರದು ಲವ್ ಮ್ಯಾರೇಜಾ? ಹಾಗೆ ಅಂದುಕೊಳ್ಳಲೇಬೇಕಿತ್ತು. ಅದರಿಂದ ಚಲಪತಿ, ರೋಹಿಣಿ ಅನುಭವಿಸಿದ್ದೆಷ್ಟು? ಅವಳ ಕಣ್ಣಂಚು ಒದ್ದೆಯಾಯಿತು. ಒಡಲಿನ ಸಂಬಂಧಗಳೇ ಅರ್ಥ ಕಳೆದುಕೊಂಡಾಗ, ಬೇರೆ ಯಾವ ಸಂಬಂಧಗಳು ಶಾಶ್ವತ, ಅರ್ಥಪೂರ್ಣ?

ಹಾಸಿಗೆಯ ಮೇಲೆ ಉರುಳಿ ಕಣ್ಣು ಬಿಟ್ಟುಕೊಂಡೇ ಇದ್ದ ವರ್ಷ ಬೆಚ್ಚಿ ಬಿದ್ದವಳಂತೆ ಎಚ್ಚೆತ್ತಾಗ, ಕೆನ್ನೆಗೆ ಬಿಸಿಯ ಸ್ಪರ್ಶ. ಸುತ್ತಲೂ ಕಣ್ಣಾಡಿಸಿದಳು. ಯಾರೂ ಇಲ್ಲ. ಭ್ರಮೆಯೆನಿಸಿ ಹಾಗೆಯೇ ಕಣ್ಮುಚ್ಚಿಕೊಂಡಳು. ತಲೆಯಲ್ಲಿ ಗೊಂದಲ ಮನದಲ್ಲಿ ಆಂದೋಲನ. ಮೈಯೆಲ್ಲ ಬಿಸಿಯೆನಿಸಿ ಬೆಳಕು ಮೂಡಿದರೂ ಏಳಲಾಗಲಿಲ್ಲ ಅವಳಿಂದ. ಪ್ರಯತ್ನಪೂರ್ವಕ ಎದ್ದು ಮುಖ ತೊಳೆಯಲು ಸಿಂಕ್‌ವರೆಗೂ ಹೋದವಳು ತೀರಾ ತಲೆ ಭಾರವೆನಿಸಿ ಕುಸಿದಳು. ವರ್ತುಲಾಕಾರವಾಗಿ ನಿಂತ ವರ್ಣ. ಅಭಿಷೇಕ್ ವಸಿಷ್ಠ, ಮಗಳಿಗಾಗಿ ಹಂಬಲಿಸಿ ಸತ್ತ ತಾಯಿ, ನಿರ್ಗತಿಕನಾಗಿ

ಗೋಳಾಡುತ್ತಿದ್ದ ಮೂಗ-ಎರಡು ಕೈಯಲ್ಲಿ ತಲೆಯನ್ನು ಗಟ್ಟಿಯಾಗಿ ಹಿಡಿದುಕೊಂಡಳು.

ಪ್ರಜ್ಞೆ ಬಂದಾಗ ಮಂಚದ ಮೇಲಿದ್ದಳು. ರೆಪ್ಪೆಗಳು ಕೂಡ ಭಾರ. ಎರಡು ದಿನದ ಟೆಂಪರೇಚರ್ ಒಂದೂವರೆ ಡಿಗ್ರಿಯಷ್ಟು ಇಳಿದಿದ್ದು ಇಂದೇ.

"ವರ್ಷ..." ಹೈಮಾವತಿಯ ದನಿ ಅತ್ಯಂತ ಸನಿಹದಲ್ಲಿ. "ಅಪ್ಪ, ಅಪ್ಪ.... ನಾನು ಬೇಗ ಬಂದ್ಬಿಡ್ತೀನಪ್ಪ. ನಾನು ವರ್ಣ ಅಲ್ಲ, ವರ್ಷ... ನಿನ್ನ ಬಿಟ್ಟು ಎಲ್ಲೂ ಹೋಗಲ್ಲ." ಇದೇ ಮಾತುಗಳನ್ನು ಹತ್ತಾರು ಸಲ ಕನವರಿಸಿದ್ದಳು ಎರಡು ದಿನದಿಂದ.

"ಇನ್ನೇನು ತೊಂದರೆ ಇಲ್ಲ. ಟೆಂಪರೇಚರ್ ನಾರ್ಮಲ್‌ಗೆ ಬರುತ್ತೆ. ಪೇಷೆಂಟ್ ತಂದೆ ಬಂದ್ರೆ... ಒಳ್ಳೇದು" ಬಹುಶಃ ಇದು ಡಾಕ್ಟರ್ ಮಾತುಗಳು ಇರಬಹುದು. ಆಯಾಸದಿಂದ ಕಣ್ಮುಚ್ಚಿಕೊಂಡಳು.

ಸಂಜೆಯ ವೇಳೆಗೆ ಜ್ವರ ಬಿಟ್ಟಿತು. ಸ್ವಲ್ಪ ಅರಿವು ಮೂಡಿದಾಗ ಸಂಕೋಚವೆನಿಸಿತು. ಬುದ್ಧಿ ಬಂದ ಮೇಲೆ ಒಂದೇ ಒಂದು ಸಲ ವೈರಸ್ ಇನ್‌ಫೆಕ್ಷನ್‌ನಿಂದ ಜ್ವರ ಬಂದಾಗ ಚಿಕ್ಕವಳಾದ ವರ್ಷಳ ನರಳಾಟ ಮೇರೆಮೀರಿತ್ತು. ಹಗಲಿರುಳು ತಂದೆ, ತಾಯಿ ಹಾಸಿಗೆಯ ಬಳಿ ಇದ್ದಿದ್ದು ನೆನಪಾದಾಗ 'ಅನಾಥಪ್ರಜ್ಞೆ' ಕಾಡಿ ಅಳಬೇಕೆನಿಸಿತು.

"ಏಯ್, ವರ್ಷ..." ಪರಿಚಿತ ಸ್ವರವೇ. ನಿಧಾನವಾಗಿ ಕಣ್ತೆರೆದಾಗ ಕಂಡಿದ್ದು ಹೇಮಂತ್‌ನ ಮೋಹಕ ಮುಖ. ಈ ಭಯವೇ ಅವಳನ್ನು ಕಾಡಿ ಬೇಗ ತಂದೆಯ ಬಳಿ ಓಡಲು ಪ್ರೇರೇಪಿಸಿತ್ತು. ತುಟಿ ಕಚ್ಚಿ ಕಣ್ಣು ಮುಚ್ಚಿಕೊಂಡಾಗ "ವರ್ಷ, ಇದೊಂದು ಸೀರಿಯಸ್ ವಿಷ್ಯ. ಲಂಡನ್‌ನಲ್ಲಿ ಬೆಳೆದಿದ್ದು ನೋಡು. ಮಾತುಗಳ ಸೂಚಿಸಲು ಆಗದೆ ಸಂವೇದನೆಯನ್ನು ಬೇರೆ ರೀತಿಯಲ್ಲಿ ಪ್ರಕಟಿಸೋದು ಅಭ್ಯಾಸ." ಮೃದುವಾಗಿ ಹೇಳಿದಾಗ ಅಂದಿನ ಎರಡು ದಿನಗಳ ಹಿಂದಿನ ಸಂದರ್ಭ, ಸನ್ನಿವೇಶಗಳು ನೆನಪಾದಾಗ ಮುಖ ಕೆಂಪೇರಿ ಬೆವರಿನ ಸೆಲೆಯೊಡೆಯಿತು ಹಣೆಯ ಮೇಲೆ. ತಟ್ಟನೇ ಕಣ್ಣುತೆರೆದಳು. "ಸೀರಿಯಸ್ ಅಂದೇನಲ್ಲ..." ಅದೇ ಮುಖ. ಕಣ್ಮುಚ್ಚಿಕೊಂಡು ಪಕ್ಕಕ್ಕೆ ತಿರುಗಿಕೊಂಡಳು.

ಮಾರನೆಯ ದಿನ ಮತ್ತಷ್ಟು ಚೇತರಿಸಿಕೊಂಡಾಗ ಬಂದ ಹೇಮಂತ್ ಮುಂದೆ "ಮೇಡಮ್ ಎಲ್ಲಿ? ಇಂದು ಹೊರಡೋದು. ಐ ಯಾಮ್ ಪರ್‌ಫೆಕ್ಟ್ಲಿ ಆಲ್‌ರೈಟ್. ಅವ್ರನ್ನ ಮೀಟ್ ಮಾಡ್ಬೇಕಲ್ಲ" ಎಂದಳು. ಒಣಗಿದ ತುಟಿಗಳನ್ನು ನಾಲಿಗೆಯಿಂದ ಸವರಿಕೊಳ್ಳುತ್ತ.

ಹಲ್ಲುಗಳ ಗುರುತಿದ್ದ ಮುಂಗೈಯನ್ನು ಅವಳ ಮುಂದಿಡಿದ. "ಇದ್ರ ಬಗ್ಗೆ ವಾದ ಪ್ರತಿವಾದವಾಗದ ಮುನ್ನ ಮತ್ತೊಂದು ಇಂತಹ ಘಟನೆ . ಅಂದು ಬಳಸಿದ್ದು ಬರೀ ಸ್ನೇಹದಿಂದ. ನಂತರದ ಘಟನೆಯ ಸಂದರ್ಭದಲ್ಲಿ ಹಾಗೇಂತ ಅನ್ನಿಸ್ಲಿಲ್ಲ. ಆ ಬಗ್ಗೆ ನಿನ್ಹತ್ರ ಸೀರಿಯಸ್ಸಾಗಿ ಮಾತಾಡೋದಿದೆ" ಎಂದ. ಎರಡು ಕೈಯಲ್ಲೂ ತಲೆಯನ್ನು ಹಿಡಿದುಕೊಂಡಳು. ಕೆನ್ನೆಯ ಮೇಲೆ ಎರಡು ಕಂಬನಿಯ ಬಿಂದುಗಳು ಜಾರಿದಾಗ

ಮುಖವೆತ್ತಿ ತೋರುಬೆರಳಿನಿಂದ ತೊಡೆದ ಹೇಮಂತ್ ಅವಳ ಮುಂದೆ ಒಂದು ಪುಸ್ತಕ ಹಿಡಿದ.

'ವರ್ಷಬಿಂದು'

ಎರಡೇ ದಿನಗಳಲ್ಲಿ ಪುಸ್ತಕ ಅಚ್ಚಾಗಿ ಬೈಂಡ್ ಆಗಿ ಸುಂದರ ಮುಖಚಿತ್ರದೊಂದಿಗೆ ಹೊರಬಂದಿತ್ತು.

"ಈ ವರ್ಷ ಹೈಮಾವತಿ ಪ್ಯಾಲೆಸ್‌ನಲ್ಲೇ ಉಳೀತಾಳೆ. ಇದಕ್ಕೆ ಹೈಮಾವತಿ, ಚಲಪತಿಯವ್ರ ಆಶೀರ್ವಾದವಿದೆ. ನಿನ್ತಂದೆ ರಾಮನಾಥನ್ ಜೊತೆ ಫೋನ್‌ನಲ್ಲಿ ಮಾತಾಡಿದ್ದು, ಇಲ್ಲೇ ಇದ್ದುಬಿಡ್ತಾರೆ." ಒಂದೊಂದೇ ಪದವನ್ನು ಬಿಡಿಸಿ ಬಿಡಿಸಿ ಹೇಳಿದಾಗ, ನಂಬಲು ಸಾಧ್ಯವಿಲ್ಲವಾಯಿತು.

ಅಂದು ಹೆಂಡತಿ ಸತ್ತ ದಿನ ಹೇಮಂತ್ ತೋರಿದ ಅಂತಕರಣದ ಆಪ್ಯಾಯಮಾನಕ್ಕೆ ಋಣಿಯಾಗಿದ್ದರು ಚಲಪತಿ. ಆದರೆ ಮೂಗನನ್ನು ಕರೆದೊಯ್ದು ಒಂದು ಅನಾಥಾಶ್ರಮಕ್ಕೆ ಸೇರಿಸಿದಾಗ ಹೇಮಂತ್‌ನ ಗುಣ ಮೆಚ್ಚಿದ್ದಳು ವರ್ಷ.

ಮುಂಗೈ ಮುಂದಿಡಿದು "ಈ ತಪ್ಪಿಗೆ ಸದಾ ಈ ಬಾಹುಗಳಲ್ಲಿರೋ ಪನೀಶ್‌ಮೆಂಟ್ ಒಪ್ಪಿಗೆ ತಾನೇ?" ಕಣ್ಣಲ್ಲಿ ಕಣ್ಣಿಟ್ಟು ನೋಡಿದ. ನಕ್ಷತ್ರಗಳಂತೆ ಹೊಳೆಯುತ್ತಿದ್ದವು ಅವಳ ನಯನಗಳು.

❀ ❀ ❀ ❀